44 Năm Văn Học
Việt Nam Hải Ngoại (1975-2019)
TẬP 3

44 năm văn học
Việt Nam hải ngoại (1975-2019)
Tập 3
Nguyễn Vy Khanh
Luân Hoán
Khánh Trường
Mở Nguồn xuất bản
Bìa Khánh Trường
Kỹ thuật: Tạ Quốc Quang
Dàn trang: Nguyễn Thành
Đọc bản thảo: Vy Thượng Ngã

Copyright © by Khanh Truong & Mo Nguon
ISBN: 9781927781647
California - USA 2019

NGUYỄN VY KHANH
LUÂN HOÁN
KHÁNH TRƯỜNG

44 NĂM VĂN HỌC
VIỆT NAM HẢI NGOẠI
(1975-2019)

3

M-N(1)

Chủ trương
KHÁNH TRƯỜNG

MỞ NGUỒN

2019

TÁC GIẢ GÓP MẶT TRONG TUYỂN TẬP
44 NĂM VĂN HỌC VIỆT NAM HẢI NGOẠI
(1975-2019)

Ái Cầm, Bạt Xứ, Bắc Phong, Bùi Bảo Trúc, Bùi Bích Hà, Bùi Vĩnh Phúc, Cái Trọng Ty, Cao Bình Minh, Cao Đông Khánh, Cao Mỵ Nhân, Cao Nguyên, Cao Tần (Lê Tất Điểu), Cao Xuân Huy, Chân Phương, Chim Hải, Chu Vương Miện, Cung Tích Biền, Cung Trầm Tưởng, Cung Vũ, Diên Nghị, Doãn Quốc Sỹ, Du Tử Lê, Duyên Anh, Dư Mỹ, Dương Kiền, Dương Như Nguyện, Dương Thu Hương, Đặng Hiền, Đặng Mai Lan, Đặng Phú Phong, Đặng Phùng Quân, Đặng Thơ Thơ, Đặng Tiến, Đinh Cường, Đinh Huyền Dương, Đoàn Nhã Văn, Đoàn Nhật, Đoàn Thêm, Đoàn Xuân Kiên, Đỗ Hoàng Diệu, Đỗ Kh., Đỗ Quí Toàn, Đỗ Quyên, Đỗ Trường, Đông Duy, Đức Phổ, Giang Hữu Tuyên, Hà Huyền Chi, Hà Kỳ Lam, Hà Nguyên Du, Hà Thúc Sinh, Hà Thượng Nhân, Hạ Quốc Huy, Hạ Uyên, Hàn Song Tường, Hoa Văn, Hoài Ziang Duy, Hoàng Anh Tuấn, Hoàng Chính, Hoàng Du Thụy, Hoàng Khởi Phong, Hoàng Lộc, Hoàng Mai Đạt, Hoàng Nga, Hoàng Ngọc-Tuấn, Hoàng Phủ Cương, Hoàng Quân, Hoàng Thị Bích Ti, Hoàng Xuân Sơn, Hồ Đình Nghiêm, Hồ Minh Dũng, Hồ Phú Bông, Hồ Trường An, Huy Trâm, Huy Tưởng, Huỳnh Hữu Ủy, Huỳnh Liễu Ngạn, Hư Vô, Khánh Trường, Khế Iêm, Kiệt Tấn, Kiều Diễm Phượng, Kinh Dương Vương, Lâm Chương, Lâm Hảo Dũng, Lãm Thúy, Lâm Vĩnh Thế, Lê An Thế (Lê Bi), Lê Cần Thơ, Lê Đại Lãng, Lê Giang Trần, Lê Hân, Lê Lạc Giao, Lê Mai Lĩnh, Lê Minh Hà, Lê Nguyên Tịnh, Lê Phương Nguyên, Lê Thị Huệ, Lê Thị Nhị, Lê Thị Thấm Vân, Lê Thị Ý, Lê Uyên Phương, Lê Văn Tài, Lệ Hằng, Liễu Trương, Linh Vang, Luân Hoán, Lương Thư Trung, Lưu Diệu Vân, Lưu Nguyễn, Lữ Quỳnh, M.H. Hoài Linh Phương, Mai Khắc Ứng, Mai Ninh, Mai Thảo, Mai

Trung Tĩnh, Miêng, Minh Đức Hoài Trinh, Nam Dao, Nghiêu Đề, Ngọc (Ngọc Nguyễn), Ngọc Khôi, Ngô Du Trung, Ngô Nguyên Dũng, Ngô Thế Vinh, Ngu Yên, Nguyên Lương, Nguyên Nghĩa, Nguyên Sa, Nguyên Vũ, Nguyễn Âu Hồng, Nguyễn Bá Trạc, Nguyễn Chí Kham, Nguyễn Đăng Thường, Nguyễn Đăng Trúc, Nguyễn Đăng Tuấn, Nguyễn Đình Toàn, Nguyễn Đông Giang, Nguyễn Đông Ngạc, Nguyễn Đức Bạt Ngàn, Nguyễn Đức Lập, Nguyễn Hải Hà, Nguyễn Hàn Chung, Nguyễn Hoàng Nam, Nguyễn Hoàng Văn, Nguyễn Hưng Quốc, Nguyễn Hương, Nguyễn Hữu Nhật, Nguyễn Lương Vy, Nguyễn Mạnh An Dân, Nguyễn Mạnh Trinh, Nguyễn Minh Nữu, Nguyễn Minh Phương, Nguyễn Mộng Giác, Nguyễn Nam An, Nguyễn Ngọc Ngạn, Nguyễn Phước Nguyên, Nguyễn Sao Mai, Nguyễn Tấn Hưng, Nguyễn Tất Nhiên, Nguyễn Thanh Châu, Nguyễn Thị Hải Hà, Nguyễn Thị Hoàng Bắc, Nguyễn Thị Minh Ngọc, Nguyễn Thị Ngọc Lan, Nguyễn Thị Ngọc Nhung, Nguyễn Thị Thanh Bình, Nguyễn Thị Vinh, Nguyễn Tiến, Nguyễn Trung Hối, Nguyễn Vạn Lý, Nguyễn Văn Sâm, Nguyễn Văn Trung, Nguyễn Vy Khanh, Nguyễn Xuân Hoàng, Nguyễn Xuân Quang, Nguyễn Xuân Thiệp, Nguyễn Xuân Tường Vy, Nguyễn Ý Thuần, Nhã Ca, Nhật Tiến, Như Quỳnh de Prelle, Phạm Cao Hoàng, Phạm Chi Lan, Phạm Công Thiện, Phạm Hải Anh, Phạm Hồng Ân, Phạm Miên Tưởng, Phạm Ngũ Yên, Phạm Nhã Dự, Phạm Quốc Bảo, Phạm Thăng, Phạm Thị Hoài, Phạm Thị Ngọc, Phạm Trần Anh, Phạm Văn Nhàn, Phạm Việt Cường, Phan Huy Đường, Phan Lạc Tiếp, Phan Nguyên, Phan Nhật Nam, Phan Nhiên Hạo, Phan Ni Tấn, Phan Quỳnh Trâm, Phan Tấn Hải, Phan Tấn Uẩn, Phan Thị Trọng Tuyến, Phan Việt Thủy, Phan Xuân Sinh, Phùng Nguyễn, Phương Tấn, Phương Triều, Quan Dương, Quyên Di, Quỳnh Thi, Sĩ Trung, Song Hồ, Song Nhị, Song Thao, Song Vinh, Sương Mai, Sỹ Liêm, Tạ Ty, Tâm Thanh, Thái Tú Hạp, Thái Tuấn, Thanh Nam, Thanh Tâm Tuyền, Thành Tôn, Thảo Trường, Thận Nhiên,

Thế Giang, Thế Uyên, Thi Vũ, Thu Nga, Thu Thuyền, Thụy Khuê, Thường Quán, Tiểu Thu, Tiểu Tử, Tô Thùy Yên, Tôn Nữ Thu Dung, Trạch Gầm, Trang Châu, Trầm Phục Khắc, Trân Sa, Trần Dạ Từ, Trần Diệu Hằng, Trần Doãn Nho, Trần Đại Sỹ, Trần Hạ Vi, Trần Hoài Thư, Trần Hồng Châu, Trần Hồng Hà, Trần Long Hồ, Trần Mộng Tú, Trần Phù Thế, Trần Thị Diệu Tâm, Trần Thị Hương Cau, Trần Thị Kim Lan, Trần Thị Lai Hồng, Trần Thu Miên, Trần Trúc Giang, Trần Trung Đạo, Trần Văn Nam, Trần Văn Sơn, Trần Vũ, Trần Yên Hòa, Triều Hoa Đại, Triệu Châu, Trịnh Gia Mỹ, Trịnh Khắc Hồng, Trịnh Thanh Thủy, Trịnh Y Thư, Trung Hậu, Trùng Dương, Trương Anh Thụy, Trương Văn Dân, Trương Vũ, Túy Hồng, Tường Vũ Anh Thy, Tưởng Năng Tiến, Uyên Nguyên, Vi Khuê, Vĩnh Hảo, Võ Đình, Võ Hoàng, Võ Kỳ Điền, Võ Phiến, Võ Phú, Võ Phước Hiếu, Võ Quốc Linh, Võ Thị Điềm Đạm, Vũ Huy Quang, Vũ Kiện, Vũ Quỳnh Hương, Vũ Quỳnh N.H., Vũ Thị Thanh Mai, Vũ Thùy Hạnh, Vũ Thư Hiên, Vũ Trà My, Vũ Uyên Giang, Vương Đức Lệ, Vương Trùng Dương, Xuân Vũ, Xuyên Trà, Y Chi, Yên Sơn.

TÁC GIẢ TRONG NƯỚC

Bùi Chát, Bùi Ngọc Tấn, Cao Thoại Châu, Dương Nghiễm Mậu, Đoàn Văn Khánh, Hoàng Hưng, Khoa Hữu, Khuất Đẩu, Lê Văn Trung, Lê Vĩnh Thọ, Nguyên Cẩn, Nguyên Minh, Nguyễn An Bình, Nguyễn Dương Quang, Nguyễn Hiến Lê, Nguyễn Hữu Hồng Minh, Nguyễn Huy Thiệp, Nguyễn Lệ Uyên, Nguyễn Thành, Nguyễn Thụy Long, Nguyễn Văn Gia, Nguyễn Viện, Như Không, NP Phan, Phạm Hiền Mây, Phạm Ngọc Lư, Phan Huyền Thư, Phùng Cung, Thiếu Khanh, Tiêu Dao Bảo Cự, Trần Đĩnh, Trần Mạnh Hảo, Trần Thị Ng.H., Trần Vạn Giã, Trần Vàng Sao, Văn Quang, Vy Thượng Ngã

Nguyễn Thị Thanh Bình by Đinh Cường

M.H. HOÀI LINH PHƯƠNG

M.H. Hoài Linh Phương (Huỳnh Thị Mỹ Hương, M.J. Huynh Nguyen)
Sinh nhật 14 tháng Giêng, tuổi Nam Dương. Quê Nội: Bình Định. Quê Ngoại: Khánh Hòa
Đại Học Vạn Hạnh Sài Gòn (ban Báo Chí), Đại Học Sư Phạm Sài Gòn (ban Việt Hán). Minneapolis Technical College.
Tỵ nạn tại Hoa Kỳ 1993. Định cư tại vùng Hoa Thịnh Đốn.
Thơ đã đăng trên các báo và blogs tại Hoa Kỳ sau 75: *Saigon Nhỏ, Saigon Times, Văn, Thư Quán Bản Thảo, Hồn Việt, Ngày Nay Minnesota, Ngày Nay Texas, Đất Sống North Carolina, Người Việt, Việt Nam Daily, Tiếng Vang, Tinh Hoa, Đa Hiệu, Vuông Chiếu, Saigon Ocean, Linh Phương Blog, Quán Thơ Net, Phạm Ngũ Yên Blog, Trầm Hương Blog,* v.v...

Đã xuất bản:
- *Thơ M.H. Hoài Linh Phương* (Sài Gòn, 1971)

Chỉ một Sài Gòn

Vẫn chỉ một Sài Gòn trong ký ức…
Tưởng chừng như ngày ấy… mới hôm qua
Phố Lê Lai em dáng nhỏ nhạt nhòa
Mi thầm lặng tiễn người ra mặt trận
Sân ga quạnh hiu như hồn em vắng
Mưa có về trên đường cũ Gia Long?
Hàng lá me nghiêng như những giọt lệ thầm
Của một thuở tình xanh… ta đón, đợi.
Áo trắng em bay nghe mùa thu tới
Phượng vĩ sân trường ủ lại hẹn chờ nhau
Bầy sẻ buồn lặng lẽ tháp chuông nâu
Lời kinh nguyện cho người đi trận tuyến
Em – con gái Sài Đô thời binh biến
Rất ơ hờ nhìn những bước chân qua…
Thơ học trò cho áo chiến phương xa…
Là tất cả… là riêng tình em đó!
Passage Eden bàn tay đan ngón nhỏ
Kem Hải Phòng dư vị ngọt mềm môi
Người người yêu nhau nên phố Tự Do vui
Café ấm, khói thuốc nồng – La Pagode…

Dù ta có mất nhau khi Sài Gòn đắm chìm trong cơn trốt
Góa phụ âm thầm trong tiếng khóc hai mươi
Đá nát, vàng phai… bi hài kịch đổi đời
Em vẫn nhớ quê hương thời binh lửa!
Và… Sài Gòn không còn tên đi nữa
Sao mãi trong em chỉ một Sài Gòn
Của ngàn lời thơ, của vạn môi hôn
Của chung thủy và bài ca bi tráng!

(Washington D.C tháng 9/2011)

Bi khúc Việt Nam
(tâm bút từ cảm xúc "Thay Trả Lời" của Luân Hoán)

Ừ nhỉ, ta không về thăm nữa
Quê hương xưa – đã cất giữ trong lòng
Từng bóng nắng, từng hàng me, góc phố…
Từng con đường… ngời sáng mắt xanh trong

Tiếng guốc khua vang bên giảng đường trưa, sớm
Áo lụa vàng, tóc thả gió… bay nghiêng
Tuổi học trò thơm tho mùi cây trái
Như nụ hồng vươn cánh nhỏ bình yên

Đất nước chiến tranh… sao khung trời xanh mướt?
Khi hòa bình… câu hát nghẹn lời ca
Ngút mắt tai ương, trùng trùng oan khuất
Trôi nổi biển đời… đâu phải riêng ta?

Sao bỗng chốc… quê hương thành quán trọ?
Cho người xa lạc bước nẻo quay về
Ta đau xót, chợt nghe mình… khách lạ!
Giữa muôn người cùng tiếng nói chân quê

"Hồi Hương Ngẫu Thư" – một thời sách vở
Tưởng như chính mình trong bi khúc Việt Nam
Ta hèn mọn nhìn giang sơn nghiêng ngả
Bản dư đồ rách nát giữa nghiệt oan

Ta nợ tổ tiên một đời gìn giữ
Làm cánh chim bằng bạt gió tha phương
Ta nợ nước non lời thề danh dự
Làm kẻ vong thân ngậm kín oán hờn…

(Ellsworth Park, Silver Sring tháng 07/2013)

Ninh Hòa – quê mẹ ngàn thương

Tôi – con gái chào đời thành phố biển
Thùy dương rì rào, sóng vỗ quanh năm
Gió nồm qua, bờ cát ướt âm thầm
Đã đuổi theo tôi… tháng ngày khôn lớn!
Mùi cá tanh nồng, tiếng hò… dô trên sóng
Với nhịp chày giã gạo giữa đêm sương
Ký ức xa… lời hát cũ… thêm buồn!
Nghe se sắt, nghẹn lòng… thương quê Ngoại.
Mắt biếc ngời trong, một thời thơ dại…
Kỷ niệm nhạt nhòa, hun hút cánh chim bay…
Áo tiểu thư trên những đoạn đường dài
Khoa bảng, công danh, người xe, phố thị…

Có ai giữ giùm tôi mùi hương dạ lý
Ngan ngát trong vườn nhà thời lên sáu, lên năm…
Dòng đời trôi theo những vết xe lăn
Còn chuyến nào không, đưa ta về thăm quê cũ?
Sông Dinh đục ngầu những mùa nước lũ
Hàng lá bàng rợp mát mái trường xưa
(Tiếng trống trường của một thuở sớm, trưa
Bài học vỡ lòng trên trang sách nhỏ…)

Tôi – con gái chào đời miền nắng gió
Nên một đời góp nhặt chuyện mười phương
Thị trấn hoa muồng vàng chỉ còn lại dư hương
Cây cầu gỗ, ngôi nhà tường vôi đỏ…
Giàn hoa giấy đong đưa ngày tháng đó…
Khuất ngàn xanh theo nước mắt, nhà tan
Áo tiểu thư nhàu, bồ câu trắng đi hoang
Hàng phượng vĩ gục đầu theo dâu bể…

Tôi từng đêm xứ người, nhớ ngày xưa Mẹ kể
Bên kia trời vẫn còn một quê hương
Lăng lắc xa xôi, tiếng sóng vỗ điệu buồn
Nên thơ mãi ngàn sau… còn nước mắt!

(Washington DC tháng 10/2011)

MAI KHẮC ỨNG

Tên thật Mai Khắc Ứng. Sinh ngày 5 tháng 1 năm 1935. Quê quán: Xã Tân Lộc, huyện Can Lộc, tỉnh Hà Tĩnh. Tôn giáo: Phật giáo. Không đảng phái.
Tốt nghiệp Khoa Sử Đại Học Tổng Hợp Hà Nội: 1961-1965.
Sang định cư tại Montréal Canada diện đoàn tụ gia đình năm 2013.Qua đời tại Montréal năm 2018.

Tác phẩm đã xuất bản:
Quê hương người áo vải (biên khảo, Sở Văn Hóa Thông Tin, Nghĩa Bình, Quy Nhơn, 1986), *Huế vài nét Cố Đô* (biên khảo, Nxb Hội Nhà Văn, Sài Gòn, 1990),*Lăng Hoàng đế Minh Mạng* (biên khảo, Hội Sử học Việt Nam, Hà Nội, 1993), *Chính sách khuyến nông dưới thời Minh Mạng* (biên khảo, Nxb Văn Hóa Thông Tin, Hà Nội, 1996), *Tư liệu về Nguyễn Công Trứ* (biên khảo, Hà Tĩnh, 2001), *Khiêm Lăng và vua Tự Đức* (biên khảo, Huế, 2004), Đôi điều về Nguyễn Công Trứ (biên khảo, Hà Nội, 2004), *Bản Lĩnh bản sắc các dân tộc Việt Nam* (biên khảo, nhiều tác giả, Hà Nội, 1979), *Sổ tay công tác bảo tàng loại hướng dẫn nghiệp vụ* (nhiều tác giả, Hà Nội, 1980), *Mỹ thuật Nguyễn trên đất Huế* (nhiều tác giả, Nxb Hội nhà văn, Sài Gòn, 1992), *Sổ tay địa danh du lịch Trung Trung Bộ* (nhiều tác giả, Nxb Giáo dục, tái bản lần thứ 6), *Du lịch các tỉnh Bắc Trung Bộ* (nhiều tác giả, Nxb Thuận Hóa, Huế, 2003), *Huế – Một Thưở Kinh Đô* (biên khảo, Nxb Nhân Ảnh – Hoa Kỳ, 2016).

Sông Hương, cõi thơ thời mở cõi

Một lần lên chùa Thiên Mụ gặp đoàn khách có người dẫn, tôi nhập lại để nghe thuyết minh. Nền cũ đình Hương Nguyện trước tháp Phước Duyên được chọn làm diễn đài. Mở đầu giới thiệu về cõi danh lam này, người của ngành du lịch Huế véo von mấy câu ca nằm lòng.

"Gió đưa cành trúc la đà
Hồi chuông Thiên Mụ canh gà Thọ Cương.
Mịt mờ khói tỏa ngàn sương,
Lắng nghe tâm sự đôi đường đắng cay".

Tôi nghe rồi ngờ ngợ như lạ như quen, như đúng như sai. Muốn hỏi, nhưng chưa tiện. Bởi sau lời mở là chuyện về tên con sông trước mặt hấp dẫn quá. Sông này đã có lúc được gọi là Lô Dung, bởi chảy ra cửa biển một thời mang tên ấy. Từ năm 1527, Mạc Đăng Dung cướp ngôi vua Lê, sai người vào quản lý Thuận Hóa đã đổi Lô Dung thành Tư Khách. Tư Khách là Tư Hiền ngày nay. Linh Giang, Tư Khách, Tư Hiền có liên hệ gì với bốn vị Thủ lĩnh chống Minh phục Trần, bị Trương Phụ bắt giải về Yên Kinh đã nhảy xuống biển tuẫn tiết đầu thế kỷ XV hay không, chưa có tư liệu nào cho biết! Mạc hết thời. Lô Dung mang tên sông Dinh. Sang giữa thế kỷ XVI, khi Kim Trà được đổi thành Hương Trà và địa danh Hương Thủy xuất hiện thì dòng sông nằm giữa đất Hương Trà, Hương Thủy mới chính danh là Hương Giang.

Tuy vậy cho đến nay vẫn còn hai luồng giải thích.

Một là dựa vào huyền thoại "bà nhà trời" khuyên Đoan Quốc Công Nguyễn Hoàng mà thần dân xứ Đàng Trong trân trọng gọi là "chúa Tiên", thắp một nén hương rồi ngồi lên yên cho ngựa chạy dọc bờ tả ngạn con sông này về phía hạ lưu, hương cháy hết ở đâu thì đất định đô tại đó. Thể theo lời "bà nhà trời" và cũng để tri ân, Đoan Quốc Công mới cho xây cất một ngôi chùa trên đỉnh đồi Hà Khê rồi đặt tên là "Thiên Mụ tự" (1601).

Tấm bia đá lộ thiên trước tam quan, phía sau tháp Phước Duyên kia, do nhà vua Nguyễn Hoằng Tông cho khắc và dựng vào năm Khải Định thứ 4 (1920) có nội dung như thế, nên nhiều người nghĩ rằng sông mang tên Hương bởi sự tích này.

Một nén hương le lói dăm ba cây số ven bờ thành tên sông sao được. Hơn nữa tên Hương Giang có trước năm 1601, ít nhất là 43 năm. Tôi thầm nghĩ thế.

Luồng thứ hai lại cho rằng vì bên bờ dòng sông này có lắm cây "thạch xương bồ" hoa rất thơm. Hoa thơm tỏa hương bát ngát mới nên tên sông Hương.

Nghe vậy thì biết vậy. Từ trước đến nay chưa mấy ai nhìn thấy thạch xương bồ bên bờ dòng sông này. Có chăng trên mạn A Đớt, A Roàng xa lắc. Vả lại, ở những nơi đó chưa phải là sông mà chỉ là những con suối nhỏ.

Thế đấy, vùng đất một thời được mệnh danh là "Ô châu ác địa" chỉ tên một con sông không thôi cũng đã lắm đa đoan.

Nghĩ lại mà coi. Ô, Lý thành Thuận Hóa, người Chăm buồn nhượng địa, người Việt buồn "Tiếc thay cây quế giữa rừng". Lai láng một dòng sông cứ tích tụ nỗi buồn man mác.

Hồ Quý Ly cướp công nhà Trần, quân Minh lấy cớ tràn sang thôn tính Đại Việt. Đặng Dung trong một phút lưỡng lự sợ giết nhầm người đã để Trương Phụ thoát chết. Không lâu sau đó, tên tướng giặc gian manh này lựa lúc nhóm phục Trần sơ ý đã bất ngờ vây bắt Trần Quý Khoách, Đặng Dung, Nguyễn Cảnh Dị, Nguyễn Súy giải về Tàu. Ra cửa Tư Hiền cả bốn vị nhảy xuống sông xuống biển tuẫn tiết. Sông Hương mang mối hận "Quốc thù vị báo đầu tiên bạch" từ đó.

Chuyện Huế, chuyện sông Hương với ngành du lịch

nói mấy cho vừa, vả lại thời gian đâu để mà trao đổi với nhau cho thấu ngọn ngành. Bởi qua vài lời đạo đầu là những điều cụ thể cần phải nghe ví như quả chuông khổng lồ nặng 3.285 cân ta (2.025kg), được đúc vào năm 1710 dưới thời Quốc chúa Thiên Túng Đạo Nhân Nguyễn Phúc Chu. Tấm bia đá cẩm thạch cũng do vị chúa Nguyễn thứ 6 này soạn nội dung và cho khắc, dựng vào năm 1715 nói về công cuộc xây dựng chùa Thiên Mụ suốt một năm với khoảng 20 công trình lớn nhỏ gồm lâu, đài, điện, viện,… ở trung tâm và ngót 20 công trình kiến trúc khác tại các khu Côn Gia, Phương Trượng chung quanh.

15 năm Phú Xuân dưới Vương triều Tây Sơn (1786-1801), ngót 40 công trình kiến trúc lớn nhỏ của ngôi danh lam này đã bị tàn phá. Phan Huy Ích một vị trọng thần dưới trướng vua Quang Trung, từng có mặt nơi đây, sau bốn năm trở lại, không ngờ cõi danh lam hoành tráng dường ấy đã tan hoang thành một phế tích nằm giữa điêu linh nên cảm cảnh mới viết nên bài thơ "Dấu tích chùa xưa" (1792-1796).

"Nhị thập niên tiền du lãm xứ,
Vân dương tiều xướng bất kham thinh…"

(Hai mươi năm trước từng viếng cảnh
Chiều tà, tiều hát, chẳng buồn nghe)

Quả là tang thương ngẫu lục.

Chỉ mới nghe thế thôi đã bái phục vị chúa mộ Phật làm nên một thời cực thịnh của xứ Đàng Trong. Và, xót xa thay những công trình giàu đức nhân văn nhường ấy lại lọt vào tay những kẻ vô thần. Rối ren từ đó mà nên.

Cho hay một thể chế xã hội biết chọn đạo mà thờ thì dân yên nước ổn.

Năm Gia Long thứ 14 (1815), mặc dù công cuộc kiến thiết Kinh đô Huế đang bề bộn, nhà vua Nguyễn Thế Tổ vẫn cho xây dựng lại chùa Thiên Mụ, nhưng không thể phục nguyên theo quy mô xưa nên chỉ cho làm mới ba ngôi điện là Đại Hùng, Di Lặc, Quan Âm xếp thành hình chữ "tam" với điện Thập Vương và lầu Tàng kinh như chúng ta thấy hiện thời. Vào năm Thiệu Trị thứ 4 (1844), nghĩa là 29 năm sau, nhân lễ bát tuần đại khánh bà Thái hoàng Thái hậu Thuận Thiên, nhà vua Nguyễn Hiến Tổ tự thiết kế và cho xây dựng tháp Phước Duyên 7 tầng thờ "quá khứ thất Phật". Từ đó tháp Phước Duyên không chỉ là biểu tượng của ngôi danh lam này mà còn là biểu tượng xứ Huế có khi còn đại diện cho cả miền Trung. Ngoài tấm bia đá to lớn viết về công cuộc xây dựng tháp Phước Duyên nhà vua – nhà thơ này còn cho khắc thêm một số bài thơ. Trong đó có bài "Thiên Mụ Chung Thanh", đã được tuyển với 19 bài thơ khác làm nên tập Ngự chế thi "Thần Kinh Nhị Thập Cảnh"…

Xong phần giới thiệu chung, du khách được tùy nghi di tản để lục vấn, để vãng cảnh tự do, tôi lại trở ra mạn la thành bên phải phía trước lặng nhìn cho thấu sông Hương mà lục trí nhớ xem còn nẻo khuất nào trong tâm khảm dan díu với mấy câu ca mở màn vừa nghe.

Sông Hương man mác phẳng như một tấm gương. Lồng lộng với vòm trời xanh và vài ba dải mây trắng lững lờ trôi. Tôi liên tưởng ngay mặt nước Hồ Tây khi đứng ở đường Cổ Ngư nhìn lên mé chợ Bưởi. Thế là câu ca cũ lắng sâu trong ký ức tôi từ từ dấy lên.

Gió đưa cành trúc la đà
Hồi chuông Trấn Võ canh gà Thọ Xương.
Mịt mờ khói tỏa ngàn sương,
Nhịp chày Yên Thái mặt gương Tây Hồ.

Thôi rồi! Một thời xa lắc ai đó từ phía Bắc vào, gặp sông Hương kiều diễm mà thanh bình, êm đềm mà sâu lắng phẳng như tấm gương soi cả vòm trời, bỗng liên tưởng đến

Hồ Tây mới thay Thiên Mụ vào Trấn Võ, thay Thọ Cương vào Thọ Xương rồi "Lắng nghe tâm sự đôi đường đắng cay" mà gửi nỗi bâng khuâng của mình để thay "Nhịp chày Yên Thái mặt gương Tây Hồ".

Nhịp chày giã bột giấy Yên Thái (làng Bưởi) thậm thình trong sương khói Hồ Tây. Nỗi niềm của người tha phương la đà theo cành trúc bên mặt nước sông Hương đã kéo cả Thọ Xương, Trấn Võ vào với Thọ Cương, Thiên Mụ. Thế rồi, có những lúc trà dư tửu hậu, nhớ thêm vài mẩu dân ca, ân tình mà lai láng xứ Bắc mới nhận ra rằng xa xưa Huế là một điểm hẹn, một trạm chờ trung chuyển dài ngày nên những nỗi lòng di lưu đã đọng lại thành tâm hồn bản địa.

Bất giao Nguyệt Biều hữu.
Bất thú Dạ Lê thê.
Bất tranh Thế Lại trưởng.
Bất thực Lương Quán kê.

Nghe qua tôi nhận ra ngay đó là "đặc khẩu" Sơn Tây mà những năm 1955, 1956 khủng khiếp tôi đã từng được nơi đó cưu mang.

Mạc giao Đông Viên hữu
Mạc tảo Phùng Thượng thê
Mạc tranh Đại Đồng trưởng
Mạc thực Mỹ Lương kê.

Trai Nguyệt Biều có hào hoa phong nhã như trai Đông Viên hay không, chưa ai một lần so sánh bàn luận. Nhưng chỉ thế thôi đã để lại cho người hôm nay nhận ra rằng Huế từng là điểm hẹn chờ nhau nhiều ngày tháng. Người tứ xứ phía ngoài đã từng đọng lại nơi đây như thể chờ nhau đi tiếp. Bởi Nam, Ngãi, Bình, Phú bên trong và Thanh, Nghệ, Bình, Trị bên ngoài chẳng nơi đâu có nhiều chứng tích trùng ngôn tương tự.

Từ những điều như thế tôi nhận ra bản sắc sông Hương qua dáng một vị Thiền sư, một đấng chân nhân đẹp cả tâm lẫn tướng. Khác với nhiều dòng sông đất nước, sông Hương không quá hung dữ lúc lũ lụt, không quá khắt khe keo kiệt khi nhiều nắng vắng mưa. Thùy mị nên êm đềm, thanh bình nên cẩm tú. Vì thế nhiều tao nhân mặc khách mới hình dung sông Hương như một dáng anh thư nhu mì kiều diễm, thư thái, đoan trang, gom đủ tứ đức "công, dung, ngôn, hạnh" mà người Việt một thời nhắc nhau gìn giữ. Bởi những điều như thế nên Đại Thi hào Nguyễn Du từng viết nên bài "Thu Chí" để đời:

Hương Giang nhất phiếm nguyệt.
Kim cổ hứa đa sầu.
Vãng sự bi thanh trủng
Tân thu đáo bạch đầu
Hữu hình đồ dịch dịch
Vô bệnh cố câu câu
Hồi thủ Lam Giang phố
Nhàn tâm tạ bạch âu.

(Nguyễn Du)

Dịch nghĩa:

Thu Đến

Một mảnh trăng sông Hương
Xưa nay mang nhiều nỗi sầu.
Nhìn nấm mồ xanh cỏ mà buồn chuyện cũ
Thu mới đến qua mái đầu bạc trắng.
Vì có thân nên thân khốn khổ
Không bệnh nên rán giữ gìn.
Quay đầu nhìn bến sông Lam
Yên lòng cảm tạ chim âu trắng.

(Võ Kỳ Điền)

Dịch thơ:

Thu Đến

Một mảnh trăng muôn thuở,
Hương Giang vương vấn sầu.
Chuyện xưa mồ xanh cỏ
Thu vừa sang bạc đầu.
Có thân là thân khổ,
Không bệnh cố giữ lâu.
Quay nhìn Lam Giang bến,
An lòng tạ hải âu.

(Mai Khắc Ứng)

Đứng trước chùa Thiên Mụ ta lặng ngắm mặt nước từ dưới chân đồi Hà Khê lên phía ngã ba Bằng Lãng sẽ nhận ra "mặt gương Tây Hồ" mà câu ca người trước đã mượn. Ví von bởi tâm hồn đa cảm nguyên vẹn tình xưa nằm lại trong câu ca vừa Thăng Long vừa Phú Xuân sao mà da diết vậy. Từng làn sóng nhẹ trườn lên ven bờ để những vạt cỏ nép xuống chốc lát rồi lại thản nhiên ngoi lên. Những bờ hoa xen giữa các bờ cây ken nhau bên mấy lối mòn chân đất như những dải khăn cột diềm sông vào với chân làng làm nên sự gần gũi thân tình.

Sông say. Lòng người say. Và, đền đài cũng nghiêng ngả say.
Sông Hương hóa rượu ta đến uống.
Ta tỉnh đền đài ngả nghiêng say.

(Nguyễn Trọng Tạo)

Và, có lẽ vì thế mới dấy lên trong tâm hồn lữ khách niềm vui, nỗi buồn mỗi khi "Hồi chuông Thiên Mụ, canh gà Thọ Cương" cùng gọi sáng.

Một vùng non nước thấm đẫm màu thiền mới có Long Thọ (Bồ Tát Nagajunas) mới có Nguyệt Biều (bầu trăng),

Ngọc Trản (chén ngọc), mới có Hương Thủy, Hải Cát, Lương Quán, An Bình, An Ninh, An Lạc, Xuân Hòa,...

Ngôn ngữ bác học làm nên địa danh bình dân bởi sự êm đềm của một vùng non nước đẹp sau một quá trình dài giao lưu và tiếp nhận đã làm nên những nét riêng tu của Huế.

Dấu xưa đâu mất đâu còn
Mắt xưa mưa móc mài mòn con ngươi.

(Nguyễn Duy)

Trước năm 1975 con đường gối vào đầu phố Lê Lợi từ cầu Ga chạy lên Long Thọ, Nguyệt Biểu mang tên Huyền Trân Công Chúa. Thủy chung, ân nghĩa ngày xưa thể hiện trong sự tri ân như thể làm nên điểm tựa nhân văn của một dòng chảy muôn năm để nuôi mãi khúc Nam Bình sâu lắng.

Nước non ngàn dặm ra đi,
Cái tình chi?
Mượn màu son phấn
Đền nợ Ô, Ly.
Đắng cay vì
Đương độ xuân thì.
Độ xuân thì!
Cái lương duyên hay là cái nợ duyên gì?
Má hồng da tuyết
Quyết liều như hoa tàn trăng khuyết,
Vàng lộn theo chì!
Khúc ly ca,
Sao còn mường tượng nghe gì!
Thấy chim hồng nhạn bay đi,
Tình lai láng, bóng như hoa quỳ...
Dặn một lời Mân Quân,
Nay chuyện mà như nguyện,
Đặng vài phân,
Vì lợi cho dân,

Tình đem lại mà cân,
Đắng cay muôn phần!

(Ưng Bình Thúc Dạ Thị)

Ô, Lý thành Thuận, Hóa không tốn máu xương. Thượng hoàng Trần Nhân Tông được coi là bậc vĩ nhân đất Việt. Nhưng nhàn cư ngồi nghi "Tình đem lại mà cân" vẫn gây nên "Đắng cay muôn phần" giữa được và mất.

Vì nước quên thân. Vì mỹ nhân quên nước. Thiện và bất thiện đọng lại trong mối bang giao thế kỷ.

Hai châu Ô, Lý vuông ngàn dặm.
Một gái thuyền quyên của mấy mươi!

(Hoàng Cao Khải)

Sông Hương như thể ngậm ngùi. Trời Huế như thể đồng cảm. Mưa Huế mỗi cuối năm hơn hẳn mọi miền đất nước bởi sự dai dẳng triền miên quên tháng quên ngày.

Sau một quãng dài, Thuận Hóa là điểm dừng chân của các thế hệ Nam tiến, Phú Xuân trở thành Thủ phủ của xứ Đàng Trong, Phú Xuân trở thành Kinh đô của nước Việt. Các lớp thầy và thợ mọi miền đến đây xây dựng Thủ phủ, xây dựng Kinh đô. Các lớp sĩ tử ba miền tề tựu thi Hội, thi Đình làm nên náo nức. Các bậc sĩ phu cùng nhiều hạng tao nhân mặc khách Bắc Trung Nam lai kinh… Ít nhiều, hay dở đều mang hương sắc văn hóa mỗi vùng đến Huế làm cho chủ nhân đất thần kinh cảm thấy tự mình cũng cần lớn cao hơn. Tân, chủ giao lưu và năm tháng vốn có tiềm năng của một băng từ vô hình thu gom tích lũy. Sông Hương trở thành cái nôi thơ như thể mặc nhiên bởi ý trời và lòng người tương dữ.

Con sông dùng dằng con sông không chảy
Sông chảy vào lòng nên Huế rất sâu.

(Thu Bồn)

"Huế rất sâu" bởi biết thành tâm đón nhận mọi nỗi niềm, mọi sinh cảnh và cả mọi tình cảnh, bởi sẵn sàng cưu mang và chấp nhận. Đắng cay lắm. Ngọt bùi nhiều. Thi ca Huế dư nguồn bởi "tốt vốn" lại giàu tiềm năng và điều may mắn nhất là sông Hương luôn luôn bao dung và luôn luôn được ưu ái, luôn luôn là nơi đón nhận.

"Huế đẹp, Huế thơ" phát xuất tự hồn thiêng và sự trong lành mà kiều diễm của dòng sông xứ sở.

Cung đường từ cầu Bạch Hổ xuống cầu Gia Hội song song với mặt thành phía Nam của Kinh đô Huế và song song với bờ Bắc sông Hương đoạn tương ứng. Trục trung đạo (dũng đạo) của Kinh thành Huế trùng với trung trực của cung đường này lập thành trục tung và hoành của Kinh đô. Năm Gia Long thứ 18 (1819), nhà vua Nguyễn Thế Tổ cho xây dựng tại phía Bắc giao điểm trục tung và hoành này một công trình kiến trúc hai tầng nhỏ nhưng đẹp rồi ban tên: Phu Văn lâu. Phu Văn lâu là nhà niêm yết các văn bản của triều đình đứng phía trước Kinh thành nhìn ra sông Hương như một biểu tượng của sự minh bạch. Do nhu cầu người hiền tài ra giúp nước và từng bước thay quan có học vào vị thế quan có công chiến trận, năm Minh Mạng thứ 3 (1822), nhà vua Nguyễn Thánh Tổ cho mở kỳ thi Hội đầu tiên tại Huế đã tuyển được một vị Hoàng giáp và bảy vị Tiến sĩ.

Là kỳ thi Hội khai khoa mở đầu trào lưu tiến thân bằng khoa cử, và lần đầu tiên Phu Văn lâu treo bảng vàng đại khoa. Theo thông lệ vua ban từ đó cứ 3 năm tổ chức một kỳ thi Hương và một kỳ thi Hội. Thi Hương tổ chức từng vùng theo quy định của triều đình. Thi Hội tổ chức tại Kinh đô. Bảng vàng ghi tên tuổi, quê quán các vị Bảng nhãn, Thám hoa, Hoàng giáp, Tiến sĩ, Phó bảng của các khoa thi Hội được treo tại Phu Văn lâu. Vì thế nên Phu Văn lâu có lúc mang thêm tên mới là "Bảng đình".

Từ khoa thi Hội đầu tiên vào năm Minh Mạng thứ 3 (Nhâm Ngọ,1822) đến khoa thi Hội cuối cùng vào năm Khải Định thứ 4 (Kỷ Mùi, 1919), Vương triều Nguyễn đã tuyển được 2 vị Bảng nhãn, 9 vị Thám hoa, 44 vị Hoàng giáp, 238 vị Tiến sĩ, 210 vị Phó bảng (thời Nguyễn bỏ học vị Trạng nguyên nhưng thêm học vị Phó bảng nên Bảng nhãn coi như Trạng nguyên). Theo lối học khoa cử ngày trước, các vị Bảng nhãn cho chí Cử nhân, Tú tài đều biết làm thơ. Nhà Nho là nhà thơ từ lẽ đó.

Năm Thiệu Trị thứ 3 (1843) nhà vua Nguyễn Hiến Tổ cho khắc bài thơ Ngự chế "Hương Giang Hiểu Phiếm" vào bia đá dựng trong một ngôi nhà nhỏ mái lợp ngói, gọi là "Bi đình" bên phải Bảng đình. Tiếp đến năm Thiệu Trị thứ 7 (1847), nhân sinh nhật lần thứ 40, nhà vua thứ ba Vương triều Nguyễn đã hạ chỉ để trong triều ngoài nội tiến cử các vị bô lão hiền lương. Dịp này nhà vua đã cho đón 773 vị bô lão trên cả nước với tổng số là 59.017 tuổi về Kinh đô Huế dự lễ tứ tuần đại khánh diễn ra suốt 3 ngày tại quảng trường Phu Văn lâu hồ hởi như "Hội nghị Diên Hồng".

Do thời gian giữ ngôi quá ngắn, nhà vua Nguyễn Hiến Tổ chưa có dịp Ngự giá gần xa, nhưng qua cuộc tiếp xúc thân tình với các bậc hiền lương luống tuổi lần ấy đã để lại ấn tượng gần gũi mà sâu xa trong lòng thần dân cả nước.

Để lưu dấu tích sự kiện trọng đại này, năm Tự Đức thứ 6 (1852), nhà vua Nguyễn Dực Tông đã cho dựng tại bến Phu Văn lâu một công trình kiến trúc trùng thiềm điệp ốc mang dáng dấp thủy tạ rồi ban tên là "Nghinh Lương đình". Nghinh Lương đình không cao lớn đồ sộ nhưng lại là biểu tượng gần gũi thân dân đứng bên bờ sông như một cái neo Kinh thành thả xuống sông Hương để gắn niềm vui vào gương trong mặt nước.

Tưởng là ngẫu nhiên về sự hiện diện của Bảng đình

Phu Văn lâu (1819), Bi đình thơ Hương Giang Hiểu Phiếm (1843), Nghinh Lương đình (1852). Nhưng khi quan sát thấu đáo vị trí của ba công trình kiến trúc khiêm tốn này đều đứng trên và bên trục trung đạo trước Kỳ đài mà hai bên có hai lối vào Kinh thành qua hai cửa mang tên Thể Nhân (trái), Quảng Đức (phải) với vọng lâu đường bệ uy nghi đã tổ thành bố cục làm nên diện mạo tiếp xúc của Kinh đô. Nhân và đức là khát vọng, là hoài bão của một đất nước từ đó đã bày ra trước mắt thiên hạ.

Nghinh Lương đình với dấu nối sông Hương đã kéo Ngự Bình bên bờ Nam xích lại gần hơn với Phu Văn lâu, với Kỳ đài cũng có nghĩa là với Kinh đô Huế.

Mới từng đó hình tượng như thể được hòa vào bài thơ "Hương Giang Hiểu Phiếm" được khắc lên bia đá đứng trong bi đình đã nhắc nhở "Nhất phái uyên nguyên hộ đế thành".

Sông Hương một thực thể tự nhiên thiên nhiên về địa lý đã trở thành một bộ phận thuộc "cơ thể" của Kinh thành. Và, chính sông Hương đã gọi Kinh thành đến, rồi lại làm sáng vị thế độn Ba Tầng bên phía bờ Nam mà gắn vào Nghinh Lương đình cũng có nghĩa là gắn vào Phu Văn lâu, Kỳ đài, gắn vào Kinh đô Huế. Ba Tầng được chọn làm tiền án Kinh đô mới nên Ngự Bình, xét cho cùng là nhờ sông Hương vậy.

Xem ra nhân lý đã hòa hợp được với thiên lý, địa lý của vùng Hương Ngự (không phải là Ngự Hương) người xưa mới dọn chỗ cho Kinh đô đứng lên trong mối quan hệ "tam tài".

Vậy là, ngay điểm giao tiếp ban đầu chỉ với Phu Văn lâu, Nghinh Lương đình, cùng hai ô cửa Thể Nhân, Quảng Đức như phô ra trên mặt nước sông Hương đã hội thành một môi trường thơ, một tiềm năng thơ, một nguồn thơ vô tận. Đọc cho hết bài thơ "Hương Giang Hiểu Phiếm" rồi lắng lại mà suy ngẫm từ một làn sương khói ban mai trên sông Hương. Một âm thanh nhẹ nhàng dìu dặt phát ra từ mái chèo tưởng cùng lắc lư với bờ cây đẫm sương đêm như say rượu trời. Trên đỉnh cao xa xanh của các ngọn núi, từng đóa hoa rừng như vẫy chào các làn mây trắng. Tất cả những điều như thế đã hòa vào nhau làm nên hồn sông, hồn nước, làm nên sự êm đềm vang ngân như một cõi xa xăm âm thanh trong lắng sống động mà hài hòa để làm nên "thương lang khúc". Và, chính vào thời điểm thần tiên đó, mặt trời bừng lên từ phương đông phả những tia nắng đầu ngày xuống vạn vật. Sông Hương như cánh cửa đón ánh sáng trời trước tiên làm bừng sáng cả kinh thành.

Thế là từ thuở "Nước non ngàn dặm ra đi" sông Hương yêu kiều diễm lệ trở thành sông thơ. Sông là mạch nguồn của đất. Sông cũng mang lòng trời. Đất, Trời gợi ý cho người viết thơ. Thơ do con người làm ra. Sông do trời đất làm nên. Ai riêng phận ấy. Nào ngờ từ khi vị vua thứ ba của Vương triều Nguyễn cho khắc in một "đặc sản" thơ "Thần Kinh Nhị Thập Cảnh" trong đó có "Hương Giang Hiểu Phiếm" (Buổi sáng đi thuyền trên sông Hương) tôi mới vỡ lẽ ra rằng dưới vòm trời này mọi thứ, mọi vật là của nhau. Sông Hương dù "Nhất phái" nhưng không đơn độc mà chính là một bộ phận của Kinh đô tự giác "hộ đế thành". Thiên tạo đã hóa nên nhân tạo vậy. Một giọt móc cũng ví như rượu trời để cây rung gió lắc lư say. Một đóa hoa trên núi như muốn níu kéo đám mây trời dừng lại. Và, tất cả những điều trong buổi ban mai ấy đã làm nên tình sông, tâm hồn sông. Thế rồi ánh nắng òa lên ấy là lòng trời phả xuống mặt sông như phả vào cánh cửa Kinh thành.

Sông Hương sống động. Sông Hương nghĩa tình. Sông Hương là một thể của "tam tài" dành cho Kinh đô Huế bởi thiên lý, địa lý, nhân lý vậy.

Trước và sau "Hương Giang Hiểu Phiếm" chưa có bài thơ nào bao la mà cô đúc một thể trạng tổng hợp gắn bó hài hòa đến thế.

Nhất phái uyên nguyên hộ đế thành,
Thanh lưu sấn tảo nhạ lương sinh.
Ba bình xuân thủy lung yên sắc,
Chu trục thần phong động lỗ thanh.
Thiên tửu vị can nhu ngạn thụ,
Sơn hoa do tuyến kết vân anh.
Kỷ hồi hà hiết thương lang khúc,
Song khuyết phương thăng thụy nhật minh.

Tạm dịch:

Một dải sông sâu bảo vệ thành
Nước trong gió mát tự nhiên sinh.
Sông xuân sóng lặng mờ sương khói
Gió sớm chèo bơi tiếng động thanh.
Cây thấm rượu trời say chuếnh choáng
Mây lồng hoa núi vấn vương tình.
Dòng xanh lưu mãi hồn thiêng vọng,
Sáng cửa kinh thành vạt nắng hanh.

(Mai Khắc Ứng)

Canada, 2015
Mai Khắc Ứng

MAI NINH

Mai Ninh sinh và lớn lên tại Sài Gòn.
Du học ở Pháp năm 1968.
Nghiên cứu viên ngành Vật lý của Trung Tâm Nghiên Cứu
Khoa Học Quốc Gia Pháp từ 1978.

Tác phẩm đã xuất bản:
- *Đời Tôi* (truyện dịch *Ma Vie* của Marc Chagall; NXB Đà
Nẵng, VN, 1989)
- *Hợp Âm Trong Vùng Sân Khuất* (tập truyện, Thời Mới,
Canada, 2000)
- *Ảo Đăng* (tập truyện, NXB Hội Nhà Văn, VN, 2003)
- *Cá Voi Trầm Sát* (truyện dài, NXB Trẻ, VN, 2004)
- Tập truyện *Ký* cùng với Mạch Nha và Cổ Ngư (Văn Mới,
Hoa Kỳ, 2008)
- *Dậy đi, Rối ơi* (tập truyện, NXB Phụ Nữ, VN, 2010)

Dưới chân tháp Babel

Bụi đỏ

Bất ngờ dưới bức tường sập hơn phân nửa xuất hiện hai bóng chùng đen trong không gian ngàu bụi cát. Mặt trời tái tím lây lất sau những tàu lá gãy chưa lìa thân, đong đưa trên đầu bờ gạch vỡ. Bão cát nổi cơn từ ba ngày, trước khi hắn lọt về đến đây. Trên đường quốc lộ, hắn chỉ nhận ra thị trấn nhờ tấm bảng mang tên quen thuộc còn xệch xạo đứng chơ vơ nơi ngã ba. Đằng xa, khối nâu đỏ lùng bùng phủ khắp chân trời, cố gắng nhìn qua kính xe rịt bụi mới thoáng thấy một vài bóng nhà nhấp nhô. Gã tài xế hất hàm trỏ vào bờ đất nứt nẻ, đây đó gạch ngói đã bay về tan tác với thân cây và dấu tích thây người từng nằm đấy. Rồi gã lại thản nhiên huýt sáo, điệu nhạc hắn từng nghe trong khu phố nhà mình lúc trước, ở mỗi buổi chiều, sau giờ cầu kinh. Quanh bốn hướng, không bóng lính ngoại quốc trấn đường, không cả tiếng súng. Nếu chẳng có nhà cửa đổ nát, thân cây gãy xém và mùi khói nghẹt cuống họng, cay xè mắt, khó nghĩ rằng bom đạn đã nhả xuống toàn khu vực suốt mấy tuần qua, đã từng xảy ra cả những trận xáp lá cà. Và không có chiến tranh này, hắn biết mình đâu trở về đây, nghẹn thở trong khối bụi li ti lung lay chao động như quả bóng khổng lồ, không bốc nổi khỏi mặt đất để bay lên.

Hai bóng người đã quặt vào con đường nhỏ ở cuối bức tường đưa tới khu phố đông nghịt dân sinh. Mẹ hắn nhiều lần kêu: "Gia đình mình có Allah che chở, mua được ngôi nhà phía bên này con đường, thằng Rhed mới có không gian yên tĩnh để học đàn". Cha hắn chỉ nhíu đôi mày, ông âm thầm đến nỗi thằng con suýt quên mất ông biệt tích lúc nào, nếu thuở ấy không có tiếng khóc và giọng lầm rầm đọc kinh tha thiết của mẹ vào mỗi đêm khuya. Trong bóng tối đêm qua, hắn chẳng ngừng đi ra đi vào, miếng thủy tinh sào sạo dưới chân.

Cửa kính sau các chấn song chỉ còn dính vài mảnh, mỗi lần xe chạy ngang, chúng tiếp tục rơi xuống loang xoang. Gió cát khô khốc từ sa mạc thốc về đã tạm ngưng, cái nóng ngun ngút từ lòng đất xuyên qua nền gạch tỏa lan hừng hực.

Nằm ngửa trên tấm nệm, hắn lắng nghe những tiếng động, đợi chờ một bước chân, một tiếng ho của mẹ và giọng nói khàn khàn ngúc ngắc của con em. Người đàn ông ở căn nhà bên phải thấy bóng hắn, chạy ra tuôn một tràng kể lể về tất cả những gì xảy ra, ai còn ai chết, ai bỏ nhà đi. Ông ta níu vai hắn ấn xuống, vỗ vỗ thân thiết, hắn nhìn chăm vào chùm râu quai nón mà chẳng nhận ra nổi người hàng xóm. Ông bảo: "Mày được đi ngoại quốc, hãy cảm tạ Allah", rồi thổn thức nói về bao người trong khu phố mà hắn nghe thật xa lạ, tự hỏi hay mình đã quên hầu hết những con người ấy sau bảy năm xa xứ? Bảy năm đâu là nhiều, sao trí nhớ một thằng thanh niên mới hai mươi hai lại mòn đến thế? Ngay cả Noud, hắn khó tưởng lại rõ ràng khuôn mặt con em gái. Ngày hắn đi, nó vừa lên tám. Ông hàng xóm bảo đã thấy mẹ kéo Noud leo lên một chuyến xe chở người chạy trốn các trận bom.

Con Noud hồi nhỏ xíu rất sợ tiếng động mạnh, nó giơ hai bàn tay bịt chặt tai, hét lên trong lần hai anh em đi xem duyệt binh mừng Islam. Kèn trống nện vỡ đầu, Noud khóc. Hắn phải cõng em leo lên xe buýt trở về, tiếc rẻ đoàn thiết giápđang rầm rộ diễu hành dưới từng loạt máy bay chiến đấu rào rào trên không. Tiếc rẻ ông tướng oai hùng đang giơ tay chào dân chúng đông như kiến cỏ, nụ cười bày hàm răng trắng hơn vôi dưới hàng râu mép rậm, cặp mắt tinh sắc. Về đến nhà, hắn càu nhàu với mẹ không được đến gần ông thánh quyền uy ấy, chẳng ngờ cha hắn đang ngồi viết ở bàn vụt đứng dậy hét: "Ai cho phép mày chầu chực ở đó". Lần đầu tiên cha giận đến thế, ông phất cánh tay xô mạnh thằng con trai vào phòng, Noud rơi bịch xuống đất, không dám khóc.

Con Noud sợ côn trùng. Mùa nước sông Hồ dâng, đất ẩm dày đặc xác bò cạp, chúng bị những con giun dài ngoằng quấn chằng chịt. Loại bò cạp này mù và tàn phế, chúng lủi trong đất căn phía Bắc. Năm nào mùa đông quá nghiệt ngã, đến lúc xuân về tuyết tan thành dòng chảy cuồn cuộn cùng cát lở, cuốn theo bò cạp lổn ngổn xuống đồng bằng. Bọn đàn bà xem tướng số ngoài đường bắt được con nào còn sống là nắm đi khắp nơi. Họ nói để nó lên tay, con bò cạp tuy chẳng cử động nhưng cả thân tự nhiên xoay tít mấy vòng rồi ngừng lại, đầu nó xoay hướng nào thì ta cứ đi theo hướng ấy chắc chắn sẽ tìm ra tiền và tình. Cũng mùa nước đó, giống giun vằn sinh sôi nảy nở, chúng nghiện nước sông Hồ uống đến căng múp như ngón tay trẻ con. Chúng leo ngập bậc thềm sau bếp, nhiều đến nỗi nếu mẹ hắn không kịp vớt bò cạp và giun trước khi con Noud nhìn thấy, lập tức cả thân thể Noud phồng lên, run giật. Noud nổi da gà không lặn trong suốt ba tháng ròng, co ro xơ xác.

Dương cầm

Đêm không tiếng động. Mọi sinh vật quanh đây đã trốn nhủi dưới gạch đá. Bóng tối đặc quánh vừa bao trùm che chở vừa dìm sâu vào nỗi sợ. Căn phòng chỉ một cửa sổ mở ra sân sau, cuối sân là rặng nguyệt quế chia đôi với ngôi nhà bên kia có hàng ba bằng sắt rèn uốn kiểu cọ tinh vi. Chủ nó, một người thợ rèn giàu có, mẹ hắn nói bà vợ đầu chỉ sinh một đứa con gái mù nên chẳng mấy đỗi ông ta để lại căn nhà này cho vợ, sang sống bên khu dân sinh với hai người đàn bà khác. Mỗi bà cho ông ta một tá con trai. Mười chín đứa trên hai mươi bốn thành thợ sắt lão luyện hơn cha, đứa tinh nghề nhất được ông tướng thần thánh cho vào đội ngũ chế tạo khí giới, rèn sắt để làm hầm giam đặc biệt. Người ta đồn anh ta sáng chế cả các dụng cụ tân kỳ cho ông tướng dùng tra tấn tù nhân của mình.

Về tới nơi, hắn đã đi một vòng quanh sân, dừng lâu hơn trong các căn phòng, moi tìm những mẩu ký ức để gắn lên từng đồ vật. Nhưng một bức màn dày hơn cả khối bụi hoang tàn đỏ ối ngoài kia đã ụp xuống mọi sự nơi đây. Nó bọc kín bưng đầu óc, phủ mờ luôn cặp mắt, đến nỗi khi bước vào căn phòng cũ của mình, hắn gần như không nhìn thấy cây dương cầm gỗ bạc bên cửa sổ.

Dò trong bóng tối, hắn lại gần chiếc đàn, ngồi xuống, mở nắp. Nhưng vừa đặt tay lên, một luồng điện giật thót, mặt phím ngà buốt lạnh như nước đá trong khi mồ hôi hắn ngấm ướt chân tóc và mớ lông giữa ngực. Lại để tay, một vài nốt vang lên, rồi thôi, tắt ngấm. Hắn hoảng hốt, có phải các nốt nhạc đã đông đặc, nhốt cứng trong cái đầu lùng bùng? Hắn thèm chụp mười ngón tay dồn dập thênh thang trên hàng phím mướt mịn, hắn thèm nghe âm thanh trào ra như mưa suối, như dòng sông Hồ phải vồng lên sôi sục nghẹn ngào.

Bò cạp

Một tiếng nổ lớn giật thức khi trời đã sáng, rã rời, hắn nằm trơ trên giường. Luồng nắng hiếm hoi xuyên qua cửa sổ đọng trên mớ lông bụng một màu hiu hắt gợi nhớ những nhánh lá vàng li ti lấp lánh chĩa vào căn gác trọ ngoại ô Paris. Hắn từng ngắt vài chiếc đặt lên lớp lông mềm mại giữa hai cánh chân Maria. Ôi Maria, hắn bỏ về đây không kịp cho nàng biết. Maria đẩy cửa kính, mở ra mùa thu có rèm mưa bay lất phất. Maria, lưng thẳng vai mở, đẩy đồi ngực thơm vươn tới trước, dang hai đùi trần chắc nịch vững vàng trên chiếc ghế, vài giọt nước theo gió nhẹ nhảy vào đậu trên vum cỏ nàng xoăn óng. Hắn nhìn say mê trong khi Maria cười hồn nhiên, cánh tay mướt lông vàng kéo thanh mã vĩ nghiêng xuống một đường dài. Nắm cây hồ cầm đẩy ra, hắn áp mặt vào những bụi nước lung linh đầy sự sống. Maria âu yếm vò mái tóc hắn dày đen, bụng nàng rung giật từng hồi. Giờ đây, càng thèm cái tươi mát ấy cổ họng hắn càng cháy khô. Lại ngó xuống bụng mình, nắng vàng ma quái.

Ông hàng xóm chạy sang đưa cho hắn miếng bánh bột khô và bát sữa dê đông. Thấy tấm ảnh cha hắn trên chiếc kệ đầy bụi, ông già nhìn chăm chăm rồi vụt quay đi. Khi một chân đã đặt ở cửa, bấy giờ mới ngó lại buông thõng: "Hầm hố đào lên, ông ấy sẽ về". Hắn chạy theo muốn hỏi cho hiểu nhưng ông già đã thụt vào nhà mình, mấy mảnh tường nứt đè ập lên tấm lưng thoáng chốc gãy như gỗ mục. Bóng tối cũng chụp xuống thật nhanh chóng, còi giới nghiêm rít từng hồi lẫn với tiếng lính ngoại quốc la hét trên xe *jeep* và xích sắt xe tăng rít cửa mặt đường. Mấy căn phòng trong nhà bỗng dưng chun hẹp lại, mái trần rơi thấp ngay trên đầu, hắn ngồi dưới sàn tho ló, ngó lên khung cửa chỉ còn là khum tò vò nhỏ bàn tay với chấn song méo mó.

Hắn không thấy đói nhưng cũng mở gói bánh của ông già, miếng bột vỡ giữa hàm răng lục cục gạch đá, sữa dê nhờn nhợn hồ vữa. Bất giác hắn thấy lại người đàn bà đội thúng trên đầu chạy từ làng ra tỉnh, dừng lại trước cửa nhà và đưa cho Noud những hũ sữa. Mẹ dúi cho mấy đồng tiền, bà ta nhét dưới chiếc khăn chệch xuống cổ, bày mái tóc xác xơ màu râu bắp cháy, rồi bước đi phất phới quấn theo mấy cành cây khô nghiêng ngả ở hàng rào. Người đàn bà chẳng bao giờ nói một câu dù không câm, thỉnh thoảng ậm ừ vài tiếng đuổi chó trên đường. Nhưng nếu gặp một mụ tướng số cụm bò cạp mù trong tay, bà liền đặt thúng sữa xuống, xô đẩy, cướp cho được con vật bỏ vào miệng, nuốt chửng. Lần cuối cùng xảy ra xô xát lớn, bọn bói toán khá đông, bà ta vội vàng hất tung những hũ sữa vào đầu họ, cả đám đột nhiên bị đau ngứa như muôn nghìn con kiến lửa châm chích, chất lỏng đụng đến đâu tóc hóa trắng và da rộp phồng đến đó. Thế là họ hè nhau đè bà xuống đường lột hết áo váy, đám hành hung trố mắt, tay chân giơ cao định đấm đá nhưng ngừng hẳn. Lồ lộ trên mặt đường, người đàn bà bán sữa vốn mang khuôn mặt già khằn buồn bã, hằn nghìn rãnh nứt thời gian, thế mà thân hình lại mịn màng tươi rói giãy đành đạch như con cá hồng vừa nhấc khỏi lưỡi câu. Thiên hạ đồn, sở dĩ bà ta ăn bò cạp vì xưa rồi, lâu lắm, khi còn thiếu nữ đã bị phụ tình. Nghe lời một mụ thầy bói nên đi theo hướng bò cạp quay trên tay mụ ấy, bất chấp hiểm nguy băng qua cả xứ sở, xuống tận biên giới rừng sâu nước độc tìm người yêu. Khi tuyệt vọng trở về, trong ngôi nhà chẳng còn gì ngoài một con dê và những cái lọ trống. Cô gái sống mấy chục năm bằng sữa dê, nhưng cứ một tháng ít nhất phải ăn một con bò cạp mù còn sống, nếu không trái tim mãi mãi thương tích sẽ sưng phình lên, đau đớn vô ngần.

Sau trận xô xát đó, không còn ai dám mua sữa dê đông, và mùa nước tiếp theo bò cạp mù cũng mất biệt theo người đàn bà. Giống giun vằn chẳng còn bò cạp để hút lấy dịch tố nên mọc dài ra đuôn đuỗn, thật thô bỉ và buồn thảm, không chùn cong được, hết khả năng di chuyển. Thế là chỉ cần một cơn mưa chúng bị đẩy trôi tùn tụt vào lòng sông Hồ. Qua hai mùa sau, tuyệt chủng.

Thiên nga

Đêm qua, hắn nằm trong phòng mình, đêm nay hắn vào phòng Noud. Con Noud mặc chiếc váy ngắn trắng toát bằng voan của dì Sah cho. Noud mê man tung người vút lên rồi rơi xuống nhẹ nhàng, say đắm những đường tròn huyền ảo trong điệu nhạc "Hồ thiên nga" của Tchaikovsky vang lên dưới bàn tay thằng anh. Cha hắn lắc đầu: "Đứa mê đàn, đứa mê múa, sao không đứa nào được như dì Sah?"

Dì Sah ở Paris. Lòng hắn quặn thắt. Mỗi chiều tối sau khi tắm, dì Sah luôn luôn mềm dịu trong chiếc áo bông trắng phau. Quá nửa khuya hôm ấy, chợt có tiếng gõ dè dặt ngoài cửa căn nhà chung cư Paris, dì lạch cạch mở khóa thì thào. Hắn nằm ở phòng bên lạ lùng lo lắng, vội vàng ra khỏi giường định lên tiếng, nhưng dưới ánh đèn đêm hắt trên hành lang một vóc đàn ông mặc áo khoác dày đã vồ lấy thân hình mảnh mai. Trong khi miệng lưỡi quấn nhau, chiếc áo bông rơi tuột xuống sàn. Dì chẳng kịp thở, nghẹn tiếng kêu. Da dì lấp lánh, cong rướn từng đợt như cá vược mải mê lượn trong mạch nước vũ cuồng ở khúc sông Hổ thênh thang. Đầu người đàn ông và những sợi tóc dì sổ tung che hết khuôn mặt, nhưng da thịt lung linh ấy lấp đầy lòng mắt thằng cháu vừa qua tuổi mười lăm đứng sau cánh cửa hé, nghẹn ngào, rừng rực, ngây cuồng, khó thở.

Người đàn ông có mái tóc đen bóng và hai vành mông rắn chắc dồn dập đẩy ấn dì Sah giữa khung hành lang hẹp ấy đã ra đi vào năm giờ sáng. Bảy giờ, qua bát sữa kề ngang miệng, hắn ngó sững cần cổ mảnh và một phần vai mịn màng trễ trên tấm áo dì Sah. Các mạch máu lại căng lên khắp người, giần giật. Không đừng được, hắn hỏi người đàn ông ấy đâu. Dì hơi giật mình, không ngờ hắn biết. Đôi mắt nâu đen tinh anh, luôn luôn phản chiếu mặt hồ lóng lánh, chợt cúi xuống ngượng ngập. Nhưng vài giây sau đã ngẩng lên mạnh bạo nhìn thẳng vào mắt thằng cháu, giọng nói nhỏ mà rõ ràng:

- Tuyệt đối đừng nói với ai là cháu đã thấy ông ta, nghe chưa. Đấy là người yêu của dì, người này cũng biết cha cháu.

Không thêm một lời, dì vào phòng mặc áo ra đi. Dì thường vắng nhà suốt ngày với chiếc cặp táp bằng da dày cộm tài liệu. Khi về, dì ngồi viết, soạn thảo giấy tờ nhiều đêm gần tới sáng. Hắn đã sống cạnh dì như thế suốt năm đầu tiên sau khi dì đem thằng cháu sang Paris cho nó học đàn ở nhạc viện. Một tối mùa đông dì Sah về, gương mặt căng tươi của thiếu phụ trẻ chưa đến ba mươi tóp tái trong gió bấc, viền môi cong nặng nét lo âu. Dì nói rất gọn:

- Hai ngày nữa mình dọn nhà.

Trong cơn tuyết rơi xóa hết đường đi, hắn đã bê thùng sách đàn và mớ quần áo đến căn gác trọ ngoại ô. Hai ngày sau dì ghé lại đem thêm cho hắn vài đồ đạc cần thiết, dì mặc chiếc quần jean sít sao, mông cao tròn lẳn, cổ quấn khăn len vàng. Trông dì nhỏ nhắn như con vàng anh chỉ chực vụt lên nhành cây trụi lá lất lây trong gió sớm, để cất lên tiếng hót lảnh lót mà đơn độc. Hất mái tóc rưng óng màu những quả sim rừng tím lịm, ngước lên nhìn hắn, dì nói:

- Cháu cao lớn nhanh quá. Thanh niên hẳn hoi rồi. Ngày mai dì về nước luôn. Đã có học bổng, cháu gắng thành tài.

Lúc tiễn dì ở ngưỡng cửa, hắn liều đặt môi lên cần cổ có những đường ngấn thanh tao, hít một hơi dài mùi hương mà sau này, nhiều lần hắn chúi mũi, mắt, môi, mọi giác quan đã sùng sục vào khắp vùng da thịt Maria kiếm tìm, vô vọng.

Eden

Nhớ tưởng về dì Sah đưa sâu vào đêm. Căn phòng Noud phình lớn lại lúc nào không hay, mảng cửa sổ trở về vuông vức ngay thẳng trên chiếc giường có bốn chân sắt hình đầu rắn. Chắc ông thợ rèn đã làm cho Noud sau ngày hắn đi. Một lần mẹ viết thư hốt hoảng: "Sau mùa đông năm nay, bỗng dưng dưới thềm sân lại xuất hiện hai ba con bò cạp to tướng nằm ngửa tênh hênh, con Noud thản nhiên nhặt lên để trong tay. Noud mười bốn, biết đâu đã yêu đương? Liệu nó ăn bò cạp không hở Rhed?". Chợt có tiếng sột soạt trước mặt, hắn ngước lên. Ô, mẹ ở đâu về đứng giữa khung cửa nhìn thiên nga tình lụy nằm chết trên sàn.

Trên tường sau lưng mẹ, ngọn tháp Babel đầu cắt cụt ma quái, những viên đá tung bắn trong bụi khói mù mịt giữa một áng trời đỏ máu, đỏ hơn cả khối cầu bập bềnh trên thị trấn. Dưới chân tháp, một đám người nhung nhúc trần truồng đang chen chúc bám leo, miệng người nào cũng mở ra, mấp máy. Cha đã vẽ tranh ấy, mẹ đem giấu nhẹm từ trước ngày cha biệt tích. Nhưng hắn chưa kịp gọi, mẹ đã thoắt quay đi, vạt áo ngà rực sáng rồi tắt ngấm. Bức tường trước mặt vô hồn, tăm tối.

Đêm ngoài sân đổ một thứ hồ đen đục. Những loạt súng hốt hoảng tiếp theo tiếng chó điên tru tréo như lũ mèo hoang. Không khí ung một thứ mùi kín đặc bít bùng. Ba con quạ đen đuổi nhau quang quác hằn học, thả rớt một vật gì loang loáng móc trên cành cọ lắc lư. Cặp mắt quen bóng tối bỗng nhận ra một bóng áo xanh lấp loáng cùng với vành trăng vừa tách khỏi đám mây. Đứng im, hắn chờ cho đến lúc khuôn mặt bầu bĩnh của đứa con gái lại gần chỉ cách gang tay. Hắn làm cử chỉ chào hỏi nhưng cô nhỏ lặng yên. Ánh trăng quá yếu trong bầu không gian tối ám, chẳng nhìn rõ được gì ngoài nụ cười bâng quơ trên đôi môi. Hắn nhận ra cô chẳng lớn hơn Noud bao nhiêu. Cô nhỏ lại cười, không nói, hất mái tóc chảy tận thắt lưng, bước chậm đến bậc thềm ngồi xuống, kéo tấm váy xanh cẩn thận đắp hai chân, thong thả đặt tay lên đầu gối, những ngón tay gõ gõ chạy chạy như đang đánh đàn. Hình ảnh này đột nhiên làm hồn hắn nhẹ nhàng hẳn, hắn hỏi:

- Cô biết chơi dương cầm?

Cô bé lắc nhẹ mái tóc, môi mím lại, mấy ngón tay linh hoạt hơn chạy từ đầu gối lên đùi, người đong đưa như đang chìm đắm trong một điệu nhạc. Hào hứng, hắn đứng dậy:

- Vào phòng, tôi đánh đàn.

Hắn kéo quá mạnh, cô vấp vào thềm, hai tay quơ chụp, dò dẫm. Hắn giựt thót người, hóa ra đây là đứa con gái mù ở căn nhà có hàng ba sắt sau sân. Mẹ có lần đi ăn cưới, khen con bé tuy mù mà ông thợ rèn gả được cho một thanh niên tốt tướng. Nhưng ngay hôm sau, người trong ngõ nghe tiếng bà mẹ khóc tỉ tê và giọng cô con gái cười khanh khách, cửa sắc như thủy tinh. Cô cười liên tiếp trong ba ngày rồi câm bặt từ đấy.

Mở nắp, hắn ngồi vào trước cây đàn, cô gái đứng bên cạnh ấn tay lên mặt phím. Vài nốt rời rạc vang lên những âm thanh thật trong trẻo vút bay qua cửa sổ. Ôi, chính âm thanh này hắn muốn nghe mấy hôm nay mà mãi không cất được. Bồi hồi, hân hoan, mười ngón tay hắn cong lên chụp xuống phím ngà, dòng nhạc bừng rộ, thoát ra dồn dập mở hội như nước lũ. Cô gái đã đứng sau lưng, suốt bản nhạc. Chẳng cần biết cô ta đang làm gì, hắn say với tiếng đàn và những chiếc phím nhảy nhót càng lúc càng sáng, rõ ràng kỳ lạ dưới bàn tay.

Sáng hôm sau, mây đen kéo về dày trên thị trấn, sấm sét ùng ục cùng những giọt mưa khởi đầu ngập ngừng, nặng trĩu. Ông hàng xóm hớn hở vui mừng đội khăn ra giữa vỉa hè, ngẩng lên trời xì xụp "Allah". Ngoài đường xuất hiện một số người lạ mặt, nhiều xe tải đầy bụi phủ bạt vải hay ni-lông chạy ngang, bọn lính ngoại quốc quát tháo chặn lại kiểm soát. Bạt hất tung, có khi là những thúng chuối, khoai, cà rốt, khi vài người già và con nít nằm cong queo giữa một mớ chăn mền nồi niêu. Nhưng lúc tấm bạt chiếc xe cuối vừa dừng bị giựt ra, một loạt đàn ông vùng dậy chĩa súng bắn tưới vào đám lính. Hắn chạy cuống vào nhà, vừa khỏi cửa là nằm rạp xuống. Tiếng súng lẫn trong sấm nổ vỡ không gian. Sét rực xanh sà xuống chém đứt sợi dây điện cuối cùng giăng ngang dãy phố lầu bên kia đường.

Một lâu sau, khi tất cả đã im thì chỉ còn mưa xối xả,

mưa như đá sỏi nện giữa trời. Muốn đứng dậy nhưng thân thể dường bị trúng thương, xương gân rời rã, hắn chỉ biết ngóc đầu nhìn nước tuôn ồ ạt, đẩy băng cây dẻ gai, tràn qua những viên gạch. Nước màu vàng cam ùa gần đến bậc cửa. Càng lúc chúng càng chảy mạnh như sông Hồ đang cuồn lên tràn vào thị trấn. Hắn chưa kịp nhắm mắt khép miệng, nước đã ộc qua họng tanh tưởi mặn, chỉ một giây, ngực bụng đã co thắt, đau quặn, lịm người.

Khi hắn mở mắt, mưa tạnh tự bao giờ, nước tràn đến giữa nhà đã rút đi. Bò dậy, áo quần đẫm ướt và sệt đất bùn, cứ thế lảo đảo ra đường. Trống lốc. Không còn những chiếc xe tải bị chặn, chẳng một bóng người, không khí giới, không xác lính hay bọn người đã nả súng, chỉ ông hàng xóm nằm ngửa, đầu quay vào nhà mình, chân thò trên vỉa hè, ngáng ra như cái ná ngày nhỏ hắn bắn chim. Mảnh áo xám nhạt giờ nhuộm màu chân trời hồng lịm sau cơn dông, những cọng râu cứng như cước dựng đứng, lấp lánh trên vành môi méo xệch tựa hồ đang khóc. Hắn cúi xuống vuốt hai mi mắt cứng đơ rồi kéo xác vào nhà nhưng không ngờ thân thể ông già nặng ngàn kí đá.

Đầu trưa im như xác chết. Căn nhà hắn ở mấy ngày quen thuộc dần, nhưng cứ nghĩ không còn ông hàng xóm tự dưng dập dềnh nỗi cô đơn sợ hãi. Mắt đảo tìm cô bé áo xanh, không một hình bóng, một tiếng động. Đến gần hàng rào vạch lá nhìn sang, hắn sững sờ trước từng cụm hồng tươi thắm, giậu kim liên vàng nhạt và mấy chậu quế hương xanh mướt tỏa từng chùm hoa trắng. Dọc theo chân tường, những xô nước đậy đệm cẩn thận bằng các khoanh lá cọ. Chưa kịp đảo mắt tìm, cô gái trong nhà đi ra múc nước trong xô tưới mấy chậu cây. Eden, Eden, hắn vừa nhớ ra tên mẹ từng đặt cho con bé gái hàng xóm thích trồng cây, mẹ bảo tuy cô mù nhưng luôn luôn tỉ mẩn xới đất, vun đắp. Miếng vườn nhỏ nhà cô có những giống cây hiếm có lạ lùng, thường không mọc nổi ở xứ sở khí hậu nghiệt ngã này. Chậm chạp, không gây một tiếng động, Eden hái vài lá quế, đi lại thềm cửa ngồi xuống, lại vén váy che chân, xong bỏ lá vào miệng nhai từ tốn. Gương mặt thản nhiên như cô đang ở trong một thế giới tách rời thực tại đổ nát này. Mảng tường sau lưng Eden tróc từng mảng vôi vàng, ố thời gian mưa nắng. Căn nhà xây lâu rồi, trước khi gia đình hắn về đây. Chợt nhớ ra điều ấy, hắn ngẩn người, áp sát mắt, cố nhìn thật kỹ cô bé. Chẳng thể nào thế được, ngày mẹ đi dự đám cưới Eden, con Noud mới sinh. Tính ra bây giờ cô phải là thiếu phụ, gần tuổi dì Sah. Nhưng cô gái đang chúm môi mút những cánh quế hương, khuôn mặt non mịn, vầng trán sáng tuổi thơ ấy chẳng khác gì con Noud. Hắn đăm đăm trân trối. Làm sao nhầm lẫn được, hai lòng ngươi đứng lặng và sự câm nín này, người quanh đây chỉ biết có mỗi một đứa con gái mù câm mà ông thợ rèn đã gả chồng nhưng bị trả về sau đêm hợp cẩn.

Buổi chiều hắn tiếp tục sục sạo trong nhà, mọi đồ vật hôm nay bớt xa lạ, nhưng hắn bồn chồn, linh cảm có nhiều điều quan trọng, mật thiết mình chưa hề biết. Ghế bàn tủ giả, những tấm thảm cầu kinh âm thầm nhìn hắn loay hoay. Im lặng là sự chối từ khinh bạc nhất. Hôm gặp mẹ lần cuối, thằng con trai hai mươi hai mới khám phá ra mình chẳng biết gì về mẹ, càng không nốt về cha, người đàn ông có bộ râu mép và cặp mắt linh động đầy biểu lộ, tinh tường như ông tướng thần thánh của hắn ngày còn bé. Người đàn ông không muốn con trở thành nghệ sĩ, tuy cuối cùng tuyên bố: "Thôi, cho nó tự do". Hắn phải tìm cho được một ghi chép, một dấu tích ông để lại, ngay cả một kỷ vật nói lên chút gì về người cha mà cho đến bây giờ ích kỷ mải mê, chỉ say âm nhạc, hắn đã chẳng bận tâm để hiểu ông là ai. Không chỉ cha, ngay cả con em gái và mẹ, rồi dì Sah. Mẹ nức nở nói không tìm thấy tin dì từ một sớm mai hai người đàn ông vào nhà thúc cánh tay dì rồi đẩy lên xe sau một hồi lục soát. Lúc này ngồi trong ngôi nhà u tối, nhìn ra thế giới sắp ngửa bên ngoài, mọi thứ đều mờ đục, đều ở ngoài cảm thức. Khối cầu tưởng đã tan nhưng không, nó chẳng những còn đó mà lan rộng ra, phủ trùm tất cả.

Huyền tháp

Nào ngờ Eden xuất hiện ở cánh cửa ra sân trước khi chiều tắt, tay cầm một hũ sữa mà mới nhìn hắn nhận ra cái lọ của ông hàng xóm từng cho. Định hỏi sao cô có thể băng qua xác ông già vào nhà lấy sữa nhưng Eden khoát tay giục hắn ăn. Hắn mời lại, cô nhỏ lắc đầu ngồi xuống ngay thềm cửa, kéo mảnh váy kín đáo che chân rồi lục túi lấy một lá quế ra ngậm giữa đôi môi. Một tràng súng nổ chát chúa lại bật lên từ mạn dòng sông, nhưng Eden vẫn bình thản. Không thể tưởng tượng nổi cô gái và ông hàng xóm cầm cự được với tất cả đổ nát tan hoang này trong cô độc. Người đàn ông cho vợ con di tản, ở lại đây một mình để làm gì? Để chiêm nghiệm một giấc mơ điên loạn? Còn Eden, mẹ cô đâu? Cô có biết cha hắn, mẹ, Noud và dì Sah bây giờ ra sao? Hắn hỏi cô nhỏ những câu dồn dập, hắn không chịu đựng được nữa, hắn cần được nói miên man. Trong khi ấy Eden quay gương mặt lại đối diện với tiếng nói của thằng con trai, cặp mắt mở to, lòng ngươi nâu bất động ngả sang sắc tím, màu của mối thương tâm.

Cô đứng dậy kéo tay hắn vào nhà, bước chậm nhưng đi đúng hướng chừng quen thuộc lắm, hắn cô thường sang chơi với mẹ và Noud từ ngày hắn đi. Eden vào bếp, chỉ hắn ngồi xuống ghế, tìm đến tủ đựng nồi niêu bát chén. Cô dọn hết ra, rồi lôi cả miếng gỗ đáy tủ. Hắn không ngờ Eden lấy lên từ đó một bó giấy cuộn tròn, đem lại đưa cho. Tháo dây, hồi hộp trải ra, hắn ngơ ngẩn, mặt giấy mỗi bức tranh chẳng một dấu cọ nào ngoài những đốm loang nhờ nhờ, thứ máu hồng loãng.

Lại đau buốt ngực, đây hẳn là các tranh vẽ của cha mà mẹ đã giấu đi. Ngồi lặng, chẳng nói nên lời. Eden chờ đợi một lúc rồi đến ngồi cạnh, cô lần tay sang, vuốt nhẹ tờ giấy. Bấy giờ, hắn nấc lên, nắm lấy bàn tay cô lắc lắc để bảo mình chẳng thấy gì trên đó cả. Eden thở dài, cô cúi xuống bức tranh, mở to lòng mắt tím nhìn đăm đăm. Thốt nhiên, một màn sáng lóe lên, mọi nét vẽ dần dần hiện ra sống động trên mặt giấy lung linh. Ngực hắn đập loạn cuồng, đây rồi, chính là cha vẽ cái tháp với lũ người trần truồng tranh nhau leo trèo, miệng đơm đớp nói năng điên loạn. Hai luồng sáng tím chiếu từ lòng người bất động của Eden như đèn pha rọi sáng con đường nhòa đen trong đêm tối. Cô bé vẫn thản nhiên hồ chẳng biết điều gì xảy ra trong khi hắn dằn nhịp thở, chặn mạch máu thái dương, bàn tay run rẩy.

Mỗi bức là một quang cảnh khác biệt, nhưng vẫn ngọn tháp Babel gạch ối đỏ cam từng tầng từng tầng man rợ, những lỗ cửa đen ngòm méo mó chồng chất lên nhau. Cha chẳng ghi ngày tháng, nhưng hắn nhận ra thứ tự, ra dòng sông dậy sóng sôi sục trong cha. Làm sao không hiểu cho được bao bức cuồng ấy. Trên một tấm, ông tướng quyền uy của hắn đứng sừng sững trong làn khói huyền ảo ở tầng tháp cao nhất. Ông ta ngạo nghễ biểu dương sự chiến thắng chọc tới đỉnh trời của mình với đám nhân quần giãy giụa dưới chân tháp. Người đang bị bọn quỷ sứ mặc binh phục của ông tướng tra tấn kìm cặp, kẻ ngắc ngoải giữa các khối đá do ông ta từ trên cao đá xuống. Họ là những con người khác nhau, họ từ chối sự sống chung dưới quyền lực độc trị và tham vọng điên cuồng. Trong thời tiền sử, con người hiệp lực kiến tạo ngọn tháp Babel nhờ cùng một tâm nguyện, muốn có một lời nói chung. Ở thời đại này, người ta cưỡng bức sự đồng tâm bằng sức mạnh, đe dọa, thủ tiêu, tàn sát, chiến tranh. Bầu trời trên bức họa chập chùng những đám mây đỏ xám đen vàng ma quái đập vào cặp mắt nhức nhối, xót đau. Hắn cuộn tấm tranh lại. Eden cũng tựa hồ biết mỏi, đóng hai rèm mắt. Không gian giữa chiều đột nhiên tối sầm nhật thực. Eden mở miệng hơn hớp, hắn cũng thấy ngạt thở, vội vã lôi cô chạy ra cửa trước. Chẳng ngờ không còn khối cầu hoang dại, nhà cửa và các bức tường vỡ lở với những sợi dây điện cột trói cành cây lún dần vào đất. Trên trời, những tầng mây khổng lồ từ đâu choàng tới, lỗ chỗ bao hốc cửa đen ngòm.

Mẹ

Suốt ba ngày sau, bất kể sáng trưa chiều tối cả vùng đất giữa hai con sông chìm trong màn xám đen nặng trĩu. Bóng ngọn tháp Babel sà trên nóc nhà, phủ tro tất cả. Thảng hoặc như thương tình nó nhếch lên cao hơn, chập chờn dưới lớp mây. Người ta chỉ thoáng thấy dáng nhau dù đứng gần đối diện, như dưới bao thước sương mù dày đặc. Họ linh cảm một điều gì ghê gớm sẽ xảy ra, quyết định vận mạng hơn cả hàng bao tấn bom đã dội từ trời cao. Họ khẩn cầu Allah lên tiếng nói. Đi ra đường ai cũng cúi gầm, vì cứ ngẩng lên là bóng tháp đè ngay trên đỉnh đầu, mọi mạch máu liền nở phình, vai cổ lưng chân nhức nhối khủng khiếp.

Ngày đầu, hắn chờ Eden mòn mỏi. Không còn bánh và sữa đông của ông già, hắn nấu hạt lúa mì trong thứ nước nồng tanh của dòng sông Hồ, để bớt lợm hắn bỏ thêm vài lá quế rơi từ túi áo Eden. Ăn xong, vào phòng mẹ, ngồi đó với những bức tranh trên đùi, đầu óc mù mịt đặc quánh. Không có ánh trời hay đèn đóm đã đành, mà dù có, hắn biết cũng chẳng nhìn ra gì khi thiếu ánh sáng từ lòng mắt Eden. Trở lại chiếc đàn, những ngón tay nặng trĩu, sức đè nén của ngọn tháp hay của chính linh hồn?

Nhắm nghiền mắt, cố hình dung về một hình ảnh bình an trong quá khứ. Maria trở về, Maria xoay người choàng tay, ánh đèn đường rọi qua cành lá, lay động nhảy nhót trên làn da trắng muốt xâm xấp hơi ẩm đêm hè và nồng mùi ân ái. Maria ngồi dậy, hắn luồn tay giữa hai đùi nàng vuốt ve níu giữ, bầu ngực tròn căng rung rúc cười cùng hàm răng nàng sáng trong đêm. Maria rót cốc nước, đẩy tung cửa sổ, hương cỏ hoa lùa cùng với gió. Nằm trong giường hắn nuốt từng ngụm, không khí, da thịt, nước nguồn tỏa từ suối ẩm Maria. Lại nộn nạo, khát khao, vùng khỏi giường, hắn nghiến ngay tấm thân mịn mở ấy vào tường. Maria ngấc lên, thả những tiếng kêu chạy khắp con phố vắng dưới chùm lá xôn xao.

Mẹ đã bắt gặp Maria trần truồng như thế một buổi chiều tháng ba, Paris trở gió mùa xuân. Sau buổi hòa đàn, hắn luôn luôn thèm thuồng thân xác người con gái, chìm trong giấc mê sau cơn điên hoảng, hắn và nàng không nghe mẹ gõ cửa căn gác trọ. Người đàn bà đẩy nhẹ cánh cửa không khóa bước vào, dừng sững trước hai thân thể cuộn tròn. Maria bật hoảng, thảng thốt kêu trước người đàn bà phủ trùm khăn áo đen từ tóc đến chân, bà vội vã quay đi, kéo chặt cánh cửa. Nhưng mẹ đã nở nụ cười hiền, hai lòng ngươi long lanh chế giễu khi Maria ra khỏi căn gác và hắn ngượng nghịu đón mẹ vào. Làm sao có thể ngờ được mẹ có mặt ở đây, cách ngôi nhà gia đình vạn dặm. Bảy năm hắn mới gặp lại, nụ cười ấy lung linh dù gương mặt gầy mỏi mệt không giấu được lo âu, buồn thảm. Ba ngày mẹ ở Paris, ba ngày hắn tất tả lao đao. Buổi chiều cuối cùng, hắn đưa mẹ vào nhạc viện. Trên sân khấu nhìn xuống, giữa những hàng ghế trống mênh mông của thính đường, mẹ, một đốm đen nhỏ nhoi như dấu chấm. Một cái gì rơi trúng, dù chỉ là nốt nhạc cũng có thể làm bà vỡ ra, tan nát. Khi chấm dứt khúc dương cầm bản *concerto* thứ nhì của Rachmaninov mà hắn sẽ chính thức trình diễn trong đêm giao hưởng sẽ được nhạc viện tổ chức riêng cho mình hai ngày sau, tiếng vỗ tay của mẹ vang lên như chim đập cánh mong manh bay qua bầu trời giông bão. Hắn không ngẩng lên nổi, hắn không dám ngó xuống những hàng ghế, xuống đốm áo đen lạc lỏng ấy. Một âm điệu bất ngờ trào ra trên những ngón tay, hắn không biết nó từ đâu tới, bắt nguồn từ mạch máu nào mà như nước lũ. Hắn chỉ biết đàn khúc nhạc thương cảm của chính mình cho người đàn bà đã tìm đủ mọi cách đi thăm con trai, một từ biệt cuối cùng, rồi trở về chờ đợi những khối bom đổ xuống.

Đưa bà ra phi trường, hắn gỡ tấm khăn che đầu muôn thuở của mẹ, nhìn kỹ những sợi tóc cài cao trên gáy. Ánh bạc và nếp chùng thời gian hiu hắt trên ngấn cổ vốn mảnh không khác dì Sah. Mẹ nói người đàn ông đến yêu dì một đêm về sáng ấy đã bị ám sát. Dì Sah trở về nước hoạt động xã hội, viết báo, dạy học, ở giảng đường dì lớn tiếng nói chuyện quyền con người, quyền công dân, phụ nữ, cho đến ngày người ta ập vào nhà bắt đi. Hắn cúi hôn vào cổ mẹ như đã từng hôn dì Sah, nhưng lần này không phải là thằng con trai mới lớn đi tìm mùi hương xao xuyến đầu đời, mà là một ký gửi xót đau. Mẹ ngẩn ngơ trước nụ hôn, môi run rẩy, mắt chớp ngỡ ngàng nhưng bà không khóc. Chiếc cầu thang cuốn đưa hành khách vào phòng đợi tuốt trên cao đẩy mẹ lên, lên mãi. Cũng ngay lúc đó hắn biết, sau đêm trình diễn hắn sẽ kiếm cách tìm về nhà, bằng bất cứ cách nào, bất cứ tình hình ra sao.

Người gác đền Abu

Đến chiều thứ ba, Eden trở lại. Hỏi cô đã đi đâu, Eden loay hoay ra dấu, hắn đoán hiểu cô đi nghe người ta đào hầm. Hai hôm không gặp, Eden khác hẳn, gương mặt mất sự bình thản, vầng trán trầm tư. Hắn nhìn sâu vào mắt Eden tìm nguồn sáng tím, linh cảm ánh mắt soi sục của hắn cô lắc đầu khép chặt mi. Tự dưng hắn sợ cô sẽ không mở ra nữa, không có đôi mắt ấy chiếu rọi làm sao hắn nhìn thấy được những điều ẩn kín bao trùm quanh đây, lấy gì xé toang bức màn tăm tối phủ chụp lên đầu óc hắn. Vội vàng đem mấy bức tranh còn lại trải trước Eden. Cô ngồi chênh chao thềm cửa trước nhà, mắt lướt lên tranh đến đâu những tầng tháp bốc lửa rừng rực tới đó, gỗ bách hương lẫn trong gạch xây tháp cháy nồng khắp không gian. Ngẩng lên trời, bóng tháp đột nhiên rung chuyển không ngừng, những bức tường nhà cửa cây cối cột điện còn đứng được sau các trận bom bị chấn động dữ dội. Tất cả chuẩn bị một cơn động đất kinh hoàng. Bên cạnh, Eden run lẩy bẩy, hai bàn tay trẻ thơ đã tái tím vội mở nhanh tấm tranh cuối cùng. Lửa đã tàn rụi, ngọn tháp Babel chỉ còn là một đống gạch nung tan tành trên mặt đất, chẳng che kín nổi bao xác người. Nhưng từ bãi hoang tàn ấy lại mọc lên sừng sững các cao ốc chọc thủng trời với những ô kính bạc sáng lóa. Những kẻ thống lĩnh của thời đại này đã dựng chúng lên thay cho ngọn tháp hiện thân sự kiêu ngạo, hoang mộng huyền ám nay đã sụp đổ, vì họ cũng sôi sục cùng một tham vọng thống trị như các chúa tể bao ngàn năm trước. Ai sẽ đoạt giải vói trời tối thượng? Trên chiều cao mắt không thấy nổi của những tòa nhà chọc trời tượng trưng tiến bộ kỹ thuật và thành tựu kinh tế ấy, cha hắn đã dùng một cái nền phất phơ các tờ giấy tiền màu xanh quyền lực, thay cho các đám mây ối máu.

Mảnh sân đã nứt toang một lằn chạy ra đến vỉa hè. Từ bốn hướng gió hợp nhau xoáy cuộn tốc bùng lên như cố đẩy bay bóng đè của mấy tầng tháp nghiêng xiêu và cả những khối vuông ô kính. Chúng đang phóng ra những tia phản chiếu sắc lạnh khiến không gian đang hầm hập tối ánh lên một màn sáng xanh bệnh hoạn. Mấy tấm tranh trên đùi Eden vụt vút quay trong gió kéo luôn cả cô bé. Tấm áo Eden tuôn về hướng dòng sông, hắn vội vã chạy theo, chân hẫng mặt đất. Trên đường từng đoàn người trồi lên từ gạch đá, đổ ra từ khắp ngả. Kẻ đi bộ người đẩy những cỗ xe bò hay lừa, cả đám đàn ông mặt đầy bí ẩn hộ tống mấy chiếc xe chẳng biết chở gì dưới các lớp rơm, cỏ, xác mía. Hắn níu Eden kêu chậm lại và ôm mặt xoay mắt cô vào thùng xe, tức khắc mọi vật che giấu xuất hiện rõ ràng tinh tường. Hắn giật mình nhận ra dưới đó là bao thứ báu vật, từ những đồng tiền cổ, những thẻ ngà khắc dấu chi chít cho đến pho tượng lạ lùng. Một vài tượng đá nằm ngửa chau mày đau đớn ngó hắn, mắt môi sưng phều giận dữ, ngó ngoáy động đậy, ý chừng muốn hắn lôi dậy. Đám thú vật tiền sử hỗn mang, bò mộng, sư tử, ngựa nước gầm gừ, hùng hục, quơ sừng cương vó húc vào các tượng người, họ rên xiết. Hắn nhói tim nhận ra cặp vợ chồng bằng thạch cao, xà cừ và đá vôi gác đền Abu 2600 năm trước Công nguyên mà ngày nào cha đã chỉ cho hắn trong bảo tàng quốc gia. Dưới khuôn trán trũng bao nếp hằn, cặp mắt họ là những đồng tiền to tròn xanh xám, trần trụi không ngươi, nhưng hắn chắc chắn họ không mù, họ nhìn thấy mọi sự mọi điều giống Eden. Chòm râu người chồng xếp xoắn từng tầng trên chiếc cằm nghiêm nghị mà thuần hậu. Nhưng chính gương mặt với chúm môi ngước lên của người đàn bà biểu lộ sự toàn phúc mới làm thằng bé thực lao đao rung động, giựt giựt vạt áo cha để nói với ông điều ấy. Giờ đây, giữa những mảnh mắt tròn nhẵn đó trồi lên lòng ngươi đục gân máu, chúng đang nhìn hắn van lơn cầu cứu. Hắn buông tay Eden, xông vào mở cửa xe, nhưng bọn đàn ông đứng ngoài hò hét chận lại, thẳng tay đập gậy vào đầu hắn và người Eden cho đến lúc cả hai rũ liệt trên lề đường.

Hình hài

Ông già hàng xóm đã vực hắn dậy, lấy ống tay áo chùi máu trên mặt hắn. Ngơ ngác, hắn hỏi: sao ông ta chưa chết? Ông ngẩng cổ cười:

- Chết làm sao được! Ta chỉ tức giận quá, nằm lăn ra đó.

Hắn lại hỏi, bọn người chở tượng đâu rồi, có phải cơn địa chấn đã đi qua, ông ta đã làm gì mấy ngày nay? Ông già cho biết tụi ăn cắp cổ vật của bảo tàng chạy về bờ sông nhưng nước bất thình lình dâng sóng, vút từ đáy sông lồng lên quay cuộn. Đám xe tượng lừa người, tất cả đều bị cuốn vào lòng sông trong phút chốc. Trời đất gầm thét rung chuyển khiếp đảm nhưng trận động đất không xảy ra, vì cuối cùng bàn tay Allah đã giơ lên kịp thời ngăn chặn. Hắn nén ngực thở dài, Allah cản được cuồng nộ của đất trời, lấy lại được báu vật trần gian nhưng không ngăn nổi điêu linh trên đất nước này. Ông hàng xóm quay nhìn Eden còn nằm thoi thóp trên mặt đất:

- Con bé đã cùng ta đi theo thiên hạ tìm phá những hầm giam mật, giải cứu các tù nhân.

Hắn giật mình:

- Ông có thấy cha tôi, dì Sah.

Ông ta lắc đầu:

- Nhiều chỗ dưới sâu, có đèn cũng khó thấy, lắm người bị tra tấn mặt mũi biến dạng kinh hoàng chẳng khác thú vật, phải nhờ cặp mắt con bé rọi sáng mới nhận ra.

Bộ mặt ông đang đau xót chợt dịu xuống, ném vào hắn một cái nhìn vừa thương cảm vừa hóm hỉnh:

- Ai ngờ, con nhỏ cũng lụy vì tình, nó nhớ mày nên bỏ đi nửa chừng. Thôi, hãy đem nó về nhà, nhớ cho nó ăn lá quế hương. Ta đi tìm cha cho mày.

Eden tỉnh hẳn sau khi hắn cạy miệng đổ nước và đặt vào giữa môi cô mấy lá quế. Cô nhai từ tốn, mùi thơm nhả ra thoang thoảng lâng lâng. Người cô duỗi dài thanh thản.

Xác thân mệt mỏi rã rời, hắn nằm xuống cạnh cô, tâm hồn chơi vơi. Trong giây phút hắn bất ngờ trôi đi, lạc về giữa hương cây cỏ mát rượi tràn từ cửa sổ căn gác trọ, thấm đầy trên da thịt Maria. Quay sang Eden, màu áo xanh mơ hồ trải trên mặt nệm, tấm áo đã rách toạc một bên lộ mấy vệt máu đọng ở vai và mảnh ngực trần hút vào mắt hắn như những vành son kỳ diệu. Khẽ đặt đầu ngón tay lên bờ miệng đầy đặn của Eden, đôi môi ấy bật rung nhè nhẹ, mấp máy, bờ vai cô dồn lên, phập phồng. Eden mở miệng liếm lấy ngón tay hắn bằng chiếc lưỡi hồng au, ướt mềm hương quế. Cô quờ quạng tìm, xiết lấy đùi hắn. Bàn tay móng cắt tròn gọn ghẽ chẳng khác những ngón tay chơi đàn của Maria. Ôi Maria, đã quá nhiều ngày không gặp, hắn bật người chồm lên nàng giựt băng manh áo, chúi mặt vào những vết son đỏ máu. Vị mặn chạm vào lưỡi, cả ngọt và chát. Chùn người xuống vùng bụng mở, hắn úp mặt, cổ rát môi khô, đã bao ngày khát bỏng, đã bao ngày hắn hít thở máu hôi thịt vữa trong đất đá tan hoang. Hắn thèm thuồng những giọt sương ngọt ngào đọng trên rêu suối Maria.

Thế mà một cảm giác buốt lạnh, trơn tuột đẩy dội hắn ra, ngơ ngác nhìn lại, toàn thân Eden hiển lộ phẳng phiu, nhẵn như tượng đồng, da thịt hồng trong của đứa nhỏ bảy, tám tuổi trơ trụi lạ kỳ. Bờ ngực chỉ là hai chấm hồng nhàn nhạt trên một mặt cát mịn. Giữa hai đùi, cỏ chưa kịp mọc. Nhưng khác hẳn thân xác trẻ thơ ấy, gương mặt vô tư bình thản của Eden trước đây đã biến mất. Cánh mũi phập phồng, da mặt rực lên đằm thắm một màu rượu. Không cần biết hắn thất thần hốt hoảng, cô đang say trong cảm xúc, chụp ôm vòng cổ hắn. Mái tóc dài tung ra quấn chặt mặt mũi và nửa người gã con trai như những chân bạch tuộc. Hắn giơ tay cố gỡ, cố đẩy, bàng hoàng nhận ra nét mặt tên đàn ông đã cưới cô năm xưa, trong đêm động phòng, trước thân thể một đứa bé trơn tuột mịn màng như củ khoai vừa bóc. Cả người cứng đơ, hắn buông trôi khép mắt. Cùng lúc ấy Eden chợt giã cơn mê, ngã vật xuống giường. Những giọt nước ứa ra từ hai lòng người trong suốt.

Hắn đắp áo lại cho Eden, bối rối chưa biết nói gì, ngoài đường chợt có tiếng ông hàng xóm gọi gấp rút. Ông già đang lom khom đi tới, lưng cõng một người áo rách bươm, đầu phủ khăn kín mít. Tim đập loạn cuồng, hắn gọi: "Cha, cha". Nhưng ông ta lắc đầu đi thẳng vào phòng trong, hắn gỡ người ấy đặt ngồi xuống giường của Noud, rùng mình khi đụng phải bàn chân trần sần sùi mưng mủ, chỉ là nắm thịt không ngón, không móng, hai ngáng chân co quắp giựt giựt. Quay sang, ông già đang cắm vào hắn cái nhìn đau đớn. Ông lấy tay áo quệt trán không ngừng, rồi đi ra cửa. Hắn chạy theo hỏi giật:

- Cha tôi?

Trước lòng người đau đáu khẩn khoản lẫn lộn hi vọng và tuyệt vọng của gã con trai, ông già cúi mặt tránh né, bất động một lúc rồi gật nhẹ đầu:

- Có người ở cùng hầm giam cho biết ông ấy đã bị giết hơn năm nay.

Nói xong ông ta quay người, bụi đất từng luồng đã theo ông lùa vào nhà nay lại cuốn đi với tà *djellaba* lất phất.

Eden ở cửa căn phòng tự bao giờ, tóc xoắn xuýt vào nhau, mắt nhắm nghiền nhưng vầng trán nhiu nhíu, nghe ngóng, tìm hiểu điều gì đang xảy đến. Hai cánh mũi chun chun, cô hẳn ngửi ra mùi mủ đọng, mùi thịt rữa tỏa từ thân thể người đàn bà. Hắn đã nhận ra vạt áo phụ nữ và hai bàn tay nhỏ nhắn bị đốt đầy sẹo, có vết chưa lành, đỏ hỏn. Nắm tay Eden, hắn dắt đến trước thiếu phụ, mắt vẫn khép chặt cô đứng như một pho tượng. Hai vòng chân cứng ngắc co quắm, người đàn bà cũng ngồi im không động đậy, dù trước đó hắn đã nghe ra hơi thở khó nhọc ngắt quãng đầy đau đớn. Gã con trai nín lặng, ngó đăm đăm vào hai người đàn bà lạ lùng ấy. Nếu không biết một người mù và một người đầu trùm khăn kín, người ta sẽ tưởng rằng họ đang chiêm ngưỡng nhau hay đang im lìm để lượng sức như hai địch thủ. Chẳng hiểu bao nhiêu phút giây đi qua, thiếu phụ ưỡn người, đưa tay vụt tốc tấm khăn. Hắn giật mình, chố mắt nhìn nhưng mặt bà chỉ là một mảng tối thuôn thuôn đùng đục. Cả Eden cũng xao động mạnh, dường linh cảm sự mù lòa bất lực của hắn, cô từ từ mở mắt. Gã con trai bật một tiếng kêu lịm người khi tia sáng tím từ hai lòng ngươi Eden chiếu thẳng vào thiếu phụ, rọi tỏ tường hai gò má nhăn nhúm lệch lạc, cặp môi sưng vều hở ra vành lợi đầy lỗ răng trống của người đàn bà thê thảm. Mặc hắn thất thần bụm mặt, mặc hai cánh tay Eden quờ quạng, thiếu phụ vẫn bất động, cho đến lúc hắn nhào vào ôm chầm lấy thân hình thương tật của bà, cất lên tiếng rú của thú rừng vừa bị tên găm ngay giữa mắt:

- Dì Sah!

Lúc Eden lôi gã con trai khỏi ngực dì Sah thì nước mắt hắn đã thấm ướt cổ, vai và cả manh áo phủ xuống đôi chân cong vòng của dì. Những đau đớn vẫn làm hắn nghẹt thở, nấc lên nghẹn ngào. Dì Sah bấy giờ cất tiếng, khó nhọc:

- Đừng khóc… Rhed, dì vẫn còn sống.

Khuôn mặt ấy giờ chỉ là đôi mắt, chỉ có cặp mắt này nguyên vẹn như xưa, màu nhung tuyền sâu thẳm nghị lực và ý chí nhưng bao giờ cũng long lanh một nỗi dịu dàng. Dì vẫn còn sống! Mớ ruột trong bụng hắn lộn lên, co rút, quặn thắt. Dì vẫn còn sống, nhưng mái tóc bồng bềnh màu mận chín của dì đâu? Trên lớp da đầu đã bị cạo trọc, giờ đâm chĩa lơ thơ nhúm tóc. Những kẻ mà ông tướng kết tội phản động đã bị bọn tra tấn bẻ gần hết những chiếc răng sáng bóng nên dì ngọng nghịu thều thào. Tấm thân săn chắc với làn da nâu rạng ngời của loài cá tung tăng vượt suối nay là một hình hài tối tăm mủn rã. Ngần ấy vết thẹo đốt tím trên tay, trên chân, nhưng còn bao nhiêu vết nữa xói sâu vào thịt da dì dưới làn vải ố bẩn kia? Hắn quay vội đi, chạy băng ra mảnh sân sau, gập người nôn thốc trên giậu nguyệt quế những bụm nước nhờn đầy vữa, lợn nhợn vôi hồ cát bụi. Những chiếc lá nở lớn xòe ra như các bàn tay đập tới tấp vào mặt, từng loạt đốm sáng xanh đỏ lóe sắc bung loạn trong mắt hắn. Không, hắn chẳng muốn nhìn thấy bất cứ điều gì nữa, phải chi đừng có tia mắt Eden chiếu rọi ra mọi sự thật tàn nhẫn, giá hắn được mãi mãi mù lòa trước hiện thực này. Gã con trai cố sức đứng dậy, nhưng một sức nặng ập xuống xô gục trên sân. Hắn không kịp nhận ra trên đầu mình là ngọn tháp huyền ám hay những tòa nhà ngút trời bạc lóa.

Hóa kiếp

Từ sâu trong lòng đất bung lên rền rền giọng cầu kinh, lúc đầu nho nhỏ rì rầm, sau bùng to như ngàn vạn người đang khẩn thiết gọi Allah. Tiếng kinh cầu xuyên qua mặt đất đẩy hắn ngồi bật dậy, ngơ ngáo ngó lên bầu trời bây giờ loang lở một nền hồng tái úa. Trực nhớ Eden và dì Sah, ôi dì Sah, hiện thực hay giấc mơ? Hắn hoảng hốt lao vào nhà, nhưng tới cửa phòng Noud liền khựng lại.

Dì Sah là thực, còn đó, ngồi trên giường, mắt khép, toàn thân trần truồng. Eden quì dưới sàn cũng không một mảnh vải, ngực cô lọt giữa đôi chân dì lúc này đã duỗi được ra. Hai bàn tay Eden miết từ thái dương xuống cổ vai, dừng trên đồi ngực một bên núm vú cháy đen của dì Sah, rồi tiếp tục vần xuống bụng, đùi, cho đến bàn chân. Cứ dò ra một vết thương trên người dì, cô chúi miệng vào hôn hút thật sâu. Đầu và tay Eden lần từ trên xuống dưới rồi ngược trở lên, cứ thế. Mỗi lần môi Eden chạm một dấu đốt một hũng sẹo một chỗ mủ mưng, tức khắc toàn người dì Sah rung lên, trên khuôn mặt nhúm nhó các thớ thịt dần dần giãn ra, những mạch máu đã nhuốm hồng, ánh lên sự sống. Da thịt dì bắt đầu co giật, bên vú bị đốt cheo choắt đang thức dậy, chốc chốc nẩy lên đáp trả những vuốt ve kỳ diệu của Eden. Mái tóc dày của cô phủ hết tấm lưng trần, chao đi như những lượn sóng cùng với cử động cô nhịp nhàng lên xuống. Thỉnh thoảng không cưỡng được nhịp giật vũ bão của cảm xúc, dì Sah túm lấy chùm tóc Eden hốc lên kêu sảng. Những tiếng kêu này mới nghe giống tiếng hoan lạc của dì rừng rực dưới bàn tay và dội ân cuồng cuồng của người đàn ông đến thăm dì duy nhất một lần, để đêm ấy thằng bé mười lăm tuổi lần đầu được chứng kiến, được biết ngoài âm nhạc còn có một thú mê hoan dữ dội khác có khả năng làm nó bỗng nhiên tràn trề, ướt đầm sau cánh cửa. Nhưng thực ra tiếng kêu dì Sah bây giờ có khác, nặng hơn, buốt hơn, rít lên sự đau xót hòa lẫn một trào tuôn thoát kiếp.

Eden và dì Sah đắm chìm trong một truyền giao mật thiết, sâu hút. Mấy luồng sáng tím như ánh mắt Eden, từng chiếu rọi cho hắn nhìn ra bao điều, đang quay tròn cuốn bọc cả hai lung linh kỳ ảo. Họ không thèm biết đến mọi sự chung quanh. Không biết cả gã con trai đứng chết lặng bên thềm cửa, cho đến lúc khuôn mặt cùng thân thể dì Sah căng đầy, đôi môi nở trọn, những ngón tay hết khô cứng, nhịp nhịp nhẹ nhàng trên dọc đùi rúng động. Khi ấy, Eden từ từ đổ xuống, rũ người phủ phục dưới chân dì Sah y như con thiên nga trắng muốt của Noud năm nào, giãy chết.

Lời kinh cầu bùng lên tứ phía, gió cuồn cuộn xoáy, kính rơi tan tành từ một độ cao chót vót đổ xuống rào rào như mưa đá. Hắn chạy ào đến chỗ hai người đàn bà, ôm Eden lên, nàng nhẹ bẫng. Mắt nhìn sững, cả gương mặt cùng xác thân nàng đã biến đổi, thịt da máu huyết hồng căng tươi tắn của đứa nhỏ mới đây không còn nữa. Tất cả những sinh lực ấy Eden đã ân sủng trút vào người dì Sah. Eden bây giờ là một thiếu phụ xanh tái trên ba mươi như số tuổi của nàng. Khuôn mặt bầu bĩnh thon gầy hẳn lại, gò má thom thóp, đôi nếp nhăn thoáng trên trán và khóe mắt, ngẩn cổ lao đao. Trên bờ ngực phẳng chỉ có nốt son làm dấu trước đây, lúc này vun lên gò đồi mềm mại, cùng với vùng cỏ rối giữa chân. Eden không còn là cô bé như em Noud ngày hắn ra đi, nàng đã trở thành đàn bà, người đàn bà vừa rồi hắn khát khao, muốn đi vào, chiếm đoạt. Đôi môi Eden vểnh nhẹ một nét thảnh thơi giải thoát, hắn thẫn thờ hôn lên cặp mắt giờ khép chặt lại rồi những tia sáng tím.

Dì Sah bừng thức trong tiếng xích nghiến rít mặt đường, súng nổ rân mọi ngã, tiếng kêu la, chân người rầm rập. Dì đứng lên tìm áo mặc, rồi trở lại đặt tay lên vai thằng cháu, cúi xuống Eden cái nhìn thăm thẳm. Vài phút sau, dì đi thẳng ra cửa, lẩn ngay vào đoàn người đang lên đường hô hào đòi quyền tự trị, thản nhiên như những ngày tháng đày đọa ngục tù vừa qua chưa hề xảy ra. Vừa thoát khỏi chế độ tàn ác phi nhân dì Sah đã mạnh bạo bước vào một trường kịch khác. Trên trời không còn bóng tháp hay các khối vuông kính lóa, lừng lững những thành mây tái màu hoang ảo.

(tháng 2, 2004)

MAI THẢO

Tên thật Nguyễn Đăng Quý. Sinh ngày 8-6-1927 tại Quần Phương Hạ, Hải Hậu, Nam Định.
Cùng gia đình di cư vào Nam năm 1954.
1956: chủ nhiệm tạp chí *Sáng Tạo*.
1963: chủ nhiệm tuần báo *Nghệ Thuật*.
1974: chủ bút tạp chí *Văn*.
1982 đến khi mất: Chủ nhiệm kiêm chủ bút tạp chí *Văn* (tục bản tại CA.)
Định cư tại quận Cam, California (Hoa Kỳ) cho đến ngày mất, 10-1-1998.

Đã xuất bản trên dưới 50 tác phẩm thuộc mọi thể loại: truyện dài, tập truyện ngắn, tùy bút, nhận định, thơ... Trong đó có những tác phẩm quen thuộc như: *Đêm Giã Từ Hà Nội, Tháng Giêng Cỏ Non, Bầy Thỏ Ngày Sinh Nhật, Sống Chỉ Một Lần, Để Tưởng Nhớ Mùi Hương, Ôm Đàn Đến Giữa Đời*... Và một tập thơ được nhiều người biết đến: *Ta Thấy Hình Ta Những Miếu Đền* (Văn Khoa, Westminster CA, 1989) cũng như tập bút ký *Chân Dung Mười Lăm Nhà Văn, Nhà Thơ Việt Nam* (Văn Khoa, 1985).

Thế giới của Kathy Graham

Khi nàng về tới ngôi nhà trên đồi, những điểm đèn đã thắp, lung linh dưới thung lũng, lối vào nhà chứa xe im lìm, căn phòng phía Tây trên lầu của nàng tối đen như mọi căn phòng khác, chỉ còn phòng khách tầng dưới sáng. Và bà Kathy Graham, giáo sư dương cầm, dưỡng mẫu của nàng, mái tóc trắng tuyết, đang đọc sách ngồi đợi nàng về.

Bỏ chiếc xe hơi trên lối đi, chiếc xe đã đưa nàng buổi sáng xuống đồi, rồi đưa nàng trở về từ nơi đó, từ cái công viên vắng lặng, nơi nàng đã nằm, khi chỉ còn một mình, thật lâu trên cỏ, buổi chiều, những tòa nhà chọc trời của Los Angeles nhìn thấy chập trùng ở xa xa, nàng ra khỏi xe, chợt hoảng hốt cất bước như chạy, tới cửa vào đóng kín. Tưởng như trời đất đang dịu dàng bỗng thù nghịch, cõi đời đang hiền hậu bỗng trở mặt, đêm tối bỗng đe dọa, một vật thể xa lạ hãi hùng nào đó vừa đuổi tới ở sau lưng.

Nàng tới được cánh cửa. Mở ra. Bước nhanh vào. Đóng sập cánh cửa lại. Căn phòng khách ấm cúng. Những tấm rèm buông rũ. Trong khoảnh khắc, vây bọc lấy nàng như một vòng tay êm ái, đã là một thế giới khác, khác hẳn với cái thế giới nàng vừa rời bỏ ở bên ngoài, cái thế giới đầy yên tâm của Kathy Graham, nàng đã sống tám năm và đêm nay nàng vừa trở về sau trọn một ngày ở những nơi chốn khác. Trở về. Một mình.

Bà Kathy buông sách, ngước mắt. Bà hỏi, dịu dàng:

"Con đi đâu về muộn vậy?"

Nàng tựa lưng vào thành cửa:

"Con về từ Canoga Park".

"Canoga Park. Những sáu mươi dặm. Hai anh em đưa

nhau đi chơi xa quá vậy?"

Canoga Park. Công viên dưới chân một ngọn đồi đại học. Đại thụ. Trên từng khoảng cách đều đặn. Những vòm lá tối. Nắng tắt. Lối đi xuống. Chiếc xe nàng đậu ở trên cao. Thảm cỏ nuột nà chạy dài tới mặt hồ dưới thấp, những thân cỏ nghìn ngọn sát liền tầm mắt tạo một ảo giác lồng dựng và phóng lửa tới vô tận, biển cỏ như một tràn ngập kín trùm xanh ngắt qua thần trí và thân thể trong suốt mở ngỏ với chỗ nằm tịch mịch.

"Thưa mẹ, con muốn trở lại nơi đó".

Bà Kathy nhìn nàng, lâu lâu. Rồi cười, khoan dung:

"Kỷ niệm. Những nơi chốn người ta muốn trở lại mãi mãi, trong đời. Mẹ biết, mẹ nhớ. Ngày anh con mới sang hai anh em ngày đầu đã đi chơi ở một công viên Canoga Park".

"Vâng, ở đó".

Những cánh bướm bàng hoàng đuổi theo nàng ở sau xe suốt dọc con đường nàng trở về, để ngưng lại hết dưới chân ngọn đồi, bây giờ, trong cái thế giới đầy yên tâm của Kathy Graham, sự rối loạn ở trong nàng đang dần dần lắng xuống, và nàng rời chỗ đứng, thong thả đi sang phòng ăn, ngồi xuống trước bữa ăn nguội người kế mẫu đã dọn sẵn cho nàng trên mặt bàn.

Bà Kathy theo sang. Kéo ghế ngồi cạnh. Bà âu yếm nhìn đứa con gái nuôi Việt Nam tứ cố vô thân một mình tới Mỹ bà đã đón về ở dưới mái nhà bà được tám năm, nó đã vào đại học, đã lớn, đã trở thành thiếu nữ, càng ngày bà càng thương yêu như con đẻ, đang nghiêm trang cắt từng khoanh bánh, từng khúc thịt nhồi, hai mắt mở lớn, như mỗi cử chỉ từ tốn của nó đều là một cố gắng kiểm soát, kìm giữ một niềm xúc động nào đó, một niềm xúc động kín thầm bà không hiểu được.

"Vậy là người chị dâu của con và ba cháu nhỏ từ Sài Gòn sang bằng đường lối đoàn tụ đêm nay tới phi trường Los?"

"Dạ".

"Và hôm nay anh con từ miền Bắc xuống là để đón họ cùng đi lên miền Bắc".

"Thưa mẹ, đúng vậy".

"Con kể với mẹ người chị dâu và bầy nhỏ trước đây tưởng đã chết trên đường vượt biển, theo một nguồn tin gửi sang từ quê nhà?"

"Vâng, con có kể cho mẹ nghe chuyện đó".

"Bây giờ đoàn tụ. Chắc anh con phải vui mừng ghê gớm. Anh ấy đang ở đâu? Sao không đưa anh ấy tới đây?"

Nàng trả lời người dưỡng mẫu là anh nàng nhờ nàng xin lỗi bà, anh phải đi thuê một chiếc xe lớn đưa ra phi trường chờ gia đình, rồi ngay trong đêm đưa gia đình từ phi trường đi thẳng lên miền Bắc.

Sau đó, nàng dọn bữa ăn, đứng dậy ôm hôn người dưỡng mẫu, chúc bà ngủ ngon và đi lên phòng riêng.

Căn phòng ở phía Tây của nàng, căn phòng đẹp nhất của ngôi nhà, ngó thẳng xuống thung lũng, đối diện với con đường lượn vòng từ chân đồi đi lên. Nàng đẩy cửa đi vào, không bật đèn, lần bước trong bóng tối và tới ngồi ở cái ghế kê sát thành cửa sổ mở rộng. Nàng tựa lưng vào thành ghế, hai tay thu vào lòng, nhìn ra ngoài trời. Vòm trời sâu thẳm. Những vì sao lác đác. Đêm về khuya, những điểm đèn dưới thung lũng như xa mờ, lung linh hơn. Con đường lượn vòng từ chân đồi đi lên chỉ còn là một vệt mờ ảo, thấp thoáng, lúc thấy lúc mất giữa những bụi cây rậm rạp.

Nàng ngồi bất động, thật lâu, cho tới lúc nghe thấy tiếng

chân nhẹ nhàng của người dưỡng mẫu đi qua cửa phòng. Những chuyện nàng kể với bà Kathy đều là sự thật. Người mẹ và ba đứa con chết trên đường vượt biển rồi không phải vậy. Một gia đình đêm nay tới phi trường Los Angeles. Một cảnh tượng đoàn tụ cảm động. Một chiếc xe hơi lớn sẽ rời phi trường chạy suốt đêm trên xa lộ thăm thẳm đi lên miền Bắc. Tất cả đều là sự thật. Trọn một ngày vừa qua, nàng đã đi những đâu với anh nàng, nàng kể lại với bà Kathy trong bữa ăn cũng đều là sự thật. Buổi sáng. Bãi biển Laguna Beach. Cát bãi lòa nắng. Khơi xa ngời ngời. Những ngọn đồi ở phía sau, xanh lam, in lên nền trời. Cái quán ăn ngó xuống bãi, gió lồng lộng cùng khắp, những chiếc dù lớn sặc sỡ ngoài khu ăn lộ thiên thả những tảng bóng rợp lay động xuống những lưng trần vai trần màu mật, vẫn hai cô bồi bàn xinh đẹp mấy lần gặp trước, tóc bạch kim, người Đan Mạch. Buổi trưa, New Port. Những khu phố du lịch bên trong. Đường hẹp, lát gạch đỏ, cây thấp ngang tầm đầu, tiệm sách báo Pháp và dãy cửa hàng thời trang hiên rộng, mát đằm, vây quanh khu bến đậu của du thuyền san sát rừng cột buồm chạy dài về hướng biển. Buổi chiều. Khu sinh viên Westwood. Không khí như ở Nguyễn Huệ. Xe máy như ở Sài Gòn. Đám người trẻ tuổi đi đất, tràn lan như một dòng suối lấp lánh trên những khúc vỉa hè nhạt nắng. Trọn một ngày. Những nơi chốn đã tới. Và trở lại. Thêm một lần nữa. Cuối cùng là cái công viên khuất nhỏ bên cạnh ngọn đồi đại học, một mình. Chiếc xe đậu lại ở trên cao. Con dốc dẫn xuống, không một bóng người. Mặt hồ dưới thấp, nắng tắt và chỗ nằm trên cỏ, thần trí và thân thể trong suốt mở ngỏ, những thân cỏ sát liền tầm mắt tạo một ảo giác lồng đựng và phóng lớn tới vô tận. Tất cả, tất cả đều là sự thật.

Duy có một điều nàng đã giấu người dưỡng mẫu, không phải là sự thật.

Người đàn ông ra phi trường đón vợ con mới từ Việt

Nam tới, người đàn ông đó không phải là anh ruột của nàng.

*

Đêm về khuya lạnh buốt. Gió đêm từ chân đồi thổi lên, tấm rèm cửa lay động, những sợi tóc rớt lòa xòa trên trán, trên hai gò má. Ngày cuối cùng. Lần gặp cuối cùng. Con đường chàng đi về miền Bắc trong đêm, xa thẳm, mất hút. Vĩnh viễn. Những cánh bướm còn đuổi theo nàng suốt dọc đường trở về, những cánh bướm đã chết. Và nàng đã thấy nàng trở về ngôi nhà trên đồi, một mình, như buổi sáng ra đi. Và nàng đang thấy nàng ngồi đó, trong đêm, một mình, trong cái thế giới đầy yên tâm của Kathy Graham.

Khóc.

MAI TRUNG TĨNH

Tên thật Nguyễn Thiệu Hùng, sinh năm 1937 tại Hà Nội, nhà thơ còn ký bút hiệu Hương Giang.

Ông làm thơ rất sớm, có thơ đăng báo từ năm 1953. Năm 1954 ông di cư vào Nam, trở thành một trong những nhà thơ tự do – thơ đăng *Sáng Tạo* và các tạp chí văn nghệ khác.

Ông tốt nghiệp trường Đại học Sư phạm Sài Gòn với ban Anh văn, dạy học ở trường Cao Thắng được một thời gian thì bị động viên vào quân ngũ. Ông phục vụ tại đài Tiếng nói Quân đội.

Thi tuyển *40 Bài Thơ* chung với Vương Đức Lệ đã được Giải thưởng Văn Chương Toàn Quốc 1960-1961.

Sau năm 1975 Mai Trung Tĩnh bị đi tù cải tạo hai lần. Sau khi ra tù, năm 1995 ông di cư sang Hoa Kỳ theo diện HO, sống cùng gia đình tại thành phố Annapolis thuộc tiểu bang Maryland cho đến khi qua đời vì bệnh vào ngày và mất tại Hoa Kỳ ngày 20 tháng 2 năm 2002 tại bệnh viện ở Baltimore.

Tác phẩm đã xuất bản:

- *40 bài thơ* (in chung với Vương Đức Lệ; Bông Lau, Sài Gòn, 1960)
- *Ngoài Vườn Địa Đàng* (TGXB, 1962)
- *Những Bài Thơ Xuôi* (Đại Ngã, 1969)
- *Thơ Mai Trung Tĩnh* (Tiếng Quê Hương, Hoa Kỳ, 2001)

Lịch sử

Tôi mở mắt và nghe mình nhỏ lệ
Những trận giặc kéo dài qua nhiều năm
Nhân loại đau buồn kể lể
Thành phố bị chiếm tiêu điều
Làng mạc héo khô trong cơn điên cuồng tàn bạo
Tôi mở mắt nhìn
Anh là người hậu chiến hồn hắt hủi bơ vơ ngoài phố
Thương bằng hữu bỗng trở thành những kẻ tử tù
Hay chết giữa công trường một sớm mai
Sớm mai hồng miệng còn muốn nói
Lời ca ngợi mặt trời
Và những bộ mặt hãi hùng hiện lên trong giấc mơ
(cho xin thêm niềm phẫn nộ)
Em là người hậu chiến mất nhiều hy vọng
Tìm tuổi trẻ ngác ngơ như kẻ dọn chiến trường
Quán rượu từng trận buồn đổ xuống
Những cuộc tình duyên không dám nghĩ bao giờ
Lồng ngực gầy vàng hơi thở
Em là bóng ma hay tiếng vang
Đâu con đường dài thơ ấu
Bóng mát hàng cây sông nước mặn mà
ruộng vườn trinh khiết
Như tuổi thơ như chút sương
Ôi đau thương như nàng
Một sớm mai tôi sực tỉnh bàng hoàng
Nghe cuộc đời mình gánh chịu
Định mệnh nằm trong tay
Tôi nhận niềm đau vô lý ấy.

Thầm nhủ

Sách vở sẽ nhàu nát
Từng trang và từng trang
Khuôn mặt người có khác
Tôi vẫn sầu miên man
Tôi đi thăm buổi chiều
Nghe giọng đời mỏi mệt
Trong dáng điệu quanh co
Tế bào chừng muốn liệt
Tôi muốn giơ tay vẫy
Cành khô rũ nắng tàn
Chiều đi không ngó lại
Tôi lủi thủi lầm than
Trở về nơi trú ngụ
Hoang vu đầy hai vai
Những đêm mơ nằm ngủ
Giấc mộng đốt hình hài
Buổi mai tôi thức dậy
Ngó mặt mình đỡ quên
Tôi vẫn nhìn tôi vậy
Còn em, ai ngó em?

Trong trại cải tạo
nghe tiếng còi tàu hỏa

Bỗng dưng vẳng tiếng não lòng
Tai nghe tàu gọi mà không thấy tàu
Đến đây ngay tự buổi đầu
Chỉ mong một chuyến lên tàu về thôi
Ta về như trở lại đời
Ta về tìm lại tiếng hơi gia đình
Ta về tìm lại chính mình
Ở đây chỉ gặp bóng hình của ai
Đêm là đêm của thở dài
Ngày là ngày của kẽm gai thân tù
Tàu đi rồi, bỏ ta ư?
Đời ta chắc sẽ như "Giờ Hăm Lăm"
Thân tàn qua các trại giam
Thương chàng "Mo-Rít" lầm than tháng ngày
Hôm nay còn ở nơi này
Ngày mai biết sẽ lưu đày nơi đâu!

(Trại cải tạo ở Long Khánh 1976)

Người rừng

Chúng đưa ta khỏi ruộng đồng
Lên non tìm mãi vào từng bụi sâu
Em xa rồi, chẳng thấy đâu
Có gần, chẳng nhận ra nhau lúc này
Nhìn anh ghê gớm mặt mày
Tay cầm dao, cúi, luồn cây: Người rừng
Ở đây không vợ không chồng
Không hơi thở ấm tình thương con người
Chỉ còn xao xác lá rơi
Và âm u bóng núi đồi bủa vây
Chợt nghe chim lạ bên tai
Hoang vu tiền sử là đây khác nào!

(Yên Bái 1977)

Mai Trung Tĩnh

Mai Thảo by Khánh Trường

MIÊNG

Tên thật Võ Thị Xuân Sương. Sinh năm 1948 tại Quảng
Ngãi.
Sang Pháp năm 1982.
Tốt nghiệp Luật (Sài Gòn, 1971) và Hoa Ngữ (Pháp, 1987).
Quản đốc thư viện (Thư Viện Quốc Gia Pháp, phòng Việt
ngữ)
Giải nhất truyện ngắn do báo *Hoa Tình Thương* tổ chức năm
1972.
Đã xuất bản một tập truyện ngắn năm 1973.
Sau 1975, cộng tác với *Hợp Lưu, Thế Kỷ 21* (Hoa Kỳ), *Sóng*
(Canada) và *Diễn Đàn* (Pháp) và đã xuất bản:
- *Miêng* (Văn Mới, Hoa Kỳ, 1999)
- *Ai Thương* (Hội Nhà Văn, 2006)
- *Rượu Đêm* (Hội Nhà Văn, 2011)
- *Tuyển Tập Truyện Dịch*.

Điêu Thuyền

Chị bước đi với những bước chân chơi vơi vô hồn. Cũng không phải là lần đầu tiên trong đời hai bàn chân đong đưa chị vào nỗi u mê vô định như vậy, nhưng lần này thì quả thực là chị cứ như một chiếc lá khô để cơn gió mặc tình cuốn đi lơ lửng, ngập ngừng.

Thỉnh thoảng một bác xích lô tấp tới gần, mời "cô hai ơi xích lô cô hai". Chị đủ bình tĩnh mỉm cười đáp lễ. Cái mỉm cười của một Điêu Thuyền sắc nước hương trời nhưng chưa bao giờ làm xiêu lòng Lữ Bố – Lữ Bố của chị "A, Lữ-Bố-của-em". Chị khựng lại giữa trời Sài Gòn nắng chang chang tháng sáu, một tay đưa lên đầu, vẻ sững sờ như bất chợt vừa khám phá ra điều gì. Chị nhíu mày kêu lên, mắt reo vui:

"Thì ra là tại anh chớ ai? Anh đã cướp đi mất tiếng hát của em rồi chớ còn tại sao nữa?"

Tay tự động buông cái xách ra, chị ngồi bệt xuống đường và bắt đầu làm điệu bộ hát. Không ai nghe gì nhưng cứ nhìn chị trong tư thế đó thì người đi đường quay lại cười, bảo chị điên. Phải, chị điên. Hồi mười sáu tuổi hát văn nghệ cho xã, bạn chị cũng bảo điên hay sao mà chịu đóng nhiều màn như vậy, mất bao nhiêu ngày giờ tập dượt. Nhưng khi khán giả ra về hết, một người đàn ông đứng tuổi chờ chị trước cổng trường, bảo:

"Cháu gái, cháu có giọng ca rất hay. Nếu 'goa' mở gánh hát, cháu làm đào chánh chịu hông?"

Chị tròn mắt nhìn, không nghĩ đến chuyện trả lời. Đó là cái mộng chị vẫn nuôi từ hồi mới biết hát tập tành. Ông ta cười:

"Đừng lo, có cái cháu thiếu tập dượt kỹ 'thực' thôi. Rồi 'goa' sẽ chỉ thêm cho cháu".

Chị về mừng rỡ khoe với mẹ và cười vang vang. Mẹ bảo:

"Cái con này, cười gì mà cứ như con điên vậy. Bao giờ ổng lập gánh hát thiệt hẳng hay chớ chưa gì mà đã cỡn lên".

Ông ta là một nghệ sĩ già về vườn, và nói là làm. Gọi là gánh hát nghe cho nó sang chớ chỉ có một ông già ôm cây đờn kìm, một anh kép trẻ cũng chẳng hay ho gì hơn chị, và ông ta thôi. Tuồng Con Tấm Con Cám thì anh kép trẻ phải hóa trang thành con gái để làm đứa em độc ác hành hạ chị. Tuồng Trầu Cau thì ông già phải dồi thật nhiều phấn lấp bớt các rãnh nhăn nheo làm ông anh hoài công đi tìm người yêu và đứa em trai. Tuồng Phạm Công Cúc Hoa thì ông cạo nhẵn râu đóng vai bà mẹ, ngồi bắt chấy cho hai con trên nấm mộ của chính mình. Và tuồng Thạch Sanh Lý Thông thì ông cố vẽ cặp mắt đã sụp cho rõ to với vẻ dữ dằn đanh ác, mặc dầu chưa ai biết Lý Thông thật có bộ mặt như thế nào... Bộ bốn nương vào nhau mà sống. Hát hết đình này tới miễu nọ, nào có tốn tiền thuê rạp. Cảnh chiến trường thì bẻ vài nhánh cây vắt lên và cảnh khuê phòng thì dùng tấm chăn của ông già đã mòn rã tự muôn đời. Vậy mà cũng có người coi, cũng được thiên hạ vỗ tay và cuộc đời vẫn tiếp tục. Chị cũng tậu được mấy cái áo lụa nội hóa đủ màu, tạm thay đổi cho các vai chị đóng. Mà nào có ai đòi hỏi chi nhiều!

Họ đi gần hết các xóm làng khắp miền Nam để hát. Cũng vẫn chừng đó tuồng hát đi hát lại. Được một năm thì bạn anh kép trẻ là lính ở Huế về thăm nhà. Mấy hôm đó trời mưa tầm tã, các đường làng lầy lội nên gánh hát tạm nghỉ vì không ai đi xem. Nhưng nếu có khán giả thì diễn viên cũng không có đủ hơi sức đâu mà gào thi với gió. Anh kép trẻ rủ bạn lính đến chơi tán gẫu. Chuyện lính thì có gì để kể ngoài đời sống phong trần của một quân nhân và những trận đánh nhau. Và làm sao một chuyện tày trời như Tết Mậu Thân ở Huế mà một người lính từ đó trở về lại không lấy làm cái tin sốt dẻo nhất. Kể nhiều chuyện xong, anh lính bảo:

"Đu mẹ, tui có kể tới tháng sau thì cũng hổng tả hết cái ác độc, cái rùng rợn của tụi nó được. Mấy ông bà là nghệ sĩ thì diễn tả mới hết ý chớ tui nói thì nhằm nhò gì. Nhai đi nhai lại chi hoài ba cái tuồng cũ chán thấy mẹ!"

Phải! Phải! Hai ông kép hì hục hơn tuần lễ soạn ra một tuồng mới. Ông kép già chỉ vào mặt anh kép trẻ:

"Thằng sĩ 'guang' ngụy ác ôn kia, mày đã tới ngày đền nợ máu nhân dân rồi".

"Đồ Việt cộng khát máu..."

Nhưng ông đâu để anh nói hết lời rủa sả quân miền Bắc, ông bắn anh kép trẻ sĩ quan. Gọi là "sĩ quan" cho cái chết của anh xứng đáng với viên đạn bộ đội mà tiếng nổ là do ông đờn kìm tạo ra, chớ trên cổ áo bộ đồ lính anh bạn cho đâu có lon lá gì. Sau đó thì xác chết lăn vào trong, đội lên đầu cái mũ bộ đội đan bằng tre sơn xanh chạy ra, và cùng với người vừa giết mình xăng xái đào hố chôn tập thể hàng loạt người. Đêm đó chị bận nhiều áo, mỗi lần chạy vô là cởi bớt một lớp rồi chạy ra, như thể một người đàn bà khác đang kêu gào cảnh thân nhân mình bị nạn. Cuối cùng tóc xõa tung, ràn rụa nước mắt, chị chạy hẳn xuống đám khán giả, chạy tuốt ra khỏi cổng đình. Tiếng vỗ tay vang lên như sấm:

"Hoan hô! Hoan hô cô Diệu!"

Bẵng đi mấy năm không nghe tin tức gì của anh bạn lính. Đùng một cái, năm bảy hai anh trở về Nam. Cái hàm anh chỉ là lính quèn mà cái mạng anh lại to, to hơn rất nhiều ông tá, ông úy. Trải bao truân chuyên, anh vẫn còn đủ tay chân để chạy về thăm mẹ, thăm bè bạn xóm giềng. Anh lại kể về mùa hè đỏ lửa, về con đường Quốc lộ số 1 đầy xác người nằm tênh hênh cho ruồi nhặng đậu, về những thân thể nhầy nhụa máu me cố lê lết từng tấc đường, về những bàn chân còn sống chạy như quỷ ám, về những đứa bé đi lang thang thất thểu như những con ma Hời, về những trẻ sơ sinh ngậm hoài vú mẹ hãy còn dính trên thân thể quánh máu...

Lại một tuồng khác ra đời. Lại những lời đanh thép tàn mạt anh kép trẻ sĩ quan nhổ vào mặt ông kép già Việt cộng, và lần này thì anh ta bắn chết ông kép già. Nhưng ông kép già Việt cộng kiên trì với ý chí quyết giải phóng miền Nam, nếu chưa xong thì không chịu chết, ông đờn kìm phải tạo ba tiếng nổ chát chúa, ông mới chịu ngã gục thực sự! Kết quả là ba năm sau, chính cái anh đạp xe ba gác chở hàng ở xóm, ngày nào vẫn đi xem tuồng say sưa, vẫn vỗ tay hăng hái, bây giờ dắt anh công an khu vực từ Bắc vào, tới còng tay hai người kép hát.

"Đi, các anh vào trại mà hát với hỏng".

Người đứng xem chật ngõ. Ai đó thậm thụt nói:

"Ủa, họ có làm gì đâu, họ chỉ hát thôi mà?"

Anh công an cười gằn, giọng vẫn đều nhưng rất lạnh:

"Chỉ hát thôi chớ làm nên trò trống gì. An nhàn thế sao không muốn yên, lại hát điều bậy bạ phỉ báng cách mạng?"

Ngày ấy cũng như bây giờ, chị không khóc. Chị đã khóc quá nhiều trong các tuồng chị đóng. Chị đứng sững, mắt mở to nhưng hình như không thấy gì, hai tay đưa lên trời rồi hạ xuống, môi mím chặt. Dưới cái nắng chói chang mùa hạ, mắt chị đua với ánh mặt trời túa đom đóm vì uất, vì bất lực. Nhưng chị chỉ lặng lẽ nhìn theo, quên cả khấn Trời Phật phù hộ cho họ mau về, để đứa con trong bụng chị khi ra đời không những có cha mà còn có ông ngoại nữa.

Chị về quê với mẹ. Ngày qua ngày, túi tiền dành dụm teo đi mà bụng thì căng ra, chị vẫn một mình. Rồi thằng con trai ra đời, chị vẫn một mình, vẫn chờ đợi, chờ đợi mỏi mòn như thiếu phụ Nam Xương. Thằng nhỏ bụ bẫm một hôm nóng sốt, bà bác sĩ trưởng trạm y tế ngoài Bắc vào, bảo nó bị lao. Bà chích cho nó hai ngày hai mũi thuốc, vào hai cái mông da mỏng như giấy quyến. Ba tháng sau chị tê dại nhận thấy cặp chân con mình cứ teo tóp ngày một ngày hai...

Ông đờn kìm tới tìm chị:

"Diệu à, hay là chú cháu mình ra chợ, tao đờn mày ca kiếm 'tiềng'".

Chị không hát nổi. Chị không quen hát một mình. Với lại giọng chị như cứ lạc đi, không ăn nhịp nữa. Chị mua bộ bài ra ngồi kế túp lều người bạn hàng xén ngoài chợ, bói cho người ta. Những ngày mưa gió không hát, ông kép già thường bày chị cách bói:

"Cứ con rô là có 'tinh' tức, 'tinh dzui' hay 'buồng' còn 'tì' con gì đi theo. Con bích là cầm chắc trong tay 'chiệng' rắc rối 'buồng phiền'. Con 'chuồng' là 'tiềng' mới 'dzô' hay sắp 'dzô'. Cứ nói sắp 'dzô' cho bà con sướng. Họ có nói 'dzô' rồi thì nói nó còn lấp ló ngoài cửa, chờ 'dzô' nữa. Còn con cơ thì do chữ Tây mà ra, là con tim, là có 'chiệng' yêu đương tình cảm gì đây".

Rồi ông cười khà khà:

"Bói cho ai, tao cứ trông 'mặc' mà 'bắc' hình dong, 'mừ' lần chắc mẫm hết 'chính'. Hồi đó trong 'đàng', ngay cả ông bà bầu cũng 'tinh gỏe' tao bói. Mẹ, cái thời 'dzàng' son 'thiệc'!"

Nhờ ông truyền cái "thời-dzàng-son" đó, nên chị cũng đủ nuôi con qua ngày. Nhưng chẳng bao lâu thì công an lại cấm, bảo chị gieo rắc mê tín dị đoan, nếu còn tiếp tục thì sẽ bắt đi cải tạo, cạo rửa cho sạch cái đầu u mê nhớp nhúa đi. Chị đành gởi thằng bé nhờ bà ngoại trông nom, lên Sài Gòn đất rộng mênh mông không ai kiểm soát xuể thì hy vọng có thể sống bằng cái nghề này được...

Chị quỳ xuống trước mặt Lữ Bố. Bàn tay mặt cầm ly rượu với ngón út cong lên như một cánh ngọc lan. Tay chị từ từ nâng ly rượu lên khỏi đầu một chút – cánh tay không được thẳng, phải giữ dáng điệu cái gì cũng cong cong, thật mềm mại, thật đàn bà, thật ỡm ờ, thật gợi cảm, thật quyến rũ và thật đài các. Tay trái theo câu hát vẽ thành một nửa vòng tròn, từ dưới đưa lên rồi dừng lại kề bàn tay mặt, trong tư thế dâng rượu bằng cả hai tay, trang trọng, phục tùng. Đôi mắt mà cách hóa trang làm cho thêm to, thêm xếch, thêm tình tứ đẩy đưa thì chị liếc xéo Lữ Bố, vừa lẳng lơ, vừa âu yếm, vừa ra vẻ e ấp thẹn thùng.

Bao nhiêu tuồng chị đã diễn rồi, bao nhiêu vai tiểu thư công chúa chị đã thủ rồi, nhưng chỉ có màn này, màn Lữ Bố Hí Điêu Thuyền, là chị ăn ý nhất. Chị đóng vai đó nổi bật, tuyệt vời, cực kỳ thành công và mãn nguyện. Chị sống trong Điêu Thuyền và là Điêu Thuyền, để chuốc rượu nồng cho Lữ Bố. Chị cũng thích tiểu thư My Nương, ẻo lả trong căn bịnh tương tư để khi gặp Trương Chi thì vỡ mộng và truyền bịnh lại cho chàng chèo đò khốn khổ ấy. Chị cũng thích công chúa My Châu, trong đêm thướt tha chạy với cái áo choàng trắng trong suốt như tơ trời, với mái tóc xổ tung, khi gặp vua cha thì nũng nịu nói dỗi "Con tìm phụ vương đi nơi nơi. Vì sao cha yêu trán hoen sầu? Phải chăng vì thành xây không..." Ồ, chị không mê lắm. Chị đã rứt hết lông ngỗng trên chiếc áo ngự hàn để đánh dấu đường đi cho Trọng Thủy, nhưng hình như chàng tìm không ra, vì chị không gặp... Chị không gặp anh ấy ở đâu cả, trừ ở Lữ Bố Hí Điêu Thuyền...

Người đi đường bắt đầu để ý chị. Họ dìu chị vào ngồi dưới bóng râm và nói với nhau:

"Tội nghiệp, bây giờ sao lắm người quẫn trí quá!"

Chị gật đầu, đưa tay sờ soạng vừa tìm vừa hỏi:

"Bà coi chuyện gì?"

Người ta nhìn nhau ái ngại. Chị nhớ rồi, cặp vợ chồng ấy sang trọng và anh chồng thì cực kỳ ít nói. Khi quẻ bài lật ra, chị nhìn họ chăm chú, không biết nói gì vì nó lạ quá. Ai tới chị bói bài cũng với một ước mơ giản dị là "đi xa", coi cho biết có được tới nơi tới chốn bình yên không. Cứ như một cơn sốt đi. Ai cũng muốn, ai cũng liều, cầm bằng như đánh cá mạng người. Nhiều người cũng vì đi mà sạt nghiệp trắng tay. Nhiều người cũng vì đi mà gia đình tan nát. Nhiều người cũng vì đi mà làm mồi cho cá biển. Nhiều người cũng vì đi mà đem thân làm nô lệ xứ người... Rồi họ lọc lừa gạt gẫm nhau, táng tận. Ban đầu thì gạt người dưng, rồi tới gạt người quen và cuối cùng thì gạt người thân. Ai vẫn thường nói người Việt Nam ta không có thói quen đi xa, không bao giờ muốn rời khỏi lũy tre làng?

Nhưng cặp này không coi để đi xa. Chị thấy chung quanh anh có rất nhiều bạn bè, nhưng lúc nào lật ra cũng có con xì bích. "Con bích là cầm chắc trong tay *chiệng* rắc rối *buồng phiền*". Chị nói:

"Hôm nay bài không lên. Thôi mời ông bà bữa khác trở lại".

Người ta lại nhìn nhau, lại bàn tán không biết có nên đưa chị đi nhà thương không. Vài người lắc đầu vẻ thương hại, bỏ đi. Cặp vợ chồng sang trọng ấy cũng bỏ đi. Họ vừa tới cửa, không biết cái gì xúi giục, chị bỗng dưng cất giọng:

"Đờn kêu tích tịch tình tang, Ai đem công chúa lên thang mà 'dzìa'!"

Lạ! Chị giật mình vì cái ngân nga của chính giọng mình. Vậy mà bao lâu nay chị cất tiếng không lên! Hai vợ chồng kia cùng quay lại. Rồi chị theo họ, ông bà bầu một gánh hát lớn ở Sài Gòn. Và từ đó, chị sống đổi đời, không thấp thỏm nay tới căn gác này mai đi gác nọ để trốn công an vì mang tội gieo rắc mê tín dị đoan nữa.

Chị tập dượt chăm chỉ, hết lòng. Buổi trình diễn đầu tiên run lập cập từ đầu đến chân bởi chị chỉ quen với bầu không khí thoáng giữa trời ở sân đình sân miễu, với tiếng ồn ào la ó của đám con nít. Bây giờ thì sân khấu thênh thang nhưng kín bưng và khán giả im phắc, nghiêm chỉnh đợi chờ. Khi tấm màn nhung đỏ sẫm trịnh trọng kéo lên, chị khép nhẹ mi, tự nhủ thầm không thể lùi lại phía sau. Trước mặt chị không phải nét mặt thuần hậu lo âu của bà mẹ tiểu thư Mỵ Nương, mà là khuôn mặt võ vàng của mẹ già chờ từng ngày những đồng bạc chị gởi về.

Mỵ Nương uyển chuyển như sương khói, hờ hững trễ tràng như mây trời, mềm mại tươi thắm như nụ hoa vừa nở, ẻo lả thướt tha trong chiếc áo lụa màu xanh đến ngồi ở cửa sổ chờ nghe tiếng hát Trương Chi. Cô gái hầu sửa lại cái trâm trên tóc nàng và quạt nhẹ cho nàng – nhẹ tới nỗi cứ như thể nếu quạt mạnh hơn sẽ làm bay mất Mỵ Nương. Mi nàng hơi sụp xuống, che giấu ánh mắt u buồn như đêm đông. Hai tay nàng mềm nhũn và nuột nà như những cọng bún, e *ấp* ôm lấy hai vai như thể muốn níu giữ chính mình. Rồi mông lung nhìn qua cửa sổ là đám đông khán giả, nàng cất tiếng than não nùng, day dứt buồn và truyền cảm đến rợn người... Nếu quả thật nỗi buồn là vẻ đẹp sang cả nhất mà Hóa Công chỉ dành riêng cho người đàn bà, thì rõ ràng mối u tình của Mỵ Nương đã được bộc lộ một cách cực kỳ quý phái, làm não lòng người. Tiếng vỗ tay vang lên sấm nổ. Và từ đó, tai chị quen với những lời ca tụng. Từ đó, mắt chị quen nhìn tên mình viết trên áp phích dán nhan nhản khắp các con đường.

Ông bầu vẫn luôn luôn ít nói. Nếu có dịp mở miệng ra thì anh luôn luôn kèm theo một câu "thà chết trẻ hơn sống già vô ích". Và anh có biệt danh là ông "thà chết trẻ". Ngoài những lúc đóng tuồng, anh có một cuộc sống khép kín hoàn toàn. Vãn hát là anh cùng vợ ra về ngay, có khi đi vội vã với cả phấn son hóa trang của Trương Chi hay Lữ Bố. Với chị, anh giữ một khoảng cách đúng mực giữa một người đàn ông và người đàn bà, giữa một nữ diễn viên và ông chủ. Gặp nhau anh chỉ mỉm cười, chào thật ngắn rồi thôi, như thể họ chưa bao giờ quen nhau, chưa bao giờ chị là Điêu Thuyền ngồi trên đùi anh là Lữ Bố. Bà chủ bầu thì lúc nào cũng bặt thiệp, duyên dáng và tốt bụng với tất cả mọi người. Bà quán xuyến hết mọi việc, từ việc trả lương cho diễn viên, người làm, tới việc ra hầu tòa như có lần anh hề làm reo đòi tăng lương không thì anh nghỉ. Bà thản nhiên thay thế màn hề bằng màn tân nhạc. Anh hề mất việc khơi khơi, kiện. Ra tòa, bà bầu bình tĩnh và nền nã đoan trang như một mệnh phụ, nhìn thẳng vào ông chánh án, mỉm cười:

"Tôi phận đàn bà mà nếu không cứng rắn thì mạnh ai nấy làm reo, làm sao tôi điều khiển nổi một gánh hát cả ba bốn chục người?"

"Nhưng rồi một lần, chỉ một lần thôi mà sẽ đánh dấu trong em trọn đời. Lữ Bố đưa quạt lên che cho quan Tư Đồ không thấy là chàng đang âu yếm hôn Điêu Thuyền. Mặt anh kề sát mặt em, mắt anh mỉm cười. Em hoảng hốt tự hỏi làm sao lại có thể gần nhau đến vậy. Và tâm hồn em như giãn ra, cái kỳ diệu ấy thâm lịm vào người. Em nhắm mắt lại, giữ hoài hình ảnh đôi mắt anh cười thật sát bên em. Mắt anh nói quá chừng làm em bối rối không hiểu hết thứ ngôn ngữ riêng tư của nó– một thứ ngôn ngữ kín đáo, đằm thắm, nồng nàn. Nó reo vui trong mắt anh làm em nín thở, chìm đắm trong nỗi u mê ngan ngát tuyệt vời. Anh gần em quá, gần em quá chừng. Không gì có thể gần hơn như vậy nữa. Nó vừa làm em sợ, vừa làm em hân hoan vô tả. Một mùi hạnh phúc tinh thần làm em nao lòng. Hình như trái đất ngừng quay, sao em choáng váng. Hình như vũ trụ ngừng thở, nên em như chết ngộp. Lúc đó em quên hết đất trời. Em cũng quên mất hình ảnh tiều tụy của mẹ vừa nhóm lửa vừa trông chừng thằng cháu ngoại lê lết dưới sàn. Em cũng quên mất là nó không bao giờ bước đi được với đôi chân tàn tật".

"Lại làm bộ điệu như đang đóng tuồng. Bà con có nghe cổ hát gì không? Sao cổ nói thì ra tiếng mà hát thì lại không ra? Nè cô, cô muốn nói cái gì?"

"Em muốn nói cái gì? **Về** chuyện gì kia? **Về** chuyện cái đêm kinh hoàng người tài xế của anh hớt hải trở lại rạp, báo tin cho cả đoàn biết là anh vừa bị công an bắn hạ? Họ nói khám phá trong nhà anh chị có vũ khí và truyền đơn chống chính quyền. Chống chính quyền! Anh ơi, nghe ghê gớm quá. Anh có làm chuyện đó thật sao? Nhưng anh chống cự làm gì cho họ bắn anh tức tưởi như vậy chớ?"

"Nè cô, nhà cô ở đâu để tui đưa cô về giùm?"

A, chị nhớ ra rồi. Nhà chị ở rạp hát. Nhưng ngay cái đêm hãi hùng ấy thì mọi thứ đều bị niêm phong. Bà chủ vào tù. Thế là mảnh đời riêng tư của họ đã gắn liền với số phận chung của bao sinh mạng. Đoàn hát tan rã, mỗi người một nơi, nín thở, nghe ngóng. Đám tang của ông bầu bị cấm tổ chức rình rang, nhưng mấy ông bà nghệ sĩ mà, cứ họ chường mặt ra đường là cả khối người mê hát đi theo. Thành ra thiên hạ vì lòng ái mộ và tò mò đi theo người chết đã đông, đi theo xem người sống còn đông hơn nữa. Có nhiều người sụt sùi. Xe tang cứ nhích từng bước. Nhiều con đường tắc nghẽn. Nhân đám tang này, người ta xầm xì bàn tán về cái chết nữ nghệ sĩ Thanh Nga trước đó không lâu.

Rồi bà bầu một đoàn khác mời chị, đầu tiên là Lữ Bố Hí Điêu Thuyền. Cũng hay, đời chị lúc nào cũng có người mời đóng tuồng. Hai tay nâng ly rượu lên ngang mày, giọng chị thánh thốt ngân nga:

"Trước kính dâng một chén tửu hoàng, xin miễn chấp phận hèn bồ liễu..."

Chữ "trước kính" chị lên thật cao, sau đó giọng xuống

dần và tới chữ "hoàng" thì phải xuống thật thấp. Chữ "chấp" chị lại lên thật cao để chữ "hèn bồ" xuống thấp rồi giọng lại rướn cao lên ở chữ "liễu" với giọng rung rung kéo dài như vô tận.

Nhưng hình như còn tệ hơn mấy hôm dượt thử với anh kép đoàn này, bởi dù với tất cả điêu luyện hồi giờ, giọng chị vẫn không thoát ra khỏi cổ. Chị chỉ nghe loáng thoáng một vài tiếng đứt quãng. Lữ Bố và Quan Tư Đồ đều trợn mắt nhìn chị, họ che quạt nhíu mày bảo chị hát to lên. Chị lại hát, vận hết sức mình. Họ lại nhăn mặt. Một tiếng huýt sáo. Rồi nhiều tiếng huýt sáo vang lên từ phía khán giả. Tấm màn nhung bàng hoàng hạ xuống. Tiếng la nho nhỏ, tiếng chân chạy tới gần kéo chị đứng lên. Chỉ còn như là một cái xác, chị ngẩn ngơ không hiểu chuyện gì đã xảy ra.

"Bởi vì anh ơi, người Lữ Bố mới đó không phải là anh. Có cái gì trong em nó chối từ những ve vuốt ấy. Đôi mắt anh ta cũng nhìn sát bên em nhưng không cười, nó câm nín, vô hồn, em không nghe một lời nào và em dửng dưng không có một xúc cảm nào.

Nhưng em đâu biết mình đón nhận cái nhìn đó nơi anh lần đầu tiên và cũng là lần cuối cùng? Vãn tuồng, trong khi anh ra về vội vã hơn mọi ngày thì em vẫn ngồi uể oải bên cánh gà, nhìn mông lung xuống rạp vắng teo. Từng hàng lưng ghế cứ như những tấm bia mộ lạnh lẽo chạy dài, chạy dài ra mãi. Rạp hát thênh thang buồn như nghĩa trang. Em ngồi đó, lặng lẽ nâng niu ánh mắt cười của anh, nó mới mẻ quá làm em vẫn còn choáng váng, nó thân ái quá làm em lịm người, nó đẹp quá làm em sững sờ. Và anh ơi, nó là của anh dành cho em, cho riêng em thôi!

Chợt một nỗi phiền muộn không tên, một nỗi bồn chồn vô cớ, một cảm giác hụt hẫng ngột ngạt xen lẫn với niềm hạnh phúc đứt quãng xâm chiếm em. Em vẫn còn trong bộ áo

Điêu Thuyền. Rồi em nghe cái tin khủng khiếp ấy. Vậy em là Điêu Thuyền nhận hạnh phúc và bất hạnh từ anh. Đầu óc em ráo hoảnh, đặc cứng trước hung tin đó. Em không tin vào tai mình, em không tin chú tài xế của anh, em không tin ai cả, nhưng em biết là anh thực sự xa em nghìn trùng. Những quẻ bài sau này bói một mình cho anh, nghĩ tới anh, em thấy có một chiếc quan tài... Vậy mà trong đầu óc chằng chịt buồn phiền, chưa bao giờ em có ý nghĩ là một ngày nào đó, trên cõi đời này lại không còn có anh, và như vậy thì cũng không còn có em nữa – bởi vì làm sao người ta sống mà không có tình yêu tiếp sức? Thà chết trẻ...

Thiên hạ rầm rập chạy tới bên em. Có người la lên giựt tóc mai cho cổ tỉnh. Ba, chạy đi lấy cho chị hộp cù là. Họ muốn lột quần áo em ra, em rán thều thào đừng... đừng... để Điêu... ơ thì Điêu "Thiềng" điêu bè gì cũng được, mà cũng phải cởi bớt ra ở cổ cho dễ thở chớ, hổng thấy đang xỉu hay sao. Em muốn gượng ngồi dậy, muốn nói là em đâu có xỉu. Việc gì mà xỉu? Chỉ tại trên tóc Điêu Thuyền đủ thứ trâm cài lược vắt làm đầu em nặng quá chao đi, chao đi... Anh ơi, đầu em nặng quá, nặng quá, em không chịu nổi sức nặng... không chịu nổi...

Không biết sau khi mắc kế liên hoàn của quan Tư Đồ, cuộc đời Lữ Bố ra sao. Còn anh thì đã bỏ em rồi, bỏ em mãi mãi. Anh thật xa, thật xa, xa em quá chừng – nhưng ánh mắt anh ở lại, vẫn còn đó, vẫn theo em ngọt ngào. Nó sẽ theo em hoài hoài, khi em cười hay khi em khóc, trên sân khấu đời cũng như sân khấu tuồng, ôi kỳ diệu thay là cái cười của mắt!

Bây giờ thì ngồi sát lại em thêm chút nữa đi anh, và nhìn em, và cười với em nữa đi... Đó, như vậy, để em dâng cho Lữ Bố của em một ly rượu nồng. Đây, uống đi anh, uống cho hạnh phúc ngắn ngủi của em, uống cho nỗi buồn trầm mặc của em. Và uống đi anh, cho những giọt yêu đương hiếm muộn như những giọt cam lồ nuôi em bớt khổ ải nhọc nhằn với cuộc đời còn lại..."

Người tò mò đứng xem càng lúc càng đông. Nhiều xe hơi cũng dừng lại làm giao thông bị nghẽn một khúc đường. Chị mỉm cười nhìn mọi người – nụ cười của một Điêu Thuyền sắc nước hương trời. Và chị quỳ xuống, tay phải làm như cầm ly rượu, với ngón út cong lên như cánh ngọc lan, tay trái vẽ một nửa vòng tròn từ dưới đưa lên rồi tựa kề tay mặt. Mắt chị lim dim mơ màng và liếc xéo đưa tình, chị cất tiếng lên – và lạ chưa, người ta nghe giọng chị ngân nga lảnh lót, truyền cảm đến rợn người:

"Trước kính dâng một chén tửu hoàng, xin miễn chấp phận hèn bồ liễu..."

Bỗng người đứng xem kêu lên:

"Trời ơi Điêu Thuyền chớ ai! Nữ nghệ sĩ Diệu Lan chớ ai!"

Vài người ứa nước mắt:

"Trời cao đất dày ơi, sao cổ lại nên nông nổi này trời?"

Và không hẹn, mọi người đồng thanh kêu lên một lượt:

"Điêu Thuyền! Điêu Thuyền!"

Chị nhìn lên ngơ ngác, thức dậy sau một cơn mơ. Nắng Sài Gòn chang chang tháng sáu bỗng tối sầm lại, vài giọt thánh thót rơi, ban đầu còn ngập ngừng rồi bỗng túa ào ra. Nhưng không phải trời mưa. Mà là Điêu Thuyền bật khóc.

Paris, Juillet 1994
Miêng

MINH ĐỨC HOÀI TRINH

Bà tên thật Võ Thị Hoài Trinh, sinh ngày 15-10-1930 tại Huế. Du học và sống cùng làm việc nhiều năm ở Pháp, từ 1982 định cư ở Hoa Kỳ và mất ở Nam California ngày 9-6-2017.

Minh Đức là bút hiệu ban đầu trên *Vui Sống* (1959) của Bình Nguyên Lộc, là tờ tuần báo có sự cộng tác đông đảo của các nhà văn nữ. Văn Minh Đức thời đầu trên báo nhẹ nhàng, khác hẳn với Minh Đức Hoài Trinh của *Sám Hối, Đàn Bà Đàn Ông*,... và cũng khác hẳn với Minh Đức Hoài Trinh của *Chiếm Lại Quê Hương, Bài Thơ Cho Quê Hương, Bên Ni Bên Tê* sau đó – thời bà cộng tác với nhiều tạp chí Việt cũng như Anh, Pháp: Messages d`Extrême-Orient,...

Ngoài nghề nghiệp phóng viên cho các cơ quan thông tấn Pháp và Việt Nam, thời trước và sau 1975, bà còn chủ trương tờ *Hồn Việt Nam* mà số 1 ra ngày 15-10-1975, ở Paris (Pháp).

Bà là người có công đầu "vực dậy" Hội Văn Bút Việt Nam Hải Ngoại: Đại hội Văn Bút Quốc Tế (PEN International) kỳ 44 năm 1979 tại Rio de Janeiro đã công nhận Trung Tâm Văn Bút Việt Nam Hải Ngoại là hội viên Văn Bút Quốc Tế.

Tác phẩm đã xuất bản thời hải ngoại:

- *Chiếm Lại Quê Hương* (Le miracle de l'épée: kịch thơ song ngữ Pháp-Việt; Bruxelles: Thanh Long, 1976, tái bản 1984)

- *Giòng Mưa Trích Lịch* (Bruxelles: Thanh Long; Paris: Hồn Việt Nam, 1977)

- *Bên Ni, Bên Tê* (truyện dài; Los Angeles CA: Nguyễn Quang, 1985)

- *Niệm Thư* (2 tập; Los Angeles CA: Nguyễn Quang, 1985 & 1987)

- *Hai Gốc Cây* (truyện dài; Bruxelles: Thanh Long, 1985)

- *Bất Đáo Trường Thành Phi Hảo Hán* (Los Angeles CA: Nguyễn Quang, 1990; tập 2 tựa *Ngõ Trúc* (1997))

- *Biển Nghiệp* (tập truyện; Los Angeles CA: Nguyễn Quang, 1990).

- *Thơ* (Los Angeles CA: Nguyễn Quang, 1997).

Bên ni, bên tê
(trích truyện dài)

- Bụi dậy chưa? Gà gáy từ khi hồi tới chừ mấy lần rồi đó, nghe không hay là điếc?

Giọng người mẹ nằm ở bên góc nhà nói vọng sang, cố ý bắt đứa con gái phải nghe, phải thức giấc, dầu biết hắn còn muốn ngủ. Không được, ngủ như thế là nhiều lắm rồi, nhà nghèo, hoàn cảnh không cho phép.

Có con để mà nhờ cậy, mà sai bảo, đó là quan niệm chung của nhà nghèo, con cái là cái vốn của mình. Tất cả mọi người đều nghĩ như thế, phải như thế mới đúng cương thường đạo lý, như thế là báo hiếu, mình đã báo hiếu cho cha mẹ thì bây giờ con cái cũng phải báo hiếu lại, có thế thôi, chẳng nên thay đổi.

Gọi xong, người mẹ yên tâm nằm chờ đợi, đợi nghe cái giường tre lên tiếng cót két. Tấm thân tròn, lẵn chắc ấy mà trở mình, bẻ xương sống thì cái giường cũng rên rỉ theo. Không phải thứ âm thanh vật chất của loại giường Hồng Kông sang trọng, của những kẻ ăn chơi, mà là tiếng kêu của cái giường tre long mộng, gãy vạc, vứt ra đường cũng chẳng ai thèm nhặt về. Thêm vào cái thân hình vật voi của đứa con gái mười bảy, và cái thói quen đài các, trăn qua trở lại mấy chục lần rồi mới chịu ngồi dậy. Người ta dậy là vùng dậy, con gái mụ không thể, người mẹ biết cái tính xấu ấy của con gái mình nên sáng nào cũng phải thức để canh chừng. Lạ nhất là cái giường ấy vẫn chưa chịu gãy.

Chờ mãi chẳng nghe tiếng giường kêu, người mẹ lên giọng gọi to hơn ban nãy.

- Bụi!

- Chi mạ...

- Dậy chưa? Hay không tề!

- Dạ...

Giọng người mẹ vượt hẳn tầm không gian của một ngôi nhà nhỏ bé, bốn bức tường đất, với hai tấm mái tranh che đơn sơ ở bên trên. Buổi sáng mờ hơi sương, chưa một âm thanh nào thức giấc để phá rối sự yên tĩnh. Giọng quát của người mẹ làm Bụi giật mình, hết dám ngủ gắng. Đứa con gái lên tiếng phân trần, nhà nghèo chỉ hơn được nhà giàu ở cái điểm dân chủ ấy. Con nói với cha mẹ không phải e dè, thưa bẩm, như trong các gia đình quan liêu trưởng giả. Hẳn vì nhờ ở sự phân công rõ rệt, lớn bé đều có bổn phận của mình, chẳng ai ăn bám vào ai một cách tuyệt đối, ngoại trừ những đứa trẻ con, còn cần sự bồng ẩm.

- Còn sớm, con gà bên nớ khi mô cũng gáy trước nhà người ta. Không biết hắn ăn nhằm cái chi, bữa mô tui bắt, tui móc họng hắn ra coi thử... dễ ghét!

- Bộ ngủ cả đêm chưa chán răng mà nói còn cãi, con gái lớn rồi mà hư...

- Cả đêm mô mà cả đêm, khi hôm xay lúa cho ông Quản tới khuya.

Bụi bực mình giải thích rồi trở mình ra phía song cửa, nhìn kỹ xem bên ngoài có thật là trời sáng chưa, hay lỗi tại con gà gáy vội.

Tuy mấy tấm liếp đã được hạ xuống gài kỹ bằng một cái đòn tre, xỏ qua hai vòng thép cho gió sương khỏi hắt vào nhà, nhưng hai bên liếp có khe hở rộng, đủ chào đón cả ánh sáng lẫn gió sương. Mùa đông vẫn đủ chào đón cả ánh sáng lẫn gió sương. Mùa đông vẫn đủ lùa vào những làn gió lạnh, và mùa hè, những tia nắng chói của mặt trời.

Bên ngoài mờ mờ. Chưa biết rõ đó là ánh sáng gì, nhưng tính bướng bỉnh, Bụi vẫn nhất định cho đó là ánh sáng trăng. Đứa con gái lẩm nhẩm tính xem trăng đêm hôm qua mọc hồi mấy giờ.

Mười tám nám bếp trấu
Mười chín nín hông xôi
Hai mươi tuất rốt
Hăm mốt nửa đêm...

Tuất rốt là cuối giờ tuất, rõ ràng, lúc ấy Bụi chưa sàng xong thúng lúa cuối. Tắt đèn đi ngủ mà ánh trăng mới ở dưới thân tre, chưa qua khỏi ngọn. Giờ nớ mà trăng chưa qua khỏi ngọn thì chừ trăng đứng ngay giữa trời, sáng bừng là phải. Con gà ngủ no mắt thức dậy, thấy trời sáng là gáy, có biết ngày giờ chi.

Như thế thì Bụi còn có quyền nằm thêm một lúc nữa. Nhưng, trót tận dụng tất cả trí óc để tự bào chữa nên đứa con gái hết thấy buồn ngủ, mắt không còn cay nữa, hay là trời sáng thật rồi cũng nên.

Nhưng không buồn ngủ là một chuyện. Ở đời có gì sung sướng hơn là buổi sáng thức giấc rồi mà vẫn còn được nằm nán lại trên giường, nằm cho đến bao giờ hết thèm, giống như cuộc sống của các cô gái nhà giàu.

Đây là một trong những tật xấu của Bụi, mụ thợ nề biết từ khi hắn mới lên ba lên bốn tuổi, mụ cho đó là cái bệnh tiểu thư đài các, không thể có trong một gia đình nhà nghèo. Mụ cố sức hò hét la rầy cho đứa con gái phải chừa đi, nhưng trái lại, càng nghe mẹ bảo đây là cái bệnh của các cô tiểu thư, Bụi lại càng thích thú. Giá được sinh vào một gia đình quan sang thật sự để được mọi người gọi mình bằng tiểu thư, chắc Bụi sẽ mãn nguyện, chẳng cầu mong gì hơn. Mụ thợ nề không cần phải chửi mắng, Bụi cũng biết rõ cái thân phận của mình, đã là con nhà thợ nề mà lại mồ côi, phải tự nuôi lấy thân, nuôi thêm cả mấy đứa em chứ không được sống bằng số tiền trộn hồ xây gạch, mồ hôi nước mắt của người cha mỗi ngày.

Sáng nào cũng giống nhau, từ độ biết khôn, trên giường bước xuống là nghe tiếng ủn ỉn của lũ lợn đòi rong đòi cám. Vừa kêu vừa cựa quậy đào bới, làm xông lên nồng nặc mùi phân của chúng từ trong chuồng bay ra.

Để phụ họa với lũ heo, còn tiếng khóc lè nhè của thằng cu nhỏ và tiếng ngáp dài, ngáp ngắn, chờ ăn của mấy đứa lớn.

Bằm xong, xắt chuối, nấu ăn, giặt rửa quét dọn, vớt bèo, gánh nước, có ai gọi công thì đi cấy, đi gặt, hoặc tát cá, ngoài ra còn xay lúa, giã gạo thuê, để lấy chỗ cám rẻ về cho lũ lợn.

Công việc quanh quẩn của Bụi chỉ có thế mà không bao giờ xong. Ngày quá ngắn và đêm cũng quá ngắn đối với đứa con gái ấy...

Gia đình ngày nay gồm có một người mẹ với năm đứa con, nhưng bốn đứa em nhỏ chỉ là bốn miệng ăn vô ích. Chưa đứa nào làm ra tiền, sự góp công của chúng nó chỉ đỡ đần tí chút, rửa chậu bát, quét cái sân, chứ những tờ giấy bạc, hay những đồng tiền kiếm được vẫn chỉ là do sức lực của Bụi và của người mẹ.

Đứa con gái nào ở hoàn cảnh Bụi, vào tuổi Bụi mà không có lúc chán nản, không mong chờ một sự thay đổi, mặc dầu chẳng biết để làm sao thay đổi được.

Cuộc sống tiểu thư của Bụi thường mang máng hình dung ra đây, là hình ảnh cuộc sống của hai cô gái nhà ông quận trưởng, lộng lẫy, xinh đẹp, ngồi trong chiếc xe màu vàng có tài xế lái. Mỗi khi xe chạy vụt qua làng, ngang trên đường cái quan mà Bụi trông thấy, là dẫu đang gánh nặng đến mấy cũng đứng ngẩn ra nhìn theo cho đến khi bóng xe vùn vụt, mịt mù, để lại đằng sau những lớp khói bụi tung trời.

Bụi chỉ còn một cách là tự tạo cho mình cái vai trò tiểu thư giàu sang ấy vào lúc mới thức giấc. Lúc tâm sự còn chơi vơi, chưa phân biệt đâu là mộng của đêm qua, và đâu là hiện tại, thực tế, lúc công việc hằng ngày chưa đến làm rối loạn đầu óc.

Giờ phút trăn qua trở lại trên giường, hoặc nằm yên lặng mở mắt nhìn mấy cái rui, cái mè, cái đòn tay bị máng nhện phủ chồng chất lên nhau, vẫn là những phút thần tiên nhất. Tha hồ nghĩ vẩn vơ, tha hồ xây mộng, nhà lầu xe hơi, lấy chồng, đám cưới. Giờ phút bổ khỏe nhất trong một ngày. Thiếu đi những giờ phút ấy thì làm sao Bụi có đủ can đảm mà tiếp tục, mà sống. Mẹ có mắng chửi cũng chỉ mất thì giờ, mỏi miệng, long hàm mà thôi.

Đang lơ mơ, Bụi bỗng giật mình vì tiếng chó tru, dài nghe nổi da gà, rởn tóc gáy. Mỗi khi đang đi ngoài đường, nhất là vào lúc chập tối, mà nghe tiếng tru ấy thì chỉ muốn chạy nhanh về nhà, trùm chăn, đóng chặt cửa, nhét tai. Tiếng tru thê thiết của con Mực nhà mụ Lú bán bún, ở cách một con đường mòn, bên trên một khoảng vườn khá rộng, mà nghe tưởng như cách chỉ một lớp dậu thưa.

Bụi định đưa tay lên kéo chiếu trùm kín đầu, nhưng lại thôi, biết rằng mình không có quyền nằm rán nữa. Nằm tới giờ phút này là đã quá lắm.

Lũ gà trong xóm đã thi nhau phành phạch đập cánh, gáy trước, gáy sau, như muốn bắt cả làng phải dậy. Ngay đến con gà của Lý là con Bùng Binh, vốn lười biếng, lúc nào cũng gáy sau mấy con gà khác mà cũng đã lên tiếng. Bụi thường nói đùa, bảo con Bùng Binh cũng lười, cũng bất cần đời giống Lý. Đặt con gà tên Bùng Binh vì xem nó như cái bùng binh, nuôi đến Tết mới bán lấy tiền sắm quần áo. Con gà này cũng vừa hùng dũng cất tiếng gáy thêm một lần nữa, nghe như tiếng còi thúc quân.

Bụi vừa cuộn chiếc chiếu xếp vào góc giường vừa càu nhàu, nhưng tại sao trong lòng Bụi cảm thấy vui vui. Có nhiều lý do làm hắn vui mà hắn không dám nhận, hay là chưa ý thức được rõ rệt.

- Đồ chó bệnh hoạn, chó mắc toi chi mô, đầu thai lầm chỗ chắc, răng mà không giết quách, hóa kiếp cho rồi.

- Nói vô duyên, người ta mang tội sát sinh...

Mụ thợ nề trả lời giải thích. Cả hai mẹ con và khắp cả xóm đều không ai đồng ý, tin rằng chó hay tru là thứ chó đầu thai lầm kiếp, nên giải thoát cho nó, để nó còn được đi tìm kiếp khác, đúng với phần số của nó. Mụ Lú bán bún lại nghĩ khác, mụ nhất định không giết con Mực, ngay cả sự đem bán rẻ cho nhà bà Bắc lợp nón, hay ăn thịt chó, mụ cũng không chịu. Theo sự hiểu biết, tin tưởng của mụ Lú thì trong các thứ sát sinh, tội nặng nhất là sát trâu, chó và ngựa, ba con vật gần người nhất. Mụ Lú còn tin rằng, sau này khi chết, lúc đi qua cầu, lối vào âm phủ, ai đã từng giết chó, ăn thịt chó, thì sẽ bị lũ chó ấy đứng trên bờ mà sủa cho rơi xuống sông. Bên dưới sông là cả một lũ thuồng luồng đói đang nhe răng chờ mồi. Hết đầu thai kiếp khác.

- Sợ mình mang tội mà bắt cả xóm nổi da gà hoài, tưởng mô rứa thì khỏi mang tội chắc?

Bụi nói cho hả giận chứ sự thực nó cũng chẳng biết tội lỗi là thế nào, và nếu làm tội thì phải chịu những hình phạt gì, ai phạt. Tại cái tính nó nhát lại giàu tưởng tượng, mỗi lần nghe tiếng con chó ấy tru trong đêm khuya là đầu óc nó hình dung ra ngày từng đàn ma quái, từ đâu hiện về, dắt tay nhau đi kiếm chỗ ăn, chỗ ở.

Theo sự tưởng tượng của Bụi, và lũ bạn trong xóm thì nước Việt Nam, đánh nhau từ mấy chục năm nay, tức thị phải có hàng trăm nghìn con ma chết trẻ, chết oan, chết chưa phải số, không có chỗ đầu thai. Nào ma Pháp, ma thuộc địa của Pháp, sau nầy còn ma Đồng Minh, ma Hoa Kỳ, ai chết đâu thì làm ma ở đó. Không sợ sao được, mỗi khi nghĩ đến, đấy là chưa nói đến ma đồng bào ba miền Nam, Trung, Bắc, thêm với ma Mọi, ma Mường, đếm sao cho hết.

Một phần khác, Bụi ghét mụ Lú vì mụ là thứ đạo đức giả. Mở miệng toàn là nói chuyện tu hành, ra chợ có thấy nấm tươi hay thức ăn gì ngon là giành mua cho được để đem vào cúng chùa. Ngày rằm mồng một nào cũng đến chùa lễ bái, thế mà mỗi khi chị em Bụi, hoặc những người nghèo trong xóm có mang gạo đến đổi lấy bún thì nhìn từng hạt gạo, hai mắt như cú vọ, mở trừng trừng coi có con sâu con mọt có sạn sỏi gì trộn thêm vào không. Làm như chỉ nhà nghèo mới biết gian dối. Sao không dám dòm kỹ gạo của nhà bà Cai, bà Chánh thử coi. Đã vậy lại không bao giờ thêm cho một con bún nhỏ. Như thế sao gọi là tu.

Đấy là chưa kể cái tội mỗi lần mụ xả bún, mà gặp hôm thuận gió thì cái mùi hôi chua, hôi nồng như quạt vào mũi từng người, bay tận vào các ngõ ngách buồng the từng nhà, không ghét sao được, nhất là thứ nhà tranh mỏng này.

Bụi thức dậy không phải sợ mẹ hét, con chó Mực tru hay con Bùng Binh gáy, mà vì biết còn nhiều việc làm đang chờ đợi.

Hai bếp lửa kê bằng ba viên gạch sát đất, bếp nào cũng cháy phừng phực, nhờ mấy dúm dăm bào khô vứt vào. Lửa cháy dễ dàng vì mỗi đêm trước khi đi ngủ, Bụi đều không quên đổ vào bếp cả một thúng trấu cho nó ủ lớp than hồng bên dưới. Ngày mai chỉ việc thổi lên là lửa bắt ngọn. Tro và trấu là hai thứ mà Bụi có quyền xa xỉ. Ánh lửa soi sáng chập chờn khắp nhà, gây ấm cúng, thứ ánh sáng dịu mắt, không làm chói chang như ánh đèn của đô thị.

Ánh lửa mỗi lúc một đậm đà hơn, nhờ mấy gộc tre già mà Bụi vừa bỏ vào, tre già là do lũ em đi nhặt nhạnh trong xóm để về nhà đun bếp, công tác của chúng nó quanh quẩn chỉ có thế.

Ngôi nhà vỏn vẹn gồm một căn rộng, ba hàng cột tre chống cho cả hai mái. Bên cạnh là một cái chái nhỏ, bên dưới nuôi heo, ở trên là cái gác, vừa để các thứ nong nia sàng dần, vừa là chỗ ngủ của con Bùng Binh. Trước mặt trái là cái cối xay lúa và cái chày đạp giã gạo. Cả mấy chị em đều lên đứng đạp mỗi khi Bụi có nhiều lúa mang về, nhưng chẳng bao giờ chúng đạp được lâu, rốt cuộc chỉ có mình Bụi và mẹ thay nhau.

Gian giữa là bàn thờ của lão thợ nề, một bát hương bằng đất nung, cắm đầy chân hương màu đỏ, một vài que không cháy hết, tắt dở chừng, trồi cao hơn những que khác. Đôi chân đèn gỗ, ngày xưa cũng là loại được sơn son thếp vàng, nhưng bây giờ cả hai màu, son với vàng đều bị thời gian làm phai tróc đi. Chỉ vào những ngày giỗ hoặc ngày Tết mới thấy lung linh ánh nến. Ngoài ra, mỗi chiều chỉ có một đốm hương đỏ, tỏa chút khói, nhắc nhở đến người chết mà thôi. Đầu góc nhà, gian bên phải, là chỗ ngủ của người mẹ với thằng cu út, mới hơn hai tuổi. Một bộ ván gỗ, tuy không đáng bao nhiêu tiền, nhưng cùng với cái bàn thờ, là hai vật giá trị nhất trong nhà. Mụ thợ nề chưa bao giờ nghĩ đến chuyện cầm bán cho ai, vì có mang ra mà cầm hay bán cũng chắc gì ai đã thèm. Bộ ván ngủ nầy sắm từ khi hai vợ chồng mới cưới nhau.

Bụi nằm ở gian trái, xa cách với mọi người. Đứa con gái nào cũng thèm được một chút riêng biệt mà cha mẹ chẳng mấy ai chịu hiểu. Chỗ ngủ của lũ em, còn là chỗ ngồi ăn cơm của cả nhà, nếu không ăn ngoài sân, cũng là chỗ chơi và chỗ học của chúng, những buổi trời mưa nắng.

Nhà lợp mái rạ, tường là đất bùn trộn lẫn với rơm trét dày lên mấy tấm phên tre. Tất cả đều mong manh, nếu xui xẻo có một trận bão lớn thì hẳn ngôi nhà sẽ được cuốn trôi đi trước nhất. May là ngôi nhà được nằm vào một nơi khuất gió.

Bụi cầm chiếc đũa bếp quấy sàn sạt xuống cái chảo cám cho cám khỏi dính chảo, vừa quấy vừa nói chuyện với mẹ, những mẩu chuyện cần thiết, chương trình làm ăn trong ngày.

- Bữa ni bên ông Tổng tát cá, mai mốt tới phiên nhà bà Cai, ao bà Cai rộng, khi mô cũng kêu nhiều công.

Đứa con gái ngừng bặt, bỏ lửng ý nghĩ của mình. Nếu cả hai người đàn bà cùng đến thì khỏi lo ăn cả tuần lễ, nhưng sợ ao nhỏ, người ta không mướn. Nếu đến mà người ta từ chối thì một người phải ra về, bẽ bàng! Và Bụi sợ nhất là cái cảm giác bẽ bàng ấy.

- Bữa ni mà đã tát cá rồi à? Răng họ không chờ vài bữa nữa cho cá lớn hơn, tát chi sớm!

- Sớm chi nữa mà sớm, họ nuôi thì ngày mô tháng mô họ biết. Nghe bà Cai nói con mô con nấy to bằng bắp chuối, nửa đêm dậy đi ra sau mà nghe hắn quẫy đuôi bắt giựt mình, không tát thì chờ đến răng chừ mới tát.

- Đi thì đi, mi lo dọn dẹp, kêu mấy đứa dậy cho hắn ăn uống mô vô nấy, để heo đó mạ cho ăn...

Giọng người mẹ có vẻ lơ là, Bụi hơi ngạc nhiên, lệ thường nghe được gọi đi làm là người đàn bà mừng cuống lên, vồ lấy như kẻ khát nước đường xa gặp giếng trong. Hôm nay sao giọng nói nghe khác thường.

- Hay mạ mắc việc chi thì đừng tới, để tui đi một mình, mai mốt rồi qua nhà bà Cai.

- Nói vô duyên, tuần sau kỵ cha mi rồi đó, không đi thì lấy tiền mô mà cúng. Bà Cai với ông Tổng không tát cá thì mình phải lên cụ Quăng mà xin mượn, chưa chắc đã được.

- Răng lại không được, mình cong lưng ra mà trả tiền lời, mượn chi mà mượn.

- Ờ, thì cũng nói rứa, mà đã chắc chi người ta cho. May là hai nhà có tát cả... thiệt là mệt, lo hoài không rồi. Một tiếng thở dài, chấm hết câu than. Thì ra vì thế, thảo nào mà mụ thợ nề có vẻ gắt gao với con gái từ khi gà gáy. Bụi lầm bầm riêng một mình không muốn cho mẹ nghe. Nó hơi xấu hổ vì đã quên mất, không nhớ đến ngày kỵ cha sắp tới.

Ngày ấy hai năm về trước là ngày đau đớn cho cả gia đình và Bụi cứ tưởng rằng mình sẽ không bao giờ có thể quên được.

- Rứa mà không ai nhắc, mắc nhiều công chuyện quá, nhớ mô cho hết, tội chết...

Khỏi cần đợi mẹ giục, Bụi đã thuộc tất cả những bổn phận của mình, phải làm việc gì trước khi đi tát cá hoặc cấy thuê nhà khác. Mới có mười bảy tuổi, con gái mười bảy bẻ gãy sừng trâu. Bụi phải nói là bẻ cả ngà voi chứ không thèm bẻ gãy sừng trâu mà thôi. Tuy không muốn gì những cái công việc nặng nhọc ấy, và câu châm ngôn chưa chắc đã đúng hẳn. Có bao nhiêu đêm trước khi lên giường ngủ, hoặc những buổi sáng thức giấc nghe chân tay rã rời, mỗi đốt xương, mỗi bắp thịt như muốn giã từ. Đấy là những hôm được người ta gọi xay lúa giã gạo gấp và nhiều. Năm sáu thúng lúa mà chỉ có một mình, từ lúc xay giã đến lúc sàng dần, kể cả sự gánh đi gánh về, đầu làng tới cuối làng giao cho chủ lúa. Có như thế mới khỏi chia công, số cám sẽ đủ nuôi mấy con heo trong tuần lễ, và số tiền công có thể đủ ăn cả nhà trong mấy ngày.

Nồi cám vừa chín, nồi cơm bên kia cũng vừa cạn, Bụi dùng hai miếng mo cau vẫn để sẵn, thay cho miếng giẻ, nhấc nồi cơm xuống, đặt cạnh bếp sau khi đã cời tro nóng ra, rồi bắc nồi nước chè lên bếp. Bên kia là trách cá kho ăn với cơm. Cá kho với xơ mít, không cần cho đường cũng đã chịu, đây là món thường xuyên của cả gia đình. Lâu lắm mới được ăn một bữa thịt, phải chờ ngày Tết, hoặc ngày kỵ... Thế là may lắm rồi. Bên tê, nghe nói có nhiều người không đủ cơm ăn, phải ăn cháo thì sao. Đây là lời an ủi cho cả nhà mà thỉnh thoảng người mẹ nói với các con, nhưng Bụi không bao giờ tin.

Chuối với rong đã băm sẵn từ hôm qua để hôm nay có thể rảnh rang mà đi làm thuê ở ngoài. Hoặc mụ thợ nề, hoặc Lý, có thể mang ra trộn với chỗ cám nấu, đổ vào máng cho lợn là xong.

Lũ em đã thức dậy, chúng nó kéo ra đằng sau chỗ đặt hai cái lu nước, giành nhau cái gáo, múc nước xối vào tay rồi quẹt lên mặt, sau đấy chùi khô bằng một cái khăn vải to mắc trên sợi dây kẽm phơi quần áo.

Phần vệ sinh như thế là xong, đứa nào cũng cảm thấy sạch sẽ và tỉnh táo, quay vào ngồi xúm quanh bếp chờ ăn. Những đôi mắt mở to, nhìn hau háu vào nồi cơm, nồi cá. Giờ nầy, với chúng nó, chỉ có hai thứ ấy là quan trọng.

Con Lý, còn được gọi là Lý lì, vì phải trông em nên khỏi làm việc, ngày nào thằng cu nhỏ biết đi, biết nói, đủ sức tự bảo vệ lấy mình thì con bé cũng sẽ phải gánh một phần trong việc gia đình cho đỡ mẹ, đỡ chị.

- Quý, Trọng, hai đứa làm chi mà ngồi đực ra, không đi lấy chén đũa sắp lên mâm rồi gắp cá dọn ăn.

Nghe lệnh của chị, hai thằng bé nhanh nhẹn đứng lên đi soạn bát đũa lên mâm, cái mâm cũ kỹ màu mốc, đặt xuống chỗ chúng nó vừa ngủ ban nãy, sau khi đã cuộn vội mấy chiếc chiếu để dồn vào một góc nhà.

Lý đã lên mười ba mà vì có chị nên cái gì cũng giao cho chị, không dự vào những ưu tư của gia đình. Mẹ và chị cứ xem nó là trẻ con. Từ dạo cha chết, nó phải bỏ học, cả nhà đều bận, nó không muốn, nhưng phải nhường cho hai thằng em trai ít tuổi hơn nó đi học. Bụi vẫn thương em, cho rằng vì chúng nó sinh muộn, nên không hưởng được sự sung sướng lâu dài như mình trong thời kỳ còn cha.

Lão thợ nề lành nghề nhất quận, người ta kêu đi làm gần, làm xa, ban ngày và có khi cả ban đêm, những công sở cần xây cất gấp. Từ chối không hết việc. Độ ấy trong nhà lại còn thêm thằng Thương, đứa con đầu lòng của hai vợ chồng, ngày chưa bị bên tê bắt đi làm bổn phận công dân.

Trong nhà mà có những hai người đi làm ra tiền, cũng như hai cái máy đúc sự sung túc, thì bảo không sung sướng sao được.

Ngay cả mẹ Bụi cũng nhàn, Bụi thì được cắp sách đi học ở quận, học một buổi còn một buổi thì về nhà bế em. Người mẹ chỉ việc đẻ rồi để đấy, có Bụi và người bà con trông nom, sự thật thì cứ thả chúng ra cho chúng bò lê la, chiều tối tắm rửa chút ít rồi đặt vào nôi ngủ là xong.

Năm nào mụ thợ nề cũng sản xuất đều đều, nuôi được hay không lại là một chuyện khác. Bụi thường so sánh mẹ với con gà mái, hai bên chẳng khác gì nhau là mấy, nhưng con gà khỏi cho con bú, khỏi giặt tã bẩn. Tiếng cục tác của con gà tuy có ầm ĩ nhưng dầu sao vẫn còn dễ chịu hơn tiếng rền rĩ âm thầm của mụ thợ nề khi bắt đầu lết đến nhà hộ sinh.

Sự sung sướng không kéo dài như lòng mong ước của con người. Bà con trong xóm an ủi, tại kiếp trước, chắc mụ thợ nề có làm nhiều điều tội lỗi, giết người, ăn trộm trâu hoặc đốt nhà của ai đó, nên kiếp này trời không cho hưởng lâu. Nghe nói như thế thì biết thế, nhưng Bụi không thể tưởng tượng ông Trời là một người tốt được. Chắc Trời phải là người đàn ông xấu, ác, chi li và chỉ chuyên đi rình mò từng gia đình, xem nơi nào có ai làm gì sai mà bắt tội.

Bụi không bao giờ quên được những kỷ niệm u ám trong đời. Kỷ niệm thứ nhất là ngày thằng Thương, anh hắn ra đi. Ngày ấy Bụi gần mười lăm tuổi, Thương lên mười tám, mới học xong nghề của cha, sau mấy năm lăn lóc đi làm tiểu công. Tiểu công thì chỉ có đi gánh, đi bưng các thứ vôi, gạch, cát và chờ mấy ông thợ cả có sai bảo gì thì chạy cho nhanh, kể cả những công việc thắp thuốc, pha nước, hoặc ra quán mua bao diêm.

Lão thợ nề không muốn con mình cứ đóng mãi cái vai tiểu công đó, nên chỉ dẫn cho thằng con trai tất cả mọi cách xây cất, đo lường, những bí quyết nhà nghề, kinh nghiệm bản thân. Cả những mưu mô gian dối trong nghề để lúc tính toán, dẫu mình không gian nhưng không ai qua mặt mình được.

Người cha có ý mong cho con sớm ra nghề, sớm kiếm được đồng tiền, cuộc sống sẽ thoải mái hơn. Trong gia đình có những hai tay thợ chính, chẳng mấy hồi mà sẽ cất được ngôi nhà gạch, chứ ai làm thợ nề mấy chục năm mà vẫn cứ chui rúc dưới một mái tranh tồi tàn. Nhà vườn ăn cau sâu, tuy câu ấy mang ra áp dụng vào gia đình này cũng chưa hẳn đã đúng.

Thế mà ông Trời lại nghĩ khác, muốn khác. Ông Trời xui ra các đồng chí bên tê về tuyển thêm nhân công, và thêm phu phen để vận tải, khuân vác tiếp tế và những công tác cần thiết khác.

Hôm ấy, Bụi nhớ rõ như mới xảy ra ban nãy, cách năm mười phút trước. Bụi đang ở sau nhà rửa chén bát thì nghe có tiếng con Vàng sủa. Trời vừa chập tối, con chó sủa báo tin có khách đến thăm. Khách nào lại đến vào giờ này, mà tiếng con Vàng nghe cũng khác thường, không giòn giã như mọi khi.

Cánh liếp chưa chống lên thì có hai người, dáng dấp không dõng dạc như ông quận trưởng lúc đi kinh lý. Bụi chùi tay vào áo, lén nấp sau cửa nhìn trộm, nhận thấy sao cha mình lại có vẻ thắc mắc, sợ sệt, tại sao lại quá sợ như vậy?

Trong câu chuyện, Bụi rình nghe đại khái rằng: "Nước

nhà đang cần trai thanh niên, khi mô thái bình độc lập đuổi hết lũ giặc đế quốc xâm lược Mỹ thì sẽ được trở về, khi nớ tha hồ mà sung sướng. Chính phủ sẽ tuyên dương công trạng".

Các ông còn hứa hẹn rất nhiều chuyện, nào là nhà mình mình ở, đường mình mình đi, không chi sung sướng hơn làm dân một nước độc lập, chẳng còn sợ ai bóc lột, làm bao nhiêu hưởng bấy nhiêu. Làm thì có giờ giấc mà hưởng thì rất nhiều vì cái chi cũng được chính phủ lo lắng cho, không có sự bất công, kẻ sang người hèn nữa. Con cái có chính phủ nuôi... Nhưng trước hết là phải quét sạch cái tụi đế quốc, thực dân. Răng chừ Mỹ ngụy chịu cuốn gói ra đi thì nước mình sẽ rạng rỡ, chen vai thích cánh với các nước xã hội bạn, tha hồ mà no ấm.

Giọng các ông nói thật lưu loát như kẻ biết ăn nói ngay từ trong bụng mẹ. Người bên tê có khác, chắc ở bên tê ai cũng biết ăn nói như vậy chăng.

- Mà các đồng chí không cho đi cũng không được, vì quốc gia đang cần sự hy sinh, tinh thần xung phong, sức lực của thằng con trai, nợ nước là trai gái chi cũng phải trả...

Câu sau chót nghe chặt chẽ nghiêm nghị, như sợi dây lạt cuối cùng buộc vào trên mấy cái sườn nhà. Lời nói như một bản án tuyên lên, một mệnh lệnh...

Suốt buổi Bụi chỉ thấy cha gãi đầu, gãi tai dạ dạ, tưởng các đồng chí nói dạm vậy thôi, rồi cũng để cho thư thả vài ba ngày, không ngờ các đồng chí về bắt đi liền, ngay đêm hôm đó. Bụi vẫn còn như đang nghe giọng nói trang trọng của cha hắn, biết không thể trốn tránh đằng nào được, lão thợ nề đành phải cho là các đồng chí nói đúng.

- Dạ, các đồng chí đã cần tới sức lực của hắn để ra giúp nước thì vợ chồng tui mô dám tiếc chi, bởi vì có độc lập mới có giàu sang hạnh phúc...

Bụi không biết cha hắn đã đọc đâu ra mà thuộc lòng những câu ấy. Ngày thường không hề nghe nói mà hôm nay trước mặt các ông này, lại tuôn ra như cái vòi phun nước, như con chim sáo được người ta bóc lưỡi cho nói. Độc lập hạnh phúc chưa thấy, chỉ thấy thằng con trai học xong nghề, có thể kiếm ra đồng tiền, cả nhà có thể trông cậy vào nó thì bị đưa đi. Gia đình như cái mái nhà xiêu vẹo, vừa đặt được một cái cột để chống đỡ thì có kẻ đến nhổ mất. Hết hy vọng xây nhà xây cửa.

Bụi chỉ nghe được có đến thế, sau đó, thấy đứa con gái thập thò, mụ thợ nề trừng mắt ra hiệu cho hắn đi chỗ khác, chỉ sợ các đồng chí cao hứng bắt luôn. Nuôi một đứa con cho đến tuổi nhờ cậy tốn bao nhiêu mồ hôi nước mắt, các đồng chí cũng có con, chắc các đồng chí phải biết.

Chỉ riêng thằng Thương là cái mặt vênh váo như sắp được mời vào uống trà ăn bánh nhà ông quận trưởng. Ra đi không có một giọt nước mắt thương cha, thương mẹ, thương em. Cái máu bên tê của hắn, chẳng biết thâm nhiễm từ khi mô? Chưa bao giờ nghe hắn nói, lầm lì vậy mà ai ngờ.

NAM DAO

Tên thật Nguyễn Mạnh Hùng (1944-). Bút hiệu Nam Dao, Dã Tượng
PhD, khoa KinhTế (Đại Học Toronto, Canada). Giáo sư Kinh Tế học, Đại Học Laval, đã về hưu.

Thơ, Truyện Ngắn, Kịch, Ký, Tiểu Luận... đã đăng trong *Hợp Lưu, Văn Học, Văn, Da Màu* ở hài ngoại, Tuần báo *Văn Nghệ, Bauxit, Văn Việt* trong nước ...

Tác phẩm đã xuất-bản:
- *Ghềnh V* (NXB Hội Nhà Văn và Phương Nam Book, 2013).
- *Vu Quy* (NXB Hội Nhà Văn và Phương Nam Book, 2013).
- *Cõi Tình & Vu Quy* (tiểu thuyết, Văn Mới, California 2009).
- *Trăng Nguyên Sơ* (tiểu thuyết, NXB Lao Động và Trung Tâm Văn Hóa Đông Tây, 2008).
- *Bể Dâu* (tiểu thuyết lịch sử, 2 tập, Văn Mới, CA, 2007, tái bản NguoiViet Book, CA, 2015)
- *Những Con người, những Bóng ma* (bút ký, Văn Mới, CA, 2006).
- *L'écho du gong* (Éditions Aube, Paris, 2006).
- *Trăng thuê ảo ảnh* (tập truyện, NXB Hội Nhà Văn, 2004).
- *Đất Trời* (tiểu thuyết lịch sử, Văn Mới, CA, 2002; tái bản NXB Đà Nẵng, VN, 2007; NguoiViet Book, CA, 2015).
- *Khoảng chơi vơi* (truyện và ký, ThiVan, Ste-Foy, Canada, 2001).
- *Trong buốt pha lê* (tập truyện, ThiVan, 2001).
- *Ba vở kịch* (ThiVan, 2000).
- *Tiếng Cồng* (tiểu thuyết, ThiVan, 2000).
- *Gió Lửa* (tiểu thuyết lịch sử, ThiVan, 1999, tái bản NguoiViet Book, CA, 2015).

Trong buốt pha lê

Mầu lam nhạt pha loáng thoáng tím ngắt là mầu sáng một chiều đông rơi mau ngoài cửa sổ.

Tôi đứng dậy. Ông ta lí nhí cám ơn rồi theo chân. Bước ra khỏi nhà quàn, tôi bảo "Thôi về, tôi chở ông".

Lên xe, ông ta im lặng.

Ông thờ thẫn nhìn ra trời tuyết. Trắng xóa. Trống vắng. Trùng trùng điệp điệp màu trắng và trống. Sự im lặng bỗng hóa ra bao la đến ghê rợn. Tôi nói lơ đãng "Mùa dài tựa như không bao giờ dứt, ông nhỉ!". Ông ta vẫn im lặng. Xe đổ dốc trơn tuột, chúi xuống như trượt băng. Để chân nhấp lên bàn thắng, tôi buột miệng Shit! [1], tay bẻ vô lăng quẹo trái vào con đường nhà ông.

Mở cửa, ông ta ngần ngừ "Hay ngủ lại đây tối nay đi. Đài T.V. báo mưa băng verglas, lái xe về Montréal có thể nguy hiểm!". Nhớ Felicia, tôi gật đầu. Mai là thứ bảy, ngày nghỉ. Tôi vào nhà, mở niên giám tìm tiệm Pizza, quay điện thoại gọi đặt một cái 16 inch [2]. Ông ta lẵng lặng đem ra hai cái ly, rót rượu, đổ xô-đa vào đẩy một ly về phía tôi. Tôi lắc đầu. Ông uống ực một hơi, rồi đứng dậy. Ông cầm chiếc búa, bổ củi rồi chẻ ra thành từng khúc nhỏ bỏ vào lò sưởi. Nhóm xong lửa, ông lại ra ngồi, tay cầm cái ly tôi không uống, chép miệng "Một mình, nay ta một mình!". Ái ngại, tôi nhìn ông. Để ly lên miệng, ông lại uống, rồi nói trống không "Cả hai có lẽ đều đi lên Thiên Đàng rồi!".

Tôi mường tượng lại hình ảnh xác bà ta trong quan tài ở nhà quàn. Bà vốn đẫy đà, quan tài phải thửa riêng. Mắc chứng boulimie khiến lúc nào cũng ăn, bà phải nặng chứ ít cũng đến hơn một tạ. Trong áo quan, thân thể bà phồng lên như miếng buche [3] phủ đầy kem. Nhà quàn trát phấn, tô môi cho bà, hai môi đỏ chót nhìn tưởng như trái cerise [4] thường để trên trang trí cho loại bánh ngọt rẻ tiền. Ông ta lại quơ chai scotch [5]. Chuông cửa reo. Chắc người ta giao pizza. Tôi đứng dậy.

Cắt pizza, tôi bảo "Ăn đi, không ăn uống say chết!". Ông ta gật gật, trông bất lực đến tội nghiệp. Ăn xong, tôi cời lửa, hỏi "Ông để tôi ngủ đâu?". Ông ta chỉ lên lầu, thẫn thờ "Thì phòng Félicia [6] trên đó!". Lên thang, tôi nói với xuống "Cho tôi nghỉ một lát nhé!", tay đẩy cửa căn phòng tôi đã một lần ngủ qua đêm cách đây chưa đến một năm. Bật đèn, tôi nhìn quanh.

Vẫn thế. Giường nằm cạnh tường, drap xanh màu nước trải rộng như đại dương. Bên cạnh, bàn ngủ đỏ au màu gỗ acajou. Vẫn hai bức ảnh. Ảnh khi Félicia học xong trung học, miệng cười rạng rỡ, mái tóc hung hung óng ánh đổ xuống bờ vai. Ảnh khi Félicia tốt nghiệp đại học, mũ có một tua đỏ, nghiêm nhưng hiền và đẹp như bức tượng Đức Mẹ trong các thánh đường. Tôi nằm xoài trên giường, với tay tắt đèn. Ngay bên tai là tiếng pha lê chạm vào nhau thánh thót văng vẳng. Tôi nhắm mắt. Ai đó thì thầm. Tôi lắng nghe. Đằng sau tiếng pha lê, đâu đó có một thứ âm thanh kỳ diệu, không phải là tiếng người, không phải là tiếng nhạc, là âm thanh nhưng sao lung linh màu nắng và mang theo những cơn gió. Lạ nhỉ. Âm thanh mà lại có màu. Có gió. Lại lung linh, có đời sống. Giá cứ nhắm mắt để có thể nghe những âm thanh đó, có lẽ tôi sẽ chắp tay cầu xin Đức Mẹ cho tôi nhắm lại mãi mãi.

*

Trên con phố ngày xưa mang tên Maplewood, là rừng phong, là thơ, là mộng. Chợp mắt một đêm, sáng sau đường đổi thành Edouard Monpetit, tên một ông thầy tu giòng Tên nào đó mang khoa học nhân văn đến cái đại học nằm nghểu nghện trên núi. Đêm hôm trước, trời đổ mưa. Sáng ra, trời bắt đầu đổ lạnh. Bắt đầu -2, rồi -3 và cứ vậy chênh chếch -4 độ C.

Nước mưa bám trên những cành phong đông đá. Rừng phong dưới chân đại học hóa thành một rừng cây pha lê. Những cành khô bọc đá băng trong suốt lung linh dưới nắng. Nắng vàng rực rỡ. Nắng chói trên những bãi tuyết trắng xóa đã đậu lại từ tháng trước. Nắng làm cho trời trên cao xanh hun hút. Nắng làm tuyết óng a óng ánh, màu trắng của tuyết nay phơn phớt lân tinh biêng biếc lạnh, cái lạnh có chất ẩm luồn lách theo những cơn gió. Gió liu riu, thỉnh thoảng lại tất tả thổi, rất bất ngờ, như nghịch ngợm, như trêu cợt. Lúc đó, những cành cây pha lê chạm nhau, tiếng leng keng văng vẳng, nhỏ nhẹ, mơ hồ lên qua những vùng mờ ảo của cảm giác lênh đênh bắt gặp lại từ một thời xa xưa quá vãng.

Rừng pha lê cất tiếng hát như thế đấy. Đứng trên nhìn xuống, những cành phong còn non bọc trong pha lê xòa cong mình trong chiều gió thổi tựa như cả trăm cánh tay vũ nữ ba-lê cùng vung cao theo cung độ một bản thánh ca. Tiếng hát trong vắt thủy tinh vút đến từng li ti tế bào não bộ gợi lên nỗi bâng khuâng lẫn lộn vui buồn, không đối tượng, không chủ đích, không bất luận một thực tại nào. Trong thanh âm đồng ca một giọng nữ vượt cao va vào mây trắng để văng vẳng vọng về tiếng lụa tơ tươm tả xé rách bươm hồn. Buột miệng, tôi khe khẽ nói một mình, hát tiếp đi, hát nữa lên, hát thế là hát như trẻ thơ.

Félicia chau mày "Có gì mà phải hát. Chẳng lẽ vì đường đổi tên?". Bước quanh bức tượng Edouard Monpetit để vào cổng phụ Centre Social là nơi sinh viên đến trong giờ nghỉ học, Félicia trượt chân, tay víu vào tôi. Nó làu bàu "Suýt nữa - ngước nhìn bức tượng nó buông sẵng - a, đừng có cười ta!". Đó là lần đầu tôi mê đắm cái trong suốt của cả cánh rừng băng đóng óng ánh pha lê. Đó cũng là lần đầu tôi thấy Félicia nói với cái giọng khó chịu ta thán. Nhưng lạ thật, đó cũng là lần đầu bỗng nhiên tôi nảy ý chiếm đoạt nó như một người đàn ông chiếm đoạt thân xác một con đàn bà, tôi - vừa bé vừa gầy - mà nó gọi là P'tit-corps, thằng nhỏ-con, một thằng sinh viên da vàng đến từ cái vết ưỡn ẹo chữ S trên mảnh bức địa đồ mầu bôi lòe loẹt.

Quả là lạ. Từ ngày tôi nảy ra cái ý chiếm đoạt thể xác Félicia, tôi bỗng ngửi thấy một thứ mùi là lạ mỗi lần ngồi cạnh nó. Hít hà, tôi nhìn, cười cười "Mi bôi cái gì vào người?". Nó trợn mắt "Không bôi gì. Tao chúa ghét nước hoa!". Tôi lại hít hà "Có mà, cho tao ngửi". Nó giả lả "Mi vờ, mi định trêu tao?". Tôi chúi mũi vào tóc nó, rồi vào cổ nó. Đẩy tôi ra, nó bảo "Đừng làm trò khỉ, tao không thích thế đâu!". "Không, có cái mùi hăng hăng, ngai ngái, nồng nồng... Hay là nách mi, cho tao ngửi". "Không, khỉ lắm!". Tôi dỗ mãi, tuần sau Félicia cho tôi chúi mũi vào nách. Vẫn không phải. Nhưng ngồi bên nó, cái mùi hăng hăng, nồng nồng, gây gây vẫn cứ xông vào mũi tôi. Tôi nói. Nó cợt "Hay là mùi da đỏ. Bố tao lai da đỏ đấy!". Nó đẩy tôi ra "Nhưng tao không thích mi hít hà như thế!". Nó lại lạnh lùng quay mặt giấu vẻ bực dọc. Như thế, tôi lại càng thú vị.

*

Tôi làm quen Félicia năm ngoái. Nó lóng ngóng ôm một chồng sách, mắt ngơ ngác nhìn quanh tìm một chỗ trong thư viện. Đứng dậy, tôi nhường chỗ cho nó. Nó mỉm cười cám ơn. Tôi vào lớp, hết giờ học lại quay lại thư viện. Đến lượt tôi lóng ngóng tìm chỗ. Vào lúc sắp thi, bọn sinh viên lúc nhúc ngồi học, đứa nào đứa nấy cặm cặm cùi cụi. Thấy tôi, nó đứng dậy, nói nhỏ "Giả chỗ cho mi!". Nó cười, ôm sách, chồng sách nặng trĩu. Một quyển rơi xuống đất. Tôi cúi nhặt. À, sách hội họa. Tác phẩm của Gauguin. Tôi đưa cho nó, nheo mắt, thì thầm "Mi vẽ?". Một thằng sinh viên ngước nhìn, miệng khe khẽ suỵt. Félicia trề môi, lẳng lặng đi ra. Tôi theo. Ra khỏi cửa thư viện, nó quay sang hỏi "Mi tên gì? P'tit-corps". Từ đó, nó gọi tôi là P'tit-corps, và hầu như chẳng bao giờ nghe câu tôi trả lời. Tôi hỏi lại, nó đáp nó ở cư xá sinh viên, chỗ lưu trú cho con gái. Cười tủm, tôi bảo tôi là hàng xóm nó. Tôi ở trên dốc đồi, chỗ cư xá sinh viên con trai. "Sao chẳng bao giờ thấy mi đi ăn ở Caféteria [7]?" "Eo ôi! Ăn cái quái gì được. Ngày nào cũng thế, này Pâté Chinois này, rồi ra-gu cừu, và cứ đến thứ sáu là cá... Cá luộc, tanh lắm. Mà này, Pâté Chinois có thật là món Tầu không?". Tôi lắc đầu. Nó thất vọng "Tao thỉnh thoảng ăn món này để có cảm tưởng mình đang đu lịch. Mi nói thế thì chắc tao không ăn nữa!". Tôi cười cười "Hôm nào tao mời mi đi ăn phố Tầu, góc La Gauchetière và St-Laurent. Đến đấy, ăn món Tầu thật, không phải là Pâté Chinois! Mi tha hồ mà du lịch, muốn đến Vạn Lý Trường Thành cũng được!"

*

Để nguyên quần áo, tôi ngả người nằm xuống giường. Áp mặt vào chiếc gối, tôi hít vào, hít thật sâu. Cái mùi nồng nồng, gây gây, lại hăng hắc đâu đây? Nhắm mắt lại, tôi tập trung cả trí tuệ lẫn giác quan vào cái mũi. Cứ thế tôi hít hà cho đến lúc nghe tiếng động khe khẽ phía cửa sổ.

Félicia ngồi, mặt hướng ra ngoài, lưng quay về phía tôi.

"Mi đấy à? Mi về lúc nào?". Tiếng đáp nhỏ như tơ "Mới đây thôi! Mi ngủ say quá. Mi ngáy nữa, tiếng ngáy rông ron như tiếng mô tơ xe...". "Ừ, tao mệt. Làm xong là tao lái xe đi đến thẳng nhà quàn. Mẹ mi nằm, mắt nhắm, trông thanh thản lắm!". Tiếng cười nhẹ, "Thanh thản. Dĩ nhiên là thế!". Tay đưa lên ve vuốt mớ tóc hung hung xòa xuống lưng, Félicia im lặng. Thỉnh thoảng có tiếng xe chạy, bánh lăn trên mặt lộ lạnh cứng đông đá nghe xào xạo.

"P'tit-corps, mi chắc còn giận tao?" Félicia thốt lên. Tôi hờ hững "Giận mi làm chi?". Félicia lại cười "Không giận thì sao biệt tăm mấy tháng liền...". Bật miệng, tôi gần như quát "Ừ, tao giận đấy. Mi khiến tao không làm được đàn ông!". Félicia thở dài "Mi vẫn là đàn ông. Nhưng mi mất mặt, tự ái. Chỉ có tao...". Ngập ngừng, giọng Félicia nhẹ như tơ, trôi đi thoáng ánh sáng mỏng mảnh hắt qua cửa sổ, tiếp "Chỉ có tao mới không là đàn bà thôi. Có đàn bà nào mà không tử cung, không bụng, rỗng tếch rỗng toác như thế. Đã vậy, mi chẳng hiểu, còn tao, tao lại không có quyền giận mi. Thậm chí còn ân hận là đằng khác!". Đưa tay lên vuốt ve mớ tóc hung hung xòa xuống lưng, Félicia co vai, mặt cúi xuống không nói gì nữa.

Thình lình, Félicia vui vẻ "Mi có nhớ con bé Rosemary [8] ngồi cạnh chú chó sói của Perrault [9] không? Tao gặp nó rồi". Tôi lắng nghe, nhưng dĩ nhiên không tin, không tin một chút nào. "Hôm nọ, tao với nó rủ nhau cùng đi ăn sáng!". Cười trong cổ họng, tôi gắt "Thôi, đừng nói láo, mi nói cho tao vui hẳn!". Quả là xưa nay cứ tôi thúc thì Félicia mới ăn một tí. Nửa miếng sandwhich [10], hai cái biscuits secs [11]. Vừa ăn, vừa lẩm bẩm đếm số calori trôi qua cổ. Và nhìn tôi, nó bảo "Nể mi lắm. Tao vẫn ở mức 95 pounds [12]... Mi thấy, những đứa bé ở Biafra, có đứa chỉ 40 pounds mà vẫn cứ sống! Còn tao, đừng có lo gì... Mi thấy đó, tao vẫn đi học, đi thi! Trừ mi, có ai nói gì đâu. Tao vẫn bình thường - Félicia chép miệng - chỉ còn hơi béo một tí. Tao xuống được thêm 10 pounds nữa thì parfait - thì toàn hảo - rồi mi xem!". Tôi lại ngắt lời nó "Mi nhắc Biafra, khiếp! Thôi, không xem gì cả. Mở T.V. nào trung úy Calley châm lửa đốt nhà ở Mỹ Lai, nào đại tá Nguyễn Ngọc Loan kê súng sáu bắn vào đầu một thằng Việt Cộng vụ tết Mậu Thân trên đường Nguyễn Tri Phương trong Chợ Lớn, nào bé gái tên Kim Phúc cởi truồng chạy trên Quốc lộ 1 ở Tuy Hòa, da thịt cháy xém vì bom xăng Napalm. Rồi ở Biafra. Nhìn mà kinh. Người đói chỉ còn da bọc xương. Những bộ xương khô cử động, và những cặp mắt to tròn, lồi ra, vô hồn trong khi đó thì Hợp Chủng Quốc và Canada mang lúa mì ra đổ xuống biển để giữ giá! Thôi, đừng xem gì nữa. Đi học với tao trên thư viện, đợi 11 giờ đêm thì về! Về sớm, lại mở T.V., lại thấy cảnh bom napalm cháy bùng lên da thịt trên châu Á, cảnh những bộ xương khô nghều nghệnh khập khiễng trên châu Phi... Ẹc, xem làm gì!". Félicia gật đầu. Nhưng mấy hôm sau, nó khều tay tôi "Tao thử nhịn và sống cái cảm giác của những bộ xương khô xem sao nhé!". Tôi chửi nó "Mi ngu. Cuối năm nay ra trường rồi, ăn lấy sức mà học cho xong. Lại còn cái projet [13] tốt nghiệp! Mi có nghĩ đến cái dự án đó chưa?". Nó đáp, giọng ráo hoảnh "Rồi. Tên projet là Phù du : Sống trong mùa đông". Trầm giọng, nó thì thào "Éphémère: Vivre en hiver", loại installation [14]. Và nó sẽ phù du còn hơn cái tên tao đặt cho nó!".

*

Chỉ vào bức tranh thủy mạc vẽ cảnh trúc cong veo của Tô Đông Pha trong tập tranh cổ tôi mượn ở thư viện, tôi nói "Đấy, cũng mùa đông. Một cành trúc ẻo lả trơ trụi. Và gió. Mi thấy không? Mắt người họa sĩ phương Đông khác. Không màu sắc lòe loẹt. Không hình thể mà là bản thể. Bản thể của sự vật! Đi đến đấy, tức đi đến ngưỡng cửa của bản thể chính người vẽ. Bước qua, là vào đến bản thể của cả vũ trụ...". Nó tinh nghịch trêu "Ai dạy mi thế! Tao chỉ thấy cành trúc này thật gầy gò. Sao mi không giục nó ăn như mi giục tao?". Tôi đỏ mặt, định cãi, nhưng rồi thôi, lảng "... Tao chỉ định góp ý cho cái dự án tốt nghiệp của mi. Bọn học cùng lớp nói là Đại học đề nghị cho mi giải thưởng của Thống Sứ Toàn Quyền Gouverneur, nếu như cái projet đó được điểm ưu...". Trừng mắt, Félicia sẵng "Nghệ thuật không cần giải thưởng! Mi nói lung tung". Thấy tôi tiu nghỉu, nó nắm cườm tay tôi, dịu giọng "Rồi mi xem. Éphémère. Phù du lắm. Chỉ một giây là hết. Sau cái đoạn kết đúng có tích tắc đó, cái bề ngoài vật chất thăng hoa. Tao đã nghĩ kỹ rồi. Một cành trúc gầy không có sức biểu hiện đoạn kết đó!". Choàng tay lên vai tôi, nó tiếp như để an ủi "Mi sẽ là người đầu, và có thể cũng là người cuối cùng xem cái tác phẩm đó. Tác phẩm nào cũng đèo ngay định mệnh trong cả phần hồn lẫn phần xác của nó".

Phải có cái projet bí ẩn của Félicia tôi mới khám phá ra sự tương phản giữa cá tính bên trong với cái bề ngoài của nó. Nó để tóc dài và chỉ mặc váy chứ không mặc quần bò Levis. Nó ít nói, rụt rè và khi nói thì nói nhỏ nhẹ với tất cả mọi người. Thế là tôi cứ mường tượng nó như những em gái Trưng Vương, ngay cạnh hông Sở Thú, những em tóc cũng dài, mắt cũng nhìn xuống e lệ, tay níu vạt áo xanh dương bay tốc lên trong gió sớm. Nhưng tôi nhầm. Cũng như tất cả những kẻ xung quanh nhầm. Đúng, nó chăm chỉ, tỉ mỉ, làm gì cũng kêu "Chưa, vẫn chưa hoàn hảo. Pas encore parfait". Đúng, nó ăn nói dịu dàng. Không, không phải thế, nó có nói gì với ai đâu. Chẳng nhẽ dịu dàng lại có thể chỉ là dư âm của sự im lặng. Không, cũng không phải thế. Và pas-encore-parfait là cụm từ đầy hiểm nghèo. Đi tìm sự hoàn hảo không phải là một cuộc phiêu lưu vô định hay sao?

Nó mất cả tháng, kiện lên đến Khoa trưởng, nhất quyết thể hiện cái projet mà đám thầy, bà của nó cứ quầy quậy lắc đầu. Nó không chịu vẽ, nặn tượng, hay dệt vải, làm đồ gốm... rồi trưng trong đại sảnh của Đại học như mọi sinh viên tốt nghiệp. Nó vẫn thưa gửi dịu dàng đủng đỉnh, không, nó nhất định không làm giống mọi người vì nó bảo sợ nhàm. Nó muốn thể hiện một tác phẩm có định mệnh. Phương tiện là médium, là môi giới. Médium của nó phải khác. Và thầy, bà lẽ ra là phải khuyến khích nó chứ. The medium is the message. Môi giới chính mới lại là thông điệp. Nhưng thầy, bà sợ cái mới. Sợ cái việc phải mặc áo quần mùa đông để ra khỏi đại sảnh chấm điểm tác phẩm của nó. Thầy, bà lắc đầu, than "Con bé thật dị!". Nhưng rồi thầy, bà cũng phải chịu. Bà Khoa trưởng nhắc bốn năm nay điểm gì nó cũng hạng nhất. Và Đại Hội Đồng của Viện Đại học đã chót đề nghị tên nó cho giải thưởng của Gouverneur Général, Thống Sứ Toàn Quyền, một giải thưởng lớn nhất cho sinh viên tốt nghiệp trên toàn đất Canada.

*

Kể từ dịp nghỉ lễ Giáng Sinh, Félicia lao mình vào cái projet đó như thiêu thân bắt được ánh đèn. Nó không ăn. Mỗi đêm chỉ ngủ năm tiếng, sáng dậy là cặm cụi dùng kìm uốn những sợi giây thép thành xương, thành sườn cho những mẫu hình người có, vật có, cây cối cũng có. Rồi nó nhào một loại bột như thạch cao vào với đất sét.

Mua cho nó khúc thịt nguội và bánh mì, tôi mang đến phòng nó ở cư xá. Nó lẳng lặng đặt tất cả lên bàn, không nói không rằng, lại quay vào công việc. Nhìn lên tường, tôi sững người. Không hiểu nó cắt từ đâu toàn hình ảnh trẻ con Phi Châu bị đói ăn, mắt đứa nào đứa nấy sâu hoắm, nhưng long lanh khiến cho đầu chúng trông phình ra. Những cái đầu lâu sống động. Tôi nhìn Félicia. Vai nó gầy gò nhô lên. Tôi chợt nghĩ đến con vạc. Như cánh vạc bay là mi đấy à? Tôi dịu dàng "Tao mang về cho mi ăn. Không phải để mi bỏ đấy, thịt thiu rồi mi lại vất đi như những lần trước!". Nó ngước mắt, nhìn rồi lẩm nhẩm chỉ có thế mà tính ra những 2000 calori. Đầu gật gù trông như phình to trên đôi vai mỗi ngày một cao lên và nhọn đi tựa chông vót, nó với lấy một miếng bánh, cố nhấm nháp rồi bảo "Thôi, P'tit-corps! Đừng mua gì cho tao ăn. Thế này là đủ một hai ngày rồi... Có lẽ tuần sau tao sẽ làm xong cái projet. Tao nhờ mi khênh đi hộ và giúp tao ba cái việc tưới nước". Tôi thốt "Tưới nước? Mi có điên không?". Không đáp lời tôi, Félicia ra kéo tấm vải đậy một bức tượng làm bằng bột thạch cao trộn với đất sét trắng. Tượng nặn một đứa gái và một con chó sói. Đứa gái to bằng người thật, tóc dài, trần truồng, ngồi co hai đầu gối lên, một tay làm dấu thánh giá, tay kia chìa ra vuốt ve đầu con chó sói mình chúi xuống, đuôi cong ngược về phía sau, mõm nghếch lên nhe nanh ra chực cắn. Tôi lùi một bước, hoảng hốt "Gì thế? Phù du chỗ nào? Sống trong mùa đông mà thế à?". Félicia nhìn tôi cười bí mật. Nó bảo "Tao bỏ tượng vào lò nướng cho khô một tí rồi mới quét màu lên. Màu sẽ là màu nước, pha thật loãng cho nó giống thủy mạc phương Đông để mi vui lòng, P'tit-corps ạ!"

*

Sang giêng, tuyết đã phủ trắng một thành phố cứ choãi ra, im lìm, xa vắng. Khi khói lò sưởi lượn lờ trên nóc những mái nhà không bốc lên nổi trời cao để tan biến đi là những lúc lạnh nhất. Âm 20 độ C là ít, và có gió thì thành âm 30 , âm 40 . Gió thốc cái lạnh như thốc cả trăm mũi kim châm vào da mặt tê cứng không cảm giác sau chừng năm ba phút ra đường. Gió thế, người co lại, gập xuống, trong áo ngự hàn với nào là mũ, găng, khăn quàng, toàn thân xù ra như loại gấu lông xứ lạnh. Tôi lập cập chúi đầu bước, răng đánh vào nhau, miệng lầu bầu rủa trời mắng đất. Félicia lạnh lùng "Ăn thua gì, P'tit-corps. Cái âm trong lòng mới đáng sợ. Xem mấy bức ảnh tao dán trong phòng, mi sẽ thấy!". Tôi ngạc nhiên. Nó đủng đỉnh "Trẻ con ở Biafra khi chết đói mắt vẫn mở, mồm há, răng nhe ra như cười. Còn cái bụng, cái bụng trẻ con chết đói là phình ra tròn vo. Ở đây, mi, tao, và mọi người mở T.V. coi những hình ảnh như thế, ngày nọ qua ngày kia, thì trong lòng âm bao nhiêu độ C? P'tit-corps, thế giới nay ào vào hiện diện trong phòng khách mọi nhà. Chiến tranh Việt Nam với những cảnh thịt da bốc cháy lửa bom xăng đặc, và cơn đói Châu Phi với những cặp mắt con người lồi ra, long lanh chất axít cồn cào của dạ dày bỏ trống. Những hình ảnh đó chập chờn hàng ngày ám ảnh. Tao tự hỏi, lòng con người có thể đạt đến độ âm nào? Cái độ âm tuyệt đối ở đó mọi sự sống không còn ư?". Đột nhiên, Félicia đổi giọng, đay nghiến "Tao ích kỷ. Mi cũng vậy, P'tit-corps. Thật tội nghiệp!", và nước mắt ứa ra. Đó là lần đầu trong ba lần tôi thấy nó khóc.

Một sáng sớm đầu tháng hai, Félicia gọi điện thoại "Mi đến giúp tao nhé!". Chúng tôi lấy xe chở bức tượng đến

Đại học. Félicia đã chọn một chỗ đặt tượng ngoài trời. Cũng chính cái ý này mà thầy, bà trong khoa Mỹ Thuật ban đầu không chịu cái projet của nó. Họ bảo, nếu muốn xem tác phẩm mà phải choàng áo dạ, đi ủng, trùm mũ len và đeo găng tay thì có được ai? Nhưng Félicia nào phải là đứa thiếu thông minh. Nó chọn khoảnh đất khá bằng phẳng ngay cạnh cầu thang dẫn lên Đại học, xung quanh là những cây phong rụng lá nằm thoai thoải dốc đồi. Nó cười đắc thắng "Muốn vào Đại học lối này là phải xem. Éphémère, không muốn xem cũng chẳng được!".

Chúng tôi lấy chân dậm cho tuyết chắc lại trong một chu vi rộng độ hai chục bộ rồi mang nước tưới lên, băng dần dần đóng lại bóng loáng, hệt như mặt hồ vào mùa đông. Đến khi hài lòng, Félicia mới mang bức tượng khỏi xe, tay gỡ mảnh vải chùm lên, răng lập cập đánh vào nhau vì lạnh. Tượng đứa gái đập vào mắt tôi: bây giờ, Félicia đã quệt lên mớ tóc dài màu hung hung đỏ, và cặp mắt, ôi cặp mắt xanh màu da trời, xanh và trong, trong suốt, nhìn không thấy được chiều sâu, hoặc giả có chiều sâu nhưng sâu hun hút, sâu đến tận vô cực. Màu da, màu da mới lạ, nửa ửng hồng, nửa tím nhợt nhạt, màu tím uốn rồi gãy theo khớp xương, xương sống, xương sườn, xương chân, xương cùi chỏ, xương đầu gối, xương lõm vào, xương lồi ra, uốn éo theo hình thể những bức ảnh treo trên tường trong phòng Félicia, ảnh của bọn trẻ ở Biafra bị bỏ đói. "Mà này - tôi hỏi, giọng thất thanh - Félicia ơi, tại sao bụng nó lại tròn tròn trên cái cơ thể gầy gò cong queo này". Félicia đáp "Rosemary có chửa, mi quên rồi à? Rosemary trong phim của Polansky đấy. Nó chửa, và cái bào thai trong bụng có thể là con của quỉ Sa-tăng". Cúi xuống, tôi nhìn kỹ khuôn mặt đứa gái. Trời ơi, tôi kêu "Tượng mi ư? Sao miệng mi há ra như đang thét lên?". "Không, tao có thét đâu, tao chỉ bảo con sói nhe răng định cắn rằng nhỡ cái bào thai tao mang đây là con của Chúa thì sao?". Tôi lùi lại.

Răng con chó sói nặn bằng thạch cao được tô màu bích biếc. Còn mắt nó, đỏ hỏn, rừng rực lửa. Toàn là loại màu có lân tinh sáng lung linh, rờn rợn ma quái. Tôi thốt lên "Trời ơi! Cái gì phù du ở đây?". Félicia cười nhạt, sẵng giọng "C'est à suivre, để hạ hồi hãng hay... Dẫu con Chúa hay con Sa-tăng thì kết cuộc cũng phù du, cũng éphémère thôi!". Nói xong, Félicia với xô nước, nâng lên rồi xối xuống tượng đứa gái và con sói. Tôi hoảng hốt hỏi "Mi làm chi vậy?". Nó không đáp, tiếp tục xối nước, mắt tập trung vào công việc như bị thôi miên, miệng mím lại. Nước đông lại, từng lớp băng dần dần đóng quanh bao bọc bức tượng. Gió ở đâu bất ngờ thổi. Hai đứa cùng quay lưng ngược chiều gió, tay kẹp lấy vạt áo lạnh, khom người che mặt. Félicia run rẩy. Khi dúng nước, cái lạnh là lạnh buốt hệt như thuốc tê khiến tứ chi mất hết khả năng cử động bình thường. Nó nhìn tôi cầu cứu. Tôi tiếp xô nước, xối như nó, đợi từng lớp băng đóng vào bức tượng. Cứ thế, chẳng nói chẳng rằng, tôi ngưng thì nó tiếp. Đến quãng ba giờ trưa, lớp băng bọc đã dày độ hai milimét. Như mê mụ bởi lớp pha lê óng ánh phản chiếu mầu nắng và mầu trời thỉnh thoảng lại hiện lên dăm sắc cầu vồng, tôi nghiến răng chôn bức tượng vào lớp đá lạnh, xối nước như cái máy tự động cho đến lúc Félicia giằng xô nước đẩy tôi ra. Nó bảo "Thôi... được rồi! Hệt như là verglas, mưa băng mùa đông. Đấy, chẳng nghệ sĩ nào vượt quá được thiên nhiên - nó ngửng mặt tiếp - lạy Chúa, xin vinh danh Người! Quả là có thể thật!" rồi bật cười tự chế giễu.

Chúng tôi lùi ra xa ngắm bức tượng bọc băng lóng lánh dưới nắng mùa đông. Félicia cắm biển bằng gỗ, chữ kẻ màu nâu "Éphémère: Vivre en hiver" rồi quay nhìn tôi, mặt tím ngắt vì lạnh, lắp bắp "Ça-y-est! P'tit-corps. Xong rồi. Bây giờ về. Mi ôm tao cho ấm. Tao phải ngủ, có được không?"

*

Lấy tấm chăn đắp lên người tôi, Félicia mơ màng "Lại

nhớ hôm mang Éphémère ra đặt cạnh cầu thang Đại học. Tao lạnh đến độ chân tay cóng đến không còn cảm giác gì nữa. Chắc mi cũng thế, phải không?". Thì chắc chắn vậy. Nhưng tôi chỉ bậm môi, dìu Félicia vào phòng tôi. Lấy tất cả chăn gối ra, tôi đắp lên mình nó, rồi tôi xoa dầu nóng, lọ dầu con hổ bằng thiếc sơn đỏ bé bằng hai đầu ngón tay tôi mang theo từ ngày rời Sài Gòn. Tôi xoa lên năm đầu ngón tay, năm đầu ngón chân, lên ngực nó, xoa rồi tôi bóp tay, bóp chân, vuốt ngực, vuốt vú nó. Nhắm mắt, nó thỉnh thoảng rên nhè nhẹ, mái tóc hung hung đỏ đổ ra mặt tấm drap trắng như một vũng máu đang đông lại. Tôi rúc người vào trong chăn, ôm nó, lòng chập chờ một nỗi thương xót hoang mang, tay vuốt ra những khớp xương đang ấm lại dần, đầu mơ màng bất định. A, con bé! Mi gầy như Rosemary, bức tượng đang chịu lạnh, cái lạnh âm 10 độ C ngoài kia.

Giọng Félicia lại vọng lại từ một quá khứ xa xăm "Mi biết chứ? Mấy hôm sau tao ngày nào cũng ra xem những người đi qua nhìn bức tượng. Có kẻ bĩu môi. Có kẻ dửng dưng. Có kẻ dừng bước, chăm chú nhìn, rồi ngày nào đi qua cũng lập lại một động tác. Dừng chân, nhìn, khe khẽ lắc đầu tiếp tục đi. Báo Quartier Latin của sinh viên viết rằng bọn học Mỹ Thuật làm triển lãm tốt nghiệp Đại học trong Hall, riêng có bức tượng Éphémère: Vivre en hiver là đặt ngoài trời. Tượng cóp nhặt dấu ấn của phái Expressionisme, nhưng Vivre en hiver thì dễ thấy chứ Éphémère là sự bịa đặt cốt thu hút chú ý của người thưởng ngoạn. C'est de la tromperie - đó là giả trá. Đấy, chúng nó viết như vậy, tỉnh bơ, phán như lời Chúa phán. Bọn học cùng lớp bảo tao, mi phải viết trả lời bọn nó, giải thích Éphémère là thế nào, chứ để chúng nói lung tung thế sao? Tao không viết, đáp cứ chờ, đâu cứ phù du là phải phủ nhận thời gian, cái chiều thứ tư phải thêm vào không gian ba chiều mắt nhìn không thấy. Một đứa năng nổ gọi điện thoại cho báo chửi chúng hồ đồ và lặp lại lời tao bảo là hãy kiên nhẫn đợi. Báo liền bồi thêm một bài ngắn vài chục chữ, Éphémère là phải đợi à? Une contradiction dans les termes! Một sự mâu thuẫn tự tại. Ha, ha - Félicia bật cười - chúng không chờ được, cái bọn hãnh tiến huyễn hão, bọn vaniteux. Nhưng trớ trêu, thật trớ trêu, chính hai cái bài báo đó đã khiến không biết bao nhiêu người tò mò đến xem bức tượng. Còn bức tượng, ánh sáng ban ngày thay đổi khiến màu sắc bỗng chuyển động hệt như sinh vật có sức sống bên trong. Đứa gái tóc hung trần truồng lưng dựa vào gốc phong, mồm há ra kêu thét, mắt xanh trong, ngồi co chân lên, bụng có mang cong tròn, một tay làm dấu thánh giá, tay kia xoa đầu con chó sói lông xám, mắt đỏ màu lân tinh nhe răng xanh biếc ra chực cắn, chực xé, ven một cái hồ đông đá bóng loáng. Rồi họ viết, kẻ khen, người chê. Kẻ "nhìn" thấy Éphémère, người không. Kẻ cho là expressioniste, người lại bảo đó là hiện thực, thậm chí siêu-hiện thực. Rồi chê nhau, dè bỉu cho đến chửi nhau, và đôi khi quên hẳn đi bức tượng. Trong khi đó, con chó sói chỉ chực vồ Rosemary. À, mi có hiểu tại sao tao bảo con sói là của Perrault không? Con sói giả làm bà già định vồ con bé quàng khăn đỏ đấy. Lần này, sói hiện nguyên hình. Nhưng không có ông thợ săn vào đến cứu Rosemary cả. Chuyện đời không phải là cổ tích kể cho nhau nghe để an lòng. Niềm an lòng nếu có được đến từ đâu? P'tit-corps, từ đâu hả mi? A, nỗi phù du. Hiểu thế, có an lòng được không? Tao không biết. Tao cố nghĩ là như thế. Nhưng sao hình ảnh những đứa bé bụng ỏng chỉ da bọc xương ở Bi-afra cứ ám ảnh tao từng giây từng phút, hả mi? Phù du là đời sống, cớ gì tao lại để hình ảnh sự phù du ở Phi Châu trên màn ảnh T.V. vô hồn kia nó làm tao lợm giọng buồn nôn mỗi lần tao thấy đồ ăn thức uống ê hề ở xứ này?"

*

Mùa Xuân năm ấy đến sớm hơn lệ thường. Mới giữa tháng ba tuyết đã bắt đầu tan, chim chóc trốn cơn đông giá đã bay về rừng phong, tiếng hót ríu rít gọi nhau nghe vang một góc đồi, xà xuống đậu trên vai Rosemary vẫn trần truồng trong buốt giữa lớp pha lê băng đóng. Con sói nhe răng ra từ gần hai tháng vừa qua hình như vẫn đe dọa lũ chim. Chúng chờn vờn, bay qua bay lại như thử thách, nhưng khi đáp xuống chúng vẫn tránh cho xa, lảng vảng đâu đó xung quanh, rồi hốt hoảng cùng nhau bay tuốt lên cao mỗi khi gió động thổi rơi một nhánh phong khô còn mắc lại trên cành cao, tiếng rơi rất nhẹ, lắm khi tưởng mơ hồ như tiếng cục cựa của loài sóc đã thỉnh thoảng chui ra từ những hốc cây bí ẩn.

Félicia thở dài ngước nhìn trời. Sao mi lại thở dài khi mùa Xuân đã trở về? Nó bảo "Đã đến phút cuối cùng của một đoạn kết!". Lạ nhỉ, mi có điên không? Không, nó cười buồn, tay gỡ những sợi tóc hung hung xòa xuống mặt rồi lẳng lặng đi đường vòng, tránh theo lối cầu thang, nơi bức tượng Ephémère: Vivre en hiver đang hóa thân để mang hết ý nghĩa của đoạn kết một tác phẩm.

Lớp băng bao bọc bức tượng chảy thành nước khiến thạch cao và đất sét chỉ được nướng qua nay nhẽo ra, chảy dài, hình thể chùng xuống mặt đất như căng kéo bởi một sức hút đồng tâm khủng khiếp. Nước chảy làm màu vẽ trên bức tượng lem nhem, những sợi tóc hung hung của Rosemary nay đỏ đục như máu ứa ra từng vệt kéo hằn lên vết thương bổ dọc. Còn mắt Rosemary, màu mắt xanh trong nhòe nhoẹt lem luốc đỏ ứa ra nhỏ xuống từng giọt, từng giọt. Những giọt nước mắt, mỗi một giọt lại đục vào thạch cao, làm nhão thịt da, bắt đầu là hai gò má loang lổ, lõm vào, rồi trống hốc trống hoác phơi dần ra những sợi giây thép kết lại làm chỗ dựa cho khuôn mặt khi xưa, những sợi giây thép quăn queo, nhô lên, oằn oại, túm tó vặn vẹo lấy nhau. Hai ngày sau, thịt vai, thịt ngực cũng nhão dần, chảy ra bầy nhầy, vừa trắng vừa đỏ. Rồi đến bụng. Bụng Rosemary bây giờ là một túm dăm sợi giây thép cuốn vòng, rỗng không. Rỗng tuột. Rỗng tếch, chẳng đèo bồng được cả con của Chúa lẫn con của Sa-tăng, không hề có dấu vết gì của sự sống. Rosemary hóa thân thành một đống giây thép có đủ xương sọ, xương sống, xương sườn, xương tay, xương chân. Con sói của Perrault cũng mất hết da hết thịt. Màu xanh răng nanh, ánh đỏ cặp mắt sói giờ trộn lẫn vào màu xám của lông, đổ dài một vũng sền sệt dưới chân cái khung giây thép xoăn cong, có gọi là sói hay gọi là bà nội của cô bé quàng khăn đỏ cũng chẳng một ai còn phân biệt được.

Bọn học truyền hình trong khoa Mỹ Thuật mang máy ra quay với vẫn tốc chậm. Tác phẩm của Félicia vữa ra, rã xuống thành một đống giây thép được ghi hình, hiện vẫn còn nằm trong kho lưu trữ của phân khoa. Báo Quartier Latin hết lời xin lỗi và đòi phỏng vấn Félicia. Nó từ chối. Truyền hình của bang Québec mò đến điều đình mua lại bản quay của Khoa và rình rập thế nào tóm được Félicia, giới thiệu nó như một mầm non đầy triển vọng trong nghệ thuật tạo hình. Nó nói rất ít, chỉ lập đi lập lại "Tác phẩm nào cũng đèo ngay định mệnh trong cả phần hồn lẫn phần xác của nó". Từ ấy, nó trốn biệt. Dĩ nhiên là sau nó được giải thưởng của Gouverneur, nhưng ngày trao giải và bằng cấp, nó bảo nó bệnh, không đến lấy. Giải thưởng gửi cho nó là một ngân phiếu hai nghìn đô. Félicia chuyển cho Hồng Thập Tự Quốc Tế, chỉ ghi đằng sau "Xin mang đến cho những đứa trẻ bị bỏ đói ở Biafra!"

*

Tôi có linh cảm Félicia bệnh thật. Tuyết tan và mùa Xuân đã về, nó nhờ tôi đến dọn dẹp. Vào một tối có trăng, Félicia mang hai bao rác bằng giấy nhựa ni-lông màu xám sịn đến cạnh cầu thang nơi đặt bức tượng. Tôi ngồi cạnh nó, im lặng, mặc cho nó gục vào vai tôi thút thít khóc. Chung quanh, bọn sóc đã ra kiếm ăn, chạy sột soạt khắp nơi. Ôm vai nó, tôi không kìm được, nói nhỏ "Félicia ơi! Có lẽ... có lẽ tao yêu mi thật!". Nó đưa tay bịt mồm tôi lại, nói như điên như dại trong nước mắt "P'tit-corps, bụng của Rosemary trống rỗng, không có mầm sống, và chẳng có gì khỏa lấp được để nẩy ra xanh tươi, như một định mệnh...". Rồi nó đứng dậy, vội vã quơ mớ giây thép bỏ vào hai bao rác, miệng mím lại kìm những tiếng nấc, người lênh khênh chao đi như chực ngã trong bóng đêm xanh nhợt dưới ánh trăng.

Chúng tôi mang hai bao ni-lông bỏ vào lò thiêu rác của cư xá. Félicia bật miệng "Như là lò thiêu người của bọn Nazi". Tôi chưa biết nói gì thì nó lập lại "Tác phẩm nào cũng có định mệnh của nó - rồi tiếp - Tao là tác phẩm của Sa-tăng hay của Chúa hả P'tit-corps?", giọng như lạc vào một nơi không còn gì để bấu víu. Tôi hoảng sợ, ôm chầm lấy nó. Nhưng nó gỡ tay tôi ra, vuốt lại mái tóc hung hung đỏ tràn đổ xuống bờ vai gầy, và dịu dàng nói "Cứ bình tĩnh, P'tit-corps, phải bình tĩnh!".

*

Hạn chót cho những kẻ không học khóa hè là cuối tháng tư phải rời khỏi cư xá sinh viên. Những ngày cuối xuân hối hả như cây cỏ, mọc cho nhanh, thật nhanh, để kịp sống một mùa hè có dài thì cũng chỉ đến tháng tám là hết. Bấy giờ, những nụ non xuyên tuyết màu lơ nhạt đã héo dần, để chỗ cho đám hoa crocus tím, vàng nhô ra khỏi mặt cỏ xanh rì mượt mà sắc non của ngọc bích. Sáng sớm, mặt trời chói lòa hắt xuống nhân gian tất cả sức nóng vừa sớm qua đông, cái sức nóng đủ ấp cho đám gà non có sức đạp vỡ cái vỏ trứng mỏng mảnh để chui ra chiêm chiếp kêu nỗi mừng một chân trời tự do mới mở. Tung những hột lạc cho đám sóc non bé bằng nắm tay tung tăng quanh gốc những cây phong đang nẩy lá, Félicia reo lên khi tôi đến. Nó vừa đứng dậy, vừa cười "Bonjour, P'tit-corps! Mi phải dậy sớm thế vì tao, tao đền cho mi cái chi đây?". Tôi nắm tay nó, lắc và bảo "Dễ lắm. Đền cho tao, thật dễ! Mi xem, một thằng đực mới nhấp nhỉnh trên hai mươi như tao, cái gì là... là cần nhất?". Nó tru mỏ, tinh nghịch "Ăn, ăn để lớn. P'tit-corps, mi biết, không có sức khỏe chẳng làm gì được!"rồi bất ngờ nó víu đầu tôi hôn lên môi, một cái hôn vội, nhưng là cái hôn đầu. Tôi ngỡ ngàng. Bối rối, tôi ậm ừ ngờ nghệch "Bây giờ lên khênh đồ xuống, phải không Félicia?"

Bỏ lên xe mấy cái vali, hộp giấy đựng toàn sách vở, Félicia vào ngồi cạnh tôi. Xe lên xa lộ Métropolitain, lấy đường 40 chạy về phía đông rồi bắt đường 15 ngược lên phía bắc. Qua St- Jérôme, đi thêm một lát là tới một cái làng nhỏ nơi gia đình Félicia trú ngụ. Tôi cho xe đi chậm lại, quẹo trái, nghe Félicia nói "Xuống đến cuối cái dốc là nhà tao!". Nó dặn dò "Bố mẹ tao là những người đơn giản nhất thế gian này. Đừng ngại. Tao điện thoại về đây, bảo tao sắp đính hôn - rồi nó cười khúc khích, cấu tay tôi, tiếp - vì... tao đang có chửa!". Bà ta nghe tiếng xe là mở cửa chạy ra reo, chúng nó đến rồi! Béo tròn, bà lịch bịch như một quả dưa hấu trong bộ quần áo rộng thùng thình màu lam, tay đưa ra bắt tay tôi, giọng vui vẻ "Bienvenu!". Vào đến salon, ông ta ở bếp đi lên, chào tôi ngượng ngập, và lúng túng bắt chuyện. Chuyện thì cũng chỉ có thế: đến Canada bao giờ? Mùa đông lạnh nhỉ? Còn Việt Nam, tội nghiệp quá, cứ chiến tranh mãi! Liệu về hay ở lại? Ở lại đi, đợi chiến tranh chấm dứt đã. Bao giờ? Không biết! Nghe đâu là sẽ có hòa đàm ở Paris? Dạ. Vâng. Je n'en sais rien! Merde. Tao nào biết gì! Cứt! Pauvre garçon, il a air si jeune! Tội nghiệp, nó trông trẻ thế! Cám ơn, ai khiến bay tội nghiệp tao. Ăn đi, món này là tourtière, chấm với ketchup. Ông ta vẫn ngượng ngập, nói nhưng mắt cứ nhìn đâu đâu. Bà ta ăn, ăn ghê quá. Cứ tiếp tục ăn. Rồi tráng miệng. Ăn tarte nhé. Tarte aux pommes [16]. Félicia mỉm cười. Về đến nhà, không biết sao nó vẫn chẳng tự nhiên chút nào, vẻ lại buồn buồn như có chiều chịu đựng. Nó nhăn mặt chỉ đụng vào bát vào đĩa như góp mặt chứ không ăn không uống gì. Khi ra khỏi bàn, nó như đứa sổng tù.

Félicia kéo tôi ra ngoài, chỉ về phía rừng phong, miệng

ríu rít "Tao chỉ cho mi chỗ riêng của tao, chỉ tao biết, và bây giờ thì có thêm mi. Lại đây, tu viens, P'tit-corps?". Nó chạy băng qua đường. Tôi đuổi theo. Bóng nó thấp thoáng trong những tàn cây xanh um, chợt hiện, chợt ẩn, rồi bỗng như tan biến đi như một làn khói mỏng giữa khu rừng gió khua lá động. Tôi cất tiếng gọi "Félicia! Félicia!", văng vẳng nghe tiếng nó trả lời. Chạy một quãng, tôi đến ven một cái hồ, nước trong văn vắt. Trước mặt là núi. Núi không cao lắm, nhưng vách dựng đứng, nhấp nhô đá tảng nhọn hoắt chọc lên trời. Tôi lại gọi, chân men theo bờ, vạch lá đi tới. Bên tai tôi, tôi thoáng nghe nó gọi "P'tit-corps".

Ngồi dựa vào gốc cây bouleau có lẽ già cả trăm năm, Félicia nhìn lên, mắt óng ánh nắng vàng. Nó bảo "Cái cây này là chỗ quen biết từ khi tao mới bảy tuổi. Lại đây...". Nó thò tay vào hốc vừa lôi vừa nói "Xem này, con gấu nhồi bông của tao, tên là Nounou. Hồi đó mẹ tao bỏ cả ngày đi tìm Nou-nou, rồi gọi điện thoại đến nhà hàng xóm hỏi xem tao có quên Nounou khi sang chơi không?". Nó phá lên cười". Nhưng mẹ đâu có biết là Nounou đã tìm thấy một chỗ trú ẩn rất bí mật!". Tay chỉ vào hốc cây, Félicia tiếp "... thế là ai cũng bảo Nounou mất tích. Chỉ một mình tao biết là không, một mình tao lẻn ra nói chuyện với Nounou. Hôm nay, tao giới thiệu, đây là P'tit-corps - tay nó chỉ tôi - và còn đây, đây là Nounou, bạn tao!". Tôi đến ngồi cạnh Félicia. Nó đưa Nounou vào tay tôi nói rất tự nhiên, nói như thật, tay chỉ trỏ "Chúng mày phải tử tế với nhau. Ngoài chúng mày, tao chẳng còn một ai để yêu thương, chúng mày nên biết như vậy!". Nghe rồi nhìn Félicia, tôi thoáng một chút hoang mang. Từ hoang mang, tôi dần dần hoảng sợ. Có phải đây là Félicia, đứa sinh viên làm bức tượng Éphémère tiếng tăm nổi lên ầm ĩ với câu "Tác phẩm nào cũng đèo ngay định mệnh trong cả phần hồn lẫn phần xác của nó". Không. Không phải vậy, Félicia bây giờ hình như nhỏ lại thành một đứa con nít lên năm, lên bảy ở ven cái hồ nước trong vắt, trước mặt là vách núi dựng đứng, chon von, nghiêng ngả như sắp ngã sập xuống, và sau lưng là gốc cây bouleau, thứ cây mình mẩy như mạ ánh bạc sáng loáng những ngày đầu một mùa hè vừa chớm.

Chúng tôi đi ven hồ, qua đến chân vách núi trước mặt. Qua đông, những nốt tàn nhang đã loáng thoáng trên da mặt Félicia nay như hồng lên, mớ tóc hung nhìn mượt mà hẳn ra, và nhất là cái mùi, cái mùi nồng nồng ngai ngái ám ảnh cứ xông lên trêu chọc kích thích khứu giác. Xế chiều, chúng tôi về đến nhà. Ông ta lại ngượng nghịu, lúng túng. Còn bà, bà ta lại tiếp tục mang ra nào là chocolat, nào là nước ngọt, và rồi ăn, rồi uống. Félicia bĩu môi vẻ không muốn bị làm phiền. Còn tôi, tôi nhấm nháp mỗi thứ một chút. Ghé vào tai tôi, Félicia thì thầm "Maman tao bị bệnh. Chứng cứ phải ăn. Boulemique đấy! Tao có mang ảnh những đứa bé ở Biafra về. Treo lên xem còn ăn được nữa không?"

Sau bữa cơm tối, mọi người rủ tôi đánh bài belotte. Tôi không biết trò này, ai nấy tiu nghỉu. Félicia bảo "Nhường phòng tao cho mi nhé! Tối nay ngủ lại cho vui!". Bà ta cũng ân cần nài nỉ. Còn ông ta, ông cứ lúng túng, gật gật cái đầu tóc xù ra, miệng chỉ lập tới lập lui, phải đấy, dĩ nhiên, "Mais oui, oui!".

Xa thành phố, đêm có tiếng dế nỉ non. Tiếng lá xào xạc. Tiếng gió. Rúc đầu vào gối, tôi hít hà, cái mùi ngai ngái gây gây bám vào mơ hồ đâu đây. Đầu óc như mụ mị, tôi chìm vào một giấc ngủ. Cứ thế, tôi ngủ mê mệt cho đến lúc quay người lại thì không biết từ lúc nào Félicia đã vào nằm ngay bên cạnh. Tôi khẽ gọi tên. Nó không trả lời. Tôi úp mặt tôi vào mớ tóc hung, tim co thắt một nhịp đập lạ lùng, choàng tay ôm lấy cái thân thể con gái sợ nó sẽ tan biến đi như trong đoạn cuối những câu chuyện Liêu Trai. Félicia, Félicia. Tôi nhẹ nhàng mở từng nút áo ngủ, tay xoa lên bụng, lên ngực, vuốt ve, trìu mến, miệng thì thầm Félicia, Félicia. Nó vẫn im lặng, bất động. Tôi đưa tay lên mũi nó. Nó thở. Nó vẫn thở cơ mà. Tôi lại mơn trớn, và nói. Có lẽ tôi nói rằng tôi yêu. Tao yêu mi Félicia, mi biết thế chứ? Rồi tôi đặt môi tôi lên mắt, lên má. Tôi rúc vào cổ. Tôi trườn xuống hôn ngực. Tôi liếm dọc khớp xương sườn. Félicia! Félicia! Tôi kéo cho chân nó dạng ra, mặt úp vào cái khoảng mềm mại rậm rạp tơ xuân. Mùi, lại cái mùi gây gây nồng nồng, cái mùi kéo tôi vào nơi âm hoang nhớt nhát nhiệt đới. Félicia. Félicia. Nó vẫn im lặng. Nó vẫn bất động. Tôi thò tay lên mặt nó. Nước mắt. Mặt nó chan hòa nước mắt. Nó khóc nhưng thân thể nó lạnh băng như một khúc cây cằn cọc không có đời sống. Félicia! Tao đây. Nó vẫn bất động. Nó trơ trơ ra. Sự chết à? Tao đây, Félicia! Hãy đánh thức bản năng dậy. Hãy để tao lôi mi vào những sự bí ẩn vô cùng tận của đam mê xác thịt. Hãy cho tao làm người đàn ông. Cái lạnh lẽo vô hồn của thân xác mi chẳng khác gì mang thiến tao đi, mi biết không? Không. Nó vẫn bất động. Mi, mi sao vậy?

Tôi vùng dậy. Bắt đầu là bẽ bàng. Và cơn giận bất ngờ trào ra như bọt mép một cơn động kinh. Tôi nhổ xuống. Bãi nước bọt trên mặt nó lại khiến tôi càng bẽ bàng. Bấy giờ tôi cũng im lặng. Chỉ độc có cách là im lặng. Còn Félicia, nó vẫn bất động, lạnh ngắt như một xác chết. Sự bất lực trâng tráo như cú đấm thẳng tay làm nẩy đom đóm mắt, choáng váng đầu, tứ chi nhũn ra, thân người lặng đi rồi nặng chịch rơi vào một nơi u tịch. Tôi mặc vội quần, mặc vội áo.

Mở cửa, xuống thang tôi ra xe. Tiếng xe nổ máy khiến bố hay mẹ Félicia dậy bật đèn, ánh sáng thoáng hiện hắt qua khung cửa sổ. Tôi đạp ga. Xe lên hết con dốc, tôi quẹo phải, chạy thẳng ra xa lộ. Đêm xa thành phố đen tối như mực. Nhưng đen tối nào che khuất được nỗi bẽ bàng đeo đuổi khiến về sau, cứ mỗi lần đầu chung chạ với một người đàn bà lạ, tôi lại rùng mình, sợ gặp phải Félicia, một Félicia vô hồn bất động, mặt chan hòa nước mắt bỏ bơ vơ những cái hôn bẽ bàng trên cơ thể cạn kiệt tiệt cùng sinh lý.

*

Sự bẽ bàng đêm nọ ám ảnh. Nó là nỗi xấu hổ của mình với chính mình. Và rồi hoang mang. Mi, thằng đàn ông bất lực, không đánh thức nổi bản năng một con đàn bà. Mi, P'tit-corps, mảnh khảnh èo uột đến từ một nước thiếu ăn, mi làm gì có được thân hình lực sĩ với những bắp thịt rắn chắc căng phồng. A, mi, thì ra mi thế đấy! Mấy em gái cùng gốc anamít thỉnh thoảng gặp tôi lủi thủi trên đường, ngừng chân, trêu "Cái cô đầm tóc hung đâu rồi? Đầm là thế, cứ hè qua lại đổi bồ, ha ha...". Phải kể là sinh viên du học thời đó còn hiếm. Các "chị" ít nên có giá, và bọn đực chúng tôi phải là loại con nhà lành mới được các "chị" ghé mắt đến, sai bảo đón đưa, và hành hạ để chắc mẩm rằng "tình yêu" đồng nghĩa với cái vòng lễ giáo thưa gửi, cái liếc mắt đưa tình lãng mạn, và khi tình yêu đến độ "chân thật" thì giống đực loại chúng tôi phải chấp nhận mất phẩm giá, mất mặt, mất sức, mất gần hết để khi được, nghĩa là đã "lừa" được, thì chàng mới có quyền trả đòn. Trả đòn bằng cách bảo em, này em yêu, anh là con trai, mà con trai thì không rửa bát, không nấu cơm, không thay tã cho con, ngủ dậy muộn, và lúc gặp bạn bè đến nhà đấu láo thì xin mời em, em yêu, em xuống bếp lo cho dăm ba món nhậu và chớ lên ngồi lanh chanh góp chuyện.

"Cứ hè qua lại đổi bồ!". Mặc nó. Quên nó đi. Mà không quên cũng chẳng được. Làm việc hè phụ bếp trong một cái quán Harvey bán hamburgers, tôi cứ việc xong là lang bang góc St-Laurent và Ste-Catherine. Góc đó đầy các "chị em ta" của đất phồn hoa đô hộ này. Chúng nó mặc váy mini cũn cỡn, môi tô son đỏ chói, tay lúc nào cũng ve vẩy một điếu thuốc lá khói xanh um, đứng ưỡn ẹo, đi nhún nhảy, đầu lắc lư nhìn sau ngó trước. Đi qua, mùi nước hoa rẻ mạt bốc lên. Không nồng nồng ngai ngái. Không gây gây. Mùi thơm sực xông vào đánh tê mọi loại khứu giác tinh nhậy. Đi lại, mũi phồng lên hít hà. Thế là có đứa gái nhe răng trắng nhởn ra kêu "Eh, Chinoy, tu viens chéri?", thằng Tầu con, mi có đi không? Không. Lầm lũi bước. Đứa gái khác bạo hơn, xổ đến năm nay, miệng toét ra "Chintok, un petit coup?", này thằng Tàu, mi làm một cái? Dĩ nhiên, "T'es propre?", mi sạch chứ? Oui, oui. Lách vào ngõ. Lên gác. Đèn đỏ tù mù. Và thế, cứ thế, không đâu Félicia, tao không bất lực. Có con điếm gốc Es-quimau đến từ Igaluit ré lên "C'est bon! Encore!", sướng quá nữa đi, và sau nó xổ ra một chuỗi thổ âm tao không hiểu. Có con kêu, này thằng Tầu, mi đặc biệt, "Chino, t'es spécial!". Đúng, tao có khả năng, thậm chí có năng khiếu là đằng khác.

Thế là mỗi tuần một, hai lần. Tiền phụ bếp, xin trao lại cho chị em ta, hoan hỉ lách vào ngõ, lên gác, và trở thành thứ khách quen, le petit Chinoy, thằng Tàu da vàng khi sướng lại cất mồm gọi Félicia để nguyền rủa. Cứ thế, cho đến một ngày đái ra mủ. Ông đốc tờ già nghiêm mặt "Bệnh rồi, ranh con! Uống trụ sinh", rồi kéo ngăn kéo lôi ra một cái bao cao su trông như bong bóng lợn, dí vào mặt tôi, tiếp "Phải dùng cái này!". OK. Mi thấy không Félicia. Tao uống trụ sinh. Tao nguyền rủa mi, con khốn. Tác phẩm nào cũng có định mệnh của nó! Cái tác phẩm lạnh nhạt mi gán lên thân thể tao là bệnh lậu chữa bằng bột pênixilin vàng tươi trong vỏ bọc mầu đỏ thâm rờn rợn.

*

Mùa hè qua nhanh như trận gió đột ngột thổi bốc lên cao những cánh chim đi tìm nắng ấm ở phía cực nam trái đất. Lá trong rừng phong chỉ hai tuần lạnh là vàng ối rồi lả tả rắc lên thảm cỏ bắt đầu tàn úa những nét chấm phá bước sang mùa. Thu đến. Thu đi, rồi lá phong rực đỏ dưới chân đồi Đại học bỗng chỉ ngày một ngày hai nhuộm màu tang tóc trắng mang mang của buổi Đông vội vã quay về xứ nửa năm tuyết phủ.

Bỏ góc phố St-Laurent và St-Catherine cùng những cái mông căng cứng bó chặt váy mini nhún nhảy đong đưa của chị em ta, tôi quay về Đại học, tiếp tục làm cái luận án bỏ giờ từ đầu hè về tính ổn định của vật chất. Nguyên tử và phân tử chỉ hiện hữu ở những trạng thái bất biến của năng lượng, vì vậy chúng không tan tác vỡ sụp như lý thuyết điện-động-học đã tiên dự, chỉ hoán đổi trạng thái năng lượng bằng cách trao đổi với điện từ trường một số năng lượng hữu hạn và nhất định. Nhưng tại sao hiện tượng này chỉ quan sát được ở mức tổng quan một tập thể, chứ cho từng nguyên tử một thì nó lại có vẻ như bất khả kiểm soát, không dự liệu trước được, và vô căn nguyên nhân quả. Không. Không thể được. Vật chất khác với Félicia. Và tôi bắt đầu quên nó, hệt như sau khi thức giấc từ cái đêm mê mị tôi cố quên, quên như quên một cơn ác mộng.

Tuyết đã rơi từ đầu tháng. Ngày hôm qua, lại mưa băng. Ra cửa sổ, tôi lặng lẽ ngắm những cành phong đông đá pha lê vắt vẻo, chờ một cơn gió để nghe lại tiếng hát của rừng năm xưa, tiếng hát bản thánh ca mơ hồ huyền diệu. Trên kính cửa, hơi thở đông thành nước, rồi nước gặp lạnh kết thành băng, hình thể băng là những chòm pháo bông đủ loại cứ chuyển thể biến hóa cho đến cuối cùng trở thành một lớp đồng nhất bất động. Ngồi nhìn ra ngoài, tôi mông lung nghĩ lại cách giải quyết câu hỏi nay đã tóm gọn được như một bài toán. Bỗng chuông điện thoại reo. Tôi bực bội cầm máy. Giọng đàn bà. Tôi bảo "Chắc bà nhầm số!". Bà ta đáp "Không. Tôi nhận ra cậu, cậu là bạn Félicia mà. Nó có đến chỗ cậu không?". "Không, sáu tháng nay tôi không gặp...". Bà ta bật khóc "Tôi chẳng biết nó đi đâu từ tối hôm qua". Tôi lạnh lùng "Nó trưởng thành rồi. Đi đêm thì đi, nó rồi cũng về". Bà ta nấc òa "Lần này thì lạ lắm! Cậu không biết đâu, từ sáu tháng nay nó chỉ uống nước lạnh, mỗi ngày ăn dăm cái bánh qui khô. Nó không nói nữa, như câm, suốt ngày im lìm nhìn vào gương". Tôi giật mình. Tôi nói vội "Bà xem nó đi nó mang gì theo, quần áo thế nào?". Bà ta quýnh lên bảo tôi đợi. Mươi phút sau, bà cầm máy hổn hển "Tôi chịu, tôi không hiểu được. Trời lạnh thế mà áo măng-tô nó vẫn đấy. Cả đôi ủng đi tuyết nữa, vẫn còn để ở cửa ra vào. Cậu ơi! - bà ta khóc rưng rức - tôi phải làm gì đây?". Lần này, tôi nhói tim, lòng bỗng như hững đi, bụng rỗng ra. Chính tôi, tôi lắp bắp "Bà gọi cảnh sát, gọi ngay để họ tìm!". Chợt nhớ đến gốc cây bouleau và con Nounou, tôi dặn "Nhớ ra ven hồ, nơi ngày còn nhỏ Félicia hay ra đó chơi!". Dứt lời, nỗi sợ ào đến làm tôi tê điếng. Tôi dằn máy, bung chạy xuống dưới nơi đậu xe. Và cứ thế tôi lái thẳng lên xa lộ, nhắm hướng St-Jérome, cắn răng nhấn ga trên mặt lộ lạnh cong những lớp băng đóng cứ tuôn trợt đi như thoa mỡ.

Ông ta đứng ở cửa với dăm ba người cảnh sát khi tôi ngừng xe. Ông nhìn tôi, không có vẻ gì ngạc nhiên, nhưng vẫn ngượng nghịu lúng túng. Tôi hỏi "Đã ra ven hồ chưa?". Ông đáp "Hồ rộng thế, ai biết chỗ nào!". Tôi nói vội "Đi với tôi, tôi biết chỗ!". Một cảnh sát chặn lại, giọng bình thản "Đợi! Đã gọi về Sở để mang mấy con chó tới. Chó có huấn luyện, thả ra là chúng đánh hơi người tìm được ngay!".

Lúc đó vào khoảng hai giờ trưa. Nhìn lên những cành phong, băng đóng óng ánh màu nắng trong vắt, thỉnh thoảng lại va khẽ vào nhau mỗi khi có gió, tiếng pha lê văng vẳng như khi người ta cụng ly uống rượu. Tôi bỏ mặc mọi người, một mình chạy băng đường. Vào rừng, tôi nhắm hướng hồ, cắm đầu bước. Félicia. Mi ở đâu? Trời sao lại lạnh thế này, hả Trời? Đến ven hồ, tôi ngóng tìm những cây bouleau. Nhưng lá cây đã rụng hết, nay băng đóng tuyết vùi. Tôi nhìn vô vọng, chẳng tìm được cái mốc nào mặc dầu tôi cố moi trong trí nhớ cái hôm đó, cái hôm Félicia dẫn tôi ra nơi riêng tư của nó, nơi có cái hốc cây nó giấu Nounou, con gấu nhồi bông mà nó gọi là bạn, rồi như đứa gái chẳng quá năm, quá bảy tuổi, nó giới thiệu với tôi như giới thiệu một sinh vật có đời sống. Félicia, mi ở đâu? Tôi gào lên. Tiếng tôi kêu làm những con sóc hoảng hốt chạy. Những cành cây băng đóng lại va nhau. Lại tiếng pha lê. Nhẹ. Mơ hồ. Nhưng bây giờ, nó buốt, nó nhói, nó chọc thủng màng nhĩ, nó đâm vào tim như mảnh sắc những cốc rượu vỡ.

Có tiếng chó sủa. Phải. Theo đó mà dò. Thính giác chó nhạy hơn. Khứu giác chó cũng thế. Không tin vào được gì khác, tin vào chó vậy. Tôi cất bước chạy, chạy thục mạng. Tiếng sủa. Gầm gừ. Tiếng mỗi lúc một rõ. Và cái cây bouleau cổ thụ. Đúng nó kia kìa. Tim tôi đập mạnh, máu dồn lên mặt, tôi lao tới rồi sững người lại.

Félicia, mi đó ư? Vẫn mặc bộ áo ngủ mỏng dính màu trắng, Félicia dựa vào gốc cây, chân co lên, một tay như làm dấu thánh giá, tay kia chỉ lên trời. Thân thể mi nay bọc một lớp băng. Một lớp trong suốt. Mái tóc hung hung đỏ đổ dài xuống, dính bệt, đông đá, cứng ngắc. Hai mắt mi mở to để hút cả vũ trụ vào. Sương vai nhô cao, sương sườn đâm ngang, ngực lép xẹp, miệng mi há ra như định nói gì đó. Nhưng bây giờ, còn gì mà nói, còn gì mà nhìn, hở Félicia? Con chó của cảnh sát vẫn sủa ngay chân mi. Chỉ khác là mắt chó không đỏ rực, nanh chó không xanh biếc lân tinh. Còn lại, tất cả tao đã nhìn thấy mùa đông năm ngoái rồi. Cái bức tượng phù du trong mùa đông Éphémère: Vivre en hiver đó. Nhưng bây giờ, không phải là Rosemary bằng thạch cao và đất sét trắng. Tất nhiên, tác phẩm nào cũng đèo ngay định mệnh trong cả phần hồn lẫn phần xác của nó. Félicia, mi cũng là một tác phẩm. Dẫu là con của Chúa hay của Sa-tăng, mi cũng có định mệnh của mi, như bất cứ tác phẩm nào, do bất cứ ai tạo ra, có điểm khởi đi rồi đến một đoạn kết đã manh nha từ những bước đầu.

*

Félicia nhỏ nhẹ "Thôi đừng giận tao! Tao đã viết cho mi cả chục bức thư. Tao viết rồi xé. Mi ngốc lắm. Mi cho tao cái đêm hè hôm đó điều mà tao không nhận được. Không thể nhận, thì đúng hơn. Tao còn bẽ bàng hơn mi nhiều. Cái nỗi đau không nhận. Lắm khi, tao nghĩ cho dễ hơn nhận! Mi hiểu chưa?". Tôi quay mặt vào tường. Nó đến ngồi xuống giường, tay kéo lại tấm chăn đắp trên bụng tôi. Lát sau, nó thủ thỉ "Tao gặp Rosemary. Nó bảo tao, nó là tác phẩm của tao và nó chấp nhận tan vữa ra như tao sắp đặt khi mùa Xuân về. Còn tao, tao phải chấp nhận Thượng Đế là đấng sáng tạo ra tao. Tao bực mình, tao bảo từ năm lên năm tuổi, tao cứ thấy bụng tao trống rỗng chứ làm gì có sự sống. Nó cười, nhắc có lẽ Thượng Đế muốn thế đấy. Hệt như tao muốn biểu hiện sự phù du với bức tượng phù du Éphémère. Rồi nó bảo, này Félicia, mi phải khôn ngoan hơn một tí. Mi ấm ức để làm chi. Tác phẩm nào cũng đèo ngay định mệnh trong cả phần hồn lẫn phần xác của nó...".

Tôi quay người lại nhìn. Bây giờ Félicia là Félicia của mùa hè năm ngoái, da mặt đã thoáng tàn nhang, ửng hồng như vừa bắt nắng. Nó vuốt tóc tôi, thì thầm "Ngẫm lại, đúng đấy. Từ năm lên năm tuổi, mẹ tao cũng than là bụng mẹ trống rỗng. Trống nên phải ăn, ăn và ăn... Ăn cho đến được đoạn kết. Một đoạn kết toàn hảo, parfait. Tao về bảo, này maman, tiếp tục đi. Đoạn kết, chẳng qua là tới sự hoán đổi cuối cùng để đạt trạng thái bất biến của năng lượng. Khi đó ta lại đoàn tụ. Như mi, tao cũng thấy là mẹ tao thanh thản như chưa bao giờ được thanh thản. Nếu mi bằng lòng, tao sẽ dẫn mi vào cái thế giới của tao, nhẹ như ê-te, và đang vào quĩ đạo của sự hoán đổi đó. Đừng tìm đâu xa, sự hoán đổi đó đúng ở tổng quan và nó cũng vô cùng chính xác ở mức độ nguyên tử và phân tử!". Chẳng nói thêm, Félicia nắm tay tôi ấn xuống khiến cả hai như chìm vào một chất lỏng vô hình vô tướng mỗi lúc một loãng ra. Tôi hoảng lên, định vùng dậy. Nhưng

Félicia để tay lên má tôi, nhẹ nhàng "Yên nào, P'tit-corps!".
Tay nó lạnh buốt băng đóng. Tôi kêu "Mi tính bắt tao đi đâu...
bỏ tay ra. Để yên cho tao chợp mắt một tí. Tao mệt!". Nó
cười như trêu, áp cả hai bàn tay vào thái dương tôi bóp lại.
Tôi ú ớ. Tôi kêu. Tôi đạp. Và rồi có tiếng nghe đánh rầm một
cái. Tôi vùng lên ngồi dậy, thò tay vuốt mặt, mồ hôi tôi nhễ
nhại, tanh tưởi và lạnh toát. Tôi vuốt mắt mình, không phải
vuốt để nhắm mà là vuốt cho mở ra để sống và trở lại từ một
cõi mộng du, cái cõi vẫn còn chao đảo giữa một Félicia vừa
đâu đó nơi này, và một Félicia đã nằm gọn lỏn trong chiếc áo
quan đặt trong nhà quàn cách đây hơn một tháng.

*

Có tiếng như chai lọ đổ vỡ dưới nhà. Tôi kéo cái chăn
vẫn còn trên bụng, ngạc nhiên tự hỏi ai lên phòng này đắp
chăn cho tôi. Lại một một tiếng rầm nặng chịch hệt như tiếng
ngã đập người xuống sàn. Tôi vội vã nhảy khỏi giường, mở
cửa, lao ra cầu thang.

Ông ta nằm nhoài trên thảm, đầu gục lên ghế. Ghế nhớt
nhát một đống nôn mửa, mùi chua chua xông lên. Tay vẫn
nắm chai scotch nay chỉ còn chút cặn, ông khò khè thở. Một
nửa mặt khuất. Nửa còn lại, chập chờn ánh lửa lò sưởi như
chiếc mặc nạ cao su nhăn nhúm co giật một cơn động kinh.
Ông ta lẩm bẩm, khụt khịt, thỉnh thoảng hừ hự rên. Bất ngờ
ông la lớn "Trời, trời! Mon Dieu!", rồi lại nhắm mắt. Lại hào
hển. Lại kêu Trời, kêu rồi lảm nhảm "Thế là họ đi mất hết rồi.
Mụ vợ vào cửa Thiên Đàng! Félicia nữa, nó vẫy mẹ nó. Mẹ
tròn như quả bóng. Còn con, Felicia... Con gái yêu dấu của
bố, sao con đếm từng calori, người rạc đi, khẳng khiu như
một khúc củi. Và hôm con viết vài chữ "Maman, con đã đạt
mục đích!" thì cũng là ngày con vĩnh viễn không về. Từ ngày
con đi, mẹ con cứ ăn, ăn và ăn... Ôi thôi! thật kinh hoàng, mẹ
cứ ăn, không nhìn ai, lạnh lùng, bình tĩnh tọng vào bụng đủ
thứ, cố tình ăn cho đến rách toang dạ dày ra.

Ông ta gục mặt xuống bãi mửa mỗi lúc một lợm mùi, khóc hu hu, tay chân vật vã, miệng thỉnh thoảng lảm nhảm những câu gần như vô nghĩa. Thì ra cái chết đóng băng giữa pha lê trong buốt có thể còn đèo bồng thêm nhiều lẽ khác. Nó không chỉ ở hiện tại, thực sự đã xẩy ra từ khi lúc nào tương lai cũng ở phía sau và quá khứ thì nằm phía trước. Cái chết đó có vì hình ảnh những kẻ thiếu ăn ở Biafra. Có vì Trung úy Calley châm lửa đốt nhà những nông dân người Việt nghèo khổ ở Mỹ Lai. Có vì phát súng của đại tá Loan bắn vào đầu một tên Việt Cộng đột nhập Sài Gòn trong cuộc tổng công kích Mậu Thân. Có vì em bé gái tên Kim Phúc bị xăng đốt cháy phải trần truồng chạy trên quốc lộ số 1.

Bây giờ, tôi thấm thía hiểu ra tác phẩm nào cũng đèo ngay định mệnh trong cả phần hồn lẫn phần xác của nó. Tôi hiểu vì sao khi tôi tỏ tình Félicia khóc lần thứ hai dưới ánh trăng xưa và chỉ nói như điên như dại "P'tit-corps, bụng của Rosemary trống rỗng, không có mầm sống từ lúc mới năm tuổi, và chẳng có gì khỏa lấp được để nẩy ra xanh tươi...". Loáng thoáng bên tai, tôi nghe mơ hồ đâu đó tiếng thì thào "Tao cũng không có bụng. Không có tử cung. Tất cả ruỗng ra, rỗng ra, không có gì còn là đàn bà trong tao. Excuses-moi! Cho tao xin lỗi, mi nhé!". Tôi vùng dậy, chạy xuống thang ra ngoài.

Tôi mở cửa xe, rồ máy. Đường dẫu có đóng đá, cũng phải về thôi. Gió thốc cái lạnh kim châm cháy rát đâm vào mặt. Không gian trắng một màu tuyết, trắng đến xa vắng mênh mông. Rồ máy, bật đèn thì trước mắt cả cánh rừng pha lê bỗng hiển hiện vây bọc và bắt đầu cất tiếng. Quanh quất những gốc cây hàng trăm cặp mắt của chồn, của cáo, của sóc rừng rực ánh xanh, ánh biếc, ánh vàng hung, ánh đỏ lừ cùng chóe sáng lên dưới ánh đèn xe. Vụt một cái chúng biến sạch. Lẽ nào trong đó lại không có ánh mắt một con sói, con đã nằm dưới chân Rosemary trong buốt pha lê? Chắc có. Và bây giờ nó hẳn đã làm lành với Félicia, bởi ở cõi năng lượng mãi mãi trong trạng thái bất biến thì có giả làm bất cứ mụ già nào cũng là điều vô ích. Lại gió. Lại leng keng mơ hồ tiếng vỡ thủy tinh . Khi gió múa nhịp nhàng, tiếng hát cất lên. Vẫn bài thánh ca xưa tôi đã nghe chân đồi Maplewood, với giọng nữ vút cao như tiếng tơ lụa rách tươm hồn, lẫn vào tiếng thủ thỉ của rừng pha lê động lòng an ủi. Và vẫn tôi, bây giờ cho đến mãi mãi mai sau, cứ bâng khuâng nhớ bức tượng Phù du: Sống trong mùa Đông giữa cái lạnh cắt da của số kiếp.

Lăn xuống dốc trơn như bôi mỡ, tôi rẽ phải, chân nhấp vào thắng, cố bẻ tay lái nhưng vẫn không khỏi tuôn trượt đi trên đoạn kết một dốc đường định mệnh.

Nam Dao

[1] Cứt!
[2] Đơn vị đo chiều dài, 1 inch bằng 2,45 cm.
[3] Bánh ngọt loại to, như bánh cho đám cưới.
[4] Trái màu đỏ như trái táo nhỏ
[5] Một loại rượu mạnh.
[6] Tên con gái, có nghĩa là đời sau.
[7] Phòng ăn công cộng.
[8] Tên nhân vật trong phim Rosemary's baby của Polansky, một người đàn bà đẻ ra quỉ Sa Tăng.
[9] Tác giả những truyện cổ tích, nổi tiếng nhất là truyện Cô bé quàng khăn đỏ.
[10] Bánh dành để ăn nhẹ
[11] Bánh bít-qui khô.
[12] Đơn vị đo trọng lượng (1 ký tương đương 2,2 pounds).
[13] Dự án
[14] Tạo hình qua phương thức sắp đặt tranh, tượng...
[15] Đúng thế!
[16] Bánh ngọt nhân làm bằng táo.

Nguyễn Thị Khánh Minh by Đinh Cường

NGHIÊU ĐỀ

Sinh năm 1939. Họa sĩ, cộng tác với một số tạp-chí miền Nam trước 1975.
Huy chương Bạc Hội Họa Mùa Xuân toàn quốc năm 1961.
Đến Mỹ 1985. Định cư tại San Diego, California.

Đã xuất bản:
- *Ngọn Tóc Trăm Năm* (tập truyện; Sông Mã, 1965)
- *Nghieu De* (tuyển tập hội họa: Dialogs, Nguyễn Ngu Í & Nghiêu Đề; essays, Thái Tuấn, Đỗ Quí Toàn, Du Tử Lê, Huỳnh Hữu Ủy & Trần Dạ Từ ; English adaptation, Lê Thọ Giáo; Việt Art Society, 1999).

Về núi thăm người
(cho Khánh Trường thời rong chơi ca múa)

Ngày rạng - chút hơi sương trên đá
về trời theo con nắng sớm mai
núi ở Imperial cao ngất
ngồi dưới đất nầy ta biết núi cao

đá dựng - vút đỉnh trời - đá dựng
từ im hơi đã mây ngàn năm
con ốc thở hết đời sóng vỗ
giấu trong lòng đá, biển mênh mông

cây đau lá bỏ mình từng buổi
cái Bống còn xương trắng chẳng tan
nửa đêm thân hóa vàng rạng rỡ
tưởng mặt người đỏ nến hồng soi

đêm lóng lánh những đồng xu cũ
bỗng lưng đầy âm tiếng vang xưa
thời đỏ đôi nụ hồng trên ngực
cây vương trời lá ngóng chân vua

Sài Gòn thứ Bảy nạm châu ngọc
chân bước về xóm ngõ vi vu
ngoại ô rơm óng mùa gặt mới
lót ổ ta nồng ấm hơi người

kinh đen nước quẩn quanh thành phố
gót rực hồng khi bước chân qua
người lóng lánh đạp xe lóng lánh
đất trời theo dõi miết nan hoa

ghế đẩu, uống cà phê với nhau
ở Phú Lâm thời tên bay đạn lạc
môi vẫn nhiều như lá trên cây
giăng mắc lối đi về thơm ngát

ở chân cầu xa lộ đêm hè
gió con trẻ thả rong ngoài nội
những cánh dừa đêm - những cánh dừa đêm
dịu dàng giấu tiếng người đang thở
cỏ mềm ngậm một chút sương ướt
dụi đầu mê ngủ giấc thật thà
sáng mai thức, mặt trời lên mặt
phấn hoa còn bay miết đêm qua

mắt trách móc dậy nồng nàn cũ
chỉ mình ta riêng biết với nhau
Ngã Bảy, biệt đãi người, Ngã Bảy
giấu trong trời này hạt mưa sa

hạt mưa ở nơi nào chẳng biết
có về thăm lều cỏ ta chưa
hạt mưa ở nơi nào chẳng biết
vệt hồng đào - rượu cưới ta xưa

đi trên đường Minh Mạng buổi chiều
soi mặt đám đông người kẻ chợ
lửa thuốc dài đom đóm đêm hè phố
thuở làm vua từng đốt hết Sài Gòn

đứng trên bục giảng đường vừa tan
cầm chắc nụ hôn người lẫm liệt
lộc mở toang rừng mới tinh khôi
đi hành lễ thành thân cùng nguyên đán

lộng lẫy ta thời rong chơi ca múa
dấu riêng in hồng ngực đám ôn nhu
mỗi gốc cây ta một trời nhật nguyệt
thắp mặn nồng rạng rỡ bạn bè xưa

chỗ nước xoáy chân cầu Kinh sâu
trăng sa chân đắm chìm đáy nước
cũng sa chân em nụ hôn đầu
hoảng hốt mở tay thời thương khó

con nước dậy qua cầu Bình Triệu
đổ hoang mang đám lục bình trôi
lá dăm cung cúc hoài mong ngóng
gió nào bay cây cải về trời

đi trên đường Nguyễn Huệ buổi chiều
xao xác cánh én bay về tổ
chiều tan theo từng cánh én tan
ta cũng mất tăm hơi từ đó

Sài Gòn ngồi bệt dưới mặt đất
những ngày ta nín thở qua sông
Sài Gòn dẹp lép dưới mặt đất
bóng dần tan ra biển mù tăm

đập thịt xương ngươi vào đá núi
chẳng âm vang gì tiếng thở than
ông Bụt đã ra người thiên cổ
cái Tâm giờ đã bỏ đi hoang

khuya khoắt có khi trận gió nổi
lòng ốc kêu đòi bến bãi xa
lá trạng nguyên thổi lửa bừng phố thị
về chờ trăng có buổi đi qua

ngày rạng chút hơi sương trên đá
về trời theo con nắng sớm mai
núi ở Imperial cao ngất
ngồi dưới đất này ta biết núi cao

Chocolate Mountain tảng kẹo lớn
trầm tích người ôm ngủ thảnh thơi
ngàn năm sau nếu hoa dại mọc
kể như ta tặng dữ cho người

Về núi thăm người
(về mẹ Công Tôn Nữ Lệ Chi)

Ta có chú ngựa ngon lành lắm
vẫn bay ngang trời đất tuyệt vời
đêm dẫn ta về rừng chơi núi
thâm sơn tàng trữ chỗ dong chơi

ngồi Khe Sanh nghe bạn bè đàn hát
khúc tử sinh hỷ hả làm vui
răng ngọc sáng trăng vùng tưởng nhớ
vằng vặc soi nảy hạt cơm trời

nhà ta có cánh bay đầy núi
rừng giấu con đường xúm xít vui xưa
trăng đi biệt có hàng phố nhớ
bụi bay, vàng con ngõ, ngày mưa

vẫn con đường Lý Trần Quán cũ
trần thân lăn khắp ngõ - đã chưa!
con đường thuở rong rêu, nước tiểu
cửa rộng dung chờ đứa con hư

hiên nhỏ có hàng cây bông giấy
chết tươi khi làng nước đổi đời
bỏ quá chút đau con trong ngực
mỗi lần nhìn bông giấy reo vui

êm ái - đêm - có khi chợt thức
thở mẹ trong nhà lại ngủ thảnh thơi
đang khuya, có những đêm chợt thức
nhà quen, chân chẳng bõ đèn soi

phiêu bạt nuối người về thành phố
Sài Gòn mở toang qua mái hiên ta
chia lửa từ đèn chong giường mẹ
đốt cho tàn đêm bỏ đi xa

rừng giấu căn nhà ta trong núi
đêm như con chó quẩn quanh người
chú cánh cam thiếu thời xanh ngắt
về đất ăn nằm lấy lại chút hơi

rừng giấu căn nhà ta trong núi
giấu đêm ta về với Sài Gòn
căn nhà giấu một đời hiu quạnh
bóng mẹ ngồi, mẹ đứng, mẹ bơ vơ

ta mất Sài Gòn từ thuở nào?
xao xác người đi biền biệt tăm hơi
sương muối đổ trên từng sợi tóc
đêm từng đêm nhỏ mái hiên xưa

rừng quên giùm ta ngày vắng bặt
còn đang rơi trong cõi mênh mông
chén nước sóng chân người phu đám
chút trời ta đổ giữa thinh không

con sông trôi nổi lời vĩnh biệt
có lang thang hồn vía ở trời xa
núi cao không gởi lời vĩnh quyết
nuối ngày vui lành thịt lên da

đâu đó đá tảng còn đang mọc
trẻ thơ chờ đá mọc nên non
xương thịt dậy một vùng đá sống
thở thần tiên trong gốc cây đa

có đi qua con đường đá mọc
lóng lánh đàn trẻ nhỏ trăng hoa
có, trong chòm sao đang mọc
vệt hồng chân theo bóng mây qua

rừng giấu quê nhà ta trong núi
cỏ mềm lòng dạm ngõ mưa sa
con sinh ra tên mưa và cỏ
cỏ từ tâm xóa vết phong ba

ngồi xếp bằng trong thế tĩnh tọa
tay thong dong chân cẳng an vui
đọc hết bài kinh không thấy Phật
trên tòa sen lộng lẫy nụ cười.

NGỌC

Tên thật: Nguyễn thị Minh Ngọc
Sinh năm 1971 tại Sài Gòn
Xuất cảnh cùng gia đình theo chương trình HO (cha là sĩ quan cảnh sát đô thành Sài Gòn)
Hiện sống và làm việc tại Long Island, New York.
Nghề nghiệp: bác sĩ chuyên khoa Gây mê Nhi (Pediatric anesthesiologist)
Cộng tác thường xuyên với tạp chí *Văn* (chủ bút Nguyễn Xuân Hoàng) từ 2000 đến 2006 với truyện ngắn và giữ mục Tin Văn Thế Giới, Văn Nghệ Thế Giới dưới bút danh Ngọc.
Viết bài phụ lục cho ấn bản *Phiếm* 20 (Song Thao, 2018) và Hoa Đào Năm Ngoái (Nguyễn Quang Hiện, 2018).

Ta gõ mạn thuyền

Ngồi đây ta gõ ván thuyền
Ta ca trái đất còn riêng ta
(Văn Cao)

Trương Chi ngồi bó gối đầu mũi thuyền, nhìn đăm đăm xuống mặt nước lóng lánh trăng vàng. Đêm nay trời lặng gió, trong veo. Ánh trăng tan chảy trên cây cỏ, trên mái thuyền, trên tóc, trên áo chàng. Dòng sông lờ lững. Không gian lặng im. Như chờ đợi chàng cất tiếng. Nhưng chàng không hát nữa.

Trương Chi sinh ra để sống một cuộc đời đơn giản. Mồ côi cha mẹ từ bé, chàng lớn lên trong con đò của ông già từ tâm đùm bọc chàng cho đến khi ông mất, sinh sống bằng nghề chèo đò ban ngày, kéo lưới ban đêm. Và Thúy là người bán hộ chàng mớ tôm cá mỗi buổi sáng. Nàng sống với vợ chồng người anh, mỗi sớm tinh mơ ra bến sông mua lại tôm cá đem ra chợ, như nhiều cô gái làng chài khác. Gặp gỡ lâu ngày, hai người dần dần cảm mến nhau trong một mối tình đơn sơ mộc mạc. Thúy bình dị, chất phác, hiền lành, nhưng anh nàng rất chi li tính toán. Và chị dâu nàng còn khôn ngoan lanh lợi hơn nhiều. Trương Chi không thể cưới nàng nếu không có... và không có... và không có... Ôi những cái chàng có thì ít lắm, mà những thứ chàng không có nhưng họ đòi hỏi lại quá nhiều. Trương Chi không ngại, chàng hết sức làm lụng, dành dụm. Đôi trẻ mỗi dịp ngồi với nhau lại bàn cãi, mơ ước về tương lai chung sống. Nàng sẽ dọn xuống đò sống với chàng. Như thế thì lênh đênh lắm. Có thể chàng sẽ vào làng, che một mái nhà tranh xây tổ uyên ương. Nhưng trên hết là đám cưới. Một đám cưới thật vui, rước dâu trên thuyền hoa.

Tất cả sẽ mãi mãi chỉ là ước mơ. Đã hơn một tháng nay, Thúy lâm bệnh nặng. Thầy lang cho biết nàng mắc bệnh hủi. Vợ chồng người anh vội vàng che một chòi lá bên kia sông, nơi bãi hoang, cho Thúy ra đấy, không bao giờ lui tới nữa, nhưng vẫn đưa cơm nước mỗi ngày qua thằng khùng chuyên nghề vác xác đào huyệt. Hắn bơi thuyền sang, để giỏ cơm ở bến nước sau chòi. Cuộc sống vẫn tiếp diễn, quên hẳn cô gái làng tên Thúy. Riêng Trương Chi đau khổ vô cùng tận. Ngày ngày chàng chèo thuyền sang bên kia sông, nhưng Thúy nhất định không chịu cho chàng thấy mặt. Nàng không muốn chàng ghê sợ thân xác tàn phá bệnh tật của mình. Sau cùng, cảm động, nàng bảo "anh có còn thương em thì cứ đậu thuyền mà hát, em ở trong này nghe tiếng hát cũng như thấy anh vậy".

Đêm đêm, khi trời tối hẳn, Trương Chi chèo sang sông, cắm đò gần bến nước sau chòi lá của Thúy, hát miên man. Trước kia thỉnh thoảng cao hứng chàng cũng cất tiếng hò đối đáp với bạn bè trong lúc chèo đò, nhưng chưa bao giờ thực sự chú ý đến giọng hát của mình. Giờ đây, trong lúc đau khổ tuyệt vọng vì hạnh phúc chưa kịp đến đã tan, thương xót cho người yêu mang chứng bệnh nan y oái oăm, buồn rầu cho thân phận cô đơn lẻ loi, chàng trút hết máu tim nồng nàn thành lời hát tình tự chất ngất day dứt. Ván thuyền chàng làm sênh phách. Tiếng hát Trương Chi vời vợi gió khuya tràn ngập dòng sông vắng lặng. Chòi lá của Thúy tối đen. Nàng không bao giờ thắp đèn. Nhưng chàng như thấy nàng đang ngồi lặng lẽ thu mình trong bóng tối, nước mắt chảy thành dòng, lòng trải rộng thấm đẫm tâm tình Trương Chi. Chàng hát mãi, hát mãi. Càng hát, trần gian như tan biến, chỉ còn có Thúy hiển hiện bên chàng mà thôi. Bên kia sông, dinh quan Thừa tướng uy nghi đèn đuốc rực trời, xa lạ quá với cõi hai người của chúng ta, phải không Thúy, phải không em? Anh ca *trái đất còn riêng ta*.

Chiều tối này, Trương Chi cắm đò sau chòi của Thúy như thường lệ, vừa cất tiếng hát thì một đoàn thuyền nhà quan từ đâu cập vào. Đám lính ập sang lôi Trương Chi qua thuyền, giải về dinh, mặc cho chàng kinh hãi kêu van. Quan Thừa tướng oai nghiêm giữa sảnh đường, quắc mắt nhìn Trương Chi làm chàng khiếp đảm, run rẩy trong bộ quần áo cũ rách lấm bùn bê bết. Chàng cúi gục đầu để thấy bộ mặt đen đúa, tóc tai bờm xờm của mình in bóng trên nền gạch bóng lộn. Ý thức về sự lạc lõng của mình trong chốn cao sang này càng khiến Trương Chi thêm run sợ. Ngắm nghía chàng thêm một lúc nữa bằng ánh mắt khinh miệt, quan cất tiếng đanh thép:

"Ngươi là Trương Chi?"

Trương Chi "dạ"trong lúc đầu óc bấn loạn, lục lọi cố nhớ xem mình có xô xát, gây gổ, thiếu nợ, ăn giật của ai hay không để đêm hôm quan phải cất công ngồi phán xử. Chàng còn nghĩ lung tung chưa ra manh mối thì quan hỏi tiếp, lạnh như băng:

"Ngươi là tên lái đò đêm đêm vẫn hát dưới sông bên dinh của ta?"

"Dạ con hát ở bên kia sông chứ ạ."

Quan đập bàn quát:

"Đừng láo! Sông này thuộc về dinh của ta. Người hát bên kia sông hay bên này sông thì vẫn là hát bên dinh của ta."

Trương Chi hoảng sợ, định dập đầu tạ tội, thì quan đã giơ tay ngăn lại, giọng bực bội:

"Tội của ngươi gây ra không đơn giản như ngươi nghĩ. Cũng vì ngươi cắm đò hát đêm đêm hơn một tháng nay mà tiểu thư con ta lâm bệnh nặng. Ta không còn cách nào khác, phải bắt nhà ngươi vào đây chịu tội trước tiểu thư."

Hồn phách Trương Chi bay lạc cả trên mây khi nghe tin sét đánh đó. Những tưởng trên sông vắng chỉ hát cho người yêu nghe không phiền lụy đến ai, nào ngờ lại làm tiểu thư con yêu của quan Thừa tướng mất ngủ đến lâm bệnh nặng, phen này chạy đằng trời cũng không khỏi rũ tù. Chàng chưa kịp van xin thì bọn lính, theo cái hất hàm của quan, đã lôi chàng vào nhà trong. Chàng òa khóc, níu áo viên cai định kể lể thì ông ta trợn mắt nạt khẽ:

"Có câm ngay đi không? Đồ nhà quê ngu ngốc! Đây là tư dinh của quan lớn mà làm ồn như thế hả? Lát nữa xuống dưới kia tao gang họng mày ra."

Trương Chi đành im, cố nuốt cái ấm ức xuống sâu trong ngực. Lên tận một ngôi lầu kiến trúc lộng lẫy, bọn lính xô chàng quỳ xuống trước ngưỡng cửa phủ màn gấm lượt là rồi kính cẩn lui ra xa. Một bàn tay uyển chuyển vén màn. Giọng một người đàn bà đứng tuổi khô khốc:

"Ngẩng mặt lên!"

Trương Chi run run ngước mặt lên, chóa mắt vì đèn hoa sáng rực bên trong gian phòng rực rỡ nhung gấm, tranh thêu, ngọc ngà. Một chiếc giường chạm trổ cầu kỳ, phủ màn the hồng kín mít, chàng chỉ thoáng thấy lờ mờ hai thị nữ nhẹ nhàng dìu đỡ một người ngồi lên. Chàng đoán đây là tiểu thư Mỵ Nương vì những món trang sức lấp lánh dát khắp người. Chưa kịp nghĩ ngợi thêm thì tiếng kêu the thé nức nở từ sau bức màn làm chàng giật mình:

"Không phải người này! Tên nào mà xấu xí kinh tởm thế kia? Trương Chi có giọng hát tuyệt vời, không phải như thế!"

Chàng vội vàng bẩm:

"Dạ, con là Trương Chi đây ạ."

Người đàn bà đứng tuổi ngồi gần cửa lườm chàng một cái thật sắc rồi đứng dậy khoan thai đến bên màn, thưa:

"Thưa tiểu thư, đúng hắn là Trương Chi. Bọn lính chờ sẵn, đợi hắn cất tiếng hát mới đến bắt giải về đấy."

Tiếng nức nở hơi dịu xuống.

"Có lẽ nào! Nhưng... mà thôi, bảo hắn hát thử ta nghe."

Người đàn bà quay lại, vẫy tay cho Trương Chi:

"Hát hầu tiểu thư, mau!"

Trương Chi ngẩn người ra, không nghĩ nổi một câu hát nào. A hoàn đứng gần cửa thì thào:

"Hát bài gì mà *kiếp này đã dở dang nhau* đấy!"

Đó là bài cho Thúy mà. Nhưng chàng chợt nghĩ đến Thúy và mối tình lỡ dở thì tình tứ não nề lại trào dâng lai láng. Chàng quên là mình đang ở trong dinh quan Thừa tướng, trước mặt tiểu thư. Chàng chỉ thấy Thúy, hát cho Thúy nghe. Tiếng hát sầu thương réo rắt cuốn hút cả không gian. Chợt tiếng hét the thé của tiểu thư làm chàng giật mình nín bặt:

"Người im đi! Đi đi! Trời ơi!"

Nàng ngã vật xuống giường, òa khóc nức nở. Đám a hoàn nhốn nháo đổ xô đến, xúm xít. Không ai còn nhớ đến chàng. Trương Chi không phải lóng ngóng lâu. Bọn lính lại đến lôi chàng đi. Quan Thừa tướng vẫn còn ngồi ở sảnh đường, nghiêm mặt:

"Lẽ ra ta phải trị tội ngươi. Nhưng ta tha cho về làm ăn với vợ con. Có điều ta cấm ngươi không được hát nữa. Nếu vẫn còn hát, ta sẽ không tha đâu, trừ phi ngươi bỏ xứ đi nơi khác."

Trương Chi tạ ơn, lủi thủi lui ra. Chàng không biết chính quan đáng lẽ phải tạ ơn chàng. Quan đang vui vì mưu lấy độc trị độc đã thành công, chữa được bệnh tương tư của tiểu thư.

Trương Chi ngồi bó gối, nhìn dòng nước, nghĩ đến Thúy, buồn bã. Khi từ dinh quan ra, đêm đã muộn, có lẽ cũng vào giờ Hợi, chàng tìm đến con đò và Thúy, kể lể tự sự. Chàng nói mãi, nói mãi, bên trong vẫn tối đen, hình như có tiếng nức nở cố nén. Không hát được cho Thúy nghe nữa, nàng sẽ buồn lắm. Trương Chi là kẻ xấu xí vô duyên, chàng chỉ có giọng hát, mà giọng hát ấy chỉ xuất thần mê đắm lúc hát về Thúy, cho Thúy mà thôi.

Đêm đêm, Trương Chi vẫn chèo sang cắm đò bên sông, nhưng chàng không hát được nữa. Chàng chỉ nói vọng một câu "Thúy, anh đây", nghe nàng ho nhẹ một tiếng như trả lời, rồi ngồi bó gối lặng im hàng giờ. Chàng nghĩ đến Thúy, cố tưởng tượng Thúy gần bên chàng, nhưng không dễ dàng như khi chàng hát. Buồn buồn, chàng lại gõ ván thuyền theo điệu hát tưởng tượng. Nhưng tiếng ván thuyền lẻ loi nghe lạc lõng quá.

Một đêm, đến với Thúy, chàng cảm thấy căn chòi có vẻ lặng lẽ hơn ngày thường. Không có tiếng ho của Thúy đáp lại. Chàng nghi ngại, lo sợ, rồi quả quyết đánh liều, bước lên căn chòi. Khi mắt đã quen với bóng tối, chàng lần vào cửa buồng. Người yêu trong mộng tưởng của chàng bấy lâu chỉ còn là một đống da thịt bầy nhầy, lở loét, mùi hôi hám bốc lên nồng nặc. Trương Chi kinh hãi quay lưng định rút lui thì chạm phải ánh đèn chói vào mắt. Thằng khùng ngày ngày vẫn lui tới mang cơm cho Thúy đứng sừng sững, tay run run giơ cao cây đèn trứng vịt, mắt đỏ ngầu điên dại, cánh mũi phập phồng:

"Mày! Ai cho mày vào buồng của vợ tao?"

Trương Chi sững người. Cây đèn trứng vịt quật mạnh vào mắt làm chàng tối tăm mày mặt, kêu rú lên đau đớn, ngã vật xuống. Lửa bừng bừng, rừng rực. Tranh tre nổ lắc rắc, tàn đỏ bay mịt mù.

Khi dân làng bên kia sông đến kịp, thì ngọn lửa đã thiêu rụi tất cả, trong lồng ngực chàng Trương Chi vẫn còn quả tim rắn chắc, đỏ long lanh trong suốt như hồng ngọc. Khối ngọc được đem dâng lên quan. Nghĩ đến My Nương, quan cho người làm thành cái chén ngọc, đưa đến cho nàng.

Mỵ Nương cầm cái chén, ngắm nghía. Nàng bỗng có cảm giác ấm nóng trên tay như đang nâng niu một quả tim chung tình. Con a hoàn rót trà. Trong sắc trà thượng hạng vàng óng ánh, Mỵ Nương tưởng như thấp thoáng bóng con đò trăng lẻ loi với dáng chàng Trương Chi ngồi bó gối ủ rũ. Nàng nghĩ đến câu chuyện tình con a hoàn kể cho nàng nghe mà thấm thía chua xót. Giữa vàng son nhung lụa, nàng cô đơn hơn ai cả. Nàng khao khát được yêu bằng một trái tim nồng nàn của Trương Chi dành cho cô gái làng chài, được nhận những lời tình tự tha thiết hát giữa sông trăng. Giọt nước mắt thương thân bất giác rơi xuống. Chất ngọc trong suốt đỏ thắm bỗng hóa ra khô cứng, xám xịt chất sành. Mỵ Nương hoảng hốt ném cái chén xuống đất. Tiếng mảnh vỡ sắc lạnh, tan ra thành một vũng máu. Đám a hoàn chạy vào kịp đỡ lấy Mỵ Nương ngã xuống bất tỉnh.

Mùa Xuân năm đó, Mỵ Nương nhận lời cầu hôn của công tử con quan Thượng thư, xuất giá theo chồng về sống trong tòa dinh thự giữa kinh đô, không có lầu trăng, không còn sông vắng với tiếng hát đưa đò.

Nàng không bao giờ nghe hát nữa.

Ngọc
Tháng Tám 2001

(*Văn* số 63 & 64, tháng Ba & Tư 2002, Tân Niên Nhâm Ngọ)

NGỌC KHÔI

Lưu Uyên Khôi tên trên khai sinh ban đầu là Lưu-Linh Lợi, sinh tháng 8-1958 tại Vũng Tàu.

Theo học Lasan Taberd rồi Lasan Đức Minh, là sinh viên năm thứ 3 khoa Kế-Tài-Ngân khi vượt biển năm 1979. Đến Pháp, theo học Université Paris Nanterre môn Kinh Tế, bắt đầu viết văn năm 1982. Bút hiệu khác: Vũ Ngọc Khôi.

Các tùy bút đầu tay đăng trên nguyệt san *Thông Công*, từ 1984 có truyện và thơ đăng trên *Văn, Làng Văn, Văn Học, Hợp Lưu*. Mất tháng 10-1994 tại Paris vì bạo bệnh.

Tác phẩm đã xuất bản:
- *Lời Từ Hôn Trên Tháp* (Xuân Thu, Hoa-Kỳ, 1993)

Vượt biên giới

Tối hôm trước, trong khi cả nhóm đang ngủ thì có tiếng chân xầm xập, rồi ba bóng đen tiến lại song cửa sắt. Dây xích cửa rít lên, khóa mở lách cách, cánh cửa bị đẩy mạnh bật ra tiếng kêu khô khan.

- Đi vào, đi vào. Kiếm chỗ mà nằm, cấm có lộn xộn nghe không!

Giọng nói cán bộ hằn học. Bóng đen sờ soạng bước vào. Hai bóng kia quàng lại dây xích, liếc sơ qua phòng giam tối rồi quay người, bước xa dần. Một giọng khác vang lên ở chỗ gần nhà cầu:

- Lại đây, lại đây. Tối nay chắc ông bạn không ngủ được rồi, tôi cũng thế. Lại đây chúng mình tán láo cho vui. Chỗ này gần cầu tiêu, nhưng chúng tôi giữ sạch lắm, không có mùi đâu. Cũng vượt biên à?

Bóng đen mò mẫm tiến đến:

- Không, bị nghi oan. Ờ, nằm đây tối dậy đi tiểu cũng tiện.

Người tù mới nói giọng Trung, rõ ra là dân địa phương và tuổi có lẽ phải hơn tứ tuần. Rải rác từ khắp phòng giam nhiều tiếng khác lao xao nổi lên:

- Sao lại nghi oan? Ông làm gì mà bị bắt?

- Biết ở bao lâu không? Bọn chúng tôi chờ hơn hai tuần rồi mà không nghe hỏi tới gì cả...

Người tù mới đặt cái bao tải lép kẹp xuống ở chỗ sẽ gối đầu, nhưng chưa nằm vội. Ông ta tréo hai chân lại với nhau theo thế ngồi thiền, giọng nói bình tĩnh:

- Mấy ông bị bắt chung hết à? Vượt biên, tàu bị lộ chứ gì? Ở đây lâu lâu có tàu bị bắt hoài. Phan Thiết này lộ rồi, không phải chỗ nên đi.

Phòng giam vẫn tối mờ, không nhìn rõ ai với ai. Bên cạnh người tù mới, giọng của người khi nãy đã mời mọc cất lên:

- Phải có thằng phản, tôi nói không sai đâu. Nó dẫn mình xuống bến rồi báo công an lại bắt. Dễ như trở bàn tay, chúng mình ngu thật.

Một tiếng khác phản đối:

- Tên ấy mà phản, khó tin lắm. Trước tôi có biết qua nó mà. Nó nhanh chân chạy thoát thế thôi. Cũng không phải một mình nó thoát, các ông thấy đấy, còn biết bao nhiêu người nữa. Mình đi đông như thế, lộ là chuyện thường…

Những người kia lại nhỏm đầu dậy, xôn xao:

- Thế sao ông đi làm gì? Không ở nhà cho yên chuyện…

- Không, ông nói đúng đó. Trung gian nói với tôi đi có trên năm chục, mà xuống tới bến đến gần trăm…

- Còn chủ tàu, chắc hắn tổ chức giả để gạt mình chứ không ai. Tôi sẽ khai hết…

Giọng của người nằm gần nhà cầu lại vang lên, hơi lớn, chừng như để kết thúc câu chuyện:

- Thôi các ông đi, phản hay không cũng vào đây cả lũ rồi. Nói chỉ để lần sau rút kinh nghiệm. Bây giờ ông nào ngủ được thì ngủ đi, sáng mai còn phải dậy sớm điểm danh. Còn ông bạn Phan Thiết, nằm xuống đi chứ, chỗ còn rộng chán. Trong này chỉ có nhóm chúng tôi thôi.

Giọng ông Phan Thiết từ chối:

- Không, tôi ngủ ít lắm, ngồi lâu như vầy cũng quen rồi. Tôi tán chuyện với ông tới sáng được mà.

Gian phòng trở lại yên lặng. Ai nấy đều đã ngả đầu xuống chỗ cũ. Ngoài vài tiếng thì thào rất nhỏ, chỉ có bóng đêm và hơi xi măng lạnh lẽo toát lên. Một lát sau đã nghe có tiếng ngáy.

*

Hôm sau, vào khoảng giờ ăn trưa, hầu hết bảy người trong phòng đều đã đến ngồi gần song cửa sắt, có ý ngóng ban lương thực đem cơm đến. Có người không cưỡng được, đến đứng nắm hai tay lên song sắt, mặt cũng áp chặt vào song, mắt đăm đăm nhìn ra ngoài. Riêng ông Phan Thiết vẫn bình chân như vại, trầm ngâm ngồi ở chỗ của mình. Phòng giam khá dài, toàn một màu xám xi măng, từ trần, vách đến sàn. Gọi là sàn nhưng thật ra là hai bục xi măng lớn xây cao lên, chạy từ đầu đến cuối phòng làm chỗ cho tù nhân nằm, chừa một lối đi ở giữa. Vài chiếc cửa sổ được trổ gần trần phòng, cũng gắn song sắt. Nhìn từ bên ngoài, phòng giam có hình dạng một khối đá chữ nhật dày cộm, nằm đâu mặt với một khối đá khác đầy nhóc tù nhân nam, không biết tội gì. Ở giữa hai khối đá là khoảng sân cát trắng, có độc một giếng nước. Xa xa, tù nhân có thể thấy được vài bóng dừa xanh vươn mình lên trong nắng.

Để quên sự chờ đợi, một ông trung niên gầy gầy, mặt khắc khổ nhưng miệng lúc nào cũng như đang cười hóm hỉnh, lên tiếng gợi chuyện:

- Nào, trước khi ăn có lẽ chúng ta nên tự giới thiệu một tí đi chứ. Vào đây cả hai tuần rồi mà chẳng ai biết rõ ai. Tôi trước là công chức quan thuế. Tôi đi với vợ con, đều bị bắt cả, đang nhốt ngoài kia ở phòng phụ nữ trẻ con.

Mọi người đều quay đầu lại nhìn. Ông quan thuế hướng về phía một cụ già có chòm râu bạc muối tiêu:

- Còn cụ, hình như cụ đi với cụ nhà, cả con, cháu và đều đang ở cả ngoài kia phải không?

Cụ già không nhìn lại, tiếp tục vấn điếu thuốc dở:

- Hừm… đúng đấy.

Cụ đã bảy mươi hai tuổi, nhưng ngoài chòm râu, da dẻ cụ hồng hào săn chắc, mặt mũi có vẻ còn yêu đời, đầy bản lĩnh. Một thanh niên hai mươi mấy tuổi, cũng phương phi khỏe mạnh như cụ, lên tiếng:

- Tôi là con trai cụ, vợ con tôi ở phòng ngoài kia. Trước tôi đi lính, nhưng có một năm và phục vụ tại Sài Gòn, chưa ra mặt trận lần nào…

Giọng nói và dáng vẻ của thanh niên có điều gì làm mọi người bỗng đều đoan chắc rằng đây là một anh lính kiểng. Cạnh thanh niên, một người khác khoảng ba mươi mấy, có khuôn mặt trắng trẻo đầy đặn giống Nhật Bản và bộ ria mép Nguyễn Cao Kỳ:

- Tôi là kỹ sư điện tử, đã từng du học ở Nhựt. Bà xã tôi cũng ở ngoài kia.

- Còn tôi là sinh viên Văn Khoa. Vẫn đi học cho đến ngày vượt biên. Mẹ, chị và em gái tôi giam ở đây.

Anh sinh viên vừa lên tiếng còn khá trẻ, khoảng mười chín tuổi, kính cận dày, người ốm yếu. Cạnh anh, một cậu nhỏ non choẹt chỉ khoảng mười bốn, mười lăm, nói rụt rè:

- … Tôi là học sinh, cũng đang đi học… tôi cũng có mẹ, chị và em trai đang nhốt ngoài kia.

Ông quan thuế, người gợi chuyện, à lên một tiếng thỏa mãn:

- Thế là bọn mình cùng có thân nhân ở phòng con nít phụ nữ, cùng là người Sài Gòn và gia đình khá giả cả, nếu tôi không lầm. Thế còn ông, ông bạn Phan Thiết? Đêm qua tâm tình với nhau, tôi vẫn chưa biết tí gì về ông?

Ông Phan Thiết từ nãy vẫn ngồi dự khán, nghe hỏi đến lượt mình mới lên tiếng, chậm rãi:

- Hà... hèn chi đêm qua vô đây, chỉ nghe tiếng mấy ông, tôi đã thấy tiếng nào nghe cũng hay, cũng trí thức, nghe lạ lạ. Ở đây, tụi tôi ít có dịp gặp được người như mấy ông. Sáng ra, nhìn thấy ông nào cũng sáng sủa. Người Sài Gòn mà, hèn chi... Tội quá, bị bắt như vầy là mệt lắm...

Ông quan thuế ngắt ngang:

- Nhưng trước kia ông bạn làm gì? Sao lại bị bắt?

Ông Phan Thiết lại trầm ngâm khoảng một phút, mặt ông vẫn bất biến nhưng mọi người đều nhận thấy ông bị cưỡng ép:

- Hà... trước giải phóng tôi làm thôn trưởng, mấy ổng vô rồi, bà con lại tín nhiệm bầu tôi lên... Lúc nào tôi cũng muốn phục vụ chu tất cho làng xóm bà con, không bao giờ tôi phụ lòng bà con...

Ông quan thuế lại ngắt, có vẻ không chịu bỏ cuộc:

- Thế ông bạn đang làm việc cho chính quyền mới, sao lại còn bị bắt?

Gương mặt ông Phan Thiết càng bất biến hơn. Giọng ông trở nên lầm bầm, tiếng được tiếng mất, chìm trong cổ họng:

- Thì cũng đang làm... khi không mấy ổng... giải về... tôi đã nói... mấy ổng không tin, oan... bị oan...

Kẻng báo giờ ăn nổi lên một hồi ròn rã. Không hẹn nhau, mọi người đều đổ dồn về phía cửa, kể cả ông Phan Thiết. Một đoàn ba người từ phía nhà bếp nhanh nhẹn tiến đến. Đi giữa là người phục vụ trong ban lương thực, vai gánh hai nồi thức ăn, đi đầu và đi chót là hai cán bộ. Cửa nhà giam mở ra, hai chiếc nồi được đẩy vào, khói nóng bốc nghi ngút. Ngoài nồi cơm vàng đầy sạn, nồi kia là canh rau muống, nước xanh lờ, lớp rau thưa nổi lỏng bỏng phía trên. Những người tù chia nhau chén đũa, xới cơm và bắt đầu cắm cúi ăn. Phòng giam trở nên im vắng, chỉ có tiếng và cơm, tiếng múc, tiếng cạo nồi. Giờ ăn đã trở nên một giờ giấc quan trọng. Tất cả đều cảm thấy không phải là lúc tán gẫu.

Chẳng mấy chốc, hai chiếc nồi lớn đã sạch bóng, không còn một giọt canh, một hột cơm cháy sót lại. Tính ra mỗi người xới được hai lưng chén, cùng mấy cọng rau thưa.

Ai nấy tiu nghỉu nhìn nhau. Một số bỏ vào nhà cầu múc nước rửa tay, số khác trở về chỗ nằm. Riêng anh lính kiểng còn ngồi lại nhìn hai chiếc nồi trống một lúc, có vẻ ngạc nhiên không hiểu sao chúng cạn mau như vậy.

Cậu học trò rủ anh sinh viên đến ngồi ở một góc phòng. Anh sinh viên tháo kính, vừa lau lên vạt áo sơ mi vừa hỏi:

- Chắc cậu còn đói lắm phải không? Tuổi đang lớn, ăn uống như thế này không tốt.

- Ừ, cũng đói… Nhưng em không thèm mấy đâu. Cơm dở quá, nuốt không muốn trôi.

Cậu học trò nói thật. Gia đình cậu trước là thương gia, ăn sung mặc sướng đã quen. Nhưng cái đói vẫn làm cậu thấy người mình trống trống, nhẹ hẫng và kỳ cục làm sao. Anh sinh viên đeo kính lên mắt, cất tiếng an ủi:

- Ráng chịu đi, đừng nghĩ tới là nó qua. Nghe hình như cuối tháng sẽ được lãnh đồ tiếp tế, cậu đừng lo.

Hai người bỗng đưa cùng đưa mắt nhìn về phía ông Phan Thiết. Ông đã trở về tư thế ngồi thiền, gương mặt bất biến nhưng miệng lại nhai tóp tép món gì như đang ăn trầu.

Ở nhà giam đối diện, một số tù đã ra ngoài lao động. Họ lầm lũi đi qua mảnh sân cát trắng với những gánh phân, gánh đá. Số còn lại vẫn đông lúc nhúc, song cửa sắt đầy những cánh tay, những gương mặt bám chặt vào, không biết họ nhìn gì nhưng đôi mắt họ bất động, đầy kiên nhẫn. Tiếng cuốc, tiếng xẻng thỉnh thoảng lại vọng về cùng tiếng gà trưa gáy o o. Cái nắng Phan Thiết hừng hực đổ lửa xuống vạn vật.

Bên này nhà giam vượt biên rộng rãi, nền xi măng vẫn tỏa hơi mát lạnh và nhiều người đã bắt đầu thiu thiu ngủ.

*

- Các toa biết không, giống lan ấy hiếm lắm, không phải tay chơi lan nào cũng có đâu đấy nhé. Người ta ở trên núi xuống, quý moa lắm, biết moa sành lan mới đem đến biếu tận nhà. Moa đem treo ngay ở chỗ tốt nhất trong vườn, tức là chỗ cái hàng hiên xây hình cánh cung trông ra hồ cá, khách khứa vào nhà cứ xuýt xoa ầm cả lên. Mà nuôi cái giò lan ấy không phải dễ đâu, moa tốn biết bao nhiêu là công phu chăm chút, cứ như là nuôi trẻ…

Mắt cụ già ngời sáng, gương mặt xuất thần. Nói đến chuyện lan là trúng tủ của cụ. Giọng cụ khi hùng hồn lúc hạ thấp, thỉnh thoảng lại ngưng nghỉ vài giây như cố ý cho mọi người thấm nhuần hoặc phải nóng lòng chờ đợi. Hai tay cụ không quên ra điệu bộ, nhưng vừa phải, chỉ để đánh dấu những đoạn sâu sắc nhất. Lúc ấy sau giờ ăn chiều, bên ngoài màn đêm đã buông nhưng đèn nhà giam chưa đến giờ tắt. Mọi người quây quần lại để kể chuyện đời. Hơi nóng ban ngày đã lui đi, cái lạnh tê người của đêm tối cũng chưa đến, không khí trong phòng dịu hẳn lại cùng những ngọn gió mát phe phẩy. Ánh sáng lan tỏa từ ngọn đèn ống trắng trên cao hơi làm chói mắt, nhưng ai nấy đều cảm thấy trong mình đủ sảng khoái, nhẹ nhõm.

Câu chuyện lan của cụ già được tất cả chịu khó theo dõi. Lúc đầu thật ra có người chú ý, người không. Nhưng một thú chơi thanh nhã được kể trong khung cảnh nhà tù, vào một giờ rảnh rỗi mát mẻ bỗng nhiên tăng hẳn phần thi vị. Người có vẻ thích thú nhất là cậu học trò. Cậu đã lại ngồi gần sát cụ già, đầu ngước lên chăm chú nghe chuyện. Qua những lời kể rõ ra cụ là tay chơi lan sành sỏi. Cậu thấy mình may mắn được gặp bậc trưởng thượng đầy thông thạo, đáng kính nể. Gia đình cậu trước kia vốn có lối sống Tây phương, chị em cậu đều theo học trường dòng, không biết nhiều về nếp sống cổ. Mãi đến sau này, những biến cố xảy đến làm đảo lộn mọi sự, cậu mới có nhiều suy nghĩ mới và mong muốn tìm hiểu thêm về những điều trước kia rất mù mờ. Trước mặt cậu, cụ già trở thành đại diện cho lớp người thuần túy, lớp người còn giữ được nhiều nền nếp, cá tính xưa. Cậu tự nhủ sau này còn phải hầu chuyện với cụ nhiều lần. Cậu lại nghĩ, nếu anh con trai của cụ trước kia có đi lính kiểng cũng chỉ là hiện tượng phổ biến trong các gia đình giàu có và thương con ở miền Nam. Điều ấy đến từ xã hội, từ chiến tranh, không thể làm lu mờ đi giá trị nơi con người cụ.

Giọng cụ già bỗng thưa dần. Cụ cúi xuống tìm bao giấy thuốc lá, vừa loay hoay vấn vừa tiếp tục nói, đôi khi nhầm lẫn lặp lại những điều đã kể. Biết cụ muốn tìm đường chấm dứt, ông kỹ sư lên tiếng, đề nghị kể chuyện du học Nhật Bản. Mặt ai nấy đều sáng lên, nhiều người xích lại gần hơn. Ai cũng muốn nghe biết những cảnh đẹp, những tối tân hiện đại của xứ Phù Tang như thế nào.

Cậu học trò cũng thích, nhưng hơi thất vọng. Chuyện lan của cụ già chấm dứt nhanh quá. Cậu vẫn chưa biết rõ về thuật chơi lan, muốn chơi phải cần những gì, quá trình nuôi lan từ đâu đến đâu. Tuy vậy cụ già đã kể rất tỉ mỉ về khu vườn của cụ, cả các vị trí bày chậu cây kiểng và hình nhân trên hòn non bộ cũng được mô tả rõ ràng, có thể là hơi vô ích nữa.

Chuyện du học của ông kỹ sư, bù lại có vẻ trẻ trung, linh hoạt hơn. Với giọng nói miền Nam cởi mở, bộ râu đặc biệt nằm trên nụ cười tươi, ông có lối kể chuyện hơi dễ dãi nhưng lôi cuốn, khéo léo hướng dẫn người nghe đi từ thành phố này đến thành phố khác, từ ngạc nhiên này đến ngạc nhiên nọ. Ngoài những điều mắt thấy tai nghe, ông lại thường xen vào những lời phẩm bình, nhận xét riêng rất ngộ nghĩnh khiến câu chuyện thêm phần hứng thú.

- Chắc mấy ông chưa nghe chuyện bò nuôi bia. Vậy mà thiệt, thành phố đó có trại gia súc chuyên môn nuôi bò bằng bia! Bò sanh ra từ nhỏ đến lớn họ chỉ cho uống bia, không uống thứ gì khác. Thành ra thịt thơm, mềm hơn bơ, mùi vị đặc biệt vô cùng. Mình vô nhà hàng, kêu bồi đem ra một miếng - phải nói rõ là bò nuôi bia - cắn một cái, thiệt là "tuyệt vời"...

Không cần ông kỹ sư nói thêm hai tiếng sau, chắc chắn những người có mặt đều cảm thấy thịt bò bia "tuyệt vời" đến chừng nào. Ai nấy trong lòng đều tự hứa ngày kia có dịp đến Nhật, nhất định phải ghé thành phố ấy "làm một miếng" mới thôi.

Thuật kể chuyện của ông quan thuế - đến phần ông này - chắc chắn không thể bì được với ông kỹ sư, nhưng ông lại có biệt tại làm người nghe có cảm tưởng phải chịu nhịn thèm. Những người tinh ý, sau vài phút ông kể, đều nhận ra điều này. Nếu cụ già và ông kỹ sư biết được bao nhiêu đều phô ra hết, còn cố ý đi vào từng chi tiết, nhấn mạnh từng chỗ gay cấn, khiến nghe xong ai nấy đều cảm thấy đã đời, thỏa mãn, thì cạnh đó ông quan thuế có vẻ keo kiệt khi kể chuyện. Chuyện của ông ngắn, câu dùng gọn gàng, không thừa không thiếu. Giọng ông nói đều đều, hơi lạnh lẽo, tưởng như ông không chú ý cả những gì mình đang kể, nhưng chiếc miệng lúc nào cũng cười hóm hỉnh và đôi mắt lâu lâu lại ánh lên vẻ tinh quái khiến câu chuyện trở nên nhiều ý nhị. Ông kể lại ba mẩu chuyện - chuyện nào cũng có ý nghĩa - trong cuộc đời soát thuế của ông.

- ... Hắn bảo mình cầm, nhưng mình nhất định không cầm. Ai lại làm thế. Tuy mình có thể nói với các ông là ở chỗ mình ngồi, chuyện ấy dễ dàng lắm. Lúc kiểm soát xong, giấy tờ đâu vào đó mới biết thật ra không có gian lận gì cả, chỉ là một nhầm lẫn. Sau mình có gặp lại hắn, hỏi sao không gian lận mà lại đưa ra làm gì. Hắn bảo vì sợ quá, với lại thấy ai cũng hay đưa nên cũng đưa cho nó yên chuyện. Lần ấy thế là may, nếu mình cầm, có phải hại mình và hại cả hắn không. Không nói chuyện phạm luật, nhưng cái hại tinh thần, đối với lương tâm của cả hai bên...

Chuyện ông quan thuế ý nghĩa như thế mà ông không chịu kể tiếp, ông chấm dứt ở mẩu chuyện thứ ba. Các mẩu chuyện của ông giống như những trích đoạn từ pho tài liệu dày cộm nằm trong đầu ông, bao gồm nhiều điều lý thú, chuyện "hậu trường" ít khi được tiết lộ, ai cũng thích nghe, nhưng ông không buồn ban bố, chỉ thỉnh thoảng vui miệng mở ra đọc vài dòng.

Điều này làm cậu học trò tự nhiên thấy có cảm tình và thêm phục ông. Thật ra sự quý mến của cậu đối với ông quan thuế đã nảy nở từ lúc đầu, hôm ông bị trói quặt tay ra sau lưng chở về trại. Hôm đó là ngày đầu bị bắt, đoàn người vượt biên, cả đàn ông đàn bà và trẻ em, đã bị dẫn về từ sáng sớm và lùa vào căn phòng đợi rộng nằm gần cổng trại, ai nấy tuy sợ hãi, buồn bã nhưng không đến nỗi bị cùm trói gì. Trước đó nhiều người đã chạy thoát, và một số đàn ông tuy kẹt lại nhưng không ra nạp mình, còn ẩn nấp đâu đó trong các bờ bụi của khu rừng được ven biển. Đến tối, số đàn ông này mới bị công an địa phương phát giác, trói tay bỏ lên xe cam nhông chở về trại. Ông quan thuế là người đầu tiên bị chở về. Hình ảnh ấy còn in đậm trong đầu óc mọi người. Đầu ông tuy cúi gục xuống, nhưng hai cánh tay trói quặt ra phía sau và dáng đứng chênh vênh trên chiếc cam nhông không mui có vẻ gì vừa cô độc, vừa ngạo nghễ khiến mọi người đều nhìn ông thương xót. Sau đó cũng chỉ có mình ông được bỏ vào nhốt chung trong phòng giam vượt biên đàn ông này, những người bị trói dẫn về sau ông đều mất tin tức, không biết giam ở đâu.

Câu chuyện của ông quan thuế chấm dứt, không thấy ai nhắc nhở gì đến anh lính kiểng, anh sinh viên và cậu học trò. Có lẽ mọi người đều nghĩ rằng ba người tuổi trẻ này không có chuyện gì đáng để kể. Chính ba người này cũng có vẻ chỉ muốn dự khán, sẵn sàng nghe, ham nghe, nhưng không hề có ý định lên làm diễn giả.

Ông quan thuế xoay người về hướng nhà cầu, nơi ông Phan Thiết vẫn ngồi nhai tóp tép - tuy không ai nhìn thấy bình vôi, lá trầu của ông bao giờ:

- Ông bạn này, ông có biết căn bên kia họ giam những ai không? Ông ở tỉnh này, chắc rành hơn chúng tôi. Làm sao họ đông thế, lại phải lao động đủ thứ cực nhọc trong khi chúng mình thì cứ ăn no lại nằm, chả thấy ai nhắc nhở gì, nhà giam lại rộng rãi thoáng khí mới lạ chứ?

Ông Phan Thiết ngừng nhai, đưa tay vào miệng lôi miếng gì ra, ở xa không ai nhìn rõ nhưng có vẻ như một miếng bã trầu:

- Hà, ở bên đó đủ thứ tù, ăn cắp, ăn trộm, chính trị, phản động, vượt biên… Họ ở bên đó tức là kêu án rồi, án lao động khổ sai chứ đâu. Còn căn tụi mình là phòng tạm giam, ai mới bắt cũng bỏ vô đây hết, chờ xét. Có án xong mới phân đi mấy chỗ khác, chừng đó là lao động à nghe…

- Thế tạm giam thường bao lâu, ông bạn có biết không? Chúng tôi chờ cũng dài cả người rồi đây.

- Hè, cái đó không biết chừng. Mau là hai tháng, nhiều khi lâu hơn. Mấy ông mới vô, chưa có nhằm nhò gì. Bây giờ cứ ăn với ngủ, chờ chừng nào họ kêu thì kêu.

- Thế à? Thế mà chúng tôi cứ tưởng như thế này là tù rồi, chắc sắp thả đến nơi. Chúng tôi chỉ là có ý muốn đi ngoại quốc không giấy phép, chứ không có trộm cắp, giết chóc ai…

- Ở, nhiều khi tạm giam rồi tự dưng kêu ra thả luôn cũng có. Nhưng mà cái đó tùy người, tùy trường hợp. Có người nằm đây sáu bảy tháng rồi mới kêu lên lãnh án, thời gian tạm giam không đáng kể. Bây giờ ráng mà chờ, chớ tôi không biết.

- Chà, nghe ông bạn nói mà lạnh cả người. Chờ thế này thôi chứ còn chờ đến bao giờ? Lại chả có quần áo, đồ đạc gì mới khổ chứ.

- Mấy ông người Sài Gòn, không biết gì, họ làm dữ tịch thu hết đồ đoàn. Chớ như tôi bị kêu một cái là tôi chuẩn bị khăn mặt, xà bông, thuốc đánh răng, bởi vô đây là ngồi chờ dài dài...

Ông Phan Thiết nhìn xuống phía dưới bụng, kết thúc:

- Hà, tôi phải vô nhà cầu rửa cái bộ đồ lòng một chút. Mấy ngày rồi họ không mở cửa cho ra giếng tắm, hôi thúi quá...

Ông lôi từ chiếc bao tải ra tấm khăn mặt trắng, nhảy xuống sàn đi về phía nhà cầu. Cậu học trò hơi nhăn mũi trước câu nói của ông. Cậu nghĩ mức độ "hôi thúi" của ông chưa đến nỗi ai cũng ngửi thấy, và thật ra chỉ có mình ông biết, muốn rửa thì cứ đi rửa chứ không cần khai ra như vậy.

Những người còn lại ngơ ngẩn nhìn nhau. Cụ già dừng tay vấn thuốc, lên tiếng phê bình:

- Hỏng, thế này thì hỏng. Không có gì là "fierté nationale" nữa cả. Muốn đi ngoại quốc mà cũng không cấp "autorisation", lại vào tù vào tội. Lũ trẻ này mai sau lớn lên - cụ chỉ tay về hướng ba người trẻ - còn biết cái gì là "fierté", là "amour-propre" nữa? Hỏng, hỏng hết!

Cậu học trò ngố mắt, ngẩn ngơ trước cách phát âm tiếng Pháp của cụ. Thật là một bậc kim cổ vẹn toàn. Những người khác không chú ý lắm, bắt đầu về chỗ nằm của mình.

Cụ già rít một hơi thuốc:

- Này, có ai biết "ngâm Kiều" là như thế nào không? Chúng mình nói chuyện Kiều thú đấy. Ngâm Kiều khác với ngâm thơ, nó lạ lùng, đặc biệt lắm. Để moa phân tích cho mà nghe…

Không ai trả lời cụ, cái vòng tròn kể chuyện lúc đầu thưa dần rồi trống hẳn, người nào cũng có vẻ buồn bã trước những tiết lộ vừa rồi của ông Phan Thiết. Chỉ còn cậu học trò bên cạnh cụ, cậu hăm hở:

- Biết, cháu biết, để cháu ngâm cụ nghe có đúng không:

"Đầu lòng hai ả… tố nga
Thúy Kiều là chị… em là… Thúy Vân"

Cụ già cười tươi:

- Giỏi thế à! Bé thế này mà biết ngâm Kiều là giỏi đấy!

- Cháu có xem phim Kim Vân Kiều, không có người đóng nhưng có những bức tranh vẽ lại cốt truyện đẹp lắm. Bích Thuận ngâm thơ. Không biết cụ đã xem chưa? Cháu bắt chước ngâm cho đúng giọng, còn hai lối khác nhau thế nào thì cháu chưa biết rõ. Cụ phân tích đi cụ.

Cụ già không trả lời, thản nhiên ngồi vấn thuốc. Rõ ràng là cụ không còn thấy sự có mặt của cậu học trò. Cụ không muốn kể gì nữa vì mọi người đã lảng ra hết, cậu học trò thì không là đối tượng của cụ.

Cậu này thất vọng, ngồi đợi thêm một chút rồi trở về chỗ của mình. Cậu bỗng nghĩ tới tờ khai lý lịch, lý do, hoàn cảnh vượt biên v.v… mà cán bộ vừa phát sáng nay. Có lẽ cậu phải viết ngay cho xong. Lần này là lần thứ hai mọi người nhận được, tờ khai giống hệt tờ trước, không khác một câu hỏi, tuy tất cả đã từng long trọng "công nhận khai đúng sự thật" và ký tên bên dưới.

Cậu học trò lôi tờ giấy còn trắng ra để trước mặt, cầm cây bút một cách chán nản. Cậu không có gì để sửa chữa, cậu đã khai những gì mình biết về chuyến đi qua những lời của mẹ, mà mẹ cậu cũng chỉ qua trung gian, ngoài ra cậu còn biết gì hơn. Cậu nghĩ tới mẹ, chị và em trai ngoài kia, lòng buồn bã. Trưa nay, một số phụ nữ ở phòng giam ngoài được phép vào phòng đàn ông thăm thân nhân, vào từng người một và chỉ được phép nói chuyện qua song sắt.

Chị cậu và chị anh sinh viên đại diện gia đình vào thăm em. Cậu nhớ lúc chị cậu băng qua mảnh sân cát trắng, bộ quần áo bà ba đen mặc từ hôm vượt biên uyển chuyển theo bước đi, bọn đàn ông bên căn kia đã đổ dồn ra, tay bám song sắt, miệng huýt sáo, la ó vang lừng. Chị cậu không giấu được nụ cười nhẹ đầy hãnh diện. Chính cậu cũng ngạc nhiên nhìn chị. Trước kia chị cậu chỉ thích áo đầm, sau nữa là quần tây, bắt buộc lắm chị mới chịu đụng tới chiếc áo dài, còn áo bà ba thì không bao giờ tưởng tượng nổi. Vậy mà hôm nay cậu thấy chị đẹp mặn mà, nổi bật trong lớp áo dân quê, một vẻ đẹp rất khác lạ cậu không thể cắt nghĩa, mà những ngày đầu bị bắt vì sợ hãi, vì lo buồn, cậu đã không để ý đến.

Hai chị em cậu không nói gì nhiều với nhau, chỉ nhìn nhau cười cười. Cả hai cùng chưa nhận định nghiêm chỉnh được tình trạng ở tù này, có điều gì giống như những trò chơi tưởng tượng lúc cả hai còn con nít. Đến chị anh sinh viên, tiếng la ó đã bớt hẳn. Cô này không xấu nhưng không đẹp, lại nhỏ con, gầy ốm giống em.

Đứng bên ngoài song sắt nhìn em, vừa nói được mấy tiếng "Em có khỏe…" nước mắt cô đã đọng trên mi. Anh sinh viên nói lớn:

- Khỏe, khỏe như voi, không có gì đáng lo cả.

Cô chị cầm tay em, ngập ngừng như muốn nói điều gì nhưng nỗi xúc động làm cô nghẹn lời. Anh sinh viên rút tay ra:

- Chị về đi. Khóc lóc cái gì. Muốn lo thì ra ngoài lo cho mẹ với em gái. Phần tôi không có gì đáng nói.

Cô chị nhìn em, bờ nước trên mắt đầy hơn, miệng lắp bắp "Em… em…". Anh sinh viên quát lên:

- Đi về! Tôi đã bảo chị đi về còn đứng đó! Khóc cái gì mà khóc, thối chưa?

Cô gái vụt quay lưng lại bước thẳng ra sân, đôi vai giật mạnh rồi tiếp tục run lên từng hồi qua suốt mảnh sân cát. Anh sinh viên quay vào ngồi thừ người ở vách tường, thật lâu anh không nói gì cả, qua cặp kính trắng đôi mắt anh vẫn bất động nhưng gương mặt có vẻ gì dữ dội mà cậu học trò chưa bao giờ nhìn thấy.

Đặt bút xuống tờ khai, cậu học trò bắt đầu hí hoáy viết lại những điều đã viết như trả một bài thuộc lòng. Bản khai quá chi tiết, quá nhiều câu hỏi, khi cậu viết xong, những tờ giấy trắng đã đầy nghẹt chi chít những chữ. Cậu bỏ bút, ngửng lên nhìn quanh. Chung quanh cậu, nhiều người cũng đang ngồi, nằm cắm cúi viết. Có người cầm bút ngồi thần thờ, như đang suy nghĩ cân nhắc lung lắm những dòng chữ quyết định.

Có lẽ cũng như cậu, tất cả đều lóe lên tia hy vọng mơ hồ - nhờ bản khai đang viết - sẽ được cứu xét một cách đặc biệt theo trường hợp riêng tư.

*

Tình trạng trong phòng tạm giam ngày một tệ hơn. Vấn đề trước mặt mọi người phải đối đầu là nước. Không thấy cán bộ đến mở cửa cho ra giếng tắm đồng thời xách nước đổ đầy cái lu sành đặt trong cầu tiêu như thường lệ. Từ lúc cái lu cạn, cầu tiêu bắt đầu xông mùi xú uế. Mỗi lần đi cầu, ai nấy bịt mũi nhăn mặt chỉ mong "làm phận sự" mau chóng rồi đi ra. Lúc lỗ cầu tiêu đã đầy, người đi cầu bắt buộc phải phóng uế trên rìa lỗ, trên chỗ dành để đặt chân, rồi dần dần lan rộng ra ngoài đến nỗi nhìn vào cầu tiêu chỉ thấy những núi phân lổn ngổn đặc kín khắp nơi. Đa số tù quyết định nhịn, thà táo bón hơn là phải bước vào cái nhà cầu ấy, trừ phi phải đi tiểu. Riêng cụ già không đầu hàng dễ dàng như vậy. Cụ có cái xô riêng, đặt ngay bên cạnh chỗ nằm. Cụ thản nhiên leo lên ngồi chễm chệ, phóng uế xong lấy khăn đậy lại, chờ cái xô đầy ngập mới xách đến mở cửa nhà cầu trút cái "rột" vào trong. Chỗ nằm của cụ xông mùi khó ngửi, ai nấy tránh dạt ra, nếu có người lên tiếng phê bình là cụ nạt ngay. Nghĩ cụ lớn tuổi trái chứng trở trời, không ai nói gì nữa.

Ngoài nước, vấn đề thứ hai là đói. Dường như những nhiệt lượng chứa sẵn trong mình lúc đầu đã cạn dần. Mỗi ngày qua, mọi người cảm thấy bụng đói hơn. Giờ ăn, ai nấy bắt đầu nhìn chừng nhau, sợ có người ăn lấn mất phần mình.

Tình trạng đang khó thở như vậy thì một hôm, có thêm hai chú Tàu lái buôn bị tống giam, một chú ốm, một mập. Sự có mặt của hai chú khiến phòng giam có không khí cởi mở hơn đôi chút. Hai chú hay cười, thích nói giỡn, nhất là chú Tàu mập mặt cứ tươi như hoa. Chú tuyên bố:

- Chúng tôi ở Chợ Lớn, chở hàng trên tàu buôn li ngang qua lây bị mấy ổng bắt, mấy ổng lói vượt piên, tịch thu hết hàng hóa, mà lâu có vượt piên hồi lào, lói mấy mấy ổng cũng không tin...

Chú gọi chú ốm bằng tên "Tắc". Chú này sừng sộ, giận dỗi. Hỏi ra mới biết, chú ốm tên Thông, bây giờ bị bắt vô đây không phải "thông" mà phải gọi là "tắc".

Cho đến một hôm, giờ ăn trưa đặc biệt có món canh bí xanh nấu với tôm khô - dù bí và tôm khô chỉ lỏng bỏng, thưa thớt - thì có biến chuyển lớn xảy ra.

Hai chiếc nồi vừa được đặt vào chỗ như thường lệ,

chưa ai kịp động tĩnh, anh lính kiểng đã xông ngay lại, trên tay thủ sẵn hai chiếc lon guigoz. Anh xới vục cơm vào đầy một chiếc. Cụ già hét lớn thất thanh:

- Này, này, không có đứa nào được chạm đến phần tao đấy nhé!

Cụ quơ ngay chiếc ca nhựa, lao vào chiến trường. Anh lính kiểng câm điếc, vục chiếc lon kia vào nồi canh, chỗ có nhiều tôm nhất. Xong anh lại lấy chén mình, xới vun cơm cao lên như núi. Cụ bố anh cũng xới cơm, múc canh nhanh như cắt, vun đầy ca đầy chén, mặt hầm hầm đầy sát khí.

Hai người nữa xông vào là ông kỹ sư và ông Phan Thiết. Tay họ hoạt động lia lịa trên hai chiếc nồi. Ông quan thuế la lên:

- Làm thế không được! Các ông làm thế không được.

Không ai nghe ông. Ông ngần ngừ rồi cũng chạy lại, hốt mau thức ăn vào chén mình.

Diễn biến quá nhanh, những người còn lại chỉ biết đứng nhìn bất động. Chú Tàu mập kêu lên nho nhỏ:

- Cái gì mà giành. Chời ơi…

Cậu học trò quay đầu, nhận ra anh sinh viên và hai chú Tàu đang đứng cạnh mình. Họ nhìn nhau ngán ngẩm, không biết nói gì.

Tính ra bữa ăn hôm đó, những người không chịu "lăn vào bếp" chỉ ăn được chưa tới nửa chén cơm cùng ít nước canh thừa lại dưới đáy. Dĩ nhiên là không có con tôm, khoanh bí nào. Tan bữa ăn, các chiến sĩ có vẻ no nê, thỏa mãn, trở về chỗ của mình, mặt lạnh như tiền, không ai nhìn ai.

Cậu học trò, anh sinh viên cùng hai chú Tàu tụ nhau vào to nhỏ trong một góc phòng. Biến cố vừa qua đẩy họ lại gần nhau hơn. Ông quan thuế cũng mon men lại gần họ. Ông có vẻ ngượng, cất tiếng phân trần:

- Nào tôi có muốn tranh với họ làm gì. Nhưng mà chúng nó làm thế không được, không được!

Mặt chú Tàu mập méo xẹo:

- Mình ăn lược có pi nhiêu, pây giờ lói muốn chết.

Chú Tàu ốm lắc lắc đầu. Phòng giam hẳn nhiên đã chia làm hai phe. Một phe "tốt", một phe "xấu". Ông quan thuế thì lắc lư, đu dây ở giữa, chưa biết cư xử thế nào.

Đến bữa cơm chiều, phe "tốt" cũng phải nhào ngay lại hai nồi thức ăn, tuy không xới đủ khẩu phần mình trước các tay nhà nghề kia, nhưng cũng được thêm một chút.

Không biết cách nào, vụ tranh giành bị tiết lộ ra ngoài. Tối hôm đó một cán bộ có vẻ cao cấp, môi thâm, đeo kính đen, đến viếng phòng giam. Cán bộ ấy không vào, nhưng đứng ngoài song sắt quan sát mọi người, chiếc môi thâm nhếch lên cười ý nghĩa:

- Các anh Sài Gòn, kỹ sư, quan thuế, sinh viên… Toàn là trí thức! Các anh ở đây ăn uống khổ quá phải không? Hồi trước sướng quen rồi, bây giờ chắc chửi rủa chúng tôi dữ lắm phải không? Nói đi chứ. Sao không anh nào mở miệng hết vậy?

Đám tù vẫn im lặng. Cán bộ nhếch môi cười thêm lần nữa rồi bỏ đi. Nụ cười nhiều ý nghĩa ấy hình như chạm đến tự ái mọi người. Ngay sau đó, ông quan thuế triệu tập một buổi họp, đề nghị cách thức chia chác đồng đều trong giờ ăn do ông làm trọng tài. Cách thức này được bàn đi bàn lại, sửa chữa nhiều lần trước khi được tất cả phê chuẩn.

Những ngày sau đó, giờ ăn đỡ căng thẳng, nhưng cái nhìn giữa mọi người với nhau thì vẫn lạnh như nước đá.

*

Cậu học trò nhìn những chiếc bánh ngọt, viên kẹo, cục đường, đùi gà quay béo ngậy bày ra nhan nhản trước mặt mọi người mà thấy tủi thân. Tất cả đã được tiếp tế, trừ cậu. Cả gia đình cậu bị giam, ở Sài Gòn chỉ còn ít họ hàng, có lẽ họ chưa hay tin hoặc có khi không buồn tiếp tế cũng nên. Hơn lúc nào, cậu thấy đói. Cơm canh tù khó nuốt, cậu không thèm đã đành, nhưng những món ngon lành quen thuộc kia thì không cầm lòng được. Chúng đại diện cho cả một thời vàng son, no ấm mà cậu đã biết. Chúng là thế giới của cậu. Này là coca, thịt hộp, kia là bò khô, chanh muối. Cậu nghĩ tới cái vị mặn mặn, ngọt ngọt, thấm tới tận cuống họng của chanh muối mà nuốt nước bọt. Cậu cắn răng không xin xỏ ai, chỉ ngồi dựa lưng vào tường, ráng nghĩ tới chuyện khác.

Những người kia thì co vẻ tươi tỉnh hẳn. Không khí trong phòng giam vui như ngày hội. Nhiều người lại đến ngồi gần nhau kể chuyện đời. Nhiều tia hy vọng lóe lên.

- Tôi tin chúng nó thả mình ra tới nơi rồi. Giam ở đây cả tháng trời rồi chứ ít gì - ông quan thuế vừa múc thìa chè từ chiếc lọ chè đậu xanh to tướng của ông, vừa nói. Tôi tuy làm ở quan thuế cho chính quyền cũ, nhưng nghỉ đã hơn một năm rồi mới đến ngày giải phóng. Với lại mình cũng chỉ biết sổ sách, tính toán, có cầm súng giết ai bao giờ mà sợ.

- Còn tôi là kỹ sư, thành phần trí thức nhưng chắc không sao. Mình học ở Nhựt chứ có ở Mỹ đâu, tôi tin mấy ổng sắp thả tôi bây giờ.

- Còn tôi hè, họ nghi oan ức vậy thôi - Ông Phan Thiết lột chiếc bánh ú, miếng bã trầu đã biến mất từ hôm ông nhận đồ tiếp tế - Tôi cứ gì cũng ra sớm hơn mấy ông.

- Không… - Ông quan thuế phản đối - ra sớm nhất ở đây là cụ. Bảy mươi hai tuổi đầu còn giam giữ người ta. Sức nào chịu được, tôi đoán không lầm chỉ vài hôm nữa là họ kêu tên cụ ra thôi.

Cụ già gật gù, ly rượu bổ trên tay:

- Hừm… đúng đấy.

Hai chú Tàu không có ai tiếp tế nhưng vẫn tươi tỉnh. Chú mập nói:

- Chúng toi li puôn thiệt. Cho mấy ổng xét hoài không thấy gì rồi cũng thả ra. Nhốt tụi toi ở đây tốn cơm chứ làm gì.

- Nhứt là ló - chú Tàu ốm châm chích - mập như cái pao gạo nhốt ở lây là lỗ vốn!

Ông quan thuế bỗng chỉ tay về phía ba người trẻ, lắc lắc đầu:

- Còn mấy cậu, tôi không biết sao đấy nhé. Thanh thiếu niên là họ chú ý lắm. Họ đã cho đi học để đào tạo ra phục vụ, lại còn đi trốn thế là hỏng. Họ không có muốn để thất thoát những người trẻ ra ngoại quốc đâu. Các cậu có khi giam lâu lắm, không biết chừng nào mới ra…

Cậu học trò theo dõi câu chuyện, đã nguôi ngoai được, câu nói của ông quan thuế lại khiến cậu tủi thân, sợ hãi. Một bàn tay bỗng đặt lên vai cậu, anh sinh viên đã đến ngồi bên từ lúc nào:

- Cậu không có ai tiếp tế à?

Cậu học trò lắc đầu:

- Em sợ quá, bị tù luôn chắc chết. Còn anh, anh thấy sao?

- Tôi cũng không biết, không nói chắc với cậu được. Mình cứ chờ, cứ hy vọng thế thôi. Đừng sợ quá, không có ích gì.

Anh sinh viên bỗng bẻ chiếc bánh mì ngọt dồn thịt mập chắc ra làm hai, đưa cho cậu học trò:

- Ăn đi, ăn chung với tôi cho vui. Tôi ăn ít lắm.

Cậu học trò gần như dảy nãy:

- Không, em không ăn đâu. Không đói đâu.

- Cầm lấy đi, đừng ngại ngùng gì cả. Giữa tôi với cậu, ở trong này, còn phép tắc gì nữa.

Mùi thơm của thịt luộc rắc xì dầu, tương ớt xông lên tận mũi cậu học trò. Những miếng thịt dày, kẹp chung với đồ chua, dưa chuột và ớt đỏ thái mỏng hiện lên no nê trong mắt cậu. Anh sinh viên như một cứu tinh, một tấm lòng hiếm có. Cậu rưng rưng cầm lấy.

- Ừ, ăn đi. Những đồ khác của tôi mình cũng sẽ chia hai. Một mình tôi không cần nhiều như vậy đâu.

Khúc bánh mì ngon ngọt lạ thường. Cậu học trò nhai nhồm nhoàm, cảm thấy vừa học thêm một điều gì đó trong cuộc sống.

*

Lương thực tiếp tế rồi cũng cạn dần. Mọi người bắt đầu ăn nhín lại. Không khí trong phòng bớt vui hơn nhưng cửa nhà giam đã được mở ra mỗi ngày cho ra giếng tắm, và hy vọng được thả càng lúc càng lớn.

Một buổi trưa trời đẹp, nắng bên ngoài vàng ửng, gió gờn gợn thổi như thời tiết một ngày xuân, anh sinh viên bỗng hỏi cậu học trò:

- Này, cậu có biết bài hát "Anh Sẽ Về" không? Hay lắm, muốn tôi sẽ hát cho nghe.

- Ừ, anh hát đi, em chưa biết.

Anh sinh viên cất giọng, tiếng rắn rỏi như giọng nói, rõ ra một người không xa lạ với âm nhạc:

- *Anh sẽ về, em ơi, anh sẽ về. Về nơi ngôi nhà, vách đất với hàng hoa thơm. Nơi con đê già, nơi cây cầu tre. Nơi con đường đất, dấu chân trâu bò... Anh sẽ về, em ơi anh sẽ về. Về trên sông rộng ôm hết cánh đồng xanh lam. Hôn em, hôn mẹ, hôn bao người thân. Sẽ nói, sẽ cười, sẽ vui nhiều hơn...*

Bài hát hay hơn cậu học trò tưởng. Cậu ngạc nhiên vì chưa bao giờ nghe. Chữ dùng và nhạc điệu quá đẹp, những hình ảnh đồng quê trong bài tuy xa lạ với cậu, nhưng lại mở cho cậu một cánh cửa mới về những điều cậu ít khi được tiếp xúc.

- Trời ơi, hay quá! Anh học bài này ở đâu vậy?

Anh sinh viên mở lớn mắt sau cặp kính cận:

- Chưa bao giờ nghe à? Bài này quen thế mà. Trước tôi hay đi sinh hoạt với các thanh niên, sinh viên, vẫn hát luôn.

- Ủa, sinh hoạt gì vậy anh?

- Đủ mọi vấn đề. Tuần nào cũng đi, có khi hội thảo về xã hội, về hiện tình đất nước, có khi chỉ đàn hát. Cậu không bao giờ sinh hoạt như thế à?

- Không... - Cậu học trò đáp, hơi ngượng.

- Cậu có muốn, tôi sẽ tập cho hát. Dễ thuộc lắm.

- Ừ, tập em hát đi.

Anh sinh viên bắt đầu lại từ câu đầu. Mỗi câu anh lặp đi lặp lại cho cậu nhỏ thuộc lòng, cả điệu, cả nhịp. Cậu học trò hát theo rất nhanh, nhưng thói quen của cậu mỗi khi hát là sửa giọng cho có vẻ như đang hát một bài nhạc trẻ ngoại quốc, loại nhạc tủ của cậu. Anh sinh viên gắt:

- Cậu cứ hát tự nhiên, sửa giọng kỳ quá. Bài này không có gì là ngoại quốc cả. Hát tự nhiên bao giờ cũng hay hơn.

Cậu học trò ngượng, hát lại bình thường. Hai anh em hăng hái tập, giọng hát vang vang một góc phòng. Hai chú Tàu tò mò nghe một lúc, rồi rủ nhau tiến lại:

- Dạy cho chúng toi với. Pài lày hay ló. Anh sẽ về! Hát ở lây thiệt là lúng.

- Ờ, dạy chúng toi li. Hát hoài không chừng lược về sớm à.

Anh sinh viên vui vẻ chịu ngay. Bài hát anh đề nghị vậy là được hưởng ứng lớn. Nhưng chú Tàu mập không có khiếu âm nhạc, hát cứ trật nhịp mãi, phải tập đi tập lại đến mấy tiếng đồng hồ. Giọng chú lại lớn nhất, lơ lớ, khiến bài hát trở thành hơi khôi hài. Cậu nhỏ đã thuộc, chỉ hát theo cho có. Cậu nhìn ra sân, thấy cuộc đời trước mắt thật đẹp. Cậu nghĩ tới căn nhà ở Sài Gòn, chỉ mong chóng được trở về sống lại những ngày rực rỡ cũ. Cậu sẽ lại đi học, đi ciné, đi nhảy đầm với bạn bè. Mai mốt có đi ngoại quốc được không, cậu không cần biết. Cuộc sống ở Sài Gòn tuy khó khăn hơn thời trước, nhưng chắc chắn không đến nỗi khổ như ở đây. Cậu chỉ mong bước chân ra khỏi nhà tù này thôi. Cậu dõi mắt ra xa. Những bóng dừa vươn cao xanh thắm trong nắng, và màu cát trắng mịn trên sân đẹp không thua gì những bãi biển nghỉ hè của cậu.

- *Lưa em vào gió, khẽ chao cành hoa. Ra sau vườn nhỏ, trồng lại cho em cây hoàng lan, hương lậm thêm*

- Hương đậm thêm. Chú hát nghe không được. Đậm thêm chứ không phải *lậm* thêm. Hát vậy là hỏng…

- Thì *lậm* thêm. Anh hát *lậm* thêm, toi cũng hát *lậm* thêm chớ gì lữa?

- Đậm thêm, lậm thêm là nghĩa khác.

- Thì lúng dzồi, anh lói *lậm*, toi hát *lậm*, anh pắt toi hát sao pây giờ?

- Thôi, thôi, được rồi. Nào hát lại…

Giọng chú Tàu mập lại ồ ồ cất lên. Những người trong

phòng có vẻ thông cảm, không nói gì. Ông kỹ sư và anh lính kiểng ngồi riêng một chỗ chuyện trò tương đắc. Chỉ có cụ già gắt lên nho nhỏ:

- Vào đây còn hát với hỏng!

Anh sẽ về, em ơi, anh sẽ về. Dù đêm không cùng hay mất hết người thân yêu. Cho em không còn, cho chim về xa. Sẽ gắng quay về, chết nơi ra đời...

Buổi tập hát kết thúc tốt đẹp. Chú Tàu mập đã hát trôi như cháo, đúng từng nhịp một. Nhưng tối hôm ấy lại có chuyện xảy ra khiến sự vui vẻ giữa mọi người trong phòng bị cắt đứt.

Lúc đó, ông kỹ sư đang ngồi giở lại bao lương thực tiếp tế ra, tìm hộp ruốc thịt heo để nhấm nháp. Ông vừa mở hộp ăn miếng đầu, anh lính kiểng đã mò ngay lại:

- Này, cho tao ăn với. Đồ ăn của tao hết rồi, đói quá.

Ông kỹ sư đưa mắt nhìn, ngạc nhiên:

- Ông già mày còn đầy đồ kia kìa, sao không xin?

- Đồ của cụ, tao đâu dám đụng đến. Lại toàn là đồ bổ, sâm thang gì ấy, động đến là chết với cụ.

- Của ông già không xin mà đến xin tao. Thôi đi mày ơi!

Ông kỹ sư quay người, giấu hộp ruốc qua một bên. Anh lính kiểng nhăn nhó:

- Cho tao một miếng đi. Đói quá…

Ông kỹ sư làm như không nghe, miệng nhai ruốc, mắt nhìn đi chỗ khác. Bất thần anh lính kiểng lồng lên:

- Đụ mẹ mày! Bạn bè mà xấu như thế đấy hả?

Anh chồm về phía ông kỹ sư, một tay đè cổ ông, tay kia chộp lọ ruốc. Ông này không vừa, gồng tay đẩy anh lùi lại, thân hình cũng nhổm lên tấn công. Cả hai đứng chồm hổm, bốn cánh tay quàng chặt nhau, tựa hai võ sĩ đang đấu vật. Ông quan thuế kêu lên:

- Buông ra, buông ra ngay! Cán bộ nghe được là chết bây giờ.

Hai võ sĩ cùng khỏe mạnh, sung sức, không ai nhường ai. Ông quan thuế chạy đến chen vào giữa, những người khác cũng nhào vào giằng hai đối thủ ra.

- Đụ mẹ, bạn đấy, bạn như thế đấy…

- Đụ má mày, ai thèm bạn bè với mày…

Hai đấu thủ lầm bầm trở về chỗ cũ. Cậu học trò giương mắt nhìn, thấy bộ râu của ông kỹ sư hết duyên dáng. Ở chỗ mình, cụ già vẫn không thèm nhìn lên, cụ điềm nhiên vuốt ve lại cho thật thẳng mẩu thuốc lá vừa vấn.

*

Có những buổi trưa im vắng chỉ có tiếng gà gáy o o, cậu học trò đứng sững dưới khung cửa sổ đục trên cao, nhìn lên ánh nắng bên ngoài rọi vào thành một vệt sáng rõ nét và kỳ ảo giữa căn nhà đá. Vệt nắng như xuyên thủng bức tường dày để đem lại ánh sáng cho khoảng trống tối tăm. Cậu mê mẩn ngắm những hạt bụi bay lượn trong vùng ánh sáng, không khỏi nghĩ đến một đấng linh thiêng nào đó. Trước đây cậu không tin nơi tôn giáo. Gia đình cậu tuy theo đạo Phật, trong nhà có bàn thờ, mỗi năm đều cúng kiếng, giỗ tết đầy đủ, nhưng ở trường cậu lại bị các sư huynh bắt đi lễ, đọc kinh. Ngày giỗ ở nhà cậu, cậu thắp hương khấn vái, đến trường cậu học giáo lý, đọc kinh lạy cha. Tự đáy lòng, cậu vẫn trơ trơ như gỗ đá. Cậu đứng giữa, chẳng tin ai, chỉ tin ở mình và sự chắc chắn của khoa học.

Nhưng bây giờ đứng trong ngục đá này, cậu bỗng thấy mình yếu đuối. Rõ ràng là cậu đã cùng đường. Mẹ, chị, em trai cậu đều bị bắt, gia đình chẳng còn ai, không còn luật pháp nào để bảo vệ, đưa thoát cậu ra khỏi chốn này nữa. Nếu không tin ở Chúa, cuộc đời cậu coi như chấm dứt. Chắc chắn phải có một Thượng Đế ở trên cao, đang theo dõi nỗi sầu khổ của cậu, cứu giúp cậu nếu được kêu cầu. Gục đầu vào tường đá, cậu tha thiết khẩn nguyện: "Lạy Đức Mẹ Đồng Trinh Maria, con sợ lắm, con đau khổ lắm. Xin Mẹ cứu giúp con. Xin Mẹ cho họ thả con ra sớm. Con không biết phải kêu cứu ai bây giờ. Con chỉ còn có Mẹ, có Chúa, Mẹ ơi. Mẹ cứu con lần này, con nguyện sẽ vào đạo Công giáo. Con sẽ đến tìm cha học giáo lý, xin rửa tội. Con sẽ đi lễ mỗi tuần, không sót tuần nào. Con sẽ ăn hiền ở lành, làm toàn việc thiện, không dám phạm tội nữa đâu. Mẹ ơi, xin Mẹ cứu con đi Mẹ…"

Cầu nguyện xong cậu bắt đầu đọc kinh Kính Mừng. Mỗi ngày cậu tự hứa đọc đủ mười lần, và niềm hy vọng được thả trong cậu mỗi ngày một lớn.

Thái độ kỳ lạ của cậu học trò chắc chắn không qua khỏi mắt mọi người, nhưng cũng chả ai buồn hỏi. Từ ngày bị bắt đến nay, những chuyện kỳ cục, chướng tai gai mắt đã quá nhiều, không có ai ngạc nhiên nữa. Người nào cũng có chứng tật của mình, bị giam càng lâu mới càng lộ ra. Như ông quan thuế có vẻ người hiểu biết thế mà cũng không khỏi tật tham ăn. Sau vụ đấu vật tranh ruốc giữa ông kỹ sư với anh lính kiểng, ông không dám đem lọ chè to tướng ra ăn giữa thanh thiên bạch nhật nữa. Ông đợi tối lửa tắt đèn, rón rén cầm lọ chè với cái thìa nhỏ đi vào cầu tiêu, thưởng thức hương vị thơm ngon của món khoái khẩu ấy một lúc mới trở ra. Những người chưa ngủ, hé mắt theo dõi hành động của ông đều rõ.

Riêng anh sinh viên vừa nghĩ ra một sáng kiến để giữ gìn thể lực. Sáng kiến này thật ra chẳng có gì mới nhưng từ trước đến nay chưa ai nghĩ đến: Anh rủ cậu học trò cùng tập thể dục, mỗi ngày nửa tiếng, mới đầu làm các động tác, sau chuyển qua phần chạy bộ. Phần này cũng là phần chính, hai chiếc bục xi măng khác dài chạy từ đầu đến cuối phòng dư sức cho anh bay nhảy. Cậu học trò vừa lười vừa đang buồn, chỉ thỉnh thoảng tập theo cho có. Nên mỗi ngày chỉ có anh sinh viên hì hục chạy qua chạy lại, miệng thở "phù phù".

Nếu anh có vẻ có khả năng âm nhạc bao nhiêu thì điều ấy dường như bị trừ mất vào cái vốn hiểu biết về thể lực của anh. Chính cậu học trò cũng phải nhận là anh tập thể dục trông hơi kỳ. Tay chân anh quơ quào, nhiều động tác sai hoặc làm chưa tới. Khi anh chạy, anh không hô hấp sâu vào tới buồng phổi mà hình như chỉ hít không khí tới cuống họng rồi thở ra, miệng anh vì vậy phồng lên và phát ra những tiếng "phù phù" vang dội khắp phòng.

Sợ mất lòng, cậu học trò không nói gì. Nhưng cụ già thì không chịu được. Một hôm, trong khi anh sinh viên đang hì hục chạy bộ trên bục xi măng như vậy, thì cụ cũng đi qua đi lại trên cái lối đi hẹp phía dưới. Thỉnh thoảng cụ ngước nhìn anh, miệng nở nụ cười châm biếm. Được một lúc cụ nói gióng vào khoảng không:

- Không biết tập thì bảo người ta dạy cho mà tập. Cứ làm điệu làm bộ tưởng là hay lắm đấy. Thở "phù phù" thế kia là sai bét cả, lại còn chói tai người khác. Ngốc mà vẫn không biết là mình ngốc!

Anh sinh viên dừng phắt lại. Mặt anh đỏ lên:

- Cụ bảo gì? Tôi tập thì mặc kệ tôi. Cụ không tập thì thôi sao cụ lại mắng tôi? Tập thế này thôi chứ còn tập thế nào?

Cụ già vẫn đi qua đi lại bên dưới:

- Thể dục với thể thao thì hỏi moa đây này. Đừng tưởng moa già moa không biết thể dục đâu. Có bao nhiêu cách tập, tập như thế nào là ở trong đầu moa cả. Có muốn moa sẽ bảo cho mà nghe. "Biết thì thưa thì thốt, không biết thì dựa cột mà nghe". Toa ngốc thế thì toa cứ câm mồm lại, đừng có cãi với moa bằng cái giọng ấy.

Mặt anh sinh viên đỏ hơn, giọng nói sẵng:

- Có thể tôi tập sai, nhưng cụ bảo tôi thì bảo đàng hoàng. Cụ đừng nói tôi ngốc này ngốc nọ như mắng chó! Cụ tưởng cụ hay lắm đấy à? Dạo trước ăn ia thối inh cả phòng người ta chưa nói, đến giờ ăn thì tham lam cướp giật, cư xử với người cùng phòng thì độc tài, ngược ngạo. Lúc mới vào, trông cụ lớn tuổi, râu trên râu dưới người ta còn kính nể, ở càng lâu mới càng biết bộ mặt thật thối tha.

Cụ già đã dừng lại trước mặt anh sinh viên từ lúc nào. Anh đứng trên cao, cụ phía dưới. Hai đối thủ già trẻ nhìn nhau trừng trừng. Tất cả những người khác đều im bặt. Cụ già gồng bắp tay lên, những bắp thịt hãy còn chắc nịch cuồn cuộn, bàn tay cụ chập lại thành một nắm đấm vạm vỡ:

- Oắt con, trông tay ông đây này! Nói năng phải giữ mồm, khéo ông đấm cho vỡ mặt.

Giọng anh sinh viên bỗng trở nên lầm bầm, không biết anh quá sợ hãi - vì ai cũng thấy trước là anh không địch nổi cụ già - hay vì anh quá giận. Nhưng giọng nói anh chìm xuống, cậu học trò thấy lại vẻ mặt dữ dội hôm nào khi anh chia tay với người chị:

- Tôi không ngờ cụ cũng chỉ là dân chân tay dao búa. Napoléon có nói câu gì như "Nắm đấm dù mạnh đến đâu cũng không địch nổi một ngòi viết..."

Cụ già cười "hặc" lên một tiếng. Thốt nhiên, cơn giận của cụ như tiêu tan hẳn. Mặt cụ lộ vẻ ngạc nhiên, thích thú rõ rệt:

- Napoléon! Ha, Napoléon! Ngốc mà hay nói chữ. Hiểu không hết câu nói của người ta đã làm bộ trích với dẫn. Có muốn citer Napoléon thì hỏi ông đây này, toa muốn ông citer câu nào ông citer cả cho nghe.

Anh sinh viên vẫn nói bằng một giọng chìm:

- Cụ mà đánh tôi còn có luật pháp. Cụ đừng tưởng cụ mạnh hơn tôi rồi muốn đánh ai thì đánh đâu.

Ánh mắt cụ già vui hơn:

- A! luật với pháp? Toa nói chuyện nghe tức cười quá đi. Trông nắm đấm của moa đây này. Moa động cho một cái là bay ngay từ đầu đến cuối phòng, chứ không có ngòi viết ngòi láo gì cả!

- Cụ giỏi đấm tôi đi, xem ai thắng cho biết. Cụ tưởng tôi không biết tự vệ đấy à? Ỷ lớn tuổi lại vạm vỡ to con rồi hiếp đáp người khác. Cụ người lớn, cụ ăn ở sao cho con cháu nó không khinh. Đấm đi, nào giỏi đấm đi!

Cụ già thét lên một tiếng. Như một chiếc bóng cụ bay vụt lên bục xi măng nhanh không thể tưởng tượng.

- Đứa nào khinh ông? Đứa nào? Này, chết ngay!

Nắm đấm vô địch của cụ ngừng ngay trước mặt anh sinh viên khoảng vài phân. Ông quan thuế nghiến răng ghì cánh tay cụ, anh lính kiểng và ông kỹ sư nhào tới bám chặt thân hình và hai chân, cụ vùng vẫy dữ dội. Anh sinh viên vẫn bất động như một tượng đá.

- Thôi cụ, về chỗ đi. Nó con nít chấp làm gì, ồn lên chỉ có hại cho cả phòng thôi.

- Bố, bố, bớt giận đi bố. Họ gần thả bố ra, bố đừng gây chuyện nữa…

Cụ già thở hổn hển, trở về chỗ nằm theo cánh tay dìu của mọi người. Cậu học trò cũng kéo anh sinh viên vào ngồi ở góc phòng. Cậu hiểu anh nhiều và cảm thấy sờ sợ. Thật là một phép lạ nếu cậu vẫn chưa bị dính vào một vụ tranh cãi nào. Không biết bao giờ thì tới phiên cậu. Và người nào sẽ lãnh phần "đấm vỡ mặt" cậu đây?

Phòng giam có cái gì tan hoang lắm rồi so với ngày nhập trại. Sự tan hoang không phải đến từ cái đói, cái khát hay dơ bẩn thiếu vệ sinh, nhưng là một sụp đổ tan tành trong đáy lòng của cậu.

*

- May thay, chỉ mấy ngày sau đó, tôi, anh sinh viên và hai chú Tàu được thả. Anh cũng biết, sự vui mừng của chúng tôi lớn đến bực nào. Ra khỏi tù mà người cứ nhẹ lâng lâng, tưởng như đang bay lơ lửng trên mây vậy. Bốn đứa chúng tôi mừng mừng tủi tủi, trao đổi địa chỉ cho nhau, hẹn sẽ gặp lại, sẽ kết bạn thân thiết ở Sài Gòn. Tính ra tôi với anh sinh viên bị tạm giam hết hai tháng rưỡi, còn những người khác thì lâu hơn.

Cậu học trò dứt chuyện, nghiêng người đưa điếu thuốc ra nhận mồi lửa từ người bạn ngồi trước mặt. Cậu đã trở thành một thanh niên gần ba mươi tuổi, nhân dáng thay đổi khá nhiều và cũng không còn đi học, nhưng chúng ta hãy tạm gọi cậu là "cậu học trò" như vẫn quen gọi từ đầu câu chuyện.

Hai người bạn ngồi trong một căn phòng rộng rãi, tiện nghi trên một xứ sở tự do. Chụp đèn vàng gắn khéo trên tường tỏa ánh sáng mờ ảo. Trước mặt họ, bức tường kính nhìn xuống những cao ốc hiện đại lấp lánh xanh đỏ, và những đại lộ xa tít phía dưới cũng cuồn cuộn giòng luân chuyển muôn màu.

- Câu chuyện này xảy ra vào thời gian nào hả anh? Nếu tôi không lầm thì ngay sau những ngày mất nước?

- Anh đoán đúng, câu chuyện xảy ra vào những tháng cuối năm 1975, cách nay mười hai năm rồi. Chúng tôi là một trong những tàu vượt biên sớm nhất. Những người trên tàu thuộc lớp người lẽ ra đã đi từ tháng tư, nhưng không may kẹt lại, nên phải tìm đủ cách ra đi bằng mọi giá.

- Sau đó, về Sài Gòn rồi, anh có dịp gặp lại hai chú Tàu và anh sinh viên không? Đời sống anh ở Sài Gòn như thế nào?

Cậu học trò thở khói:

- Có, hai chú Tàu tìm tôi ngay sau đó. Nhưng mà không có gì còn như trước nữa anh ạ. Chúng tôi cũng hàn huyên, tâm sự, nhưng không khí nhạt nhẽo thế nào. Có lẽ chúng tôi không cùng môi trường xã hội, tuổi tác lại cách biệt nên không thể thành bạn được. Hai chú đến thăm tôi lần duy nhất ấy, rồi không bao giờ gặp lại.

- Có khi nào anh nghĩ hai chú ấy thật ra chỉ đi buôn giả để tìm cách vượt biên không?

- Tôi cũng nghĩ thế. Họ ở Chợ Lớn, chưa bao giờ buôn đường biển, tự nhiên sau 75 lại mua tàu, chở hàng ra tới Phan Thiết. Tỉnh này lúc đó có nhiều người vượt biên. Hơn nữa, họ có vẻ là những người rất thông minh, chắc chắn không tin tưởng gì ở sự tự do buôn bán trong chế độ mới.

- Còn anh sinh viên? Anh ấy bây giờ ra sao rồi?

- Anh sinh viên thì khác. Anh không trở lại với tôi một lần, mà là nhiều lần. Chúng tôi trở thành bạn thân. Cũng dễ hiểu anh à, chị em tôi với anh sinh viên sàng sàng tuổi nhau, cùng đang còn đi học... Thường mỗi khi lại nhà tôi, anh dẫn theo một người bạn đàn giỏi lắm, chúng tôi họp lại đàn hát, đùa nghịch. Tôi có cảm tưởng tìm lại được chút không khí Sài Gòn thuở trước. Rất tiếc, tình bạn ấy không kéo dài được lâu.

- Chuyện gì xảy ra? Các anh, chị lại mất lòng nhau à?

- Không... Hoàn toàn không. Anh sinh viên là người bạn tốt, đến bây giờ tôi còn tiếc. Một người bạn như thế không phải lúc nào ta cũng gặp được trong đời. Trong những ngày lui tới, anh có đề nghị với mẹ tôi làm một chuyến vượt biên khác. Lần này do chính anh và người bạn đàn giỏi kia tổ chức. Anh nói bây giờ không thể tin ai, phải tự mình quyết định, tự mình nắm lấy sinh mạng mình. Nhưng anh biết gia đình tôi mất hết tiền, vàng ở Phan Thiết. Về Sài Gòn, mẹ tôi xoay ra bán bánh mì, bán phở trên hè phố nuôi chị em tôi, thì còn tiền đâu để vượt biên lần nữa. Anh sinh viên có nói đừng ngại, ít nhất anh cho gởi được một, hai người trên tàu, ra tới ngoại quốc có tiền trả sau cũng được. Nhưng mẹ tôi lúc ấy đang sợ, chuyến tù tội trước kia còn chưa tan trong tâm trí bà, nên chúng tôi quyết định ở lại Sài Gòn. Một đêm tối trời, anh sinh viên xuất hiện đột ngột ở nhà tôi, dáng điệu gấp gáp. Anh nói sẽ khởi hành ngay đêm đó, con tàu rất nhỏ nhưng anh đầy hy vọng thành công. Anh hỏi lần cuối chúng tôi có quyết định gởi người nào đi không? Chúng tôi lắc đầu. Anh từ giã gia đình tôi, hứa sẽ điện tín ngay khi đặt chân đến bến tự do. Nhưng từ đó anh biệt tích.

- Anh có biết điều gì đã xảy ra? Người bạn hỏi, hơi nhíu mày.

- Không có gì rõ ràng cả, cậu học trò lắc đầu. Mấy tháng sau đó, chị em tôi đạp xe chở nhau đến nhà anh thăm tin. Gia đình anh giấu, nói anh đi tỉnh chưa về. Nhưng gương mặt cô chị anh thì u ám ghê lắm.

Hai người không nói gì với nhau nữa. Dòng xe cộ dưới xa thỉnh thoảng vọng qua lớp kính những âm động rất nhỏ. Cậu học trò châm thêm điếu thuốc, những vòng khói lung linh bay tan ra làm mù mù không gian.

- Còn những người khác thì sao?

- Bốn năm sau, tôi gặp lại ông quan thuế ở tù mới ra. Ông nói tất cả những người còn lại đều bị kêu án. Nhẹ như ông cũng bốn, năm năm tù. Nghe đâu nặng nhất là cụ già. Cán bộ nói cụ đã già đầu, kinh nghiệm, hiểu biết đầy mình còn muốn vượt biên, thì không cách gì cải tạo nổi. Đôi khi tôi nghĩ mà sợ. Anh thấy, mấy tháng tạm giam - mới ít lâu sau năm 75 - ấy chưa có gì là khổ, ai cũng tự tin sẽ được thả sớm, và tuy ăn đói nhưng còn có cơm gạo, chưa đến nỗi phải ăn độn, vậy mà họ đã đổ tệ ra như vậy, thì trong mấy năm tù thật sự sau, không biết những chứng tật của họ bộc phát tới mức nào?

Cậu ngưng lại một chút, như để người bạn chuẩn bị nhận lấy những lời cậu sắp nói.

- Anh có biết câu chuyện xảy ra vào lúc tôi còn rất trẻ và đã nằm lại trong tâm trí tôi một cách dai dẳng. Phòng tạm giam ấy giống như một ngôi trường, nó dạy cho tôi quá nhiều điều, lật cho tôi thấy những mặt trái của đủ mọi lớp người trong cái xã hội tôi từng sống và yêu mến.

Người bạn thốt ngửng lên, nhìn chăm chăm cậu học trò, chờ đợi.

- Tôi thấy rằng, biên giới giữa cái Thiện và Ác mong manh lắm. Chỉ cần một bước nhỏ, người ta có thể vượt qua. Ngày theo mẹ lên đường vượt biên, trong rõ rệt chỉ có một kẻ thù. Đó là những người đã chiếm miền Nam mà chúng tôi sợ hãi, chạy trốn. Họ hẳn nhiên là ác, còn chúng tôi, những người đi trốn, là thiện. Tôi nghĩ tất cả những người trên tàu phải có đồng chí hướng, cùng một kẻ thù. Tôi xem họ tất cả là bạn bè, anh em, không nghi ngại gì nhau. Tôi tưởng không may bị bắt như vậy, ai nấy lẽ ra phải tương trợ, yêu mến nhau. Dù không giúp được gì nhau, thì cũng không được coi nhau như thù. Nhưng anh thấy đó, từ một kẻ thù duy nhất, dần dần chúng tôi sản sinh thêm bao nhiêu kẻ thù khác. Kẻ thù ghê gớm nhất, theo tôi, hắn nằm trong mỗi chúng ta. Người nào trong chúng mình mà không tự coi là thiện? Trong điều kiện đầy đủ, sung sướng, chúng ta dễ thiện lắm. Phải đến khi nào quyền lợi bị đụng chạm, những ham muốn bị cấm đoán, thiệt thời, cái ích kỷ ghê gớm trong mỗi người mới hiện lên, ràng ràng như một con lợn, một đống rác. Chúng ta phải cẩn thận. Nếu không, từ thiên thần chúng ta biến ngay ra quỷ dữ, mà vẫn không hay biết. Đó là cái biên giới siêu hình, đầy cám dỗ giữa Thiện và Ác. Gần hết những người có mặt trong trại giam năm ấy đều đã vượt biên giới đó.

Cậu học trò thở thêm nhiều vòng khói. Không gian quanh cậu càng trở nên mù mờ. Người bạn nghiêng mình tới trước, mắt vẫn nhìn cậu không rời:

- Vậy theo anh, xã hội thời cũ của chúng ta hình như cũng không tốt đẹp gì hơn phía bên kia cả? Nếu tôi hiểu anh, thì anh đã thất vọng ghê gớm lắm. Anh đã đặt lại tất cả vấn đề. Anh tự hỏi xã hội miền Nam mà anh đã sống, thật ra, có đáng cho anh yêu mến không? Dĩ nhiên, anh cũng biết rằng trong một xã hội người tốt người xấu đều có đủ, nhưng tại sao số người bất hảo lại cao quá? Trại tạm giam Phan Thiết đối với anh có lẽ là một bằng chứng. Những thành phần trong tù năm ấy, dù không đại diện hết cho mọi tầng lớp miền Nam, nhưng kể ra cũng khá tiêu biểu cho lớp người ưu tú. Kể cả lớp người tiền phong, mà điển hình là cụ già…

- Anh đoán đúng lắm. Tại sao, tại sao những người thiện trong nhà tù năm ấy lại chỉ là những người rất trẻ, còn đang đi học. Hơn chút nữa là hai chú ngoại quốc không liên quan gì đến dân tộc mình? Vậy những gì chúng ta học trong nhà trường, bắt buộc một ngày kia phải méo mó để thay vào đó những khả năng lọc lừa, phản trắc với cuộc đời? Cuộc đời chúng ta xấu xí đến thế sao?

Cậu bỗng chồm người về phía bạn:

- Ngay cả chính tôi! Chính tôi có tốt đẹp gì không? Nhiều lần tôi đã tự đặt câu hỏi này. Ngày ấy tôi còn quá nhỏ, chưa biết giá trị của vật chất, đồng tiền, cũng chưa rõ thật sự thế nào là hiểm nguy tù tội. Tôi vào tù, ra tù như đi chơi. Nên tôi thánh thiện cũng phải. Cả anh sinh viên cũng vậy. Nếu lúc đó chúng tôi đã trưởng thành, có vợ con, từng đổ mồ hôi tranh đấu cho miếng ăn manh áo của mình, liệu có giữ lòng bình thản trong nhà tạm giam ấy khi thấy quyền lợi mình bị xâm phạm?

Người bạn đưa tay ngăn lại:

- Anh nói cũng có lý lắm. Nhưng câu chuyện của anh đúng ra chưa dứt ở đó. Sau này anh còn về Sài Gòn sống, hình như cũng chật vật lắm. Rồi qua bên này, cuộc sống lưu vong đâu có sung sướng gì. Có khi nào anh thấy vượt biên giới từ thiện qua ác chưa? Và anh tự coi mình như thiện hay ác?

- Ác thì không ác, nhưng cũng chẳng mấy thiện gì - Gương mặt cậu học trò bỗng trở nên trầm ngâm. Anh có biết tôi đã bỏ lời hứa vào đạo Công giáo? Lời cầu nguyện năm ấy thật nông nổi, cũng như nhiều lời cầu nguyện sau này. Cứ gặp khó khăn, nan giải là tôi tìm đến Thượng Đế, hứa này hứa nọ, sóng gió qua rồi lại quên khuấy, thấy tôn giáo quá mê tín dị đoan. Còn cái biên giới thiện-ác, thú thật nhiều lần tôi đã vượt qua. Nhưng vượt qua chỉ để giải quyết vấn đề trước mắt thôi, sau lại trở về chiến tuyến cũ. Tôi tự đặt cho mình những hàng rào bên kia biên giới, vượt thì vượt nhưng bất cứ giá nào cũng không thể vượt qua hàng rào đó. Nên tôi thấy mình cứ thiện thiện ác ác thế nào.

- Những điều anh nói cũng bình thường thôi. Chúng ta ai cũng có những giây phút yếu đuối. Bản chất con người là muôn mặt, không thể đòi hỏi một mẫu người tuyệt đối nào. Nhưng tôi nghĩ, vấn đề làm anh khổ tâm nó sâu lắm. Có phải anh đã đặt lại cả giá trị nòi giống, xã hội, chính nghĩa của mình? Chủ nghĩa cộng sản hẳn nhiên anh không chấp nhận. Nhưng đôi khi anh đã bàng hoàng nhận thấy - một cách khổ sở - rằng những gì bên kia nói cũng có phần có lý. Xã hội miền Nam là một xã hội sống trên lợi nhuận, chia thành phần giàu-nghèo: những phần tử sống trong ấy rốt cuộc chỉ là những người chạy đuổi theo vật chất - nhất là giới người thành công hoặc được ưu đãi, có thể nói đa số là ích kỷ, cầu an. Căn phòng tạm giam năm ấy như một mẫu thí nghiệm nhỏ được trích ra từ xã hội. Trong mẫu ấy, anh chỉ thấy toàn những thành phần xấu, không đáng theo gương…

- Lý luận ức đoán của anh tài lắm. Thật vậy, kỷ niệm đen tối ấy đã đeo tôi suốt bao nhiêu năm. Nhất là những phút chán nản, thất vọng, tôi thấy mình và đất nước không có nghĩa lý gì tốt đẹp cả. Những người chủ trương cưỡng chiếm miền Nam hẳn không tốt đẹp, nhưng những người lãnh đạo cũ của chúng ta có hơn gì không? Cuộc tháo chạy của họ tháng 4-1975 cùng gia đình và của cải có phải là tấm gương cho chúng ta noi không? Trại tạm giam năm ấy, nơi tôi sa vào, đã cho thấy thêm bộ mặt trái của nhiều lớp người khác, có thể gọi là ưu tú của xã hội chúng ta: cụ già, ông quan thuế, ông thôn trưởng Phan Thiết, ông kỹ sư… Qua bên này, tôi muốn lánh xa cộng đồng Việt, thêm với những tai tiếng, xích mích giữa cộng đồng, nói thật với anh tôi đã mất hẳn niềm tin.

Người bạn nhổm lên có vẻ muốn phản đối. Cậu học trò giơ tay ngăn, mỉm cười. Cậu dụi tắt điếu thuốc, đứng lên, tiến về phía tường kính, nhìn ra bên ngoài. Từ cuối chân trời, vầng thái dương đang từ từ lên, nhuộm hồng tất cả các cao ốc và đại lộ bằng ánh sáng ban mai mới mẻ. Người bạn vẫn ngồi chỗ cũ, yên lặng nhìn bóng cậu sẫm dần trên nền trời hồng.

- Tôi biết - cậu học trò cất tiếng, nụ cười chưa tắt - anh đang nhìn tôi bằng đôi mắt thương hại, anh lo sợ, anh tự thấy có bổn phận phải cứu vớt một linh hồn lạc hướng? Anh cũng không lầm mấy đâu! Những câu hỏi, xoay trở ấy dằn vặt trong tôi rất lâu, cho đến cách đây mấy năm tôi còn thường tự đặt lên mình, loay hoay tìm cách lý giải. Trại tạm giam Phan Thiết giống như cơn ác mộng kinh khiếp lỡ gặp một lần rồi không bao giờ quên được. Nó nằm lại trong tôi, làm lu mờ tất cả mộng đẹp khác đến với tôi sau này. Nhưng thời gian, như chúng ta thường nói, đúng là một liều thuốc hữu hiệu. Từ từ, tôi bớt cay đắng và cảm thấy mình vô lý. Có gì bảo đảm cái mẫu tù trích ra từ xã hội ấy là mẫu trích khách quan? Có cơ quan thống kê, xác suất nào đứng ra thăm dò, cử người đi tìm đại diện của mỗi tầng lớp xã hội để bỏ vào cái mẫu thử ấy? Trái ngược lại là khác. Nếu cái mẫu ấy không ác một cách ngẫu nhiên thì phải ác một cách vô ý. Này nhé, nếu chủ tàu - những người này lại lôi kéo, rủ rê bạn bè họ - đều là những phần tử có liên quan xa gần. Chúng ta có thể giải thích bằng phản ứng dây chuyền này. Hãy chỉ cho tôi người bạn anh, tôi sẽ nói anh là người như thế nào. Ngoài ra, còn điều này nữa, tôi đã kể ngay từ đầu là chuyến vượt biên đông lắm. Nhưng tổng cộng phòng giam đàn ông chỉ có sáu người bị bắt, cùng với một số ít bị coi là nguy hiểm, đặc biệt giam riêng. Vậy những người chạy thoát là ai, có thể đa số họ là những phần tử thiện chăng? Nếu chúng ta đi xa hơn, vào lĩnh vực siêu hình, thì tôi và anh sinh viên năm ấy chỉ là hai phần tử thiện bị bàn tay siêu hình rút lầm, do đó chỉ ít lâu sau thì được thả. Anh thấy có hợp lý không? Có thể anh cho là hơi lố bịch. Bởi chúng ta dư biết có những người thiện vẫn chịu oan ức, khổ nạn, dù là những người tin nơi tôn giáo? Nhưng tôi có thể bẻ lại anh rằng, Đấng Siêu Hình có toàn quyền làm theo ý người. Những oan ức, khổ nạn ấy có thể là những thử thách, những dịp rèn luyện niềm tin. Dù có phải chết mất chăng nữa thì có thể là lúc Thượng Đế muốn cất người ấy lên, hay nói theo nhà Phật là trả một món nợ tiền kiếp. Vậy Thượng Đế có thể đoán phạt công bình hay không do nhiều lẽ sâu xa, và chuyến vượt biên năm ấy của tôi là một dịp cho đoán phạt công bình… Nhưng thôi, chúng ta đừng đi quá xa, vì đây là những lĩnh vực mơ hồ chưa ai chắc chắn được.

Người bạn vẫn ngồi yên, nhưng nét mặt anh có những

biến đổi rất mạnh. Cậu học trò không quay người, tiếp tục nhìn ra sắc trời hồng ửng bên ngoài.

- Như anh nói, cuộc đời tôi không chấm dứt ở đó. Mấy năm lăn lóc ở Sài Gòn, chuyến vượt biên thứ hai đầy gian nan, cuộc sống lưu vong cô đơn và đầy cám dỗ bên này... Trong những năm ấy, tôi đã có dịp gặp gỡ bao nhiêu phần tử khác, ở mọi lứa tuổi, giai tầng, họ cùng chung hoàn cảnh như tôi, nhưng đã đến với tôi, giúp đỡ hoặc cho tôi nhiều lời khuyên rất chân tình. Họ đến, không vì lợi lộc, nhưng thuần túy bằng tình cảm. Hành động, cách sống của họ làm tôi lạ lùng. Họ như một loài cây tốt mọc lên từ nền đất, gặp giông tố bão táp vẫn trơ mình, nhẫn nhục mà đứng, dù cách gì cũng không chịu ngã rạp hay biến dị cong oằn. Họ là những tấm gương soi cho tôi thấy thêm một khía cạnh của cuộc đời, nhưng tôi lại thường vô tình - hay cố ý muốn quên đi, chỉ thích nuôi nấng mãi nơi mình một kỷ niệm cay đắng riêng tư... Anh hãy nhìn lịch sử thế giới, nhiều khi chỉ có thiểu số xấu xa, nhưng việc làm của thiểu số ấy có ảnh hưởng lớn, gây kinh động mọi người. Chúng ta không thể vì vậy kết luận rằng bản chất bẩm sinh của con người là xấu. Chúng ta không thể nhìn phiến diện. Chính số đông còn lại, thường khi rất kín đáo, trầm lặng hay chịu thiệt thòi mới là những người đáng kể. Giang sơn gấm vóc của chúng ta từ đâu mà có, những cuộc xâm lăng của nước lân bang khổng lồ nhờ đâu bị đẩy lui, có phải nhờ số đông trầm lặng dưới hướng dẫn của một người sáng suốt? Vốn kiến thức, đạo đức tốt đẹp mà chúng thừa hưởng từ tổ tiên, cha mẹ, được dạy từ nhà trường, có phải là phản ảnh tinh thần của số đông ấy? Và, họ hy vọng chúng ta sẽ tiếp nối, đứng vững. Biến đổi, méo mó hay không tùy ở mỗi phần tử chúng ta. Cái số đông thầm lặng là một cái nền, những gì mọc bên trên có thể hoa hòe hoa sói hay gai góc, đầy chất độc, nhưng chúng cứ tàn lụi đi và cái nền vẫn còn đó, mãi mãi. Chúng ta sinh ra vào một thời buổi mà đất mọc toàn xương rồng, độc chất nhưng chúng ta không thể vì vậy mà quên mất cái nền, cái số đông bất biến. Tôi đã nhận ra điều đó, anh à. Bây giờ thì trong trí nhớ tôi, số đông ấy đã lại đến, soi thêm một lần nữa vào cái bộ óc khúc mắc thích lý luận, tìm tòi nhưng lại rất hạn hẹp của tôi. Họ làm cho tôi thấy cuộc đời còn rất đẹp. Và cái biên giới thiện ác, thật ra còn rất nhiều, rất nhiều người không bao giờ chịu vượt qua.

Từ lúc nào, người bạn đã đến bên cậu học trò. Những điếu thuốc dụi tắt từ lâu, khói mờ trong phòng tan loãng hết. Hai người bạn thân ái khoác vai nhau. Bên ngoài bây giờ, vầng thái dương trên cao đã vàng ửng, chói lọi và rực rỡ.

[Trần Vũ đánh máy lại tháng 11-2018, từ Hợp Lưu số 17, tháng 6-1994, tr. 118-141]

NGÔ DU TRUNG

Tên thật Ngô Thanh Vân. Sinh ngày 21 tháng 9 năm 1952 tại Khánh Hòa.
Hiện cùng gia đình sống ở Houston, Texas, Hoa Kỳ.
Khởi viết từ năm 1987.

Tác phẩm đã xuất bản:
- *Nước Mình, Nước Mỹ* (tập truyện, Làng Văn 1991)
- *Tha Hương* (tập truyện, Làng Văn 1994)

Chuyện tình kể lại

Tôi tập tành viết lách mấy năm chỉ gây được sự chú ý của... hai người. Người thứ nhất là... anh tôi. Anh ấy vì muốn khuyến khích thằng em nên truyện nào của tôi anh cũng *đều* theo dõi đọc và vừa đọc vừa... vỗ tay. Rồi có lẽ độc diễn cái màn vỗ tay lâu quá đâm mệt nên một hôm anh gọi điện thoại cho tôi, bảo:

"Chú viết quanh đi quẩn lại chỉ có mỗi một đề tài. Nhàm lắm. Viết cái gì khác đi."

Tôi hỏi:

"Viết cái gì khác?"

Anh đáp:

"Truyện tình chẳng hạn."

Tôi giật mình. Ừ nhỉ, sao tôi viết bao lâu rồi mà chưa hề viết một truyện tình? Mà có phải tôi khô khan gì cho cam! Lúc chưa lấy vợ tôi cũng có năm ba cuộc tình, cũng lãng mạn chè tàu lắm; rồi lấy vợ, mà vợ cũng là kết quả của một truyện tình, không phải như vậy sao? Thế mà tại sao khi viết tôi không hề đá động gì tới truyện tình? Tôi đâm ra suy nghĩ vẩn vơ.

Suy nghĩ vẩn vơ rồi tôi quyết định: Ừ, sẽ viết một truyện tình. Một truyện tình thật lâm ly, bi đát, ướt át. Tôi bắt đầu ngó ngang ngó dọc, chúi mũi vào rình mò thiên hạ coi họ yêu đương ra sao, nói năng, hờn giận, khóc lóc, cười cợt ra sao, nhất nhất tôi đều ghi lại, cất kỹ để dành làm tài liệu viết truyện.

Chắc độc giả sẽ thắc mắc. Việc gì phải rình mò thiên hạ; cứ lấy ngay những cuộc tình của mình, thêm thắt chút đỉnh có phải tiện việc sổ sách hơn không. Vì ai yêu mà chả vậy. Yêu chết lên chết xuống hay đại khái bình thường thì căn bản cũng giống nhau. Nghe cũng có lý. Nhưng thú thật: Kẹt lắm! Kẹt cái ông độc giả trung thành thứ hai là... bạn tôi. Ông ấy chơi thân với tôi từ hồi còn nhỏ xíu nên bất cứ hang hóc, ngõ ngách nào trong đời tôi ông ấy đều biết rất rành rọt. Vì vậy cứ mỗi lần có một khuôn mặt mới xuất hiện trong truyện của tôi là lập tức ông ấy dòm lom lom vào quá khứ, lục lạo tìm kiếm coi con cái nhà ai, sống ở đâu, làm nghề gì, liên hệ với tôi ra sao, rồi ông ấy gọi điện thoại chất vấn:

"Thằng Tâm qua rồi hả? Con Bích đang ở Cali hả?"

Tôi hỏi lại:

"Ai nói với mày vậy?"

Ông ấy đáp:

"Tao đọc truyện của mày."

Chết thật! Dĩ nhiên khi viết mình phải mượn đỡ mấy khuôn mặt chung quanh, những khuôn mặt của người thân, bạn bè, bồ bịch mình rồi phịa ra, thêm mắm thêm muối cho nó mặn mòi mà ông bạn tôi cứ một hai tưởng thật. Một lần ông ấy hỏi tôi:

"Mày gặp con Dung rồi hả?"

Tôi ngạc nhiên:

"Con Dung nào?"

Ông bạn cười hô hố trong điện thoại:

"Còn làm bộ nữa. Con Dung bồ mày hồi học ở Trần Bình Trọng đó chớ con nào. Mày giấu ai chớ giấu tao sao được."

Tôi cáu:

"Việc đếch gì phải giấu mày. Mà ai nói với mày tao gặp con Dung?"

"Tao đọc cái truyện mới đăng trên báo của mày."

Khổ quá, tôi không có được một trí tưởng tượng phong phú để có thể tạo ra những nhân vật kì dị, lạ lùng, đọc xong là nhớ cả đời nên đành phải lôi bạn bè thân thích của mình vào truyện. Hơn nữa làm như vậy còn có cái lợi là tha hồ nói... xấu những người mình không ưa. Chẳng hạn như tôi thích người nào thì cho người đó đi Tây, đi Mỹ, ăn sung mặc sướng, hưởng đẩy đủ mọi tiện nghi vật chất; kẻ nào khó ưa tôi bắt ở riết trên các khu kinh tế mới của Việt cộng, còng lưng cuốc đất làm rẫy từ sáng sớm cho đến tối mịt mà vẫn không đủ ăn. Tôi muốn thằng bạn nào ra khỏi tù thì nắm cổ lôi ra, buồn buồn còn cho nó đi Canada, đi Úc; còn thằng nào hồi xưa lỡ làm phật lòng tôi thì tôi bắt nó ở riết trong tù, bị hành hạ xanh xao mặt mày cho bỏ ghét. Rồi tôi còn nặng tay hơn, cho người này chìm tàu chết trên biển, người kia bị hải tặc hiếp v.v. Cho nên nghe ông ấy hỏi tôi hoảng quá vội vàng giải thích:

"Ê, mày đừng nghĩ con Dung bị hải tặc hiếp thật đó nhé. Nó đã sang đây hay còn ở Việt Nam tao chẳng biết; nhưng mai mốt lỡ mày gặp nó mà cái đầu bùn của mày cứ lởn vởn ba cái vụ đó thì kẹt cho tao lắm."

Tôi nghe ông ấy cười khà khà trong điện thoại mà ứa gan.

Rồi bây giờ tôi định viết một truyện tình mà lại mượn đỡ chính mình thì lúc phải diễn tả chuyện mây mưa, ông bạn tôi tưởng là tôi đang làm cái việc ấy thì... kỳ lắm. Cho nên tôi sẽ kể một truyện tình, nhưng xin thưa trước là một truyện tình của thiên hạ, không phải của tôi.

*

Tôi bắt đầu yêu từ năm mười ba tuổi. Người xưa thường nói: Nữ thập tam, nam thập lục, mà tôi thì mới mười ba tuổi đã biết yêu rồi. Tình yêu không phân biệt... tuổi tác. Mười ba tuổi yêu cũng được, có sao đâu?

Tôi yêu một cô bạn hàng xóm. Nàng cũng mười ba. Thật ra chúng tôi quen nhau từ nhỏ vì nhà hai đứa ở cạnh nhau, chỉ cách một hàng rào dâm bụt. Không như nàng thơ của Nguyễn Bính:

Nhà nàng ở cạnh nhà tôi
Cách nhau cái giậu mồng tơi xanh dờn
Hai người sống giữa cô đơn
Hình như nàng có nỗi buồn giống tôi...

Chúng tôi chẳng có nỗi buồn nào mà cũng không sống trong cô đơn. Chúng tôi sống vui vẻ, bình đẳng.

Làng tôi trẻ con chơi với nhau không phân biệt phái tính, giai cấp. Những lúc nàng theo tôi đánh đáo, u mọi, nếu nàng thua tôi vẫn bắt nàng cõng tôi long nhong y như đôi với những thằng bạn trai khác. Có lẽ vì thấy như vậy thua thiệt quá, thỉnh thoảng nàng bày trò buôn bán, hoặc trò nữ công gia chánh. Trong các trò chơi này tôi luôn luôn bị làm... con cho nàng sai bảo, may mắn lắm là được làm em, chưa bao giờ tôi ngoi lên được chức... chồng để ngồi rung đùi chờ vợ đi chợ về nấu nướng cho ăn. Những lần đó tôi thật tối tăm mặt mũi. Mà khổ cái bọn con gái khi chơi những trò ẻo lả đó thì lại điệu bộ, kiểu cách, rắc rối vô cùng. Hết lấy cho... má cái này thì chạy đi tìm cho... chị cái khác. Chao ơi, thật là mất mặt nam nhi chi chí!

Ngoài những trò chơi đã kể, tôi lại rất thích tắm sông, nhưng ba má tôi sợ tôi chết đuối nên cấm tiệt. Tôi phải lẻn đi. Trưa trưa tôi ra bờ sông, cởi trần tồng ngồng long nhong xuống nước, bơi lội thỏa thuê chê chán rồi leo lên bờ mặc quần áo vào; về nhà, má tôi thấy quần áo tôi khô ráo bà đâu biết được. Nàng cũng thích tắm sông nên thường theo tôi mỗi trưa. Dĩ nhiên nàng không cởi tuốt ra như tôi. Chúng tôi quen như vậy.

Thời gian trôi đi, chúng tôi chơi đùa, đánh đáo, u mọi, bắn chim, đá dế, tắm sông tắm suối với nhau thật vui vẻ, vô tư không thắc mắc, áy náy, ngại ngùng gì cả.

Nhưng một hôm chúng tôi ra đến bờ sông, như thường lệ, tôi cởi phăng chiếc áo quăng trên bờ cỏ rồi sửa soạn cởi quần, tôi bỗng nghe nàng gọi:

"Quân."

Tôi nhìn sang; nàng ngập ngừng:

"Để vậy tắm không được à?"

Tôi ngạc nhiên hỏi lại:

'Tại sao?"

"Ai lại tắm truồng, kỳ chết."

Cha chả, thật là rắc rối! Chớ lâu nay tắm như vậy hoài có sao đâu, bây giờ bày đặt kỳ với không kỳ. Tôi gạt phắt:

"Chớ hồi trước tới giờ mấy kỳ?"

Hình như nàng hơi đỏ mặt, ấp úng:

"Hồi trước khác, bây giờ khác."

"Khác chỗ nào?"

"Bây giờ mình lớn rồi,"

Lớn rồi? Tôi tò mò ngắm nàng, ừ nhỉ, nàng lớn rồi. Lớn hồi nào mà tôi không hay. Tóc bắt đầu để dài, da thịt bắt đầu nẩy nở, ngực đã hơi vun. Thấy tôi ngó lom lom, nàng giận giỗi bỏ về.

Trưa hôm đó tôi tắm một mình. Dĩ nhiên tôi cởi tuốt ra hết. Tôi bơi lội, vùng vẫy một mình trong dòng nước thênh thang mà đầu óc cứ vẩn vơ về những điều nàng nói. Nước mát mơn trớn, vuốt ve thân thể tôi trần truồng. Tôi mơ hồ một cảm giác nhột nhạt kỳ lạ.

Tôi bắt đầu để ý quan sát nàng. Nói chuyện với tôi nàng không mày tao nữa mà kêu tên và xưng tên. Nàng thường hay săm soi, chú ý đến cách ăn mặc; quần áo, tóc tai lúc nào cũng thẳng thớm, mượt mà. Nàng từ chối không tham dự vào những trò phá phách, đùa nghịch, không thường cùng bọn con trai chúng tôi tắm nắng dầm mưa nữa.

Những thay đổi của nàng kéo theo sự thay đổi ở tôi. Tôi bắt đầu e dè, không còn tự nhiên đùa giỡn, vật lộn với nàng. Tôi cũng có cảm tưởng như mình đã... lớn.

Đường về nhà chúng tôi phải qua một chiếc cầu bắc ngang một con mương. Chiếc cầu làm bằng thân cây dừa, người ta vạt bằng mặt để đi cho dễ. Chúng tôi đã qua lại trên chiếc cầu này hàng trăm lần, chưa lần nào bị té. Ngay cả những lúc rượt đuổi nhau, chúng tôi chạy băng băng trên thân cầu không chút ngượng ngập, vấp váp. Vậy mà không biết sao lần đó nàng lại té.

Hôm ấy chúng tôi đi học về - nàng và tôi học cùng trường cùng lớp. Chúng tôi đi song song với nhau suốt đoạn đường từ trường về nhà, nói chuyện vui vẻ. Đến đầu cầu, tôi dừng lại nhường cho nàng qua trước. Tôi... lớn rồi mà, phải lịch sự một chút chứ. Nàng bước lên cầu; tôi đứng nhìn theo. Không hiểu sao ra đến giữa cầu, tôi thấy nàng chệch một bước chân và chao mình rơi tòm xuống mương. Tôi hoảng hốt quăng cặp vở chạy đến, ngồi quặp chân vào thân cây dừa lấy thế chịu để kéo nàng lên. Chúng tôi loay hoay một hồi, không biết sao tôi cũng trật chân rơi xuống mương. Mương mùa đó cạn nước nhưng đầy bùn. Toàn thân chúng tôi bê bết bùn đất. Tôi nhìn nàng rồi phá ra cười nhưng nàng thì cười không nổi, mặt mày bí xị. Thấy nàng sắp khóc, tôi nín cười bảo nàng đu hai tay vào thân cây dừa, hai tay tôi ôm ngang hông nàng đẩy lên. Tay nàng đầy bùn nên không thể bám chặt vào thân cầu, mà tay tôi cũng đầy bùn nên không thể đẩy nàng lên cao được. Chúng tôi cứ loay hoay, tuột lên tuột xuống như hai con ếch nhảy hoài không ra khỏi vũng bùn. Tôi bảo nàng:

"Ráng lên chớ; lần này chắc được."

Nàng lại đu người vào thành cầu. Tôi ôm ngang hông đẩy nàng lên. Tôi cố gắng đẩy. Lớp áo nàng đang mặc tuột dần ra. Bàn tay tôi trơn chạy trên da thịt nàng, vuốt ve, mơn trớn trên ngực nàng mới nhú. Một cảm giác rân rân, tê mê kỳ diệu phiêu phiêu trên mười đầu ngón tay rồi lan dần ra khắp người. Tôi đứng ngẩn ngơ.

Mà hình như người nàng cũng run lên. Nàng buông tay và tôi bất ngờ hứng trọn lấy thân thể nàng. Nàng nhìn tôi một thoáng rồi bẽn lẽn quay mặt đi, đôi mắt long lanh một nỗi niềm thầm kín.

Năm đó chúng tôi đều mười ba tuổi.

*

Chúng tôi song đôi nhau đi suốt quãng đời học sinh tươi đẹp với một tình yêu thơ mộng, tinh khôi. Những ngày cùng đến trường, những đêm làm bài chung, những ngày mưa, những tháng nắng lúc nào cũng có nhau. Cả hai chúng tôi cùng đậu tú tài một, rồi nàng nghỉ học xin đi dạy. Tôi tiếp tục học thêm một năm nữa. Đậu xong tú tài hai, tôi vào lính. Hôm trước khi đi trình diện, tôi và nàng rong chơi với nhau suốt một ngày. Chúng tôi đi dạo khắp xóm làng, thăm tất cả bạn bè quen biết y như một cặp vợ chồng mới cưới. Đêm hôm đó chúng tôi ngồi dưới tàn cây trứng cá bên hông nhà nàng. Cây trứng cá xòe cái tàn rộng phủ sang bên sân nhà tôi mà thuở nhỏ chúng tôi vẫn thường tranh nhau hái những trái chín đỏ ửng. Chúng tôi nhắc nhau về kỷ niệm thời thơ ấu và bàn bạc về những ngày sắp tới. Trăng sáng mông lung huyền ảo; đêm im vắng; cây bông sứ ở gốc vườn tỏa hương thơm ngào ngạt và tình yêu thì đầy ắp trong tim chúng tôi. Nàng ngồi dựa đầu vào vai tôi, mái tóc dài lấp lánh ánh trăng đêm phủ lòa xòa trên bờ vai thon nhỏ của nàng và một phần trên mặt, trên má tôi. Tôi hít thở mùi thơm của tóc, của da thịt nàng ngây ngất. Nàng mơ màng nhìn lên bầu trời đêm lấp lánh những vì sao, rồi kể tôi nghe chuyện tình Ngưu Lang, Chức Nữ. Giải Ngân hà, tháng Bảy mưa ngâu, kẻ đầu sông Tương, người cuối sông Tương... Giọng nàng buồn bã, rồi nàng đọc câu thơ:

> *Em đứng bên này sông*
> *Trông mưa về cuối phố*
> *Người ở đâu chưa về*
> *Trăm năm xin chờ đợi.*

Tôi nghiêng người đưa hai tay ôm lấy mặt nàng. Nàng hơi ngước mắt lên nhìn tôi. Ánh trăng chảy qua kẽ lá tàn cây trứng cá rơi đúng vào đôi mắt nàng long lanh. Tôi hôn nàng. Chúng tôi hôn nhau. Cái hôn đầu tiên trong đời. Cái hôn đầu tiên của tình yêu chúng tôi.

Rồi chúng tôi thì thầm trao nhau một lời hẹn trăm năm.

*

Tôi vào lính rồi đi lung tung. Địa danh nào ở đầu cái thư của tôi cũng làm nàng ngạc nhiên thích thú. Thư nàng viết:

"... Sao anh đi lung tung như con thoi vậy? Mới ở tuốt trong Nam anh đã chạy ra Trung; mới nghe anh kể chuyện những hàng cây thốt nốt ở biên giới Việt-Miên, thoắt đã thấy anh lặn hụp trong dòng sông giới tuyến; chưa kịp dạo chơi với anh quanh cái vườn cao su ở thánh thất Tây ninh trầm mặc nghi ngút khói hương, anh đã lôi tuột em ra thăm những lăng tẩm, đền đài, cung điện ở Huế. Mà đi nhiều như vậy có mệt không anh? Chắc mệt nhưng vui anh nhỉ? Em ao ước được cùng anh đi khắp đất nước như vậy. Nghe anh tả cảnh chiều chiều ngồi nhìn nắng tắt trên những ngọn đồi chập chùng cỏ tranh ở cao nguyên hay những đêm nằm lơ mơ trong rừng dừa bạt ngàn ngoài Bình Định nhìn ánh trăng loang loáng trên tàu lá mà em thích mê đi. Em kể chuyện đất nước trong thư anh cho lũ học trò nhỏ nghe; chắc chúng chẳng hiểu được đâu; nhưng em vẫn làm vì như vậy em có cảm tưởng lúc nào anh cũng ở bên em. Quân ơi, chúng ta yêu nhau và gần gũi nhau suốt một thời mới lớn, bây giờ tự nhiên xa anh em đâm ra hụt hẫng, chới với... Này, mà anh đi nhiều như vậy, tim anh, óc anh đầy những cảnh đẹp, người đẹp, anh có còn chỗ nào cho em nữa không?..."

Đó là những cái thư lúc đầu chúng tôi mới xa nhau, về sau chiến tranh càng ngày càng khốc liệt, tôi kể cho nàng nghe về những trận đánh đẫm máu, những nhà cửa, ruộng vườn tan hoang, những trẻ thơ, người già vô tội chết oan, những bạn bè phút trước còn ngồi nhậu nhẹt, phút sau đã tai mắt tanh banh thì giọng thư nàng đầy hốt hoảng, lo âu, buồn bã:

"... Eo ơi, cho đến bây giờ ngồi viết thư cho anh mà em vẫn còn phập phồng, sợ hãi. Anh biết không? Tuần trước, nửa đêm họ về lôi ông Chủ tịch xã đi, Bác Sáu đó, anh còn nhớ không? Họ bảo bác là ngụy quyền ác ôn mà em thấy bác có ác ôn gì đâu. Bác hiền như cục bột. Thỉnh thoảng bác vẫn mang cho em cái thư của anh mặc dù đó không phải là phần việc của bác. Em như vẫn còn thấy nụ cười thật lành của bác hôm nào. Bây giờ thì... Quân ơi, làng mình không còn được như xưa nữa".

"Mà thư của anh cũng làm em héo hắt ruột gan. Sao đánh nhau dữ vậy anh? Anh ráng giữ mình. Đêm đêm em vẫn cầu nguyện cho anh. Hôm qua em sang nhà, má bảo em có viết thư cho anh thì nhắc anh má dặn như vậy. Rồi má thở dài nói hòn đạn mũi tên không có mắt. Má nói không biết nó ham gì mà đi lung tung. Má nhìn em; còn em thì chỉ biết khóc.

202 © 44 NĂM VĂN HỌC VIỆT NAM HẢI NGOẠI

Quân ơi, anh biết không, em lo cho anh biết chừng nào".

"... Anh nhớ cây trứng cá bên hiên nhà em mà cái tàn của nó phủ sang cả bên sân nhà anh không? Nó bắt đầu có trái chín rồi đó. Mỗi chiều cơm nước xong rồi, chẳng biết làm gì em vẫn thường hay ra đứng thơ thẩn nhìn, tiện tay em hái một trái. Trái trứng cá tròn ve, bóng mượt như một hòn bi trông rất thích, em mới biết tại sao lúc nhỏ mình hay giành nhau; bây giờ thì trái đầy ra đó mà chúng ta có còn bé bỏng, thơ dại như xưa nữa đâu".

"Cây trứng cá đó đã sống bao lâu rồi nhỉ; dễ chừng có bằng tuổi chúng mình. Nó đã chứng kiến tuổi thơ của chúng ta; rồi chứng kiến tình yêu của chúng ta; và bây giờ nó lại làm chứng cho những khắc khoải, lo âu, những đợi chờ mòn mỏi của em. Anh biết không? Nhiều đêm, nhất là những đêm trăng sáng, em vẫn thường ra ngồi nơi chúng ta đã ngồi, đã hôn nhau. Em ngồi nhìn ánh trăng lạnh lẽo chảy tràn lan trên lá trên cây mà nghĩ đến anh, mơ tưởng đến anh. Em như một chinh phụ chờ chồng. "Chàng thì đi vào nơi gió cát, đêm trăng này nghỉ mát phương nao?" Nỗi lòng đó bây giờ em mới thấm thìa. Anh biết không? "Em sợ lắm giá băng tràn mọi nẻo. Trời đầy trăng lạnh lẽo suốt xương da... "

Tuy vậy, thỉnh thoảng tôi cũng nhận được cái thư vui vui của nàng:

"... Hôm qua tình cờ em đọc một bài thơ rất hay. Em viết ra đây cho anh nhé:

Mai ta đụng trận ta còn sống
Về ghé Sông Mao phá phách chơi
Chia sớt nỗi sầu cùng gái điếm
Đốt tiền mua vội một ngày vui...

Có đúng vậy không anh? Cái ông nhà thơ đó cứ mỗi lần đụng trận mà còn sống thì phải về Sông Mao phá phách chơi hả anh? Còn anh, sau mỗi lần đụng trận anh làm gì? Anh đã từng chia sớt nỗi sầu của anh với ai chưa? Em có chị bạn bảo mấy ông lính là... ghê lắm. Chẳng phải đợi chị ấy nói em mới biết. Em biết anh ghê lắm từ... khuya rồi. Anh chết với em đó nhé.

Mà Quân này, chị bạn em cũng có chồng lính, lâu lâu mới về thăm chị một lần. Mỗi lần anh ấy về là chị vui lắm. Vui chứ sao không, phải không anh? Quân, hay chúng ta làm đám cưới. Anh xin nghỉ phép rồi chúng ta làm đám cưới. Chứ chúng ta còn chờ cho đến bao giờ? Chiến tranh này thì chờ cho đến khi nào mới chấm dứt? Anh biết không? Cưới hay không cưới thì em cũng lo lắng như nhau; nhưng cưới rồi em khỏi lo mất anh. Anh ở đâu, làm gì em làm sao biết được? Anh "chia sớt nỗi sầu" của anh lung tung với ai em làm sao biết được. Rồi lúc nào đó anh chia hết nỗi sầu, anh hóa vui quên mất đường về, em mới biết làm sao? Anh biết không? Nhiều lúc em thấy cô đơn kinh khủng. Ngoài việc dạy lũ học trò nhỏ, em chẳng biết làm gì; mà học trò cũng càng ngày càng vắng đi. Quân ơi, em yêu anh lắm, anh biết không?..."

Tôi đọc mãi những lá thư "anh biết không?" của nàng rồi thư tôi cũng đầy những "em biết không?". Anh yêu em lắm, em biết không?

Chúng tôi thư từ liên lạc với nhau thường xuyên. Tôi viết cho nàng bất cứ ở đâu, bất cứ khi nào có dịp. Tôi yêu nàng. Tôi yêu cả tình yêu đẹp đẽ của chúng tôi...

Nhưng một ngày thư tôi bỗng dưng bị trả lại. Tôi hoảng hốt viết tiếp nhiều lá nữa nhưng đều bị trả lại hết. Tôi buồn bã kêu thầm "Anh mất em rồi, em biết không?"

*

Bằng đi hơn mười năm, một hôm bất ngờ tôi gặp lại nàng tại một siêu thị ở Hoa Kỳ. Hôm đó tôi đang đứng lựa mua một số thịt đóng hộp để dành ăn trong tuần. Đầu kia dãy kệ, tôi nghe tiếng một bé trai vòi vĩnh mẹ:

"Mẹ mua cho con hộp kẹo này."

Tiếng người đàn bà dịu dàng nhưng cương quyết:

"Không được, ở nhà có kẹo rồi; mà con ăn nhiều kẹo quá hư răng hết đấy".

Tôi nghe giọng nói đó rất quen nên ngạc nhiên quay lại nhìn. Người đàn bà mặc một chiếc váy đen và chiếc áo màu xanh da trời đang cúi xuống thì thầm dỗ thằng bé. Mái tóc dài rũ xuống che khuất một phần khuôn mặt. Tôi sững sờ. Nàng đó chứ còn ai nữa. Mái tóc đó, khuôn mặt đó, bờ vai nhỏ nhắn yêu kiều đó *rất* quen thuộc với tôi. Tôi đứng chôn chân nhìn như không tin ở mắt mình. Hình như có linh tính bị nhìn trộm, nàng ngẩng đầu quay lại. Bốn mắt nhìn nhau. Nàng cũng sững sờ, bàn tay đặt trên vai thằng bé ơ hờ buông thõng xuống; rồi nàng đứng dậy. Tôi chạy vội đến:

"Không ngờ gặp lại em ở đây."

Nàng chớp mắt cảm động:

"Em cũng không ngờ."

Sau phút xúc động ban đầu, chúng tôi hỏi thăm nhau. Tôi xoa đầu thằng bé đang đứng trố mắt ra nhìn quên cả đòi mua kẹo. Tôi bảo nó:

"Cháu muốn ăn kẹo hả?" Tôi cầm gói kẹo ấn vào tay nó "Đây, cháu cầm lấy". Thằng bé nhìn tôi rồi nhìn sang mẹ.

"Chiều quá nó sẽ hư. Bác cho đó; con cảm ơn bác đi".

Thằng bé ôm chầm lấy gói kẹo rồi lí nhí cảm ơn tôi. Chúng tôi bỏ siêu thị vào một quán nước. Tôi hỏi thăm về đời sống của nàng, về những ngày tháng cũ. Nàng trách tôi:

"Sao hồi đó anh *trốn* em?"

Tôi ngạc nhiên:

"Trốn? Anh gởi thư đến nhà em bao nhiêu lần đều bị trả lại."

Nghe tôi nói nàng sững người. Hồi lâu nàng lên tiếng:

"Ba má em dọn nhà đi tỉnh khác. Em gởi thư cho ba má anh, không thấy trả lời; gởi cho anh, thư bị trả lại. Một lần em tìm ra nhà anh thì nhà đã dọn đi nơi khác". Nàng dừng lại rồi buồn bã tiếp "Sao có sự trùng hợp oan nghiệt như vậy".

Tôi cố nén tiếng thở dài. Số trời đã định. Tôi hỏi:

"Em lấy chồng lúc nào?"

Nàng đáp:

"Trước bảy lăm một năm. "

"Vui vẻ chứ? Anh ấy bây giờ làm gì?"

Nàng im lặng không đáp, nhìn mông lung ra cửa quán. Một lát nàng cất giọng ngậm ngùi:

"Anh *ấy* chết rồi; chết lúc đi lấy gỗ trong trại cải tạo. "

Tôi nói xin lỗi rồi ngồi im. Thằng bé đang đùa nghịch với ly nước. Nó cầm cái muỗng nhỏ gõ lanh canh vào thành ly.

"Hồi đó em buồn lắm. Em cứ thắc mắc tự hỏi không biết đã làm gì để tự nhiên anh cúp hết mọi liên lạc. Không có má em theo khuyên giải, can ngăn thì em đã tự tử rồi".

Tôi bùi ngùi:

"Anh bị phạt mấy lần rồi bị đuổi ra khỏi binh chủng. Gởi thư cho em thì thư bị trả lại. Anh nghĩ chắc em chán không muôn lấy chồng lính. Có lẽ số trời đã định như vậy."

Thằng bé làm đổ ly nước ra bàn. Nàng nạt thằng con, cầm cái khăn giấy lau chỗ nước đọng rồi bất chợt đổi giọng vui vẻ:

"Anh làm gì mà lang thang một mình ở siêu thị? Chị

đâu rồi?”

Tôi vờ:

“Chị nào?”

Nàng cười:

“Anh còn làm bộ. Vợ anh chớ chị nào.”

Tôi đùa:

“Còn gởi ở nhà ông bà nhạc. Anh ở lính sống chết không biết chừng, lại đi lung tung bất định nên không có thì giờ lấy vợ. Hết lính lại tù. Bây giờ sang đây đàn ông đâm ra lạm phát nên cứ phải làm ông nội trợ bất đắc dĩ, như em thấy đó”.

Nàng lườm tôi:

“Anh cứ làm bộ tả oán. Em còn lạ gì anh. Quỷ quái không ai bằng”.

“Anh làm gì mà quỷ quái?”

Nàng nguýt tôi, nhắc lại chuyện cũ:

“Mới mười ba tuổi đã lợi dụng mò mẫm người ta rồi, còn nói là không quỷ quái”.

Tôi phân trần:

“Cái đó thật oan cho anh; chỉ vô tình thôi; mười ba tuổi biết gì mà mò với mẫm”.

Tôi thấy lại ánh mắt long lanh của nàng hơn hai mươi năm trước:

“Không biết gì! Không biết gì mà ôm riết lấy người ta”.

Tôi bật cười, trêu nàng:

“Mà người ta có thích không?”

Tôi nghe nàng hứ nhỏ, đỏ mặt thẹn thùng.

Mấy tháng sau chúng tôi làm đám cưới. Một đám cưới

muộn màng. Chú rể đã quá nửa đời người và cô dâu có một nhóc tì lon ton đoạn hậu.

*

Tôi vừa kể xong một truyện tình. Một truyện tình có hậu nhưng tầm thường; không có những gút mắc li kì, những cụp lạc gay cấn, không thịt da nhễ nhãi, không rên không la. Tóm lại, một truyện tình vô vị, nhạt phèo.

Mấy lần đọc lại tôi đã toan chia cách họ ra. Dễ quá mà. Chẳng hạn, sau một thời gian chung sống, người vợ đổi tánh bỏ chồng đi và thảm cảnh xảy ra; hoặc người chồng bị bệnh chết vì hậu quả của thời gian ở tù bị hành hạ, đánh đập tàn nhẫn; hoặc người vợ bị... đụng xe. Cái gì chứ chết thì có thiếu gì cách và bỏ nhau thì có chán vạn gì lý do.

Nhưng tại sao phải chia cách họ ra? Không phải người ta yêu nhau là để kết hợp nhau, cùng nhau đi hết một đời ư? Nếu không thì yêu nhau làm gì? Tại sao kể một truyện tình thì phải có những trắc trở, oan khiên, những lừa đảo, những sở khanh ruồng bỏ, những dập liễu vùi hoa, và kết cuộc thì phải tan tác, phải đôi ngã chia ly, người đầu sông Tương, kẻ cuối sông Tương mới kích thích người đọc, người nghe, mới làm cho họ bị ám ảnh lâu dài? Còn một cuộc tình êm xuôi tốt đẹp, một tấm lòng thủy chung, son sắt lại là tầm thường nhạt nhẽo, lại chẳng gây nên một xúc động, một ám ảnh lâu dài nào ư? Nếu đúng thế thì thật là bi đát quá.

Cho nên tôi để vậy. Họ bắt đầu yêu nhau khi còn thơ và giữ được tình yêu đó qua bao nhiêu bể dâu của đời sống, họ xứng đáng được hưởng hạnh phúc. Không nên như vậy sao?

Thơ trích: Chinh Phụ Ngâm, Nguyễn Bính, Xuân Diệu, Đỗ Quảng, Nguyễn Bắc Sơn.

Phạm Cao Hoàng by Đinh Cường

NGÔ NGUYÊN DŨNG

Tên thật Ngô Việt Dũng. Sinh năm 1951 tại Sàigòn.
Du học và định cư tại Đức năm 1970.
Đã cộng tác với các tạp chí: *Văn, Văn Học, Làng Văn, Thế Kỳ 21...*

Tác-phẩm đã xuất bản:
- *Dòng Chữ Tâm Tình* (tập truyện, Văn-Nghệ, Hoa-Kỳ, 1988)
- *Mười Hai Hoa Cúc* (tập truyện, Văn Lang, Toronto, 1988)
- *Đêm* (Làng Văn, Canada, 1989)
- *Tiếng Núi* (truyện ngắn, Làng Văn, 1992)
- *Chuông Đêm* (Làng Văn, 1992)
- *Gia Đình Cún* (Làng Văn, 1994)
- *Âm Bản* (Minh Văn, Hoa-Kỳ, 1995)
- *Khung Cửa Nắng* (truyện dài, Văn Học, 2000)
- *Hòn Cổng Lửa* (tập truyện, Văn Mới, 2000)

Tiếng núi

(gởi Nguyễn Thanh Hùng)

Dân xếp chiếc va-ly cuối cùng vào thùng xe, vừa dợm tay đậy nắp lại thì thằng con trai độc nhất của hai vợ chồng chàng hấp tấp chạy ra, miệng rối rít:

"Ba, khoan đã, còn cái túi xách của con".

Thằng Bảo chìa cho chàng cái xắc tay may bằng vải ka-ki màu xanh lá cây, không biết đựng những gì mà phồng lên no nê; hai mắt nó giấu sau cặp kiếng mát gọng nhựa màu đỏ loét dành riêng cho con nít, ngẩng lên, miệng cười lí lắc. Dân đón lấy cái xắc tay, nhét vào chỗ trống còn lại, hỏi lấy lệ:

"Đem theo mấy thứ gì đó "cậu?"

"Đâu có gì! Mấy cuốn sách hình, vài món đồ chơi..."

Dân xoa đầu con, ngắt lời:

"Có cả hộp "Memory" nữa, đúng không?"

Thằng nhỏ cười, nhe hàm răng sữa trắng đều nhỏ nhắn mũm mĩm như những hột bắp non. Dạo gần đây, thằng Bảo chợt bỏ hết những sở thích cũ để suốt ngày loay hoay với trò chơi Memory gồm nhiều tấm bìa cứng vuông vức in đủ hình ảnh màu sắc rực rỡ có cặp. Lúc chơi, lật úp những tấm bìa xuống; người chơi giở một tấm lên rồi tìm vị trí tấm còn lại để lật, trúng sẽ thu về và được phép lật tiếp, trật sẽ úp lại và tới phiên người khác. Thằng Bảo chơi trong trường với chúng bạn chưa đủ, về nhà còn trèo trẹo rủ Dân chơi cùng. Chiều con một lần, rồi hai lần, dần dà Dân cũng thấy hứng thú. Hộp Memory mua lần đầu tiên chỉ có 48 tấm, hai cha con chơi riết đâm chán vì mấy mẫu hình cũ rích, mới bàn nhau mua hộp mới có 72 tấm dành cho lứa tuổi lớn hơn. Dân suýt phì cười khi đọc hàng chữ ghi trên nắp hộp: "Trò chơi cho trẻ em từ 8 tới 10 tuổi", rồi gãi gãi vành tai, cử chỉ mà chàng thường làm mỗi khi bối rối. Nhưng lần này Dân biết rõ ràng, mình đang giả bộ bối rối. Giả bộ vì tận đáy lòng chàng, khi cầm chiếc hộp giấy in hình hoa bướm sặc sỡ trên tay, đang nhú lên những lộc non ấu thơ đẹp đẽ. Trong phút chốc, những hình ảnh quá khứ với cha nơi quê nhà rần rật trở về. Trưa nắng ở bãi sau ngoài Vũng Tàu, những sáng hè trên Đà Lạt thức giấc bởi tiếng cánh soải hấp tấp, cùng âm thanh ríu rít hoan lạc của lũ chim én đi về trên mái nhà ngói đỏ. Trời, Dân đứng thừ người mất vài giây, thảng thốt kêu thầm rồi tưởng tượng như những dãy đồi sương xám buổi chiều bên kia hồ Xuân Hương đang từ từ sấn lại chắn trước mặt chàng. Ôi, những hạt sương tuổi nhỏ, chúng ở đâu bây giờ, bên này hay bên kia khung cửa thời gian?... Lúc ấy, thấy Dân ngần ngừ, sợ chàng đổi ý, thằng Bảo làm tài khôn giải thích:

"Hộp này người lớn chơi cũng được nữa đó ba! Tới 72 tấm lận, nhiều thấy mồ, mà hình vẽ lại khó... trời ơi khó..."

Thằng nhỏ lóng rày ưa bắt chước Châu, vợ Dân, mỗi khi muốn cường điệu vấn đề gì lại thêm vào hai chữ "trời ơi".

Dân gật gù cho con yên tâm:

"Ừ, ừ... có vẻ khó thiệt!"

Khi hai cha con rời cửa tiệm bán đồ chơi và quần áo trẻ con thì nắng đã lên cao. Chiếc bóng dài ngoằng của nhà thờ Reinoldi lúc nãy còn nghiêng qua một bên che khuất dãy thương xá đối diện, bây giờ chỉ còn phủ mát một nửa tiệm bán bánh ở ngay bên cạnh và những tán dù của quán cà phê lộ thiên đã được giương ra để che nắng. Thằng Bảo hớn hở cầm túi đựng hộp Memory trên tay nhún nhảy theo những bước chân Dân mà như muốn bay lên. Rồi không cầm lòng được nữa, nó đề nghị:

"Mình mở ra chơi đi ba! "

Dân khựng lại, không phải vì lời đề nghị của thằng

Bảo, mà để tìm một chỗ khuất nắng và sạch sẽ.

Trong khi thằng Bảo rối rít tháo bọc nhựa, hấp tấp mở nắp rồi lăng xăng "xào" từng cộc hình dày cộm, Dân lủi vô tiệm nước gần đó mua hai ly cô-ca bỏ đá. Sau đó hai cha con say mê lật lên rồi úp xuống những tấm bìa cứng rải đầy trên chiếc băng gỗ bên cạnh một thân dẻ còn non. Những chòm lá gân guốc rắc xuống từng đốm mát chao động trong gió.

Hôm đó Dân thua. Thằng Bảo gom về được 19 cặp, còn chàng chỉ có 17 cặp. Thằng nhỏ hí hửng lắm, vừa xếp hình lại vừa bi bô:

"Hí, hôm nay con thắng to, hí, ba hí?"

Dân cười:

"Ừ, con "ăn" ba, nhưng đâu có to gì, hai cặp thôi".

"Hai cặp là to rồi, thường thì "khít nút" không à!"

Cũng như hầu hết những đứa trẻ khác, thằng Bảo nhớ dai và kỹ. Tuần nào Dân cũng chơi đánh *số*. Tối thứ bảy nào chờ xổ số mà có thằng Bảo ngồi bên cạnh là chàng không cần ghi lại, thằng nhỏ nghe qua một lần là nhớ đủ sáu số, cả số an ủi. Có phải trí óc trẻ con minh mẫn vì chưa có những phiền muộn gấp nếp? Chúng là khung vải trắng mênh mông. Còn thời gian và những va chạm buồn vui trong cuộc sống là những con dấu nghiệt ngã sẽ tuần tự luân phiên ấn lên, đầu tiên chỉ để làm đầy những chỗ trống, dần dà chúng chồng chất chà đạp lên nhau bám víu vào tâm khảm đặc quánh như một tấm tranh loạn trí, đen bẩn những đoạn đường hắc ín.

Những hình ảnh chắp nối rời rạc *ấy* trở về hôm nay trong trí Dân, khi chàng nhắc tới trò chơi lật hình Memory. Trong chuyến nghỉ hè xuôi Nam này, Dân có những ý nghĩ bất ổn. Kể lại cho Châu nghe, nàng tìm cách trấn an, anh cứ nghĩ ngợi gì đâu không, em đã coi ngày khởi hành đàng hoàng rồi, mình đâu có đi nhằm ngày mùng năm, mười bốn hay hăm ba đâu mà sợ! Khuôn mặt Châu sắc lại rồi sáng lên thoải mái trong trí Dần. Chàng hỏi thằng Bảo:

"Vô coi má làm gì trong đó mà lâu dữ vậy! Nói ba chờ ngoài này".

Thằng Bảo quay chạy vào nhà. Dân mở cửa vào ngồi trong xe, ngẩng lên thì thấy người đưa thư kéo chiếc xe hai bánh đang quẹo vô ngõ nhà chàng. Đi ngang Dân, ông ta chào *"guten Morgen 'D'"* rồi đưa cho chàng một phong thư *màu trắng. Dân liếc nhìn sơ qua, nhận ra tuồng chữ quen thuộc của Hạo, một người bạn mới quen sau này.*

Người đưa thư hỏi thăm:

"Ông đi nghỉ hè?"

"Vâng."

"Đi đâu đó?"

"Xuống miền Nam, vùng Sudtirol."

Người đưa thư kêu lên:

"A, Bắc Ý. Nơi đó đẹp lắm, nhiều núi, hồ thiên nhiên và suối... ông đi bao lâu, đã nhờ ai lấy thư, trông nhà, tưới cây chưa?"

"Rồi. Có thư từ báo chí gì cho tôi, ông cứ bỏ vào thùng thư như thường lệ".

Người đưa thư cười:

"Tốt lắm. Chúc ông và gia đình một chuyến du lịch vui vẻ và coi chừng..."

Giọng ông ta thấp xuống, giả vờ hăm dọa:

"... Chỗ đó lâu lâu lại bị núi lở, đất sụp".

Rồi ông ta cười ha hả, chào Dân và hấp tấp kéo chiếc xe hai bánh chở túi vải ka-ki đựng đầy ắp thư từ đi tiếp.

Dân tần ngần ngắm nghía lá thư của Hạo, nhìn dòng chữ đề tên chàng viết tháu, nghiêng lệch, phóng khoáng đầy nghệ sĩ tính. Chàng xé một góc thư, thò ngón tay trỏ vào rọc một đường theo rìa thư, hối hả đọc.

"... Nhớ trong một số phỏng vấn trên LV, anh bảo: Nếu tới được tôi sẽ viết như Sơn Nam trong *Hương rừng Cà Mau*, hay Bình Nguyên Lộc trong *Rừng mắm*. Có phải anh thích cái tình cảm đôn hậu miền Nam được lột tả trong đó không? Anh muốn vẽ lại, trình lại như một *folklore-museum* triển lãm cái áo, cái quần, cái nhà sàn, nếp sống của một dân tộc, một nhóm người *đã chết luôn* rồi chăng? Em không nghĩ anh muốn làm cái chuyện tô hồng, chuốt lục lại cái quá khứ hăm hở, liều lĩnh của một lớp dân di cư tiền phong khai phá ấy. Anh sẽ chẳng mất công chèo xuồng tam bản ngang dọc những kinh, những rạch, những cồn để ghi nhận như Bình Nguyên Lộc hay Sơn Nam từng làm. Bởi vì *rừng mắm* đã biến thành hải cảng, đã biết mùi cà phê, nhạc *dancing* dập dìu rồi. Hết rồi. Cái làm anh thích, phải chăng là những cái vấp, cái té trầy trụa của một lớp người xuôi Nam, dấn thân mở rộng, cái hào hùng lẫn bi thảm của những nỗ lực đứng lên, ngã xuống ở một miền đất hoàn toàn mới lạ. Nơi những cọng rau ngò, rau răm được trồng trong những hũ chậu lỉnh kỉnh?

Em viết lủng củng lắm phải không, nhưng nghĩ chắc anh hiểu điều em muốn nói. Có thể vì em đang xúc động. Viết cho anh cũng như viết cho chính em, cho cái hoài bão và đam mê viết không bờ bến ngự trị chúng ta, chi phối cái ăn cái ngủ chúng ta.

Thế em muốn nói gì? Em chỉ muốn nói: Chắc anh thừa hiểu rằng lịch sử đã qua, *rừng mắm* cũng đã qua nhưng lịch sử lại tái diễn và *rừng mắm* lại tái diễn, ở ngay chính nơi đây, mảnh đất Âu Châu già cỗi này, những phố Bolsa bên Cali... Và chúng ta là những người di dân tiên phong, chúng ta đang khai phá rừng mắm đây, và chúng ta bị dày vò bởi một *dilemma* vô vàn đau khổ: Tạo lập tương lai để con cháu bám rễ nơi đây và ước muốn khôn nguôi là ta và con cháu lại được trở về nơi chôn nhau cắt rún cũ kỹ muôn đời!

Truyện mới của anh nó làm em xúc động, bởi vì em thấy trong đó, cái *rừng mắm* bao la của hiện tại, của những con người đi tiên phuông vấp té đứng lên vì chướng khí, phong thổ. Mà cái *rừng mắm* này nó độc địa ghê rợn gấp trăm lần cái rừng mắm quê hương kia. Nó *chẳng hứa hẹn gì cả*. Ông nội thằng Cộc còn dám nói với thằng Cộc: Ông như cây mắm, chứ con cháu tụi bây là cây chuối, cây cam tỏa hương trĩu trái. Chúng ta không có quyền nói câu ấy. Chúng ta chẳng được quyền hứa hẹn gì cả với con cháu. Thật là bi thảm! Cái mà chúng ta có thể làm, chỉ là *những chứng nhân* thôi. Những chứng nhân bắt buộc chứng kiến một cảnh đổi thay cực kỳ sâu xa của dân tộc. Có bao giờ trong lịch sử dân mình, bà con lũ lượt hàng triệu triệu người kéo tuốt sang đây, xa nhà cả vạn dặm chưa? Mà chúng ta là những chứng nhân với một cây viết và một hoài bão. Chúng ta có bổn phận ghi lại cái té, cái vấp, cái đứng lên của chính chúng ta. Một tác phẩm đúng nghĩa, theo thiển ý, là sản phẩm của thời kỳ, của lịch sử mà nó được sinh ra. Đương nhiên chúng ta có quyền mơ mộng, ngắm trăng, dõi mây, ru khẽ con tim bằng tình yêu, bằng hoa bướm. Mỗi người có những sở thích riêng tư, khuynh hướng dị biệt và nghệ thuật không gò bó. Được lắm, nhưng thế còn tấm lòng? Chả nhẽ chúng ta lại giống y hệt những thổ dân ở đây, với những ước mơ giản dị: Được đi nghỉ hè cho xa, một cái xe hơi rất đẹp và một cái *konto* rủng rỉnh? Chúng ta không khác gì họ cả trong những phần ước mơ sâu thẳm nhất sao, là bình yên, ăn cho ngon, ngủ cho kỹ? Không, chúng ta khác họ vô cùng. Chúng ta là những con cá biển bị thảy vào hồ nước ngọt. Và lớp nước ngọt ngào ấy đang chích, đang thấm vào vi, vào vẩy, làm giảm nồng độ muối trong thân thể chúng ta và tạo cảm giác đau nhức.

Đã đành, cái ước mơ văn nghệ ấy công hiến một giải pháp, một lối đi... đã là một giấc mơ vô bổ, một ảo vọng. Nhưng ghi nhận lại, là điều nên làm. Đối với em, thua anh cả chục tuổi, những cái té, cái vấp... nó mới toanh, nó như dao cắt ngọt vào những ảo tưởng tạm dung yên ổn. Ghi nhận lại những phản kháng, những chống chỏi của chính mình đối với cái đời sống bị bứng rễ, đối với em, là một nhu cầu, một điều bắt buộc. Hơn nữa, đó là một *cơ* duyên, ta mấy kiếp mới được tham dự vào cuộc biến động vĩ đại của dân tộc mình.

Ngày anh rời quê hương, anh chưa tới 20. Em cũng chưa tới 20. Chúng ta không yêu quê hương bằng con mắt đã nhìn thấy vô vàn cảnh đẹp của chốn cũ. Da chúng ta chưa thấm được cái nắng quê nhà để biết ghê tởm cái lạnh, cái giá bên này. Chúng ta là những người nghèo nàn vô cùng cái thực phẩm dự trữ mắm muối mo cơm mà quê hương gói theo khi chúng ta ra đi, chúng ta chưa kịp ăn cho no, nhai cho kỹ để nhuần nhuyễn cái gia tài văn hóa to rộng của đất nước. Chúng ta chẳng có gì hết. Nhưng chúng ta yêu nhà, yêu đất bằng cái óc. Cái óc so sánh, phân tích dựa trên cái biết trực nhận: Rằng đâu đó vẫn còn một nơi chốn về. Và đó phải động lực, đồng thời là đề tài, hướng đi của chúng ta. Cái ước muốn muôn đời, cái *dilemma* mà dân di cư phải chịu, đó chính là nơi để chúng ta moi ra những chất liệu để viết..." (*)

Dân gấp lá thư Hạo viết lại, bỏ vào túi áo. Nắng lóe lên nhức nhối sau lớp kiếng xe trong suốt. Chàng mở ngăn xe, lấy cặp kính mát đeo lên. Một cách đeo mặt nạ che giấu những xúc động. Dân vừa mới quen Hạo đây. Cả hai đều có máu văn nghệ, thích viết lách, thỉnh thoảng lại biên thư trao đổi tâm tình với nhau. Hạo còn có năng khiếu hội họa. Tấm thiệp chúc Tết gởi cho Dân do chính Hạo vẽ. Một ngôi nhà tranh Việt Nam và những đường mây khói rối bời màu đen, màu xám và kim nhũ vân vi. Không ngờ hôm nay, trước giờ khởi hành đi nghỉ hè xa, Dân lại nhận được tờ thư ắp những trăn trở sâu sắc của Hạo. Không muốn, nhưng nó khiến Dân bối rối. Chàng có cảm tưởng đang gánh thêm trách nhiệm, một thứ trọng trách mà lúc trước chàng chỉ linh cảm mơ hồ, bây giờ qua lá thư của Hạo, chợt trở thành thực chất. Đây, những hạnh phúc giản dị: Một chuyến du lịch mùa hè, một ngôi nhà khang trang và một chiếc xe đẹp. Còn thằng Bảo? Tương lai của nó sẽ nở ra loại cây nào nơi đây? Một thứ xoài, sầu riêng nơi miền ôn đới này hay sẽ chỉ là những táo, những lê, những anh đào trộn lẫn, mất hút vào đám đông bản xứ.

Quả thật, Dân đã có những thao thức khắc khoải về tương lai của vợ chồng chàng và của những đứa con sau này. Rồi tất cả sẽ ra sao?

*

Dân đề nghị, mùa hè này chúng mình đi tắm biển Bắc Âu. Châu phản đối. Từ hồi vượt biên sang đây, nàng "dị ứng" với biển. Nhân tiện bà Geck, bà cụ chủ nhà hồi còn ở Winterhof, biên thư mời chàng xuống Partschins ở Sudtirol nghỉ mát hè này, gia đình Dân làm chuyến đi xa đầu tiên về miền núi.

Từ khi chồng bà Geck chết trong đệ nhị thế chiến tới giờ, bà vẫn ở vậy với người con gái đồng cảnh góa bụa. Năm trước, người con về hưu, mới đưa bà về dưỡng già tận miền Bắc nước Ý. Nơi đó, gia đình bà có một ngôi nhà nghỉ mát từ lâu lắm.

Bà Geck đã ngoài 80, tim yếu, áp huyết cao, tay bắt đầu run mạnh, không còn tẩn mẩn vẽ tranh như trước nữa. Khi mới sang đây, Dân trọ tại nhà bà ở Winterhof chung với một số bạn bè. Không hiểu sao, bà Geck chỉ yêu mỗi mình chàng. Rời Winterhof, đi học nơi khác, bà luôn tìm cách giữ liên lạc với Dân. Vài tuần lại gửi cho chàng một lá thư chi chít những dòng chữ uyển chuyển đường nét *Gotik,* kèm thêm tờ giấy bạc 20 đức mã. Những tình cảm lạ lùng hiếm có ấy của bà Geck, Dân nhớ mãi. Trong nhà kho bề bộn kỷ niệm của Dân, mỗi khi nghĩ tới bà Geck, lại nhen lên một vùng lửa ấm. Hồi đó, ngôi nhà ở Winterhof vào mùa Đông được sưởi bằng lửa than. Những chiều giá lạnh, có lẽ nhận thấy ống khói nhà chàng vẫn còn im lìm chưa chịu tuôn khói, bà Geck khoác áo choàng qua nhà chàng khơi giùm lò sưởi. Dân nằm trong giường chập chờn giấc ngủ chiều, lười biếng theo dõi từng cử động rón rén của bà cụ chủ nhà với nhiều xúc động.

Bản tính Dân không để ý nhiều tới hiện tại. Chàng thờ ơ nhìn ngắm sự việc, cảnh vật bày biện ở chung quanh, cảm thấy chẳng có gì quan trọng. Năm hay mười năm sau, trôi giạt nhiều nơi, chàng mới miên man nhớ lại chốn cũ. Giống bồ câu có một khối từ trường nhỏ xíu ở não bộ để định hướng tìm đường về tổ. Những cành hoa hướng dương lúc nào cũng nhoài về phía mặt trời. Còn Dân? Chàng có một trái tim hoài niệm thường xuyên nghĩ về quá khứ. Có nhiều hình ảnh tưởng đã phôi pha, nào ngờ trong giây phút hạnh ngộ, chợt sáng lên lộng lẫy, rõ ràng như cuốn phim nhảy múa trước mắt chàng. Ngôi nhà trệt ở Winterhof. Những dấu chân thú lạ để lại trên sân tuyết phía sau nhà. Những tro than tàn lụn trong lò sưởi sau một đêm rã rời trác táng. Từ cái nắng Sài Gòn, qua lũng mùa Đông Winterhof sướt mướt, rồi lạc về Krefeld, cuối cùng Dân dừng lại miền ngoại ô của thành phố Dortmund. Đi theo suốt chặng đường dài lê thê đó là những lá thư của bà Geck, người mà Dân đã nhận là má nuôi và vẫn đều đặn trao đổi thư từ với hàng chữ mở đầu "Má yêu dấu".

Đôi lúc nghĩ lại, Dân không khỏi giật mình. Chàng đã nhận nơi này làm quê hương rồi sao? Đời sống cơm áo, tiện nghi vật chất, trật tự xã hội đang chậm rãi mà chắc chắn đưa Dân vào khuôn nếp như một công dân bản xứ. Có lẽ nào tâm tính chàng lại dễ dàng thích ứng đến vậy? Những kháng thể quê hương vẫn còn ẩn nấp đâu đó trong huyết mạch chàng mà. Không lẽ những rừng mắm, rừng tràm của thời ông cố, ông sơ, ông nội, ông ngoại chàng đã ngã xuống để cho thế hệ chàng trở thành một thứ lê, táo nơi đất khách? Còn con cái của chàng và Châu sau này sẽ ra sao?

Khoảng thời gian gần đây, khi cuộc sống tinh thần và vật chất đã tạm yên, Dân hay bị ám ảnh bởi những ý nghĩ kỳ quặc ấy. Chàng để ý nô giỡn, chuyện trò lí lắc với thằng Bảo nhiều hơn trước, như thể sợ rằng sáng mai này, lúc thức dậy, nó sẽ bất chợt quên mất tiếng nước mình. Đã qua rồi thời Dân tập cho thằng Bảo nói lúc nó lên hai lên ba:

"Con giống ba, giống má vì con có tóc đen nè, mắt nâu nè, lỗ mũi xẹp nè!..."

Chàng còn giành thay Châu dỗ con ngủ bằng những câu chuyện mỗi tối. Dân dẹp qua một bên những hoàng tử, công chúa phương Tây, những bông hoa, những loài thú biết nói... Chàng say sưa đọc cho con nghe những truyện tuổi thơ ở quê nhà. Trong đó có cả *Rừng mắm*.

Lần ấy, mới vừa khởi đọc, thằng nhỏ đã lăng xăng hỏi:

"Chim thầy bói là chim gì vậy ba?"

"Là... chim thầy bói đó con. Nó bắt cá hay lắm. Nghe nè! "Chim thầy bói nghiêng đầu dòm xuống mặt rạch giây lát rồi như bị đứt dây treo, nó rơi xuống nước mau lẹ như một hòn đá nặng. Vừa đụng nước, nó lại bắn tung lên như một cục cao su bị tưng, mỏ ngậm một con cá nhỏ."

Thằng Bảo lại thắc mắc:

"Quê nội mình có chim thầy bói không ba?"

Dân trả lời đại, chàng cũng chưa thấy giông chim này bao giờ.

"Có chớ con. Nghe nói ở miền Bắc Âu cũng có giống chim này nữa mà. Thôi im, nghe đọc tiếp nè!"

Và chính Dân bị câu chuyện mê hoặc như thôi miên.

Chàng thong thả đọc lướt tới, háo hức như đang mọc dài cặp cánh lông xanh trên vai, nhẹ nhàng khoác gió về lại cuộc đất miệt vườn...

"... Bờ biển này mỗi năm được phù sa bồi thêm cho rộng thêm ra hàng mấy chục ngàn thước. Phù sa là đất bùn mềm lụn và không bao giờ thành đất thịt được để ta hưởng, nếu không có rừng mắm mọc trên đó cho chắc. Một khi kia cây mắm sẽ ngã rạp, giống tràm lại nối ngôi mắm. Rồi sau mấy đời tràm, đất sẽ thuần, cây ăn trái mới mọc được.

... Ông với lại tía của con đây là mắm, chơn giẫm trong đất bùn. Đời con là tràm, chơn vẫn còn lấm bùn chút ít, nhưng đất đã gần thuần rồi, con cháu của con sẽ là xoài, mít, dừa, cau.

Đời cây mắm tuy vô ích, nhưng không uổng, như là lính ngoài mặt trận vậy mà. Họ ngã gục cho kẻ khác là con cháu của họ hưởng..." *(**)*

Dân thấy quyển sách trên tay chàng run nhẹ. Cảm xúc đang góp gió thành mưa bão trong lòng chàng. Quay qua ngó con, thằng nhỏ đã thiếp ngủ từ lúc nào. Chàng gấp sách lại, cúi xuống hôn lên má con rồi tắt đèn.

Đêm đó, Dân nằm bên Châu, loay hoay với ý nghĩ: "Nơi này, mình không là mắm, cũng không là trảm, mình là loại cây giông trái nào trong thế hệ tiên phuông đây?"

      *

Ngôi nhà hai tầng nằm lưng chừng sườn đồi thấp, nhìn xuống phía dưới là thành phố Partschins, cách trung tâm nghỉ mát Meran một khoảng đường ngắn. Trên bệ ban-công, có hàng chậu trồng toàn anh thảo nở hoa màu đỏ chói. Trong bãi cỏ được cắt ngắn phẳng phiu, những cây táo xanh, táo đỏ, mận hồng gốc Ý Đại Lợi, đã trĩu trái chi chít. Tháng này đã qua mùa anh đào, mùa dâu tây. Trên đường tới đây, Dân thấy những đồi nho treo đầy những chùm trái xanh. Chờ thêm vài tuần nắng, những trái nho màu lục mốc sẽ mọng nước, ứa nhựa sống bóng lưỡng, chỉ còn đợi những bàn tay hái về làm rượu vang. Nghĩ tới đó, trong trí Dân dấy lên một nỗi tiếc nuối vô cớ. Mùa hái nho báo trước, rằng hè sắp tàn. Nắng sẽ thôi ấm, những chòm lá xanh sẽ lạnh lùng đổi vàng. Gió lạnh từ Đông Bắc thổi xuống, gặp gió ấm còn sót lại từ phương Nam lướt lên, sẽ gom thành bão giao mùa. Mỗi năm, cứ vào dịp ấy, lòng Dân lại bồn chồn không yên, như một nhánh lá sắp sửa vàng, lo sợ vu vơ những luồng gió chướng.

Bà Geck và con gái, bà Eschholz, đón tiếp gia đình Dân niềm nở và cảm động. Gặp lại chàng, bà ôm chầm lấy, hôn nhẹ lên má, cất giọng run run:

"Thượng đế ơi, con vẫn mạnh khỏe chớ? Sao nhiều tóc bạc vậy nè?"

Đã từ lâu, Dân và bà Geck chỉ còn dùng cách xưng hô thân mật *"Ich"* và *"Du"*.

Dân lúng túng vì xúc động. Chàng lịch sự trả lời những câu hỏi của bà Geck, rồi xoay qua giới thiệu mẹ con bà với vợ con. Sau đó, bà chỉ chỗ trọ cho gia đình Dân ở tầng trệt, gồm hai phòng ngủ, một phòng khách, nhà tắm và nhà bếp. Dân yêu ngay phong cảnh nơi này. Khoảng khoát ở bên ngoài, ấm cúng ở bên trong. Sàn gỗ trải thảm Ba Tư. Trên tường treo những bức tranh sơn dầu của bà Geck tự vẽ lấy. Trên bệ lò sưởi (sau này được bà Geck cho biết là được làm bằng đá núi lấy từ dãy Sextener Dolomiten) có chưng những bình uống bia có nắp đậy làm bằng thiếc vào thời trước, và những tượng điêu khắc gỗ xuất phát từ thung lũng Grodnertal nổi tiếng.

Dân còn đang ngây người ngắm căn phòng bày biện xinh xắn thì ở phòng trong, có tiếng Châu kêu lên:

"Anh ơi..."

Giọng nàng thảng thốt cảm động. Dân chạy vào. Chỗ dùng làm phòng ngủ có cánh cửa ăn thông ra hàng ba phía sau nhà. Châu đang đứng giữa lằn ranh của đợt nắng chiều vàng úa rơi xuống, thoi thóp in bóng ngôi nhà dài ra và nghiêng lệch. Đứng trước phong cảnh vừa hùng vĩ vừa êm đềm trải ra trước mắt, Dân cũng muốn kêu lên "trời ơi", nhưng cổ họng nghẹn lại. Thiên nhiên có một sức mạnh huyền bí bóp nghẹt những nhân tính tầm thường.

Một dòng suối chảy uốn éo bên hông nhà. Giữa lòng suối và hai bên bờ đầy những gộp đá. Chỗ có nắng, đá ánh lên sắc vàng, nước tóe lên óng bạc. Ở một khúc quanh có cây cầu gỗ bắc ngang. Những ngôi nhà mái lợp bằng ngói đỏ, bằng đá núi đen xám, tường vôi trắng, có chỗ lợp gỗ ngả màu nâu nhạt phơi ra chiều nắng quái. Một ngôi nhà thờ nóc nhọn cố vươn lên tìm chút tương quan ngạo nghễ giữa người và đất trời. Xa xa, những đồi và những sườn núi thấp lúc bị bóng mây che, lúc hiện ra trọn vẹn thảm cỏ xanh non mịn màng, gieo cảm giác muốn mơn trớn ôm ấp. Tận cùng là dãy núi đá đóng tuyết lác đác, sừng sững nhô lên sau những rừng tùng bách rậm rạp.

Dân bước tới bên Châu. Cả hai đều xúc động. Châu dịu dàng tựa đầu vào vai Dân. Có tiếng kêu trong veo của một loài chim nào đó vang lên trên không, vút qua rồi mất hút phía bên kia đồi. Nãy giờ Dân mải mê chiêm ngưỡng phong cảnh mà quên đi tiếng động. Chàng chỉ mới nhìn mà chưa nghe. Tiếng suối lắc rắc. Tiếng chim ríu rít chèo choẹt gọi hoàng hôn trong những lùm cây gần đó. Rồi tiếng chuông nhà thờ gióng lễ chiều từ xa vọng lại, âm thanh hoan hỉ trong suốt. Chàng nghĩ thầm, tiếng chuông nhà thờ không trầm mặc cô đọng như tiếng chuông chùa, chỉ có chiều cao chứ không có độ sâu. Khác biệt như Tây phương và Đông phương.

Tối đó, trước khi về phòng riêng, Dân mở cửa phòng thằng Bảo coi nó đã ngủ chưa. Thằng nhỏ nằm soãi tay chân trên giường, hất tung tấm mền lông Mohair gần rớt xuống đít. Chàng tới kéo mền lại thẳng thớm rồi tắt đèn, khép cửa.

Đêm đầu tiên lạ nhà, lạ chỗ, Dân trằn trọc không ngủ được. Châu áp mặt vào ngực chàng, bàn tay ve vuốt chỗ da thịt trần trụi, nhưng Dân mệt mỏi nắm lấy cổ tay Châu đặt lên môi mình ngoạm nhẹ. Cử chỉ âu yếm mà Dân thường làm mỗi khi từ chối đòi hỏi của vợ. Châu hiểu, dù vậy nàng vẫn hỏi:

"Anh mệt?"

Dân thở hắt ra:

"Ừ".

Từ đó cho tới khi Châu thiếp ngủ, Dân vẫn còn nằm nhắm mắt lửng lơ. Bên tai chàng, tiếng ngáy nhẹ, đều và ngoan ngoãn của Châu vang lên. Đột ngột, len lỏi trong khoảnh khắc lưng chừng giữa tỉnh và mê, Dân thấy hiện lên những núi đá. Những đỉnh sơn thạch cao vút đe dọa. Đứng xa nhìn chúng in đậm lên nền trời trong xanh những mũi nhọn, những cạnh sắc lẻm. Một cảm giác nhọc nhằn vây lấy Dân. Chàng chợt ý thức rõ ràng như đang trải tâm tình mình bằng những dòng chữ mực đen lên giấy trắng, mà mớ nhục thể chàng đang quỳ xuống tần mẫn đọc: *"Đời sống lưu vong nơi đây cũng tỷ như những đỉnh núi đá, cứng ngắc. Chúng chẳng hứa hẹn gì cả. Thế hệ này bị nuốt chửng bởi những núi đá. Rồi thế hệ kế tiếp cũng lao vào những ngõ ngách khô cằn. Và thế hệ tới... Không một ai dám nói rằng, mình sẽ là thế hệ tiên phuông ngã xuống để con cháu hưởng hạnh phúc về sau..."*

Một chuỗi tiếng động rù rù vang lên, rồi mặt đất chao đi, lắc lư. Dãy núi đá cựa mình phát ra những tiếng kêu vô vọng. Dân giật mình, mở mắt nhìn hốt hoảng. Bóng tối vẫm im lìm, tiếng ngáy của Châu vẫn thanh thản vang lên. Dân lồm cồm ngồi dậy, khoác mền, rón rén mở cửa bước ra ngoài hàng ba.

Đêm mùa hè trong vắt như ngọc bích, ở trên cao, trăng tỏa xuống một vùng ánh sáng lạnh lẽo. Một màu tím than mê hoặc kỳ lạ hắt lên từ chớp núi bên kia rừng. Dân ngồi xuống chiếc ghế mây, gác hai chân lên mặt bàn thấp. Chàng nhớ tới một cuốn phim kể lại đời sống đơn độc của một gia đình dưới chân rặng núi Alpes bên Thụy Sĩ. Nơi đó có tục lệ, những đứa con trai sắp tới tuổi trưởng thành bị đẩy ra ngoài rừng núi sống biệt lập cho tới khi tự tay đắp xong một bờ tường thấp bằng những phiến đá hoa cương. Thằng con trai câm điếc của gia đình cũng không tránh khỏi tục lệ đó. Một lần, vì buồn giận người cha nghiêm khắc, nó trốn lên núi. Người chị đang ở tuổi dậy thì, vì cảm thương em nên thỉnh thoảng lại mang thức ăn đến cho em. Rồi một đêm nọ, bên đống lửa tàn trên đồi núi hoang vu, hai đứa yêu nhau... Cuốn phim lạ lùng với một kết thúc loạn luân bi thảm ấy cứ bám lấy tâm trí Dân. Bầu không khí bao la, nét bi tráng của những đỉnh núi đá, âm vang của những cơn địa chấn nhẹ tạo nên chuỗi tiếng động gầm gừ đe dọa đã che lấp câu chuyện loạn luân tội nghiệp kia. Chỉ còn lại cái vô thường bé nhỏ của kiếp người. Tất cả trôi vào tiềm thức Dân và ngủ yên đó. Để rồi, như tới giờ thiêng, chúng thức dậy với Dân đêm nay. Trong quá khứ, không một lời báo trước. Cho tương lai, không hứa hẹn một điều gì cả. Chúng chỉ là những tiếng kêu tuyệt vọng bắt Dân thao thức với hai vòm mắt mở lớn. [1]

(*) (**) Trích thư của Nguyễn Thanh Hùng
1- Trích Rừng mắm của Bình Nguyên Lộc

NGÔ THẾ VINH

Ngô Thế Vinh, tên thật cũng là bút hiệu, chánh quán Hà Nội, sinh năm 1941 tại Thanh Hoá. Tốt nghiệp Đại học Y khoa Sài Gòn 1968. Trong ban biên tập, nguyên chủ bút báo Sinh viên Y khoa *Tình Thương* Sài Gòn. Nguyên y sĩ trưởng Liên Đoàn 81 Biệt Cách Dù. Tu nghiệp ngành Y khoa Phục hồi tại Letterman General Hospital San Francisco. Sau 1975, tù ba năm qua các trại cải tạo. Tới Mỹ cuối 1983, bác sĩ nội trú rồi thường trú các bệnh viện Đại học SUNY Downstate Brooklyn, New York. Tốt nghiệp Nội khoa, bác sĩ điều trị và giảng huấn tại một bệnh viện miền Nam California.

Tác phẩm đã xuất bản:

Mây Bão (Sông Mã Sài Gòn 1963, Nxb Văn Nghệ California 1993), *Bóng Đêm* (Khai Trí Sài Gòn 1964), *Gió Mùa* (Sông Mã Sài Gòn 1965), *Vòng Đai Xanh* (Thái Độ Sài Gòn 1971, Văn Nghệ California 1987, Văn Học Press 2018), *Mặt Trận ở Sài Gòn* (Văn Nghệ California 1996), *Cửu Long Cạn Dòng Biển Đông Dậy Sóng* (Văn Nghệ California 2000, tái bản 2001, Việt Ecology Press & Giấy Vụn VN tái bản 2014), *Mekong Dòng Sông Nghẽn Mạch* (Văn Nghệ Mới California 2007, tái bản 2007, Giấy Vụn VN tái bản 2012), *Audiobook Mekong Dòng Sông Nghẽn Mạch* (Văn Nghệ Mới 2007, Việt Ecology Press & Nhân Ảnh 2017), *Chân Dung Văn Học Nghệ Thuật và Văn Hoá* (Việt Ecology Press California 2017).

Tiếng Anh:

The Green Belt (Ivy House 2004), *The Battle of Saigon* (Xlibris 2005), *Mekong The Occluding River* (Universe, Inc. 2010), *The Nine Dragons Drained Dry, The East Sea in Turmoil* (Việt Ecology Press & Nxb Giấy Vụn 2016).

Cựu Kim Sơn chưa hề giã biệt
(Gửi Nguyễn Trùng Khánh)

Thế rồi, cái gì phải đến cũng đến. Ngày trở về Việt nam đã tới. Mấy tuần trước đó có vài người khuyên tôi nên ở lại. Nếu tôi muốn họ sẽ giúp tôi trốn sang Canada. Tôi lưỡng lự mãi. Một bên là cám dỗ của một đời sống mới, tự do và đầy đủ tiện nghi. Một bên là nỗi nhớ nhung, mái tóc bạc của bà mẹ già, ngọn gió rì rào trong bụi tre ngà, một tô phở nóng, một cái gì rưng rức khó tả. Và nhất là cuộc đối thoại ngắn ngủi giữa bác sĩ Rieux và Rambert trong La Peste của Camus: "Il n'y a pas de honte à préférer le bonheur, mais il peut avoir de la honte à être heureux tout seul". Tôn Kàn, Quan hai lang tây lính thủy đánh bộ (tr. 94-95 Tập san Y Sĩ 1993).

*

Tiếng leng keng của chiếc tàu điện đang đổ dốc với chật ních du khách đứng lan cả ra thành tàu, trên một nền xa mờ thấp thoáng chiếc cầu Golden Gate: cảnh ấy như biểu tượng của Cựu Kim Sơn không đổi thay từ bao năm trên tấm Postcard gửi đi từ thành phố thanh lịch mỹ miều này. Từ ngày hôm ấy, mười lăm năm sau, chẳng thể nghĩ rằng hơn một lần Phan trở lại nơi đây. Cảm giác như không hề có thật.

Cuộc hành trình qua suốt 15 tiểu bang, trong một khoảng thời gian không dài, để thấy cái mông mênh của tân lục địa và những cơ hội cho người lưu dân mới tới. Mỗi nơi là một quyến rũ bào chữa bảo chàng không về. Cùng chuyến đi với Phan, có Chính. Không thắc mắc vấn nạn, Chính đã có ý định ở lại ngay từ ngày còn bên nhà. Biết nhau từ hồi Đại học xá Minh mạng. Chính học giỏi nhưng chẳng may Tú tài chỉ đậu bình thay vì ưu hạng nên đã một lần lỡ mộng du học. Sau đó Chính chọn Y khoa, là một trong số những nội trú xuất sắc, được chọn vào Ban Giảng huấn và cho đi du học Mỹ sau đó. Khi tới thăm Walter Reed, có dịp gặp lại Chính ở Hoa Thịnh Đốn giữa mùa hoa anh đào nở. Chính cũng đang bay qua nhiều tiểu bang cho những cuộc *Interviews* để được chọn vào chương trình Nội trú các bệnh viện. Câu chuyện rồi cũng lại xoay quanh chuyện ở hay về. Hắn thuyết phục Phan bằng vô số những "bởi vì", rằng không chấp nhận cộng sản phía bên kia, cũng không thể chấp nhận thối nát của bên này, rằng sớm muộn Mỹ cũng sẽ bỏ rơi miền Nam. Chính đã dứt khóat khôn ngoan xử dụng trí thông minh và cơ hội để chọn một cuộc sống lưu dân êm ấm. Không phán đoán mà rất thản nhiên với chuyện lựa chọn của Chính. Phan còn lý luận tốt cho bạn, rằng thông minh như nó lại có cơ hội, biết đâu hắn chẳng trở thành một giáo sư y khoa lỗi lạc. Trường hợp Chính cũng như nhiều nhân viên giảng huấn được gửi đi mà không trở về chỉ nằm trong hiện tượng *"brain drain"* rất phổ quát của trí thức năm châu. Người ta luôn luôn nhắc tới một bà mẹ Teresa yếu đuối tận tụy hy sinh giúp những người bệnh nghèo ở Ấn nhưng chẳng ai chú ý tới sự hiện diện của hàng chục ngàn bác sĩ Ấn độ không thiếu những thành phần lỗi lạc vẫn tiếp tục hàng năm đổ thêm vào nước Mỹ. Chính cũng chỉ là một giọt rất nhỏ nhoi rót thêm vào lượng nước của một chiếc ly chẳng bao giờ biết đầy.

Bước vào tuổi 30, chưa xa lâu sân trường đại học nhưng những năm thực sự lăn lộn với những người lính chiến trận, Phan thấy mình vĩnh viễn bước ra khỏi đời sống sinh viên tự bao giờ. Cảm giác ấy thật rõ ràng khi vào ngày cuối tuần, Phan thường sang bên khu đại học Berkeley hiện đại và cổ kính, tìm sự hoà mình để càng thấy rõ là người đứng bên lề. Khá đông sinh viên Việt ở nội trú trong Campus, đa số gốc con ông cháu cha ở Sài Gòn nhưng phản chiến hơn cả sinh viên Mỹ. Chưa hề biết đồng quê là gì nhưng lại biết mặc đồng phục bà ba đen khi lên sân khấu hát *"Quảng Bình*

Quê ta ơi" và tích cực quyên tiền giúp Mặt trận Giải phóng. Không, chẳng phải vì cái sân khấu ấy mà Phan có mặt; thực ra Phan có phần đời sống riêng tư ở bên đó. Phương Nghi em gái một đồng nghiệp, thông minh ngây thơ và mong manh trẻ đẹp, có thể chỉ là hình ảnh giấc mộng trăm năm của đời chàng. Làm sao nỡ đem cái mong manh dễ vỡ ấy trở về để mà bắt chia xẻ với chàng những giông bão và bất trắc. Lần gặp Phương Nghi tối qua rất khuya đi giữa các đường phố nhỏ chỉ có những nam nữ sinh viên, chưa hề nói câu từ biệt nhưng Phan cảm tưởng rất rõ đó là chuyến gặp nhau lần cuối cùng...

Buổi sáng nắng đẹp, cầu Golden Gate rực rỡ ửng hồng, nơi mỏm sương mù gần bệnh viện Letterman vẫn như còn sương khói ẩn hiện mờ mờ. Đứng trên chiếc du thuyền, phơi mình trong nắng chan hòa nhưng vẫn thấm lạnh vì từng đợt từng đợt những cơn gió từ biển thổi sâu vào trong vịnh. Không suy nghĩ, như một cử chỉ dứt khoát, Phan ném chiếc máy ảnh, cả những cuộn phim rơi sâu xuống lòng vịnh. Hành động trong khoảnh khắc tưởng như chẳng có ai có thể chứng kiến. Một bà Mỹ già, đôi mắt vui và rất sáng đang tiến lại phía chàng. Hình như ông đã để rơi chiếc máy hình xuống biển. Thay cho câu trả lời Phan nói rất bâng quơ. Gió thổi vào vịnh lớn quá thưa bà. Một tay giữ cổ áo, bàn tay trắng đẹp đẽ kia xuôi vuốt mái tóc bạch kim lấp lánh ánh nắng. Chả thế mà tôi cũng vừa bị thổi văng chiếc mũ lông xuống mặt nước. Rồi bà lân la gợi chuyện. "Ông có phải từ Việt Nam không? Tôi cứ nghĩ ông là người Việt Nam, tôi muốn hỏi tin tức và tình hình bên đó. Cứ theo tin truyền hình CBS thì rối mù, chỉ thấy cảnh lính Mỹ châm lửa đốt nhà dân quê, lại tới vụ thảm sát cả đàn bà trẻ em ở Mỹ Lai. Đến bây giờ tôi cũng chẳng hiểu tại sao thằng con trai tôi phải có mặt bên đó..." Thấy Phan không hào hứng bắt chuyện, người đàn bà vẫn lại vui vẻ đi về phía những du khách đang tụ lại nơi mũi tàu. Tuổi già, du lịch giúp bà trốn chạy ra khỏi căn nhà rộng trống trải của mình. Không ngờ cái xứ sở Việt Nam nhỏ bé xa hơn nửa vòng trái đất ấy đã bắt đầu để hằn sâu những dấu ấn trên lục địa này. Hôm sang Palo Alto tới thăm đại học Stanford, như mọi campus khác trên khắp nước Mỹ đang hừng hực những phong trào *Sit-in, Teach-in* phản chiến. Đốt cờ, đốt thẻ trưng binh, trốn ra nước ngoài, đến vụ tự thiêu chết ở Hoa Thịnh Đốn, xã hội Mỹ đang phân hóa đến cực điểm giữa cao độ của cuộc chiến tranh đã lan ra cả Đông Dương. Sau Thích Quảng Đức, tự thiêu không còn là một hình thức phản đối bất bạo động của Phật giáo mà đã trở thành phương thức đấu tranh của cả sinh viên Mỹ. Phan được hướng dẫn dặn rất kỹ không bao giờ mang quân phục hay có dấu hiệu của quân đội vì có thể bị hành hung và cả đốt xe. Cũng ngày hôm đó một đám sinh viên Mỹ kéo tới nằm trên đường rầy xe lửa chặn không cho các chuyến tàu chở vũ khí bom đạn tới cảng Oakland để chuyển đưa sang Việt Nam. Vĩnh biệt Cựu Kim Sơn. Thanh thản nhẹ nhàng không lưu luyến buồn vui, để rồi ngày mai chưa biết ra sao nhưng chàng sẽ trở về với bà mẹ già, những người lính đồng đội và cánh đồng lúa thơm chín vàng của Việt Nam. Chẳng phải Cựu Kim Sơn, Phan đã để trái tim mình ở Sài Gòn. Chàng mơ ước cho xứ sở cái sung túc mà người Mỹ đang có nhưng bằng niềm tin tạo dựng với sức lao động vốn siêng năng của người dân mình...

Những năm sau hồi hương, trở lại cuộc sống của một bác sĩ quân y bình thường. Lương sĩ quan, không thể gọi là dư giả, cuộc sống người thầy thuốc bận bịu với những người lính và gia đình họ nhưng thanh thản. Vốn không nhiều lý luận, không mang nặng luân lý hy sinh của các bà sơ, nhưng Phan nhạy cảm sống nhiều bằng trực giác. Gặp khó khăn, phải làm việc trong những điều kiện thiếu thốn như một hoàn cảnh chung của cả nước, Phan vẫn tìm cách giải quyết mà anh cho là tốt nhất có thể được khi anh xem mỗi người bệnh ấy như phần ruột thịt thân yêu của gia đình mình. Không quá nhiều tham vọng, lại không thích chính trị mà anh cho là thời cơ và giả dối; bằng những cố gắng bình thường mỗi ngày, Phan thấy mình có ích và nghĩ như vậy là hạnh phúc. Những tháng ngày sống ở Mỹ như một thế giới rất xa xôi với hiện tại của chàng...

Ngày hôm đó đang nghỉ phép giữa một Sài Gòn đầy xao xuyến, về chuyện ở đi, Phan lại có một quyết định, có thể gọi là lầm lẫn được không, lần thứ hai thay đổi cả hướng đi của đời mình. Chiếc máy ảnh và cả cuộn phim nằm sâu ở một nơi nào đó trong lòng vịnh Cựu Kim Sơn, vẫn ám ảnh Phan như một lời nguyền ngăn chàng không thể trở lại nơi ấy lần thứ hai. Khi mà cứ điểm cuối cùng là Sài Gòn cũng không còn hy vọng đứng vững, thì người ta bắt đầu chạy tứ tán ra các vùng biển, nhào vào các hải cảng và phi trường để tìm phương tiện thoát thân. Bọn du kích đã ra mặt kiểm soát các trục lộ ra Vũng Tàu, xuống Rạch Giá. Từ cảng Sài Gòn đa số tàu Hải quân đã theo đội hình tác chiến bắn phá dữ dội dọc hai bên sông trên đường ra biển từ hai hôm trước. Còn lại phi trường Tân Sơn Nhất, tuy lác đác bị pháo kích nhưng vẫn còn những chuyến bay lên xuống. Chuyến bay dân sự cuối cùng đã phải trở lại Hồng Kông. Số máy bay thưa dần nhưng lượng người đổ vào trong phi trường càng đông cho dù đám quân cảnh ra sức mạnh tay ngăn cản. Bây giờ chỉ những chuyến xe có người hướng dẫn với *Manifest* của chuyến bay mới được phép vào cổng. Đây là cơ hội cho những nhân viên trung cấp của toà đại sứ Mỹ qua trung gian của các bà vợ Việt tung hoành. Cũng chẳng cần có liên hệ mật thiết với chánh phủ Hoa Kỳ hay toà đại sứ Mỹ, nếu có tiền đô la hay vàng, là có thể thêm tên vào danh sách hành khách cho một chuyến bay nào đó sắp tới. Xứ sở này đã hơn một lần được báo Mỹ mệnh danh có một nền văn hóa - culture of corruption, đã rất sớm dạy cho những người Mỹ cách tham nhũng, kể cả những vụ đổ hàng PX lậu từ Tân cảng tới các bãi rác, đủ mọi thứ hàng gì, kể cả súng. Và bây giờ ở trận chiến tàn, trong chuyến tàu vét, họ đang thản nhiên ra giá cho những tấm vé nếu chưa phải để tới thiên đường thì ít ra cũng thoát ra khỏi quần đảo ngục tù hay cả cái chết. Phan với vợ và con nhỏ, cùng bốn năm gia đình khác, mỗi người với túi hành lý nhẹ, ngồi kín chiếc xe van chờ bốc họ nơi sân sau của một khách sạn gần trung tâm thành phố. Mỗi người bước lên xe là một trao đổi sòng phẳng. Không biết bằng cách nào, có lẽ qua giúp đỡ của gia đình, vợ Phan đã đưa được tên cả ba người vào danh sách. Người đàn bà quá hiểu chồng, sống bằng trực giác phụ nữ, nàng tìm cách chuyển con sang tay Phan. Như vậy nàng có thể yên tâm cho tới khi vào được bên trong của phi trường. Dù lẫn cả trẻ con nhưng sao không khí thật nặng nề và im lặng. Chiếc xe lầm lũi chạy nhanh trên các đường phố nhao nhác. Đám người trên hè phố tụ tập bàn tán, chỉ trỏ nhìn dõi theo chiếc xe mà chắc họ cũng biết là đang hướng về phía phi cảng. Xe tới gần Bộ Tổng Tham mưu, vẫn còn rải rác những người lính đứng canh giữ. Canh giữ cho một tổng hành dinh trống trơn. Không ra khỏi cổng, nhưng các ông tướng còn lại đã thoát khỏi bộ Tổng Tham mưu bằng những chiếc trực thăng cuối cùng. Con bé lại làm xấu, nước đái thơm ấm thấm xuống cả đùi chàng. Chuyền lại đứa con sang tay vợ, như có linh tính con bé nhất định ôm chặt lấy bố, oà khóc khi lọt sang vòng tay mẹ nó. Khi chiếc xe vừa dừng lại nơi trạm kiểm soát, do một quyết định rất nhanh, không biết có tự bao giờ, Phan mở cửa bước xuống, dặn với vợ. Em và con đi trước, rồi anh sẽ gặp hai mẹ con. Phan tránh không nhìn thẳng vào khuôn mặt vợ, vì biết mình chẳng thể cứng lòng quyết định dứt khoát về một cuộc chia ly như vậy...

Gần trưa ngày 30 tháng 4. Tướng Big Minh qua đài phát thanh kêu gọi buông súng. Hoang mang, ngỡ ngàng, rồi bàng hoàng đau đớn. Lệnh đầu hàng là "phát súng thi ân" cho những đơn vị quyết tâm tử thủ cho tới viên đạn cuối cùng... Trên đường Công Lý, từ hướng phi trường Tân Sơn Nhất, không biết từ bao giờ, chuẩn uý Ngộ và tiểu đội của anh vẫn trật tự lầm lũi theo hàng một tiến về hướng dinh Độc Lập. Trước đó nhiều ngày đơn vị anh và các tiểu đoàn Nhảy Dù đã bám trụ ngày đêm từ Ngã tư Bà Quẹo tới cổng Phi Long, như nút chặn vững chãi cho cửa ngõ đi vào Sài Gòn và cả bảo vệ vòng đai phi trường. Người chuẩn úy da sạm đen, gương mặt xương gầy với đôi mắt rất sáng nhưng buồn. Súng lục trễ bên hông, trên tay một cây gậy nhỏ, dẫn đầu tiểu đội 12 người lính da cũng đen sạm trong những bộ rằn ri lấm bụi bạc sờn. Không chút ảnh hưởng nao núng bởi những khuôn mặt dân chúng hoảng loạn giữa một thành phố xao xác, họ vẫn đều bước theo chân người chuẩn úy, với ba lô trên vai và mũi súng chúc xuống. Có điều gì đó rất thiết thân và thiêng liêng ràng buộc giúp họ thắng mọi sợ hãi trong nỗi sống chết không rời. Cuộc diễn hành kỳ lạ với không trống chiêng không cờ xí, hoàn toàn vắng mặt hàng Tướng lãnh đẹp đẽ trong nhung phục với ngực đầy huy chương trên kỳ đài, mà chỉ có những sĩ quan cấp thấp như chuẩn úy Ngộ và các đồng đội vô danh của anh vẫn can đảm bình thản tới gần tuyến lửa, đi tới trong kỷ luật đội ngũ, diễn qua rải rác những đám đông dân chúng lớn nhỏ tụ tập nhao nhác trên các con phố của một Sài Gòn đang chết dần.

Đã bao năm rồi, biết bao nhiêu nước chảy qua cầu, có quá nhiều điều để không thể nào quên. Ngay trong tù đày, những hình ảnh hồi tưởng chưa bao giờ là cuộc duyệt binh vĩ đại đầy màu sắc và ồn ào của ngày Quân lực; mà luôn luôn là những bước chân diễn hành thầm lặng của một tiểu đội lính vô danh ở ngày giờ cuối cùng của một thành phố trước khi mất tên Sài Gòn. Người chuẩn úy ấy bây giờ ở đâu, trong một trại cải tạo nào, còn sống hay đã chết, số phận những người lính can đảm kỷ luật tới giờ phút chót ấy bây giờ ra sao, cũng không ai được biết. Liệu có thêm được một dòng chữ nào giữa những trang quân sử viết dở dang để nói về cuộc diễn binh kỳ lạ cấp tiểu đội mang biểu tượng hào hùng của quân lực ở ngày giờ cuối cùng trước khi cả toàn quân tan hàng rã ngũ...

Ở cái tuổi gần 50 không còn trẻ nữa, mái tóc đã pha chút điểm sương, khi người thầy thuốc là con bệnh, lần thứ hai trở lại lục địa cơ hội này, lẫn trong đám đông phức tạp của những người ty nạn mà Phan tưởng rằng đã có thể tách ra từ bao lâu rồi. Được các nhân viên xã hội dắt từ sân bay tới trạm tiếp đón, đó là một *hangar* trống trải nhưng rộng mênh mông ngay trong phi trường, với trang trí chỉ là một lá cờ vĩ đại ba màu xanh trắng đỏ sặc sỡ những sao và sọc. Rồi cũng như mọi người, Phan chờ cho được kêu tên để đứng vào hàng làm thủ tục giấy tờ, để được phát chiếc áo ấm cùng một màu nâu đồng phục, để được hướng dẫn bước đầu hội nhập vào xã hội Mỹ. Người đàn ông cán sự xã hội rất nhanh nhẹn và hoạt bát, thao thao bất tuyệt với giọng Bắc nhưng vẫn là âm gốc Huế. Anh dí dỏm kết luận bài học công dân đầu tiên: "Xin nhớ cho đây không còn là ở Việt Nam nữa, quý vị bây giờ đang ở trên đất Hoa Kỳ, đã có hoàn toàn tự do, kể cả tự do phê bình tổng thống hay quốc hội, nhưng - anh ta ngưng lại một chút như để tự tán thưởng bằng một nụ cười riêng thú vị - nhưng quý vị sẽ không có tự do trốn thuế. Trốn thuế ở Mỹ thì chỉ có ở tù và được coi là tội nặng nhất..." Phan vẫn còn ngạc nhiên không hiểu lý do nào vấn đề đóng thuế lại được quan tâm đến như vậy ở đám người ty nạn mới tới mà nguồn sống lợi tức trước mắt chỉ là đồng tiền "oen phe". Quanh Phan, mấy chú ba gốc Chợ Lớn có vẻ rất tập trung và nghiêm túc tiếp thu bài lên lớp đầu tiên ấy. Mũi dao trên trái tim, đó là chữ Nhẫn mà Phan học được ở những tháng ngày dài đăng vô ích và lãng phí của tù đày. Lúc này, không có chỗ cho cảm giác mỏi mệt, không buồn bã, không cả dư vị đắng cay, như một thói quen vô cớ Phan tự mỉm cười và hơn bao giờ hết anh hiểu rất rõ vị trí của mình khi chưa có được *"một tấm căn cước"* để bước vào cuộc sống mới. Khoảng cách mười lăm năm ấy bỗng dưng bị xóa nhoà. Phải chăng có một ràng buộc định mệnh, Phan đã trở lại Cựu Kim Sơn như chưa hề nói một câu giã biệt.

Los Angeles 1984

Ngô Thế Vinh

[Trích Mặt Trận ở Sài Gòn, Nxb Văn Nghệ 1996]

NGU YÊN

Ngu Yên, bút dụ của Nguyễn Hiền Tiên, sinh năm 1952 tại Kim Châu, Bình Định. Lớn theo Nha Trang. Trưởng thành Sài Gòn. Sinh viên Luật Khoa và Văn Khoa.
Đến Hoa Kỳ tháng 4, 1975. Hiện cư trú tại Houston Texas.
Cộng tác với các tạp chí văn học: *Văn Học*, *Hợp Lưu*, *Văn* (Hoa-Kỳ), *Việt Magazine* (Úc), *Quê Mẹ* (Pháp) và *Làng Văn* (Canada).
Biên khảo, văn thơ dịch và thơ xuất hiện trên: damau.org, gio-o.com, tienve.org, diendan.forum, vanviet.info.

Sách và ebook đã phát hành:
1986. Hóa Ra Nét Chữ Lên Đàng Quẩn Quanh. Thơ. Poetry.
1987. Tựa Đề Ở Bên Trong. Thơ. Poetry.
1991. Hỡi Ơi. Thơ. Poetry.
1993. Hãy Cho Ta Sống Giùm Đời Nhau Và Tình. Thơ đôi. Poetry
2002. Thi Sĩ và Tôi. Thơ và tùy luận. Poetry and essays.
2009. Thơ Tóc Bạc. Thơ và Tùy luận. Poetry and essays.

ebooks:
2012. Nháp và Nốt. Phần 1. Tùy luận. Essays,
2013. Nháp và Nốt. Phần2. Tùy Luận. Essays.
2012. Chấm Hết. Thơ. Poetry.
2013. Cuối Cùng Là Thơ. Thơ. Poetry

2013. Federico Garcia Lorca. Phần 1. Dịch Thơ. Translation
2013. Federico Garcia Lorca. Phần 2. Dịch thơ. Translation
2013. Thơ Tuyển Phi Châu. Nam Phi. Dịch Thơ.
Translation.

Sách trên Amazon:
2016. Ý Thức Về Dịch Thuật. Biên Khảo. Essays.
2016. Độc Quạnh. Thơ. Poetry. Poetry.
2017.Tôi-Không-Biết .Wislawa Szymborska. Giới thiệu,
nhận định, và dịch Thơ. Translation.
2017. Ý Thức Sáng Tác Truyện Ngắn Hiện Đại. Bộ 1. Biên
Khảo. Essays.
2017. Học Thuyết Truyện Ngắn Hiện Đại. Biên Khảo.
Essays.
2017. Học Thuật Truyện Ngắn Hiện Đại. Biên Khảo.
Essays.
2017. Văn Học Truyện Hậu Hiện Đại. Đến Cuối Thế Kỷ 20.
Biên Khảo. Essays.
2017. Federico Garcia Lorca. Toàn tập. Thơ dịch.
    Tập 1:Tôi Học Được Bí mật Của U sầu.
    Tập 2: Mộ Phần Tôi Ở Đâu?] Translation.
2018. Văn Học Truyện Đương Đại Thế Kỷ 21. Biên Khảo.
Essays.
2018. Ý Thức Sáng Tác Truyện Hậu Hiện Đại và Đương
Đại. Bộ 2. Biên khảo. Essays.
2018. Nghiệm. Thơ. Poetry.
2018. Thơ Tái Tạo. Biên khảo thơ về giả thiết thơ. Essays.
2018. Hú và Thơ Allen Ginsberg. Thơ dịch. Translation.
2018. Thi Sĩ và Tôi. Thơ và tiểu luận. Tái Bản.

Lịch sử vẽ qua tranh

Họ mang màu xanh, lên đường màu đỏ, với lòng màu hồng.
Tưởng gặp màu vàng.
Không ngờ màu đen.
Dù cố gắng mấy, chỉ được màu xám.
(Lịch sử vẽ lại, bức tranh Trừu Tượng, họa sĩ nghi ngờ. Chữ
không thật, chắc gì đường nét thật? Ý không thể, chắc gì
màu có thể? Vẽ tranh Biểu Hiện:)
Lần đầu tiên thấy con cò đỏ, gọi cò máu.
- Mẹ nó thiên nga, bố nó cò ma.
Cò không biết hót, nhưng kêu rất buồn. Chân dài, nhưng
bay không xa. Cổ cong, nên cúi xuống. Mỏ hẹp chỉ bắt được
cá con. Ốm yếu, đôi khi tưởng mình là hạc.
Giữa ruộng mạ xanh, cò máu đậu như hoa đỏ, không hương
thơm. Chỉ cần la lớn, đuổi đi, nó sẽ bay mất, nhưng chung
quanh mồ mả nín câm.
Hoa đỏ, nhuộm máu hay vì chảy máu?
Hoa dù đỏ cách mấy, cũng có ngày tàn tạ. Chẳng phải vào
thu sẽ héo hay sao?
(Vậy mà mùa thu gọi tên Cách Mạng. Hầu hết cách mạng
đều ẩn ý. Hành động lừa đảo bất nhân. Kết quả: bạo quyền
này xuống, bạo quyền khác lên. Sắc màu ta thán.)
Mùa thu, có điều gì bất mãn, dã man giết hết lá xanh.
Mùa thu, bệnh hoạn, truyền nhiễm lây lan, đồng loạt khắp
nơi héo lá vàng,
rồi khô,
rồi rụng.
Mùa thu, nạ dòng da úa mét, thề thốt quên rồi, khó kết
duyên.

Thật ra, mùa thu xưa rất đẹp, vì chưa mất tình người, vì lá rụng về cội.

Mùa thu năm ấy, vàng phai thấm đỏ, từ đó, tình người héo khô, thời gian phản bội, không gian truyền nhiễm, hố sâu đào lòng người.

Mùa thu vốn lãng mạn, liên quan gì cách mạng?

Từ đó, bốn mùa đều mùa thu.

(Thời văn chương ngụ ý đã qua chưa? Xương máu không thể đôi lời ẩn dụ. Thực tế không phải nghệ thuật, không phải thơ văn. Ông họa sĩ cầm dao thay cọ. Chặt chém cho thỏa lòng.)

Họa sĩ già, sống từ kháng chiến đến giải phóng, ngày ngày ra chợ vẽ chân dung kiếm ăn.

Không ai trả tiền, vì ông vẽ tóc tai mắt mũi, nhưng không vẽ miệng.

Tác phẩm chính, suốt đời ông vẽ, rồi xóa trước khi công an xét nhà.

Hôm trước, trúng gió, chết ngoài đường. Tịch thu tài sản, chỉ mỗi bức tranh.

Vẽ vị chủ tịch,

có miệng.

(2015)

Ngu Yên © 241

Huyền hoặc
Loài dơi khỏa thân Budapest

Đêm cuối cùng ở Budapest, tôi tặng cô đánh đàn dạo góc phố mấy ngàn Forin (*) còn lại vi mai sẽ không cần vì cô chơi đàn quá nghệ sĩ.

Mời cô ly bia quán địa phương cảm mến tài năng thiếu đãi ngộ, cảm kích hiếm khi cô kể huyền hoặc loài dơi trong phố cổ, một loài dơi khỏa thân tế lễ thác oan.

Theo lời cô tôi dọc sâu phố vắng, càng xa càng nghi hoặc càng âm u rồi văng vẳng nhiều tiếng hát hòa nhau nghe kỳ thú.

Rẽ vào hẻm trái chui qua khung hầm hẹp xuống mấy chục thang cấp, băng qua hai dãy hành lang đầy những tượng khắc trên tường mở ra khu vườn đêm không trăng chỉ có ánh sáng từ đom đóm lớn bằng hòn bi bay từng đoàn đông nghẹt và bu chớp nháy khắp cây cành.

Tôi kinh ngạc.

Một bầy thiếu nữ khỏa thân bốc cảm giác lạ thường không ma quái mà thiên tiên đang múa lả lơi xoay tròn bên nhau mang những cánh nhọn như dơi.

Đèn đom đóm xanh lạnh lẽo thiếu nữ da tái mét uyển chuyển đầu không tóc nhẹ nhàng hát khe khẽ trên bước chân đê mê. Họ đẹp như bầy tượng thạch cao linh hoạt thời dị giáo khi dâm tình coi trọng lễ truy hoan khi thân xác dâng thú vui thờ phượng.

Cảm xúc bừng bừng không phải vì trần truồng mà vì họ có ba vú. Xưa nay tôi hiểu phụ nữ có hai vú vừa vặn đàn ông có hai tay. Vú thứ ba để làm gì? Trông mới lạ sáng tạo đẹp như tác phẩm văn chương.

Tôi kinh ngạc.

Đôi mông họ phập phồng tiềm ẩn thanh xuân còn phát triển nơi háng. Cô nhạc sĩ nói họ là những thiếu nữ Do Thái trinh khôi bị đốt cháy trong lò sát sinh tập thể. Họ theo khói bốc nghịt lên mây những con bồ câu trắng trên trời chầu thiên thần hóa đen thành loài dơi uất ức mỗi mùa đóm đóm dẫn đường họ tụ tập sống cho thỏa khát khao.

Bầy thiếu nữ về khuya rên rỉ dù không có đàn ông chỉ có lửa bốc cháy. Lúc đó tôi hiểu ra, chiếc vú thứ ba như vòi diệm sơn phun đốt tương lai. Người nào chết cũng chỉ còn quá khứ.

Lúc chia tay, cô nhạc sĩ nốc cạn ly bia xác nhận: Đàn ông nào tàn bạo với phụ nữ là kẻ bất lực thụ hưởng tinh hoa của đẹp. Nhịp tim hắn không đủ rung động khi cánh hoa rụng theo gió đậu lên. Hắn đáng bị nguyền rủa và bị ghét bỏ sau khi chết.

Mỗi thiếu nữ tự bóp chiếc vú ở giữa phụt từng vòi lửa vào thân thể nhau. Cháy. Họ cháy như bầy đuốc di động cuồng loạn với âm thanh phẫn nộ. Rồi ôm nhau thành biển lửa thét gào khó phân biệt đau đớn hoặc sướng vui.

Tiếng rên khó tả cháy dần màu đen lên nghịt trời đom đóm tắt ánh sáng. Khói hôi hám cuồn cuộn thành dơi vỗ cánh bay về hướng chân trời dường như sắp rạng đông.

Tôi trở về khách sạn, ngang qua góc phố nơi gặp cô chơi đàn, dưới đất thấy một ít lông dơi đang ngún khói.

(*) Forin, tiền sử dụng ở Budapest, Hungary. 1 US dollar = 260.37 Forin (Tháng 4, 2018.)

Bên kia mịt mù không thấy bãi, "Con đã bơi giỏi chưa?"
(2016 - 2017)

Sông đêm, khi thuyền tắt hết đèn, trông buồn như người đắp mền chìm vào bóng tối.

Rồi trời mưa, sông càng buồn thêm, vì con bé mặc áo lá, vừa dưới nước trồi lên.

Con bé ấy tên Bụt, đậu xuống bờ này, bơi một mạch sang bờ kia. Cậu bé trông theo vô cùng thán phục.

Tập bơi trên Lại Giang. Quận Bồng Sơn quê mùa, không có gì, ngoài trừ một sông lớn. Cậu nhỏ mười tuổi, thấy dòng quá mênh mông.

Bố nói: -"*Phải bơi giỏi, mới qua được bờ kia.*" Thành ngao ngán, sao bờ xa mù mịt.

Con bé chèo xuồng ngang, cười chế giễu. Nó mặc áo lá, da ngâm ngâm.

Hơn mười năm sau, khi sông tắt hết đèn, chỉ còn mỗi thuyền câu, leo lét, trông buồn như có người nheo mắt, thức suốt đêm.

Hơn mười năm sau, thiếu úy Thành trở lại Bồng Sơn. Đóng quân Ngã Ba Cầu Đợi. Bảo vệ xóm làng. Cô Bụt vẫn lái thuyền, đưa hàng lên nguồn xuống bãi.

Nhớ lại:

Chiến tranh, ai nói là trò chơi? Nhiều người chết thật. Tan nát và khốn nạn, ai muốn chơi?

Viên đạn bay biết đâu phương hướng.

Những viên đạn vô tình hay cố ý giết người một cách dễ dàng có ý nghĩa gì?

Mục đích của nó ra đời để tự vệ hay tấn công? để thúc giục chiến tranh hay bảo vệ hòa bình?

Thuốc nổ bắn pháo bông lên trời, trời không bị thương.

Thuốc nổ bắn đầu đạn hướng người, người vong mạng.

Những người trúng đạn chết bất kỳ lý do nào, đều có người khác khổ đau.

Sống quen thuộc, lơ là, xem thường viên đạn, cho đến khi nó xuyên vào bản thân. Cảm giác đó, bất ngờ đó, sao trước đây không nghĩ đến?

Khi viên đạn xoáy thủng thịt xương, không phải máu phun ra, mà là ngu xuẩn.

Chiến tranh ví như mụt nhọt, đau nhức, không chết, nhưng không lành. Chữa trị vẫn vỡ mủ. Khi ngứa, có người gãi thấy sướng, hầu hết đều than van. Thành và Bụt mang chiến tranh trĩu nặng, như con rùa mang mu mụt trên lưng. Một con hướng về nam, một con đi hướng bắc.

Nhớ lại:

Tình yêu, bắt đầu là trò chơi, chấm dứt thành trò thật. Hai người tham dự, kéo theo nhiều người tham gia. Đến khi thật, chỉ có hai người. Khi hết thật, chỉ còn một người.

Khi thật, chỉ hai người.

Yêu đến từ tình, khi tình sôi sục, âm điệu say mê, nổi bong bóng sung sướng, vỡ ra đau buồn, rồi từ từ bốc hơi.

Tình nối tiếp yêu, khi hơi yêu đã cạn.

Tình cần sức nặng, gió thổi không bay.

Tình cần độ sâu, chứa không đầy những trái ý.

Tình cần điều trị, bằng trần truồng và nhận lỗi, trước khi vết thương nhiễm độc, đoạn lìa.

Trần truồng khi yêu, dùng để thỏa mãn. Trần truồng khi tình, dùng để hài hòa. Mài những góc cạnh cho tròn số phận.

Lúc đó,

Thành và Bụt yêu nhau. Vui buồn như những tình nhân khác. Tin vào duyên phận theo thói quen. Không nghi ngờ tình yêu là may rủi. Bất kỳ điều gì không giải thích được. Bất kỳ điều gì không vừa lòng, gán cho số mạng.

Đêm hôm đó, 29 tết. Đón Bụt nơi góc phố. Bụt rủ vào khách sạn, đột ngột, hiến dâng. Không kịp hỏi, tuổi trẻ được trần

trườ\`ng, cần gì phải hỏi. Được yêu nhau, cần gì biết tại sao.
Trời chưa sáng, Bụt ra thuyền chở tết. Thức dậy một mình,
chưa kịp hẹn người yêu. Hứa Mồng Một sẽ đưa nàng về phố.
Thành khúc mắc nhưng lạ lẫm hài lòng. Nằm ôn lại từng phút
giây kinh ngạc. Cô lái thuyền thơm mùi nắng khuya. Vòng
tay mạnh mẽ. Đôi chân rắn chắc. Đẹp nhất khi cô ưỡn thành
cầu vồng. Tuyệt diệu nhất, khi mặt cô ngây dại, tận cùng yêu,
cô thở hắt hơi. Nhưng vì sao, sau hạnh phúc, đôi mắt buồn
quá đỗi? Dòng sông đêm, lần lượt tắt hết đèn. Bụt leo lét như
ánh câu, *thao thức.*

*Chẳng ai biết tận, thế giới bên ngoài bí mật. Thế giới bên
trong càng bí mật hơn.*

*Thế giới trí óc vô cùng khó hiểu. Thế giới con tim càng nhiều
chuyện bất ngờ.*

*Chẳng ai biết được chuyện gì sắp xảy ra, sao lại ngạc nhiên
khi chuyện xảy đến?*

Đêm Giao Thừa, pháo AK nổ. Mới đầu tưởng vui, sau sợ kinh
hoàng. Việt Cộng tấn công giữa giờ hưu chiến. Đặc công ôm
mìn phá đường qua rào. Lính quận chống trả, chưa kịp tràn
ngập. Thành dẫn quân về giành lại phố phường.

Đầu đạn bay qua đầu đạn bay lại.

Xuyên qua thân hay mắc kẹt trong xương.

Người bấm cò, Thượng Đế chỉ đạo.

*Chết tầm thường được truy điệu phi thường. Hoa tưởng niệm
bỏ đi sau tang lễ. Được lượm lên, phủi bụi, cắm bàn thờ.*

Những xác lìa hồn la liệt, nằm nghiêng, té ngửa, ngồi dựa
tường, chúi đầu xuống lề đường. Những chân tay mình mẩy
rên la khốc liệt. Những ruột gan tim phổi không biết của ai.
Đạn và máu không biết thứ nào nhiều hơn. Bạn và thù không
phân biệt ban đêm. Khi rạng đông, máu đã chảy đến bờ sông.
Sáng Mồng Một, địch tan hàng bại trận. Trời xế trưa, nhặt
xác, đếm tử thương. Mô tả sự chết khiến lòng người chai đá,
vì tưởng lầm, chết là đương nhiên. Thấy chết thường xuyên,
tình người quen thuộc, sẽ tưởng lầm chết là bình thường, như

có người đột nhiên vắng mặt, không thấy lâu ngày, sẽ quên. Dù biết chết, khó cảm được chết, cho đến khi chết một người thân. Huống hồ, nếu là chồng hay vợ. Huống chi, nếu là người yêu.

Xác những đặc công tháo khỏi rào kẽm, mỗi người mỗi khúc, thiếu đầu, thiếu ruột, thiếu chân tay. Cô lái thuyền chỉ còn một khúc.

Báo chí, truyền thanh, truyền hình, sách vở, vẫn như hồn ma nhắc nhở Tết Mậu Thân. Kể chiến trận oai hùng và chiến thắng. Tuyệt nhiên, không bao giờ nhắc Bụt và Thành.

Hơn bốn mươi năm sau, sông vẫn đen khi tắt hết đèn. Không ai đắp mền. Không ai nheo mắt. Đen là màu đen, không có gì khác. Trông buồn hơn xưa.

Quán cũ tân trang, Bụt vẫn chờ góc phố. Khách sạn xây cao, Bụt vẫn ngủ phòng 22. Sông vẫn chảy, Bụt lên bờ từ biệt, biến mình vào cố quận, mang theo mìn. Thành trở lại Bồng Sơn, một Bồng Sơn mới sạch, không còn chút máu.

Kỷ niệm núp nhiều nơi không cần hẹn, chờ Thành đi ngang, lặng lẽ bước ra. Như bạn cũ lâu năm, gặp nhau buồn vui thê thiết, rồi thời gian xoay mặt chỉ thấy lưng.

Ai cũng có một đời qua rồi mới biết nhanh, mất rồi mới biết thảm, mất nhiều quá, chai lì. Về trước Lại Giang lòng đau bình thản.

Khi đau đớn không còn là đau đớn, lộ liễu nhiều điều hối hận chưa kịp làm. Khi thương tích đã liền da không thấy, cả thân người là vết sẹo nhân sinh.

Đêm đối diện dòng sống mênh mông. Bờ bên kia mịt mù không thấy bãi. Có lẽ Bụt bên đó, ngóng chờ. Chợt nghe tiếng bố hỏi:

-"*Con đã bơi giỏi chưa?*"

Ngu Yên

NGUYÊN LƯƠNG

Tên thật Nguyễn Từ Lương. Sinh tại Bình Định.
Đã cộng tác với các báo *Việt Nam Hải Ngoại, Ngày Nay, Hợp Lưu, Đối Thoại, Giao Điểm, Trăm Con...* qua nhiều bút hiệu khác nhau.
Giám Đốc Kỹ Thuật Vùng cho đại công ty Hóa Chất Rohm and Haas đặc trách vùng Á Châu Thái Bình Dương và Việt Nam.

Tác-phẩm đã xuất bản:
- *Con Đường Trước Mặt* (bút ký, Tân Thư 1994)
- *Tình Đông Phương* (thơ Nguyên Lương, Võ Tá Hân phổ thành ca khúc)

Mười tám năm hợp tan

Mười tám năm trở lại
Con đường xưa lạ tên
Căn nhà xưa ủ dột
Người xưa làm sao quên!

Anh về thăm nhà cũ
Vườn xơ xác hoa gầy
Trên ghế buồn bụi bám
Không ai còn ngồi đây.

Anh chưa về đã biết
Mười tám năm hư hao
Nhưng anh nào có biết
Ta còn gì cho nhau?

Anh đi chiều nước đổ
Áo dài em sũng mưa
Nón che đầu không đủ
Khóc trong lòng như mưa

Da nâu mùi biển mặn
Tóc đen bạc nắng trời
Dấu trong lòng ray rứt
Những chiều xưa mưa rơi

Anh về thăm không gặp
Nhìn cô bé hao hao
Mười tám năm qua vội
Như là giấc chiêm bao

Cũng còn đen ánh mắt
Nép vành nón ngây thơ
Cũng còn xanh mái tóc
Đâu những mùa xuân xưa?

Con em giờ đã lớn
Tuổi mười tám xa nhau
Em không còn muốn nhớ
Những ngày xưa thêm đau

Mười tám năm xa lắc
Mười tám năm hợp tan
Ngút ngàn như biển rộng
Xót xa đời mênh mang

Cho ta nhìn trong mắt
Truyền hơi ấm bàn tay:
"Mẹ về cô thưa lại,
Ta rời quê hôm nay"...

Tình đông phương

Chiều bên sông người đi người ở lại
Cồn cát trơ vơ lặng ngắm nước sông xanh
Bèo trôi dạt, thuyền khua mái động
Đôi bàn tay, che giấu lệ long lanh

Đêm Đông Phương, ơi hời! Buông mấy nhịp
Vụng đường tơ xe chỉ mấy cho vương
Đường còn dài, truông đá mòn dấu cỏ
Mái tóc mơ hồ hương gió thuở còn thương

Người ra đi mang theo màu áo cũ
Mang cánh chim trời một thuở cùng bay
Ôi! Từ buổi hao gầy sương nhuộm tóc
Đã biết chia xa dù nắm chặt bàn tay

Em Đông Phương, mắt đen trời đất khách
Ta từ xưa trí nhớ về kinh thành
Áo Đông phương phất phơ hai vạt mỏng
Hồn ta đau, thấm máu nghĩa non xanh

Bên kia sông người có vui hạnh phúc
Bên này sông ta giữ trọn lòng đau
Rượu cạn ly sao còn đầy nước mắt
Đã chia tay, tơ tóc nghĩa gì đâu?

Một thuở hẹn hò, một chiều giã biệt
Gió Đông Phương căng nhập cánh buồm ma
Nắm tay người, níu áo người giữ lại
Gió về đâu? Cuốn mất cuộc tình ta

Tình Đông Phương người ơi giờ bất hạnh
Tối đốt trầm hong lại mấy bài thơ
Chôn mộng cũ bên cồn lau sậy mọc
Mắt môi xưa lồng lộng đến bao giờ?

Đêm trăng trên vịnh Hạ Long

Em là nước, chờ anh về biển lớn
Là nắng chiều trên sóng gợn hình mây
Thuyền ra vịnh, chở hai ta đi mãi
Gió tung buồm theo hướng mắt xa xôi

Mênh mông quả như tình em vô tận
Xa bến bờ, em hỡi! Ta về đâu?
Làn tóc xõa che ấm chiều sương lạnh
Đôi môi hồng, em khẽ nói: Yêu thôi!

Giữa trời nước, dưới mây, trên biển lớn
Vui hôm nay, đâu cần biết ngày mai
Giữa trùng dương, nhấp nhô trăm đảo nhỏ
Giữa đời anh, em chợt đến không hay

Chim hải âu bay ngày đêm mỏi cánh
Anh giang hồ về quỵ gối bên em
Tay tha thiết vuốt xuôi đời mệt nhọc
Nụ cười vui như cánh cửa nhà quen

Em là nước, tuôn xuống từ miền núi
Mát lòng anh, ngụp lặn đáy sông sâu
Chảy ra biển mặn uôi dòng nước mắt
Như giọt tình ca chia sớt cho nhau

Vịnh Hạ Long dưới nắng chiều rơi rớt
Đỉnh núi cao che khuất bóng hoàng hôn
Em ru nhẹ: Chờ trăng lên đánh thức
Biển trùng trùng, sao Hôm mọc chênh vênh

Thuyền đi lạc giữa trăm ngàn đảo nhỏ
Đêm về khuya trăng sáng rọi biển đen
Thuyền ơi! Thuyền, đưa ta về Cẩm Phả
Quê em nghèo, nhưng tình em mông mênh.

Nguyên Lương

NGUYÊN NGHĨA

Tên thật Nguyễn Nghĩa, sinh năm 1952, tại Sài Gòn. Quê cha mẹ tại Bắc Việt. Cựu sĩ quan Việt Nam Cộng Hòa.

Hiện cư ngụ tại Toronto Canada (từ 1987).
Cộng tác với các báo *Tuổi Hoa, Tuổi Ngọc*, trước 1975.
Tại hải ngoại, cộng tác với *Độc Lập, Măng Non* (Tây Đức), *Làng Văn* (Canada). Chủ nhiệm kiêm chủ bút tuần báo *Tự Do* tại Toronto. Nguyên chủ tịch Văn Bút Việt Nam vùng Ontario Canada (1995-1997).

Tác phẩm đã xuất bản:
- *Chờ Chết* (tập truyện, Xuân Thu, Hoa Kỳ, 1989)
- Góp mặt trong tuyển tập *Truyện Hay Hải Ngoại* (Phù Sa, 1991)

Tưởng thấy đâu đây chỗ mẹ nằm

con chưa về nước – mẹ về đất
chảy bao nhiêu suối lệ cho vừa
không đủ thành sông tan ở biển
sánh gì ơn mẹ những ngày thơ

mẹ về với đất – con ngoài nước
nước vời xa sao đất kề gần
chợt trông lại thôi người đi khuất
ôi đường dao cắt ruột vô ngần

con cầm viên đất trong tay nhỏ
tưởng thấy đâu đây chỗ mẹ nằm
viên đất quê người thay đất mẹ
ném vào cơn bão thốc khuya sang

mẹ hỏi thằng con không thấy mặt
mười mấy năm biệt dạng đâu rồi
mẹ không đợi nữa – không về kịp
phút sau cùng cho mẹ nắm tay

cha hỏi con về chăng – tiễn mẹ
ứa máu môi mà dạ thưa không
cha đừng đợi nữa đừng mong gặp
con nghìn trùng về kịp thọ tang

mẹ xuôi chín suối – con không ngủ
lệ suối miên man chảy khắp cùng
chạm tay vào bóng đêm giam kín
tưởng được sờ lên nắp áo quan.

Cha còn nghe tiếng thở dài con

tám năm mất mẹ – buồn chưa dứt
hồn còn đau xé vết thương sâu
nhìn di ảnh nến soi vàng vọt
giọt lệ nhiều khi ứa bất ngờ.

bỗng vỡ òa ra thành tiếng nấc
hồn sớm nay thêm vết chia lìa
trời trở xám màu mây tang tóc
đời mùa đông, người khóc cha đi.

ứa đi! này lệ, thành mưa đẫm
nước mắt muôn đời vẫn chảy xuôi
lệ ơi, nghĩa mẹ ân cha nặng
chảy giùm tôi dốc ngược lên trời!

lúc cuối đời cha khi ngã bệnh
nhắc, thằng con mất dạng đâu rồi?
hăm mốt năm trời hun hút bóng
cơ hồ không nhớ có cha đây.

tám năm mẹ mất – không về được
đủ suốt đời ân hận nghe con!
nghe nhắc con thêm buồn đứt ruột
cha trông con sẽ đợi mỏi mòn.

van cha, cứ thế, con ngồi lặng
nói sao, hà cớ chẳng về thăm
thâm ân cha mẹ cho đời sống
cân thước đâu đo nổi vô cùng!

lỡ có là chim, còn hiểu được
vì đâu, biền biệt tận chân mây
làm kiếp người sao con chọn nghiệp
dang cánh bay tít tắp đường dài?

sớm nay tin vội: cha yên ngủ
nhắm mắt rồi chưa thấy mặt con
mơ hồ nghe tiếng cha trong gió
con con ơi bất hiếu chưa từng!

cố dõi mắt trông ngoài vô tận
thấy gì đâu người khuất núi xa
chỉ thấy bóng con đầu cúi xuống
tay run run bưng mặt đầm đìa.

hồn thương tiếc gửi cùng nhang khói
tro bụi: cha, vừa rắc xuống sông
nước chảy dòng xuôi hay ngược lại
cha còn nghe tiếng thở dài con?

Yêu dấu

Anh hiểu lòng em khi mỗi sáng
nghe giọt cà phê nhỏ đậm đà
anh ngó mơ hồ mây lãng đãng
thấy êm đềm trải suốt trời xa

Anh nhận ra đời khi mở cửa
gió lên hắt bụi mắt cay mù
xe qua khói mịt che hơi thở
nhắc nhớ anh ngày lại bắt đầu

Anh nhận ra người khi cất tiếng
chào nhau ngày đẹp cuối tuần vui
quay đi bình thản xong câu chuyện
ai bận tâm chia ngọt sẻ bùi

Anh biết ẩn tàng trong cái ngọt
mỗi ngụm cà phê có đắng môi
cái đắng không sao từ chối được
như mảnh đời trộn lẫn buồn vui

Anh hiểu lòng em khi mỗi sáng
ngắm nghía bàn tay khuấy muỗng đường
anh gửi mơ hồ trong tĩnh lặng
yêu dấu đời nhau mắt nói giùm.

(tháng ba, 2000)

Nguyên Nghĩa

NGUYÊN SA

Tên thật Trần Bích Lan, sinh ngày 1-3-1932. Bút hiệu Hư Trúc. Trước 1975 hiệu trưởng trường Văn Học (Sài Gòn). Du học ở Pháp về năm 1956, giáo sư triết trung học Chu Văn An và một số tư thục, và phụ khảo tại Đại học Văn khoa Sài Gòn. Ông chủ trương tạp chí *Hiện Đại* (1960), *Nhà Văn* (1-1975, cùng Trần Dạ Từ) và cộng tác với nhiều tạp chí khác. Sĩ quan khóa 24 Trừ Bị Thủ Đức và phục vụ tại trường Quốc gia nghĩa tử.

Năm 1975, di tản sang Pháp, 1978 định cư ở Hoa Kỳ. Làm báo (*Đời, Phụ Nữ Việt Nam, Dân Chúng*), làm xuất bản (Cơ sở Đời) và mở trung tâm băng nhạc. Ông mất tại Quận Cam, California ngày 18-4-1998.

Tác phẩm đã xuất bản trước 1975:

- Thơ: *Thơ Nguyên Sa* (Sáng Tạo, 1957; tái bản: Tổ hợp Gió, Trí Dũng, 1969; Thương Yêu, 1975).

- *Truyện dài: Vài Ngày Làm Việc Ở Chung Sự Vụ* (đăng Trình Bầy số 17-24 (1971), xuất bản 1972).
- Truyện ngắn: *Gõ Đầu Trẻ* (Nguyễn Đình Vượng, 1959; tái bản: Ngôn Ngữ, 1972) – *Mây Bay Đi* (Trí Dũng, 1967).
- Bút ký: *Đông Du Ký* (Nguyệt san Nhân Văn, 1972).

- Biên khảo triết học và văn học: *Quan Điểm Văn Học và*

Triết Học (Nam Sơn, 1960) – *Descartes Nhìn Từ Phương Đông* (Trình Bầy, 1969) – *Một Mình Một Ngựa* (Nguyệt san Nhân Văn, 1971) – *Một Bông Hồng Cho Văn Nghệ* (Trình Bầy, 1967).

- Sách giáo khoa: *Luận Lý Học – Tâm Lý Học* (NXB Ngôn Ngữ) – *Luận Triết Học* (Ngôn Ngữ) – *Câu Hỏi Giáo Khoa Triết Học* (Ngôn Ngữ) –*Socrate* (André Cresson, dịch chung với Nguyễn Hữu Dung; Ngôn ngữ, 1966).

Tác phẩm xuất bản ở hải ngoại:
- *Giấc Mơ* (truyện dài, 3 quyển, Đời, 1991)
- *Nghệ Sĩ Việt Nam ở Hải Ngoại* (nhận định, Đời, 1993)
- *Lịch Sử Ngàn Người Việt* (soạn chung với Lê Bá Chư, Đời, 1995)
- *Nguyên Sa Tác Giả và Tác Phẩm tập I* (Đời, 1991)*, tập II* (1998, sau khi ông mất)
- *Thơ Nguyên Sa tập II* (1988)*, tập III* (1996)*, tập IV* (1998)
- *Thơ Nguyên Sa Toàn Tập* (Đời, 2000)
- *Cuộc Hành Trình tên là Lục Bát* (tuyển tập thơ và bài viết; Đời, 1999)
- *Hồi Ký* (Đời, 1998)

Hoa sen và hoa đào

Em vào tắm dưới hoa sen
Những khe nước chảy những miền hải lưu
Những thuyền lạc dưới trời sao
Hỏi em hay hỏi hoa đào của anh

Chỗ đào có lá sen xanh
Bờ xa cỏ thấp nghiêng mình dáng sông
Tuyệt vời giữa một dòng trong
Đầu sông tóc ướt, lưng vòng biển khơi.

Tiếng hát

Trái tim đang cất tiếng hát, em nói chàng chưa ngủ.

Không phải đâu em, chàng ngủ say lắm rồi đó. Trái tim vẫn có thói quen ca trong khi ngủ. Nó là sinh vật có khả năng hát dù thức hay ngủ.

Em lắng tai nghe, em nói dường như cócả tiếng bè.

Em nói đúng, tiếng bè thoảng xa đã gần lại, đang dâng lên cao vút. Em nói đúng, trái tim đang hát bè. Hát bè một mình. Nó có khả năng cất tiếng ca *ở* nhiều nơi trong cùng một lúc. Không gian không phải là giới hạn của âm nhạc. Càng không phải là giới hạn của những tiếng hát của trái tim.

Em nghe thấy không trong không khí hát bè cất lên ở khắp nơi, ở tĩnh mạch, ở động mạch, ở phế nang, trong thanh quản, giọng ca nam chính lúc trước ở huyết quản vi ti, bây giờ đang ở trong từng chân tóc. Anh biết điều này ngày chàng cất tiếng hát dế mèn. Chàng vẫn ngủ say, nhưng dế mèn thì tung tăng ca hát.

Em nghe một đêm em không thể biết. Em nghe nhiều đêm em phân biệt được tiếng ca của dế nâu khác biệt với tiếng ca của dế gụ, dế đầu đen có giọng ca đứt ruột, dế mai hoa là những nét trữ tình.

Tiếng ca dế gụ ở tuốt dưới ngón chân cất lên hồi lâu, tiếng ca dế đầu đen mới trả lại tâm tình từ nội nhĩ. Tiếng ca của dế nâu trong những mạch máu ở võng mô, tiếng ca của dế mai hoa đâm lên từ những trồi vị giác. Tới nửa khuya tiếng hợp ca của đêm, của núi rừng, của sương khuya, của thảo mộc trùng điệp cất lên.

Em hỏi có tiếng ca của mưa không? Có chứ. Trái tim bỏ đi bất tử mà em. Khi nó ra khỏi lồng ngực làm một vòng trái đất lúc trời mưa, ban đêm sẽ là những khúc ca mưa. Bài hát nói, chả biết có đúng không, có những giọt mưa lạnh, có những giọt mưa nóng, có những giọt mưa ngọt, có những giọt mưa mặn, có những cơn mưa âm thanh, có những cơn mưa lặng im, trái tim mở mắt ra nhìn thấy anh đứng lắng nghe nhẹ nhàng hỏi anh có nghe thấy không, những tiếng lặng im...

Nó nói âm nhạc hữu âm là một phần của nhạc vô âm. Trong các loại âm nhạc vô âm nhạc biển và nhạc mưa âm vực có khoảng cách xa của hai đầu vô cực.

Em hỏi trái tim đang ca bản gì đấy anh? Em nói em nghe thấy tiếng gọi. Đúng vậy, tiếng gọi của một khu rừng. Người không hiểu âm nhạc nói đây là tiếng gió, em rất tinh tế, em biết là khu rừng cất tiếng gọi.

Em nhìn xuống phía dưới những đám mây, em cười khúc khích và nói có tiếng cười, em gật đầu thích thú nói thêm tiếng cười khúc khích của dòng sông.

Em ngả người lên đám mây, tà áo đùa vui với đám mây có lúc cùng màu có lúc khác màu trong chuyển động.

Trái tim đã ca xong bản tiếng cười của dòng sông, đã xong luôn bài màu áo và màu mây. Trái tim không so sánh màu áo và màu mây hay ngược lại như các thi sĩ. Lời ca của chàng có lúc nói về tà áo trôi ngang mặt trăng dừng lại trò chuyện, lúc khác nói về những đám mây ở trên vai, những cụm mây trên ngực, nói ước mơ có cụm mây bay đắp lên thân thể hằng đêm.

Chuyển động là một tổ chức. Có đồng cỏ. Có hoa vàng. Có nụ hôn. Có biển. Có biển lớn hơn biển. Có đam mê lớn hơn đam mê. Có bầu trời ngoài bầu trời. Có những tiếng nói không có nghĩa. Tiếng nói có thực sự có những ý nghĩa mà chúng ta gán cho nó chăng? Tiếng nói thực sự có ý nghĩa gì chăng? Có tiếng thở rạo rực. Có tiếng nói ở ngoài tiếng nói.

Hôm nay trái tim bỏ đi thật sớm. Nó nói hôm nay nó về trễ. Mà nó về trễ thật. Nửa khuya đã trôi qua từ lâu. Trái tim đã đi qua những đâu? Có tới đồng cỏ không? Sao tổ khúc có bài đồng cỏ? Có tới biển không? Đó là biển hay biển lớn hơn biển? Sao những tiếng vang trong từng vi ti huyết quản thẳm sâu hơn biển? Bầu trời ngoài bầu trời ở đâu? Đam mê lớn hơn đam mê ở đâu? Thế giới của những tiếng nói ở ngoài tiếng nói ở đâu?

Em không trả lời.

Cám ơn em.

Em đã nằm xuống bên chàng.

Cám ơn em.

Em đã đi vào buổi bình minh trong veo
Ở trong giấc ngủ.

Em đã cất lên tiếng hát.

Có cả tiếng bè,

Cám ơn em.

Nói chuyện với Phạm Công Thiện

Người vào tịnh thất sống ba năm
Cất tiếng không lời để nói năng
Buổi sáng thinh không chiều tới chậm
Tiền kiếp chen vô cạnh chỗ nằm

Ta muốn cùng người một tối nay
Đầu sông uống rượu cuối sông say
Người trên sườn núi, ta từ biển
Tự giác mơ nào đã tới đây?

Dưới bóng tường im, giữa nhạc không
Đời đang phía trước bỗng mông lung
Thơ như hữu thể mà vô thể
Có cũng xong, mà không cũng xong

Sáng dậy ta nhìn tục lụy ta
Những đi không tới, đến không ngờ
Xóa luôn thì dứt, nhưng tâm thức:
Kinh Pháp Hoa nào dậy cách xa?...

Trong chín ngàn âm có hải triều
Còn thêm một kiếp nữa phiêu lưu
Này người bỏ sóng sang thuyền tĩnh
Nhớ đứng chờ ta ở cõi siêu...

Tháng Giêng và anh

Chào tháng Chạp, hôm nào thì đến Tết?
Em mặc áo xanh hay mặc áo thêu hồng
Đầu trời mây ở dưới áng mi cong
Em có muốn anh giữ giùm phân nửa?...

Tháng Giêng và anh vươn vai và mở cửa
Trời trên cao, em cũng ở trên cao
Tháng Giêng cho anh một nụ hoa đào
Anh gởi cho em một trời mộng tưởng...

Bài hát đó mang cho anh hò hẹn
Em nhớ mang vàng cho cúc, ngọc cho lan
Mang cầu vồng cho khoảnh khắc mưa tan
Và một chút vai em cho huệ trắng...

Con chim én cùng với thơ bay trong nắng
Trên môi anh dường có ngọn cỏ thơm
Là ngón tay nào trong mười ngón tay em
Có cả nụ hôn đầu quanh quất đó...

Tháng Giêng và anh rủ nhau ngồi dưới phố
Tô môi hồng xin nhớ cánh sen non
Tháng Giêng chờ một chút lượng xuân em
Nụ cười đó, anh chờ xuân vĩnh viễn

Tháng Giêng và anh rủ nhau châm điếu thuốc
Điếu thuốc đầu năm và điều thuốc đầu ngày
Vòng khói tròn khuyên phía trái, bên tai
Tà áo em có nhánh cười trong vũ điệu

Tháng Giêng và anh rót đầy trong ly rượu
Một góc trời âu yếm, khúc bolsa
Yêu cuộn tròn trong tám chữ mây qua
Khi em tới lượn vòng trên mái tóc...

Nguyên Sa

Nguyên Sa by Tạ Tỵ

NGUYÊN VŨ

Tên thật Vũ Ngự Chiêu. Sinh ngày 6-10 năm Nhâm Ngọ (tức ngày 22-11-1942) tại Phụng Viên, Bình Giang, Hải Dương.

Từng theo học trường tiểu học Hải Dương (1949-53), trung học Nguyễn Bỉnh Khiêm (Hải Dương, 1953-54), Phan Châu Trinh (Đà Nẵng, 1955-58), Hồ Ngọc Cẩn (Gia Định, 1958-60), Chu Văn An (Sài Gòn, 1960-61), Đại học Khoa Học (1961-63), Đại học Văn Khoa (1967-74), Đại học Wisconsin – Eau Claire (1975-77), và Đại học Wisconsin – Madison (1978-84).

Sĩ quan Trừ bị khóa 16 Thủ Đức, Binh chủng Pháo binh, từng phục vụ tại nhiều đơn vị, kể cả Pháo Binh Dù. Rã ngũ ngày 28-4-1975.

Tác giả của hơn 30 tác phẩm dưới bút hiệu Nguyên Vũ, 5 biên khảo chính trị dưới bút hiệu Chính Đạo, và 4 biên khảo sử học với tên thật Vũ Ngự Chiêu.

Hiện định cư tại Houston, Texas, Hoa Kỳ.

Paris, mười năm sau...

Những lá thư đến không có hồi âm. Sách, báo hắt héo nỗi buồn lãng quên trên thảm, trên giường, trên ghế. Những người con gái đến rồi đi, những sợi tóc còn lại, một thoáng vô tình bắt gặp trên kệ sách, trong hộc tủ. Những lớp học chan hòa tiếng cười nói vô tư lự của tuổi trẻ mà những ước mộng không vượt quá số điểm cuối khóa hay những hẹn hò cuối tuần, những ly bia sủi bọt, những ly rượu mạnh chếnh choáng, nghiêng đảo sóng nhạc, những vòng tay và môi hôn hối hả, vội vàng như sợ thời gian qua mau, không kịp sống cho hết một thời thanh xuân ngà ngọc. Những ngày bão tuyết, gió tê cóng chém xả xuống mặt mũi vô tri, lòng tê hơn gió, cóng hơn những ngón chân tội nghiệp mà đôi giày rẻ tiền không đủ bồi giúp chút hơi ấm nhỏ nhoi. Chẳng mong gì nắng lên, dù vẫn những mảng nắng vàng rực rỡ, thân yêu của một trời nhiệt đới đã xa khuất. Càng vàng nắng, càng xanh trời, lạnh thêm thấm thía – cái lạnh của những lưỡi bào bén lạnh xẻ cắt thịt gân, cái lạnh của những mảnh băng li ti cứng đọng trong huyết quản. Những sợi tóc trắng cũng không thể lẩn khuất, trốn vùi, đào ngũ trong mái tóc mướt xanh thuở nào, những sợi tóc bắt đầu rơi rụng, mòn hao như chút hào khí và nghị lực thường tự nhủ không thể lạnh tắt, ít nhất lúc này, nơi xa lạ này. Dù chẳng biết được gì và tới đâu hào khí ấy, nghị lực ấy – Hơn chăng nắm tro tàn của thằng bạn anh hùng rơm đã loãng tan trong lòng biển cả? Hơn chăng những nấm mồ tử sĩ trắng xóa những triền đồi nghĩa trang Biên Hòa, giờ đã bình địa?

Ở đây đang là mùa Đông. Mùa Đông để mòn mỏi ngóng đợi Xuân về, và rồi, ngay khi mùa Xuân chưa kịp qua trọn, hẳn sẽ lại bắt đầu trông chờ một mùa Xuân khác. Không phải mùa Xuân mang đến hy vọng, mà hy vọng cho mùa

Xuân sự đợi chờ. Nỗi đợi chờ thui thủi, héo hắt của gã đắm tàu trên hoang đảo. Nỗi đợi chờ mê hoảng của những thân thể trơ xương trên con thuyền nhỏ lênh đênh giữa đại dương bỗng im vắng khác thường sau những ngày sóng to gió cả. Nhưng không được là nỗi đợi chờ của những thân mộc chết khô ngoài kia, những thân mộc đang vươn với lên vòm trời mờ đục những ngón xương xẩu, co quắp nám đen của những gã lính chết cháy trên đường 9 Hạ Lào, chết cháy ở Quảng Trị, Tân Cảnh, An Lộc, Thường Đức, hay những tuổi trẻ, tuổi già không còn hình dạng, khi lửa Napalm đã tắt, đoàn quân đã qua, chỉ tiếng khóc than còn lại, khối sương chiều mờ lan, xám lạnh những dòng sông, lạch nước quanh năm réo gào uất hận.

Ở đây đang là mùa Đông – mùa Đông thứ mười kiếp lưu dân. Không phải những mùa Đông quen thuộc của tiểu bang Trung Bắc Mỹ ấy. Mà Paris – kinh đô ánh sáng – một thời vinh danh như trung tâm văn minh "Thái Tây". Đúng hơn, Ivry-sur-Seine, thủ đô của đảng *Cộng Sản Pháp*, nơi sáu mươi năm xưa Nguyễn Tất Thành thường lui tới dưới bí danh Nguyễn Ái Quốc, đảng viên *Xã Hội Pháp*, và rồi đảng viên *Cộng Sản Pháp*. Những buổi mai xám mờ sương lạnh – Những hoàng hôn sắc buốt gió cuồng – Những chiều nhàn nhạt thức mây. Con hẻm đá lát đổ xuôi về hướng hầm *Métro* rét mướt. Nhố nhăng, nghiêng ngả cơn say những gã *clochard* dơ bẩn trên thềm hầm. Những trái tim muông thú, những cái lưỡi không xương của loài rắn trong hình hài thế nhân. Như lời chúc dữ tiền thân xưa, ngược xuôi một bóng giữa trời xa, người lạ, ở một lục địa khác. Nhưng từ đài sen trong trái tim, từ trung cung của những tùy não, vẫn vang động thổn thức, bồi hồi của trời quê xưa – bên kia bờ đại dương – nơi khói lửa vẫn âm ỉ, bập bùng.

Nhưng nước mắt của chú bé trên sân ga Hải Dương, nước mắt của buổi trưa tháng Chạp ba mươi mốt năm xưa ở từ một boong tàu vọng nhìn hải cảng Hải Phòng, hay của buổi trưa căm căm lạnh trên vụng biển Côn Sơn đã khô kiệt, đã ép đọng như lớp tuyết vạn niên trong lòng. *Nếu còn được nước mắt...* Nhỏ bé biết bao, một ao ước. Vậy mà cũng đủ hai con mắt mở, những đêm dài thức trắng đã thành tật, dù một chữ không còn thể lọt vào khối óc bệnh xám, và những trang sách bỗng uốn lượn cong queo, hỗn loạn như những tấm bản đồ một-trên-trăm-ngàn nhầu nát, nhem nhuốc nước kinh rạch, bùn lầy.

    Mười năm... Thưa vâng, bạn ta, đã bao đêm thật dài khó dỗ giấc, năm đó, hai con mắt mở. Ánh điện được tắt đi cho bóng tối giúp che khuất những gai góc bén lạnh của trùng trùng, lớp lớp ba đào hồi tưởng, mờ mịt cát đá con lốc nhục nhằn phần thân đào binh đất khách. Những điếu thuốc được thắp lên để thấy mình ở đó – trăm ngày đêm đứt ruột, vỡ tim, nát óc trong trại tập trung Fort Chaffee; nhìn mình, nhìn ảo vọng và lớp sương mù nghi hoặc loãng tan, trơ phơi những mắt đá tai mèo; nhìn người con gái mình đã yêu thương như một cơn mê suốt mười năm dài và vực thẳm mù sương mỗi ngày thêm xa cách, mất mát, nhìn về tương lai, tương lai đêm bão bùng biển động, tương lai trắng mù nghi hoặc của đáy thẳm xã hội Mỹ, nơi những di dân còn cả triền cao ngọn đỉnh Everest phải vượt qua để tạo dựng đời mới. Rồi, hai năm... Eau Claire – *Nước Trong* – của lá đỏ mùa thu, của những đóa hoa tuyết đầu tiên, của những tình thân quí khó phai mờ, của căn phòng nhỏ hẹp, tồi tàn bắt gợi nhớ mùi hôi hám, oi nồng của căn phòng giam An Ninh Quân Đội số 13, nơi những chú rệp háu đói có lẽ đã bắt đầu bị đồng loại xa lánh vì một lần, trót dại, bòn hút máu tôi cho sự sinh tồn. Lạnh buồn hơn, sáu năm thân đơn bóng chiếc Madison, trí tuệ khai sáng mà tuổi trời ngày một mòn hao. Và rồi, những chuyến vượt đại dương, phiêu lưu Âu, Á, Phi, Mỹ. Đối mặt với bao gian dối, điêu ngoa của cuộc sống đắm chìm trong vũng lầy vật bản. Nên đã bao lần thoáng nghe chồn mỏi gót lãng du, âm vang đáy thẳm hồn sâu những u uất, hờn tủi của kẻ sinh lầm thế kỷ...

Mười năm... Mùa Đông thứ mười giữa lòng Paris, đọc và nhuận sắc những điều đã viết mười năm xưa trước khi trao cho nhà xuất bản tập bút ký *Xuân Buồn Thảm* này. Những cảnh, những người, những tâm động của một khoảng thời không vỡ tim, nát óc còn kích xúc lên hệ não những bồng bềnh, chếnh choáng của cơn mộng dữ. Và rồi, như trong cơn địa chấn, như phiên chợ ma, như ngày đại hội của những vong hồn uổng tử – trong tô – nghiêng đảo tiếng pháo bom cày nát ruộng đồng, làng mạc, ngạo nghễ nhảy múa những ngọn lửa hồng, những cuộn khói xám chì mờ phủ mục tiêu, những thây ma vỡ nát, phình trương, chết đủ cách, đủ kiểu. Trong tôi, gợn lạnh tiếng thét rú thê lương của những kẻ bất đắc kỳ tử giữa trận tuyến, hay được khéo léo ngụy trang, che lấp bằng bản nhạc quân hành, những bản cải lương mùi mẫn từ những chiếc loa phóng thanh của một trại cải tạo hay một trại giam cứu. Trong tôi, chập chờn nghiêng đảo những khuôn mặt phình tròn, dư thừa da thịt và lạc thú, nhói buốt những tiếng cười khả ố của bầy quạ ưng chiến tranh nơi trà đình tửu quán, công viên hay các dinh thự. Trong tôi, khảm khắc xuống thật sâu những nếp nhăn khắc nghiệt của thời gian và cơ khổ trên khuôn mặt ông lão 70 đang oằn run dưới gánh củi độ nhật trưa cháy nắng thung lũng Quế Sơn; khô cằn rễ khoai, rễ sắn cứng như đay gai giữa hàm răng sữa của đứa cháu Nông Sơn vừa dứt vú mẹ. Trong tôi, hình ảnh những con tàu địa ngục vượt Thái Bình Dương mùa Xuân năm nào, những hình hài rũ mỏi, tả tơi trên những con lộ máu dẫn từ cao nguyên về hướng biển, từ Quảng Trị, Thừa Thiên đổ vào hay Quảng Tín kéo ra Đà Nẵng, những hoảng kinh thô bạo của bầy thú điên trên những tầu, thuyền "tìm tự do". Trong tôi, như lửa bốc, như gió cuồng, như mật đắng.

Cũng đã hơn một lần tự hỏi được gì, và tới đâu, những

hàng chữ vắt tim, ép óc này? – Dĩ vãng đã qua, tại sao không thanh thản để sống? – Quên đi, mảnh quê hương nghèo nàn nhiệt đới đó, thảm kịch đó. Không ai có thể cuốn ngược sợi chỉ thời gian trên tay con trẻ... Hơn nữa, thân phận đã đổi dời. Gã lính tội phạm của chế độ miền Nam xưa đã cải dạng người học sử. Dẫu chiếc mũ bằng, tấm áo thụng và bậc tột cùng của khoa bảng chỉ mớ vật ngoại thân phù ảo, chúng đủ giúp quên, sống một đời mới.

Nhưng tự thẳm cung hồn mình, tự hiểu, khó thể quên, đúng hơn, còn nung nấu, thiêu đốt nỗi nhớ. Những núi đồi, kinh rạch, làng mạc, thị trấn ấy. Những giấc cồn rêu, luộc chuối xanh lót dạ. Những phản bội đớn nhục của lũ con buôn chiến tranh, hiện đang khai mở những túi đô-la, vàng bạc, châu báu tanh tanh máu đồng chủng để mưu cầu danh lợi nơi hải ngoại. Loài nhặng xanh lại bắt đầu cất tiếng vo ve. Bầy heo bắt đầu khoác đeo nhung phục, lượt là áo gấm mệnh phụ. Những tên con buôn mới đã và đang ló dạng, nhe nanh múa vuốt.

Cái sứ mệnh người cầm bút – một nhà văn – không còn cho phép im lặng. Bức tranh thủy mặc của một thảm kịch, bởi thế, không có quyền xếp kỹ đáy rương, chờ ngày mục nát. Tấm kính chiếu yêu phải được lau sạch bụi thời gian...

Mười năm...

Trên cao cha vẫn còn u ẩn
Đợi bóng con xa đạp sóng về.
Tử sĩ reo mừng khua trống trận,
Chiêu hồn viễn khách hát trời mê...

Bốn câu thơ cảm khái ấy đã được viết một buổi trưa cuối năm, khi chiếc *Boeing 747* hạ thấp cánh cho hành khách nhìn xuống dải đất Nam Việt Nam mờ mịt mây mù, biển Nam thẩm xanh, những nhánh núi đảo Côn Sơn xuyên chĩa lên đáy mắt mọng cay những mũi kim buốt tê kích động. Nhưng nỗi ước mơ, lời nguyện sẽ trở về không chỉ đột khởi sau mười năm đèn sách. Nó nung nấu, thiêu đốt, soi chiếu tôi, cho tôi nghị lực để sống, để vượt qua bao hổ nhục một đời lưu dân. Nó cho tôi niềm kiêu hãnh giã từ xác chết mình, vươn cao lên, hòa mình vào dòng sử dân tộc –Sống trong niềm cực kỳ hoan lạc của người hành hương không đạo bào, không giáo phẩm – sống thanh thản, không hoài nghi về đường mình đi, không hờn giận vì những tà áo vu nghiễn phất phơ giữa những cộng đồng lưu dân, nơi người Việt qui tụ, nhưng hồn Việt đã chừng mất tích. Thưa vâng – Như giọt nước trên cánh lá sen, lăn xuống cống rãnh, hè đường, khóm hoa, ngọn cỏ, nào có xá chi. Không, cũng chẳng cần vịnh nhi qui, ca hát mà trở về.

Trở về. Có thể ai đó sẽ ngộ nhận, về một tham vọng chính trị trong tôi. Một mưu toan khuấy cuộc binh đao. Phổ thông hơn, kháng chiến hay mật khu. Dẫu tài năng thô thiển, trí lự hạn hẹp, tôi tự hiểu sẽ là cuồng vọng khi bàn chuyện kháng chiến, mật khu lúc này. Tôi chống mọi tập đoàn cầm quyền, bạo ngược phi nhân dù che khoác bất cứ thứ y bát, đạo bào nào. Nhưng tôi không và chẳng bao giờ có tham vọng chính trị. Mười năm đèn sách ít nữa cùng mở ra cho tôi một nhận xét tổng quát về thế cờ quốc tế và quốc nội, để tiếp tục nuôi dưỡng ngọn lửa chống *đổi* bạo lực thuở nào.

Trên trường chính trị quốc tế, trận chiến Cộng và chống Cộng đã mất cường độ của bốn thập niên trước. Tại Hoa Kỳ, trung tâm và niềm tin của mọi nỗ lực chống Cộng, người ta bắt đầu nói về khuynh hướng *"Cộng Sản Quốc Gia"*. Trong khi đó chiến cuộc Việt Nam còn lưu lại trong lòng người Mỹ những vết thương chưa kịp hàn gắn. Mưu cầu viện trợ Mỹ trong việc "chống Cộng", ở thời điểm này, là không tưởng.

Xuống thấp hơn một bậc nữa, là nước Pháp và hai cường quốc Á Châu Trung Hoa và Nhật Bản. Với những khó khăn nội bộ, sự giúp đỡ của người Pháp nếu có – chỉ là hỗ trợ tinh thần và vật chất hữu hạn cho một vài công tác tình báo nào đó.

Nhật Bản thì chẳng có gì để thiết tha với Đông Dương nói chung, Việt Nam nói riêng. Nước duy nhất có thể nhờ vả là Trung Quốc. Chính nhờ sự trợ giúp của Trung Quốc – từ thời Tưởng Giới Thạch tới Mao Trạch Đông –*Đảng Cộng Sản Đông Dương* và Hồ Chí Minh đã có cơ hội cướp chính quyền vào tháng Tám 1945 – tiếp tục kháng Pháp từ 1945 tới 1954 – và, sau này, thôn tính miền Nam. Nhưng người ta tự hỏi thực chăng Trung Quốc sẽ giúp đỡ những người "chống Cộng" lật đổ chế độ Hà Nội? Ai là người đủ khả năng thuyết phục họ? – Tôi vững tin rằng người ấy không thể từ một nhóm trí thức, khoa bảng nói nhiều hơn làm của Nam Việt Nam, hay bọn dùng kháng chiến làm phương tiện mưu sinh. May mắn lắm những phần tử này chỉ được sử dụng như cán bộ tình báo hạng thấp. Suy tôn chúng như thần tượng, lãnh tụ kháng chiến là nhục mạ lịch sử – Cho dẫu chúng bị chính quyền Hà Nội bắn giết hay cầm tù. Phần những gã con buôn chiến tranh cũ – từ Bảo Đại tới Nguyễn Văn Thiệu, cùng tập đoàn – dẫu tham vọng chúng vẫn còn, không một ai tin chúng. Chính phủ Trung Quốc, tôi nghĩ, nếu tiếp xúc với chúng hẳn cũng không thể coi trọng chúng. Còn những người trẻ Việt Nam đã từng đổ mồ hôi và máu trên quê mẹ và từng là nạn nhân của cuộc chiến ba mươi năm dài? Dù bầu nhiệt huyết còn đầy, dù giấc mộng đạp sóng về còn nung nấu, tuổi trời ngày thêm chồng chất. Kẻ thù chính của họ không chỉ Cộng Sản mà còn có thời gian – thời gian lạnh lùng, cay nghiệt. Chỗ dụng của họ chỉ còn có thể là cấp cán bộ chỉ huy, hay huấn luyện. Những thế giá không cao.

Một nguồn yểm trợ khác nữa là các nước Đông Nam Á. Nhưng chẳng nên kỳ vọng nhiều. Nam Dương, nước to lớn nhất trong vùng, sẽ chẳng bao giờ đủ khả năng hay thiện chí giúp đỡ chúng ta. Mã Lai thì ngập gối trong những vấn đề nội bộ – như sự tranh chấp giữa dân gốc Mã và Trung Hoa. Sư Tử Thành (Singapore) chỉ có thể là một trung tâm tình báo. Kẻ tìm đến cái quốc gia vỏn vẹn một hải cảng ấy sớm muộn cũng trơ phơi vai trò chuyên viên tình báo, hay những tay sai rẻ tiền. Còn Thái Lan – nước Ý của Viễn Đông – trông cậy gì ở sự giúp đỡ của họ?

Trở về – Bởi thế ở thời điểm này, là điều khó thực hiện. Khó thể xây dựng lại một đạo quân hiện đại tương tự như những ngày trước năm 1975. Đế quốc Nga không bao giờ chịu bỏ Đông Dương, nếu chẳng có một biến chuyển trọng đại trên chính trường quốc tế. Tại nội địa Việt Nam, dù cuộc tranh chấp quyền lãnh đạo đang âm ỉ, chờ ngày bột phát ngay sau khi lớp lãnh đạo 1945 đã chết, giáo điều Cộng Sản sẽ vẫn tồn tại. Ngồi dưới gốc cây chờ sung rụng – tức chờ Việt Cộng tự đánh nhau mà chết – là một thái độ nực cười.

Tuy nhiên, khó thực hiện không có nghĩa không thể thực hiện. Dù khởi đầu từ âm số, vẫn phải khởi đầu. Hãy biến các cộng đồng hải ngoại thành những hậu phương yểm trợ tốt. Quên đi những tị hiềm cá nhân, những danh lợi phù du. Than thở về những thân phận "Nô Lệ Mới" có phần đúng nhưng chưa đủ. Hãy nắm lấy cơ hội này, học thêm cái hay, đẹp của nước người. Sự yếu đuối, chậm tiến của Việt Nam không chỉ hạn hẹp trong cái gọi là thiếu chính nghĩa hay thiếu lãnh đạo. Chúng ta thiếu, thiếu rất nhiều cán sự kỹ thuật, y tế hay kinh tế tốt. Mỗi chúng ta đều có thể đóng góp của mình cho quốc gia, dân tộc với vị thế một chuyên viên – lãnh tụ chân chính là tinh thần phục vụ mà không phải một vài cá nhân nào – chính nghĩa chân chính là sự sinh tồn của dân tộc Việt.

Tích cực hơn, cần có được những cán bộ quân sự và chính trị tốt gửi trả lại nội địa. Mở rộng các chiến dịch võ trang tuyên truyền, địch vận, dân vận. Năm năm chưa xong, thì mười năm, hai mươi năm, ba mươi năm. Thời gian nhất định ở về phe chính nghĩa của chúng ta. Thế hệ này gục xuống, có thế hệ khác. Lịch sử quê hương, dân tộc ta đã được viết bằng máu xương của bao thế hệ suốt hơn hai ngàn năm qua.

Hẳn đã và sẽ có người muốn rũ bỏ cát bụi Việt Nam còn dính dưới gót chân họ để biến thành những công dân tốt, dù chỉ có thể hạng nhì, của các nước Mỹ, Pháp, Gia Nã Đại, Úc, Bỉ, Tây Đức, Trung Quốc, Hòa Lan, Nhật. Hẳn đã và sẽ có một thiểu số làm giàu một cách bất lương trong việc kinh doanh kháng chiến, mật khu.

Tuy nhiên, tôi vững tin ngọn lửa chính nghĩa Tự Do, Dân Tộc sẽ còn mãi thắp sáng. Trong bạn. Trong tôi. Trong chúng ta. Trong trái tim sáu chục triệu dân Việt, từ Hải Yến tới Đồng Văn.

Sự trở về của tôi bắt đầu từ ngọn lửa chính nghĩa ấy. Ngọn lửa sẽ thiêu đốt những lâu đài vàng mã của tập đoàn cầm quyền bạo ngược, tay sai ngoại bang. Ngọn lửa vinh danh quyền làm người và quyền hiện hữu như một dân tộc, trong cộng đồng thế giới.

Nguyên Vũ

NGUYỄN ÂU HỒNG

Tên khai sanh: Nguyễn Hồng
Sinh quán: Làng Đại Điền Nam, quận Diên Khánh, tỉnh
Khánh Hòa.
Hiện định cư tại Hoa Kỳ.
Trước năm 1975 có tác phẩm đăng trên các tạp chí: Đông
Phương (bút danh Âu Hoài Sương), Trình Bầy, Đối Diện,
tuyển tập thơ văn viết về lao tù; các nhật báo *Tự Do, Quyết
Tiến, Làm Dân* (bút danh Chàng Âu và thường đi kèm với
phóng sự ảnh của ký giả Lê Minh); chăm sóc tạp chí & Nxb
Nhân Sinh (đen) 1970.

Tác phẩm đã xuất bản:
- *Máu Đào Như Nước Lã* (thơ, Nhân Sinh, 1970)
- *Màu Đỏ Lá Trạng Nguyên* (tập truyện, in chung với Trần
Huiền Ân; Hội VHNT Phú Khánh, 1980)
- *Lá Daffodil Thắt Bím* (tập truyện, Thư Ấn Quán, Hoa Kỳ,
2014)
- *Lộc Trời* (tập truyện, Sống, 2015)
- *Truyện & Tạp ghi cực ngắn* (Viết, Đọc, Suy gẫm, Thư Ấn
Quán, 2018)

Mùa tôm

Mùa Tôm năm nay tuy chỉ mới bắt đầu nhưng đã đem một sức sống khác thường đến với những người làm tàu cào ở Port Isabel và những vùng phụ cận: giá sản phẩm tăng, giá xăng dầu giảm thấp nhất sau mười năm.

Vào Đại Mùa, chỉ mấy chuyến biển mà nợ nần đan díu bấy lâu, từ nợ ngân hàng đến nợ tư, đều thanh toán sạch sẽ; lẻ tẻ có người còn đóng bảo hiểm tàu và trả tiền mortgage (tiền nhà) cho cả năm.

Vào Đại Mùa, Port Isabel còn là điểm hẹn của nhiều con tàu từ New Orleans, Baton Rouge, Pensacola, Tampa… Những con tàu này đánh tôm ngoài khơi đảo Padre Island, tiện thể vào Port Isabel để cân tôm và nhận tiếp tế cùng những dịch vụ bến bãi hậu cần khác, góp phần làm cho sản lượng của cảng tăng cao và thêm nhộn nhịp. Đây cũng là dịp để anh em người Việt làm nghề cào tôm ở hai đầu đông và tây của vịnh Mexico có dịp gặp nhau, chưa quen biết thành quen biết, quen biết rồi thì càng thêm thân.

Tuy vậy, cảnh nhộn nhịp ở bến cảng và các khu dịch vụ bến bãi, hậu cần thua xa cảnh nhộn nhịp ở các khu vui chơi giải trí. Không phải ở ngay trung tâm Port Isabel đâu, ở các thành phố phụ cận, xa ánh đèn pin của cảnh sát một chút, "vương pháp" lỏng lẻo một chút. Ở những nơi này, vào Đại Mùa, vừa tắt nắng mặt trời là "chị em ta" túa ra như bướm đêm, lượn quanh các girly bars còn dày hơn hải âu lượn quanh tàu cào những khi lên lưới.

Vào Đại Mùa năm nay Ký Lê đón tiếp hai người khách: một quen được mời, một lạ không mời mà đến. Khách quen ghé chơi rồi đi, khách lạ đuổi không chịu đi.

Khách quen là Mức Trần, chủ tàu vịnh ở Baton Rouge, cặp cảng Port Isabel với tư cách vãng lai. Kể từ đầu Đại Mùa,

Mức Trần đã đi ba chuyến biển. Chuyến đầu cho tàu cặp cảng Galveston, một công hai chuyện, vừa cân tôm – làm hậu cần vừa thăm và cho ông anh vợ ít tôm cá. Chuyến thứ hai, tiếp tục lần theo dấu tôm đi về phía Tây, cặp cảng Corpus Christi, cũng vậy, bù khú với bạn bè cùng quê. Tính đến chuyến thứ ba này, Mức Trần xa nhà đã gần một tháng. Tàu cặp cảng, hai thủy thủ có gia đình mua vé máy bay về thăm nhà, số thủy thủ độc thân ở lại. Tắt mặt trời, thủy thủ đi đường thủy thủ, còn Mức Trần thì từ trưa đã về nhà Ký Lê ở Bayview bày tiệc nhậu.

Hay tin tàu Mức Trần cập cảng Port Isabel, bạn bè trong vùng và bà con đồng hương Cửa Bé – Nha Trang ở Brownsville cách Bayview hai mươi miles cũng kéo đến nhà Ký Lê. Biết dân làm biển thích nhậu các món trên bờ nên anh em đóng góp người thì cu đất, người thịt heo rừng, thịt dê giả cầy… Họ uống rượu mạnh, chữa lửa bằng bia.

Tiệc tan, ngủ một giấc ngắn, thức dậy thấy Ký Lê còn dọn dẹp, Mức Trần nói:

"Không chịu cưới vợ, sống một mình lui cui, cực không?"

"Em nào cũng đến rồi đi, tao biết làm sao bây giờ?"

"Ở miệt này Mễ lậu thiếu cha gì, sao mày không quơ đại một em nào đó? Đừng cầu toàn, miễn sao sạch sẽ, cao ráo là được rồi".

"Đàn bà Mễ ư? Biết họ có chịu ưng mình không, biết họ có chung thủy không? Tiện đây nói thiệt, bệnh vô sinh của tao là do dòng nước quá nóng. Nó giết chết nòng nọc và làm cho bạn tình nóng rát không chịu nổi".

"Sao mày không đi khám? Mày có bảo hiểm mà!"

"Khám chữa mấy năm nay, có ăn thua gì đâu!"

"Y học hiện đại của Mỹ mà cũng chịu bó tay sao?"

"Bó tay. Các bác sĩ nói vô sinh đàn ông do nhiều nguyên nhân, một số chữa được, một số không. Vô sinh do dòng nước quá nóng thuộc loại không chữa được".

"Thôi thì đành chấp nhận không có con, nhưng phải có một người đậu gạo nấu cơm chung sớm hôm hủ hỉ chứ?"

"Số phận buộc như vậy, chịu vậy, tao còn biết làm sao? Cũng may không đến nỗi trơ trụi một mình vì quanh ta còn có bà con, bạn bè, những người luôn thăm hỏi, quan tâm".

Mức Trần muốn uống nữa nhưng trong nhà hết rượu, gần nửa đêm các cửa hàng liquor đều đã đóng cửa. Hai người rủ nhau đến một khu "giải trí" tiện đường nhất vừa uống vừa "rửa mắt". Mức Trần không quen uống rượu không đồ nhắm nên sau vài ly, mua nguyên một chai đem về. (Giá cao hơn ở cửa hàng là đương nhiên).

Nhà Ký Lê là một cái mobilehome đặt trong một khu rừng sồi heo hút muỗi mòng, nhưng là địa điểm họp mặt ăn nhậu của nhiều anh em người Việt. Khi hai người về, gặp một chiếc xe đang quay đầu ra. Lại là bạn đồng hương, xuống ca lúc nửa đêm nhưng thay vì về nhà lại muốn gặp Mức Trần để cụng ly.

Khi người khách "chịu chơi không chịu nổi" này vào nhà, lại xuất hiện một kiều nữ da trắng, tóc vàng, mắt xanh, đi sát sau lưng.

Ký Lê cằm ràm:

"Nửa đêm nửa hôm mày ghé uống với anh Năm ly rượu là đủ rồi, còn kéo theo cái trailer này làm gì?"

"Anh nói trailer nào?"

Ký Lê đưa tay về hướng kiều nữ, bấy giờ Được Võ – người đến muộn, mới biết có cô gái đi theo sau lưng.

Anh ta bị bất ngờ:

"A! Chào cô! Mà này, cô từ đâu tới đây? Tôi có mời cô đâu?"

Cô gái lách qua khỏi Được Võ đến bên Mức Trần:

"Anh không mời. Anh này mời".

Mức Trần bị một phen xửng lửng:

"Tôi mời cô? Cô có nhìn nhầm tôi với ai không?"

Cô gái lách qua khỏi Mức Trần đến bên Ký Lê:

"Anh không mời. Anh này mời. Lúc nãy anh có mời em, đúng không?"

Ký Lê bình tĩnh hơn, nói:

"Đúng rồi, mời cô ngồi. Dù cô là hồn ma bóng quế ngoài rừng sồi Bayview đêm hôm lạnh lẽo vào xin tá túc hay cô là mỹ nhân ngư vừa từ dưới hồ Laguna Madre bò lên thì cũng mời cô ngồi, cùng uống ly rượu cho vui".

Với mái tóc vàng buông từng lọn óng ả xuống vai, cái nhìn xa vắng, đôi môi tím nhạt mơ hồ, thần sắc lơ láo, cô gái lách mình di chuyển giữa ba người đàn ông, lẹ làng mà không chạm vào một ai, không là hồn ma bóng quế thì là gì? Rồi khi nghe Ký Lê mời ngồi, cô vừa bước tới bàn ăn vừa cởi chiếc áo khoác ngoài, bày ra đôi vai trắng hồng và một phần ngực căng cứng, cả ngực và vai đều lạnh ướt, thì trông cô có cái vẻ hoang dã rờn rợn của mỹ nhân ngư! Thêm nữa, từ người cô gái, một mùi xạ hương liêu trai tỏa ra, trong đêm hôm khuya khoắc, có sức mê hoặc như bùa mê cháo lú, một sức mê hoặc không cách gì cưỡng nổi!

"Em tên là Marina Jescica. Em đến từ Cancun, Mexico. Hân hạnh được gặp các anh. Em sẽ hầu rượu mà không cần tiền tip".

*

Sáng đó, đi ăn phở xong, hỏi Marina ở đâu để đưa về thì cô nói không có chỗ để về và xin được tá túc tại nhà Ký Lê ít hôm. Không cho cô lên xe thì cô nài nỉ, đôi mắt đẹp ứa lệ. Té ra, đêm qua khi Ký Lê và Mức Trần vào bar mua rượu, Marina đã leo lên nằm gọn ở băng sau, hiện giờ túi xách của cô vẫn còn ở dưới gầm cầu thang nhà anh. Đành phải cho cô theo về rồi hạ hồi phân giải. Về nhà, đang uống cà phê thì nhận tin chị Thu, vợ Mức Trần, báo sẽ có mặt tại phi trường BRO (Brownsville International Airport) vào lúc 11:30, chuyến bay Alaska 1124. Tin này, làm Mức Trần quýnh lên. Dễ hiểu thôi – sự xuất hiện của Marina trong nhà Ký Lê. Tình ngay lý gian! Rõ rành rành là xa vợ, dẫn gái về nhà bạn, lại là gái tóc vàng mắt xanh, quá lắm rồi!

Ký Lê cũng quýnh quíu. Marina không có người bà con thân thích hay người bạn quen nào trong vùng, mà đem cô đi gửi nhà ai cũng không tiện, cuối cùng đành đem cô đi giấu dưới hầm tàu. Tàu Ký Lê là "tàu hồ" tức tàu nhỏ, trên tàu chỉ có một cái bục gần buồng lái bỏ nệm lên làm giường ngủ và một cái bục dưới gầm, trải chiếu. Ký Lê giấu Marina dưới tấm ván có trải chiếu này. Rồi thấy để Marina ngủ trên tấm chiếu nhơ nhớp không đành, anh đi mua nệm, mền gối mới, chuyển xuống cho cô.

Cũng như những lần ghé thăm trước, chị Thu không thuê khách sạn mà cùng chồng ở lại nhà Ký Lê. Vợ chồng Mức Trần cũng chẳng cần phải thuê xe, Ký Lê giao cho họ chiếc Honda bốn chỗ để đi lại ra bến tàu (khu tàu vịnh), còn anh dùng chiếc truck cũ chở đồ tiếp tế cho Marina (khu tàu hồ). Cũng may mà hai khu cách xa nhau nên không sợ bị dòm ngó. Chị Thu lưu lại hai hôm. Chị đi rồi, hai người đàn ông mới thở phào nhẹ nhõm. Thiệt là một phen hú vía!

Hôm sau tàu Mức Trần cũng nhổ neo ra đi, riêng

Marina cứ một mực xin được trú lại, đuổi đi là bệu bạu, đôi mắt đẹp ứa lệ.

Toàn Bayview và những vùng phụ cận không ai biết Ký Lê có chứa chấp một cô gái tóc vàng mắt xanh trong nhà. Kể cả Được Võ, người đến muộn, cũng cứ tưởng cô gái tiếp rượu anh ta chỉ nghịch ngợm trong đêm tàn, để kiếm tiền tip từ hai chủ tàu, rồi biến đi ngay khi trời sáng. Cuối tuần bạn bè đến nhà Ký Lê ăn nhậu cũng không ai thấy có dấu hiệu gì khác lạ vì trưa thứ bảy nào anh cũng chở Marina ra giấu dưới hầm tàu. Tiện đây nói thêm, nhà Ký Lê được chọn làm điểm hẹn nhờ vị trí nằm heo hút trong rừng sồi, ăn nhậu ca hát không ảnh hưởng hàng xóm, chủ nhà sống độc thân, không sợ vợ con mè nheo, bãi đậu xe rộng tha hồ.

Chứa chấp Marina trong nhà, bất tiện trong sinh hoạt, cản trở việc làm ăn. Đó là chưa nói, biết đâu cô ta là tội phạm trốn lệnh truy nã, hoặc đang có âm mưu gì? Sao cô không nhờ chính đồng bào mình, nhờ cộng đồng Hispanic, vốn chiếm hơn nửa dân cư trong vùng, giúp đỡ mà chui đại vào xe rồi ở lì trong nhà một người Á Đông? Đuổi đi không đành, cho nương náu không xong!

Ký Lê đem những "thắc mắc" này nói cho Marina nghe, phân giải thiệt hơn, bấy giờ cô mới nói:

"Em không phải là tội phạm mà là nạn nhân của bọn tội phạm. Nhưng trước khi kể câu chuyện , cho em hỏi anh một câu, được không?"

"Cứ tự nhiên".

"Em hỏi thật, các anh có phải là đồng tính *gay tay ba* không?"

"*Gay tay ba* nghĩa là gì?"

"Em cũng không rõ lắm. Đại khái là ba người đồng tính tập thể thay vì hai như thông thường".

"Trời đất! Từ đâu mà cô có ý nghĩ đó, có câu hỏi đó?"

"Dễ hiểu thôi! Theo kinh nghiệm của bản thân em thì đàn ông uống rượu mà có gái đẹp lả lơi hầu mời thường người nào cũng ngả ngớn hoặc hôn hít nựng nịu hoặc vuốt ve sờ mó, thậm chí có người còn lôi vô phòng đòi sex. Đàng này, mấy anh cứ tỉnh queo, khiến em lấy làm lạ!"

"Bọn tôi tưởng cô là bóng ma kiểu như gái Liêu Trai bên nước Tàu".

"Bóng ma? Anh khéo đùa. Mà này, em hỏi riêng anh một câu, được không?"

"Chỉ có tôi và cô, hai người, riêng chung gì. Cứ tự nhiên".

"Nếu không đồng tính thì anh có bị bất lực không?"

"Sao cô hỏi vậy?"

"Dễ hiểu thôi. Lửa gần rơm lâu ngày mà chẳng bén thì chỉ có thể là rơm mục, rơm gà nuốt dây thun, rơm bất lực? Ai đời trai đơn gái chiếc sống chung một nhà cả tháng mà không cọ quẹt? Hơn nữa, gái chiếc này thuộc loại trẻ trung xinh đẹp".

"Chính vì Marina trẻ trung xinh đẹp và hồn nhiên nên tôi không dám sàm sỡ".

"Anh chưa trả lời câu hỏi của em. Anh không bị bất lực thực chứ?"

"Tôi không bị bất lực, nhưng tôi ngưỡng mộ vẻ đẹp tươi tắn hồn nhiên của cô".

Đó chỉ là một cách nói. Làm sao chỉ qua trao đổi sơ sài mà một cô gái trẻ ở Bắc Mỹ có thể hiểu được nếp phong hóa đã ăn sâu vào sinh hoạt của một người Á Đông? Cũng theo nếp phong hóa Á Đông tế nhị này, Ký Lê vừa trả lời vừa tỏ tình, nhưng lời tỏ tình kín đáo đến mức Marina không hề nhận ra tín hiệu. Hay cô ta giả vờ?

"Tuy bề ngoài còn giữ được vẻ đẹp tươi trẻ, nhưng sự hồn nhiên thì đã không còn. Để rồi em kể chuyện đời em, anh sẽ rõ..."

Vừa lúc đó có khách đến, Marina phải lánh vào phòng, chốt cửa. Vị khách này ở xa nhưng lại đến sớm, từ San Antonio lái xe gần bốn tiếng xuống chơi cuối tuần với bạn cựu.

Lợi dụng lúc vị khách (anh Tâm) đi tắm, Ký Lê chở Marina ra bến tàu. (Ban ngày cô phải quấn mền nằm băng sau). Đêm nay cô phải ngủ ngoài tàu một mình.

Nửa đêm khi bạn nhậu đã về hết, Ký Lê vừa tắm xong thì nhận được điện thoại của Marina nói thằng Victor làm bậy. Tới nơi mới biết thằng nhỏ giúp việc dở trò dâm ô, *tấn công tình dục*. Nó đè Marina đòi sex. Nó giựt phăng váy ngủ, xé rách quần lót, hai tay như hai gọng thép ôm siết người cô, dùng cặp giò cũng cứng như hai gọng thép khóa đôi chân cô. Nó đã mười chín tuổi nhưng thân hình thấp nhỏ, đen đúa. Thường ngày nó hiền như cục đất. Chẳng ngờ *tướng học trò mà cặp giò ăn cướp*. Nhưng nó hùng hùng hổ hổ mà quên mất đối tượng nó tấn công không phải là nai tơ. Marina nói với nó, "Victor này, làm như vậy không đúng cách đâu. Chuẩn bị làm tình người ta hôn nhau và mơn trớn vuốt ve chớ không xé váy, xé quần lót rồi đè mạnh như Victor". Nghe vậy nó lơi tay, lơi chân. Marina vừa hôn vừa vuốt ve nó, "Phải thế này nè, Victor". Nó sung sướng gục đầu, cạ má vào cặp vú căng cứng. Marina làm bộ âu yếm, cho nó bú bình sữa, xoa đầu, vuốt vai rồi đi lần xuống. Nó thuộc loại *nhỏ dây to củ*. Củ của nó cứng như đá. Khi cô nắm lấy bóp nhè nhẹ, Victor rên ư ử như chó con. Cô nhích xuống dưới một chút nữa, nắm trọn bộ tinh hoàn, nắm thật chặt rồi kéo mạnh. Victor kêu rú lên. Marina nói, chậm và rành rõ từng tiếng, "Victor này, hứa với chị là từ nay không hỗn láo với chị, không tấn công tình dục bất cứ ai, hứa đi?" Victor đau quá líu cả lưỡi, "Dạ, em hứa. Chị nhẹ tay một chút, em đau quá". "Không xin lỗi chị sao? Phải lặp lại đầy đủ câu chị vừa nói". "Dạ, em xin lỗi chị. Em hứa từ nay không hỗn láo với chị, không tấn công tình dục bất cứ ai". "Giỏi lắm. Cái iphone chị để dưới gối, lấy bấm số anh Ký cho chị nói chuyện".

Khi Ký Lê tới nơi, mở banh cửa, bật đèn sáng lên Marina mới buông tay. Victor mặt tái mét, mồ hôi đầm đìa ướt cả áo, ướt cả tóc, nằm co quắp, run lẩy bẩy. Marina quấn chiếc mền mỏng bước lên cầu cảng để hai thầy trò dưới tàu. Chặp sau Ký Lê dìu Victor lên. Thằng bé đi lom khom nhưng lại nói tự lái xe về được.

Ký Lê đành chở Marina về nhà để cô còn tắm rửa thay áo xống. Hai giờ sáng, Tâm đã ngủ, đỡ phải giải thích.

Hôm sau và mấy hôm sau nữa Victor không đi làm, Ký Lê đến nhà trọ tìm mới hay thằng bé đã dọn đi. Anh nhờ một "đàn anh" Hispanic kiếm cho một người phụ việc mới. Trong lúc chờ đợi, Marina xin được lên tàu làm việc. Cô nói, quê cô cũng làm biển. Cô biết lựa tôm, vá lưới. Thảo nào bấy nay cô cứ bảo Ký Lê đem cá về cho cô xẻ phơi, bỏ chợ kiếm thêm. Mà thật, Maria lựa tôm lẹ hơn Victor, còn vá lưới thì đến cả Ký Lê cũng chào thua.

Nghề đánh tôm bằng lưới kéo phía sau tàu miền Trung gọi là giã hoặc giã cào, miền Nam gọi là cào hoặc lưới cào, là nghề "cày đáy" nên ngoài tôm, thượng vàng hạ cám các loại thủy sản sống dưới đáy biển, như cua ghẹ, cá bơn, cá lưỡi trâu, cá phèn, cá đổng, cá ốp, cá đù, catfish…đều bị hốt hết vào lưới. Khi lên lưới, thuyền trưởng hay thợ phụ đổ tất cả cái mớ hỗn tạp này xuống sàn tàu để người phụ việc lựa tôm bỏ riêng, cá bỏ riêng. Những con cá không đủ cỡ (size) bị buộc phải lùa xuống biển, theo luật là để cho chúng tiếp tục lớn và sinh sản, nhưng kỳ thực, một trăm con được trả lại biển, chỉ có năm bảy con sống sót. Hải âu và các loại chim biển lượn quanh tàu dày đặc, cá vừa hất ra khỏi sàn, chim đã bay tới xớt ngay giữa khoảng không. Thảng hoặc có con nào rơi được xuống nước cũng khó thoát vì cá heo bơi hàng đàn, săn mồi rất lẹ làng. Chim bồ nông (pelican) to lớn thì đáp xuống boong tàu, trông chậm chạp vậy chớ ngó qua ngó lại, mổ mấy con cá thân tròn không nằm trong đống hỗn tạp mà văng ra ngoài rìa, xóc nuốt hồi nào không hay; đã vậy trước khi bay đi còn mổ thêm mấy con cá nữa chứa vào bìu, kể cả những con catfish to bằng bắp tay, làm cho cái bìu phồng căng lên như cái bong bóng. Có một con bồ nông cồ, không biết làm gì đến trễ, cứ lạch bạch theo sau lưng Marina, cô quay lại định ôm nó thì nó lùi tránh, quay lưng nó lại đi theo. Biết nó muốn xin ăn, cô mở bao quăng ra mấy con cá đù, nó xóc nuốt xong không chịu bay đi, ra trước mũi tàu, quặp cái mỏ vừa to vừa dài xuống cổ, đứng chờ giác lưới mới.

Cái cách Marina lựa tôm có hơi khác với cách thông thường và có phần nào nhanh hơn. Giác lưới nào cá nhiều thì cô lựa tôm, giác lưới nào tôm nhiều thì cô lựa cá: lùa cá hất xuống biển còn tôm hốt vô giỏ, động tác nhanh gọn, chính xác. Cô mặc quần áo lao động, tóc quấn gọn gàng, đội chiếc mũ rộng vành kéo xuống che mặt, nhìn lướt qua chẳng ai biết đó là một tấm nhan sắc rực rỡ, mê đắm lòng người.

Trong mấy ngày Marina đi theo tàu lựa tôm, về nhà phụ nấu nướng dọn dẹp, Ký Lê thấy sự có mặt của cô không còn cản trở hay bất tiện nữa. Ngược lai, có cô qua lại các phòng, không khí trong nhà trở nên ấm cúng tình gia đình và anh thấy lòng mình ấm áp, hạnh phúc, cái cảm giác mới lạ chưa từng được biết qua bao giờ.

Không thể cứ giấu giếm mãi, Ký Lê dự định khi có người phụ việc thì cho Marina ở nhà và giới thiệu cô với bạn bè, nói rõ quan hệ trong sáng giữa hai người, ai hiểu sao mặc lòng.

Nhưng bọn tội phạm không cho Ký Lê có cơ hội làm việc đó.

Một buổi chiều, khi Ký Lê đi chợ về thì không còn tìm thấy Marina trong nhà. Đồ đạc của cô hầu như còn nguyên, cô ta chỉ cầm theo cái bóp xách nhỏ. Anh biết có sự chẳng lành. Hàng xóm ngoài đầu đường nói có hai chiếc SUV đã vào rồi lái ra thật nhanh. Anh còn đang bối rối chưa biết phản ứng ra sao thì nhận điện thoại của một người đàn ông nói tiếng Anh giọng Hispanic đòi tố cáo anh đã bắt cóc và hãm hiếp Marina. Hắn nói đã thử DNA và đã lấy giấy chứng thương, những vết bầm lớp cũ, lớp mới trên ngực, trên vế non của Marina chứng tỏ cô ta đã bị tấn công tình dục nhiều lần.

"Tôi không bắt cóc cũng không hãm hiếp Marina. Cô ấy sẽ làm chứng là tôi vô tội".

"Cô ấy chẳng những không làm chứng mà còn tố cáo Kyle Vietnamese là con quỷ râu xanh đội lốt chủ tàu hiền lương. Chúng tôi đã quay video".

"Anh muốn gì, cứ nói thẳng ra đi?"

"Bình tĩnh nào, bé con! Để coi quan tòa của Texas sẽ xử tội bắt cóc gái tơ nhốt trong nhà cả tháng trời để liên tục hãm hiếp là bao nhiêu năm tù? Rồi tội nhốt dưới hầm tàu để tiếp tục hãm hiếp là bao nhiêu năm tù nữa? Chơi sang thật, lót ổ để hãm hiếp mà cũng nệm mới gối mới. Đây là bằng chứng cho thấy việc nhốt nạn nhân dưới hầm tàu là có âm mưu, chúng tôi đã quay video, bé con không chạy tội được đâu? Này, Kyle Vietnamese, hãy xem mấy đoạn video này để biết tội ác mà bé con đã gây ra".

Bọn tội phạm dựng cảnh Marrina tố cáo một người Việt Nam tên là Ky Le, mà chúng gọi là Kyle Vietnamese, như Victor vẫn thường gọi, đã bắt cóc cô ta nhốt trong nhà và dưới hầm tàu để liên tục hãm hiếp. Đó là hình ảnh một Marina tả tơi đến thê thảm. Rồi hình quay cận cảnh những vết bầm trên ngực, trên vai, trên vế của cô. Ký Lê nhìn và biết ngay vết bầm cũ là do Victor gây ra, còn những vết bầm mới là do chúng tự tạo. Chưa rõ Marina là nạn nhân hay có cùng âm mưu, nhưng nhìn hình ảnh tấm nhan sắc mà anh từng ngưỡng mộ bị hành hạ đến bầm dập, Ký Lê thấy lòng đau như muối xát.

Anh nhắm mắt, như muốn quên đi hình ảnh vừa hiện lên màn hình iPhone. Anh nói, giọng run run:

"Tôi đã nói, anh muốn gì? Đừng vòng vo, nói thẳng ra đi?"

"Bình tĩnh nào, bé con! Trong trường hợp này thì một phong bì đặt vào một điểm hẹn nào đó có thể coi là giải pháp hợp lý nhất, đúng không?"

"Một phong bì? Anh muốn bao nhiêu tiền?"

"Coi thử bao nhiêu tiền là đủ để xóa cái án hai mươi năm tù nhỉ? Kyle Vietnamese nghĩ xem bao nhiêu?"

"Bao nhiêu nói đi?"

"Hai chục ngàn được không? Hay là hào phóng một chút, ba chục ngàn đô-la?"

"Ba chục ngàn đô-la Mỹ?"

"Đúng. Ba chục ngàn".

"Ký check được không?"

"Tiền mặt"

"Ban đêm làm sao rút tiền mặt?"

"Tôi không nói bây giờ. Ngày mai Kyle Vietnamese đi rút tiền mặt đem đến chỗ đó… chỗ đó. OK? Chúc ngủ ngon".

"Đối xử tử tế với Marina. Cô ta là đồng bào của anh. Chúc ngủ ngon".

*

Ký Lê đi tắm. Vắng Marina không khí trong nhà lạnh lẽo làm anh bỗng muốn bật khóc. Và anh khóc thật, khóc không thành tiếng nhưng nước mắt cứ tuôn trào. Cả một đời hẩm hiu: cha mất lúc còn nhỏ, mẹ đi thêm bước nữa, lúc còn tuổi trẻ không một cô gái nào thực sự yêu thương, đến tuổi trung niên không một người đàn bà nào chịu gắn bó. Vừa đây, một cô gái khác chủng tộc vừa chớm trở thành hình bóng thân yêu cũng đã bị cướp mất. Không có Marina đi lại qua các phòng, không khí ấm cúng tình gia đình nhanh chóng tan biến để chỉ còn là bào ảnh. Không, anh không tin Marina có dính vào âm mưu. Anh không tin một cô gái xuất thân con nhà lao động, biết vá lưới, lựa tôm, làm việc gì cũng gọn gàng vén khéo lại là kẻ phản phúc đi vu cáo người đã cho mình nương náu. Linh tính cho anh biết Marina chỉ là nạn nhân. Một cô gái người Hispanic nhưng da trắng, tóc vàng mắt xanh, cô ta lại sở hữu một thân hình cân đối đến mẫu mực và một khuôn mặt diễm kiều, lại bơ vơ giữa dòng đời thì rất dễ là mục tiêu tấn công xâm hại của đủ loại nghi can.

Marina không có mặt trong nhà nhưng hình bóng cô tràn ngập trong trí tưởng của Ký Lê. Từ mái tóc vàng buông từng lọn óng ả xuống vai, cái nhìn xa vắng, đôi môi tím nhạt mơ hồ, thần sắc lơ láo của lần đầu xuất hiện đến cái vẻ bệu bạu cùng đôi mắt đẹp ứa lệ; từ đôi vai trần và một phần ngực căng cứng vừa hấp dẫn vừa rờn rợn liêu trai đến cái vẻ xộc xệch ở bến tàu…tất cả đều hiện lên rõ nét. Nhưng hình ảnh Marina rách nát khi bị Victor làm bậy không tả tơi thê thảm như hình ảnh của cô trong mấy đoạn video mà bọn bắt cóc dựng lên rồi chuyển qua iPhone. Những hình ảnh này làm Ký Lê đau xé đến tận tim gan. Giờ đây, bình tâm lại, anh tin cách tuyệt đối là Marina vô tội. Marina nhất định là một người hiền lương và trong sáng như vẻ đẹp tươi tắn hồn nhiên của cô.

Ký Lê đang ngủ thì điện thoại reo. Anh mừng "hết lớn" khi nghe giọng nói của Marina. Cô cho biết cuộc điện đàm được giám sát và thu âm nên cô chỉ báo tin là cô bình an và hiện đang ở đồn cảnh sát khu vực Nam thành phố San Antonio. Cả bọn nghi can đã bị bắt kể cả thằng nhóc Victor. Cô đã khai báo cho cảnh sát toàn bộ kế hoạch của chúng.

…Bọn bắt cóc buộc Marina phải ngụy tạo chứng cớ nhằm hù dọa Ký Lê để tống tiền, nhưng cô từ chối. Cô không nỡ tâm vu cáo một người vừa tốt bụng vừa có nếp sống lành mạnh như Ký Lê. Cô nói thẳng vào mặt bọn chúng: "Chúng mày lầm rồi, Kyle Vietnamese là một người tốt. Ông ta không hề bắt cóc và hãm hiếp ai". Nghe Marina nói vậy, chúng đánh cô không nương tay. Có điều khó hiểu là chúng nó đánh thẳng tay, cố gây thương tích để ngụy tạo chứng cứ, vậy mà Marina chẳng thấy đau. Thằng đầu đảng vừa đánh vừa cuồng bạo đè cô xuống định cưỡng hiếp. Bọn chúng có tất cả sáu tên, tính cả Victor là bảy. Nếu cứ tiếp tục từ chối, sợ không kham nổi nên cuối cùng, tương kế tựu kế, cô đồng ý hợp tác. Chúng lục trong túi xách của cô thấy hai ngàn đô-la, mừng quá, rút ra mấy trăm nói mượn mai trả, sai Victor đi mua rượu và gà chiên về ăn nhậu. Khi chúng say ngủ, Marina vào restroom đi tiểu và gọi 911. (Thật ra Marina không dễ dàng thoát khỏi bọn bắt cóc nếu không có sự giúp đỡ của Lori DeRemer – nhưng chuyện này sẽ nói sau). Gọi 911 thì Marina sẽ bị trục xuất nhưng cô không muốn phản bội Ký Lê, người đã đùm bọc cô hơn tháng nay.

Ký Lê nộp đơn từ sáng sớm nhưng mãi đến 10:40 a.m mới gặp được Marina. Anh hỏi ý kiến Marina để nhờ luật sư làm thủ tục xin bảo lãnh cô ra khỏi nhà giam, sau đó tìm cách hợp thức hóa tình trạng cư trú cho cô. Marina cảm động, không bệu bạu mà đôi mắt đẹp vẫn cứ ứa lệ.

Ngay chiều hôm đó Marina được thả. Ký Lê mời cô đi ăn, nhưng cô nói không đói và muốn về căn nhà giữa rừng sồi để được tắm rửa nghỉ ngơi trong cảm giác an bình bên cạnh một người đàn ông khác chủng tộc nhưng đầy tin cậy.

*

Trước khi đôi bên ký tên vào các giấy tờ, tưởng cũng cần hiểu background tức lý lịch trích ngang của nhau, tiện thể mỗi người tự giãi bày cho rõ những khúc mắc của đời mình.

Marina kể trước:

"Em tên Marina Jescica, sinh ra ở Honduras, lớn lên ở Mexico, từng là nhân viên của một khách sạn năm sao ở khu du lịch nổi tiếng của bán đảo Cancun. Trong lúc phục vụ những bàn ăn sang trọng, em gặp một ông khách vừa hào hoa phong nhã vừa mạnh tay cho tiền tip. Hai năm liền, mùa hè nào em cũng chạy bàn cho ổng nên cũng coi như khách quen, có chút tình thân. Mùa hè năm đầu, ổng tặng em một chai nước hoa Chanel kèm một bộ đồ trang điểm. Mùa hè vừa rồi ổng lại hào hiệp tặng em một sợi dây chuyền vàng. Em đeo được mấy ngày, thấy mấy nhỏ đồng nghiệp có vẻ ganh tỵ nên đem bán được tám trăm đô-la Mỹ, có tiền cho má dưỡng già. Ông khách nói để rồi ổng mua cho sợi khác. Ổng hỏi thăm hoàn cảnh gia đình, chồng con rồi hứa sẽ giúp em có một việc làm tốt hơn, thu nhập cao hơn. Ổng nói, một cô gái trẻ có hình thể cao ráo hấp dẫn, có khuôn mặt đẹp mê hồn như em nếu được nâng đỡ có thể trở thành ngôi sao điện ảnh hoặc siêu mẫu hoặc ít ra là một việc làm nhàn nhã ở phòng lễ tân, cớ sao lại phải chạy bàn vất vả? Ổng nói gì gì nữa nhiều lắm, mở ra chân trời xán lạn, hứa hẹn một cuộc sống giàu sang, danh vọng. Thế là em xách gói đi theo. Ổng lái xe suốt một ngày đến Mexico city, thuê một phòng cao cấp trong khách sạn xa hoa. Tắm rửa, ăn tối xong ổng đưa em đi mua một bộ váy dạ hội rồi cùng nhau đi nhảy. Em thấy những người giàu họ sống thật sung sướng, ăn toàn sơn hào hải vị, uống toàn rượu đắt tiền. Trong ba ngày ở khách sạn, bằng sự dịu dàng ổng chiếm đoạt em và nhiều lần đưa em vào cơn mê hoang lạc. Ổng tên là Jimmy. Có thể nói Jimmy là một siêu nhân về tình dục. Em biết mùi trai từ năm mười bảy tuổi, đến năm mười chín tuổi, đã đôi lần lót ổ sống với bạn trai như vợ chồng, nhưng trong chuyện ái ân, chưa thấy ai say mê cuồng nhiệt như Jimmy.

Sáng ngày thứ tư, Jimmy biểu em mặc quần áo gọn gàng, xếp tư trang vào một cái ba lô để chiều mát vượt biên giới. Ổng nói, chỉ có ở Mỹ em mới có cơ hội đổi đời, vươn lên. Jimmy đưa em đến một vùng hẻo lánh sát biên giới Mỹ, giao cho một người có vũ trang đang sống trong một căn hầm đào sâu xuống lòng đất. Người này lại dẫn em đến một căn hầm khác có kê một cái giường sắt kiểu giường bố nhà binh, biểu nghỉ khỏe nửa đêm lên đường rồi biến vào bóng chiều tà. Chặp sau hắn quay lại đem theo mấy cuốn Tacos, mấy chai nước suối và một chai rượu. Hắn uống rượu rồi giở trò dâm ô. Cá nằm trên thớt, đành phải chiều thôi! Xong việc hắn vừa ăn Taco vừa khen em đẹp. Tưởng chỉ có tên đó, nào dè hắn vừa đi khuất, nhìn ra hướng cửa hầm lại thấy xuất hiện một tên khác, lù lù dưới ánh trăng non. Tên này cũng xách theo Tacos, nước suối và rượu. Cũng lại uống rượu rồi giở trò dâm ô. Xong việc lại ăn, khen thân thể em hấp dẫn. Rồi một tên khác, và lại thêm một tên khác nữa. Cứ tên này đi khuất, là có liền một tên khác lù lù hiện ra. Khi em đã đuối sức và tên thứ chín thứ mười gì không nhớ, lờ mờ xuất hiện, em biết đời mình thế là hết. Đàng nào cũng chết, nhưng em không đành lòng chết trần truồng dưới bụng một người đàn ông xa lạ nên vịn vách hầm lê bước tới cửa rồi bò lên bậc cấp lăn mình ra ngoài. Đúng ra, lúc ấy người em như đã mềm bấy không ngồi dậy nổi nhưng bỗng đâu trong ánh sáng nhợt nhạt của ngọn đèn cắm trại treo ở góc căn hầm, xuất hiện một cô gái da trắng tóc đen, tự xưng tên Lori DeRemer. Cô ta giúp em mặc quần áo rồi dìu em ra cửa. Em cứ lăn, cứ bò lết trong cỏ trong cây gai rồi ngất xỉu hồi nào không hay.

Tỉnh dậy mở mắt nhìn, biết mình bị bắt trở lại, em chán nản chỉ muốn chết quách cho xong. Toàn thân em ê ẩm, tay nhấc lên không nổi. Thấy em muốn ngồi dậy, tên cầm súng ngồi gác ở cửa hầm bước vô nói: 'Cô cần gì tôi lấy cho, uống chút nước nghe?'.Hắn nói rồi đưa tôi chai nước. 'Cảm ơn anh'. Tôi cầm lấy uống mấy ngụm. Hắn nói: 'Đêm qua tôi tìm thấy cô nằm ngất ngoài rừng. Tưởng cô bị rắn cắn chết rồi nhưng may không sao. Rừng này nhiều rắn đuôi chuông lắm'. Hắn quay ra cửa quan sát một chặp lại quay vô: 'Đây là căn hầm của tôi. Tối qua lúc tôi đi vắng, bọn thằng Murillo đưa cô ra đây làm bậy, cô sợ quá bò ra ngoài rừng trốn phải không?'. Em nói: 'Tôi thà bị rắn cắn chết còn hơn!'. Hắn không nói gì nữa, quay ra biến đi đâu không rõ. Hắn tên Dannio. Em lưu lại căn hầm của Dannio bốn ngày bốn đêm. Đêm nào ở căn hầm đó em cũng thấy Lori DeRemer xuất hiện khi mờ khi tỏ. Đêm cuối cùng Lori nói với em: 'Chiều mai chị đi rồi. Dù sao chị cũng may mắn hơn em, không bị bọn Murillo hãm hiếp đến chết. Hãy nhớ cầu nguyện cho em. Lori DeRemer này luôn ở bên chị'. Đến ngày thứ năm Dannio hỏi: 'Cô có thể đi bộ một giờ trong rừng và một giờ trong đường hầm không?'. Em nói: 'Đi được'. Thế là tối đó Dannio, Murillo và đồng bọn đưa em và hai mươi người nữa vượt biên qua đất Mỹ. Từ dưới đường hầm chui lên, mọi người tự tìm chỗ nằm trên các kệ bỏ trống của một nhà kho, chờ sáng.

Ông Jimmy đón em trên một chiếc xe Ford 250. Có lẽ Dannio đã báo tình hình nên ổng chẳng hỏi han gì. Đến một thị trấn nhỏ cách biên giới ba giờ lái xe, ổng đưa em đến một motel gần xa lộ I-10. Ổng móc túi bỏ lên giường hơn một trăm tiền lẻ, dặn ăn uống gì nhờ nhân viên motel đi mua, đừng đi đâu ra khỏi khuôn viên. Đêm đó ổng không quay lại. Jimmy đã trở mặt, cư xử lạnh lùng, cách biệt, thật khác xa với Jimmy say mê cuồng nhiệt từng hôn không sót một chỗ nào trên cơ thể em. Cũng đành nhắm mắt đưa chân! Em đã từng bầm dập chết đi sống lại, thì chuyện ông Jimmy trở mặt, có đáng gì.

Mấy ngày sau Jimmy trở lại, chở em đi xuyên bang đến Nevada, vào một khu phố ngoại vi Las Vegas bán em cho một nhà chứa. Em dùng chữ 'bán' để hiểu Jimmy là một tay buôn người. Mụ tú bà nói rõ đã mua em giá ba chục ngàn đô-la. Với số tiền đó em phải làm không công trong sáu tháng. Mụ đưa ra đủ thứ qui định buộc em phải tuân theo, răn đe nếu vi phạm sẽ bị gia hạn thời gian phục dịch hoặc sẽ bị tù. Nếu em bỏ trốn, mụ sẽ trừ tiền ông Jimmy vào chuyến buôn sau. Mụ nói, một cô gái bỏ trốn bị bắt lại sẽ là hàng loại hai, chỉ có những nhà chứa rẻ tiền mua lại với giá rẻ mạt để tiếp những khách hạng bét và bị nhốt ở đó cho đến tàn đời. Ở đây, phục dịch có thời hạn và tuy không được trả công nhưng em được hưởng toàn bộ tiền tip – nếu là tiền mặt và một nửa tiền tip – nếu khách cà thẻ. Mụ chủ nói: 'Bao nhiêu đó đủ cho cô nuôi năm-bảy gia đình nghèo khổ ở Mexico'. Mụ không nói ngoa, vì sau đó tháng nào em cũng gởi về gia đình vài ngàn đô-la Mỹ. Mụ còn nói, ân huệ này nhằm khuyến khích chị em không ngừng nâng cao chất lượng phục vụ. Nghe đồn gái ở Las Vegas được chủ mua bảo hiểm y tế, được khám bệnh định kỳ, thật chẳng sai. Em được đưa đi khám phụ khoa, thử máu, thử nước tiểu. Trong lúc chờ kết quả xét nghiệm em chưa được phép tiếp khách mà chỉ học cho thuộc các quy định, rồi học cách đi đứng, ăn nói, học trang điểm. *(Vành ngoài bảy chữ vành trong tám nghề – Truyện Kiều).*

Đến cuối tháng thứ sáu, em được tự do, nhưng là di dân bất hợp pháp nên chẳng dám đi đâu. Lỡ mở ra ngoài, tuy ở Mỹ không ai xét hỏi giấy tờ, nhưng nếu lộ ra là bị trục xuất.

Mụ chủ biết vậy nên chẳng cần gò bó, xuống ca em cứ thoải mái đi chơi. Đã vậy, mụ còn cho em được miễn tiếp khách 'walk-in', chỉ tiếp khách quen có hẹn trước.

Một hôm nhân đi xem xuất diễn có tiêu đề *nâng cao cảm hứng tình dục và tôn vinh vẻ đẹp hình thể phụ nữ* của sân khấu Ballies Las Vegas, em gặp một thanh niên, cũng người Hispanic lai trắng như em. Anh ta cao ráo đẹp trai và có sức quyến rũ không chịu nổi. Thấy em cứ nhìn trộm hoài nên anh ta đến làm quen. Anh ta tên là Chicano làm bartender ở Corpus Christi. Em như bị tiếng sét ái tình, mới gặp mà sao mê Chicanio quá mức. Anh là đàn ông, lại là đàn ông Việt Nam, anh không biết con gái Hispanic bọn em một khi đã mê trai là mê chết bỏ, mê hết biết trời trăng mây nước, mê đến nỗi gió thổi tốc váy hồi nào không hay. Vậy mới có chuyện bỏ cha bỏ mẹ cuốn gói theo trai. Vậy mới có chuyện em vội vàng chào bà chủ cuốn gói theo Chicanio.

Em mê Chicanio và rạo rực đến nỗi không thể chờ đợi về đến Texas, vừa lên đỉnh đèo White Rocks I-15, em ra hiệu cho ảnh tấp xe vô lề, chạy vào giữa những vách đá, kéo nhau ra băng sau mây mưa cho thỏa. Đừng tưởng đã làm gái thì cơ thể chai lì không còn cảm hứng tình dục. Việc tiếp khách hằng ngày với việc gần gũi, chiếm hữu người mình yêu là hoàn toàn khác nhau. Vì phải kiểm soát cảm giác để không bị khách làn chơi lôi vào cơn mê hoan lạc nên nhiều đêm về lại phòng, em cứ nằm trăn trở, khát khao đến cháy ruột cháy gan một mối tình và muốn được buông thả, muốn được thỏa mãn dục tình với người mình yêu. Thế nên trận mây mưa đầu tiên với Chicanio diễn ra cách cuồng nhiệt, dữ dội. Chiếm hữu nhau xong, ảnh đưa em về nhà trọ ở Corpus Christi. Chúng em quyến luyến nhau như chim liền cánh, như cá xuôi dòng; quấn quyện nhau như rắn trong mùa giao phối. Chicanio luôn miệng khen em có nụ cười làm mê đắm lòng người và có vẻ đẹp hình thể phụ nữ còn hấp dẫn hơn cả diễn viên được tôn vinh của sân khấu Las Vegas. Phần em, bên Chicanio, em được sống lại những ngày thanh xuân đầy hoa mộng và tưởng chừng như mình đã mở được cánh cửa vào thiên đường mơ ước. Em ngây ngất trong hoan lạc và đắm đuối trong tình yêu đôi lứa.

Một hôm em và Chicanio cùng xem phóng sự về tình hình biên giới USA-Mexico, thấy cảnh một nhóm nghi can bắn chết đồng bọn để cướp ma túy rồi áp đảo khoảng mười cô gái đi theo đường hầm xuyên biên giới sang đất Mỹ. Video còn quay cảnh một thiếu nữ nằm sóng sượt ngoài rừng. Em nhận ra Murillo là một trong bốn người cầm súng siết cò. Dannio và ông Jimmy là hai trong số sáu người bị bắn hạ. Jimmy lận súng ngắn ở thắt lưng, Dannio và những người kia mang tiểu liên nhưng họ bị tấn công bất ngờ không phản xạ kịp. Bọn Murillo vẫn sử dụng đường hầm trổ lên nhà kho mà em đã từng đi. Xui xẻo cho bọn chúng, lực lương an ninh và tuần tra biên giới Mỹ đã phát hiện ra đường hầm dài mấy ngàn mét đào sâu dưới lòng đất, nên đã phục kích tóm gọn. Sở dĩ có băng video cảnh bắn giết là nhờ một cô gái nạn nhân đã bạo gan quay bằng iPhone. Người đưa tin nói, *nhóm vận chuyển ma túy và buôn người* đang bị giam giữ để điều tra. Em ngồi chết điếng. Chicanio tắt T.V gọi em vào ngủ mà em không hay. Anh ấy thấy lạ dò hỏi và em đã dại dột kể hết mọi chuyện. Em cạn nghĩ cứ kể hết ra rồi thì Chicanio sẽ rủ lòng thương xót, nào dè anh ta nổi giận đùng đùng. Ảnh nói em là tên nói láo, là kẻ lừa đảo. Em không nói láo, không lừa đảo. Dù vậy, Chicanio trẻ người non dạ em cho qua, nhưng sao anh ta lại đi hối tiếc là đã trót yêu, trót sống hạnh phúc? Mới đây thôi, ảnh đã hôn em từ đầu tới chân, nâng niu vuốt ve từng bộ phận trên cơ thể em cách say đắm, thì sao sau đó lại hối tiếc? Ai lại đi hối tiếc về tình yêu, về hạnh phúc mình vừa được hưởng? Cho dù em là một con điếm, nhưng em đã bỏ nhà chứa để chạy theo tiếng gọi của tình yêu, sao ảnh không cho em cơ hội làm lại cuộc đời? Sao cuộc đời không mở ra cho em một con đường sống? Em khát khao hạnh phúc lứa đôi, khát khao mái ấm gia đình như chim khát khao bầu trời, như búp hoa khát khao được nở. Tới cuối tháng này em vừa đủ hai mươi mốt tuổi. Lẽ nào mọi lối nẻo của cuộc đời đều rào chặn trước một thiếu nữ còn trẻ như em? Lẽ nào một bến bờ để mình nương náu mà cuộc đời cũng hẹp hòi?

Thần tượng Chicanio của em sụp đổ tan tành. Anh ta làm em thất vọng đến mức đã thu dọn đồ đạc ra đi ngay lập tức. Chicanio chở em đi mà không hỏi em muốn đi đâu, cứ hướng I-100 South mà chạy. Thấy vậy em nhờ ảnh đưa em đến Port Isabel, khu girly bars. Em nói đại như vậy vì đây là quê của cô bạn cùng phòng ở nhà chứa Las Vegas. Tới nơi, Chicanio không nói gì. Em mở cửa xe nhưng không bước xuống vội. Không hiểu sao trong giây phút ấy em lại thấy tội nghiệp cho Chicanio quá nên nói: 'Dù sao cũng cám ơn anh. Cám ơn anh đã sống cùng em một đoạn đời, và đã đưa em đi một đoạn đường!'

Đoạn cuối với thằng nhóc Victor và đám bắt cóc tống tiền thì anh đã biết. Nhưng anh chưa biết là bằng cách nào mà em gọi được 911 mà chúng không hay để rồi cả bọn bị tóm. Lúc bọn chúng đánh mà em không thấy đau thì em đã nghĩ tới Lori DeRemer. Khi thằng đầu đảng vừa đánh vừa đè em xuống thì em gọi tên cổ và thầm vái, 'Lori DeRemer, em sống khôn thác thiêng! Bọn này đang buộc chị cùng chúng bày mưu tống tiền anh Ky Le, em tìm cách giúp chị thoát khỏi khổ nạn này đi! Anh Ky Le là người tốt đã cho chị tá túc bấy lâu nay, chị không muốn ảnh bị hại'. Em vừa vái xong thì nghe tiếng Lori DeRemer nói thầm bên tai, 'Em luôn bên chị. Chị bị đánh mà không thấy đau là nhờ em đỡ cho đó. Chị cứ giả vờ thuận theo bọn chúng, để từ từ em kiếm cách'. Trong câu chuyện của em, Lori DeRemer là cô gái da trắng tóc đen đã bị bọn Murillo hãm hiếp đến chết ở biên giới, anh nhớ không? Cô ấy nói là sẽ luôn bên em, quả không sai. Đêm đó, để cứu em, Lori hiện hình xúi thằng Victor mua thật nhiều rượu, với sức quyến rũ ma quái, đã chuốc rượu làm chúng nó say như chết, rồi dìu em vào toilet bảo em gọi 911. Em đã luôn cầu nguyện cho cô ấy.

Em đã dại dột kể hết cho Chicanio giờ lại kể cho anh. Tấm thẻ thường trú hợp pháp tuy quan trọng nhưng sự thành thật còn quan trọng hơn, và nếu bị trục xuất em cũng cam lòng. Cám ơn anh đã chịu khó lắng nghe".

Marina ngừng kể, uống một ngụm nước.

Ký Lê thấy lòng mình tràn ngập niềm trắc ẩn, muốn bước đến ôm cô vào lòng, nhưng thấy đôi bên chưa đủ tình thân mật, lại thôi. Anh nói:

"Tình cảnh của em thật tội nghiệp nếu không nói là quá thương tâm".

"Cảm ơn anh! Giờ thì em muốn nghe câu chuyện của anh".

Tới lượt mình, Ký Lê ngập ngừng:

"Anh tên Lê Văn Ký sinh năm 1981 tại một làng biển ngoai vi thành phố Nha Trang, Việt Nam. Cha mất lúc còn đỏ hỏn, mẹ tái giá lúc ba tuổi. Năm 1988, bảy tuổi, đang học lớp hai, anh được ông bác, là chủ tàu đánh cá, đưa gia đình đi vượt biên dẫn đi theo. Sang Mỹ, bác anh tiếp tục làm nghề biển. Vì bị kẹt hai năm ở trại tị nạn Philipine, sang Mỹ, chín tuổi anh mới vào lớp hai. Học hành lớ mớ nhắm không tốt nghiệp nổi trung học nên năm mười bảy tuổi, anh bỏ học đi làm biển. Bác cháu làm với nhau được hơn mười năm, đến năm 2009, ông bị đột tử. Ổng qua đời để lại một gia sản không người thừa kế. Những năm 2008, 2009, 2010…nước Mỹ và cả thế giới lâm vào cuộc khủng hoảng tài chánh – tín dụng song song với sự trì trệ của thị trường bất động sản nên các anh các chị con ông bác không ai chịu tiếp nhận (take over) ngôi nhà và con tàu. Các anh chị, gồm hai trai, hai gái, đều đã có gia đình, đang sống và làm việc tại các thành phố lớn, không muốn về lại nơi hẻo lánh này và cũng không muốn ôm nợ – nợ ngân hàng của con tàu và nợ mortgage của ngôi nhà. Hơn nữa, ông bác chỉ mới mua khu bất động sản năm 2005, tiền mortgage còn đến 26 năm nữa, nên nếu có 'bỏ của chạy lấy người' cũng không có gì phải hối tiếc. Còn về con tàu, vào thời điểm khủng hoảng đó, các chủ tàu ai cũng méo mặt vì giá nhiên liệu và trang thiết bị chuyên ngành tăng vùn vụt mà giá tôm cứ đứng yên, thử hỏi ai còn muốn đầu tư? Sở dĩ anh nhận con tàu vì ngân hàng cho anh ghi nợ, chừng nào tình hình sáng sủa tính sau. Anh muốn nhận luôn ngôi nhà theo kiểu đó, tức ở mà không phải trả tiền nhà hàng tháng, ở để bảo quản cho khỏi bị xuống cấp, nhưng ngân hàng nói không có chính sách đó. Ngân hàng rao bán – cho thuê. Phần anh, một thân một mình, ăn ngủ luôn trên tàu. Đến cuối năm 2011, vào một ngày biển động, buồn quá lái xe đi lòng vòng không hiểu sao anh lại muốn đến thăm ngôi nhà heo hút trong rừng sồi mà mình đã từng sống bốn năm. Tuy chỉ là nhà tiền chế (mobilehome) nhưng có đến ba gian ghép lại. Hơn nữa, anh và ông bác đã bỏ ra nhiều công sức để nâng cấp như: sơn sửa, xây bồn đổ compose trồng cây cảnh, đổ đất đá nới rộng bãi đậu xe, dọn cỏ, và nhất là đã cưa bỏ hàng chục cây sồi quanh nhà để có đất làm vườn và cho được trống thoáng. Em thấy đó, cây sồi ở đây không cao to thành đại thụ uy nghi mà chỉ thấp nhỏ, đi dưới đất thì đầu bị vướng cành, lên nhà nhìn ra cửa sổ thì tầm nhìn vướng đọt. Gỗ sồi cứng kinh khủng, một ngày làm phải thay hai-ba lưỡi cưa. Có lẽ vì đã bỏ nhiều công lao nên mình nhớ. Hôm đó, anh bước xuống xe đứng ngẩn ngơ, cảnh tiêu điều làm anh chạnh lòng. Anh bước lên bậc cấp, mở cửa lưới rồi bật người ra. Cửa khép không kín nên rắn vào nằm lót ổ dưới sàn, còn bên trên muỗi bay dày như ong vỡ tổ. Em đến vào mùa xuân nên không hiểu vì sao ở vùng này nhà nào cũng đóng lưới muỗi kín hàng hiên. Vào mùa mưa, rừng sồi đọng nước, muỗi nhiều lắm. Mà muỗi hả, con nào con nấy to như con ruồi xanh, chân cẳng dài lòng khòng, nó chích là thịt sưng đỏ lên. Anh bật người giật lùi rồi chợt nảy ra ý định mua ngôi nhà, sửa sang dọn vào ở, có chỗ thờ tổ tiên và thờ ông bác, chớ để hoang phế không đành. Có lẽ nhờ ông bác phù hộ, anh mua ngôi nhà này với giá rẻ, mấy năm nay giá bất động sản lên, coi như anh mua một lời một... Nãy giờ anh nói quanh co, bây giờ anh xin vào điểm chính".

Ký Lê ngừng một chặp rồi bỗng nói thật lẹ:

"Dù sao cũng cần cho em biết một sự thật là anh vô sinh".

"Vô sinh là sao?"

"Là anh không có khả năng có con".

Marina còn trẻ quá chưa hiểu cuộc sống vợ chồng không có con rất dễ dẫn đến bế tắc nên cô nói liền:

"Vô sinh? Không có khả năng có con? Đâu có sao đâu!"

Ký Lê nói chậm rãi và thật rõ, lặp đi lặp lại để cô từ từ hiểu ra vấn đề:

"Vô sinh, không có khả năng có con là tuyệt tự là tiệt nòi đó, em biết không?"

"Em không biết mấy chuyện đó, nhưng không có con thì có sao đâu. Anh nói rõ hơn được không?"

"Các xét nghiệm cho biết anh vô sinh vì dòng nước của anh quá nóng giết chết tinh trùng. Chỉ cần làm cho dòng nước mát dịu thì mọi việc trở lại bình thường, nhưng y học không làm được. Ngoài ra, vì dòng nước quá nóng nên trong ái ân, người bạn tình chẳng những không có khoái cảm mà còn bị nóng rát khó chịu. Anh đã từng có bạn gái, đã hai lần chung sống như vợ chồng với hai người đàn bà, nhưng tất cả đều đã ra đi với một lời từ biệt giống nhau đến kỳ lạ: 'Em đã từng yêu anh và hết lòng vun đắp nhưng đã thất bại. Thành thật xin lỗi!'.

"Tội nghiệp anh quá. Anh xứng đáng được thương yêu!"

"Cảm ơn em, nhưng để anh kết thúc. Bây giờ, em nghe cho rõ, suy nghĩ cho kỹ rồi mới trả lời. Anh thu băng để giao cho luật sư. Ta bắt đầu: – Giữa hai chúng ta, Lê Văn Ký và Marina Jescica, không ai lợi dụng tình thế để bức ép ai, đúng không?"

"Chính xác".

"Việc em ký vào các giấy tờ này là hoàn toàn tự nguyện, kể cả hợp đồng hôn nhân không phân chia tài sản, đúng không?"

"Chính xác".

"Marina đã biết Lê Văn Ký vô sinh mà vẫn chấp nhận kết hôn, đúng không?"

"Đúng".

Ký Lê tắt máy. Marina hỏi:

"Cho hỏi một câu ngoài lề được không?"

"Được. Em cứ tự nhiên".

"Đã rõ cuộc đời bầm dập của em, anh có khinh em không?"

"Không, không bao giờ!"

"Anh có giận em không?"

"Không. Không thương thì thôi sao lại giận!"

"Có nghĩa là anh cho em nương náu, được tự do đi lại trong nhà và đi ra vườn hoa, vườn rau?"

"Đương nhiên".

"Có nghĩa là anh coi em như một thành viên trong gia đình?"

"Đúng vậy".

"Có nghĩa là anh chấp nhận em?"

"Đừng hỏi anh có chấp nhận em không, mà nên hỏi anh có còn ngưỡng mộ em không? Trải qua bão tố dập vùi mà em vẫn lành lặn tươi nguyên cả thể chất lẫn tâm hồn thì quả là một điều kỳ diệu. Em là thiên thần của trần gian khổ đau, một thiên thần gần gũi với cuộc đời cát bụi".

Ký Lê còn muốn nói thêm đôi câu xưng tụng nữa, nhưng Marina đã bước tới ôm lấy anh, dùng đôi môi đẹp như hoa nở, khóa miệng anh lại bằng một nụ hôn. Đây là nụ hôn êm đềm thắm thiết nhất đối với Ký Lê, khiến anh nghĩ, mình bỏ công đi nửa vòng trái đất thật không uổng phí chút nào.

*

Mùa tôm năm nay tuy chưa kết thúc, nhưng mức thu hoạch và thực tế thu nhập đã làm mọi người nức lòng phấn khởi. Trên bến, trên tàu, thuyền trưởng, thủy thủ, tài công, tài xế, công nhân bốc dỡ – vận chuyển, bảo dưỡng tươi sống, chủ vựa mồi, công nhân chế biến đông lạnh, nhân viên tiếp liệu, cung ứng, thợ máy, thợ hàn, thợ vá lưới, nhân viên khách sạn, hướng dẫn viên, bếp trưởng, phụ bếp, tiếp viên…bất kể người nào, bất kể lạ quen, gặp mặt là có lời chào, là có nụ cười. Mười năm qua họ vẫn cười đấy, nhưng nụ cười chỉ nửa miệng và có phần héo hắt. Giờ thì nụ cười của mọi người sao mà tươi roi rói, tươi như tôm vừa mới xổ khỏi lưới.

Giá xăng dầu vẫn ở mức thấp nhất sau mười năm.

Đại Mùa thắng lợi!

Nhân Đại Mùa thắng lợi, Phòng thương mại Port Isabel và quận hạt Cameron County đã cùng các nhà tài trợ, các chủ tàu, các nhà tiêu thụ và các ngành liên quan tổ chức lễ hội có tên là Shrimp Fiesta sớm hơn và rình rang hơn mọi năm. Bên cạnh ý nghĩa tôn vinh và cầu phúc cho đội tàu nhà, lễ hội còn nhằm thu hút tàu vãng lai đem của nả của vịnh Mexico vào trút cho đầy các vựa tươi sống và các kho đông lạnh của Port Isabel.

Bà con và bạn bè tham dự lễ hội, ghé thăm nhà Ký Lê, nhìn cảnh gia đình anh ấm cúng hạnh phúc, ai cũng nghĩ rằng anh vớ được của trên trời rớt xuống. Nghĩ như thế cũng chẳng sao, nhưng có người cứ nhìn Marina chằm chằm như muốn ăn tươi nuốt sống rồi buột miệng, "bông hoa lài cắm bãi cứt trâu". Một vài người, tuy nhận xét khác một chút nhưng cũng chẳng có ý xây dựng, không bẻ bai "chồng góp vợ nhặt" thì cũng biếm nhẽ "chồng ngày vợ bữa". Thì ra, người ta tỏ lòng thương xót một người sống lẻ loi nhưng lại ganh tị khi người đó có đôi lứa, có bạn gái trẻ đẹp. Họ không nói trước mặt nhưng Ký Lê nhận biết. Marina cũng nhận biết. Cô cho rằng Ký Lê xứng đáng được hưởng ơn mưa móc của Đất Trời, vì lòng nhân vô lượng và vì những đóng góp lớn lao của anh với cuộc sống.

Ký Lê dự định mãn mùa tôm mới làm đám cưới nhưng Marina muốn sớm được danh chính ngôn thuận (danh phận), vì ngay cả cộng đồng Hispanic cũng nhìn cô như một gái bao. Anh đi đặt nhà hàng Padre Rita Grill, rồi đi in thiệp cưới. Marina đã có thẻ xanh, cô không chỉ được "tự do đi lại trong nhà, đi ra vườn hoa vườn rau" như ao ước buổi đầu mà tự do đi khắp nước Mỹ, và còn hứa hẹn sau đám cưới sẽ cùng Ký Lê về Việt Nam rồi về Mexico ra mắt họ hàng. Marina mua vé máy bay cho cha mẹ và anh chị từ Cancun Mexico qua Mỹ làm đại diện nhà gái. Bên nhà trai có các anh chị con ông bác Ký Lê và vợ chồng Mức Trần, Được Võ, Tâm…làm đại diện.

Giá xăng dầu vẫn ở mức thấp nhất sau mười năm.

Cha mẹ Marina đi dự đám cưới đem cho Ký Lê một món quà vô cùng quí giá: những con đuông còn tươi sống, trắng nuột. Loại đuông này tìm thấy trong cổ hũ của một loại chà là gai chỉ mọc ở rừng Honduras và Guatemala. Thổ dân dùng đuông như một thứ thuốc Viagra. Trước đó, chúng được sấy khô và gởi qua đường bưu điện để Ký Lê dùng thử. Anh dùng cầu may, qua mấy tháng chẳng ngờ dòng nước giảm độ nóng rát rồi dần dần trở lại bình thường. Đám nòng nọc của anh chẳng những không bị chết mà còn bơi lội thoải mái.

*

Mùa tôm năm nay kết thúc thắng lợi cả về sản lượng lẫn thực tế thu nhập. Đây là thắng lợi không chỉ riêng với dân tàu cào ở Port Isabel mà rộng lớn khắp vùng duyên hải vịnh Mexico. Những đám mây u ám xuất hiện từ những năm đầu của thế kỷ, vần vũ hơn một thập niên đã hoàn toàn bị đẩy lùi để chỉ còn là "bóng mây dĩ vãng". Bầu trời đã trong xanh, nắng ấm đã chan hòa.

Riêng Ký Lê, ngoài thắng lợi chung, anh còn có thắng lợi riêng: Marina đã có tin vui.

Giá xăng dầu vẫn giữ ở mức thấp nhất sau mười năm.

[Trích từ tập truyện ngắn Lộc Trời, Sống, 2015]

NGUYỄN BÁ TRẠC

Quê làng Mọc, tỉnh Hà Đông. Sinh năm 1942 tại Huế. Xuất bản *Thời Luận,* tờ báo Việt ngữ đầu niên ở San Jose. Cộng tác với tạp chí *Văn Học, Thế Kỷ 21,* nhật báo *Người Việt, Thời Báo,* đài phát thanh *Mẹ Việt Nam.* Hiện sống ở Turku, Phần Lan.

Tác phẩm đã xuất bản:
- *Ngọn Cỏ Bồng* (Người Việt, Hoa Kỳ, 1985)
- *Chuyện Của Một Người Di Cư Nhức Đầu Vừa Phải* (Văn Nghệ, 1993)
- *Nước Mắt Trước Cơn Mưa* (dịch Tears Before the Rain của Larray Engelmann; Tin Biển,1995*)*
- *Ngọn Cỏ Bồng* toàn tập (1995)

Chuyện cái cầu tiêu
ở vùng quê Phần Lan

Khi chứa chất nhiều tâm sự, người ta thường tìm một người bạn mà khề khà kể lể. Một cách khác là ngồi im lìm trải lòng xuống trang giấy, viết những vần thơ. Còn nặng bụng quá thì giản dị là trút quách xuống cái lỗ cầu tiêu.

Cả ba đều là những cách trút bầu tâm sự. Tuy nhiên cũng tùy việc, tùy người, tùy lúc mà trút bằng cách nào.

Nhưng có một loại người nghe ai nói ngang cũng gật đầu bảo "Phải". Ai nói ngược cũng bảo "Phải". Ai nói xuôi cũng bảo "Phải". Người ta bảo đấy là loại người ba phải.

Không biết chừng loại người này có những cách phán đoán và cái nhìn riêng của họ. Nhưng thường thì họ không giỏi lý luận, không dám, hoặc không thích cãi vã, đôi co.

Phải chăng loại người này có thể trút bầu tâm sự bằng cả ba cách một lúc, cách nào cũng đều là phải cả!?

Đấy là nguyên do mà có lẽ cũng là cách kể chuyện cái cầu tiêu ở vùng quê Phần Lan này.

*

Chúng tôi đang ở một miền quê trên đảo Taipalsaari, thuộc vùng Đông Nam nước Phần Lan.

Trong năm 2018 này, theo xếp hạng của Liên Hiệp Quốc trong bản *Báo Cáo Hạnh Phúc Thế Giới*, Phần Lan đứng thứ nhất, sau đó là Na Uy, Đan mạch, Iceland và Thụy Sĩ. Một số các nước lớn trên thế giới như Mỹ, Anh cũng chỉ lần lượt xếp hàng thứ 18 và 19. Cũng nên biết tiêu chuẩn sắp hạng của bản báo cáo đặt nặng trên sáu yếu tố then chốt là: 1. Lợi tức thoải mái, 2. Tuổi thọ trung bình với đầy đủ sức khỏe cao, 3. Trợ giúp xã hội dồi dào, 4. Các quyền tự do của con người được tôn trọng, 5. Nhà cầm quyền tạo được sự tín nhiệm của người dân, người dân tin cậy được các định chế trong nước, con người tin cậy lẫn nhau, 6. Trong xã hội có sự khoan dung, độ lượng.

Tính đến năm 2017, Phần Lan chỉ mới chấm dứt vòng lệ thuộc Nga, thành một quốc gia độc lập được 100 năm. Rồi sau 22 năm tuyên bố độc lập, lại phải đương đầu với Cuộc Chiến Mùa Đông khi Liên Xô xâm lăng vào năm 1939. Từ một quốc gia nghèo khó lại bị chiến tranh tàn phá, dân tộc này đã mau chóng tạo nên được một đất nước mà thế giới kính nể. Cuộc sống phồn thịnh. Phúc lợi được chia sẻ đồng đều cho dân chúng qua hệ thống an sinh xã hội. Y tế, giáo dục miễn phí. Gia cư và thực phẩm được bảo đảm cho toàn dân. Một nền dân chủ liên tục không rạn nứt. Một chính quyền trong sáng nhất thế giới. Một đất nước mà quyền con người và sự bình đẳng giữa con người được tôn trọng.

Người ta bảo chỉ trong một thời gian ngắn mà Phần Lan đạt được nhiều thành quả trong các lãnh vực văn hóa, thể thao, kiến trúc, âm nhạc, giáo dục... trở thành một đất nước có nhiều sáng kiến cách tân nhất. Về kỹ thuật là một trong ba nền kinh tế khỏe nhất. Về sức cạnh tranh là quốc gia xếp hàng thứ hai ở Âu châu. Tính theo dân số, họ có tỉ lệ kỹ sư cao nhất thế giới. Hệ thống giáo dục của Phần Lan đang khai triển những ứng dụng tân tiến nhất của kỹ thuật digital. Thế giới cũng đang thừa hưởng nhiều phát minh và kỹ thuật mà người Phần Lan đem lại.

Người ta bảo như thế và những điều ấy làm cho người Việt sống ở đất nước này chịu đựng được những mùa đông kéo dài, kiềm chế nỗi buồn của người xa xứ.

Như thế, ở một đất nước nhỏ bé chỉ nhỉnh hơn VN

khoảng 8000 cây số vuông, nằm sát nước Nga khổng lồ như VN nằm bên Trung Quốc vĩ đại, người VN sống ở Phần Lan không khỏi chạnh lòng suy nghĩ về đất nước mình.

Mấy hôm nay ngồi trong cái cầu tiêu cổ truyền ở vùng quê Phần Lan, tôi cũng miên man suy nghĩ.

Mà cái đầu lại lởn vởn nhớ đến những cái cầu tiêu khác. Nhớ nhất là cái cầu tiêu trong vườn nhà ông ngoại tôi.

Vườn nhà ông ngoại tôi ở đâu?

"Chao ơi, cơn gió mùa đông cũ
Còn thổi mưa lên mấy cửa thành
Vườn nhà ông ngoại thơm hoa bưởi
Khi tóc em vừa mới chớm xanh

...

Em, xóm Bao Vinh đường lót gạch
Hương chiều thoang thoảng mấy hàng cau
Anh theo gió thẳng lên An Cựu
Em đuổi hồn mình xuống Bãi Dâu..."

Cái vườn ấy ở trong thành nội Huế. Đường Âm Hồn, gần Tịnh Tâm, gần cống Thanh Long. Ở đấy mỗi sáng thức dậy bước ra vườn bứt một quả ớt. Giã với nước mắm. Ăn tô cháo trắng. Mặc cái áo mưa lúc nào cũng rách. Đi bộ qua cửa thành Đông Ba, ra bến đò Thừa Phủ. Đi đò sang trường Quốc Học bên kia bờ sông Hương.

Mùa mưa xứ Huế dai dẳng lắm. Áo quần không bao giờ kịp khô. Ễnh ương suốt ngày đêm kêu ệnh oạng.

Trải qua nhiều triều đại, cái tên đường Âm Hồn đổi thành đường Nguyễn Hiệu. Nay là đường Lê Thánh Tôn. Nhiều người chủ của một số vườn tược trên đường này đã bỏ ra nước ngoài. Nhiều người có quyền thế trong chế độ mới, gốc gác ở Hà Nội, Quảng Bình, đã chiếm lĩnh những tài sản ấy. Có nhiều thay đổi nhưng trí nhớ về khu vườn nhà ông ngoại tôi không bao giờ suy suyển.

Vườn nhà ông ngoại tôi khá rộng.

Phía trước là từ đường để thờ tổ tiên. Phía sau là căn nhà tranh nơi tôi sinh ra đời. Mặt vườn có mấy cây cau, cây nhãn, cây khế. Cuối vườn, khuất sau bụi chuối, bụi duối, cây bàng quân, là cái cầu tiêu.

Nói cho đúng, một cái hầm cầu.

Cái hầm đào sâu xuống đất khoảng 2 thước, ngang 2 thước, dài 3 thước. Trên miệng hầm là tấm liếp đan với những ống tre cật chắc chắn. Chính giữa để trống một cái lỗ hình chữ nhật, ngang 2 gang, dài 3 gang tay. Khi cần thì ra đấy xem có ai không, rồi ngồi xổm trên liếp tre mà trút bầu tâm sự xuống cái lỗ trống.

Chẳng biết bao năm hầm đầy, phải lấp đất, đào hầm mới. Chỉ nhớ khi ra đấy thì đừng nhìn xuống cái lỗ mà phải thấy phân với nước tiểu lõng bõng, dòi bọ lúc nhúc. Tay cầm nắm lá chuối khô, hay vuông giấy báo, cứ ngồi ngẩng mặt nhìn trời mây. Hay ngắm những con chim chích chòe, con chìa vôi nhảy nhót chung quanh.

Mùi hôi hám đã có hoa cau, hoa bưởi đánh bạt đi theo gió. Mà nói cho ngay, cái gì đã quen rồi cũng ít thấy khó chịu.

*

Khi sang Mỹ, sống trong những căn nhà với cầu tiêu sạch bóng, bài trí đẹp đẽ, không còn quen nữa, thì trong một chuyến đi lại gặp phải mùi hôi hám trăm lần hơn. Nó nằm trong cái cầu tiêu xây kín mít ở bên Tàu.

Đấy là một gói du lịch dành cho du khách Mỹ gốc Việt. Đến Bắc Kinh có hướng dẫn viên người Việt, làm việc cho đài phát thanh Bắc Kinh. Đến Thượng Hải, có hướng dẫn viên người Tàu, trước làm trong ngành ngoại giao, thông thạo tiếng Việt. Cả chuyến đi đâu, dừng đâu, mọi địa điểm đều được định trước từng giờ phút không sai chạy.

Nhưng hôm ấy, từ Thượng Hải đi Hàng Châu, có lẽ du khách uống nhiều nước trà, họ kêu mót tiểu om xòm. Trên xe không có cầu tiêu. Hướng dẫn viên đành kêu tài xế dừng ở một cái cầu tiêu công cộng nằm bên đường. Việc này hoàn toàn nằm ngoài lịch trình ấn định.

Chưa gặp nơi nào có mùi khai kinh hoàng như cái cầu tiêu này.

Người ta đi tiểu tràn lan lên thềm xi măng, có lẽ không bao giờ dội rửa. Mùi amoniac xộc vào mặt vào mũi đến ngạt thở. Du khách cuống quít tiểu thật nhanh mà chạy ra.

Trong cái cầu tiêu ghê gớm ấy, có một sạp báo. Một phụ nữ bình thản ngồi trong cái cầu tiêu kín mít ấy mà không hề khó chịu.

Bước lên xe, du khách tiếp tục than phiền về mùi hôi bám trên đế giầy. Nghe xì xào, hướng dẫn viên du lịch cầm cái micro lên nói: "Đấy, Trung Quốc đã chế tạo bom nguyên tử, mà còn vài chuyện nhỏ chưa xong".

Câu nói của người cựu nhân viên ngoại giao thật khéo léo. Vừa nhìn nhận cái cầu tiêu là dơ bẩn, lại nhắc nhở cho du khách người Mỹ gốc Việt về sức mạnh của Trung Quốc ngày nay.

Tàu đô hộ ta hơn một nghìn năm
Nó lại cứ đòi dậy cho Việt Nam một bài học
Mà sao ta vẫn khoái trà Tàu?
Mà sao ta vẫn khoái trà Tàu?
Ông già ta uống nó từ lâu
Bây giờ ta vẫn y như thế

Do đó mà ta khoái trà Tàu.

Thơ này là thơ ngây. Viết vào thời gian mà tâm thần suy sụp, quan hệ giữa TQ với VN vốn phức tạp, bấy giờ đã bắt đầu phức tạp hơn.

*

Mẹ tôi người Huế, lấy cha tôi là người làng Mọc, Hà Đông. Sau khi sinh tôi ở Huế được hai tháng, cha mẹ tôi đưa tôi về Hà Nội. Tôi lớn lên ở thành phố này với những con ve, con dế, quả trám, quả sấu, quả nhót. Đến 1954 di cư vào Nam.

Khi sang Mỹ, nhớ thủa ấu thơ ở Hà Nội, cha mẹ còn kẹt ở VN, tôi có viết mấy câu:

Ba dắt con xuống bờ sông Cái
đất phù sa bám đỏ chân cầu
dòng sông nước chảy đục ngầu
con ôm bè chuối bơi vào lòng ba
Ba mươi lăm năm sau
con vẫn còn nhớ mãi
những tên đường
vỉa hè
hoa gạo
những buổi sớm mai
từ phố Nhi đi xuống chợ của Nam
Bà ở Hàng Bông Thợ Ruộm
lúc tản cư về căn nhà đổ nát.
Buổi sáng Ba đạp xe đưa con đi học
con ngồi yên trong lớp nhìn ra
đường phố Sinh Từ
bức tường Văn Miếu
và tâm hồn con là tất cả những loài hoa...

Nhà của bà nội tôi ở đường Hàng Bông Thợ Ruộm. Một căn nhà xây từ đời Pháp thuộc, chẳng biết năm nào. Nhà gian liền lạc cả dãy phố. Mặt tiền nhìn sang vườn hoa Cửa Nam, dùng làm nơi buôn bán. Những gian giữa dùng để ở. Cái cầu tiêu thủa ấy gọi là "nhà xí" nằm ở cuối căn nhà.

Cầu tiêu này xây bằng xi măng, cao khỏi mặt đất hơn một thước. Có mấy bậc thang để bước lên. Vào cầu tiêu là thấy cái lỗ. Hai bên có hai cái bệ nhỏ, hình hai bàn chân để ngồi xổm xuống mà bài tiết. Dưới lớp xi măng được xây thành chỗ trống, đặt một cái thùng tôn đựng phân. Sau dãy nhà liền vách của đường Hàng Bông Thợ Ruộm có con đường nhỏ chỉ đủ lối cho những người đổ thùng qua lại. Họ đi lối này, kéo những thùng tôn của mỗi nhà, đổ vào những cái thúng có trám hắc ín mà gánh đi.

Tôi còn nhớ hình ảnh những người đổ thùng ở Hà Nội bấy giờ. Họ thường đi thành hàng dài 5, 6 người. Mỗi người đều có đòn gánh trên vai, hai đầu hai cái thúng. Phân và nước tiểu sóng sánh, nhỏ giọt trên vỉa hè lúc họ gánh đi.

Trong cuốn "Kỹ Thuật Của Người An Nam" (Technique du Peuple Annamite), xuất bản năm 1910, người Pháp tên Henri Oger, làm việc ở Đông Dương từ 1907 đến 1909, có vẽ hình mộc bản những người dân làng Cổ Nhuế gần Hà Nội. Làng này bấy giờ có truyền thống làm nghề hốt phân về để bán, hay ủ làm phân bón trong hoạt động canh nông. Có lẽ họ là những người đổ thùng ở Hà Nội mà tôi thấy khi lớn lên.

Thủa ấy, do điều kiện vệ sinh thiếu thốn, tôi là một thằng bé chốc đầu, thường đau mắt hột. Cái bụng ỏng chứa đầy giun sán.

Có lần đang đi cầu trong nhà xí ở đường Hàng Bông Thợ Ruộm, mấy con giun bỗng lòi ra. Một con không tuôn ra hết, phần cuối vẫn nằm trong hậu môn. Con giun dài lòng thòng, cứ thế ngoe nguẩy làm thằng bé thét lên vì khiếp hãi.

Người cứu nguy cho tình thế ấy là một trong bảy người

em gái của cha tôi. Cô chạy vào bếp lấy đôi đũa, kéo con giun ra khỏi chỗ hiểm, thả nó xuống lỗ cho yên phận trong cái thùng tôn.

Cô là người có cặp mắt mơ mộng nhất trong các chị em. Bản nhạc "Thuyền Mơ" của Dương Thiệu Tước len lỏi vào tâm hồn tôi từ lúc nhỏ là qua tiếng đàn Hạ Uy Cầm của cô.

Khi đất nước chia đôi năm 54, cô với cha tôi – là anh cả – cùng với một người em gái khác và người em trai của cha tôi di cư vào Nam.

Khi đất nước thống nhất, chồng cô bị tù cải tạo. Chồng ra khỏi tù, gia đình con cái cô vượt biên. Dạt sang Đức. Rồi sang Pháp. Cô mất ở Lyon, miền Nam nước Pháp.

Chú tôi cũng bị bắt đi tù cải tạo vô thời hạn. Gần chết được thả về chết ở nhà.

Con trai chú tôi với con trai nó đi vượt biên. Hai cha con bỏ xác dưới đáy biển với khoảng 500.000 người khác. Con số này do các cơ quan cứu trợ người tị nạn ước lượng.

Một nửa gia đình họ nội tôi ở lại miền Bắc cũng gặp nhiều thiệt hại không kém. Nhiều cái chết thảm khốc trong gia đình do xung đột trong chiến trường miền Nam hoặc do chính chế độ miền Bắc gây ra. Nhưng so với nhiều gia đình khác, những thiệt hại của chúng tôi không đáng kể.

Tuy không có thống kê chính xác, người ta thường nêu tổng số từ 2 đến 4 triệu người Việt cả binh sĩ lẫn thường dân chết trong trận chiến này.

Nhưng điều đau đớn nhất không phải là những con số thiệt hại nhân mạng.

Bi kịch thảm khốc hơn là từ những cuộc chiến "Chống Pháp Giành Độc Lập", "Chống Mỹ Cứu Nước", những người cùng máu mủ ruột thịt đã tàn sát nhau bằng đủ thứ vũ khí.

Bằng cả ngôn từ. Lý luận. Văn chương. Thơ phú. Mưu mô. Thủ đoạn. Rồi cuối cùng đất nước, sông ngòi, biển đảo, lẫn nồi cơm manh áo lại lọt thỏm vào vòng lệ thuộc nước Tàu. Dưới sự kiềm chế của những người cai trị nước Tàu, những người hiện đang kết hợp đầy nghịch lý giữa độc tài kiểu Mao với hiện đại hóa kiểu Đặng và đang đề cao chủ nghĩa dân tộc cực đoan để thực hiện "Giấc mộng Trung Hoa".

*

Cái cầu tiêu ở vùng quê Phần Lan, nơi chúng tôi đến nghỉ hè hàng năm, đóng bằng gỗ. Cao 2 thước hai. Ngang 1 thước tư. Sâu 1 thước sáu. Đặt bên bìa rừng, cách căn nhà chúng tôi nguyên là một cái chuồng bò được sửa lại, khoảng 50 thước.

Mở cửa vào, thấy cái bệ gỗ cao nửa thước. Chính giữa là cái lỗ cầu. Chung quanh lỗ có đặt tấm mốp hình bầu dục cắt đôi để ngồi. Bên trên có nắp đậy. Tấm mốp này có dáng tương tự như vành trên của những bồn cầu tự hủy, bán ở các tiệm dụng cụ xây cất.

Khi vào cầu tiêu sử dụng xong, người ta múc một gáo mùn để sẵn trong cái thùng đặt dưới chân mà đổ xuống lỗ, phủ lên lớp phân vừa bài tiết. Mùn là những loại thực vật và những chất hữu cơ đã phân hủy, trông như bột than lẫn gỗ vụn. Mùn ủ chung với phân người, phân thú vật, sẽ trở thành các loại phân hữu cơ rất giàu dinh dưỡng.

Còn một công tác nữa phải làm trước khi đóng nắp cầu: Bên chỗ ngồi còn để cái bao hoặc cái hộp đựng một loại bột. Mở ra, rắc xuống thùng phân một ít. Loại bột này có tác dụng đẩy nhanh tiến trình phân hủy, lại làm cho ruồi bọ côn trùng đừng kéo đến, mà còn tỏa hương thơm, thường là mùi chanh, mùi cam, nhờ thế cầu tiêu không có mùi khó chịu.

Một trong những nhãn hiệu thông dụng mà người Phần

Lan thường dùng là loại bột mang tên "Janne's PuuCee" (Cái Cầu Tiêu Ngoài Trời Của Ông Janne). Truy cập trên mạng, thấy ở VN ngày nay cũng đã sản xuất những bao tương tự, nhưng với mục đích ủ phân chứ không nhằm sử dụng trong các cầu tiêu như ở Phần Lan.

Khi thùng phân đã đầy, người trong gia đình ra phía sau cầu tiêu, mở một tấm ván có bản lề, kéo thùng phân ra. Họ không biểu lộ cảm giác gớm guốc, mà ngược lại còn tỏ vẻ hãnh diện về việc sử dụng chất thải để biến chế thành phân hữu cơ mà bón cây trong vườn, ngay cả trong rừng, giữ cho vạn vật xanh tươi.

Bên bìa rừng có 2 khung gỗ chứa lá khô, lá vụn. Họ đổ thùng phân vào một ngăn, xúc lá cây ở ngăn bên cạnh mà phủ lên. Năm sáu tháng, một năm sau quay lại, phân bón đã sẵn sàng.

Chúng tôi có dịp đi thăm nhiều căn nhà khác ở vùng quê Đông Bắc Phần Lan, nhà nào cũng có cầu tiêu ngoài trời như thế. Nhưng tất cả mọi vật liệu làm cầu tiêu, thùng phân, chỗ ngồi đều được chế tạo sẵn, có bán ở những tiệm vật liệu xây cất, không phải tự đóng lấy. Tất cả đều đẹp đẽ, sạch sẽ. Cảm giác vào các cầu tiêu này không khác gì vào cái cầu tiêu tự hủy ở thành thị.

Nhìn những cầu tiêu cổ truyền giản dị và không tốn kém ở Phần Lan, lại nghĩ đến những cái "cầu tiêu cá vồ" ở đồng bằng sông Cửu Long.

Các cầu tiêu này là những thanh tre, mẩu gỗ sơ sài, dựng trống trải trên kinh, rạch, ao, hồ. Người ngồi thụp xuống đi cầu thì nửa dưới được che qua loa bằng miếng tôn, miếng liếp. Phân rơi xuống thì cá tra lập tức kéo đến vồ, đớp, táp. Người ta bảo vì thế mà con "cá tra" còn được gọi là con "cá vồ".

Đây là cách để giải quyết việc bài tiết của người dân quê miền Nam, lại vừa tận dụng phân người để nuôi cá ăn, hay bán. Nhưng môi trường bị ô nhiễm. Báo chí ở VN cho biết "Nhiều chứng bệnh đường ruột, sốt xuất huyết, tiêu chảy... là do việc tiêu thụ cá nuôi bằng cách này".

Nhà cầm quyền ở VN ý thức được những hiểm nghèo ấy và cũng đã "có chỉ thị cho các tỉnh dẹp bỏ các cầu tiêu trên sông và cầu tiêu cá vồ ở đồng bằng sông Cửu Long, nhiều tỉnh đã thực hiện dẹp hàng loạt".

"Nhưng rồi phong trào lắng xuống và gần như đi vào quên lãng".

"Khi được phỏng vấn, đa số người dân nói họ sẵn sàng 'làm theo Nhà nước' nhưng vấn đề sau đó là đi tiêu ở đâu? Tất cả những hộ đã dẹp bỏ cầu cho biết 'từ đó tới nay chúng tôi toàn đi tiêu ngoài đồng'. Họ xác nhận việc dẹp bỏ cầu cá đã làm môi trường dơ hơn trước rất nhiều... nhiều người dân không làm cầu trên sông nhưng đi tiêu vào túi nhựa và... ném xuống sông..."

"Nhiều vùng chịu lũ 3-4 tháng một năm cũng khó làm. Lại còn tình trạng ở đất đậu của người khác thì làm cầu ở đâu nên phải đi nhờ cầu cá của nhà bên...Họ than phiền là 'Nhà nước bảo dẹp cầu tiêu mà không chỉ cách làm cầu tiêu!'"

"Thật sự thì đã có những cuộc vận động sáng tạo những kiểu cầu tiêu hợp vệ sinh, thích hợp cho vùng đồng bằng sông Cửu Long, có tổng kết và in thành sách nhưng chưa đi vào đời sống người dân. Thêm vào đó, lối làm theo phong trào, hình thức đã làm cuộc vận động thành chiến dịch xóa cầu cá đơn thuần. Mối quan hệ giữa xây và chống chưa được giải quyết hài hòa và tình hình hầu như vẫn chưa được cải thiện là bao..."

Nhưng vấn đề chính thường được cho biết là vì người

dân "không có tiền, không có đất".

Nên khi nhìn hình ảnh những tượng đài to lớn ở VN, nhiều cao ốc hiện đại vươn lên, cây cầu độc đáo đầy nghệ thuật với đôi bàn tay khổng lồ, lan can mạ vàng sang trọng mới xây trên núi Bà Nà, Đà Nẵng, người ta có những phản ứng khác nhau.

Nhiều người trầm trồ, nhưng nhiều người chua chát.

*

Trong kinh tế học, có một thuật ngữ gọi là "Tác Dụng Phô Trương" (Demonstration Effect). Với các lý thuyết về tiêu thụ, thuật ngữ này được kinh tế gia Mỹ James Duesenberry (1918-2009) mô tả rằng nó xảy ra khi người ta mua một món hàng vì thấy người khác có, hay để trưng cho người khác thấy, chứ không xuất phát từ ý thích hay không thích của mình.

Ý niệm ấy từng được nhà xã hội học và kinh tế học Mỹ gốc Na Uy Thorstein Bunde Veblen nói đến bằng thuật ngữ "Tiêu Thụ Phô Trương" (Conspicuous Consumption). Trong một cuốn sách xuất bản năm 1899, ông mô tả hành vi tiêu dùng phô trương của lớp nhà giầu mới vào cuối thế kỷ XIX, nhờ công nghiệp hóa ở Hoa Kỳ. Nguyên nhân các hành vi ấy, ông phân tích là do lòng ganh tị của những người kém thành đạt muốn phô trương để che giấu sự kém thành đạt của mình, hoặc do kiêu hãnh mà người ta muốn phô trương để có tiếng tăm. Cho nên giá cả càng cao lại càng hấp dẫn người mua, vì giá cả là cái thước đo lòng kiêu hãnh.

Hiệu ứng này ít xảy ra ở Phần Lan.

Là một quốc gia từng trải qua nạn đói cuối cùng của châu Âu cách đây chỉ 150 năm, mà ngày nay với cuộc sống thoải mái, lợi tức đầu người đổ đồng mỗi năm 52.422 đô la theo thống kê 2018 của IMF, dân tộc này vẫn giữ khuynh hướng an vui với sự bần hàn, mộc mạc, khiêm nhượng.

Họ dùng sự thịnh vượng mới đạt được để chia sẻ với những người yếu kém. Họ chăm sóc người thất nghiệp, người già cả, người tàn phế bằng trợ cấp xã hội. Mọi người dân trong nước đều được săn sóc sức khỏe với hệ thống y khoa miễn phí. Họ chăm sóc trẻ em chu đáo với giáo dục miễn phí và là một nền giáo dục khai phóng, không nhồi sọ. Họ tạo nên một xã hội phúc lợi, trong một đất nước dân chủ, đạt đến sự bình đẳng mà không phải sử dụng bạo lực. Nơi đây nền dân chủ đa nguyên với sự canh chừng của các đảng đối lập đã buộc đảng cầm quyền phải luôn luôn hành động nghiêm chỉnh và trong sáng. Hệ thống ấy cũng giúp cho sự thay đổi chính sách, thay đổi quyền lực khi cần, đều được diễn ra một cách ôn hòa. Nơi đây quyền tự do ngôn luận, tự do báo chí tạo nên những cuộc đối thoại thẳng thắn, tạo cơ hội cho đất nước này có thể sử dụng được những ý tưởng ưu tú nhất và điều chỉnh được những sai lầm nếu xảy ra.

Đến Phần Lan, người ta sẽ không nhìn thấy những tòa nhà chọc trời, kiến trúc diêm dúa. Phần lớn chỉ thấy những khu nhà đơn giản bên hồ nước, rừng cây.

Không có sự cách biệt sâu đậm trong cuộc sống của người này với người khác.

Không có sự cách biệt giữa thành thị với thôn quê. Người thôn quê có tất cả các tiện nghi của người thành phố.

Người Phần Lan thường được mô tả là những người sống với nội tâm và trí tuệ, thường dè dặt và e thẹn với người lạ, nhưng khi đã quen thì họ là những người bạn tốt.

Những người ấy giữ gìn nền độc lập quý báu của mình bằng cách dùng thế lực xa để kiềm chế sự đe dọa của nước láng giềng gần. Không gia nhập NATO để tránh khiêu khích Nga nhưng gia nhập EU: Phần Lan là một quốc gia trong nhóm Bắc Âu và là một thành phần của Liên Hiệp Âu Châu.

Nhưng có lẽ đối với nước láng giềng khổng lồ ở sát bên, cách cần thiết và hữu hiệu nhất để giữ độc lập vẫn là việc phát triển một tính chất đặc thù của dân tộc Phần Lan, mà chữ của họ gọi là "Sisu". Chữ này khó dịch sang các ngôn ngữ khác vì chỉ một chữ, nó bao hàm cả lòng can đảm gan góc không lay chuyển để đương đầu với những nghịch cảnh khó khăn, vừa là sức mạnh ý chí, quyết tâm kiên cường, khả năng chịu đựng những bất hạnh, vừa là sức bật tinh thần, và khả năng đứng dậy làm lại sau khi thất bại.

Người Nga hiểu rõ đặc tính ấy của dân Phần Lan.

Trong Trận Chiến Mùa Đông 1939-40, người Phần Lan đã dũng mãnh chiến đấu với quân Nga đông gấp 3 lần số lính, hơn 30 lần số lượng máy bay, gấp 100 lần số lượng xe tăng. Mùa đông năm ấy là một trong những mùa đông khắc nghiệt nhất thế kỷ XX, nhiệt độ xuống đến - $43°$ (- $45°F$). Chạm mặt với người Phần Lan trong trận chiến khốc liệt này, người Nga hiểu rõ tính chất kiên cường của người láng giềng bé nhỏ mà không thể xem thường họ.

Ngày nay Phần Lan vẫn là một thành phần bé nhỏ của nhân loại, dân số ít thay đổi, chỉ có khoảng 5 triệu 3. Nhưng đây là một thành phần có ý thức. Họ ứng dụng những hiểu biết khoa học vào cuộc sống mộc mạc. Họ không gây ô nhiễm môi trường. Họ không sử dụng những gì độc hại. Họ chú trọng vào công tác tái dụng để tránh phí phạm tài nguyên.

Vào lúc thế giới toàn cầu hóa có thể tạo ra những thách thức mới, họ vẫn tin rằng những sáng kiến mới sẽ là giải pháp cho những thách thức này. Mục tiêu của họ là kết hợp xã hội phúc lợi với tính cạnh tranh. "Đây không phải là hai khía cạnh đối lập mà có tính song hành", đó là lời phát biểu của bà Tarja Halonen, cựu Tổng thống Phần Lan.

Bà già này lúc tại chức, về mùa hè thường đến Turku, nơi chúng tôi định cư, một mình đi chơi với chiếc xe đạp trên con đường nhỏ bé ven rừng mà không có lính bảo vệ đi kèm.

Mấy hôm nay, ngồi nhìn ra rừng bạch dương bên mặt hồ phẳng lặng của đất nước Phần Lan, tôi đã nhớ nghĩ đến những điều như thế.

...
Phải, phải, phải
Tôi thú thực tôi là người ba phải
giữa hận thù và giữa yêu thương
giữa lặng lặng dửng dưng không giận ghét
Tôi vẫn bơ vơ giữa ngã ba đường...

(Phần Lan 8/8/2018)

Tạ Tỵ by Trịnh Cung

NGUYỄN CHÍ KHAM

Sinh ngày 2-9-1944 tại Quảng Trị.

Thời 1962-1972 có bài đăng trên các báo *Thao Trường, Đuốc Thiêng, Tiểu Thuyết Thứ Năm, Nghệ Thuật, Văn, Giao Điểm, Chính Văn*.

Định cư lại thành phố Santa Ana, quận Cam Californis từ 4-11-1993.

Có một số truyện ngắn và thơ đăng trên *Văn Học, Thế Kỷ 21* và nhật báo *Người Việt*.

Hà Nội, bướm trắng

Khi rời khỏi trại giam Tân Lập, tôi chỉ vỏn vẹn đem theo hai bộ quần áo, một gói giấy cột chặt thư từ đã cất giữ trong sáu năm. Qua bến đò Ngọc, đi ngược lên ga Ấm Thượng gần hai tiếng đồng hồ. Nhà ga cách cái làng nhỏ *ở đó một cây số*. Bữa ăn trưa qua loa, vì không ai đói. Bánh mì hấp, gạo, nếp trại cấp cho đi đường, những người được tha về đều đem tặng cùng mấy thứ khác cho anh em còn ở lại. Mỗi thứ, một tấm lòng.

Ga xép không đến nỗi gì heo hút lắm. Những năm chiến tranh cũng như bây giờ, hệ thống giao thông ở miền Bắc chủ yếu là xe lửa. Vì vậy, chuyến tàu mỗi ngày từ các vùng mạn ngược về dưới xuôi lúc nào cũng ngổn ngang gồng gánh, đông đúc khách hàng. Hôm ấy, phải đợi tàu. Ngồi trong quán nước trò chuyện với bạn bè khá lâu, một mình tôi đứng dậy. Nắng đang lơ lửng, vài con chim xoải cánh bay ra phía cánh đồng, bên kia xa nữa là núi. Tôi theo lối đi, bước qua nhiều mô đất lên nền cao, sau đó lang thang quanh khu nhà ga. Tình cờ, tôi gặp một cô gái đang đọc sách. Tôi vẫn yên lặng một lúc cho đến khi cô nhận ra có người đứng bên cạnh mình. Cô ngước lên, nhìn tôi bằng cặp mắt ái ngại. Tôi xin phép hỏi tên cuốn sách, cô không trả lời mà chỉ mở rộng tấm bìa cho tôi xem. Tôi gật đầu và nói với cô gái rằng, đó là một nhà văn xưa đã nổi tiếng. Cô hơi ngạc nhiên, còn tôi vẫn tự tin nơi mình, rồi tôi bắt đầu giải thích bằng sự nhớ lại những điều đã học qua nhiều năm tháng cũ ở nhà trường. Cô gái mỉm cười, xem ra vui vẻ, thích thú, mời tôi ngồi xuống, cả hai cùng hòa nhịp vào câu chuyện văn chương. Tôi biết được tên cô là tên một thành phố, nơi thành phố ấy, cô đang học năm đầu tiên bậc Đại học.

Bỗng nghe những tiếng còi nối nhau, vọng từ xa đến. Chúng tôi chưa nói hết chuyện, vội vàng mỉm cười chia tay.

Cô gái chắc hẳn chưa đầy hai mươi tuổi, nhưng thoáng qua chiếc nón vải, trong ánh nụ cười vừa sáng nửa khuôn mặt, tôi cảm thấy mình có được một buổi chiều nắng ấm. Gấp gáp, tôi chạy về chỗ tập trung. Khi đứng sắp hàng, nghe tiếng người ta chen lấn, gọi nhau ơi ới, tôi không nhìn được bóng dáng cô gái đã bước lên toa xe nào. Anh em chúng tôi tuy được về, nhưng chưa hẳn tự do, quản giáo đi theo hai người, vừa công tác, vừa lo thủ tục.

Ngừng đón khách không lâu lắm, tàu được lệnh chuyển bánh. Từ Ấm Thượng về tới Hà Nội, thời gian đi mất bao lâu không rõ, nhưng tôi biết là tàu sẽ đi qua những ga Phú Thọ, Việt Trì, Vĩnh Yên, Phúc Yên, Đông Anh và Gia Lâm Ngày đó đưa ra Bắc, trên hai ngàn người, hơn bốn ngày lênh đênh, đến lúc hết buổi chiều tàu thủy mới cập bến Hải Phòng. Đêm xuống, đoàn xe lửa đem hết chúng tôi đi cùng một chuyến lên vùng núi phía Tây Bắc. Buổi trưa, ga cuối cùng là Yên Bái. Ngày hôm ấy, tôi chợt hoang mang lo sợ giữa bóng đêm và đồi núi chập chùng, nhưng ngày hôm nay được trơ về thì quá xúc động, thốt nhiên mừng rỡ như một cậu bé lạc loài gửi tới đất xa, sau bao nhiêu năm học tập nay được trở về quê, không ám ảnh sự chết chóc, chia ly, giấc mớ đói khát, mà chỉ biết vui ở bên ngoài sự đoàn tụ, nghĩ đến lúc này đang đứng bên cạnh bà ngoại, hãnh diện đọc cho bà nghe một bài học thuộc lòng:

Sung sướng quá giờ cuối cùng đã hết
Đoàn trai non hớn hở rủ nhau về
Chín mươi ngày nhảy nhót ở miền quê
Ôi tất cả mùa xuân trong mùa hạ
Một nét mặt trăm tiếng cười rộn rã
Lời trên môi chen chúc nối nghìn câu
Chờ đêm mai sáng sớm bước lên tàu
Ăn chẳng được lòng nôn nao khó ngủ
Trong khoảnh khắc sách bài là giấy cũ

Nhắc làm chi thầy mẹ đợi em trông
Trên đường làng huyết phượng nở thành bông
Và vườn rộng nhiều trái cây ngon ngọt.

Bà ngoại tôi lập tức khen cháu giỏi quá. Nhưng già rồi, thực tình, bà đã không biết đứa cháu chưa thuộc hết, đợi một ngày mưa về trong cặp mắt mới nhớ được mấy câu còn sót:

Kiểm soát lại có khi còn thiếu sót
Rương chật rồi khó nhốt những niềm vui
Tay bắt tay trong giây phút bùi ngùi
Các bạn hỡi ngày mai đầy ánh sáng.

Nhưng bà ngoại, đã mất rồi. Những lá thư ở miền Nam gửi ra, mỗi lần em tôi viết, cũng không dám nói rõ hết những ngày đang khó nhọc. Trong ký ức mở rộng, quê ngoại là chiếc cầu bắc qua sông, dãy quán, khu chợ, bên đò đông đúc, những ngày bình yên, ấm áp, rộn ràng tiếng chim cu gáy xa gần nằm ven hai bên bãi cát. Màu tre xanh nổi hiện rõ khung trời trắng xóa, trong mỗi buổi chiều hôm nghe xào xạc tiếng gió đập mạnh trên mặt nước, bãi dưa hoang lặng lẽ vắng người, nhưng mà bóng dáng cây ngô đồng vẫn vậy, cao lớn, nhắc nhở, lặp lại mãi một ý nghĩa của sự sống, không có gì phôi pha hoặc vĩnh cửu. Bà ngoại tôi mất lúc tôi đã chuyển ra trại miền Bắc được hơn một năm. Không còn nhận được thư dì Ngọc, nay lưu vong nơi một xứ nào chẳng biết nữa, nhưng có phải vì vang âm thân thiết của giọng đọc chính tả, mà mỗi năm, hiện ra trong trí nhớ tôi một mái tóc bạc, khu vườn cây trái rộng rãi giữa các lối đi, và còn thấy được những hình ảnh bên kia sông, con đê cũ, những hồi chuông ngân vang xô đẩy các làng mạc, tất cả đều mềm mại dưới vạt áo, bước chân, vì đó chính là bóng dáng của mẹ tôi đang gánh gạo trở về.

Ngày mai, tôi sẽ nhìn thấy Hà Nội. Niềm vui vì một cô gái, những kỷ niệm từ nơi chốn này rồi sẽ khó phai, mặc dù nó chẳng phải là một ân huệ, nhưng đối với tôi, cái dáng vẻ một con người tội nghiệp và bền sức chịu đựng, tôi cũng đã mang trong tâm hồn mình những hình ảnh của người mẹ, vì sức người mẹ, không phải là nỗi nhớ, tóc bạc, sự buồn rầu, mà đó chính là một tình cảm thiên nhiên khiến tôi nhận ra được ngay trong những ngày đầu tiên của tuổi trưởng thành. Xe lửa đang băng trong đêm qua các làng mạc, những cánh đồng. Không phải tôi đang chuyện trò với cô gái, mà thực sự, giữa đêm đen, hồi ức của tôi vẫn leo lét một ngọn đèn sáng, những hơi ấm của lửa từ đống củi tàn tro, những tiếng suối chảy ngùn ngụt trong đêm núi rừng lạnh buốt, những con chim trở về cuối mùa đông đã bị trúng đạn, và quê nhà, tôi cảm nhận ra được hơn lúc nào hết, đó là nơi tôi đang ở cùng với sức chịu đựng những năm tháng tù đày. Nơi thung lũng sương mù đó, nay còn ai nữa không. Bây giờ, tôi biết được trong một toa xe không có ánh đèn, mỗi người bạn của tôi trở về, họ không sống với quá khứ nữa, thảng hoặc, trong hiện tại vui chốc lát, thì giờ phút này, ngoài những người đang thiếp ngủ, hẳn còn một vài anh em yên lặng, nỗi niềm lo lắng lẫn sợ hãi đối với những ngày mai. Ngày mai sẽ ra sao, và có phải cuộc trở về này đã là chung cuộc.

Tôi đưa hai bàn tay chụm lại che ánh lửa que diêm cho người bạn mồi điếu thuốc. Khi que diêm tắt ngấm, ẩm ướt, tôi không thấy được rõ nửa khuôn mặt người bạn. Không, tôi không nhận điếu thuốc mời vì mệt. Khói thuốc mà tôi ngửi được, chợt có vị đắng, bên ngoài lạnh, mưa từng hạt nhỏ văng dọc theo con tàu. Tôi cũng thụt lùi xa cánh cửa một chút, hai cánh tay khép, người muốn thu mình gọn trong một chiếc áo vừa đủ ấm. Tôi cũng bắt đầu *cố* dỗ mình vào giấc ngủ. Trong mơ, hình ảnh một quê làng bị tàn phá bởi chiến tranh, nhưng chỉ được chốc lát, tôi thức giấc bàng hoàng thấy nơi phía xa đèn cháy sáng. Xe lửa hú rúc những hồi còi, tốc độ chạy thật nhanh rồi đột ngột nghe tiếng hãm thắng từ một khúc rẽ quanh của đường ray, đoàn tàu chậm chậm tiến vào ga. Cô gái xuống ga Phúc Yên. Tôi chỉ trông thấy bóng nàng rất nhỏ lẫn trong đám người chen lấn đi về phía cửa. Ở cách nhiều toa xe, tôi không thể gọi lớn tên nàng được. Hà là tên của nàng. Hà làm tôi nghĩ đến Hà Nội, nơi thành phố đó tôi sẽ sống được một ngày. Tôi chỉ mới quen Hà, nhưng trong câu nói sau cùng và cả ánh mắt nữa, tôi tự nghĩ rằng nàng và tôi rất cần có một ngày gặp lại nhau. Đôi khi, chỉ một tình cờ đó thôi, người ta cũng nhớ lại được những câu thơ rất đẹp, rất buồn:

Tìm đâu thấy một bàn tay
Cho tôi sống lại một ngày
Có nắng vàng Paris
Có heo may Hà Nội.

Trong đêm, tôi cũng thấy có nhiều ngôi nhà bị bỏ trống. Những nhà ga tiếp nối nhau lúc này đang gần lại. Ga Đông Anh, nó là cái tên đứa con gái đầu lòng của tôi. Ngày tôi đi trình diện, cháu nó mới được 4 tháng tuổi. Khi chia tay, tôi bồng cháu, *cố* gắng cười, nhưng cháu biết, giận dữ, lấy bàn tay vùng vẫy, đập mạnh vào mặt tôi, tôi liền quay đi, *cố* giấu những giọt nước mắt của mình. Năm tháng tôi ở xa, Hồng vợ tôi, là người thiếu phụ can đảm, cô ấy sẵn sàng thay thế và che chở tất cả. Sau khi tôi trở về, rồi đây Đông Anh sẽ lớn, và ngoài Hồng ra, thì cô gái là người bạn thân nhất của tôi.

Về tới ga Gia Lâm, xe lửa đậu bên đường sắt phụ, đợi tránh tàu ở bên kia Hà Nội đi qua. Nửa giờ mới chuyển bánh. Khi xe lửa vùng dậy, cất liền những tiếng hú còi lớn, và rồi không chạy nhanh, mà vẫn cứ thong thả vào lúc này, chung quanh đang muốn chuyển màu trời cho vội sáng. Nỗi niềm của tôi bỗng dưng đông cứng, cái lạnh chút sau mới rã dần. Khi xe lửa chạy rất chậm qua cầu Long Biên, nước mắt tôi muốn chực dâng trào. Chiếc cầu như đang ở dưới ánh trăng, hai bên lối đi, một vài chiếc xe đạp dắt bộ vì chở nặng các thứ hàng hóa, rau quả, có lẽ mỗi ngày đều như vậy, những người sống *ở* ngoại thành thường thồ các chuyến hàng đi sớm qua Hà Nội. Tôi không thể đưa bàn tay mình ra để chạm lên mỗi vai cầu, in ở mỗi chỗ đó một dấu vết, nhưng chiếc cầu dài này đã nhắc tôi nhớ lại những ngày hòa bình, những thước phim thời sự rõ nét chiếu lên khung vải một đoàn quân thắng trận Điện Biên Phủ đi bộ qua cầu Long Biên trở về tiếp thu Hà Nội. Niên học cuối cùng của tôi ở bậc Tiểu học bắt đầu vào lúc đất nước mới chia cắt. Mỗi lúc, tiếng nước chảy mạnh của con sông Hồng, nhịp cầu như thể đang rung chuyển vì nghe sóng vỗ, mỗi lúc làm tôi nhớ lại những ngày thơ ấu, khung cảnh tỉnh ly nhỏ bé, nghèo nàn, trường học thiếu thốn phải đi thuê những căn nhà ra vùng ngoại ô để làm lớp học. Đêm, trong tiếng rời rạc, xa xôi của súng đạn, người ta nghe tiếng những đoàn xe GMC ầm ầm chạy vào thị xã, tiếng cả những đoàn tàu hú còi ghê rợn rồi đột ngột ngừng lại trước sân ga để đổ xuống những người di cư mới tới.

Hà Nội, đây là ga Hàng Cỏ.

*

Xếp gọn các thứ túi xách, ba lô, hòm rương tại nơi kho gửi hành lý, chúng tôi trở ra mái hiên sắp hàng. Khi trời vừa mới bừng sáng, đồ đạc những thứ gì đáng giá, mỗi đứa đều lục soạn, bán bớt, kiếm chút đỉnh tiền tiêu xài dọc đường. Ngoài này, mắc rẻ không biết giá, nhưng các loại hàng tiêu dùng, đồ cũ còn tốt, lành lặn, là bán được. Một chút sau, quản giáo Quang trở lại. Đọc lướt qua tờ giấy đánh máy, rồi anh hỏi chúng tôi đã ăn uống gì chưa. Buổi sáng lạnh, trong cái vẻ ồn ào còn ẩm ướt, đưa những tiếng động còi tàu, hành khách chung quanh ga, lối cửa ra vào, nơi các chỗ bán hàng quà, ăn, uống, nó vẫn rất quen thuộc, dù vừa mới đặt chân đến hay sắp sửa ra đi. Anh em đều hoan hỉ, chuyến tàu Thống Nhất 2, Hà Nội đi Sài Gòn, 8 giờ tối đêm nay mới khởi hành. Giữa quản giáo Quang và chúng tôi, tự nhiên có một chút tình. Anh ta còn trẻ, dễ chịu, và tính tình chân thật. Không phải đợi đến lúc này mới thấy khác, mà trước đây những ngày còn ở trại, anh cũng gần gũi, rất nhiều lúc đứng gần với nhau để trò chuyện thân mật. Mỗi khi lên lớp sinh hoạt nội qui, chính trị, lúc nào anh cũng đọc vài câu thơ của Tố Hữu. Anh có tâm hồn, rất sính thơ, nhưng hình như anh chỉ thuộc nhiều thơ Tố Hữu. Bây giờ, trong cặp mắt cười, anh quảng cáo với chúng tôi là Hà Nội đẹp lắm, cái đẹp đáng tự hào của một thủ đô, đi xem Hà Nội phố phường, các thắng cảnh ở Hồ Gươm, Hồ Tây, và phải thăm lăng Hồ chủ tịch, một lần cho biết. Trở lại nề nếp cũ, anh hăng hái nói thêm, Hà Nội là trái tim của Tổ quốc.

Rồi chúng tôi phân tán, có lẽ đây cũng là dịp vui cho những người nào làm cán bộ ở xa được đi công tác, và ghé thăm Hà Nội. Tôi băng qua quãng phố rộng, rồi bước lên vỉa hè đi bộ một mình. Tôi có niềm vui của người mới đến, mới biết. Hà Nội như thế nào. Hà Nội qua phim ảnh, văn chương, âm nhạc, những bài hát hay đó đã được nghe. Hà Nội của quá khứ, hôm nay và những ngày mai. Hà Nội trong đêm, nhớ nhung phố phường Hà Nội, *ánh đèn giăng mắc muôn nơi, áo màu tung gió chơi vơi*. Hà Nội buổi sáng, *cứ ngỡ lòng mình là hương cốm, không biết tay ai làm lá sen*. Hà Nội buổi chiều, xao xác những cơn gió heo may, lá vàng úa rụng đầy xuống thềm cũ, các lối đi. Hà Nội trong kháng chiến, mơ ước một ngày về, *một ngày hồng tươi hoa lá*. Hà Nội của năm tháng chia cắt đất nước, những kỷ niệm bất hạnh và lạc loài, người di cư vào mảnh đất miền Nam sinh sống, ra đi với tâm trạng não nề, ngoái đầu nhìn lại, nhớ con sông, chiếc cầu, nghe phố phường nhắc từng tên gọi qua năm cửa ô. Hà Nội, những năm chiến tranh ác liệt, muốn tự phong mình là thủ đô phẩm giá của con người. Những đợt bom B52 ồ ạt, gầm thét, rung chuyển cả một Hà Nội 12 ngày đêm, tàn phá một khu phố Khâm Thiên, và những người Hà Nội quả thực đã dũng cảm chiến đấu, từ đó dựng nên huyền thoại Điện Biên Phủ trên không, và còn muốn nói thêm rất nhiều điều nữa về một Hà Nội mai sau trong niềm tin yêu, hy vọng. Những thước phim rung chuyển, Hà Nội ngút trời trong bom đạn, nhờ sự cam đảm, nhờ cảm xúc thế đó, mà Hoàng Nhân, ngồi trong hầm trú ẩn viết nên được bản nhạc nổi tiếng, một thời lưu niệm cho chiến tranh, và một thời khát vọng được nhìn thấy những cửa ô thênh thang, lộng gió, trong những con người muốn trở về tìm lại Hà Nội thanh bình.

Nhưng mà trước mắt tôi, Hà Nội, sao mà quá đỗi nghèo nàn. Hà Nội quen thuộc, vắng bóng, có nước mắt hay nụ cười, điều này đối với tôi không quan trọng, vì Hà Nội, hai chữ thân yêu đó ở nơi tôi, là một thành phố mà chính văn chương, âm nhạc đã làm tôi trở nên một con người lãng mạn và bị mê hoặc. Cái vẻ của Hà Nội như mùi cốm hương, nắng ấm, mùa thu vàng ngân vang, ngay lúc này, tôi chưa thấy. Từ buổi đầu tiên xuống Hải Phòng, chuyến đi lên Tây Bắc bằng xe lửa gần trọn một ngày, ngồi trong toa xe than, tôi đã sống bằng cặp mắt, bằng sự hồn nhiên chân thực, và bao trùm lên cả một thành trì xã hội chủ nghĩa nặng nề, tôi vỏn vẹn chỉ ghi nhớ được một số tên nhà ga, thấy những chiếc cầu, nhiều hố bom B52 trải thảm, qua những thị trấn tôi cũng nhìn thấy được nhà cửa, xe cộ đi lại, trong buổi sáng học sinh cắp sách đến trường, nhà máy, ruộng đồng, mỗi người đều làm việc, nhưng không hiểu sao tất cả mọi sinh hoạt đều cùng một nhịp, mà trông nó có vẻ èo uột, rệu rạo, lạc hậu với đời sống sơ khai của nông thôn. Chiến tranh, điều hiển nhiên nó là sự bất hạnh của đất nước, nhưng cuộc chiến tranh ở miền Nam hơn 20 năm suốt ngày đêm rất khốc liệt với sự chết chóc, tàn phá, vùng mất an ninh dân phải bỏ chạy trốn lên thành thị, trong khi miền Bắc, toàn bộ ngoài này là cả một hậu phương rộng lớn, an toàn, hứng chịu bom đạn so với miền Nam là một phần không đáng kể, nhưng rồi ngoài này xây dựng có được gì, ngay cả thành phố, thị xã, cũng còn thua kém nhiều tỉnh lỵ nhỏ bé rải rác ven biển miền Trung, chưa nói tới vùng miền Tây giàu có của đồng bằng sông Cửu Long. Đi lên Tây Bắc từ dưới xuôi ngược Trung Du rồi Thượng Du, đất đỏ, nhiều núi đồi, đời sống nông nghiệp tuy tranh thủ từng thước đất để cải tạo, trồng lúa, cây công nghiệp, hoa màu, nhưng quan sát, thì thấy nó chật vật, mức sản xuất vừa đủ cá nhân, gia đình, không xếp vào loại định mức sản lượng, góp sự giàu có cho Tổ quốc.

Cô gái chỉ cho tôi một con đường rẽ, sau một đoạn phố không xa sẽ thấy Hồ Gươm. Hà Nội trồng rất nhiều cây, những khu phố bao quanh hồ thật đẹp. Cái vẻ đẹp của Hà Nội, dường như khơi dậy từ bóng im, màu xanh của lá, phố cũ bằng các mái hiên che nắng mưa trên những con đường nhỏ. Hà Nội, hiểu như vậy, thì nó là điều gì quan trọng với quá khứ. Buổi sáng, nắng vừa lên trải từng tấm thảm vàng trên mặt hồ. Bao quanh hồ, bóng những cây liễu rũ xuống, chiếc tàu điện chuyển bánh, vài bóng dáng xe ô tô chạy quanh lên ngả phố khác, tiếng nói cười đùa cũng rất vui vẻ, vì những thanh niên nam nữ nay đang là cái lứa tuổi phấn khởi, yêu đương. Xe đạp đi làm, dạo chơi, dàn rộng trên các lối, lúc đột nhiên ồn ào, lúc chợt trở về lại yên tĩnh. Hàng Khay là một tên phố, con đường chừng được vài chục thước. Hà Nội, với những phố quanh hồ này, nó không riêng biệt, mặc dù đây là chỗ công viên, nơi sinh hoạt hóng mát, giải trí đánh cờ, và nó có vẻ khỏe mạnh, vì đã giờ này mà người ở đây lớn tuổi, trung niên, thanh niên cũng đang chạy bộ, và tập thuần thục nhiều động tác thể dục. Nơi thềm cỏ ấm áp, tôi đứng một mình nhìn lại Hồ Gươm, thấy chiếc cầu đỏ, đền Ngọc Sơn, Tháp Rùa, và có cảm tưởng như Hà Nội là của tôi, không có gì xa cách.

Tôi đi loanh quanh gần với chỗ cũ, lúc ngừng lại ghé mắt xem một ván đấu cờ, lúc ngồi dựa lưng trên ghế đá, nhìn cây cối, mặt nước hồ, các mảng rêu xanh lẫn với rác rến nổi lềnh bềnh đang tấp vào bờ. Hà Nội, cái thực tế lại trở nên phức tạp. Tôi cố ý trở về với Hà Nội, nhưng tại nơi đấy cái tình thế giữa cuộc sống nghèo nàn, luộm thuộm làm tôi thất vọng. Người Hà Nội, giống như dân từ vùng quê, hay các tỉnh, thị xã nhỏ *ở* xa lên thành phố. Đời sống vốn dĩ thiếu thốn, nên bao nhiêu năm rồi, họ đã không có cái ăn, cái mặc đầy đủ, thì lấy gì tìm ra những nét thanh lịch, sang trọng. Hà Nội lâu nay, hẳn là thích sự chịu đựng, và cùng với sự già nua, họ cảm thấy không cần thiết đến một vẻ đẹp lãng mạn nơi tâm hồn. Hồ Gươm, cây cỏ, phố xá, cảnh trí đẹp mắt, nhưng chừng này một đời sống chung quanh mà người Hà Nội không quí trọng, giữ gìn thành phố, đã sinh hoạt, ăn uống, vứt bỏ bừa bãi các thứ rác rến làm cho mặt nước màu xanh của hồ cũng thấy tởm lợm, buồn nôn. Không một ai, nhìn vẻ mặt người Hà Nội ngồi quanh đây tôi quen cả. Như vậy sau một Hà Nội *mùa Thu,* chỉ còn lại một Hà Nội già nua, cũ kỹ. Năm 1954, những con người sinh trưởng đất Bắc, di cư vào Nam, chính họ đã đem theo tất cả cái cốt cách, tất cả cái thành phố Hà Nội bằng trí nhớ, và ràng buộc nó chặt chẽ vào tâm hồn của mình. Sài Gòn, một thành phố vừa vui nhộn, hài hòa, lại mau chóng khoác lên một thứ hương sắc, dung nhan Hà Nôi, bằng chút lạnh lẽo buổi sáng Thu, mưa bụi rắc rải trên đường phố, ngay cả những tiếng nói, nụ cười khách sáo lúc được tiếp đón mời mọc, hay cái bắt tay tiễn chào nhau ra trước cửa. Người Hà Nội, có lẽ cái mà họ thích muốn giữ lâu nhất là màu áo. Ở trong mỗi màu áo, dù đậm nhạt, rực rỡ màu sắc, mức độ nào cũng thế, dường như đó là linh hồn, luôn luôn nhắc nhở họ nhớ đến Hà Nội, nhớ đến một thành phố của riêng mình, bè bạn, và những người tương thân.

Những người di cư đã mang đời sống, và con người Hà Nội vào miền Nam cả rồi sao. Thế thì, họ đã chẳng muốn để một chút gì cho người *ở* lại. Nhưng có lẽ, người ở lại Hà Nội đã không cần, vì họ đang hiểu rằng, đất nước này là của họ, vì vậy họ cần phải sống với một chủ nghĩa lột xác. Hà Nội, là tiến lên xã hội chủ nghĩa, dứt khoát từ bỏ những tình cảm lãng mạn, không quay đầu nhìn lại quá khứ.

Nhà Bưu điện nằm trên một khu phố chính trông ra Bờ Hồ. Tôi mua *ở* quầy bán báo một đồng giấy bút, và tấm bản đồ. Vào bên trong, những mạch ý dồi dào khiến tôi viết nhanh được một lá thư gửi thăm anh G.. Tôi nghĩ, lá thư sẽ không đến Sài Gòn sớm trước khi tôi về đến. Nhưng đối với anh G., thì lá thư này là một lá thư viết từ Hà Nội. Người chuyển thư, rồi sẽ đóng trên con tem đã dán một con dấu có ghi đủ ngày giờ, tháng năm, và hai chữ Hà Nội. Những chi tiết này, cũng là cách mà tôi tự nghĩ, đến ngày đó gặp lại, hoặc xa nhau, chúng tôi bớt đi sự xúc động, để có nhiều niềm vui lớn hơn. Từ một buổi chiều tháng Sáu khi tôi ghé lại thăm anh để nói một đôi lời từ giã, tôi cứ nghĩ ngày chúng tôi gặp lại không xa, vậy mà qua đi sáu năm không ngờ, để rồi sau những bất trắc của tôi, cũng như nó đã đến với anh, điều thành tựu là chúng tôi đang còn sống, công việc của anh nói qua thư từ thì tạm bợ, nhưng một con người tha thiết đến văn chương như anh còn có âm thầm, tiếp tục nữa không.

Sau một hai hơi thuốc, tôi vứt mẩu tàn, lấy chân dập tắt. Ở ngoài, nhìn chiếc đồng hồ trông có vẻ lớn, nhưng bên trong, Bưu điện Hà Nội không lấy gì là rộng rãi, hiện đại với tính cách chuyên ngành. Ở lối cửa bên, đi ra là gặp phố Tràng Tiền. Nhà cửa hai bên dãy phố nguyên vẹn, lối kiến trúc cổ những mái hiên đưa ra vỉa hè. Dọc dãy phố, những hiệu buôn bách hóa, quán kem, giải khát, một vài cửa hàng sách và bán đồ mỹ nghệ, ngay đoạn giữa của phố cũng có một phòng tranh triển lãm. Sự tìm kiếm Hà Nội, mỗi giây phút, đối với tôi là một điều thích thú. Tôi không có gì thất vọng, nuối tiếc, sẵn sàng bằng lòng với những cái gì đang có, và thấy Hà Nội trước mắt.

Hết phố, tôi dừng lại bên đây vỉa hè con đường trông

qua Nhà hát Lớn. Nhà hát đã đóng kín cửa, không nhìn thấy được bên trong, và cũng không nghe được tiếng nhạc, tìm thấy hình thức về các chương trình trình diễn qua những tấm biển quảng cáo. Tôi biết mình đang cố gắng gợi sự chú ý, vì tại nơi này, tôi đã được đọc, nghe nói cũng nhiều đến không khí sinh hoạt vào những mùa kịch ở Hà Nội. Vũ Khắc Khoan, nói đến cách ăn mặc đẹp, lịch lãm của người Hà Nội đến mùa đi xem kịch. Nguyễn Đình Toàn, trong những trang tùy bút cũng nhắc đến kịch Hà Nội, những tấm biển quảng cáo rực rỡ màu nước sơn dựng quanh các góc Hồ Hoàn Kiếm, đến khi những đám mưa bụi về làm nhòe phai các tấm biển, thì lúc ấy, mùa kịch vừa bắt đầu. Kịch bản *Lôi Vũ* của Tào Ngu, *Bến Nước Ngũ Bồ* của Hoàng Công Khanh, những mối tình dâng tặng nàng *Kiều Loan* đối với Hoàng Cầm, giọng ngâm thơ sang sảng của Văn Phú, tất cả hình ảnh đó về ngôi Nhà hát Lớn này, đã làm cho tuổi hai mươi của tôi sống nhiều với trí tưởng tượng, nhưng bây giờ, dồn tất cả những khoảnh khắc quá khứ đó lại vào một mình tôi, thì tôi thực sự cô đơn, và cảm thấy Hà Nội đã vắng mặt.

Năm ngoái ra thăm tôi, Hồng nghỉ chân một ngày ở nhà thím Diệp. Hiền là cô gái út của thím mà tôi đã gặp trong một chuyến đi chơi với Hồng lên trại thăm. Cô em gái Hà Nội của tôi mới học Cấp 3, chưa lớn hẳn như cô gái tên Hà. Hiền trở nên một người bạn nhỏ thân thiết của vợ tôi, hai chị em đi chợ Đồng Xuân mua thêm quà cáp, và được một dịp thưởng thức các thứ quà Hà Nội ngay trong những quán hàng của khu chợ. Gặp Hiền, buổi chiều ăn bữa cơm chung ở nhà thăm, hai vợ chồng tôi cảm thấy ấm áp, và Hà Nội ở trong cặp mắt Hiền, qua trí tưởng tượng của tôi thấy những vòm cây sấu xanh mướt, trải dài trên những đường phố Hà Nội. Ngay chỗ tôi đang đứng, khu vực Nhà hát Lớn có nhiều ngả đường cắt ngang và chạy bao quanh giống như khu phố nhà thờ Đức Bà ở Sài Gòn. Nhà Hiền ở phố Lê Thánh Tôn, cách đây không xa. Mở rộng tấm bản đồ, tôi thấy tên các khu phố Lê Phụng Hiểu, Đặng Thái Thân, ở phía sau lưng là đường Phạm Ngũ Lão. Những lá cây trong tháng Tám đã rụng nhiều, và hết sức yên tĩnh. Tôi tìm đến căn nhà cũ của Hiền cho biết mặc dù bốn tháng trước khi tôi được tha trở về, trong một lá thư nhỏ rất dễ thương, Hiền viết nói với tôi là cả gia đình đều vào Nam, như thế Hiền đã xa Hà Nội, đã không được ở lại đó để hẹn tôi một ngày trở về thăm. Phố Hà Nội, tôi đi trên vỉa hè của những con đường rụng lá, những tiếng rung động của thành phố tưởng chừng một câu văn đang viết, một dòng nước đang chảy. Tôi đi tới căn nhà Hiền, nơi đây là một khu nhà tập thể có cổng cửa ra vào, cây lá phủ xuống thềm hiên, ở lối vỉa hè ngoài là một quán nước, bà cụ già ngồi bán chè tươi, kẹo lạc, kẹo vừng, cốm, vài thứ bánh gói lá. Trông thấy tôi đi qua rồi trở lại, đang tần ngần, xa lạ, bà cụ hỏi, mặc dù không có mục đích, nhưng tôi cũng hỏi lại bà về người thím của tôi. Bà vui vẻ nói, giải thích, nó rất đúng với những điều tôi đã biết. Bỗng dưng, ánh mắt trong sáng của Hiền hiện lên như một tiếng gọi thầm. Tôi cố giữ vẻ thản nhiên, trong khi đó, bà cụ thương hại, nói một đôi câu phân bua, an ủi, cho rằng tôi ở xa, bỏ công tới đây mà không gặp được người thím. Bà cụ kéo chiếc ghế con mời tôi ngồi ăn giùm cụ chiếc bánh, uống cốc chè. Tôi nể lời cụ, ăn một chiếc bánh gói lá nhân đậu. Nước chè có gừng, đậm và ngon. Nói chuyện với cụ, về đâu tận các vùng quê, và mấy người khách ngồi ăn quanh quán nghe cũng thú vị, cười vui góp chuyện với bà cụ rồi chàng trai vẩn vơ nghĩ tới một đoạn đường còn xa, nó không phải là một người quen biết mà chính là tâm hồn tôi những ngày thơ ấu trong nhiều bài tập đọc của sách Quốc Văn Giáo Khoa Thư. Tôi ăn xong, mở nắp túi áo lấy tiền gửi cụ, và còn ít hào lẻ, xin cụ cứ giữ luôn. Hà Nội, hẳn còn nhiều thứ quà, nhiều món ăn, như món phở, bánh tôm, bánh cuốn, cốm vòng, mỗi thứ một ít, tôi cũng phải nên thưởng thức cho biết.

Khi quay lui trở lại khu phố Bờ Hồ, nắng xế trưa đã bắt đầu ngây ngất.

Tôi lên chuyến tàu điện đang ngừng ở phố Bờ Hồ đón khách, vì tôi có ý định sẽ xuống ở phố Quan Thánh để *tìm thăm* Nhất Linh. Nhất Linh làm chủ nhiệm tờ báo Phong Hóa, và trong một tấm giấy nhỏ ghi địa chỉ tôi biết ông ở căn nhà số 80. Xe điện chuyển bánh, tôi hỏi người đứng bên cạnh về căn nhà của dãy phố đó, anh ta biết, và bảo tôi chỗ đó rất gần với Hồ Tây. Xe đi qua từng đoạn phố ngắn, gõ những tiếng chuông leng keng rồi ngừng. Khi tôi bước xuống, người đi đường thưa vắng, phố yên lặng, những hàng cây trải dài, hai bên nhiều căn nhà đóng cửa, nhiều mảng sân rêu xanh còn bám vào tường, chưa rã rời. Ở Hà Nội, chỉ thấy đông vui, tấp nập một vài nơi có không khí sinh hoạt bán buôn, hay các chỗ chợ búa, nhà ga, bến xe, còn những dãy phố khác như chỗ này thì có vẻ khuất lấp, chìm lặng. Hai cánh cửa nhà bên cạnh cũng đã đóng chặt. Không biết tòa soạn tờ báo của ông đã đổi đi nơi khác, hay trong yên lặng, nó hẳn còn. Tôi phải dừng bước, đứng ngắm kỹ rất lâu khu nhà và con số gắn trên tấm bảng sơn màu xanh bị lốm đốm nhiều chỗ. Ngập ngừng một lúc lâu tôi mới bước lên cầu thang. Không nghe những tiếng máy in báo chạy lầm rầm, tôi nghĩ có lẽ chỗ này người ta đã bỏ đi. Nhưng vừa hết bậc cầu thang, tôi đối diện với một căn phòng mở cửa bỏ trống, nước mưa thấm ướt cả mặt nền, tôi liền bước sâu vào chút nữa, một lối rẽ qua bất chợt nhìn thấy cánh cửa hé mở, và bên trong có một người đàn ông cao lớn đang cúi đầu chăm chú làm việc.

Nhất Linh mặc bộ complet màu trắng. Khi ngước mắt nhìn ra cửa, ông thấy tôi đứng một mình, ông cười ngó tôi có vẻ mãn nguyện. Bàn viết rộng, đầy sách vở, bản thảo và giấy bút. Tôi có cảm tưởng như nó làm bóng ông cao lớn thêm nữa. Chiếc ghế mây tuy cũ, nhưng chưa mờ nước đen bóng nơi hai thanh gỗ tì tay. Ông ngả lưng một chút để ngắm người lạ. Nụ cười trên miệng, cái vẻ phóng khoáng trên khuôn mặt làm tôi thấy hai vai ông như muốn rộng ra. Bước tới gần, tôi mỉm cười chào, ông bảo tôi ngồi xuống, ông đổ một ít trà, mở phích nước sôi rót gần đầy bình. Ông để tôi im lặng ngồi chờ như một người bạn không có gì phiền hà. Ông mỉm cười suy nghĩ một điều gì đó, tôi không rõ. Ông nhắc ấm, bắt đầu pha nước. Ông hỏi tôi:

"Em ở xa mới tới?"

"Vâng," tôi đáp.

"Sao biết tôi còn ở đây mà em đến tìm?"

Hỏi xong, ông chăm chú nhìn làm tôi do dự. Rồi ông bảo tôi uống trà đi. Ông cũng bắt đầu uống. Tôi nói với ông:

"Tôi ở tù mới về. Người ta đưa tôi ra miền Bắc được 4 năm. Gặp Dũng lần đầu *ở* nhà ga Yên Bái, hỏi thăm tin tức tôi biết ông còn ở Hà Nội".

Ông cười lớn tiếng:

"Hay quá. Em ở Hà Nội được mấy hôm rồi?"

"Tôi mới về nửa đêm qua. Ở lại Hà Nội ngày hôm nay, nhưng tám giờ tối phải đi tàu vào Nam rồi".

"Không, ở lại với tôi ít ngày nữa".

"Không, Hà Nội cho tôi chỉ có một ngày thôi".

Ông đang uống một hớp ấm nóng của chén nước. Câu nói của tôi về Hà Nội tự nhiên làm ông mất vui, suy nghĩ. Ông đặt chén nước lên cái dĩa nhỏ, rồi thong thả nhồi thuốc vào tẩu, lấy một que diêm bật sáng ánh lửa châm hút. Hình ảnh những năm tháng Hà Nội của ông lượn lờ qua màu khói, đã khiến tôi nghĩ rằng ông đang nhớ đến Dũng và có một chút gì đó mà ông rất ân hận với Loan. Đáng lẽ, phải cho Loan cùng đi với Dũng, ông lại đưa Loan về sống với gia đình của Thân, từ đó xảy ra một tấn thảm kịch. Rồi mai sau nữa, ông sẽ ra sao khi bước đến tuổi già.

"Đang có những đột biến, Hà Nội liên lụy đến ông à?"

"Không, không sao cả. Nhưng rồi đến một ngày tôi cũng phải ra đi. Tôi sẽ rời khỏi nơi đây".

"Ông không viết văn nữa? Tôi hỏi nhưng ông chưa trả lời. Có phải như điều Dũng đã nói với tôi, ông dự tính đi làm cách mạng".

"Em nghĩ như thế nào nếu tôi dự phần và công việc đó?"

"Không, ông không nên đi. Ông nên ở lại Hà Nội để viết văn".

Ông bật cười nói với tôi:

"Tôi sẽ viết một cuốn *Đôi Bạn* dành cho Loan".

Trời muốn trở trét. Trúc đang nghe lại tiếng nói thầm của mình. Buổi sáng nơi căn nhà cụ Chánh, nhiều người bạn gặp nhau, và có cô Loan nữa. Trời hơi lạnh, nhưng cô chỉ mặc cái áo cánh mỏng, vươn hẳn hai cánh tay, và cả vóc dáng mình lúc cô đang đứng ở góc sân phơi quần áo. Nhất Linh tả mái tóc, tiếng nói của cô làm tôi thấy cô đẹp hẳn, và thật hồn nhiên. Từ ngày nghỉ học, Dũng trở về ấp Quỳnh Nê, gặp Loan, chàng cảm thấy rung động với mối tình của nàng. Người bạn thân nhất, đó là Trúc. Trúc yêu một cô gái khác, tên Hà, như một thoáng đó, nhắc nhở tôi đến một sự tình cờ mà tôi đã gặp. Trong lúc này, Nhất Linh đang viết, tôi ngồi im lặng. Những phút giây thần cảm dành cho một nhà văn có tâm hồn nghệ sĩ như Nhất Linh thật tuyệt diệu. Ngừng viết, ông nhìn sang tôi, cặp mắt đầy thú vị. Nửa đêm, phố đang yên tĩnh bỗng nổi gió, bắt đầu nghe lác đác rụng những chiếc lá bàng. Gió lên, gió lớn nữa, phố cây xào xạc, và rồi đây đó tiếng chị em thằng Nõm gọi nhau. Cảnh phố xá rụng lá, lá bàng rơi từng loạt, tơi tả được gom hốt lại từng đống, chị em thằng Nõm cứ vừa quét, vừa gọi nhau, đến lúc gió lặng thì lá ngừng rụng. Hai chị em lại ngồi yên đợi, và đứng thu mình bên cánh cửa hé mở, ông Nhất Linh nghe được tiếng chúng nó nói chuyện với nhau vừa tội nghiệp, vừa cảm động, ấm áp. Đời tôi, chỉ có hai người bạn mà lần lượt tôi phải xa, lúc thấy hai đứa bé nghèo đi hốt lá về để đốt lửa, Nhất Linh tự nhiên cảm thấy mình đơn độc, và ông nói như thế. Ngoài sự nghiệp văn chương ra, ông chỉ có hai người, đó là Loan và Dũng. Nhưng rồi cuốn sách bây giờ ông đang viết, và những điều gì ông đã viết ra, thì số phận Loan và Dũng, hai người vẫn cứ xa nhau. Ngày đó, tôi đã gặp cả Trúc và Dũng. Trước khi qua biên giới, Dũng chợt nói với tôi, anh muốn trở về Hà Nội ngay lúc này để thăm Loan. Nhưng Loan đã bỏ Hà Nội, về sống ở ấp Quỳnh Nê. Những ngày nơi thôn ấp đó đối với Loan rất êm đềm trong nỗi nhớ và tình bạn, và vợ chồng anh chị giáo Thảo là người hiểu rõ được tâm sự nàng nhất. Những cánh đồng sau mùa gặt, mỗi cọng rơm, chiếc lá, trong mùa Thu, tất cả đều thoang thoảng, ngào ngạt những nỗi buồn của hạnh phúc.

"Rồi một ngày nào đó, Dũng sẽ trở về". Nhất Linh nói.

"Nếu thế, việc Loan có chồng con rồi, ích gì nữa không?"

"Không".

"Ông cắt nghĩa rõ nữa đi".

"Bởi vì trong tác phẩm tôi, hai con người đó là một".

Ở phía sau lưng tôi, chuông đồng hồ gõ mấy tiếng ngắn. Đang suy nghĩ về câu nói của ông, tôi chợt nghe tiếng bước chân người đang tới gần cửa. Vừa quay đầu lại, người đó đẩy cửa bước vào, Nhất Linh liền bảo tôi: "Nhà văn Thạch Lam". Ông Nhất Linh giới thiệu tôi với con người nhỏ bé đó, vóc dáng gầy, cặp mắt rất sâu. Ông Thạch Lam dịu dàng đặt tay lên vai tôi, vì qua điều Nhất Linh nói, thì tôi là một người yêu thích văn chương, ao ước một ngày được viết văn. Tôi cười đứng dậy, rồi sẽ được nghe Thạch Lam nói với tôi, và hai người cùng bỏ chiếc ghế trống bên cạnh Nhất Linh, sang ngồi phía góc bàn cửa sổ bên kia.

Chúng tôi ngồi cạnh bên nhau, *ở* chính giữa của chiếc ghế bành rộng. Nhà văn rất là từ tốn, yên lặng nghe, và tôi đã nói ra với ông nhiều ý tưởng, có những câu vấp váp rất vụng về, nhưng cái đó đã khiến ông xúc động. Giọng nói ông nhỏ, ấm, thật gần gũi. Tiếng nói thì thầm của ông làm tôi nghĩ đến những đoạn văn ông tả trong những nỗi xao xuyến của sự yên lặng mà hai người đang yêu nhau. Và trong căn phòng tòa soạn này, đã có một buổi sáng, Hoàng Đạo đứng ở cánh cửa nhìn ánh nắng chiếu xuống căn vườn ngôi nhà bên cạnh, Nhất Linh đang ngây ngất thổi ống tiêu, trong lúc đó bóng áo trắng của Khái Hưng thấp thoáng qua lại trên bức tường, hai má rung rung với điệu kèn Clarinette, cả ba như cùng đi trong chuyến lãng du tới một nơi chốn xa xôi của những ngày thanh bình.

Nhất Linh cười sau một hạnh phúc rất lớn của Loan, ông cảm thấy mình rực hẳn lên trong ánh nắng. Hà Nội đang khô ráo suốt mùa Thu, và Nhất Linh cũng vừa viết xong tác phẩm. Trong cái gì vui không biết, bất chợt Thạch Lam bảo tôi đứng dậy. Ông bỏ hẳn công việc buổi sáng, nói với tôi đi cùng ông thăm Hà Nội ba mươi sáu phố phường.

Hai người đi xuống từng bậc cầu thang, tay ông vẫn đặt lên vai tôi. Khi nghe tôi nhắc đến Ninh Giang là tên một thiếu nữ, nhưng cũng là tên của quê tôi, giọng nói một vùng quê nghe chất phác và nặng, vì đó là biển, biển nơi quê tôi xanh, có nhiều cát trắng nhưng hoang sơ lắm – những ngày thơ ấu của tôi cũng đẹp làm Thạch Lam vui thích, ông rung nhẹ cặp mắt, khẽ cười.

Chúng tôi lên tàu điện. Chuyến xe đi qua trước, đậu bên kia đường, ông nói với tôi, đó là tàu đi Thụy Khê và tới làng Bưởi. Bên này phố Quan Thánh, cứ sau một giờ là có tàu điện tới. Ngồi chung một ghế bên cửa, phố lùi hẳn lại, xe chậm rãi đi qua những ngôi nhà ngói cũ, dưới tàng cây phủ rộng gần hết mặt đường. Hà Nội, các phố đều ngắn, mỗi đoạn đường là một tên phố. Ở một lối rẽ, đầu phố Hàng Gai trông qua, xe ngừng lại, chúng tôi xuống. Ở quãng phố rộng này, tôi trông thấy lại bờ hồ Hoàn Kiếm, và những dãy phố xa dưới kia. Tôi nói với Thạch Lam, cây cối màu xanh làm cho Hà Nội có một vẻ đẹp riêng biệt của sự thủy chung đối với đời sống, nhưng trong tình yêu thì luôn luôn có sự xa cách và lãnh đạm. Có lẽ, ông không đồng ý, nhưng nói với tôi rằng đó là một nhận xét khám phá, mà không hẳn nó tồn tại. Băng qua đường, chúng tôi đến đầu phố Hàng Đào. Người ta có bày hàng buôn bán, nhưng biểu hiện một cách thờ ơ, không mời chào, vồn vã. Hình như, trong ít phút giây nữa, Thạch Lam sẽ nói với tôi một cuốn sách mà ông dự định viết, đó là "Hà Nội ba mươi sáu phố phường". Hai bên vỉa hè của một dãy phố hẹp, đi bên cạnh một nhà văn, tôi bắt đầu có một Hà Nội riêng, và tự mình giấu cất những nỗi xúc động. Nơi Thạch Lam, một con người sống rất nhạy cảm, tinh tế. Hà Nội được viết như thế nào trong tiếng động, nỗi buồn vui nơi âm sắc của chữ nghĩa, mỗi phút, mỗi giây như vậy đã là một sự lựa chọn, nỗi băn khoăn của ông. Tại sao, ông phải thốt lên một niềm rung cảm, và nói với tôi rằng... "ở những hang cùng ngõ hẻm của làng xa, hay những nương mật thẳm trong rừng núi, ban chiều vẫn có nhiều người ngóng về một phương trời để cố trông cái ánh sáng mờ của Hà Nội chiếu lên nền mây..."

Vâng, Hà Nội rất bất ngờ, đang đi ở đâu cũng trông thấy hẳn còn xa nữa. Vào năm 1979, sự tình cờ đọc báo, tôi được biết thêm chút ít về Hà Nội hiện tại, là có đến 400 ngã phố, con đường, và các đại lộ. Mặc dù, đối với xã hội mới, vì dân định cư tụ tập đông đúc, vì những yếu tố trong nền chính trị, nhiều tên khu phố, con đường phải thay đổi, nhưng đối với người Hà Nội đã sinh trưởng, và đang sống, thì luôn luôn họ chỉ muốn nhắc nhở một cách thân thiết, là Hà Nội của ba mươi sáu phố phường. Những kỷ niệm về mỗi cái tên gọi trong các phố cũ thân yêu đó, nó cho tôi hiểu được cái đích thực về những vốn sống của người Hà Nội. Ngay cả, ngoài một tập sách phóng sự, hay những điều chỉ dẫn mà Thạch Lam vừa mới nói với tôi, tôi cũng phải tự mình gây cho Hà Nội một cái gì đó ngạc nhiên, thú vị. Sáng nay, ông nói đến chuyện những cái biển hàng, những con thú ở trong một gánh xiếc mà người ta tranh nhau, giành giựt nó để làm một hình thức quảng cáo cho gian hàng của mình. Cô giáo của tôi cũng rất vui, vì cô cũng đã từng bịa đặt những câu chuyện cổ tích, hoặc là tương tự như ông vừa kể. Nhưng đó, chỉ là chuyện riêng của phố Hàng Đào. Trong trí nhớ cô tôi, nói đến phố Hàng Đào thì cô thích lắm, vì đây là một dãy phố có đủ các thứ hàng vải vóc, tơ lụa. Thạch Lam đưa tôi lên đến khu chợ Đồng Xuân, ở những dãy phố đoạn trên này, tôi thấy phố nào cũng ngắn, nhỏ hẹp, có lối đi trên vỉa hè, đã thế, giữa lòng đường lại có cả con đường ray dành cho tàu điện chạy. Trong khoảng ô vuông vài cây số, từ đầu ngã Hàng Đào đến các phố nối Hàng Khoai, Gầm Cầu, Hàng Than, ngang dọc chung quanh đó cũng đã mang nhiều tên hơn cả mười khu phố. Hà Nội hết sức độc đáo, vì mỗi tên phố, bán riêng một loại hàng, và nếu cái tên phố không bán những thứ hàng đó, thì nó cũng có một ý nghĩa khác, vừa như tình bạn thân, vừa như nỗi niềm riêng dành cho cố quận. Nơi phố Hàng Mã, người ta bán đủ các thứ đồ giấy, Hàng Chiếu, bán riêng về chiếu, Hàng Thiếc, Hàng Đồng, Hàng Kèn, Hàng Trống, Hàng Bạc, Hàng Bồ, là những phố bán nhiều các thứ vật dụng, đồ chơi, tranh Tết rất vui, rất cần trong những phương tiện sinh hoạt hằng ngày. Người Hà Nội, cũng rất đặc thù trong ý niệm biểu diễn các hình tượng, đôi khi đưa sự vật trở về với đời sống tâm hồn. Mỗi năm, Hà Nội đón Tết như một bức tranh mộc bản lớn in trên nền màu giấy điệp. Xuân, thấm mộng những cánh đào, và người ta nhớ những ngôi làng Bưởi, Kim Hoàng, Đông Hồ, vì mỗi chỗ đó, họ làm nên được thứ giấy đó bằng vỏ cây, và mỗi đầu óc nghệ sĩ của dân gian đã lột tả hết được cái sức sống hồn nhiên của mùa màng, thời tiết, loài vật, con người, nó là một thứ ca dao rất phong phú, sáng tạo nên không phải bằng lời, nhưng bằng đường nét, màu sắc.

Cô T., đã có một lần ra ý trách móc, hỏi tôi:

"Tại sao, em lại can đảm nói với cô điều đó?"

"Em nghĩ rằng, em đã có đủ thành thực để mà nói".

"Không, em đừng biện minh, dù là nó rất thực. Nhưng, một lần chót nữa thôi, hãy nghe cô nói đây, em đang còn bé nhỏ, một năm, hai năm, cũng vẫn chưa được cái tuổi đó trong những thế hệ của ngày mai".

"Vâng, em xin lỗi, nhưng lòng cô không giấu được em đâu".

Năm ấy, tôi phụ xách một túi hành lý, tiễn cô ra bến xe trong một buổi chiều cô giáo cũ của tôi không còn dạy học trò ở Quảng Trị nữa, và lần đầu tiên được nhìn một người lớn ra đi, tôi thấy cô khóc. Hai cánh tay tôi mỏi nặng, không có đủ một nụ cười, một câu nói, bằng cách *cố* giữ vẻ thản nhiên, cô gạt mái tóc ra đằng sau. Hai người, phút giây đó đã chọn lựa theo ý muốn của mình. Nhưng làm như thế không phải có tính lãnh đạm, mà thực ra, đó là cách bày tỏ cảm xúc, bởi thế, chính ngày hôm nay tôi đang có mặt ở đây đã là một dấu hiệu khiến Hà Nội thấy rõ, đánh giá được tính tình và nhân cách của tôi.

*

Hà Nội, buổi trưa đã bắt đầu đứng cao bóng nắng, những sinh hoạt quanh khu chợ Đồng Xuân vẫn ồn ào. Vào thăm chợ trở ra, tôi tỏ ý thất vọng, vì thực tế nó không có quây quần những cảm giác vui như tôi đã tưởng nghĩ đến vợ tôi, cô em gái tên Hiền, trong một ngày Hà Nội xanh mát cách đây đã gần một năm. Ở trong khu chợ, hàng hóa, cho đến các thứ thực phẩm, hàng quà, rau cải, đều thưa thớt, nghèo nàn, cái đáng giá chẳng được là bao nhiêu cả. Ngoài dãy hàng quà, các thứ gia vị được bày trải trên hàng kệ để bán, các thứ khác, nằm trong khu chợ, mỗi gian hàng đều trông có vẻ như một quầy có một ô cửa nhỏ để bán vé giống như ở rạp hát. Ở trong miền Nam sau này như thế nào, nhưng với tính cách quốc doanh, thì có lẽ khách hàng đi chợ mua sắm cũng giống ngoài này, nghĩa là luôn luôn phải có sổ cho phép để mua hàng. Từ sáng đến giờ, đi qua nhiều dãy phố, sự buôn bán ở bất cứ một cửa hiệu nào cũng được gọi là dịch vụ, quốc doanh, và đông đảo nhất vẫn là những cửa hàng ăn uống. Quán như bà cụ bán mấy thứ bánh lá, kẹo, nước chè, thuốc lào, nằm rải rác trên các lối vỉa hè thì không kể, ở đây, đi tìm một tiệm tạp hóa nhỏ, một quán ăn có bàn ghế để phục vụ cho khách, cái lối buôn bán độc lập, được tự do bỏ vốn mình ra với tính cách tiểu thương, tôi không thấy có. Hẳn nhiên, trong chế độ mới này, sau 75, chẳng riêng gì Hà Nội, mà là cả nước, nơi nào cũng được giới hạn, đặt trong định mức tiêu chuẩn không phải được thỏa mãn theo nhu cầu. Ra đứng ngoài cửa chợ, tôi chưa biết mình sẽ có ý định đi đâu nữa. Tôi đứng lạc lõng, cách xa một đám người mà tôi biết là đám anh chị chạy mánh, buôn hàng chợ trời. Khu chợ trời nằm ở phố Huế. Nếu tôi trở về lại Bờ Hồ, tôi phải đi một cuốc bộ dọc phố Hàng Bài mới đến gặp đường nối dài của phố Huế. Chợ Hôm, cũng nằm ngay trên phố đó. Nửa góc khuôn mặt Hà Nội, một chút sự thức tỉnh và tham lam, liệu giữa các phố xá còn chằng chịt như cái bàn cờ, giờ khắc một nửa buổi còn lại, biết sẽ chọn lựa Hà Nội như thế nào. Lên nhà ga ăn phở, hay thử ghé đến phố Lò Đúc. Những cửa ô đi vào Hà Nội, ngoài ô Quan Trưởng gần phố Hàng Chiếu có một mái vòm ngói nho nhỏ, còn lại mặc dù tên gọi như thế, nhưng thực sự, là những ngả đường từ ngoại thành được phân chia theo các ngõ vào Hà Nội. Hết phố Lò Đúc, là đầu một ngã tư cửa ô Đông Mác. Chợ Mơ, khu Bạch Mai, cũng là tên một con phố chạy dài qua một nhánh cửa ô cầu Dền, nối theo là phố Huế vào bên trong Hà Nội. Ô cầu Giây là xa nhất, nhưng ô Chợ Dừa thì gần, đi lên phố Khâm Thiên qua khỏi một chiếc cầu là tới. Xóm Bình Khang, Khâm Thiên, chuyện ngày xưa của thuốc phiện, hát cô đầu, nay ở phố đó cũng đã biến thành một khu chợ trời buôn bán quần áo cũ. Tôi đang ngồi trên chiếc ghế ở công viên Bờ Hồ, người thợ chụp ảnh đứng ngay đó lúc nào tôi không hay biết, nhưng gặp anh, thì tôi mỉm cười ngượng ngùng gấp lại tấm bản đồ. Biết tôi là khách xa mới tới, anh vui vẻ mời tôi chụp bức ảnh lưu niệm lấy ngay liền. Tôi có hơi do dự, nhưng lời mời của anh rất hữu lý. Ai cũng vậy, đến thăm Paris, phải có cái bóng mình được chụp đứng bên cạnh tháp Eiffel. Ở Mỹ, thì nơi xác nhận rằng mình đã có đến là Nữ Thần Tự Do. Như vậy, trong đất nước nhỏ bé này dù chỉ một ngày lưu lại, nhưng bức ảnh tôi sẽ chụp bên cạnh Hồ Gươm liễu rũ, khung cảnh lấy được hết là đền Ngọc Sơn, Tháp Rùa, thì không cần biết bằng cách nào, nhưng tôi cũng có được bức ảnh chứng thực rằng, tôi đã có mặt ở Hà Nội.

Nơi, có cái tên mà tôi thích nhất, là con đường cổ Ngư. Phố Quan Thánh, tàu điện đi Thụy Khê, lên làng Bưởi, thì ven theo ngả Hồ Tây. Giữa Hồ Tây và hồ Trúc Bạch, con đường cổ Ngư lọt vào nằm giữa.

Hồ Tây khá rộng, nhìn tới bên kia xa, gần ngút tầm mắt là những ngôi làng. Tôi đi ra những đám cỏ nhìn mặt hồ lặng sóng, và giờ này, trên mặt nước một vài cặp tình nhân đang chèo xuồng dạo chơi. Trong tĩnh lặng, không nghe tiếng xe cộ chạy qua lại trên đường cổ Ngư, khách đi chơi trên đường cũng ít, tôi cố hít một lần thật sâu nỗi êm ái của khung cảnh tươi đẹp, xanh mát, và ghi nhớ thêm một niềm vui vì Hà Nội.

Không lâu, tôi quay lưng lại, băng qua đường qua hồ Trúc Bạch. Hồ nhỏ, đầy rêu xanh bám tường và đặc quánh mặt hồ. Đứng tì tay lên thành tường, tôi thực sự nhận ra tại nơi này là quá khứ của một Hà Nội, triều đại vua Lê, và thêm nữa, cái phong vị tha thiết của Bà Huyện Thanh Quan như câu thơ, *lối xưa xe ngựa hồn thu thảo.* Hồ Trúc Bạch, rêu phong và rác bẩn cũng nhiều quá, tôi cũng không hiểu ra làm sao, Hà Nội đang sống, tự hào với phẩm giá, với chiến thắng Điện Biên, với lăng tẩm Hồ Chủ tịch, mà họ để mặc cho những chứng tích của ao hồ, mặt nước thần thoại, kỳ bí, trở nên một nơi chốn mốc meo, ẩm ướt, tàn tạ, dễ bị lấn chiếm, gây độc hại bởi những môi trường ô nhiễm. Những gì đẹp của văn chương, hóa ra, đang tả tơi lúc này giữa một thành phố có nhiều bóng cây và ánh nắng.

Tôi ngồi riêng một bàn đặt xa quán, gọi bia uống và một đĩa bánh tôm. Vào lúc này, đang quá nửa trưa, ít có khách như tôi đi dạo chơi ghé nghỉ chân, nhưng có thể đến chiều lúc trời mát, quanh đây mới tụ tập, ăn uống rất ồn ào. Những năm còn trẻ đi học, sống ở Sài Gòn, tôi có quen một vài người viết văn lớn tuổi, họ đã từng sống lâu với thành phố Hà Nội, trong tách trà, ly cà phê, tôi có cái cảm giác thú vị là được nghe họ nói chuyện Hà Nội, từ mỗi con phố, rạp hát, khu nhà ga, khu chợ búa sinh hoạt về ban đêm, và nhất là các thứ hàng quà ăn uống rẻ tiền. Họ nói với tôi, về sau này, trước khi rời xa Hà Nội để di cư vào miền Nam, rất nhiều thứ đổi thay, khác hẳn với tập sách phóng sự mà thời kỳ đó Thạch Lam đã viết vào những giai đoạn đầu của thập niên 40. Như nơi đây chẳng hạn, ngày trước, ra đây ngồi hóng mát buổi chiều, ăn bánh tôm, uống rượu bia đã là một chỗ vui nhộn, nổi tiếng nhất Hà Thành.

Khi người trong quán mang ra đĩa bánh tôm và bia giải khát, trông thấy tôi tự nhiên thất vọng, hững hờ ngay. Tôi chợt hiểu, ngăn được ngay cái thói dễ ưa nhận xét ngay thật của mình, và im lặng cầm đũa ăn, chẳng nói gì cả. Tôi gắp ít rau kẹp với bánh, chấm ăn. Với một đĩa bánh trông ỉu xìu, oằn cong, kém cả mỹ thuật, chưa ăn lần nào, nhưng tôi biết ngay là chẳng có gì ngon lành.

Không, những điều anh bạn ngày trước nói, tôi vẫn tin, và những thứ quà gì của Hà Nội trong những ngày xưa đó, quả thực vẫn ngon, hấp dẫn, vì đã có khá nhiều thức quà trong đó, tôi đã được ăn tại Sài Gòn. Ngoài này, đến cả phở nữa, tôi ăn hai lần, nơi hai phố khác nhau trong ngày. Người Hà Nội di cư vào Nam, ở những quán hàng, hay ở những cái xe đậu, phở lúc nào cũng đậm đà, thơm ngon, tuyệt diệu. Nơi mà người ta ăn sáng, ăn chiều, ăn tối đông nhất vẫn là những quán phở, và ở Sài Gòn các quán phở 79, Hiền Vương, Pasteur, Yên Đổ, Trương Minh Giảng đã trở thành những nơi ăn nổi tiếng. Không thể nói phở ngoài này ngon, và bát phở ngon mắt như trong đó. Không bao giờ ăn phở mà thêm một hai thìa gia vị bột ngọt vào bát, và cũng không ai, ngồi trước bát phở bốc khói, mà nhìn chung quanh bàn chẳng thấy có rau thơm, húng quế, chanh tươi, ớt trái, ớt tương màu đỏ, màu đen. Những thứ gia vị này, nhờ nó, vị ăn của phở mới nóng, thơm ngon. Tôi ăn một nửa phần, còn lại, không thêm nữa, mà chỉ ngồi nhấp nháp với ly bia. Người đàn bà đi ngang chỗ tôi, dắt một đứa bé gái, họ đi thẳng về phía quán. Tôi nhìn ra phía Hồ Tây, trong một ngôi làng xa đối với Hà Nội, tôi cảm thấy lòng mình cũng lắng đọng với những làn khói mỏng của điếu thuốc. Tôi không nghĩ đến cách ăn, cái mặc, cuộc sống khó khăn trước mắt, dĩ nhiên nỗi thiếu thốn của mỗi người sau chiến tranh chẳng có gì đáng nói nữa, nhưng chắc chắn vì nhiều kỷ niệm quá thân thiết với cô T. mà trí tưởng tôi vẫn còn ấp ủ giữ mãi cái tên của thành phố này. Khuôn mặt cô giáo của tôi vẫn cứ trẻ, trẻ mãi, và dù ngồi trong lớp học nào, cái dáng vẻ cũng hoài nghi, yên lặng. Hãy nói, cô đang chờ đợi hoa nở, một ngày đất nước yên vui. Hãy nghĩ, rồi cô sẽ bỏ lớp học, cô muốn bước chân ra đi một mình. Hãy nhớ có một người tình, sinh trưởng trong những ngày mùa Thu ở xứ đó. Hãy nhớ một chiếc cầu nhỏ, con sông, và đó là đôi mắt người Bến Ngự. Hãy đặt cho đứa bé, tên con gái của cô là Nam Giao.

Hà Nội, chưa đủ. Nói chuyện với cô giáo, nhà văn Thạch Lam, hay bất cứ một người Hà Nội nào khác, đó chỉ là một vài ý niệm tượng trưng về bản sắc của thành phố, mà thực ra, vì chính mình muôn có được một ngày mơ mộng để trở về với tuổi hai mươi. Ngồi thiêm thiếp, như đang nghe có tiếng lá bàng rụng trong khu vườn, tỉnh giấc, tôi ngồi dậy, điếu thuốc kẹp ở tay, tàn cháy còn lại một mẩu nhỏ. Thì ra, tôi được đánh thức, tan biến sự hoài nghi, và nhận ra quang cảnh của Hà Nội đang bao phủ ánh nắng chung quanh mình. Giấc ngủ thật ngắn, nhưng vô tình nó muôn đẩy tôi vào chỗ có tiếng động, dứt tay khỏi bóng im, và bảo tôi, những kẻ kia là thuộc quá khứ, họ phải lặng lẽ trở về những nơi chốn không có mưa, cây cỏ. Trong lúc này bị bối rối, người bán quán nhìn tôi, nhưng nhờ vào nụ cười trấn tĩnh, tôi hiểu ra được những điều anh ta vừa giải thích, về số tiền thối lại mà tôi đang cầm nơi tay. Hai mẹ con người đàn bà nói chuyện hơi lớn tiếng, rồi vui cười đùa giỡn nhau. Tôi đi vào quán, xin ít nước rửa mặt. Và đi lối cửa bên ra đường, tôi đưa bàn tay vuốt lại mái tóc, vừa sửa ngay ngắn quần áo, và dáng đi. Nắng đi xa theo những chiếc thuyền du ngoạn trên Hồ Tây, niềm vui cũng reo lên khiến tôi muốn được cười một mình. Hai bên đường Cổ Ngư, ánh nắng lênh đênh thấy bóng dáng tôi đi như chiếc thuyền trên con sông, ở giữa vẫn cứ yên lặng với màu xanh cây cối, nắng chỉ tấp vào hai bên bờ rồi lại tràn ra. Tôi đi lên, rồi tới đó sẽ rẽ lối phải, tìm một chỗ cao nhất, vừa được gần để dễ trông thấy con sông Hồng, phía bên kia là Gia Lâm, và toàn cảnh chiếc cầu Long Biên. Trong bước đi hơi nhanh, nhưng qua một đoạn xa, bất chợt tôi nhớ lại rằng mình còn có một người quen biết nữa, mà hẹn tôi hôm nay ở Hà Nội, cô giáo cũ của tôi sẽ nói hết. Đằng xa có những con bướm trắng. Tôi chậm bước lại một chút, thấy một mình người thiếu phụ bước đi, nàng mặc chiếc áo màu nắng, bướm đang bay tới thấy nó quanh quẩn bên nàng. Tôi tự nghĩ, hình ảnh nàng, là một khuôn mặt đó không giống với cô tôi, nhưng rất là quen, đọng sâu trong trí nhớ tôi từ cái thời kỳ còn đi học. Nàng không biết đi đâu, nhưng đang trở về trên con đường này. Tôi *cố* nhanh chân, gọi thầm tên nàng, và lúc đến gần, trong nụ cười yếu ớt trên vẻ mặt, nàng nhận ra tôi, ngừng bước hỏi thăm tên, tôi nhìn vào ánh mắt nàng rất lâu rồi gật đầu.

Nhất Linh muốn đưa Loan trở về Hà Nội. Sau một câu nói rất nhỏ, một tiếng gọi thầm trở lại tên nàng, nỗi xúc động đầy ắp trong tâm hồn Loan. Từ chỗ những vết cứa trong đôi mắt hoen đỏ, tôi cứ nghĩ rằng sau một quá khứ, sau một cuộc chiến tranh dài, cuộc đời mỗi con người sẽ sống khác đi, nhưng Loan không thay đổi gì cả, và tôi trở về, nguyên vẹn một cuộc trở về. Loan, tựu trung vì ý muốn của Nhất Linh, nơi xa cách ở quá khứ nghìn trùng đã trở lại, còn tôi, một điều hứa hẹn, mong mỏi, giữ sự thủy chung với cô giáo cũ của tôi, là tôi đã ở bên cạnh Loan một ngày của Hà Nội. Những vang âm của bước đi, mỗi người cứ để cho sự yên lặng lôi cuốn, những kỷ niệm, đời sống rõ ràng đang đánh thức, chờ đợi, khiến từ một nỗi khổ đau thốt lên Loan nói với tôi:

"Ông Nhất Linh không hiểu em".

"Ông muốn cho Loan được hạnh phúc mà," tôi nói. "Thân không xứng đáng là chồng của Loan sao?"

"Không, em không hề phân biệt điều ấy. Nhưng người đó không thể sống trong cùng một tâm cảm như em".

"Người sống được trong cùng một tâm hồn với Loan là Dũng phải không?"

Bỗng Loan chùng xuống, cái tên tôi vừa nhắc làm nàng rùng mình. Nàng đưa mắt nhìn những con bướm trắng từ xa bay lại. Nàng đưa cả bàn tay, mở rộng làm thành cánh hoa cho bướm đậu. Chiếc áo dài của Loan bị gió nâng lên, vướng vào mặt tôi. Tôi dừng bước lại, gỡ ra, đôi mắt Loan lộ vẻ sung sướng nhìn vào cặp mắt tôi rất chân tình. Nàng cầm tay tôi và nói:

"Đôi mắt anh làm em nhớ đến Dũng".

Vừa nắm bàn tay, dắt nhau đi, tôi hỏi Loan:

"Tại sao em lại có ý oán trách Nhất Linh. Đối với ông, làm văn chương là một hạnh phúc. Nhất Linh, ông ấy nhiều lần đã nói với anh 'Loan không phải là con người bất hạnh, nhưng vì nơi cô ta đã có những mâu thuẫn khi mới bước vào đời', Loan nhận ra điều đó không?"

"Nhưng anh không thấy rằng, khát vọng của Nhất Linh là muốn giải phóng người phụ nữ ra khỏi xã hội phong kiến sao?"

"Đúng, ông muốn làm như vậy. Nhưng thực tình ông không hề có ý đạp đổ giá trị và nền tảng đạo đức của gia đinh. Anh nhận thấy Thân không có tính cách lãng mạn, phóng khoáng, tự do trong đời sống, nhưng Thân không phải là người hèn kém. Anh ấy cũng biết thương yêu, quí trọng tình nghĩa vợ chồng, và biết được giá trị của hạnh phúc".

"Không như anh nghĩ đâu," Loan nói. "Em đã sống trong gia đình đó nhiều năm, thấy cuộc đời anh ấy tầm thường, và chỉ biết nghe lời mẹ. Hãy hiểu em, vì em đã sống một cuộc đời làm vợ buồn thảm lắm".

Buông lỏng tay, tôi để Loan nói, nghe rõ hết nỗi lòng trắc ẩn. Trên đường Cổ Ngư chậm rãi từng bước một, bối cảnh một bóng người trong tác phẩm *Đoạn Tuyệt* của Nhất Linh, chúng tôi đi bên cạnh nhau, nghe hơi thở như mỗi câu nói thầm, niềm vui tưởng là đang đến qua bướm trắng, nhưng nỗi buồn rất mong manh trong đôi cánh của nó lại bay đi. Hãy cố gắng quên đi một người tình, hãy trở về sống ở một thành phố, nơi thành phố ấy sẽ có mưa xóa trắng làm sạch sẽ tất cả những nụ cười nào khô héo, mỏi mòn. Vào những buổi sáng mai, lúc mưa về qua đó, em hãy thức giấc, ra mái hiên đưa hai bàn tay hứng lấy những giọt nước, và tuổi hai mươi nào cũng uống những giọt nước mưa đó để hứa hẹn một ngày trở về đầu nguồn con suối, và tìm được ở đó một dòng sông. Ngay trong sự xáo trộn của đời sống, em cũng hay vui, hay ôm niềm vui đó vào ngực mình để thở, và để lên tiếng nói.

Trong một thoáng hờ hững, lạc lõng, Loan bảo tôi nắm lại bàn tay của nàng. Tôi chợt nghĩ đến đứa con gái, vợ tôi, ngôi trường nhỏ bé của những ngày mưa dài bao phủ thị trấn, cùng một lúc, nhớ lại những năm thơ ấu trong tiếng còi tàu, tháp nước, khu nhà ga, và có lẽ, bằng vào mỗi dấu ấn của những tháng năm ấy, mà trên con đường thành phố này tôi đang đi là Hà Nội. Không, Loan cũng đang mỉm cười nghĩ đến một hạnh phúc. Nàng hỏi tôi về K.

"Anh K. là một người đam mê văn chương, có phải như thế đó mà anh đã ao ước có một ngày được ở Hà Nội?"

"Phải, nó là anh. Anh đã từng ao ước có một ngày ở Hà Nội, vì anh đã đọc Nhất Linh, và anh đã yêu em".

"Em cũng hiểu thầm như vậy, nên mặc dù ở nơi xa nhất của thời gian, Nhất Linh cũng gọi, bảo em trở về sống như tình yêu đối với anh trong một ngày".

"Cám ơn em". Tôi nói.

"Không được nói thế". Loan cười. "Thế anh còn nhớ những ngày của em trong cuốn *Đôi Bạn* không?"

"Nhớ chứ, thích nhất là câu Trúc nói, và ở nhà cụ Chánh, em đứng vươn mình và cả hai cánh tay nữa lên sàn dây phơi áo. Những ngày đó của em đẹp, và êm đềm quá. Thế cô Loan bây giờ ở đâu?"

"Loan vẫn ở ấp Quỳnh Nê, thỉnh thoảng lắm mới trở về Hà Nội".

"Ông Nhất Linh, viết cái gì rồi cũng chỉ quí trọng mùi hương. Cuốn *Đôi Bạn,* tặng hết cho vẻ đẹp của mùa Thu, và trân trọng hạnh phúc của mùi hương quá. Đã nói về tình yêu, tự do, vậy mà suốt cả hai trăm trang sách, mấy lần cô và Dũng ngồi gần nhau rung động, vậy mà ông ấy chẳng để cho Dũng hôn cô một lần nào. Cô chưa đi lấy chồng lúc đó, hôn đắm đuối không được sao?"

"Anh đừng có nói bậy, em cấm anh".

"Thì không phải là tình yêu đó sao? Em và Dũng, hai người yêu nhau, đến cả anh nữa đối với em, chúng ta có quyền hôn nhau để tận hưởng những cái vị giác, mùi hương ấm áp của hạnh phúc".

"Nhưng gia đình của anh Dũng thì lại khác, bên em lại nghèo, và ít ra anh Dũng lúc ở bên em, phải *nói thầm* với em điều đó".

"Biết đâu hôm nay ông ấy lại bảo anh trở về, *nói thầm* với em như thế". Loan cười, hơi bẽn lẽn đỏ mặt, hai má hơi rung, nàng nói:

"Không được, em không cho đâu".

"Dũng và Trúc bỏ đi rồi, một mình cô Loan ở lại đó, còn ai khác nữa không?"

"Em không rõ, có thể còn anh chị Thảo. Anh có gặp anh Dũng không?"

"Có, trước khi về đây anh có gặp Dũng. Dũng đã cùng với Trúc, hai người vượt qua biên giới. Dũng cũng ao ước gặp lại em, nên lúc anh về chỉ nói, nhớ ở lại Hà Nội một ngày để thăm em".

"Anh ấy có viết thư cho em, nhưng một lần đó thôi, đã lâu lắm rồi".

Tôi cũng biết Loan không quên được Dũng. Từ một buổi chiều cuối năm ở đồn điền người bạn, một lá thư viết trên mạn thuyền, những tình cảm vừa ấp ủ, lãng mạn đó đã khiến cho Dũng trở nên một con người lạc lõng, và cuộc đời Loan, nó cũng như là một chiếc bóng. Hai người trong một tâm trạng, ngay cả Nhất Linh, tự mình cầm lấy bút, và tự hỏi Dũng bỏ đi làm cách mạng ích lợi gì không, hay đó chỉ là một thất bại của lớp người tiểu tư sản, cái mục đích ra đi làm cách mạng không phải hiến thân, mà chỉ để làm đẹp cuộc đời, vốn đã có những mầm móng khát khao tình cảm lãng mạn. Đối với mọi người, Nhất Linh luôn luôn là một dĩ vãng đẹp. Tôi không muốn nói với Loan, hiện giờ ông sống ra sao. Riêng tôi, thực lòng không có ý ghét Thân, nhưng cũng vì thiếu trách nhiệm, nên anh ta trở nên một người đàn ông tầm thường làm tôi thất vọng. Tôi và Loan, đang có chung một nỗi buồn về thời gian và không gian này đang là tiếng nói của Hà Nội, nó vẫn bị rạn nứt, câm nín, bẽ bàng. Không cảm thấy cô độc, nhưng có lẽ, sau những ngày ở với Thân, Loan không tha thiết mình sống nữa. Những ngày bên cạnh Thân ở ấp Thái Hà, là những ngày tăm tối của nàng. Và rốt cùng, chịu bó tay, Nhất Linh đã giải thoát cho nàng bằng tấn thảm kịch của một cái chết về người chồng.

Ngừng lại, cuối đường Cổ Ngư, trước khi chia tay tôi cố gắng cười. Trong cặp mắt Loan quá yên lặng, nàng hỏi tôi:

"Anh còn ở lại Hà Nội bao lâu nữa?"

"Đêm nay, anh phải lên tàu vào Nam".

"Ông Nhất Linh có nói gì với anh nữa không?"

"Không, ông ấy đã im lặng vĩnh viễn".

"Nhất Linh chết rồi, em biết. Em nghĩ là ông ấy rất buồn nhưng ông sẽ tha thứ cho em".

"Nhất Linh sẽ tha thứ tất cả".

"Vâng".

*

Loan đi rẽ lên đê Yên Phụ. Gió bãi thổi làm quần áo Loan phất phới. Tay giữ chặt lấy khăn san, nàng đi ngược lên chiều gió, hai con mắt buồn bã nhìn ra phía sông rộng.

Sau mấy rặng soan thưa lá, dòng sông Nhị thấp thoáng như một dải lụa đào. Bên kia sông gió thổi cát ở bãi tung lên trông tựa một đám sương mù vàng lan ra che mờ mấy cái làng con ở chân trời. Xa nữa là dãy núi Tam Đảo màu lam nhạt, đứng sừng sững to tát nguy nga, ngọn núi mù mù lan trong làn mây xám.

Không có ai nữa, tôi bỏ đi. Nơi đê Yên Phụ, nhìn thấy dòng lũ tháng Tám của sông Hồng đang có một sức chảy rộng, muốn tuôn tràn. Chiếc cầu Long Biên dài ngút tới bên kia, đang rung chuyển, tiếng vọng ầm ầm, vì lúc này cả một đoàn tàu đi qua. Sau lưng tôi, vẫn là ánh nắng trong mùa Thu, và Hà Nội. Nhưng phút giây, tự nhiên tôi cảm thấy mình thừa thãi, đã buông tay bỏ rơi. Không còn muốn đi đâu chơi nữa, mặc dù lúc này, buổi chiều đang còn sớm, và giữa Hà Nội, tôi bước đi, đang nghe những tiếng động xe cộ, những vang âm quá lạc loài ẩn hiện, chập chờn như đâu đó, mải miết bám theo trên con đường tôi trở về ga Hàng cỏ.

4-12-1993

NGUYỄN ĐĂNG THƯỜNG

Sinh ngày 28-10-1938 lại Svay Por, Cam Bốt.
Tốt nghiệp Đại học Sư phạm Sài Gòn, khóa đầu
Nghề chính thức: Giáo sư sinh ngữ Pháp.
Mùa đông 1974 sang Pháp qua ngã Nam Vang.
Hiện cư ngụ lại Luân Đôn, Anh.
Đã cộng tác với các tạp chí *Trình Bầy, Nhịp Cầu, Thủy Triều, Thế Kỷ 21, Hợp Lưu.*

Tác phẩm (tất cả do nhà xuất bản Trình Bầy in):
- *Thơ* (tuyển tập thơ thế giới – Sài Gòn 1971, tái bản 1987)
- *Văn Xuôi Của Chuyến Xe Lửa Xuyên Tây Bá Lợi Á Và Của Cô Bé Jehanne De France* (Balise Cendrars, 1989)
- *Hai Mươi Bài Thơ Tình Và Một Bài Ca Tuyệt Vọng* (PabloNeruda, 1992)
- *Thơ Jacques Prévert* (dịch chung với Diễm Châu, 1993.

Người bạn quê hương

Người bạn quê hương của tôi có cái tên giống như tên con gái: Anh tên là Lan.

Tôi không nhớ đã quen biết anh trong trường hợp nào. Chắc là qua thư từ gửi gắm, giới thiệu lẫn nhau giữa đồng hương trên bước đường lưu lạc. Những lá thư chẳng hề mong đợi, một buổi sáng chợt bay đến từ một góc trời thật xa xôi. Và như thế đó, một hôm bất ngờ tôi nhận được một phong bì đề trịnh trọng: Kính gởi ông Lâm Văn Hùng, chữ viết tay có đánh dấu tỉ mỉ. Nhưng sai. Vì tên tôi là Lâm Văn Hưng, một cái tên cúng cơm hơi lạ!

Mấy năm lao động cần cù trên *đất* Mỹ, anh Lan để dành được một ít tiền và thì giờ cho một chuyến đi xa. Đi chơi, luôn tiện thăm bà con và người quen đã di tản, hiện sống rải rác ở vài nơi trên các nước Tây Âu.

Xứ đầu tiên anh sẽ tới viếng là hòn đảo Anh quốc. Anh qua đây để gặp lại đứa cháu gái. Người cháu này mấy tháng trước đã được Hải quân Anh vớt trong vùng Đông Hải. Cô và gia đình còn tạm trú tỉnh lẻ. Ngoài tôi ra không còn ai là người quen ở đây, nên anh viết thư cho tôi xin ở đậu dăm ba ngày.

Vài tuần lễ sau, một buổi sáng cuối hè Luân Đôn không nắng, chiếc tắc-xi đen rộng chở đến trước cửa nhà tôi, không phải một bông lan xinh đẹp, mà một đống những túi nhựa, va li, máy ảnh. Giữa đám bị túi lỉnh kỉnh đó là một cái gối nhiều màu, chỉ cao gấp rưỡi chiều dài của va li. Vừa trông thấy tôi, cái gối ngũ sắc mừng quýnh nhe răng cười.

Tôi giúp anh Lan mang mớ hành lý của anh lên căn phòng tôi *ở* tầng hai. Tội nghiệp cho cái cầu thang gỗ già nua, phải thêm một lần chịu đựng rên rỉ.

Chúng tôi uống cà phê.

Tôi hỏi thăm qua loa vài câu về chuyến bay.

Rồi, chẳng biết nói gì thêm nữa, tôi nhìn chiếc va li "lãnh tụ vĩ đại" của anh, hỏi đùa:

"Anh đi chơi xa sợ trộm tới viếng nhà nên khiêng hết gia tài đem theo?"

Anh bạn lắc đầu phân bua:

"Đâu có, đem vài bộ đồ để thay. Còn thì là của người ta gởi, và chút ít quà cáp tôi mua".

Ngừng một lúc, rồi anh bạn nói cho một thôi, chẳng biết để tôi hay anh nghe:

"Biết tôi đi thiên hạ xúm lại gởi, không nhận không được, họ năn nỉ quá chừng. Ôi, xách nặng muốn lọi tay! Mà khổ thân, họ gởi đem đi toàn đồ ác ôn không hè, tôi sợ bị chận. Nhưng hên quá đi lọt".

"Đồ ác ôn gì vậy?"

"Hàng vải, quần jean, bột ngọt, đồ ăn. Một bà mượn đem đi mấy chục thước hàng đen trắng qua Bỉ, nhờ người quen ở bên gởi về nhà cho lẹ".

"Sao bả không gởi hàng bông hàng màu cho vui đẹp?", tôi ngây thơ hỏi.

"Ý", anh bạn phát âm cao, "anh không biết đó, đen trắng mới quí. May áo may quần gì cũng được, giặt giũ lại càng dễ. Bây giờ ở nhà, một cục xà bông đá kiếm đỏ mắt cũng không ra".

Tôi cũng được anh bạn biếu một phần quà. Phần quà của tôi là một bảng nhạc Thanh Thúy, và một đòn chả lụa. Anh bạn chỉ mua có hai đòn chả. Một để cho tôi, một cho cháu.

"Giấu kỹ lắm mới được", anh bạn nói kể công. "Thịt thà hôi thúi sợ nó lấy".

Cà phê cà pháo chuyện trò xong, tôi đưa anh bạn đi xem qua tệ xá. Nghĩa là chỉ cho anh chỗ nằm nghỉ lưng, chỗ tiểu tiện. Tôi trao anh chìa khóa cửa trong cửa ngoài, và tấm bản đồ thành phố.

"Anh biết chỗ nào bán thực phẩm Á Đông chỉ giùm tôi. Con nhỏ cháu viết thư xin đủ thứ. Tôi mua được một mớ rồi, chờ qua đây mua thêm".

Tôi chỉ đường đến tiệm thực phẩm trên bản đồ. Rồi nói:

"Anh nhắm đi một mình có êm không? Coi chừng lạc đường đó nghe ông. Nhớ bên này xe cộ chạy mé trái".

"Được mà, anh khỏi lo. Đâu tôi đi cũng tới. Hồi mới đến xứ lạ, ối cha, sợ muốn chết, chả dám đi đâu hết. Bây giờ đi thả ga".

Lúc mới qua Mỹ anh bạn không biết nói tiếng bản xứ. Anh theo học khóa sinh ngữ thực hành cấp tốc. Bây giờ đỡ khổ rồi. Anh bạn nói được, nghe được.

Gần đến giờ đi kiếm cơm, tôi sắp sửa lên đường thì trời bỗng đổ mưa. Anh bạn hỏi mượn chiếc áo mưa. Cũng may, tôi có một chiếc cũ kiểu ngắn, mua lúc mới sang Pháp trước khi được bảo lãnh qua đây, anh bạn mặc vào thấy khá vừa. Tôi khoác áo tơi Ăng-lê, vác ô mở cửa ra đi. Hẹn chiều về gặp nhau lại.

*

Trên đường ra trạm buýt, tôi nghĩ ngợi về người bạn mới.

Cuộc đổi đời, để đúng với nghĩa đen, hình như đã có tác dụng trái ngược nơi mỗi đứa. Xưa tôi hay cười, hay nói, hay đi đây đó. Bây giờ đâm lười. Hay quạu quọ, lo âu.

Chẳng biết trong quá khứ anh Lan sống thế nào. Lúc này coi bộ anh ta thoải mái, yêu đời. Hy vọng cái miệng luôn tươi cười kia không chỉ là bức rèm che.

Hình như vợ con anh còn kẹt bên nhà. Hoặc đã chết trong chuyến vượt biển đầy gian nguy. Tôi tránh né không muốn hỏi. Buồn đau của mình đã đầy, chỗ đâu để chứa thêm đau buồn của thiên hạ? Tôi không thể ngồi yên mà nghe kể một câu chuyện thương tâm, rồi chép miệng thở dài, nói vài câu chia buồn an ủi. Phía anh, chẳng biết vì lẽ gì anh cũng không hé môi.

Chúng tôi chỉ suýt soát tuổi nhau. Nhưng mái tóc "ra xứ ngoài để dài chơi" của anh bạn đã bạc hoa râm, nên thoạt trông anh hơi già. Anh thấp, không mập, da ngâm ngâm. Đôi mắt bé lanh lẹ. Hai má nhô cao khi cười lộ các nếp nhăn sâu. Môi thâm tím vì hút thuốc lá liên miên.

Suốt ngày lu bù tôi quên khuấy anh bạn. Chiều tối về nhà, vừa đẩy cửa vào phòng, tôi ngửi mùi thơm thơm.

Anh bạn đang hì hụi chiên chả giò trong bếp.

Thường đi làm về tôi phải tắm rửa, rồi mới tính chuyện cơm nước. Nhưng anh bạn sợ chả nguội không ngon.

Tôi chiều lòng anh, tới ngồi bên chiếc bàn con.

Tôi cầm đũa, nói một câu xã giao:

"Anh qua chơi tôi chưa kịp đãi, anh đãi trước!"

Anh bạn cười hì hì:

"Đãi đằng gì anh. Làm mấy cuốn chả tụi mình nhậu chơi mà".

Bữa chả giò của anh bạn làm thật tươm tất. Đầy đủ các phụ tùng giá, rau, bún, nước mắm ớt, hệt như bên nhà. Ở quê người, mỗi khi nghe thèm, tôi chỉ ghé vào *take away* của anh Ba mua một chiếc. Rồi vừa đi vừa thưởng thức.

Đang ăn ngon trớn, bỗng dưng anh bạn xô ghế đứng lên, kêu hốt hoảng:

"Chết rồi!"

"Gì thế?"

"Cuốn chả giò quên cua".

"Tưởng chuyện gì quan trọng. Anh làm tôi điếng hồn!"

Thấy anh vẫn còn đứng xớ rớ – chắc anh định đi lấy dĩa cua mang lại – tôi nói:

"Anh ngồi xuống ăn tiếp đi. Không có cua, chả giò của anh cũng đã ngon tuyệt rồi".

Anh bạn ngồi xuống nhưng không ăn. Anh móc túi lấy thuốc đốt.

"Xin lỗi anh nhé. Tôi phải rít vài hơi mới ăn thêm được. Quen rồi. Uống bia có khói mới đã".

"Anh cứ tự nhiên", tôi nói lấy lệ.

Tôi để mặc anh bạn muốn làm gì thì làm. Tôi cứ lo ăn no bụng đã thèm. Đã đời rồi tôi mới phỏng vấn tiếp:

"Anh học nấu nướng ở đâu mà khéo quá vậy?"

"Cần gì phải học. Làm riết rồi quen".

"Bên Mỹ anh ăn chả giò thường thường à?"

"Đâu có. Tôi ăn đồ hộp".

"Đô hộp của Mỹ thì chắc phải ngon đặc biệt!"

"Bậy nà. Anh cứ nói giỡn hoài. Ăn đồ hộp riết ngán muốn chết. Nhưng tôi dễ lắm, cái gì nuốt cũng trôi. Đồ hộp rẻ, khỏi phải nấu".

A, té ra anh bạn tôi ăn đồ hộp tiết kiệm. Tôi thông minh thật!

Anh bạn chú thích thêm:

"Anh nghĩ coi, mấy đời mình mới được ra khỏi nước, tự

do đi lại. Tôi muốn đi đây đi đó cho biết với người ta. Ở một chỗ hoài buồn lắm anh ơi. Mà bây giờ buồn sống sao nổi!"

Anh bạn lim dim đôi mắt nhỏ. Chắc ma men đã nhập vào anh ta.

Anh ngó mông lung vào dĩa rau sống chỉ còn xác xơ vài cọng.

Anh nói:

"Tôi nghĩ là cái gì mình cũng nên biết qua một lần. Biết qua một lần rồi chết... Tôi thấy... tôi thấy đời sống vô nghĩa. Chỉ là giấc mơ..."

Nói xong anh bạn nốc cạn ly bia, gật gù coi bộ hài lòng, đắc ý về câu triết lý quá cao siêu của mình.

Nghe anh kể chuyện phiêu lưu lần đầu trong thành phố của Nữ Hoàng Khả Ái, tôi không nhịn cười được.

Anh bạn vừa nói vừa múa may ra điệu bộ.

Tiệm thực phẩm chỉ cách trạm tàu điện ngầm một quãng ngắn. Ra cửa quẹo mặt, nhớ nhe, tôi đã căn dặn anh rất kỹ. Nhưng có lẽ vì đã quen đi, nên tôi quên bẵng trạm có hai đường *way out*.

Anh bạn kiếm mãi cái tiệm mà không thấy.

Hỏi thăm, người thì nhún vai, kẻ thì lắc dầu *"xô ri, ai đồng nô"* (*). Xe cộ thì chạy bên trái, ngược đời!

Mấy ông bạn cảnh sát bạn dân chỉ anh bạn đi *"lép rai, lép rai"* (**) lòng vòng, gần cả tiếng đồng hồ. Đuối hơi, anh bạn đứng lại thở dốc. Rồi ngó qua bên kia đường, anh bạn thấy nó sờ sờ ở ngay trước mặt.

Vì nhỏ thó, anh bạn phải mua đồ con nít mặc mới vừa. Mà áo quần con nít thì trẻ trung, nhiều màu, nên trông anh ngồ ngộ, vui vui.

Ngoài lớp áo quần, sự "Mỹ hóa" nơi anh bạn là cái tật hay bắt đầu câu nói bằng hai tiếng *ô-kê,* kèm theo nghĩa ta.

Mặc dầu không có hoa tay nhưng tôi rất ham vẽ tranh. Tranh tôi vẽ thường bị bỏ dở nửa chừng, nên chẳng có bức nào trông cho ra hồn. Không nỡ vứt đi, tôi xếp chúng vào một nơi. Anh bạn tò mò đến lôi một bức ra xem.

Anh ngắm nghía khá kỹ. Rồi thẳng thắn phê bình xây dựng:

"Tranh của anh màu đẹp lắm... nhưng chưa được".

Tôi đỡ đòn:

"Vẽ đại chơi mà anh, tôi đâu có học".

"Ô-kê, đồng ý. Nhưng vẽ người mình thì cũng phải cho ra người mình chứ". "Tôi vẽ theo loại tranh mộc mạc, chắc anh biết. Đâu cần phải giống y hệt".

"Ô-kê, đồng ý với anh. Nhưng mái tóc, cần cổ, áo của cô gái trông cứng đơ như bằng cây! Mà dưa hấu sao không có hột?"

Tôi phì cười vì thấy anh bạn nhận xét trúng phốc!

*

Đêm đầu, anh Lan ngon giấc một lèo tới sáng bét.

Trưa hôm sau anh bị túi, máy ảnh Nikon, lên đường thăm cháu.

Mấy ngày còn lại, anh đi xem phố, chụp ảnh, làm shopping một mình.

Mãi đến ngày thứ Bảy, ngày cuối cùng của anh bạn ở Luân Đôn, chúng tôi mới có dịp đi chơi chung và ăn mì.

Ăn mì là một trong những thú vui, chắc không nhiều, của anh bạn tôi nơi quê người.

Tới nơi nào anh bạn cũng mò xuống phố Tàu ăn cho được một hai tô mì. Thoạt tiên, tôi đã tưởng anh bạn ăn mì chỉ vì ưa thích, vậy thôi. Bây giờ suy ngẫm lại, tôi mới thấy chuyện ăn mì của anh bạn có một tác động tâm lý sâu xa hơn. Đối với anh, hình như nó đã trở thành một thứ nghi lễ tối cần. Mì là dây tơ, để *nối* liền anh với quá khứ, quê hương. Nhưng mì cũng là cái cớ, để anh trút bớt những tức bực, phiền muộn bị dồn nén lâu ngày.

Anh bạn tôi ăn mì không chỉ để cho dạ dày mình đỡ thương nhớ. Mà còn để – và điều này chẳng kém quan trọng hơn đâu nhé – để ăn xong, anh bạn bĩu môi chê dè: "Mì nấu dở ẹt! Không bằng một gốc mì Cây Nhãn!"

Vì, theo lời anh bạn, anh đã ăn hàng trăm tô mì xứ người. Nhưng chẳng có mì nào có thể sánh bằng mì của ngày xưa. Phần tôi, vì chưa đặt chân đến quán mì Cây Nhãn lần nào, nên chẳng biết nó ngon tới đâu. Tôi buồn xo, hối tiếc!

Năm giờ chiều hôm đó, chúng tôi lại túi bị, va li, máy Nikon, ra ga Victoria để anh bạn đáp tàu đêm vào lục địa. Nhìn anh dáng người nhỏ bé với mớ hành lý cồng kềnh, xa khuất dần trong đoàn người, tôi bỗng thấy lòng mình rưng rưng. Anh bạn khiến tôi nhớ đến mấy người cô dì, chú bác ở thôn quê, mỗi bận lên tỉnh "tay xách nách mang", đủ thứ trái cây, bánh quà lặt vặt cho con cháu.

Tôi vẫn ao ước làm được "một cái gì" cho con người. Một cái gì đó rất mơ hồ. Nhưng tôi mường tượng nó phải cao đẹp như bầu trời, mênh mông như biển cả. Tôi nghĩ mình thừa sức để làm những chuyện hay, đẹp. Duy có điều rất chắc, là tôi không bao giờ đủ can đảm lê cái va li nặng cả mấy chục kí kia, từ thành phố này đến thành phố khác, để viếng thăm bà con và người quen, tặng quà và xem vội vã vài dinh thự, kiến trúc.

Dòng đời mải miết trôi, tôi chỉ đứng trên bờ nhìn. Mơ

ước hão huyền. Đợi chờ một cách bất lực, thảm thương!

*

Tôi định bụng về nhà **sẽ** lên giường ngủ ngay. Anh bạn đến *ở* chung vài ngày mà đời tôi như đã bị xáo trộn. Tôi đã phải đối diện, tiếp xúc với một người chưa từng quen biết, và có thể sẽ chẳng còn dịp gặp lại nữa. Nhìn anh, tôi thấy mình rõ hơn. Nhưng tôi không mấy hài lòng với cái hình ảnh đó.

Về tới nhà, lạ thay, tôi hết thấy buồn ngủ. Tôi vô bếp rót nước uống.

Trong tủ lạnh, đòn chả lụa bị bỏ quên nằm co ro xó kẹt.

Hình thù lai căng của nó chẳng có gì hấp dẫn. Nó tựa như cái xúc xích lớn, nhưng nó không dài và đầu không nhọn. Nó quá nhỏ so với đòn chả bên nhà và không được gói bằng lá chuối.

Một ý nghĩ thoáng vụt qua đầu tôi, khiến tôi mỉm cười. Liệu tôi có được cái diễm phúc sống lại tuổi ấu thơ, khi ăn chả, như một văn hào Pháp kia, khi ông ta uống chén trà nóng và ăn chiếc bánh ngọt, trong một ngày mùa đông rét mướt?

Ý nghĩ trên khiến tôi bồn chồn, náo nức.

Tôi lẹ làng bóc đòn chả ra, cắt ngay một khoanh nhỏ bỏ vô miệng.

Tôi chợt rùng mình.

Miếng chả có mùi lờ lợ, xa lạ.

Lâu quá không được ăn, tôi quên mùi vị của nó rồi chăng? Hay là cơ thể mỏi mệt của tôi lúc ấy không kham nổi thức ăn?

Tôi tiếc rẻ, không muốn nhả miếng chả ra.

Tôi nhắm mắt lại, nhai từ từ rồi nuốt. Tôi uống cạn ly nước, thấy dễ chịu hơn.

Buồn cho tôi, miếng chả lâu ngày mới được nếm lại không có hương vị gì đặc biệt cả. Nó cũng chẳng chở về cho tôi một hình ảnh cũ thân yêu nào. Dù chỉ là hình ảnh một xe bán bánh mì thịt về đêm, nơi đầu đường, dưới ánh đèn vàng vọt.

Tôi trở ra phòng khách. Đứng tần ngần một hồi lâu.

Tôi cầm băng nhạc Thanh Thúy anh bạn tặng lên xem.

Đây chỉ là một cuốn băng ca nhạc thương mại nghèo, rất thô sơ, sang lại một băng "nhạc vàng" cũ. Bìa đánh máy trên giấy mỏng xấu. Góc trái dán hình một bông hoa trắng. Khó phân biệt được là hoa hồng hay hoa sơn trà. Người làm mẫu bìa hẳn chỉ muốn dùng hoa để trang trí. Nhưng với tôi, nó khôi hài nhắc lại một câu hát cũ nghe đã nhàm tai: *Hoa trắng tôi cài lên áo tím...*

Tôi mân mê cuốn băng một lúc rồi để máy cho chạy.

Tôi hồi hộp chờ.

Vài giây im lặng.

Máy bắt đầu phát ra mấy âm thanh nhỏ, sè sè.

Rồi tiếng đàn tranh cùng nhịp phách reo vang trong phòng, như nức nở quyện lấy tiếng ca trầm buồn quyến rũ của cô con gái Huế đẹp của các phòng trà ca nhạc, thuở nào:

Ai về bến Ngự,
cho ta nhắn cùng...
nhớ chăng
non nước Hương Bình
có những ngày xanh
lưu luyến bao tình
vương mối tơ mành...
Hàng cây
soi bóng nước Hương

thuyền ta
đậu bến Tiêu Tương...

Khi trao tôi băng nhạc anh bạn nói: "Tôi đoán chắc là anh ưa tân nhạc. Tôi chỉ nghe vọng cổ, cải lương bậy bạ. Tôi ghét con nhỏ này. Hát ca gì mà như khóc, nghe phát rầu. Chị ta bây giờ mở tiệm ăn ở Nam Cali".

Tôi nhớ, có một lần ngồi nhậm xà tán gẫu, anh bạn đã bật mí cho biết tên anh đã được đặt theo tuồng *Lan và Điệp* của đoàn Năm Châu, vì ba má anh rất mê cải lương.

Truyện tình éo le đó, phỏng theo tác phẩm *Tắt Lửa Lòng* của nhà văn Nguyễn Công Hoan ở Hà Nội, một thời đã làm xao xuyến biết bao trái tim chàng trai cô gái Nam Kỳ. Đôi lứa yêu nhau không trọn vẹn này – người con gái lụy tình đã bỏ nhà đi tu – là *Romeo* và *Juliet* của lớp khán giả bình dân.

Lúc nghe anh bạn tâm sự về cái tên, tôi chỉ mỉm cười mà không hỏi thêm, vì Lan là tên của cô gái.

Nhưng tại sao lại có sự nhầm lẫn như vậy? Giờ đây tôi mới thắc mắc.

Chẳng lẽ cặp trai gái – song thân của anh bạn sau này – đã rủ nhau đi coi hát, hoặc đã gặp gỡ nhau lần đầu trong đêm hát ấy, vì thời gian trôi qua mà lẫn lộn tên các nhân vật?

Hay cô thiếu nữ đa tình, đã lau vội nước mắt khi xem hát, ước mơ sinh con gái đầu lòng để lấy tên Lan đặt làm kỷ niệm? Cái tên Lan mà chắc cô nàng đã cho là đẹp đẽ, văn hoa hơn cái tên Bông, tên Mến, hay tên Nở quá tầm thường, quê mùa, cha mẹ đã đặt cho mình.

Tôi tưởng tượng thấy một thành phố nhỏ ở ven biển miền Nam, trong thời bình, nơi anh bạn ra chào đời.

Một tỉnh lỵ thưa người, với dừa xanh và rặng phi lao

trồng dọc theo mé bãi.

Và gió mặn.

Và cát nóng.

Ngoài xa khơi, vài cánh buồm nâu nhỏ bấp bênh trên sóng nước.

Khu chợ cá rộn rịp tiếng guốc, tiếng cười, tiếng người gọi nhau lúc cá về, vào buổi sớm tinh mơ, và khi chiều tối.

Một thành phố nhỏ thật hiền hòa, với biến cố duy nhất trong ngày là một gánh cải lương lớn vừa về trình diễn.

Chiếc xe ngựa lộc cộc chạy đảo quanh thành phố.

Đằng sau xe là một tấm biển quảng cáo, vẽ bằng màu vôi lòe loẹt hàng chữ lớn "Lan và Điệp", với hình họa một ni cô đứng nép dưới cổng chùa, tay lần tràng hạt, đầu cúi nghiêng nhìn xuống đất.

Trên xe, bên cạnh người xa ích già, là một lỏi tì mình trần, một tay cầm dùi đánh trống, tay kia thả cho tung bay những tờ chương trình xanh đỏ. Chúng bay lao chao trong cơn gió nhẹ, lấp lánh ánh nắng mai, rồi là xà đáp xuống mặt đường nhựa, trông vui như đàn bướm. Một bầy trẻ nhỏ chạy ùa theo xe, reo hò, nhảy nhót, tranh giành nhau lượm.

Nghe hết cái băng cát-xét, tôi đã mắt nhắm mắt mở. Tôi tắt máy đi ngủ.

Hôm sau là một ngày Chủ Nhật thật đẹp trời, với nắng hè muộn chan hòa trên khắp các ngả. Nhưng tôi chẳng đi đâu. Ở nhà để thu dọn lại căn gác bừa bãi, đã thêm bừa bãi, trong những ngày có mặt anh bạn.

Trong lúc dọn dẹp, tôi nghe nhạc cổ điển. Tôi chọn Mozart cho lòng thêm phơi phới. Tôi xếp cuốn băng Thanh Thúy chung với loại nhạc nhẹ ngoại quốc. Tôi vứt đòn chả vào sọt rác vì thấy màu nó hường hường, như đã thiu.

Lau chùi xong tôi đã quên anh Lan.

*

Một buổi sáng, như thường lệ, tôi thức dậy theo chuông đồng hồ. Nhưng khi hé màn cửa sổ nhìn ra ngoài, tôi thấy trời vẫn tối và đèn đường còn sáng. Mùa thu nơi đất khách đã trở về, kéo theo hơi gió lạnh hắt hiu thổi luồn qua khe cửa.

Tôi vô phòng tắm mở cái radio cầm tay. Vừa làm vệ sinh vừa nghe nhạc và nghe tin tức.

Đài BBC loan tin sốt dẻo trong đêm vừa qua, một tiệm kim hoàn ở Bond Street bị trộm nạy cửa vào, nhưng chúng bị phát giác ngay sau mười lăm phút. Tôi mơ vớ được cái gói hột xoàn bọn cướp chắc đã ném đâu đó để phi tang, trong lúc tháo chạy.

Scotland Yard nghi là đã có hậu thuẫn.

Tôi đang sống ở Luân Đôn, tôi thầm nghĩ. Tôi đang sống trong một thành phố cổ kính đẹp vào hàng đầu thế giới, ôi hạnh phúc quá!

Luân Đôn của Dickens và của *Mrs Dalloway* tôi từng mơ tưởng lúc còn đi học. Tiếc thay – mà cũng mừng thay! – Thành phố sương mù nay đã hết mù sương!

London, London, tôi khe khẽ lập lại.

London, Londres, Luân Đôn, Lơn Đơn... thủ đô tráng lệ nguy nga của một tiểu vương quốc, một thời đã từng làm chủ một đế quốc to gấp trăm lần mình. Nhưng than ôi, bây giờ nó đầy rác rưởi và đầy bọn *refugee* như tôi, từ khắp năm châu bốn bể kéo về. Tội nghiệp! Tội nghiệp!

Tôi chợt nhớ lại một câu thơ của Tô Thùy Yên, trong một bài thơ xuôi dài, rất hay: *Tôi ngó xuống đời tôi, vương quốc suy tàn, sầu đau công hãm...*

Câu thơ này lẽ ra phải được viết trong trại cải tạo, sau

ngày "giải phóng". Nhưng, oái oăm thay, nó đã ra đời hơn một thập niên trước đấy, lúc nhà thơ của chúng ta hẳn là phải còn trẻ, ở Sài Gòn.

Bài thơ như lá sâm.

Tôi chẳng còn nhớ rõ Tô Thùy Yên hay Thanh Tâm Tuyền, ông nào đã vỗ ngực viết câu thơ: *Và thi sĩ tiên tri.*

Nếu như cả hai ông đều có tài nhìn thấy tương lai, nhưng đã để mặc cho thân phận mình phải ra nông nổi, thì họ chỉ là... chỉ là hai maitre Khánh Sơn đã chọn nhầm nghề. Hoặc là hai chàng Dedipus đã không thể cưỡng lại định mệnh!

Còn tôi?

Tôi đang đứng trong căn bếp chật chội. Tôi cầm củ khoai lang sống mua trong tiệm chạp phô của anh Bảy, xoay qua xoay lại quan sát. **Rồi đang** hứng, tôi nhại giọng *Larry O* diễn kịch trên sân khấu, đọc từng tiếng thật chậm. To be *and* not to be. That is *the answer.*

Tôi uống ly cam tươi, pha tô cà phê sữa, ăn ngon lành hai lát bánh mì nướng phết margarine và marmalade. *Margarine* và *Marmalade.* Ôi hai cái tên quá đẹp, có thể dùng làm tít cho câu chuyện tình bi đát của tôi với! Tôi uống thêm vài ngụm nước, đi tiểu.

Tối hôm trước, D. gọi hẹn gặp tại một quán Pizza ở Soho, sau mấy tháng biệt tăm hơi. Chẳng biết D. định dở thêm trò gì nữa đây. Tôi đã chán ngấy cái job kiếm cơm hiện nay. Nhưng nếu theo D. để bụi đời, e có ngày tôi sẽ được đi nghỉ mát trong một khách sạn ba sao của Nữ Hoàng.

À quên, xin giới thiệu với quí vị: D. là tác giả cuốn truyện dâm *Lỗ rốn của Hằng*, dạo còn ở Sài Gòn bạn bè đã chuyền tay nhau đọc thích thú, và một tập truyện ngắn hiện thực lẫn phi thực tuyệt vời, viết sau 75, chưa in, *Đèn nhà ai nấy tối.*

Mrs. Majewska, bà cụ chủ nhà ở tầng dưới (người Ba Lan, đã di tản sang Anh sau Đệ Nhị Thế Chiến) mở cửa phòng, chân dép lẹp xẹp, ra hành lang nhặt tờ nhật trình với mớ thư từ vừa đến, và lấy chai sữa nơi bậc thềm ngoài.

Tôi thoáng nghe một hồi chuông điện thoại, hòa lẫn với tiếng rồ máy xe hơi. Rồi con phố nhỏ, hai bên có trồng anh đào, lại rơi chìm vào im lặng.

Lúc rời nhà, tôi tìm cái áo mưa cũ khoác thêm cho ấm. Tôi thọc tay vào túi, chạm phải vài thứ. Tôi nhặt chúng ra để lên bàn. Chúng gồm có:

1 bao diêm, 1 gói Marlboro chỉ còn 2 điếu, 3 đồng Penny, 1 tờ giấy bạc một đô-la, 1 lá thư.

Đó là các món đồ người bạn quê hương của tôi lúc tạt qua đây chơi đã bỏ quên lại, không mang theo về Mỹ, khi anh mượn tạm chiếc áo mưa vài tuần trước.

Lá thư không đề ngày tháng, nét chữ viết tháu vội bằng bút nguyên tử đen. Nó chỉ có mấy hàng:

Hai em,

Anh hy vọng rằng hai em đã lấy số tiền $200 của anh Tham và thùng đồ anh đã gởi về cho em và chia ra tất cả. Sao lúc này bên nhà có gì lạ không? Và em nói có hội gì đó có thể làm giấy tờ cho em và gia đình đi thì anh bên này hỏi thăm, nhưng anh chưa có biết được, bên nhà cứ tưởng là dễ dàng lắm, nhưng theo anh được biết khó lòng lắm em coi cô Tư Bình đã qua đây hơn mười năm lấy chồng Mỹ và đã là dân Mỹ rồi cô ấy lo cho thằng em và gia đình nó qua đây rồi nhưng hơn năm năm mà còn không được, còn anh chưa là dân Mỹ và không thể nào được, những người đi được là một phần ít vợ mất chồng, con mất cha, mẹ thất con, thì chuyện ấy có thể dễ hơn nhưng lâu lắm mới được. Một lẽ nữa là hai nước chưa có liên lạc nhau thì chuyện đi còn lâu. Nếu bên *này anh có gì lạ hay có gì hay thì anh sẽ lo cho em liền nếu bên nhà có ai cho đi về quê thì thằng Cu Ky có thể về trước làm ăn có tiền lo sau. Anh bên này cũng biết bên nhà khó khăn lắm bên này anh có lo hay cho bao nhiêu được thì anh rán lo cho thôi anh ngưng đây và gởi lời về thăm tất cả. Còn dì Bé lúc này ra sao em có nghe gì về mợ Ba mợ Xến và các anh ở Long Mỹ ra sao? Nói anh có gởi lời về thăm. Anh cầu chúc cho em và gia đình được nhiều sức khỏe.*

Anh,

Lan,

London, 81-95

Nguyễn Đăng Thường

(*) sorry, I don't know
(**) left, right

NGUYỄN ĐĂNG TRÚC

Sinh năm 1947 tại làng Hòa Lạc, phủ Vĩnh Linh, tỉnh Quảng Trị

Cử nhân Thần Học Công Giáo tại đại học Strasbourg, Pháp. Tiến sĩ triết học tại đại học Paul Verlaine, Metz, Pháp. Hiện sống tại Reichstett, France

Trước 1975: hiệu trưởng trường trung học Văn Tứ, Cam Ranh. Dạy triết học tại phân khoa Nhân Văn và Nghệ Thuật, đại học Minh Đức. Tổng thư ký phân khoa Nhân Văn và Nghệ Thuật, đại học Minh Đức và tổng thư ký tập san Minh Đức

Sau 1975: điều hợp viên Phong Trào Giáo Dân VN Hải Ngoại, phụ trách văn phòng tông đồ giáo dân của *Office de Coordination de l'Apostolat de la Diaspora Vietnamienne* (Rome), hội trưởng hội văn hóa *Trung Tâm Nguyễn Trường Tộ*, chủ nhiệm tập san *Liên Lạc, Định Hướng* và Định Hướng tùng thư. Dạy triết học tại Phân Khoa Thần Học Công Giáo tại Đại học Strasbourg, Pháp

Các tác phẩm văn hóa bằng Việt ngữ:
- *Nhớ Nguồn*
- *Tiếp Cận Tư Tưởng Việt Nam Và Vấn Đề Triết Học*
- *Tiếp Cận Tư Tưởng Việt Nam: Tư Tưởng Nguyễn Du Qua Đoạn Trường Tân Thanh*
- *Văn Hiến, Nền Tảng Của Minh Triết*
- *Ý Nghĩa Của Văn Hóa*
- *Đạo Vào Đời*
- *Đạo Làm Người*

Các tác phẩm văn hóa bằng Pháp ngữ:
- *Le conflit entre le soi et la vérité chez les Anciens Grecs*
- *Bouddha, un contemporain des Anciens Grecs*
- *Sens de l'humanité de l'homme dans le Prométhée enchaîné d'Eschyle*
- *La pensée tragique, Le Prométhée enchaîné d'Eschyle*
- *La pensée tragique, L'Œdipe-Roi de Sophocle*
- *Critique de l'interprétation heideggérienne de L'Œdipe-Roi de Sophocle*
- *La pensée poétique chez les Anciens Grecs, Héraclite, Parménide, Socrate.*

Các giá trị tinh thần trước
những thách đố của kỷ nguyên mới

1. Vấn đề canh tân xã hội của chúng ta trong bối cảnh thế giới ngày nay

Cuối thế kỷ XIX đến tiền bán thế kỷ XX, sau những năm tháng bất đắc dĩ phải tiếp cận với xã hội, văn hóa Tây phương, dân tộc Việt Nam chúng ta, đặc biệt là tầng lớp sĩ phu đã có dịp nêu lên vấn đề canh tân xã hội, thay đổi tâm thức, cập nhật các trào lưu tiến bộ của nhân loại. Từ những bản điều trần của Nguyễn Trường Tộ đến những chủ trương Tây phương hóa của Tự Lực Văn Đoàn, từ việc hình thành các đảng phái chính trị đến việc thành lập các chế độ Cộng hòa và chế độ Mác-xít…, dần dà trong nhiều sinh hoạt xã hội, chúng ta như đã rời khỏi khung trời hạn hẹp của một vùng Viễn Đông đóng kín để đặt mình vào trào lưu văn hóa của Tây phương đang bành trướng, được hiểu là bước tiến phổ quát trong vận mệnh chung của nhân loại.

Vào cuối thế kỷ XX, nghĩa là trong thời buổi hiện tại của chúng ta đang sống, thực trạng khó khăn của đất nước lại buộc chúng ta phải nêu lên vấn đề canh tân xã hội, nhưng vấn đề nêu lên phức tạp gấp nhiều lần. Một mặt thực trạng đó đối chiếu với nhịp sống chung của các dân tộc trên thế giới còn quá tiêu cực, khi sinh hoạt xã hội của chúng ta còn giậm chân, tự trói buộc vào một cơ chế mà lịch sử nhân loại đã chứng thực như một thất bại ê chề. Mặt khác trong bối cảnh chung của sinh hoạt nhân loại mà các mối giao lưu văn hóa, kỹ thuật, chính trị đang ảnh hưởng trực tiếp đến vận mệnh của dân tộc chúng ta, nhiều hiện tượng tiêu cực xã hội xảy đến dồn dập, tiên đoán cho những giai đoạn khủng hoảng. Có người bi quan còn nghĩ đến một tương lai kinh hoàng, nếu con người ngày hôm nay không kịp thời tìm những giải pháp để điều chỉnh và cải cách. Nói cách khác trong nỗ lực nêu lên vấn đề canh tân cuộc sống xã hội đất nước, chúng ta không còn có sẵn hai mẫu mực để chọn lựa và đối chiếu một cách dễ dàng như vào thế kỷ XIX và đầu thế kỷ XX, không chỉ nêu lên các phương cách tổ chức và áp dụng hay hội nhập, nhưng là lúc cần xét lại tận căn những giá trị nền tảng của chính con người và xã hội để can đảm đề xuất những phương cách sinh hoạt thích ứng với các giá trị đó.

2. Những khó khăn và mâu thuẫn của xã hội hôm nay

a. Vấn đề đặc loại của xã hội Việt Nam chúng ta

Tâm thức chung của cách đặt vấn đề canh tân xã hội của chúng ta còn bị giới hạn trong khung cảnh của một cuộc tương tranh thuần chính trị giữa một bên là cơ chế chuyên chính xã hội chủ nghĩa theo học thuyết Mác-xít và bên kia là thế giới tự do. Tình trạng này đã làm cho chúng ta nhớ lại tâm thức của xã hội và triều đình nhà Nguyễn vào thế kỷ XIX. Vấn đề canh tân của xã hội thời bấy giờ đã vướng mắc vào một sự kiện thực tế do thâm ý thực dân của ngoại bang. Nhân danh bảo vệ độc lập và chủ quyền quốc gia, triều đình từ khước luôn những đề nghị canh tân của các minh nho thời bấy giờ. Ngày nay thực trạng của một chế độ chuyên chính đi kèm với một lý thuyết Mác-xít đầy ảo tưởng đã làm cho bên này và bên kia hụt chân trước những vấn đề canh tân mà thế giới đang đặt ra và sớm muộn lại ảnh hưởng đến trên cuộc sống của chúng ta trong tương lai.

b- Ấn đề mâu thuẫn của văn minh thế giới

Nói đến tiến bộ văn minh thế giới, một từ ngữ đặc biệt mới xuất hiện là *toàn cầu hóa* nhằm nói đến các dự kiến phát triển trong tương lai gần, nghĩa là vào đầu thiên niên kỷ thứ

III. *Toàn cầu hóa* ở đây lại được hiểu là phổ cập hóa nền văn hóa và văn minh đặc loại của Tây phương.

Nếu dùng lại từ ngữ của triết gia Karl Jaspers, chúng ta chứng kiến rằng nhân loại có hai *thời trục* có tính cách quyết định cho hướng phát triển văn hóa nhân loại.

Thời trục đầu: Những xuất hiện của các thánh nhân, triết nhân, văn hào từ thế kỷ thứ VII đến thế kỷ thứ IV trước công nguyên đã tạo nên những nền văn hóa đặc loại của các vùng, như Lão, Khổng tại Trung Hoa, Phật tại Ấn Độ, Héraclite, Parménide, Socrate tại Hy Lạp, các tiên tri Do Thái…

Thời trục thứ hai: Nhưng đến thời Phục Hưng của xã hội Tây phương và sau đó là các thế kỷ XVII, XVIII, XIX, tiến bộ khoa học kỹ thuật, tiến hóa lịch sử, tính phổ quát của lý trí…cô đọng trong các tiền đề của trào lưu *Triết học ánh sáng* và với *các lý thuyết nhân bản khác nhau*. Thời trục này như một làn sóng lan tràn dần ra khắp các vùng trên thế giới. Đây là một thời trục đầy lạc quan về khả năng vô tận của lý trí con người, có lúc đi đến độ như ứng dụng câu của Protagoras, một nhà ngụy luận Hy Lạp thời Socrate: "Con người là thước đo vạn vật", mà gần đây chúng ta còn nghe lại các bài hát của chế độ Cộng Sản Việt Nam "Bàn tay ta làm nên tất cả". Nỗi lạc quan đó, được nữ Giáo sư Chantal Delsol cô đọng lại như sau trong cuốn *"LeSouci contemporain"* (Ed. Complexe) như sau:

"Chúng ta đã từng tin rằng chúng ta có thể cải biến tận căn con người và xã hội: khi thì do triết lý tiến bộ từ Condorcet hứa hẹn với chúng ta rằng chiến tranh, bệnh tật, nghèo đói có thể được khử trừ, có khi do các ý hệ tiên đoán một tương lai rạng rỡ".

Một cách hầu như chính thức, thế giới của *toàn cầu hóa* ngày nay được hiểu là cộng đồng nhân loại đang sinh hoạt trong khung cảnh giới hạn của một trào lưu văn hóa, văn minh Tây phương này.

Trên bình diện tiến bộ khoa học kỹ thuật, nỗ lực thực hiện một số định chế xã hội, chính trị, không ai có thể chối cãi nhiều đóng góp tích cực của trào lưu văn hóa của thời đại được gọi là *thời tân kỳ* ấy.

Nhưng, nỗi lạc quan để thiết định bản tính con người như chỉ là *một sinh vật hiểu biết, khai thác thiên nhiên vật chất, tự sức mình làm nên nhân cách và quyết định vận mệnh của mình,* – (một lối thiết định phẩm giá nhân tính dựa trên cùng một chuẩn mực của bất cứ sinh vật tự nhiên nào trong vũ trụ, nói cách khác là một sinh vật mất hết chiều kích "linh ư vạn vật", thì thực tại lịch sử ngày hôm nay đang chứng minh ngược lại. Nền nhân bản của con người lao tác (homo faber) của Mác-xít đã chứng thực những thất bại với sự sụp đổ của bức tường Bá Linh. Các nền nhân bản vô thần khác của các trào lưu triết lý và mốt sống tự do cá nhân tuyệt đối, hư vô chủ nghĩa, tương đối chủ nghĩa, con người kinh tế tiêu thụ, con người chơi (homo ludens) kế tiếp xuất hiện trong thế giới của tự do kinh tế thị trường…cũng không giải đáp được những ước vọng thâm sâu nơi con người. Và điểm thất bại ê chề nhất của văn hóa được gọi là nhân bản Tây phương là có *quá nhiều thuyếtnhân bản.* Những định nghĩa dị dạng và mâu thuẫn nhau về nhân tính đã đưa đến tình trạng tương tranh quyết liệt giữa các khối chính trị, tâm thức hoài nghi về sự hiện hữu của chân lý và về các chuẩn mực đạo đức nền tảng. Hiện trạng xã hội mất hướng ngày nay tố giác giấc mơ võ đoán dựa trên những tiền đề xây dựng nên chính điểm khởi phát của nền văn hóa thời tân kỳ Tây phương.

Một tiền đề then chốt của văn hóa Tây phương phổ quát trong thời tân kỳ của chúng ta đó là tiền kiến cho rằng những giá trị linh thiêng của nhân tính, những giá trị tinh thần, chẳng qua chỉ là là những khả năng của lý trí hiểu biết sự vật khách quan. Tiền kiến này đang bị thách thức để đối đầu với những hiện tượng xã hội đang xảy ra, những hiện tượng kinh hoàng vốn là hệ quả của chính nền văn hóa này. Chúng tôi xin chỉ nêu lên một vài sự kiện đặc trưng:

1. Người ta đã minh chứng rằng trong việc tiêu diệt những người Do Thái vô tội trong các lò sát sinh, hơi ngạt, là kết quả của một cuộc vận dụng trí năng đến mức tối đa, với những kỹ thuật hết sức tân thời.

2. Khoa học kỹ thuật lý trí đã dồn nổ lực để hình thành ra bom nguyên tử, cũng như các loại vũ khí vi trùng có thể tiêu diệt trọn bộ nhân loại.

3. Có rất nhiều phát minh trong lãnh vực truyền thông tân kỳ nhằm rút ngắn khoảng cách không gian, xóa dần khoảng cách thời gian; nhưng chưa bao giờ con người cảm thấy cô đơn và lạc lõng hơn lúc này, nhất là những vùng dân cư được hưởng những phương tiện văn minh vật chất cao độ nhất.

- Trình độ hiểu biết được nâng cao đồng nhịp với những sáng kiến của khoa học kỹ thuật, sản xuất lương thực và của cải vật chất, nhưng các mối tương quan xã hội trên bình diện phối trí lao động, phân phối các sản phẩm, phẩm chất của các sinh hoạt văn hóa và cộng đồng ngày càng trở nên khó khăn, và đôi lúc hầu như không còn được lưu ý đến nữa.

- Và lấy một hiện tượng tiêu biểu về sự mâu thuẫn của nền văn hóa, văn minh ngày nay làm thí dụ có tính cách điển hình: Chúng ta chứng kiến nỗ lực của các nhà khoa học, các chương trình quy mô của các chính phủ, các tổ chức đại học và y tế, các hệ thống bảo hiểm đang tích cực để kéo dài tuổi thọ của con người. Nhưng sự gia tăng tuổi thọ lại đi kèm với phẩm chất tiêu cực trong từng giây phút sống của con người. Con người thời đại của chúng ta càng ngày càng cảm thấy cô đơn, chán chường, như ý nghĩ cuộc sống đã trốn thoát đi đâu rồi! Hiện tượng tự tử trong giới trẻ gia tăng, đặc biệt các thành phố lớn và phát triển về mặt kinh tế, chưa kể đến những cuộc tự sát tập thể trong một số các giáo phái đã từng xảy ra trong các thập niên gần đây…

3- Các phản ứng trước những khó khăn và mâu thuẫn của văn minh ngày nay

Ý thức về những hiện trạng tiêu cực của xã hội mình đang sống, những phản ứng của cá nhân hay từng nhóm, từng lứa tuổi, từng lớp quần chúng nhằm ly khai chống đối nếp suy tư, tập tục, cơ chế, trật tự ưu thắng của xã hội đương thời… luôn hiện hữu trong mỗi giai đoạn của lịch sử loài người. Thông thường hơn nữa, mỗi một thời đại đều quay nhìn lại thực trạng xã hội mình và xem đó là tình trạng nguy kịch hơn cả, kèm theo những giải pháp tưởng chừng có thể giải quyết dứt khoát những sai lầm của quá khứ cũng như hiện tại.

Những phản ứng có tính cách xã hội trước nền văn minh và nếp sống văn hóa ngày nay cũng mang những đặc tính tương tự.

Thêm vào đó, chúng ta nhận ra rằng thường các giải pháp đưa ra là *cái nhìn đối nghịch* với những nếp sống và quan điểm đang chi phối cuộc sống xã hội hiện tại.

- Trước trào lưu *toàn cầu hóa* về mặt không gian qua mẫu mực của văn minh Tây phương đang thịnh hành, phong trào quốc gia quá khích tôn vinh chủ nghĩa chủng tộc, độc tôn vùng miền, quốc gia đi kèm với việc bài xích sự hiện diện của người dị chủng trong môi trường sống của mình.

- Một số giáo phái đi tìm những nơi hoang vắng, tạo thành những cộng đồng riêng lẻ sống ngoài lề sinh hoạt chung của xã hội.

- Người ta hoài nghi về niềm tin liên quan đến thời gian lịch sử được xem như cuộc thăng tiến không ngừng và đồng bộ trong cuộc phát triển kinh tế, xã hội và cuộc sống tinh thần. Từ tôn giáo, triết học, nghệ thuật…nhiều phong trào quay lại với quá khứ thật xa xưa, hoặc truy tìm những giá trị văn hóa, tôn giáo mà khởi thủy của thời tân kỳ xem là lạc hậu, man rợ, thiếu ý thức…

- Đặc biệt trong một số tôn giáo lớn, nhiều khuynh hướng gọi là nguyên tuyền (intégriste) cơ bản (fondamentaliste) nuối tiếc một thời vàng son của thời tôn giáo toàn trị về mặt trần tục đã dấy lên những vùng ảnh hưởng, những phong trào chống lại nếp sống tân kỳ, tạo ra những xung đột bạo lực, bất tương dung, vượt ra ngoài các sứ điệp yêu thương và giải thoát của các niềm tin tôn giáo.

- Trong khuynh hướng phản ứng ngược lại với trật tự hiện hữu của xã hội, người ta dần dần dững dưng hoặc chống đối các giá trị và định chế truyền thống; người ta thường nhắc đến tình trạng mất niềm tin vào các tôn giáo lớn, thiếu hứng khởi trong sinh hoạt chính trị, nhưng ngay cả ý thức đạo đức và nỗ lực trau dồi văn hóa cũng không còn được quan tâm. Điều đáng ghi nhận hơn nữa, là sự xuất hiện của nhiều nhóm trẻ tôn vinh các giá trị tiêu cực, đôi lúc đi đến những hành vi bạo loạn và tội ác: Những nhóm suy tôn Satan, phá tán các mồ mả, đập phá các nơi thờ tự của các tôn giáo…

- Về các sinh hoạt định chế hiện hành đang chi phối sinh hoạt chính thức của xã hội, phản ứng rất đa dạng, nhưng khung cảnh chung cho chúng ta thấy một tình trạng bất cập để giải quyết vấn đề:

+ Những phản ứng còn nằm trên bình diện điều chỉnh hoặc khử trừ *có tính cách kỹ thuật*. Nói cách khác, các hiện tượng chống kháng lại các định chế, và đằng sau đó là sự mong chờ những giải đáp trung thực và thích hợp với ước vọng và bản tính con người, chỉ được nhìn như những hiện tượng hoàn toàn tiêu cực về mặt xã hội. Lý do thâm sâu là các định chế hiện hành, kể cả tôn giáo, không vượt ra khỏi tiền kiến về nền tảng được xem là vững chắc, phổ quát của vũ trụ quan, nhân sinh quan xây dựng nên thời đại tân kỳ ngày nay. Tôn giáo và tầng lớp trí thức không còn đóng vai tiên tri hay còn gọi là khai sáng; nếu còn giữ khoảng cách không trở thành công chức cho các định chế chính trị, xã hội, thì cũng không vượt ra khỏi những tiền đề văn hóa của một thời kỳ lịch sử rất giới hạn tạo nên nền văn minh tân kỳ.

+ Trong dư luận và nơi cảm nhận của quần chúng, các định chế, tầng lớp trí thức và các tôn giáo còn loay hoay trong cuộc tương tranh giữa *khuynh hướng tiến bộ* nghĩa là tôn vinh nền văn hóa văn minh tân kỳ hiện hành, và *khuynh hướng bảo thủ,* quay về một quá khứ được xem là vàng son nhằm chống lại nền văn minh được xem là một *xã hội quá tục hóa.* Hậu quả là các hiện tượng bất thường của xã hội ngày nay hoặc được đánh giá là do hậu quả của xã hội văn minh tân thời, hoặc bị lên án là tác dụng của khuynh hướng phản động, bảo thủ mà phát sinh.

+ Tình trạng bất cập và hụt chân của các định chế trước những khám phá của khoa học kỹ thuật.Cuộc hội thảo của các nhà khoa học và triết gia tại Tokyo, Nhật Bản năm 1995 đã đồng thanh lên tiếng báo động:

"Lần đầu tiên, các nhà khoa học và triết gia đồng thanh quả quyết rằng chúng ta đã đi vào thời đại sống còn của nhân loại và thúc đẩy các giới hữu trách có biện pháp thích ứng cho một hoàn cảnh đang bùng nổ"(trích phúc trình của triết gia Michel Random về cuộc hội thảo tại Tokyo, 1995 đăng trên tạp chí Le Nouvel Observateur – hors-série số 28, tr.52).

Hoàn cảnh xã hội bùng nổ khi khoa học tiếp cận sự sống và bản chất của con người không còn nêu lên phẩm giá đặc loại của nhân tính: người ta khai thác thân xác và tinh thần con người như khai thác các vật thể trong thiên nhiên.

Người ta khai thác những khám phá về di truyền học, miễn dịch học bất chấp những nguy cơ trong việc áp dụng và đưa ra thị trường. Gần đây sự kiện con cừu Dolly được "biến chế" từ một tế bào vô tính do viện Roslin đã làm cho dư luận choáng váng…

Mọi người choáng váng vì hai lý do:

- Thứ nhất, những tiên liệu bảo chứng cho giá trị của khám phá khoa học nay đã vượt qua. *Tương quan giữa tiến bộ khoa học và hạnh phúc con người* không còn nền tảng nào chắc chắn nữa khi khoa học đang trên đường tác tạo một giống người như một sinh vật nào khác vượt lên trên mọi dự đoán.

- Thứ hai, giá trị tối thượng của con người vốn là nhân tính "linh ư vạn vật", giá trị linh thiêng ấy đã bị thời tân kỳ chuyển thành khả năng lý trí để hiểu biết các sự vật. Nay chân lý và phẩm giá về nhân tính phải chăng chỉ được đo lường qua *sự hữu hiệu* của việc áp dụng sự hiểu biết này vào việc làm chủ thiên nhiên và hưởng dụng những sản phẩm vật chất do bàn tay và trí năng con người làm ra?

Tiền đề văn hóa nền tảng đó của thời đại tân kỳ, vốn được xem là một giá trị thần thánh mới mặc nhiên cho phép khoa học có thể mạnh dạn khẳng định "Cái gì có thể làm được trong lãnh vực khoa học đều có thể được phép làm". Và khi các định chế xã hội, từng lớp trí thức và tôn giáo cũng đang nằm trong khung văn hóa được xem là phổ quát, là một định mệnh không cưỡng lại được của lịch sử nhân loại, thì xã hội khó lòng tìm được một giải pháp thỏa đáng.

- Mặt khác, ngoài tình trạng bế tắc về việc canh tân nền tảng các định chế, những hiện tượng xã hội tiêu cực như thất nghiệp, phát triển nghịch chiều giữa tiến bộ khoa học-kỹ thuật và phẩm chất đời sống của cá nhân và xã hội… dần dà đưa quần chúng đi vào tình trạng thu mình lại, cá nhân chủ nghĩa, để mặc, hoặc thực hiện một nếp sống dựa trên "chủ nghĩa tương đối về các giá trị". Ý thức về công ích và dấn thân phục vụ đồng loại nhường chỗ cho những ưu tư giải thoát cá nhân. Các giá trị linh thiêng, đạo đức nay chỉ được xem như là một cảm nghiệm riêng tư của lòng mình, đôi lúc bất chừng và tùy hứng, để phản ứng lại những dự phóng ảo tưởng của các ý thức hệ đang chi phối nhân loại.

4. Một đôi điều suy nghĩ

a - Trước những dự án cải cách của nhà nước Cộng Sản Việt Nam hiện nay

Dự án cải cách của nhà nước Cộng Sản Việt Nam (CSVN) muốn tìm một lối thoát để sống còn, dựa trên một tổng hợp rất kỳ lạ: đó là hạ tầng cơ sở kinh tế theo chế độ thị trường bên cạnh một chế độ chính trị đối nghịch là chế độ CS chuyên chính. Trong khuôn khổ cuộc trao đổi này, chúng tôi không bàn đến vấn đề khả thi hay những hậu quả kinh tế, chính trị của cuộc tổng hợp đó. Nhưng trên bình diện văn hóa, chúng ta nhận thấy rằng việc tổng hợp này ngay từ đầu bị chi phối bởi những tiền đề cố hữu:

- Con người và xã hội được định nghĩa là sinh vật được làm nên bởi vật chất, biến đổi vật chất bằng lao tác và hưởng dụng vật chất.

- Những tiền đề về con người và xã hội như thế dựa trên tính khách quan của lịch sử.

Thời gian qua đi, niềm tin về một thiên đàng trần thế sẽ được thực hiện nhờ cuộc cách mạng CS đã không thể biện minh được nữa trước những thực tế lịch sử khách quan mà nhân loại đã trải qua.

Và trong ý hướng ứng dụng kinh tế thị trường vào xã hội Việt Nam, nhà nước CS như chỉ biết có quá khứ và không hề biết đến những khủng hoảng, ít nhất về mặt văn hóa, mà các quốc gia đang phát triển nhờ kinh tế thị trường phải đối đầu.

Cuộc khủng hoảng đó, hàn lâm viện Jacques-Yves Cousteau đã cô đọng trong lần phát biểu tại Tokyo, 1995:

"Một nhà độc tài vô danh và vô hình rất tàn nhẫn, Ông Thị Trường, đang hành xử một loại uy quyền độc đoán. Sự thay đổi quyền uy nguy hiểm nầy biểu lộ một sự suy thoái của nếp sống văn minh, đi đến tình trạng man rợ, từ dân chủ đi đến một nền độc tài không thể xác định". (Tạp chí Nouvel Observateur số 28, tr. 53).

b - Khủng hoảng các giá trị phát xuất từ đâu?

Một số những hiện tượng xã hội tiêu cực, hoặc đáng lo ngại đang xảy ra cho thời đại chúng ta, không có nghĩa là xã hội hiện nay chúng ta đang sống là một hỏa ngục. Và chúng ta cũng không vội vàng phỉ bác một cách hồ đồ và đồng loạt những giá trị tích cực mà thời đại tân kỳ đã cống hiến cho lịch sử nhân loại. Nhưng những giới hạn và bế tắc của những tiền đề xây dựng nên nếp văn minh của thời đại tân kỳ đó buộc ta phải đặt lại vấn đề. Những giới hạn và bế tắc có thể được nêu lên, vì khi đối chiếu những thành quả của nền văn minh đó đem lại với những hứa hẹn có thể đáp ứng trọn vẹn tất cả những yêu sách và khát vọng của con người, thì có sự bất tương hợp.

Trong dòng phát triển văn hóa của phương Tây Hy Lạp, các giá trị sinh hoạt con người được qui chiếu vào nhận thức về nhân tính như là một *sinh vật có lý tính*. Nhưng thuở bình minh của nền văn hóa đó, *con người có lý tính* nghĩa là được tham dự vào sự sống vượt lên trên các sinh vật, sự sống đó gọi là "Logos". Héraclite nêu lên "Logos" này, nhưng đồng thời nhấn mạnh không ai trong cõi người ta có thể sở đắc hay hiểu thấu đáo được "Logos" là gì. Socrate cũng nêu lên câu châm ngôn khác trên đền thờ Delphes "người ơi hãy tự biết mình", đề cao sự hiểu biết như là giá trị tối thượng của nhân tính, nhưng đi đôi với châm ngôn đó, vị thầy của văn hóa Tây phương cũng cho rằng "điều mà ông biết, đó là ông không biết gì cả".

Nhưng cái mới trong dòng lịch sử văn hóa Tây phương và hiện nay đang phổ biến tràn lan trên thế giới làm khởi phát thời đại tân kỳ, là "Logos" mà con người thoáng nhận ra và luôn mãi phải lắng nghe và đi tìm của Héraclite và Socrate, nay được hiểu là khả năng hiểu biết của con người về bản chất sự vật và còn hơn nữa là biến đổi sự vật. Đồng thời cũng nhờ có khả năng lý trí này, con người có được phẩm giá của mình nơi quyền tự do và tự lập. Vì thế cũng có thể là đã lo âu cho một tương lai đen tối của thời đại tân kỳ đang mở ra, hoặc có thể là để tuyên dương cho những khám phá mới mẻ của nhân loại. F. Nietszche dùng miệng một người mất trí mà hô to giữa công trường "Thượng Đế đã chết, tất cả chúng ta đã là những tên đồ tể sát thần".

Tiêu chuẩn để đo lường các giá trị từ nay không còn là Chân lý vượt lên trên khả năng của con người mà con người phải biết lắng nghe, đối chiếu và tự kiểm, nhưng nay giá trị được đo lường và thiết định dựa trên sự hữu hiệu của các nỗ lực hiểu biết và thể hiện tự do, hạnh phúc, mà khả năng con người lý trí, vốn được xem như vô hạn, có thể triển khai.

Thực tế cho thấy rằng lý trí phổ quát mà mỗi cá nhân đều sở đắc không phổ quát như nỗi lạc quan của các nhà tư tưởng thời tân kỳ chủ xướng: những ý hệ nhân tăng mâu thuẫn nhau, những nền nhân bản liên tục thay nhau xuất hiện; việc sở đắc các kiến thức khoa học cũng không đem lại trọn vẹn những ước mong hoàn thành nhân tính con người. Và bế tắc của thời đại tân kỳ như điều mà F. Nietszche đã tiên đoán là con người đang mệt mỏi về thân phận làm người, con người đang phiêu lưu vào sa mạc của hư vô chủ nghĩa, mà ngôn ngữ ngày nay gọi là *khủng hoảng* tận căn các giá trị.

Trước tình trạng này, nhiều nhà tư tưởng Tây phương đã giật mình tự vấn về "con người suy tư"của truyền thống văn hóa; và một trong những triết gia đã mạnh dạn nói rằng:

"Điều làm cho chúng ta suy tư hơn cả trong thời đại của chúng ta, một thời đại làm ta phải suy nghĩ, đó là chúng ta chưa từng suy tư".(Heidegger – Qu'appelle-t-on penser? Bản dịch của Aloys Becker và Gérard Granel. PUF. Paris 4è éd, 1983. tr.24)

Tại sao chúng ta chưa từng suy tư?

Các giá trị tinh thần nằm trong khuôn khổ của bản tính con người "linh ư vạn vật". Nhưng nếu đặc tính thiêng liêng là suy tư lại được xây dựng trên sự hiểu biết về sự vật và từ sự hiểu biết này xây dựng lại bản tính con người và thần thánh; phải chăng đây là sự hiểu lầm và sử dụng lầm tận căn hay không?Các nền *thần học, đạo đức, nhân bản* ngày nay đã không đặt vấn đề con người, Thượng đế là "cái gì" hay sao? Làm sao một nền văn hóa có thể đi xa những kinh nghiệm thông thường của con người dưới phố khi đặt câu hỏi "con người là gì?", "cha tôi là gì?", "mẹ tôi là gì?" Và nếu phải đề cập đến các giá trị thiêng liêng, đạo đức về nhân tính, thì nền văn hóa dựa trên tiền đề về sự hiểu biết sự vật (về những cái gì) làm nền tảng khởi phát liệu sẽ cống hiến được những nội dung nào cho khát vọng tự nhiên của tâm hồn con người?

Từ "cái gì" đến "ai"như trọng tâm của suy tư, phải chăng là một thách đố của văn hóa nhân loại cho Thiên niên kỷ sắp đến?

c - Câu chuyện của chúng ta

"Ôn cố tri tân". Chúng ta tự hào về nền nền văn hiến dân tộc, chúng ta muốn đóng góp phần mình vào sinh hoạt chung của nhân loại. Trong muôn vàn điều đáng tự hào và những giá trị tích cực có thể cống hiến, có một câu chuyện được lưu truyền phản ảnh những thao thức về giá trị gọi là Cương thường hay Đạo làm người.Đó là câu chuyện Họ Hồng Bàng.

Đế Lai đem theo vợ mình là nàng Âu Cơ nhằm chiếm đất nước của Kinh Dương Vương, Lạc Long Quân. Đế Lai chỉ nghĩ đến quyền lực của mình và tìm cách vơ vét các tài vật thiên nhiên trong xứ (những cái gì), bỏ mặc nàng Âu Cơ và tùy tùng (những ai) trong trại.

Âu Cơ trong nỗi cô đơn khắc khoải, được Lạc Long Quân, con người bất tử, cứu thoát và được nâng lên làm người bạn đồng sàng với chàng. Trong cuộc gặp gỡ Đất – Trời – Người này, nàng sinh hạ trăm con và gây dựng nên dân tộc mới.

Nhưng Lạc Long Quân vốn là Thần Thánh, nên sau một năm gần gũi với Âu cơ thì ẩn mặt.

Trong nỗi nhớ nhung về người bạn Thần Thánh Lạc Long Quân, Âu Cơ và các con chỉ còn có duyên gặp gỡ chồng và cha tại Tương Dạ.

Ngày nay con người chỉ muốn sống "sống bởi bánh", nghĩ tới việc sở đắc tài vật và quyền uy cho cá nhân và thực thi bạo lực, con người "chấp ngã" đó của Đế Lai phải chăng đã đến lúc nên nhường đất trời cho một thế hệ con người mới. Con người mới ấy sẽ biết ân cần, ưu lo nghĩ đến một Lạc Long Quân rất gần, nhưng luôn ẩn mặt và gặp gỡ mỗi người, muôn người nơi Tương Dạ hay còn gọi là Tâm Linh.

Sứ điệp văn hóa nơi cuộc sống tha hương

Rằng: hay thì thiệt là hay,
Nghe ra ngậm đắng nuốt cay thế nào! (ĐTTT, 489-490).

Vui là vui gượng kẻo là,
Ai tri âm đó mặn mà với ai! (ĐTTT, 1247-1248)

Nỗi xót xa đó của Kiều trong cuộc sống tha hương, hẳn nhiều người trong cộng đồng người Việt hải ngoại chúng ta đã từng cảm nhận. Nhưng, nếu đại thi phẩm của Nguyễn Du không phải chỉ là câu chuyện tình cảm, mà còn là một sứ điệp văn hóa, thì hoàn cảnh xa quê của chúng ta hôm nay không chỉ là khổ đau, nhưng còn là cơ duyên để tiếp cận được một sứ điệp về ý nghĩa và thân phận con người.

Trong khổ đau của kẻ xa nhà, chúng ta khiêm tốn nhớ lại những bậc thánh hiền, những vị đã từng chuyển đạt những chân lý hướng dẫn nếp sống văn hóa của chúng ta. Chúng ta sẽ ngạc nhiên khi nhận ra rằng đời sống và chân lý mà các vị ấy chuyển đạt luôn gắn liền với hoàn cảnh lưu đày nơi thân phận làm người.

Thái tử Tất Đạt Đa đã từ biệt quê nhà và cung điện. Và nơi vùng đất xa lạ, sức mạnh Ánh Sáng bên kia bờ đã thốt nhiên đến với kẻ tha hương, tôn vinh người ấy thành Phật, dẫn đưa người giác ngộ đến gặp muôn người.

Lão Tử cảm hứng được Ánh Sáng kỳ bí vượt lên trên ánh sáng trí năng hiểu biết của "thiên hạ", của bất cứ ai chỉ thấy việc trước mắt. Ngài mặc nhiên giới thiệu mình là người của vùng đất xa lạ, theo lối nói thi ca của các bậc thánh hiền còn gọi là "Cõi Bên Kia Bờ", là "Tâm Duy Vi", hoặc là "Thời Xa Xưa". Đạo, hay nói cách khác là Con Đường hoàn thành nhân tính mà Ngài có phận vụ truyền đạt, không còn là tập tục nhất thời, lề luật giả tạo do trí óc và ý muốn chưởng khí của con người bày ra, nhưng là Đạo Thường được soi dọi bởi Ánh Sáng của vùng đất "tha hương, xa lạ" này.

Khổng Tử không tự sáng chế, không tôn vinh nhân nghĩa do con người tùy nghi định đoạt, không cổ súy "cái tâm duy nguy" mà mỗi người tự tìm kiếm theo sở thích. Nhưng, Ngài chỉ truyền lại sứ điệp về ý nghĩa nhân tính của "Đạo Tâm Duy Vi", của "Đạo Thời Thánh Hiền Ngày Xưa", Thời mà tai con người không nghe được, mắt con người không thấy được.

Hầu như đồng thời với các thánh hiền Đông phương này, thi hào Sophocle của Hy Lạp đã nói rõ hơn nữa về thân phận lưu đày của con người, qua thi phẩm Œdipe-Vua. Œdipe là nguyên tượng con người tự mãn chỉ biết ỷ lại vào tài trí của mình để tự định nghĩa nhân tính. Mang ánh sáng trí năng trong tay, người "hiểu biết" Œdipe là "Vua", kẻ tự mình làm nên chính mình và làm chủ quê hương mình. Nhưng Œdipe đó ngu muội không biết ngay cả lý lịch thật của mình, không biết chính mình đã giết cha ruột và lấy cả mẹ ruột làm vợ. (Mẹ ở đây tiêu biểu cho nguồn suối yêu thương sinh thành của Cha, Mẹ sinh thành ấy nay bị biến làm vợ, là hình ảnh của dục vọng muốn mình là chúa tể cho chính mình). Con đường tìm lại ý nghĩa nhân tính linh thiêng và chân thật, con đường giúp Œdipe nhận ra lý lịch của mình trong mối tương giao phụ-tử với người cha mà mình không thấy, con đường cứu độ đó chính là con đường tha hương, lưu đày ra khỏi vùng đất mà kẻ lầm lạc tưởng là quê thật của mình. Với ánh sáng kỳ diệu của đôi mắt mù lòa, ánh sáng "huệ nhãn" vượt lên trên ánh sáng của hiểu biết con người, Œdipe rời xa quê cũ, khiêm tốn lần mò từng bước trong cuộc sống tha hương, nhớ nhà, nhớ quê nơi cư ngụ của người cha ẩn mặt, để hoàn thành trong khổ đau nhân tính kỳ bí và linh thiêng.

Và Socrate, người thầy của văn hóa Tây phương, lại là kẻ lưu đày ngay trên quê hương Athènes. Vì truyền bá sứ điệp về ý nghĩa nhân tính thần thánh mà ông đã trực giác được nhờ nguồn Ánh Sáng đến từ Bờ Bên Kia, Socrate bị xã hội đương thời, nhất là giới tự xưng là tài trí khôn ngoan, kết tội là kẻ làm hư hỏng con người, bôi nhọ Thần Thánh mà họ sùng bái. Cuối cùng vì trung kiên với sứ mệnh truyền đạt chiều kích "linh ư vạn vật" của nhân tính mà người hiền Socrate bị tòa án của chính quê hương mình tuyên án phải chết.

Abraham trong Kinh Thánh, Abraham tổ phụ của những ai tin vào mối *Giao-Ước* thần thánh giữa Thiên Chúa siêu việt và con người, mối tương giao kỳ bí làm nên yếu tính linh thiêng của nhân tính, Abraham đó là người dứt bỏ quê nhà cũ để tiếp nhận ân phúc làm kẻ tha hương và lưu đày, làm kẻ vượt qua cuộc sống tự nhiên để đi vào mầu nhiệm của con người được nâng lên hàng thần thánh.

Và hiện thân của kẻ tha hương lưu đày nổi bật là Con Người Giêsu, Người từng nói: "Chim có tổ, chồn có hang, riêng Tôi là kẻ không có chỗ tựa đầu". Người đó tha hương nơi quê mình, bị dân mình ruồng bỏ. Người đó bị treo lên khỏi đất và kêu lên "Tôi khát, Tôi nhớ Thiên Chúa Cha tôi". Và trong Cơn Khát, Nỗi Nhớ đó, Ngài "hoàn thành công trình cứu độ nhân loại", giúp con người vượt qua thân phận chỉ là "thể phách" hay chết, đi vào nguồn Sinh Lực của chiều kích "tinh anh", siêu nhiên . Sinh Lực đó là Sinh Lực yêu thương làm cho con người trở thành thần thánh.

Trong khổ đau của hoàn cảnh tha hương hôm nay, chúng ta nhớ quê nhà, và hơn hết nhớ nguồn sinh lực làm nên hồn sống của Hồng Bàng Thị, dòng tộc của chúng ta, dòng tộc cao cả, to lớn (Hồng) và toàn vẹn, chung khắp (Bàng). Trong bản văn huyền thoại khai sinh dân tộc này, người Mẹ Âu Cơ được Thần giấu mặt Lạc Long Quân đưa ra khỏi vùng đất của một Đế Lai chỉ biết say mê kim ngân, châu ngọc…, và cho nàng ấy làm *kẻ tha hương ở Long Trang,* quê hương thần thánh. Từ mối tương giao "Thần-Người" ấy phát sinh ra dòng tộc cao cả và chung khắp, dòng tộc con người "linh ư vạn vật" qua hình ảnh một trăm con phi thường: không ăn, không uống mà tự nhiên trường đại. Người Mẹ Âu Cơ và trăm con phi thường ấy múc lấy nguồn sống linh thiêng cao cả nơi nhân tính mình khi ngày đêm biết quay về nơi Tương Dạ, nơi Tâm Duy Vi "Thần gặp Người", khi ngày đêm khao khát và thương nhớ Thần giấu mặt Lạc Long Quân cư ngụ

"Bên Kia Bờ".

Nỗi nhớ nhà, nhớ quê của cuộc sống tha hương chúng ta hôm nay mong sẽ cống hiến một cơ duyên giúp người đồng bào trong cũng như ngoài nước nhớ lại sứ điệp của nỗi nhớ căn nguyên nơi tâm sâu kín của mỗi người, nhớ lại giá trị thiêng liêng của yêu thương và tình nghĩa làm nên hồn dân tộc và hơi thở của văn hóa.

Nguyễn Đăng Trúc

Phạm Duy by Chóe

NGUYỄN ĐĂNG TUẤN

Sinh năm 1954 tại Hà Nội.
Tốt nghiệp Điện toán tại Hoa Kỳ. Tổng giám đốc công ty Wyntech (PA)
Làm thơ, soạn nhạc, cộng tác với các báo *Làng Văn, Văn, Văn Tuyển, Quốc Gia.*
Tổng thư ký đặc nhiệm tạp chí *Cỏ Thơm.*

Tác phẩm đã xuất bản:
- *Dường Như Tôi Ngại Thốt Lời Yêu Em* (thơ; Làng Văn Canada, 1999).

Mười năm
(gửi anh H. ra đi và khi chị M. còn đang ở lại)

mười năm rừng rú trèo dốc núi
đẵn gỗ chẻ tre để sống còn
mười năm "cải tạo" còm xương sống
thở hắt Hoàng Liên ngọn núi dài

thả ra từ trại tù rừng
ra ngoài đi tù thành phố
xớn xác thân gầy lê la
ốm o ngày mòn, địa ngục

mười năm vượt thoát ngục tù
thở nốt đời
thở phút tự do
mười năm sống cùng nội thức
cõi đời đã xuống hôm nay

thở hắt hơi dòng thở cuối
tung hê mệnh cuộc lao đao
cũng rồi kiếp người lao khổ
lưu vong sinh tử cuộc đời

mười năm sống đời tị nạn
mười năm dấp dúi đàn con
miếng gan cháy đen mệnh cuối
nằm im thôi đã phận người

(xin chia đời, sau cùng trước
xin chia đời cuối đã xong
phong trần vai mang vinh nhục
yên thôi, đành đoạn kiếp người).

Cứ để hoa thơm gửi lại người

tấm lòng châm trước cùng lời
treo mùa xuân lại loan bờ hoan ca
vì tôi trở lại quê nhà
bên cành mai sớm chén trà xuân côi.

Nguyên đán

lược gương chải ngược chen đời
để em khăn gói chia thời nguyên tiêu
hồng môi phơi phới xuân kiều
lì xì anh, nụ hôn yêu sớm chiều.

Giày cũ hao mòn

Đôi giày anh quẹt đất
Cho lòng thấm cùng chân
Sao giày lang thang mãi
Chẳng chịu ngồi yên thân

Dính bụi trần óng ánh
Hay dính lại tình ai
Giày hỏi còn vui tánh
Chia chút bụi chung xài

Đôi guốc cao ỏng ảnh
Chẳng chịu kè bên nhau
Thì thân nhàu tệ bạc
Giày vẹt dài thương đau

Nguýt dài nghe ứ họng
Guốc cao ngao bạc tình
Giày tôi hoài vô vọng
Nhảy thùng rác quyên sinh.

Nguyễn Đăng Tuấn

NGUYỄN ĐÌNH TOÀN

Ông sinh ngày 19-11-1936 tại Gia Lâm, Hà-Nội, viết văn từ năm 1954 với bút hiệu đầu tiên Tô Hà Vân – và ký Hồng Ngọc khi viết nhạc. Ông đã cộng tác với các báo *Tự Do, Chính Luận, Xây Dựng, Tiền Tuyến* (đăng truyện từng kỳ feuilleton một số truyện dài) và các tạp-chí *Văn Học* (từ 1962), *Văn* (từ 1964), v.v., biên tập viên cho *đài phát thanh Sài-Gòn,* phụ trách chương trình Nhạc Chủ đề và đọc truyện.

Tác phẩm đã xuất-bản:
Thơ: *Mật Đắng* (tuyển thơ, Trường Sơn, 1962) -- Truyện dài: *Chị Em Hải* (Tự Do, 1961), *Những Kẻ Đứng Bên Lề* (Giao Điểm, 1964), *Con Đường* (Giao Điểm, 1967, đăng tạp-chí *Văn* từ số 15, 1-8-1964), *Ngày Tháng* (An Tiêm, 1968), *Giờ Ra Chơi* (Khai Phóng, 1969), *Đêm Hè* (Hiện Đại, 1970), *Không Một Ai* (Khai Phóng, 1971), *Thành Phố* (Kẻ Sĩ, 1971), *Đồng Cỏ* (1973-74; Richmond, Aust.: Đồng Dao, 1994, bản từ các phần đăng báo từng kỳ), *Tro Than* (Đồng Nai, 1972), *Áo Mơ Phai* (Nguyễn Đình Vượng, 1972 - Giải Văn-học Toàn Quốc 1972), *Mộ Khúc* (Nguyễn Đình Vượng, 1973), *Sau Giờ Ra Chơi* (Tuổi Ngọc, 1973), *Bó Hoa* (Vó Câu, 1974). – Tập truyện ngắn: *Bữa Ăn Sáng* (Những Tác-Phẩm Hay, 1968), *Phía Ngoài* (tập truyện, chung với Huỳnh Phan Anh; Hồng Đức, 1969), *Đêm Lãng Quên* (Tân Văn 24, 4-1970), *Đám Cháy* (Tân Văn 37, 5-1971). Thơ: *Mật Đắng* (Huyền Trân, 1962)
Sau năm 1975, ông bị chính quyền Cộng sản bắt tù "cải tạo" 10 năm. Năm 1998 ông và vợ được xuất cảnh và định cư ở California, nơi ông tiếp tục viết cho báo *Viet Tide,* và xuất-bản hai tập *Bông Hồng Tạ Ơn* ("viết về 237 tác-giả và nghệ sĩ Việt-Nam"; Đêm Trắng, 2006; Người Việt, 2012) cùng tái-bản tác-phẩm chung tuyển tập *Tiểu Thuyết* I&II (Người Việt, 2014).

Đồng cỏ
(Trích Chương 1)

Buổi sáng (thời gian bao giờ cũng bắt đầu từ một lúc nào đó, buổi sáng hay buổi chiều), trời trút xuống một cơn mưa lớn làm cho thành phố ướt sũng.

Bầu trời dường như bị những đám mây nặng hơi nước níu xuống, gần chạm tới cái gác chuông nhọn hoắt của nhà thờ.

Chủ nhật, nên dù trời mưa người ta vẫn đi lễ. Phụng có thể nghe những tiếng động qua lại trước cửa nhà, để biết ra ngày chủ nhật, xe cộ cũng như những người đi bộ, đều hướng cả về phía nhà thờ, tiếng người trò chuyện, nhất là tiếng những đứa trẻ cười nói với nhau bằng giọng thanh và cao, những tiếng cười giống như những mũi kim xuyên thẳng lên bầu trời sớm mai và, vào những buổi sáng trời như bữa nay, hơi nước làm cho tiếng cười bớt trong, và những lời trò chuyện cũng thưa đi, chỉ nghe thoang thoảng. Phụng có cảm tưởng lũ trẻ vừa đi vừa tìm cách nép vào những mái hiên để tránh mưa, do đó, tiếng nói của chúng bị khuất lấp, hoặc bị những trận gió thổi tạt làm méo đi.

Chúng nói gì với nhau? Đó là điều Phụng không bao giờ nhớ lại nổi, có lẽ vì có khi nào Phụng nghe rõ đâu?

Những tiếng nói chẳng khác những tia sáng người ta có thể trông thấy rõ ràng nhưng vẫn không thể nhận ra được hình thù. Nhưng chắc chắn đó là những đứa trẻ đã trở nên quen thuộc đối với nàng, những tiếng chuông nhỏ báo hiệu ngày Chủ nhật.

Nhưng sáng Chủ nhật này, có cái gì đó khác thường mà lòng Phụng nghe có vẻ rộn rã?

Phụng thấy đau nhói trong lòng, một nửa vì mừng vui,

một nửa bàng hoàng. Nàng biết mình đang mưu tính một việc, nếu thành, đời nàng sẽ đổi khác.

Dĩ nhiên nàng sẽ đi xa, và những buổi sáng như thế này, sẽ chỉ còn là những buổi sáng trong kỷ niệm.

Điều đó không đáng tiếc sao?

Phụng nghe những giọt mưa rơi vỡ tí tách dưới mái hiên, và những hạt bụi nước theo gió tạt vào mặt lạnh mát. Một ngày nào đó, những tiếng động này, những cảm giác này, sẽ trở thành những lời kêu gọi, nhắc nhở, đối với tôi. Có thể, với cái đất nước chìm ngập trong chiến tranh này, nó sẽ còn là những lời trách móc nữa.

Nhưng tôi biết phải làm sao đây? Tôi không muốn nghe, không muốn nhìn thấy cuộc chết tróc tang thương này nữa. Điều kinh hãi nhất là dường như không ai nhìn thấy một hy vọng nào, hoặc nó vẫn còn có một hy vọng nào đó, thoát ra khỏi, nhưng riêng tôi, tôi không nhìn thấy được, và điều này, quá sức chịu đựng của tôi.

Tôi có thể trốn chạy một mình chăng?

Tôi không tin như thế. Tôi chỉ muốn một điều giản dị: nghỉ ngơi. Nghỉ ngơi trong quên lãng, giống như một giấc ngủ. Tôi cũng muốn tìm ra một nơi đủ yên ổn để nuôi lại hy vọng của mình.

Ngoài ra, tôi còn quá trẻ, tôi cũng muốn được đi đây đi đó, được nhìn thấy các dân tộc khác người ta sinh sống ra sao? Tôi muốn được sống cái cảm giác lẻ loi của một kẻ bơ vơ nơi xứ lạ quê người, một ngày nào đó, xách va-li từ trên phi cơ bước xuống cái phi trường rộng lớn, tấp nập hay vắng vẻ nào, như một kẻ bị đầy biệt tích, sống một lượt sự lẻ loi như một tình cảm lãng mạn và nỗi lẻ loi sợ hãi mang theo từ quê hương.

Nhưng tất cả những điều này đã đủ nói hết sự thật của

nỗi ước ao mờ ám trong lòng tôi chăng?

Không đâu. Tôi chắc còn nhiều điều nữa tôi chưa kịp biết ra, không muốn nghĩ ra, tôi muốn tập làm con đà điểu chúi đầu xuống cát. Tôi muốn kiếm một nơi có đủ yên tĩnh, có đủ thời giờ, sắp xếp lại trí óc, hầu có thể phân biệt được tội ác, lòng nhân ái, sự cuồng tín và và hy vọng.

Để làm gì?

Có lẽ tôi cũng muốn tìm ra được lời giải đáp cho chính cái câu hỏi đó.

Nếu phải chết cho quê hương, tôi muốn được chết trên một quê hương mà mình yêu mến chứ không phải cái quê hương mà mình sợ hãi.

Tôi cũng biết rằng, sự lựa chọn này, chỉ chúng tôi, những người con gái Việt Nam mới còn có thể làm được.

Con trai phải cầm súng, phải đi lính.

Tôi không muốn yêu nước như một giáo điều.

Tôi biết rằng tôi, cũng như những người chung quanh tôi, chúng tôi đều. uống nước sông, ăn cơm gạo cấy trên ruộng đất của Tổ Quốc, lòng ái quốc phải là một tình cảm tự nhiên, ân nghĩa nếu có, cũng phải tương tự như ân nghĩa sinh thành, phải tự nhiên hơn cả sự tự nhiên người ta cảm thấy, bởi vì đó là một phần thịt da, xương máu, của chính mình.

Tôi muốn sắp xếp tất cả những thứ đó cho rõ ràng trước khi trở lại.

Nhưng đó có phải là những tình cảm thật của tôi chăng? Hay chỉ là những điều biện minh cho một chuyến đi, một cuộc chạy trốn?

Tôi đã học được nhiều điều, nghi ngờ người khác và nghi ngờ chính mình. Tôi cũng muốn thanh toán một lần cái thảm họa này trong tâm hồn tôi.

*

Trước khi quyết định xuất ngoại, tôi đã viết thư cho anh tôi. Và từ đơn vị, anh đã gửi cho tôi ít dòng, viết trên một miếng giấy nhỏ, kê trên ba-lô hành quân (tôi cứ tưởng người ta bịa đặt ra việc này, nay tôi tin là có thật] nét chữ nguêch ngoạc, anh tôi bảo với tôi rằng, đó là dịp may, em vừa đi làm vừa học được, cũng tốt cho tương lai. Anh tôi cũng nói thêm rằng, nhà chỉ có hai anh em, nếu "chẳng may anh có làm sao" may ra em sẽ có thể thay anh phụng dưỡng thầy mẹ được? Anh cũng nói đùa thêm, thời buổi này, cha mẹ nên trông cậy vào con gái cho chắc.

Lá thư ngắn ngủi của anh làm tôi chảy nước mắt. Anh nói đến may rủi, đến sự tin tưởng bằng giọng đùa cợt nhưng vẫn thấp thoáng cay đắng.

Thầy mẹ tôi, nghe tôi nói, tôi đã xin được đi xa, cũng mừng rỡ ra mặt, mặc dù tôi biết rằng, mai ngày tôi đi, chắc chắn nhà sẽ buồn vô kể. Anh tôi có khi cả năm không về đến nhà. Hai người sẽ sống trong lặng lẽ.

Thầy tôi đã về hưu năm năm nay, hai ông bà sẽ có chuyện gì để nói với nhau mỗi ngày?

Rồi những ngày trái nắng, trở trời, ai sẽ là người săn sóc họ?

Vậy mà, cả thầy lẫn mẹ tôi, đều đã có cái vui mừng của những người, tôi có thể thấy được, nhìn chuyến đi của tôi như là cách thoát được đứa nào hay đứa ấy.

Mẹ tôi giúp tôi lo sửa soạn hành lý, may mặc và dặn dò tôi những điều phải giữ gìn khi xa nhà.

Tôi cười nói với mẹ tôi:

– Ngoại quốc nghe nói thì xa, chứ máy bay bay thì vài tiếng đồng hồ là con về đến nơi thôi mà.

Mẹ tôi rớm nước mắt bảo:

– Vẫn biết thế nhưng dễ gì lúc nào con muốn về đã về được. Còn công ăn việc làm, bộ bỏ đấy mà đi à?

Tôi nói:

– Chẳng làm nữa thì thôi chứ.

Mẹ tôi vừa vuốt lại cho tôi cái tà áo mới trước khi gấp lại bỏ vào trong va-li vừa bảo :

– Đừng nói vớ vẩn. Lo làm ăn, để dành để dụm sau này có chồng con, có một chút mà phòng thân. Chứ trời đất này sống chết chẳng biết thế nào.

Tôi lấy giọng vui vẻ trấn an mẹ tôi:

– Con để dành gửi về mẹ mua cho con một cái nhà nhé.

Mặt mẹ tôi tươi hẳn lên:

– Ờ, đừng có tiêu phí tiêu hoài, để dành tiền mua được cái nhà là tốt nhất. Có gia đình rồi, đi ở thuê ở mướn, cực thân.

Tôi cười bảo:

– Hơi đâu mẹ lo xa thế.

Mẹ tôi dặn:

– Con gái lớn, thầy mẹ để con đi thế này thật áy náy. Con hãy thương thầy mẹ, giữ gìn sao cho thầy mẹ khỏi tủi hổ.

Lời mẹ dặn làm tôi vừa xấu hổ vừa buồn cười.

Tôi nhớ có đứa em họ sang Pháp học thuốc, viết thư về cho tôi kể, ở trong trường nó có một bức tượng để tay lên vành mũ vẻ thân thiện chào đón các sinh viên, thiên hạ đồn rằng, đứa con gái nào học ở đây, ra trường mà còn trinh, bức tượng sẽ ngả mũ chào. Má nó nghe nói chuyện đã thất kinh hồn vía vội vàng bay sang bên đó để dặn dò thêm một lần nữa, chẳng biết có ăn thua gì hay không? Nó đã học được ba bốn năm, không biết bức tượng đã biết được những chuyện gì. Lời dặn dò của mẹ tôi, làm tôi liên tưởng tới bức thư của nó và bật cười một mình.

Tôi nói:

– Con lớn rồi. mẹ khỏi lo.

Bà nói:

– Lớn cái thần xác mày chứ lớn gì.

Tôi nghĩ tới bức tượng của đứa em và lại buồn cười một mình. Tụi nó tối tân hơn tôi nhiều. Ngay cái việc, bây giờ, gần như chẳng còn ai ở lứa tuổi chúng tôi gọi bố là thầy nữa, đủ thấy chúng tôi có vẻ cổ hủ rồi, nhưng tôi rất thích cái từ "thầy" chúng tôi vẫn dùng đó.

Tôi không biết nếu mẹ tôi nghe được một chuyện giống như cái chuyện con nhỏ kể, phản ứng của bà sẽ ra sao?

Tôi cũng nhớ, trong lá thư tôi viết lại cho nó, tôi đã riễu cợt bảo "coi chừng em làm hỏng bức tượng". Và đấy cũng là đề tài chúng tôi vui đùa với nhau khi thư từ.

Mẹ tôi bảo:

– Ở bên đó nghe nói lạnh lắm. Quần áo con mang theo thế này có đủ ấm không?

Tôi nói:

– Thiếu thì con mua, chứ bây giờ cái gì cũng mang theo làm sao được.

Mẹ tôi nói:

– Tụi bay sao làm biếng quá. Không mang đủ rét có phải khổ thân không. Lạ nước lạ cái biết đằng nào mà lần.

Tôi nũng nịu với bà:

– Mẹ tưởng ngày nay cũng như ngày xưa sao? Đời sống bây giờ ở đâu cũng gần giống nhau cả.

Mẹ tôi nói:

– Cứ có sẵn có hơn không.

Tôi làm bộ huênh hoang:

– Con nói được hai thứ tiếng, mẹ đừng có lo.

Mẹ tôi cười bảo:

– Tao vẫn nghe thầy than phiền tiếng Tây của tụi bay thì Tây nó về nước là vừa rồi.

Tôi cũng cười bảo:

– Tiếng Tây của thầy bây giờ có khi Tây nó cũng không nói như thế nữa.

Mẹ tôi cười rung rung đôi má nhăn nheo của bà, nói:

– Thật ấy chứ lị. Ngày xưa tao thấy bác Huyện mày còn phải khen thầy đấy.

Cái quá khứ vàng son ấy vẫn còn bám chặt trong ký ức của một số người. Bây giờ là thời tàn tạ. Bác Huyện mà mẹ tôi vừa nhắc, ngày xưa đeo bài ngà, ngày giỗ họ, ông đi xe hơi về làng, thì không phải chỉ có người làng mà có cả người hàng Tổng tới chào đón.

Ngày tết, các cụ tiên chỉ, bô lão trong làng, đều đến nhà bác chúc tết. Khi các cụ thắp hương lễ trước bàn thờ gia tiên, Bác Huyện, thầy tôi, các chú tôi, đứng hai bên bàn thờ, đối diện với khách, khách lễ một lễ, mọi người trong nhà vái lại khách một lễ. Cứ như thế nghi lễ diễn ra trong hương trầm, trong khói pháo, trong đèn nến sáng choang và những lời chúc tụng.

Cái mùa xuân rực rỡ ấy chẳng bao giờ người ta tìm thấy lại nữa.

Ngày tôi ra đời thì cái mùa xuân ấy cũng đa chấm dứt từ lâu. Khói lửa chiến tranh đã thiêu rụi cả. Kế đến hiệp định Genève đã xua đuổi bao người rời bỏ cố hương ra đi. Năm đó tôi mới được hai tuổi.

Tôi không biết một tí gì về cái quê hương mẹ tôi kể lại như trong thần thoại ấy.

Anh tôi còn thuật lại cho tôi nghe những đêm giao thừa, anh được cầm bánh pháo rắc cho nổ quanh sân, và những sáng mùng một, mở mắt nhìn sương mù xanh biếc trước thềm, đêm lạnh làm cho mùi thơm của khói pháo không tan hết vương vất trong gió, những cụm hoa hồng bạch, hồng nhung, hồng nhạt, mẫu đơn, loa kèn, nhài, trổ những bông tươi thắm trên cành, nhìn thấy lờ mờ trong sương, cây đào bên đầu thềm sai chĩu chịt hoa, hoa đào rơi lẫn với xác pháo. Lũ chim bồ câu và mấy con chó nghe pháo nổ sợ hãi, bay, chạy tán loạn, trở về còn nem nép nghếch đầu, vểnh tai, nghe ngóng chực chạy nữa, ông tôi phải sai đóng cửa chuồng và xích chó lại.

Những ngày tết thần tiên ấy, tôi chưa bao giờ được nhìn thấy, chỉ nghe kể lại, chẳng khác những cánh đồng, những thôn xóm, nơi đã sinh sản ra những câu ca dao tuyệt vời, tôi đã đọc, nhưng không biết có bao giờ được tận mắt nhìn thấy?

Người bác đem lại danh giá cho cả họ đó, những ngày mới di cư vào Nam, sống âm thầm trong một căn nhà nhỏ, thuê được trong một khu xóm lao động.

Cửa sổ phòng ông trông ra một cái sân, mỗi bề chừng bốn thước, vừa làm sân vừa làm cầu rửa. Ông đã tự tay xây thêm một cái bồn dính liền vào chân tường chỗ cửa sổ, đổ đất, trồng mấy cây hồng.

Mỗi ngày ông tưới bón bằng bã trà trút từ trong cái ấm

nhỏ đắp vào các gốc cây và nước hứng trong một chiếc lon guigoz đục những lỗ thủng làm bình tưới.

Những cây hồng, vào các buổi tối tôi đến thăm ông, trổ bông tươi thắm nhưng trông buồn bã, chẳng khác những nỗi vui còn sót trong lòng ông quan già, sống ẩn náu trong căn nhà lụp sụp.

Tôi không hề trông thấy ông trong những ngày ông còn hiển hách nơi huyện đường, nhưng tôi vẫn tưởng như thấy được cái bóng của nó, trong buổi xế chiều này, đè nặng trên vai ông.

Ông tránh tiếp xúc với tất cả mọi người, kể cả con cái của chính ông. Ông chỉ còn giao thiệp, thỉnh thoảng đi lại trò chuyện với một người duy nhất là thầy tôi. Cũng vì thế tôi đã được gặp ông, nghe ông nói, và được ông hỏi chuyện nữa, trong những lần tôi theo thầy tôi đền thăm ông ngày con bé, và dần dà khi đã khá lớn, có những lần tôi được gặp ông một mình do thầy tôi sai tôi tới thưa với ông chuyện gì đó, hoặc tôi tự ý đến vấn an ông. Những lần được gặp ông như thế, tôi thành thật cảm động. Không phải chỉ vì, đó là một vinh dự ít đứa cháu nào khác trong họ được hưởng, mà chính vì, mỗi lần gặp ông, tôi có cảm tưởng lọt được vào cái thế giới bí ẩn của một người mất bóng.

Trong những ngày giỗ họ, ông xuất hiện bao giờ cũng giữ vừa đủ sự thân mật, nghiêm túc, vẻ nghiêm túc trở thành một giới hạn, một khoảng cách với mọi người. Sau đó ông lại rút về trong cái cõi riêng lặng lẽ của ông.

Tôi không biết chắc ông đã nghĩ về tôi thế nào, nhưng đôi lúc tôi tưởng rằng ông nhìn tôi như đoá hoa trong cái bồn đất trước cửa sổ của ông.

Tôi chắc cả họ nhà tôi, ai cũng nghĩ là ông luyến tiếc cái thời vàng son cũ của ông, luyến tiếc đến đau đớn.

Nhưng chỉ một nụ cười của ông, tôi nhìn thấy trong cái cõi riêng của ông, cùng với một nụ hồng vừa hé bên ngoài cửa sổ, tôi hiểu rằng, đời sống đối với ông nhẹ nhàng, chứ không quá nặng nề như người ta tưởng.

Ông không hỏi gì tôi khác ngoài chuyện học hành, sức khoẻ của thầy mẹ tôi, và nhất là cái câu "con bao nhiêu tuổi rồi". Ông đã hỏi tôi câu ấy mỗi năm, và nó cho tôi cảm tưởng, mãi tôi không lớn hơn được cái nụ hoa trong bồn đất của ông, tôi không dầy hơn được mấy cái cánh hồng mỏng manh đó. Và thật lạ lùng, ở gần ông, tôi cảm thấy tôi có một nhan sắc.

Kể từ ngày bác Huyện mất, tôi không còn cảm tưởng này trước mắt nhìn của ai nữa, kể cả thầy tôi.

Trước khi chết, ông dặn lại người nhà, nếu muốn giữ, cứ để cái hộp bài ngà của ông trên bàn thờ, đừng mở ra.

Đó là lời dặn cuối cùng của ông, không ai hiểu hết ý nghĩa.

Ngày người anh họ của tôi, tức người con trai cả của bác Huyện chết trận, không ai thấy ông chảy một giọt nước mắt nào. Ông cũng không nhắc đến cái chết đó một lần nào, không hề thở than với ai một tiếng nào. Khi đám tang đã được chôn cất xong, mọi người về cả rồi, buổi tối, ông ra đứng trước bàn thờ nhìn hình con một lát rồi trở về phòng, bác gái tôi kể lại như vậy. Không ai biết ông nghĩ gì về cái chết của người con trai duy nhất đó của ông.

Ông mất, cái bồn cây bên ngoài cửa sổ bị bỏ quên cũng chết theo, và sau đó, gia đình bác tôi dọn đi nơi khác.

Nhưng những đóa hồng tôi đã nhìn thấy đó, sẽ chẳng bao giờ tàn héo trong tôi. Và, cứ mỗi lần nghe một người nào trong họ nhắc đến ông, tôi vẫn thấy lòng bồi hồi. Không phải một mình ông đã chết, mà hình như, khi ông chết, cả một quá khứ nữa đã thật sự chết theo ông.

Tôi cũng chẳng còn gặp ai cho mình cái cảm tưởng rợp mát như khi bước vào một ngôi chùa hay ngôi đền cổ, như mỗi lần tôi được gặp ông nữa.

oOo

Trận mưa vẫn kéo dài ngoài hiên. Những giọt nước trong vắt ròng ròng không ngớt rớt trước mái hiên, reo thành một tiếng kêu đều đều, buồn nản.

Trời đen nặng, không khí thấm hơi nước trở nên lạnh, thời tiết tưởng chừng như sắp hết mùa thu, sắp sang đông.

Tôi muốn đi ra phố, tới nhà một người bạn nào đó chơi.

Nhưng nghĩ lại mới biết mình không có bạn. Tôi chỉ có những người quen biết, không có bạn.

Không sao. Tôi sẽ đi dạo phố, nhìn lại cái thành phố đã trở nên thân yêu này một lần, trước khi rời khỏi. Chắc chắn ngày tôi trở lại nó sẽ thay đổi.

"Thành phố đi nhanh lắm", một người bạn đồng sự đã nói với tôi như vậy. Anh là người Hà Nội, nhớ rất nhiều về Hà Nội, từng góc phố, từng mái nhà, từ những sự biến đổi nhỏ nhặt về thời tiết. Thế nhưng anh vẫn luôn luôn tỏ ra rất tiếc vì đã không ghi nhận được nhiều hơn những hình ảnh của Hà Nội khi ra đi. Anh nói "cô không thể tưởng tượng cái thành phố đó mê hoặc người ta thế nào". Dĩ nhiên tôi không hiểu được sự mê hoặc đó thật. Anh nói "đôi khi nó hành hạ người ta như bệnh tê thấp vậy".

Tôi thầm nghĩ, nếu quả vậy thì đó là một chứng bệnh khôi hài và khó hiểu.

– Cô ở đâu ngoài đó?

– Ở trong nôi.

Câu nói đùa của tôi làm anh chưng hửng. Anh nhìn tôi, cười. Tôi có cảm tưởng anh đang thử tưởng tượng có thể nhét lại tôi vào trong cái nôi đó chăng?

– Cô có mang theo cái nôi đó vào đây không?

– Không. Tôi để quên ở Hàng Đường rồi.

– À, con gái chợ Đồng Xuân, thảo nào.

– Sao, anh ?

– Nhanh lắm.

– Không, tôi không nhận tôi là con gái Hà Nội đâu. Tôi Sài Gòn một trăm phần trăm.

– Chín mươi chín thôi. Biết đâu cô chẳng đã được đánh thức vì một tiếng chuông tàu điện.

– Tôi đi xe lam, xe buýt mà.

– Cô sẽ vất vả.

– Vì sao mới được chứ?

– Hàng Đường là một khu phố buôn bán sầm uất nhất Hà Nội đấy.

– Chẳng ăn thua gì tới tôi cả.

– "Ăn chung" thì không, chứ "ăn thua" thì có đấy.

– Anh xa Hà Nội lúc mấy tuổi?

– Mười bảy.

– Mười bảy thì con gái bẻ gẫy sừng trâu rồi đấy. Còn anh làm được cái gì rồi?

– Biết phố Hàng Đường ở chỗ nào. Biết con gái Hàng Đường chua ngoa thế nào.

– Tôi chưa có răng, chưa ăn một trái sấu nào, làm sao chua ngoa được.

Chúng tôi thường đùa bỡn với nhau về chuyện Hà Nội như vậy.

Tôi biết anh mắc "chứng Hà Nội", một phần tâm hồn anh do cái thành phố đó tạo nên, anh không thể khác. Nghĩ cho cùng, chẳng được nghe gió heo may, chẳng được hong nắng hanh vàng, chẳng được đi dưới mưa bụi, chẳng được run trong cái lạnh mùa đông, vào lớp học phải hà hơi vào hai bàn tay, xoa lại với nhau, mới cầm bút viết được bài, như vẫn nghe những người Hà Nội kể lại, cũng là một điều đáng tiếc chứ.

Một mai, có lẽ tôi cũng sẽ nhớ Sài Gòn như vậy. Nhớ nước mía Viễn Đông, nhớ kem Mai Hương, nhớ bún ốc Casino. Nhớ những khu phố mưa bên này đường bên kia vẫn nắng. Nhớ Sài Gòn Mậu Thân, Sài Gòn pháo kích… Nhớ đài kỷ niệm chiến sĩ trận vong của Pháp nay biến thành nơi ghi ơn các nước bạn đã viện trợ cho Việt Nam chống cộng sản. Nhớ Nhà Thờ Đức Bà, từ trường tôi đi ra nhìn thấy phía sau lưng, xây bằng gạch đỏ, vào mùa mưa, những viên gạch thấm nước đỏ thêm một chút. Nhớ những hồi chuông lễ làm rung buổi chiều, những buổi chiều khô ráo và ẩm ướt. Nhớ con đường Tự Do nơi người ta có thể nhìn thấy những kiểu y phục mới nhất trên khắp thế giới, mỗi sáng Chúa nhật. Nhớ hành lang Eden chỗ hẹn hò của các cặp tình nhân, tôi chưa từng được hẹn bao giờ nên không biết mình sẽ có đến đúng giờ, sẽ có phải đi lại chờ đợi, đứng ngó vào các tủ kính bầy các đồ mỹ phẩm, nữ trang, đồng hồ… Hễ có dịp đi qua một tiệm bán đồng hồ, tôi lại nhớ tới những câu thơ đã đọc được trong một cuốn sách nào đó:

Những chiếc đồng hồ
trong tiệm bán đồng hồ này
chỉ giờ khác nhau,
Đời người ta cũng vậy.

Còn gì nữa? Còn nhiều lắm chứ. Tôi sẽ khoác áo mưa ra phố. Tôi muốn nhìn lại thành phố này, nhìn như một khuôn mặt rồi đây tôi sẽ cách xa.

Tôi bảo với mẹ tôi:

– Con ra phố một lát.

Mẹ tôi hơi ngạc nhiên hỏi:

– Mưa thế này mà đi đâu?

Tôi cười:

– Con mặc áo mưa, ăn thua gì.

Tôi nói mấy chữ "ăn thua gì" và chợt nhớ tới người bạn ở sở.

Mẹ tôi dặn:

– Đi thì thử xem còn cần mua sắm thên cái gì mua luôn đi, kẻo rồi tới lúc lại cuống lên.

Tôi nói:

– Vâng.

Tôi thay quần áo, lấy áo mưa mặc, đội mũ và ra đường.

Mẹ tôi vẫn ngồi ở bên mấy chiếc va-li của tôi.

(Trích từ tuyển tập *Tiểu Thuyết*, 2014)

NGUYỄN ĐÔNG GIANG

Tên thật Nguyễn Văn Ngọc, sinh ngày 06 tháng 02 năm 1943 tại An Hải Đà Nẵng. Tốt nghiệp Võ bị Đà Lạt. Giáo chức. Sau 1975, đi tù, vượt biển. Hiện định cư tại San Jose USA,

Tác phẩm đã xuất bản:
- *Thơ Của Người Giang Hồ* (Da Vàng, 1969)
- *Cho Tương Lai Bắt Gặp* (in chung 1971)
- *Vô Lượng Tình Sầu* (Hoa Kỳ, 2005)
- *Bản Tình Ca Cũ* (Nhân Ảnh 2010)

Bản tình ca cũ
(Tặng ca sĩ Lệ Thu)

Non sông còn lại bài ca cũ
Em hát làm chi nữa thêm buồn
Ngã ngựa. Cuối đời. Thân thất thổ.
Cuối đời nhớ nước. Lệ còn tuôn

Khi em hát bản tình ca cũ
Anh nghe sầu dâng tận phương này
Anh theo tiếng hát về quê Mẹ
Chiến tranh tàn lụn. Buồn vậy thay!

Nỗi đau nào trong bản tình ca
Mà em hát làm anh xốn dạ
Lưu vong hề! yên thân, đẹp mã
Non nước chờ ai. Kẽ lãng du!

Khi em hát bản tình ca ấy
Anh ấm lòng mơ ước buổi về
Em ạ. Có ngày anh trở bước
Quay về. Hôn lại mảnh đất quê

Khi nghe em hát. Anh nhớ quá
Nhớ xưa em. Lặn lội nuôi chồng
Nhớ thuở điên khùng. Quăng súng đạn
Nghĩ càng thêm hổ. Thẹn non sông!

Non sông còn lại bài ca ấy
Em hát còn anh. Chỉ đau lòng
Em hát làm anh. Không ngủ được
Đau lòng. Đau nước. Phận lưu vong!

Thèm nghe em hát. Nhưng khổ nỗi
Anh vốn tủi thân. Dễ nhớ nhà
Trời ơi! con quốc xa rừng khóc
Em đừng hát nữa. Bản tình ca.

Mai về Đà Lạt

(Tặng một người ở Đà Lạt)

Cho dù đời đã hoàng hôn
Mai về Đà Lạt, biết còn em không?
Mai về, nhặt chữ tang bồng
Đánh rơi, nên mới non sông đỏ màu

Mai về, Đà Lạt còn đau
Ghé thăm trường Mẹ, bù ngày nhớ thương
Mắt em, đâu phải hồ trường
Mà làm xã tắc, tang thương đổi dời!

Mai về Đà Lạt, em ơi!
Thăm hồ Than Thở, còn lời em, xưa
Lâm Viên cuối chạp, trời mưa
Anh lên đỉnh núi, đúng mùa Noel

Hòa Bình, còn đó hở em?
Xưa ta dạo phố... anh quên đường về
Bây giờ, anh đã sơn khê
Xa bao sông biển, chưa về cố hương!

Anh đi, Đà Lạt mù sương
Bao mùa gió chướng, vô thường thổi qua
Mai này, về lại quê nhà
Có nhìn ra được, quê Cha của mình?

Nước non nghìn nỗi điêu linh
Mai về dù đã, đời mình hoàng hôn
Đà Lạt, còn ở trong hồn
Đã theo anh suốt, cuộc bôn tẩu này.

Mùa xuân ấy, đã thành cổ tích

Xuân này, anh về lại San jose
Thành phố dễ thương, Hoa Kỳ Tây Bắc
Tháng giêng tháng hai, quê người trời rét
Bên nhà cuối chạp trời sắp vào xuân

Xóm dưới làng trên, nhộn nhịp tưng bừng
Bánh tét bánh chưng, dưa hành củ kiệu
Cúc thọ nhà em, vàng thêm mấy nụ
Mấy nụ quê nhà, có nở niềm vui?

Anh bên này, quen với ngậm ngùi
Chưa bỏ được, đời quê thói cũ
Làm sao bỏ, nơi chôn nhau máu mủ!
Nên cõi người, vời vợi nhớ xuân xưa

Nhớ ngày xưa, Ba thức cúng giao thừa
Gọi con dậy, để nghe pháo nổ
Gọi con dậy, thắp hương Tiên Tổ
Khấn lạy Ông Bà, phò hộ các con

Xuân năm nay, Ba Mẹ chẳng còn
Anh xa xứ, biết xuân nào trở lại
Chẳng lẽ cuối đời, còn tha hương mãi
Chờ buổi thanh bình, biết có hay không!
…

Mùa xuân nào, Ba thức cúng giao thừa
Mùa xuân ấy, đã thành cổ tích
Đêm cuối năm, bên này u tịch
Nén hương lòng, có bay tới cố quê!

NGUYỄN ĐÔNG NGẠC

Sinh năm 1939 tại miền Bắc. Di cư vào Nam 1954. Sang Canada cuối năm 1981.

Có bài từ năm 1972 trên *Văn Học, Thái Độ, Đất Nước, Hành Trình, Khởi Hành và Chính Luận.*

Chủ trương nhà xuất bản *Sóng,* đã xuất bản một số sách trong đó có cuốn *45 Truyện Ngắn.*

Sau 1975, tại hải ngoại, có bài trên *Nắng Mới, Làng Văn, Văn, Thế Kỷ 21, Thẩm Mỹ, Đêm Màu Hồng.*

Sau 1975, định cư tại Montréal, Canada và mất tại đây ngày 21-02-1996.

Người mất trí

Người điên đâu phải là người đã mất lý trí
Người điên là người đã mất tất cả trừ lý trí.
(G.K. Chesterton)

Người trưởng y tá giám thị trạc ngoài ba mươi nói với vị tu sĩ:

"Hắn từ Việt Nam tới, lúc đầu hắn la hét om sòm, tôi phải nhốt hắn vào riêng một căn phòng. Nay thì hắn đã khá lắm, hắn thường ngồi một mình chỗ đó có khi nói lẩm bẩm, có khi ngồi im lặng cả buổi.

"Đó là những kẻ thất thế phải bỏ nước trốn đi, chắc hắn phải có nhiều tâm sự u uẩn nên mới thành như vậy. Hắn chưa đến nỗi già có lẽ chỉ độ khoảng 40 trở lại, mặt mũi trông có vẻ là người có học, thông minh nữa. Thật tội nghiệp!"

Vị tu sĩ vừa nói vừa quan sát người da vàng mất trí.

"Thưa cha, tôi cũng chẳng hiểu vì sao? Muốn biết rõ nguyên nhân chính phải xem lại hồ sơ bệnh lý."

Vị tu sĩ thở dài cùng viên y tá trưởng đi về phía văn phòng.

*

Người mất trí Việt Nam vẫn ngồi im lặng trên chiếc ghế màu đen, hắn chẳng hề để ý tới sự hiện diện của hai người bản xứ, đôi mắt trông có vẻ mơ màng nhìn ra phía ngoài. Hắn đang theo dõi một con chim nhiều màu sắc chuyền trên các cành cây, thích thú cười một mình. Con chim vừa nhảy vừa líu tít hót trông rất vui mắt.

Hắn còn có vẻ say mê ngắm màu xanh da trời và nhủ thầm tại sao con chim không chịu bay vào khoảng rộng bao la kia, lại cứ lẩn quẩn trên các cành cây. Hồi lâu hắn khoái trí vì đã khám phá ra tại sao, gần tít trên ngọn cây có một tổ chim, con chim đã không chịu bay xa chỉ vì vậy. Ngọn cây chính là nhà nó. Có vậy mà tự nhiên hắn ứa nước mắt. Lúc này hắn đang tỉnh. Hắn thuộc loại mất trí đặc biệt, có những lúc hắn tỉnh táo như không hề mắc bệnh. Nhưng ngay cả những lúc hắn không tỉnh táo, hắn vẫn còn ít nhiều khả năng nhận biết. Hắn đã bị đưa vào đây gần hai tháng. Hắn đã kêu gào, đã khiếu nại, chẳng ai nghe hắn, bởi vì ngay cả những lúc hắn tỉnh, những lời nói của hắn người ta vẫn cho là những lời nói của một người bất bình thường. Hắn vẫn ứa nước mắt, cảnh vật trước mặt hắn nhòe dần, quyện vào nhau thành một khối sương mù dày đặc, hai dòng lệ tiếp tục lăn trên gò má, rơi xuống ngực. Rồi hắn không kìm hãm được nấc lên nghẹn ngào.

Bây giờ đang giờ nghỉ, giờ để thở hít khí trời, co dãn gân cốt, tránh tình trạng ở lâu trong phòng sẽ sinh bệnh, tất cả những người mất trí trong bệnh viện được tự do ở ngoài. Hắn và một số người được xếp thuộc loại bệnh đặc biệt, tính tình khó trị, được thả riêng trong một căn phòng rộng có cửa sắt chung quanh giống như một cái lồng lớn thoáng khí, tất cả gồm bảy người. Những kẻ mất trí khác, ai muốn chơi gì thì chơi, mệt ngồi nghỉ ở ghế đá, phần đông đi đi lại lại như những chiếc bóng, tất cả đều ít nói thờ thẫn. Còn bọn giám thị đi vơ vẩn trông coi, hút thuốc tán dóc. Những người mất trí gồm nhiều nước, nhiều màu da, bọn da trắng chiếm 90%. Họ bị mất trí vì đủ loại nguyên nhân. Nhưng mất trí kiểu người da vàng Việt Nam may ra có tên Orlov *ở* cùng phòng với hắn, gốc Nga là giáo sư đại học, có thể có cùng một thứ tâm bệnh. Nhưng tên này mắc chứng co giật nặng lại chỉ biết nói tiếng Nga và tiếng Anh nên hắn không thể nói chuyện gì nhiều với nó. Hắn chỉ còn biết lẩm bẩm một mình. Và chỉ có những giờ giải trí chung hắn mới có cơ hội chuyện trò với những kẻ khác. Thấy hắn ngồi buồn bã, tên Dick người Đan

Mạch lại đứng bên, nó nhìn hắn và ú ớ nói tiếng bản xứ, hắn chẳng hiểu gì, hắn cười và nói bằng tiếng Pháp "chào". Tên Đan Mạch cũng cười lại và cả hai nhìn nhau có vẻ thân thiện. Tên Dick cũng còn chút ít khả năng nhận biết, có thể vì thế nó đã hay gây sự làm phiền tới y tá giám thị nên cũng bị xếp vào loại khó trị. Và chắc là người nhà hoặc là nó cũng như hắn chẳng có ai là thân thích, bạn bè tống vào đây cho tiện. Tên Đan Mạch moi trong túi một mẩu bánh mì đưa cho hắn. Hắn cầm và nói "cám ơn". Hắn đứng lên và lại gần tên Jerald người Do Thái, thằng này mất trí có lẽ vì mê tiền quá, buôn bán thua lỗ, vỡ nợ thành ra vậy, bởi vì trông mặt nó sáng sủa, có dáng ông chủ, nó thường đứng thẳng ưỡn ngực ra phía trước, tay lúc nào cũng vân vê đồng xu. Hắn chìa tay xin đồng tiền, tên Do Thái hét lên giật lại bỏ chạy ra đứng ở góc phòng. Tên Jack da đen thì tay cứ đấm thùm thụp vào ngực, vò đầu bứt tai, có lẽ hắn bị mặc cảm vì đã phạm vào một tội gì ghê gớm lắm. Đôi mắt trừng trừng nhìn mọi người trông rất dễ sợ. Tên Joe người Ý thì cứ lần mò sờ hết chỗ này tới chỗ kia, nó ít khi đi thẳng, lưng luôn khom xuống, vừa sờ mó vừa la một mình. Trước đó nó làm cai cho một hãng lớn rồi bị chủ đuổi, vợ bỏ, thất bại nó đâm ra bất đắc chí uống rượu tối ngày. Thỉnh thoảng nó lại đứng lại khom người xuống, nhe răng cười, rõ ra một tên nịnh bợ chủ, giống như một con chó vẫy đuôi. Đột nhiên nó đổi thế đứng tay dơ lên như thể đang cầm ly rượu uống một cách ngon lành. Cứ thế nó uống rượu tưởng một mình trông có vẻ sung sướng lắm. Còn tên Henry người Đức có bộ râu y như Hitler, khá đẹp trai, tóc như con gái, lúc nào cũng ca hát ầm ĩ, bài nọ lẫn với bài kia, hết hát lại cười sằng sặc, chìa tay vào khoảng không rồi lại đút tay vào túi áo y như người ta cho tiền thật. Nó đang sống lại nghề hát dạo ở Métro. Cuối cùng là tên Mike, kỹ sư, làm công chức, nó thành bất bình thường chỉ vì một lẽ rất đơn giản, làm mãi một công việc mấy chục năm, nó đâm ra chán chường, ăn chơi, tinh thần bị dồn ép quá mỗi ngày mỗi suy sụp. Nó trở nên cau có, hay gây sự với đồng nghiệp, bỏ bê công việc, cho đến một ngày không ai chịu nổi tính tình của nó, người ta phải cho nó nghỉ việc. Thất nghiệp chẳng còn muốn làm gì, cuối cùng bị đưa vào đây. Khác với sáu tên kia, Mike ngồi suốt buổi trên một cái ghế nhìn về phía trước, lúc lúc lại thu thu, xếp xếp, ném ném đồ vật như thật ở giữa khoảng trống, giống như một người đang dạo piano trông rất ngộ nghĩnh. Tất cả những người làm trong bệnh viện cũng như tất cả những người mất trí đều quá quen thuộc với cảnh tượng này đến nỗi họ chẳng thèm để ý tới, ai cũng bận bịu với công việc riêng của họ. Riêng nhóm bảy người mất trí ở trong phòng cá nhân cũng như ở trong phòng giải trí, mỗi người đóng một vai trò nhất định, một sự kéo dài những thói quen khát vọng đã có cho đến chết nếu tình trạng bệnh không thuyên giảm.

Còn hắn những lúc thật tỉnh, không có cơ hội để trốn, hắn đành phải nằm, ngồi nghĩ ngợi, sống với dĩ vãng, với những dự phóng tương lai, bao giờ cũng vậy, cuối cùng hắn chỉ biết thở dài, tra hỏi đủ thứ tại sao cho tới lúc đầu hắn vang lên những âm thanh lùng bùng, hắn cảm thấy một luồng sức mạnh từ ngực ùn ùn đẩy lên đầu làm cho đầu hắn muốn vỡ ra, sự tỉnh thức vụt biến mất, người hắn thừ ra, hắn cảm thấy có gì khác lạ, nhưng hắn không thể nhớ rõ hắn đã nói gì, tên tuổi của hắn, hắn chính là ai? Tình trạng này của người mất trí Việt Nam cứ lặp đi lặp lại. Cũng như tất cả mọi người khác, hắn được các bác sĩ chữa trị theo đúng phương pháp của bệnh viện. Hắn sống tuân theo đúng kỷ luật của bệnh viện, từ giờ ăn, giờ uống thuốc, giờ giải trí, giờ tiếp xúc với các bác sĩ chuyên môn. Ngày tháng cứ đều đặn kéo dài, bệnh tình của hắn chẳng thuyên giảm được bao nhiêu. Người ta vẫn hy vọng sẽ chữa khỏi bệnh cho hắn. Đây là thủ tục của bệnh viện. Điều quan trọng muốn nói hơn là cái bi kịch từng giây phút xảy ra trong đầu người mất trí này. Nó đặc biệt khác với những người mất trí khác trong bệnh viện và các bác sĩ liệu có tìm ra chân tướng và liệu có giải quyết chữa trị được không? Hay nó đã vượt khỏi khả năng chuyên môn của họ.

Hắn có tên là Nguyễn, 38 tuổi, quân nhân, đã lập gia đình, sinh tại miền Bắc Việt Nam, sống tại miền Nam Việt Nam, cha mẹ đều đã chết, không thấy khai anh em, vượt biên sang Canada năm 1982.

Giấy tờ của hắn chỉ có bấy nhiêu chi tiết. Nhưng nghe qua những lời độc thoại của hắn dù lộn xộn không có thứ tự thời gian- ta sẽ thấy đời hắn là một bi kịch thời đại.

Hắn được đưa vào bệnh viện do chính những đồng bào của hắn, những người tự coi là bạn thân, trong đó có một tên bác sĩ thần kinh. Lý do: Hắn đã bỏ sở làm do bạn bè hết lòng giới thiệu vì những nguyên cớ theo lời khai của bạn bè- là vu vơ, chẳng hạn chửi nhau với cai, nghỉ việc chỉ tại sự bất đồng ý kiến khi tranh luận về chiến tranh Việt Nam; lần khác đánh lộn với một tên thợ chỉ vì nó tỏ ra kỳ thị màu da, đại loại toàn những chuyện cũng theo bạn bè- có thể nhịn cho qua. Bạn bè đã khuyên can nhiều nhưng hắn vẫn không chịu thay đổi tính nết, hậu quả là không ai dám giới thiệu hắn đi làm ở đâu nữa và chính hắn, hắn chẳng chịu đi kiếm việc một mình. Thấy vậy một người bạn có tiệm sách, vì quá thương hoàn cảnh của hắn, đã giúp đỡ hắn bằng cách cho hắn đứng bán sách. Hắn không những không cám ơn còn sỉ vả người bạn là buôn văn bán chữ, tiếp tay với bọn ngụy trí thức, bọn con buôn nhân danh văn hóa làm giàu, in lậu sách của các văn nghệ sĩ, không chịu trả tác quyền đàng hoàng, nhất là các văn nghệ sĩ còn bị tù tội trong các trại cải tạo của Cộng Sản. Trầm trọng hơn khi bạn bè dẫn hắn tới bác sĩ thần kinh, cũng là bạn hắn, để hắn được chữa trị, hắn đã gây sự với ông bác sĩ này. Hắn nói chính ông bác sĩ mới là mất trí rồi hắn chửi luôn cả mấy ông bác sĩ khác làm ăn bất lương nên bị cảnh sát Mỹ còng cả lũ làm mất mặt người Việt Nam. Tiện thể hắn còn chửi cả nhiều người ở các giới khác chỉ biết có tiền chẳng màng gì tới quốc gia đại sự, chỉ biết lo cho bản thân mà lúc nào cũng vỗ ngực ta là cái này cái nọ. Do đó chính ông bác sĩ thần kinh đã đề nghị với bạn bè của hắn nên cho hắn vào bệnh viện chữa trị, và ông đã viết giấy giới thiệu. Tất nhiên bạn bè phải vất vả lắm mới dẫn được hắn vào bệnh viện.

Thêm một lý do nữa để người ta giữ hắn ở lại bệnh viện thần kinh, bất chấp sự phản đối của hắn là ngay khi làm thủ tục hồ sơ và nói chuyện với bác sĩ bệnh viện hắn vẫn luôn mồm la hét bảo những người này mới là những người cần ở bệnh viện, vì chỉ biết làm việc máy móc toa rập với nhau nói hắn là kẻ mất trí. Hắn không những không trả lời bác sĩ những câu hỏi thuộc về bệnh lý còn đập bàn định gây sự và đòi bỏ về. Ông bác sĩ này phải nói chuyện riêng với bác sĩ Việt Nam. Ông bác sĩ Việt Nam đã cho bác sĩ bệnh viện biết là nếu cứ để hắn sống tự do ở ngoài sẽ gây nguy hiểm cho xã hội, và ngay cả với chính bản thân hắn. Ông ta cho biết đã có nhiều lần hắn uống rượu say la hét, đập bể đồ đạc, gây sự với hàng xóm, té ngã thương tích, có lần suýt làm cháy nhà. Chính ông đề nghị với bác sĩ bệnh viện giữ hắn lại để chữa trị sẽ tốt hơn cho sức khỏe của hắn. Thật sự ông bác sĩ Việt Nam cũng như các bạn khác đã bàn bạc với nhau nên làm như vậy may ra có thể giúp hắn lấy lại được sự quân bình cho tâm trí, khiến hắn tỉnh ngộ và có thể sống thích nghi hơn với cuộc sống mới ở Canada. Chính họ đã cảm thấy quá mệt mỏi về tính nết của hắn dù họ rất thương hắn, không biết làm như vậy có thật đúng cho hắn không và chẳng ai muốn đối xử với hắn như vậy, nhưng ai cũng có những khó khăn riêng không thể lo cho hắn mãi được. Do đó hắn tự cho hắn là người không mất trí, người ta vẫn giữ hắn lại.

Hắn vào bệnh viện ngày 15 tháng 10 năm 1983.

Nguyễn ở chung phòng với tên người Nga nhưng cả hai chẳng ai nói chuyện với ai. Tên Orlov đã trở thành một tên dở người. Nguyễn ban đầu còn theo dõi người bạn bệnh, riết rồi Nguyễn chẳng còn quan tâm lắm, hắn sống với những ước mơ, suy nghĩ riêng, tuy trong đầu vẫn nhen nhúm ý định trốn khỏi bệnh viện.

Buổi chiều nay hắn thấy nhớ nhà, không phải căn nhà thuê ở Canada mà là căn nhà nhỏ ở đường Phan Thanh Giản gần bệnh viện Bình Dân. Căn nhà hắn đã lớn lên, đã có biết bao nhiêu kỷ niệm với những người thân yêu: *"Mẹ, con hiểu rằng mẹ đã hy sinh vì con quá nhiều. Mẹ nhỉ, vui biết bao những dịp con đi chơi tha thẩn trên các con đường làng, ngắm cảnh đồng quê qua mưa nắng, bão táp, tiếp xúc với họ mạc, làng nước. Ôi chòm râu của ông ngoại sao dài và đẹp thế, trông ông như một vị tiên. Những hình ảnh ấy, con người ấy là một phần đời sống quê hương của con. Con làm sao quên được những con người sống âm thầm ở nhiều vùng đất trên quê hương, gánh chịu biết bao thiệt thòi, bệnh tật, thất học, nghèo đói. Con phải làm sao hả mẹ? Những dịp hè tươi đẹp ấy thật ngắn ngủi và qua mau. Chiến tranh, bom đạn, nhà tan cửa nát, chết chóc, gia đình mình trôi dạt Thái Nguyên. Còn cha thì sao hả mẹ? Cha đã bị bọn Pháp giết thật sao? Bọn xâm lăng khốn nạn đã giết cha ta. "Hắn nhìn thấy rõ mồn một cảnh xe lội nước cán nát ruộng lúa, cán chết người. Quân Pháp bắn giết, hãm hiếp đồng bào, đốt làng mạc. Lửa cháy! Ôi tại sao lửa lại cháy to thế này? Hắn chỉ còn thấy lờ mờ trước mắt những bóng người qua lại sân bệnh viện...*

Một người nữ y tá đi về phía hắn, dịu dàng hỏi hắn "Khỏe không?" Hắn cười. Người nữ y tá tiếp tục đi làm công việc. Hắn chăm chú nhìn dáng người y tá cho đến khi khuất vào hành lang bệnh viện. Tự nhiên hắn thấy lòng trống trải, nhớ vợ. Hắn nghĩ tới thành phố Sài Gòn, tới biết bao con đường, hàng cây, ngôi nhà, quán nước, tiệm ăn hắn đã cùng vợ đi qua, chung hưởng những ngày quen nhau, lấy nhau.

"Em, anh đã chẳng từng nói với em, em là người đàn bà anh yêu nhất đời sao? Ngày đầu tiên chúng ta gặp nhau ở Đại học Văn Khoa, lúc đó em còn là một cô nữ sinh viên nhút nhát. Anh lên hô hào mọi người bãi khóa, em ngơ ngác nhìn anh. Anh không bao giờ quên được đôi mắt đẹp não nùng đó, đôi mắt mãi sau này anh mới nghiệm ra nó vận vào đời em. Tình cờ chúng mình gặp lại nhau trên phố, anh tới làm quen và chúng mình yêu nhau từ đó. Mai ơi! Những nụ hôn đầu. Em đẹp biết bao trong bộ áo tắm màu đỏ nhấp nhô trên những ngọn sóng bãi biển Vũng Tàu. Em đã vẽ trên cát những ước mơ đầu đời và cái đêm hôm đó, em đã cho anh đời em, em đã mừng vui nói thế. Và đôi ta trên những đồi hoa Đà Lạt, bên hồ Than Thở. Em đã nói tới một mái ấm gia đình. Chúng mình đã đính hôn và định ngày để hai gia đình qua lại. Nhưng rồi chúng bắt anh, những tháng ngày tù tội, chúng gán anh tội thân Cộng. Anh thù cảnh sát từ đó. Em đã cùng mẹ chăm sóc anh, lo luật sư. Tùng, Ngọc bạn anh đã tận tình vận động những người có ảnh hưởng giúp anh. Tùng ơi! Ngọc ơi! Bây giờ chúng mày đã mồ yên mả đẹp. Tổ quốc ghi ơn chúng mày. Ngày ra tòa anh được luật sư Thanh cãi trắng án. Sau những ngày ân nghĩa đó, mẹ anh rất quí mến em và khi bà biết em muốn làm con dâu bà, bà mừng lắm. Mẹ chỉ có mình anh, đứa con cả của bà đã ở lại miền Bắc với ông ngoại. Còn ba má em, ông bà khuyên anh bỏ cuộc. Nhưng không, anh vẫn tiếp tục những ước mơ tuổi trẻ, anh muốn có một đời sống lương thiện trong một xã hội công bằng, thái bình thực sự. Anh tiếp tục chống bọn tham nhũng. Đám cưới bọn mình thật đơn giản nhưng chúng mình vui biết bao vì được sống bên nhau và sát cánh cùng nhau chiến đấu. Cô sinh viên nhút nhát giờ đây đã trở thành một cộng tác viên bạo dạn đầy nhiệt tình. Bạn bè gọi chúng ta là những kẻ điên. Đường thênh thang không đi lại chọn con đường cực khổ. Chúng ra kỹ sư, bác sĩ, còn chúng ta bằng chỉ để nhìn. Vợ yêu! Mai ơi! Có đứa con đầu lòng, em phải đi dạy học *nuôi con. Chiến tranh leo thang, anh phải đi lính, mọi chuyện đành tạm gác lại. Rồi sao nữa hả em. Những tháng ngày cực khổ em vừa phải nuôi chồng vừa phải nuôi con.* "Hắn nhớ lại, tủm tỉm cười, ngày hắn ra trường oai phong trong bộ quân phục Sĩ Quan Thủ Đức. Hắn phải đi trận liên miên, lâu lâu mới được về thăm vợ con. Đời lính của hắn kéo dài cho tới khi mất miền Nam, hắn phải đi học tập cải tạo. Vợ hắn lại phải thêm một lần nữa vừa nuôi chồng vừa nuôi con. Mẹ hắn chết già. Hắn không thể về đưa tang mẹ vì kẹt trong vòng vây của Cộng Sản. Hắn và lính dưới quyền hắn đã đánh trận rất anh dũng, đã hy sinh mạng sống để giữ đồn. Bọn khốn nạn tại sao lại cứ ra lệnh rút quân dần dần thế này. Ôi tại sao đầu ta lại đau thế này, ta lại quên hết thế này!"...*

Sau một đêm ngủ ngon, hắn cảm thấy người khoan khoái. Hắn đã sống ở bệnh viện qua suốt mùa Noel. Bây giờ người ta lại đang sửa soạn cho một mùa Noel mới, sức khỏe của hắn vẫn tốt, tình trạng bệnh vẫn không thuyên giảm bao nhiêu. Hắn ngồi nhìn tuyết rơi, từng cụm tuyết trắng từ trời cao rơi xuống, nhuộm trắng những ngọn cây xanh, sân giải trí tuyết rơi nhiều ngày đã đóng thành từng đống ở góc sân cao ngất, xe ủi tuyết chưa kịp hốt đi. Quê hương hắn cũng có mùa Đông nhưng không có tuyết rơi. Hắn chỉ đọc thấy tuyết rơi ở bên Trung Hoa trong những bài thơ Đường. Mùa Đông hắn càng nhớ lại những chi tiết của thời thơ ấu, gia đình hắn ở Hà Nội. Cha hắn là giáo sư, mẹ hắn chỉ có hai người con trai, hắn là con út nên rất được chiều chuộng. Mỗi buổi sáng, mẹ hắn tự tay săn sóc bữa ăn sáng rồi dẫn hắn tới trường suốt từ lớp Năm cho tới lớp Nhất. Mùa hè mẹ hắn dẫn hắn về quê, hắn chỉ sống ở quê nội dăm ba ngày, còn cả dịp hè hắn sống ở quê ngoại. Hắn chạy nhảy ngoài đồng, thả diều, bẫy chim, chơi khăng, chạy đuổi với chúng bạn giữa những cánh đồng lúa vàng bát ngát. Khát hái dưa ăn, nóng tắm chuôm. Đôi khi hắn được ông ngoại cho đi thuyền và tắm sông. Mùa xuân hắn về quê ăn Tết. Người làng mặc toàn quần áo tươm tất, quần áo mới tới chúc tuổi nhau, đốt pháo, ăn uống, hội hè, cờ bạc cả tháng. Cuộc sống không có chiến tranh, được mùa dân làng sống thật hạnh phúc. Bây giờ nhớ lại hắn còn thấy thèm những hương vị đó của đồng quê. Rồi chiến tranh xảy tới, quân Nhật, tới quân Pháp dày xéo đất nước, gieo đau thương tang tóc khắp cả miền Bắc. Năm Ất Dậu người chết đói đầy đường. Hắn còn như nhìn thấy rõ từng khuôn mặt những người chết bên lề đường bên cạnh nhà hắn. Cha hắn đã bị Tây giết trong thời kỳ chạy loạn này. Ba mẹ con hắn phải về sống với ông ngoại một thời gian rồi mới ra Hà Nội. Chú ruột hắn có cửa tiệm, ông đã giúp mẹ hắn vốn liếng để buôn bán. Đời hắn bắt đầu gian khổ từ đó, bắt đầu từ năm hắn học đệ Thất. Gia đình hắn theo ông chú vào Nam, anh hắn *ở lại* với ông ngoại. Đó là năm 1954, họ ký với nhau cái Hiệp ước chia cắt đất nước bởi dòng sông Bến Hải.

Nhớ lại dĩ vãng đẹp hắn thấy tâm hồn dịu lại. Hắn có cảm giác như bệnh tâm trí của hắn nhẹ bớt. Nhưng đời hắn đâu phải chỉ toàn những kỷ niệm đẹp. Kể từ khi di cư vào Nam, sóng gió liên tiếp xảy đến với mẹ con hắn. Bên kia dòng Bến Hải hắn còn một người anh ruột, còn mộ cha hắn, họ hàng nội ngoại của hắn, nhất là ông ngoại. Ông bà nội, bà ngoại đã chết khi hắn còn quá nhỏ, họ hàng chỉ lâu lâu mới gặp, hắn chẳng còn nhớ rõ một ai. Nhưng anh hắn, ông ngoại luẩn quất trong tâm hồn hắn. Hắn thường nghĩ và mơ thấy họ. Ở miền Nam đời hắn cũng gặp quá nhiều điều bất như ý. Sống trong Nam vài năm, mẹ con hắn được tin ông ngoại bị bọn Cộng sản mang ra đấu tố, ông đã bị bỏ đói chết trong tù. Anh hắn trôi dạt, khai gian lý lịch để được Cộng Sản chấp nhận. Ngày miền Nam thất thủ, hắn Thiếu Tá Quân Lực Việt Nam Cộng Hòa, anh hắn Thượng Tá quân đội Việt Cộng, hai anh em đã chống đối nhau kịch liệt chỉ vì bất đồng chánh kiến. Sau đó hắn bị đi học tập cải tạo và chẳng còn bao giờ gặp lại anh hắn nữa. Nhưng những hình ảnh anh hắn khi còn trẻ vẫn đến ám ảnh hắn. Mỗi khi nhớ lại một kỷ niệm không vui nào, đầu hắn lại đau nhói, bệnh của hắn lại tái diễn, hắn chỉ còn biết lờ mờ những gì hiện diện ngay trước mắt, khung cảnh bệnh viện, những người mặc áo blouse trắng ai là bác sĩ, ai là y tá, hắn chẳng thể nào phân biệt, mọi vật mờ ảo, trôi nổi như thể hắn đang sống trong một thế giới của sương khói huyền ảo. Hắn chẳng còn biết vui buồn. Hắn chỉ thực sự sống khi hắn tỉnh, dù khi đó khi thì hắn vuốt ve trìu mến, khi thì hắn phẫn nộ cuộc sống, nhưng bao giờ hắn cũng cảm nhận rõ rệt từng tình cảm vui buồn làm cho hắn thấy yêu bản thân, yêu đời và ham sống. Giữa lúc tỉnh và mê, chính cái lằn ranh này - cái ung nhọt không bao giờ lành này đã làm hắn đau đớn nhất. Cũng may những giây phút lột xác này đã không kéo dài lắm nên đã không ảnh hưởng nhiều tới sức khỏe của hắn. Nó giống như một lằn chớp lóe lên rồi tắt ngay.

"Vũ ơi! Cha đã đặt tên con như vậy. Cha muốn sau này con phải là chàng trai có cuộc sống hùng. Bởi vì con đã sinh ra trong một đất nước nghèo, chậm tiến, còn đầy rẫy bất công lại có chiến tranh. Đời cha đã khổ vì những thứ đó, cha mẹ đã suốt đời chống đối những thứ đó trong mong ước sau này con sẽ thực sự được sống một cuộc đời sung sướng không còn quá cực khổ như cha. Đất nước thân yêu của chúng ta sẽ là một đất nước giầu mạnh, thực sự hòa bình độc lập không còn bị lệ thuộc bởi bất cứ một quốc gia nào. Nước Việt ta sẽ là một cường quốc, con và thế hệ của con được sống cuộc đời như ý muốn trong niềm tự hào về tổ quốc của mình. Chẳng bao giờ cha có thể nghĩ cuộc đời lại có thể ghê gớm như thế. Là quân nhân họ lại dám bán thuốc, bán gạo cho kẻ địch, buôn bán bạch phiến, chỉ lo chơi bời, lo lấy vợ nhỏ, lo làm giàu ăn chơi cả tiền cơm của lính, không lo gì tới đánh giặc. Ở hậu phương thì một số quan lại tham nhũng, trụy lạc, tạo rối loạn làm sao những chiến sĩ, sĩ quan, đồng bào yêu nước có thể thắng được kẻ thù. Không những thế chúng còn đưa ra chiêu bài này nọ để phỉnh gạt, cuối cùng

chúng ta đã phải đầu hàng vô điều kiện. Họ đã phản bội và đời cha đã chẳng ra gì, cái đất nước thân yêu của cha con mình ngày càng khốn khổ hơn. Tùng ơi! Ngọc ơi! Chúng mày đã mồ yên mả đẹp. Còn những chiến hữu thương phế binh, chiến hữu đang tù tội thì sao. Vũ ơi! Biết đến bao giờ cha con mình mới có dịp sống bên nhau? Tương lai rồi sẽ ra sao? Tại sao? Tại sao?...

Bạn bè hắn thỉnh thoảng cũng chia nhau ghé thăm hắn nhưng họ chẳng giúp gì được. Hôm nay cả nhóm đã vào gặp hắn để cho biết tin vợ con hắn đã có xuất cảnh, có thể cuối năm sẽ được sang Canada. Trước khi gặp hắn, ông bác sĩ thần kinh bạn hắn đã gặp trao đổi ý kiến với bác sĩ chuyên môn của bệnh viện. Sau đó viên bác sĩ Việt Nam đã kể lại cho bạn hắn nghe, ở bệnh viện họ đã hết lòng chữa nhưng bệnh của hắn có vẻ phức tạp, hắn rất khỏe và nhiều khi thật sự thấy hắn không giống gì một người mất trí cả. Họ hy vọng nếu vợ con hắn sang may ra vợ hắn có thể giúp thêm những chi tiết cần thiết, hoặc có thể chính vợ con hắn sẽ giúp được hắn tự chữa trị tâm bệnh. Khi nghe báo tin vợ con sắp qua, hắn vui mừng và cám ơn rối rít. Bạn bè cũng chỉ biết khuyên hắn qua loa, hứa thường xuyên theo dõi tin tức vợ con hắn để giúp đỡ. Hắn lắng nghe và vẫn quả quyết hắn không mắc bệnh mất trí, không cho hắn về với vợ con, hắn sẽ liều trốn ra. Bạn bè chỉ biết vui cười chúc hắn mau lành bệnh để sống đoàn tụ với vợ con.

Mai đã xin một cái hẹn gặp ông giám đốc bệnh viện. Nàng đã cắt nghĩa cho ông bác sĩ giám đốc hiểu rõ hoàn cảnh của nàng. Nàng cần có Nguyễn, con nàng cần có Nguyễn đó là lý do tình cảm gia đình. Nàng khẳng định với bác sĩ giám đốc chồng nàng từ Việt Nam tính nết đã như thế, chàng là một người luôn luôn bất mãn với cuộc đời vì bản thân chàng bị đẩy vào một tình huống không thể không bất mãn được. Nàng trình bày từng chi tiết cho ông bác sĩ giám đốc hiểu, khi chàng còn nhỏ đã sống ra sao? Chàng là một người rất có lý tưởng. Nhưng xã hội chàng sinh ra, lớn lên lại đầy rẫy bất công. Hoàn cảnh gia đình chàng khá phức tạp. Cha chàng bị lính Pháp giết, anh ruột chàng theo Cộng Sản, anh em bất đồng tư tưởng. Mẹ chàng chết chàng không được nhìn mặt. Thua trận, chàng tuyệt vọng, bị tù cải tạo bảy năm. Ra tù vượt biên, chàng tin tưởng những tháng ngày còn lại ở xứ tự do chàng sẽ thực hiện được những mơ ước chàng đã không thể làm được ở trong nước. Nhưng thực tế đã làm chàng thất vọng và chính tự bản thân chàng đã cảm thấy gần như bất lực trước những khó khăn. Chàng chỉ còn biết hy vọng vào những thế hệ tương lai, nhất là những người còn đang ở trong nước. Hận thù của quê hương chàng sẽ bớt đi, những người trẻ tuổi sẽ có một cái nhìn chung đúng đắn về đất nước và chính họ, họ sẽ tìm ra được đáp số cho bài toán Việt Nam. Họ sẽ có thể cùng với nhau làm một cái gì thật sự có lợi cho tổ quốc của họ, một cuộc cách mạng ít đổ máu hay đổ máu nhiều tùy tình hình đất nước lúc đó, tùy ở thái độ của bọn đang cầm quyền. Do đó chàng đã rất đau khổ. Mai nói với ông bác sĩ những điều này, nàng nói là do chồng nàng đã viết thư gửi về Việt Nam cho nàng, nếu ông bác sĩ muốn đọc nàng có thể trao cho ông. Nàng cười nói: "Nhưng bác sĩ phải nhờ người phiên dịch". Nàng hạ giọng: "Thưa bác sĩ, chàng rất thương yêu vợ con nhưng lại luôn luôn sống xa vợ con. Từng ấy thứ đã làm cho chàng trở thành con người như vậy". Nàng phân tích thêm và nhấn mạnh, trong đầu chàng luôn có hai thế giới mâu thuẫn rõ rệt. Một thế giới nặng trĩu hận thù, những nguyên nhân đã làm cho tâm hồn chàng trở nên bất bình thường, trở thành người mất trí. Một thế giới tràn đầy kỷ niệm ước mơ đã làm cho tâm hồn chàng dịu lại, nuôi dưỡng sự tỉnh táo. Hiển nhiên có cách nào để chàng luôn luôn được sống với cái thế giới thứ hai, căn bệnh của chàng chắc chắn sẽ được chữa khỏi. Nàng hy vọng khi về nhà, với tình yêu thương vợ chồng, tình thương yêu cha con sẽ là những động lực giúp bệnh của chồng nàng bớt dần. Ông bác sĩ giám đốc lắng tai nghe và hứa sẽ trả lời sau. Mai cám ơn và xin phép ra về.

Ông bác sĩ giám đốc đã trình bày những ý kiến của Mai với vị bác sĩ chuyên môn trước khi xem kỹ hồ sơ bệnh lý của Nguyễn. Họ đã họp, bàn cãi sôi nổi rất lâu, cuối cùng họ đã đồng ý cho Mai đón Nguyễn về. Mai đã làm thủ tục ký nhận hồ sơ, nàng đã hứa nếu bệnh của chồng không bớt nàng sẽ lại đưa chàng vào bệnh viện chữa trị...

Hắn ra khỏi bệnh viện ngày mùng 1 tháng Mười Một năm 1985. Tính ra thời gian hắn *ở* trong bệnh viện thần kinh chữa trị là hai năm mười sáu ngày. Vợ và con hắn đã vào đón hắn. Con hắn đã là một thanh niên cường tráng. Họ đã ôm nhau cùng khóc vì quá sung sướng.

Vị tu sĩ có dịp trở lại bệnh viện, khi đi ngang qua khu giải trí đã hỏi viên y tá: "Người mất trí da vàng có còn chữa trị ở đây không? "

Viên y tá đã trả lời:

"Thưa cha, hắn đã được vợ con từ Việt Nam qua đón về nhà rồi".

"Trước khi về hắn có nói gì không?"

Nghĩ ngợi một lúc, chợt nhớ ra viên y tá đáp:

"Thưa cha có, tôi nghe bác sĩ kể lại đại ý hắn nói: "Bệnh viện đã làm một việc vô ích là đã chữa trị không đúng bệnh của hắn. Hắn là một người bình thường như tất cả những người Việt Nam khác".

"Hắn đúng là điên phải không cha?"

"Vị tu sĩ làm dấu:

"Lạy Chúa, xin Chúa chúc lành cho người da vàng này."

Nguyễn Đông Ngạc

NGUYỄN ĐỨC BẠT NGÀN

Sinh quán: Thừa Thiên, Việt Nam. Sinh nhật: 17 tháng 2, 1948. Vượt biển: tháng 6, 1979. Trú quán: Alberta, Canada.

Tác phẩm đã xuất bản:
Bình Minh Câm - Giã Từ Ân Phúc (in chung) - *Giữa Triền Hạn Reo - Thơ Nguyễn Đức Bạtngàn - Từ Giã Ngày.*

Ebooks:
Bình Minh Câm, Còn Ưu Ái Còn, Chút Âm Hao, Chữ Nghĩa Tôi, Giữa Triền Hạn Reo, Lưu Xứ, Mùa Lá Xanh, Ngàn Em, Ngày Ngó Xuống, Rừng Xanh, Sương Hạnh, Táng Thân, Thầm Lặng Trời Thầm Lặng Đất, Thuở Hẹn Người, Từ Giã Ngày, Vầng Thiên Thu.

Về đâu

có ai về không em chiều nay ta nghe nhớ lắm
có ai về chưa em
chiều nay
hồn ta trĩu nặng
vẫn bầy chim thiên di
tuyết thì trắng quê người
nhận chìm
ta khuất lấp
em quê nhà còn lạnh bước chân đi

ngồi đợi mãi không ai về họp mặt
ruộng vườn xưa cháy đỏ lưng trời
nước thì lớn
chuyển đưa nhiều thương tật
cánh buồm ra khơi
ngọn cờ ra khơi
người giã từ đất nước không phải từ sớm mai
mà bằng bóng đêm
đè lên
nhân loại
mà bằng bóng đêm đè lên tiếng nói
đè lên
ấm no
hạnh phúc
thanh bình

vẫy tay chào
máu rụng
giữa
hư không
bỏ lại bờ tre còng lưng oan khuất
bỏ lại hàng cau gục đầu
u uất
lòng mẹ khô

cha chết
giữa lao trường

khi soi bóng mình giữa sóng đại dương
vẫn rờn rợn tiếng kèn đồng
dũng khí
đã mất rồi chùm hoa thiên lý
triệu vành khăn tang trắng phủ trên đầu

cuộc đời mòn, sông nước vẫn trôi mau
thời gian đi
sao ta đứng lại
không gian chìm theo quan ải
lồng lộng trời cao lấp lánh
ngân hà

mới còn hôm qua
mới từ hôm qua gần trong gang tấc
nay đã đoạn lìa
gan bầm ruột cắt
nắng đùn theo mưa, mưa rụng khắp trời
gọi ta về từ gió cát trăm nơi
mầm sống bùng lên từ tăm tối
mầm sống dậy giữa giờ hấp hối
còn chăng gươm thiêng
uy liệt
giống nòi
còn chăng người, tan tác nổi trôi
về đâu
về đâu
đất nước

dù lịch sử rạng ngời thuở trước
sắt thép lên đường vọng mãi bốn nghìn năm
dù rừng xanh đã từng là cọc nhọn
hờn căm
đất dậy lửa trào theo gió bể
lừng tiếng hát tình cha nghĩa mẹ

sông vươn vai nghĩa khí oai hùng

dấu tích người là núi là sông
là lẫm liệt
hiên ngang
tù ngục
là cơ cầu tủi nhục
là đọa đày
tàn phá
hèn ngu
là tự hào chăng này đá vọng phu
với bất hạnh nghìn đời đứng đó
giữa tuyệt vọng vẫn còn đứng ngó
ôm con
lạc lõng vô cùng

nuối lại ta này nợ máu chưa xong
dù ta đã nhiều phen
nếm máu
dù đã từng chiến đấu
(để hôm nay thất tán lưu đày)
cuồng nộ lên đường xé nát tương lai
đạp lên đầu
băng hoại
đêm nghiêng theo tiếng còi man dại
còn đâu là câu hò vọng nhịp
hiển linh xưa
còn đâu là bình nguyên xanh gió giao mùa
triệu thương nhớ
không đổ đầy ngăn cách
ta-còn-bay-theo-đường-bay-chia-cắt
miếng cơm manh áo
chận đường
mù lối về
ơi đất nước quê hương

(1982)

14 Tứ thơ bất chợt

1

anh trắng đông em vàng thu
thần giao bát ngát cho dù quan san
ngày khô đêm ướt dịu dàng
lâng lâng trời đất mịn màng lời không
em vàng thu anh trắng đông
nổi trôi từ thuở ngọt nồng chưa đi

2

đêm nằm trong vườn mẹ
đất trời sao lặng im
lá trôi từng bước nhẹ
ngọn lửa hồng trong tim

3

của một nửa đời anh, em một nửa
thì sá gì chuyện trời đất chia phôi
anh sẽ cõng em thay lừa thay ngựa
sống một lần chết cũng một lần thôi

4

tủi thân đất tủi thân trời
tủi thân xuân hạ đáp lời thu đông
tủi thân người lắm gai chông
tủi thân em lúa nghẹn đòng hư hao
rồi mai chạm mặt chiến hào
lao đao lòng dạ cồn cào núi sông

5

giữa chân đùn tay với
tuyết ngọt mùi hương cau

vẫn trắng lòng nhiệt đới
trên bước đường lạnh đau

6
em vẫn thế vẫn dịu dàng thơ dại
dù đã tuổi năm mươi hay tận hết đời người
anh vẫn thế vẫn ngây ngô khờ dại
ngát lòng mình theo hương sắc em tươi

7
tháng ba thương thế bồn chồn
hóng theo lịch sử dập dồn chua cay
hồn cha vía mẹ bùn lầy
nghe trong hương hỏa phơi đầy tương tranh

8
còn lạnh một đường gươm
ở bên này chiến lũy
giữ niềm tin tơ ươm
giữa lòng ta chiến sĩ

9
em ơi
đời sống ta đang trôi
như hai dải thiên hà quấn quít
nụ cười em chứa nhân loại trong vòng quay
nụ cười anh như tặng vật trùng trùng ân ái

em lênh đênh ư
anh biết rồi
vì em yêu như chiều đang tới
như chút mây nối hai đầu Nam Bắc
tấm lòng em tinh khiết như thơ

ta là ta trong nhau
hằng cửu
sẽ không đến không đi
sẽ không còn không mất
chỉ là chút man mác trong nụ hôn thầm
theo bọt réo khắp năm thềm đại hải

ngày xưa đã là hôm nay
làm giàu thêm cho nỗi nhớ thương nhau
trong thần hồn ta
bất hoại
em hãy treo xinh tươi
lên môi miệng ngời ngời
như hôm nay đã là ngày sau
hôn phối

em chớ buồn
em cũng chớ vui
hãy bình an như thiên hà
đang là anh cùng em
vạn đại

sẽ vĩnh viễn thắp hạnh phúc mình
sáng lên chiều cao nhân loại
em ơi.

10
chào Nam bán cầu
chào Ấn Độ dương
tâm hùng vạn dặm
dạt dào yêu thương.

11
em đè anh xuống mê say

thần hồn da thịt sum vầy phấn hương
xôn xao địa ngục thiên đường
đã trong hoan lạc vô thường hiển sinh
anh đè em xuống bình minh
đất trời ảo diệu ru tình yêu ta.

12
nửa đời ta lang bạt
làm ma chong đời mình
chiều cuối năm nặng hạt
rụng phương này lênh đênh.

13
em phơi phới trên bốn mùa thanh vắng
thương địa cầu đóng kín cửa âm ty
anh là gió nên trọn đời thức trắng
giữa ta bà tâm hớn hở an vi.

14
về đi thôi dẫu mù tăm
hết thời trăng dậy khoe rằm tỏa hương
cười lên thôi dẫu loạn trường
sá chi bèo bọt qua đường lấm thân.

Rượu xuống đời thơm ngát

thường ngày
sau khi xong việc nhà
tôi thảnh thơi
online gặp bạn bè
vui với mình đọc dăm trang sách
nghe vài khúc hát
có hứng thú
thì mở chai rượu với cái ly
độc ẩm

rượu vào
thần trí lâng lâng
đưa mắt nhìn quanh

tôi cảm nhận được hạnh phúc
hạnh phúc
chính là
niềm trống rỗng
tôi an nhiên trong hơi thở của mình

hầu như mọi thứ đã phôi pha
tôi bỗng hiểu ra mình là một sinh thể
đã trôi qua địa cầu này
đã đậu xuống
như một bổn phận
rồi sau khi phải làm xong những trách vụ mà tạo hóa đặt để
(và giả như nếu ta vượt qua thử thách sống chết)
thì mình sẽ được tự do
được phóng thích trở lại
với hồn nhiên ban đầu
như khi mình đã chưa từng có mặt nơi đây

nhấm nháp
trong men rượu
tôi gặp được quá vãng

ơi bằng hữu ta
ơi tri kỷ ta
ơi hồng nhan ta

một thời
rượu tình tự
rượu bất nhân thống khổ
rượu hùng tráng hoang đàng
rượu tù tội giới nghiêm
rượu sa trường trận mạc
rượu lao động học tập cải tạo
rượu vượt biên
rượu lên đường
rượu ở lại
rượu chia biệt không có hẹn về

chúng ta đã sum vầy trong rượu
tưng bừng rộn rã,
nhưng tâm tư mỗi đứa
vẫn là một cõi riêng
vô cùng
quạnh hiu

sau cùng với tôi
chẳng có điều gì quan trọng ở trên cuộc đời này

tôi đã hiện diện như một lữ khách
với nhân giới
tôi chỉ là tên đồng hành
đồng hành nắng mưa
đồng hành sinh tử
cùng bước
chẳng có mục tiêu

và em
tình yêu anh
nơi tận cùng không trời không đất
chúng ta sẽ mãi mãi với nhau.

(2014)

NGUYỄN ĐỨC LẬP

Sinh ngày 21-9-1945 tại Tư Nghĩa, Quảng Ngãi.
Luật sư tòa Thượng thẩm Sài Gòn.
Tháng 8-1980 vượt biển, ở trại tị nạn Philippines.
Định cư tại quận Cam, California, Hoa Kỳ từ 1983, dời sang Texas một năm trước khi mất tại đây ngày 29-2-2016.
Cùng Trầm Tử Thiêng, Trần Lam Giang và BS. Võ Trọng Di thành lập Thư Viện Việt Nam vào năm 1999.
Bút hiệu Nguyễn Đức Lập, Chánh Phương, Hương Giáo, Ngô Phụng Anh.
Đã cộng tác với các báo *Tin Việt, Làng Văn, Văn Học, Bách Khoa Thời Báo, Thời Báo, Hoa Thịnh Đốn Việt Báo, Hoa Sen, Sức Sống...*

Tác-phẩm đã xuất bản:
- *Cuộc Chiến Tàn Chưa?* (Hoa Gấm, 1987)
- *Kiếm Đạo* (2 tập I- Bảo Kiếm Tặng Anh Hùng; II-Thần Thư Trao Hào Kiệt; Hoa Gấm, 1987)
- *Ngắn Cổ Khó Kêu* (Hoa Gấm, 1989)
- *Nhứt Biết, Nhì Quen* (Tustin, CA : Thời Văn, 1990)
- *Phong Vũ Tiêu Tiêu, Lôi Vũ Động* (Tân Phong, 1991)
- *Giàn Đậu Mưa Rung* (Hoa Gấm, 1992)
- *Cặp Mắt Quay Lại* (tập truyện, Làng Văn, 1992), *Khung Rào Hẹp* (Tân Phong, 1992)
- *Mảnh Vụn Một Đời* ("chuyện dài"; San Jose CA: Thời Báo, 1999)
- *Những Đêm Không Ngủ* (thơ, Hoa Gấm, 1986)
- *Hương Giáo Đề Thơ* (thơ, Bách Khoa, 1990).
- *Trần Ai Khoai Củ*
- *Đi Trước Về Sau* (2009).

Lớp trước, lớp sau

Ngồi dựa lưng vô gốc cây vú sữa, thằng Thanh làm ra vẻ trịnh trọng, bằng hai tay, đưa tờ chương trình, mà thím Dùng nhứt định kêu bằng tờ "sườn ram" lên ngang mặt. Không đọc liền, nó đảo mắt liếc qua một vòng, quan sát hết "khán thính giả" chung quanh. Cũng đủ chừng ấy năm bộ mặt, không thiếu mặt nào và mặt nào mặt nấy đều háo hức, chộn rộn, đợi chờ.

Thím Dùng, thân hình tóp rọp như con khô cá hố, hô trơ hô trất, hàm răng trên đưa ra cũng thể như cái bàn nạo dừa, mớ tóc trước trán quăn một cách tự nhiên, tánh ghen bất kể quân thần, đúng y chang với cái câu *"tui đà biết vợ anh rồi, quăn quăn tóc trán là người hay ghen"*. Tánh ghen thì thím không bỏ, nhưng mớ tóc quăn ở trán, tố cáo cái tánh ác ôn đó, làm cho thím không bằng bụng. Mỗi lần đi ra đường, thím dấp nước vô mớ tóc, thím chải, thím gỡ, thím vuốt, thím ếm, mong cho mớ tóc trở thành suông đuột. Nhưng hỡi ôi, *"tóc quăn chải lược đồi mồi, chải đứng chải ngồi, quăn vẫn hườn quăn"*... Thím đang thao láo hai mắt, chìa hàm răng bàn nạo, chờ thằng Thanh cất giọng.

Chị Hai Hộ, ngồi kế thím Dùng, mập như bao gạo chỉ xanh, móc lên cân cũng dám hơn một tạ, khuôn mặt tròn vành đầy đặn, cái mũi chần vần giống như trái cà dĩa. Nhiều người đã bàn rằng với cái mặt đó, cái mũi đó, hậu vận của chị Hai sẽ sáng chói, sẽ giàu sang vô kể, ngồi không vỗ tay cũng ra tiền. Chừng nào giàu? Không ai trả lời được, người ta chỉ thấy hằng ngày, chị Hai Hộ quảy thùng ra phông-tên, gánh nước mướn trần thân.

Sát bên chị Hai Hộ là hai chị em Năm Bạc Hà và Sáu Tòn Teng. Cả hai đều không có chồng, đều sống bằng nghề gánh nước mướn, dữ dằn nổi tiếng, làm đầu nậu phông-tên.

Mụ chị, có một lần, đêm hôm khuya khoắt, te rẹt lang thang dạo xóm dạo làng sao đó, bị lính kiểm tục tình nghi là gái ăn sương, bắt nhốt vô nhà thương Bạc Hà hết hai ngày, bị kêu chết tên là Năm Bạc Hà luôn. Vụ nầy làm cho mụ em giận dữ vô cùng. Mụ nói chị mụ làm nhục nhã tới ông bà cha mẹ, tới tận tông môn từ đường nội ngoại, khiến mụ không còn mặt mũi nào mà sống ở trên đời. Mụ quyết định chết, chớ sống làm chi mà mỗi lần ra đường phải kéo quần lên che mặt. Mụ tự tử. Cái cách tự tử của mụ rất đặc biệt và hào hứng. Mới sáng sớm, không biết bằng cách nào mà mụ leo được lên gần tới ngọn cây điệp cổ thụ ở ngã ba. Hai chưn mụ đạp lên một cành. Hai tay mụ đeo lên một cành khác. Mụ rộng họng kêu bà con cô bác ra chứng kiến. Mụ kể có dọc cái lý do khiến cho mụ phải tìm lấy cái chết. Bà con đứng ở dưới đất xanh mặt hết ráo, tìm lời khuyên giải mụ. Nhưng, khuyên giải cách nào, mụ cũng không đổi ý. Vài người đờn ông xách thang ra, tính leo lên lôi mụ xuống. Mụ tuyên bố chắc nịch:

"Đừng có ai leo lên. Hễ leo lên là tui buông tay rớt xuống liền".

Dằng co một hồi lâu, bà Tám Trầm nóng ruột, phải ra miệng:

"Sáu à, nếu mầy nhứt định chết thì mầy nên nhảy xuống cho rồi đi. Mầy đeo tòn teng như vậy hoài, khiến cho tao hồi hộp thấy mẹ, hổng chừng tao đứng tim mà chết trước mầy..."

Dĩ nhiên là mụ không chết. Mụ leo xuống gọn bâng. Hồi nhỏ, ở nhà quê mụ chuyên môn leo cau, leo dừa mà. Và, hai chữ "tòn teng" dính liền với cái tên mụ từ đó.

Bị một câu nói của bà Tám Trầm mà mang một cái ngoại hiệu khiến thiên hạ chọc quê cả đời, nhưng con mẹ Sáu Tòn Teng không giận một chút nào. Bằng cớ ràng ràng trước mắt đó, bà Tám Trầm đang ngồi dựa vô lưng con mẹ Sáu, nheo đôi mắt già chiếu vô mặt thằng Thanh không rời.

Bà Tám Trầm có tướng đẹp lão. Mái tóc bà bạc phơ. Khuôn mặt phúc hậu lúc nào cũng đỏ au. Hình vóc bà dình dàng phốp pháp. Giá mà bà chịu khó chải gỡ một chút, bới đầu bánh lái, ba vòng một ngọn, chịu khó vàng đeo ngọc dát một chút, thì bộ tịch của bà đâu có thua gì mấy bà hội đồng, cai tổng ở miệt dưới.

Đặc biệt năm người đờn bà ngồi trước mặt thằng Thanh đều là "Uất Trì Cung" hạng nặng, chữ nhứt một cũng không biết, chữ i tờ đều không thông. Bởi vậy, lâu lâu, thím Dùng hay chị em con mẹ Năm Bạc Hà có được trong tay tờ "sườn ram" nào, đều phải "thỉnh" thằng Thanh ra đọc giùm...

Biết mọi người đang nôn nóng, thằng Thanh còn làm bộ làm tịch:

"Ba cái thứ nầy, đọc đi đọc lại hoài, chán thấy mồ..."

Nó vừa dứt câu, thím Dùng đã vọt miệng liền:

"Ê, hồi sáng mầy ra ăn cơm tấm, tao đã thêm cho mầy một lát chả cua rồi đó nghe".

Chị Hai Hộ cũng lật đật tiếp lời:

"Hồi chiều hôm qua, tao cho mầy hai trái ổi rồi chớ bộ..."

Thằng Thanh khỏa lấp:

"Tui nói chán, chớ bộ tui không đọc sao..."

Bà Tám Trầm dỗ ngon dỗ ngọt:

"Ừ, mầy đọc đi. Mai mốt, cây lê-ki-ma của tao có trái chín, tao cho mầy ăn thả cửa."

Thằng Thanh phổng lỗ mũi. Nó có cảm tưởng như nó là một ông hoàng nho nhỏ, được sự cưng chiều của năm người đờn bà trước mặt. Nó được cưng chiều là vì nó "có ăn có học", nói theo bà Tám Trầm, có thể đọc vanh vách tờ "sườn ram" cho họ nghe. Hay thỉnh thoảng, có một vài tin tức động trời, chạy trên tờ nhựt trình, như vụ cô Quờn nổi ghen, tạt dầu xăng vô mùng, đốt chồng là thầy Sĩ chết queo, khiến cho bà luật sư Nguyễn Phước Đại vừa cãi vừa khóc ở trước tòa áo đỏ, hay vụ cô Năm Phỉ, đệ nhứt đào thương của cải lương Nam phần, đi coi chớp bóng ở rạp Nam Quang, chợ Đũi, ngồi dưới ngay quạt máy, bị trúng gió chết bất đắc kỳ tử, cũng nhờ nó mà họ biết được đầu đuôi, để tha hồ mà chặc lưỡi xót xa hoặc xôn xao bàn tán...

Thằng Thanh tằng hắng một tiếng, rồi bắt đầu cất giọng:

"Hội Khuyến Lệ cổ Ca do ông Đốc phủ sứ Đỗ Văn Rỡ làm hội trưởng..." Mới nghe tới đó, thím Dùng đã mau miệng:

"Chà, hay lắm đây.

Con mẹ Sáu Tòn Teng cằn nhằn:

"Bà chỉ được cái nước ăn cơm hớt. Nó mới hả miệng, đã nhảy vô họng nó mà ngồi, làm sao nó đọc tiếp?"

Mụ quay qua thằng Thanh ngọt ngào:

"Đọc tiếp đi, Thanh, tuồng gì?"

Thằng Thanh trả lời tắt ngang:

"Xử Bá Đao Từ Hải Thọ"...

Mặc dầu mới vừa mở miệng cằn nhằn thím Dùng, con mẹ Sáu Tòn Teng chắt lưỡi hít hà:

"Trời ơi, tuồng này hấp dẫn mê ly, coi cả chục lần cũng không chán. Đâu mầy chịu khó coi đào kép đặt để ra sao... "

Không ai lên tiếng phàn nàn con mẹ Sáu hết, vì ai cũng đang nôn nóng muốn biết những điều mà con mẹ Sáu vừa thắc mắc.

Thằng Thanh làm ra vẻ quan trọng:

"À... à... kép Minh Tơ thủ vai Từ Hải Thọ... Cô Ba Út thủ vai Tạ Huê Đàng... cô Năm Đồ thủ vai Tạ Phù Dung... cô Ba Sáng thủ vai tỳ nữ bán cam, còn... còn... kép Chí Luông thủ vai hoàng Tử..."

Hình như, chỉ cần nghe bao nhiêu đó thôi cũng đủ lắm rồi, năm cái miệng bắt đầu bàn tán.

Chị Hai Hộ vội vàng giành lấy quyền phát biểu trước tiên. Chị xuýt xoa: "Chèn ơi, thằng cha Minh Tơ mà bỏ làm Từ Hải Thọ thiệt là phải thế. Ngó cái bộ vó "ngang tàng điệu" của thằng chả, hổng mê hổng đặng. Lúc độc, thằng chả độc không ai bằng, mà lúc thảm, thằng chả lâm ly nhứt xứ..."

Con mẹ Năm Bạc Hà gật đầu lia lịa:

"Ừ, cái giọng thằng chả âm hiểm..."

Chị Hai hộ bàn thêm:

"Nói cho cùng, thằng cha Minh Tơ, thủ vai nào cũng hay hết. Thằng chả làm Đơn Hùng Tín trong lớp "Tống Tửu", coi tới đâu, tui mê tới đó... Còn thằng chả mà đóng vai "ông" hả, tướng mạo đường đường, oai phuông lẫm lẫm, kép cỡ nào cũng không qua mặt thằng chả được..."

Thím Dùng trề môi kéo giọng dài nhằng:

"Mầy nói khúc nầy trật lất rồi. Nói thằng chả đóng vai Đơn Hùng Tín hay độc nhứt vô nhị thì tao chịu. Chớ còn nói thằng chả đóng vai "ông" mà không ai qua mặt được thì sai nặng rồi... Đóng vai "ông" hay nhứt phải là cô Cao Long Ngà mới đúng."

Thím chợt đổi giọng hùng hồn:

"Trời thần ơi, cổ là đờn bà mà cổ đeo râu dậm mặt, mặt đỏ râu dài, tay cầm thanh long đao, "Quá Ngũ Quan, trảm lục Tướng" hay "Phó hội Giang Đông", kép Minh Tơ thua xa lắc..."

Thím cười hì hì:

"Ông" thì phải oai phuông, cao lớn chớ có phải vừa mập, vừa thiếu bề cao như thằng cha Minh Tơ vậy đâu, mầy..."

Thằng Thanh mỉm cười, dợm muốn đứng dậy. Nó biết phận sự của nó đến đây là chấm dứt. Năm người đờn bà chỉ cần biết có chừng đó, chỉ cần biết cái tên của vở tuồng và các đào kép thủ vai chánh trong tuồng. Còn cái phần lược thuật cốt chuyện, lẽ ra phải là phần quan trọng nhứt, họ lại không màng. Tuồng tích quanh đi quẩn lại, chỉ có vài ba chục, mà họ đã mê hát bội cả đời, nên tuồng nào, tích nào mà họ lại không thuộc.

Thằng Thanh thấy cũng lạ cho mấy người đờn bà nầy. Nội nghe họ bàn với nhau không, nó cũng đủ thuộc nằm lòng danh sách đào kép hát bội của Sài Gòn. Có người đã chết chín mươi đời vương, chết từ hồi nó chưa sanh ra, như cô Năm Nhỏ, cô Ba Đắc, nó cũng rành. Nó còn rành luôn ai thủ vai nào xuất sắc, ai đóng vai nào tầm thường nữa kìa... Vậy mà lúc nào nói tới hát bội, mắt người nào người nấy cũng sáng trưng như đèn pha...

Tính bỏ đi cho rồi, nhưng thằng Thanh ngồi dính lại vì chị Hai Hộ phùng mang trợn mắt lên cãi. Chị lắp ba lắp bắp:

"Tui... tui... tui nói là... so với mấy thằng cha kép khác chớ bộ... Tui có bì thằng chả với... mấy cô đào đâu... Cô Cao Long Ngà... mà bỏ làm Quan Công thì đương nhiên... phải là hay nhứt xứ rồi..."

Cái tật của chị Hai Hộ là vậy đó, nói chuyện bình thường thì không sao, mỗi lần muốn tranh cãi một điều gì, chị cà lăm cà cặp, nhíu mày nhăn mặt, ngó thiệt thất cười. Càng nói, chị càng lụp chụp:

"Cổ... cổ... cổ phải ăn chay nằm... nằm... nằm... nằm

đất ba ngày... ngày ba đêm, mỗi... mỗi khi... khi sắm vai...
vai ông... làm... làm... làm sao cổ... cổ hát không hay... hay...
cho được?"

Con mẹ Sáu Tòn Teng cười như nắc nẻ:

"Thôi, mầy làm ơn làm phước ngậm miệng đi, cho tao
nhờ... Đợi cho mầy nói xong một câu đủ đầu đủ đuôi, chắc ai
nấy phải dỏng mái tai gài mái tóc mà chờ từ đầu tháng Giêng
tới cuối tháng Chạp."

Chị Hai Hộ chưa chịu làm thinh:

"Chớ... chớ... ai biểu... ai biểu..."

Con mẹ Năm Bạc Hà nạt ngang:

"Hổng có ai biểu mầy cái gì hết ráo... Im đi đặng người
khác còn nói..."

Mụ phát chửi thinh không:

"Mẹ, khi không đang bàn cái vụ "Xử Bá Đao Từ Hải
Thọ" lại nói trật qua cái chuyện cô Cao Long Ngà thủ vai
"ông". Chướng khí thấy mẹ."

Mụ quay qua thằng Thanh, hỏi chăm bẳm:

"Hồi nãy mầy nói cô Ba út sắm vai Tạ Huê Đàng phải
không, mầy?"

Thằng Thanh cắc cớ:

"Tui có nói hồi nào đâu..."

Con mẹ Năm Bạc Hà trợn mắt trò lõ:

"Coi, hồi nãy tao nghe mầy nói vậy rõ ràng mà..."

Thằng Thanh tỉnh bơ:

"Tui đọc trong tờ chương trinh chớ tui có nói cái gì đâu
nà."

Con mẹ Năm Bạc Hà chửi tiếp:

"Mẹ họ, cái thằng nầy... trớ trinh vừa vừa thôi nghe, mầy. Tao sơ ý nói lỡ một tiếng mà mầy "xử quê" tao như vậy đó hả?"

Bà Tám Trầm xua lia lịa hai tay:

"Thôi, bỏ đi, bỏ đi... Đang nói chuyện cô Ba út sắm vai Tạ Huê Đàng mà..."

Con mẹ Năm Bạc Hà cười nhe cả hàm răng trên bịt vàng sáng giới:

"Ừ, thì cô Ba Út..."

Mụ xỉa một ngón tay, điểm vô trán thằng Thanh:

"Bị cái thằng mắc ôn nầy nè, nó trớ trêu làm cho tui phải nối chuyện sang đàng."

Bà Tám Trầm mấp máy môi, định lên tiếng, nhưng con mẹ Năm Bạc Hà đã vội chận ngang:

"Cô Ba Út mà bỏ làm Tạ Huê Đàng thì... thì... hổng mấy gì hay. Vai nầy phải để cho cô Tư Ngò hay cô Hai Nhỏ, còn không nữa thì phải để cho cô Bảy Sự. Còn cô Ba Út hả, tui chấm cổ là chấm cái vai Lưu Kim Đính trong lớp "Giải Giá Thọ Châu" hay là Thần Nữ trong lớp "Dâng Ngũ Linh Kỳ ", còn không nữa thì là vai Thoại Ba Công chúa trong lớp "Địch Thanh Ly Thân"... Cô Ba út chuyên môn thủ vai đào võ, tay chưn cổ cứng còng, mỗi lần cổ lên giọng óc, nghe muốn... són đái, bắt nổi da gà... Còn Tạ Huê Đàng, tay chưn phải dịu nhỉu, mình mẩy phải ẻo lả, mảnh mai, miệng lưỡi phải ngọt như mía lùi, như mật ong nguyên chất mới được. Tạ Huê Đàng mới ẹo có một cái, mới ỉ ôi, nỉ non vài câu, thằng cha Từ Thọ Hải phải tiêu tan sự nghiệp mà... Cô Ba Út có ẹo mười cái đi nữa thì cũng tỉ như cái đòn gánh day qua day lại mà thôi... thằng cha Từ Thọ Hải nào mà mê cho nổi..."

Con mẹ Năm Bạc Hà chắc còn dài dòng lắm, nếu thím Dùng không cản lại: "Con Năm mầy nói thiệt là lạ. Cô Tư Ngò, từ hồi bị tai nạn, bị đá rớt trúng nhằm, tới giờ, giải nghệ, bỏ nghề tổ lâu rồi, đâu có còn hát hò gì nữa. Còn cô Hai Nhỏ, già quá mạng rồi, mặt mày cổ tóp rọp giống như cái tép mỡ, hàm răng trên của cổ hô còn muốn hơn cả tao, làm sao mà đóng vai người đẹp Tạ Huê Đàng được? Cổ bây giờ, giỏi lắm là làm đào mụ, thủ mấy vai lão mẫu hay thái thái thôi. Đó, như trong tuồng "Mộc Quế Anh Dưng Cây" đó, cổ đóng vai Dư Thái Quân, cầm gậy đầu rồng, khỏi cần đội tóc bông gòn mà đầu cũng bạc trắng đó, hay cổ đóng vai bà Địch Thiên Kim, lớp "Công Đồng Xử Án", trong tuồng "Xử Án Bàng Quý Phi", lụ khụ đó..."

Con mẹ Năm Bạc Hà hậm hực:

"Ừ, thì cho là cô Tư Ngò bỏ hát, cô Hai Nhỏ hết xài đi, nhưng, còn cô Bảy Sự đó chi. Hổng lẽ cô Bảy Sự đem bỏ cho chó gặm? Cái vụ này tui nghi chắc là có bè đảng, có tư túi gì đây..."

Thím Dùng háy dài:

"Bụng mầy thiệt đa nghi quá bụng Tào Tháo. Tại mầy không ưa cô Ba Út, mầy mới nghĩ làm vậy. Cô Bảy Sự ném ra, cũng chỉ là đào hạng nhì. Còn, cô Ba Út, cô Năm Đồ là đào nhứt còn sót lại tới ngày giờ nầy mà. Nếu cổ mà dở như mầy nói, cổ đâu có đứng vững trên sân khấu mấy chục năm như vậy?"

Con mẹ Năm Bạc Hà đâu có dễ dàng chịu thua:

"Mắc mớ gì mà tui hổng ưa cô Ba Út. Tui mê cổ là khác. Nhưng, tui chấm cổ là chấm vai đào võ kìa. Lần nào mà cổ thủ vai Lưu Kim Đính, đánh khắp bốn cửa thành, tìm chồng là Cao Quân Bảo, tui coi mà tui hổng khóc... Còn cổ mà làm Tạ Huê Đàng hả..."

Bà Tám Trầm coi bộ nôn nóng, làm thinh không được nữa:

"Hai đứa bây đừng cãi cọ lôi thôi, để tao cắt nghĩa cho nghe. Hai đứa, đứa nào nói cũng hổng trật, nhưng đứa nào cũng nói hổng đủ. Thành ra, mới nghe thì đứa nào cũng có lý, nhưng nghe kỹ rồi thì thấy... sai tét bét..."

Cái kiểu ăn nói của bà của bà Tám Trầm là như vậy, trợt lớt trờn lơn. Bà cười nhe hai cái lợi đỏ trạch nước cốt trầu. Bà bắt đầu dài dòng rao Nam rao Bắc:

"Tụi bay sanh sau đẻ muộn, nên biết một mà không biết hai... Mê hát bội, giỏi lắm tụi bay mê ba chục năm đổ lại chớ mấy. Còn tao hả, tao mê từ hồi mới rụng răng sữa, chí ư tới hồi tóc bạc, ngày giờ nầy mà vẫn còn mê... Càng mê thì tao càng buồn, bởi đào kép lóng rày làm sao mà bằng lóng trước... Bây giờ, tao coi là để cho đỡ nhớ, nhưng khổ lắm tụi bây à, càng coi thì càng nhớ..."

Gương mặt bà Tám Trầm trở nên buồn thiu. Đôi mắt bà xa xăm dịu vợi. Giọng bà nhỏ lại:

"Hồi đó, chỉ có hát bội không thôi. Chưa có cải lương, chưa có chớp bóng, chưa có đu dây, hát xiệc, chưa có mô-tô bay... Gánh hát bội đi tới đâu, thiên hạ bu vô coi, chen chưn hổng lọt... Hồi đó, tao ở dưới quê. Hát bội thường hát ở nhà lồng chợ hay che rạp mà hát ở sân đình. Trước khi kéo màn ra tuồng độ mươi, mười lăm phút, người ta đánh trống chầu liên hồi để báo cho bà con mau mau tới coi. Kế, người ta đánh trống chiến, coi như sắp sửa giáo đầu tuồng... Nghe tiếng trống chầu nổi lên, ai nấy lo chải gỡ, thay quần thay áo, đặng có ra rạp cho kịp giờ. Còn trống chiến mà nổi lên hả, ai mà còn luẩn quẩn ở ngoài, hay đi mà chưa tới, trong bụng nôn nóng như có kẻ bất nhơn đem lửa mà hơ. Bởi vậy, mới có câu *"nghe trống chầu, cái đầu láng mướt; nghe trống chiến, nó điếng cái bụng"*..."

Con mẹ Sáu Tòn Teng cằn nhằn:

"Ăn cơm mới chịu khó nói chuyện mới đi, bà nội."

Bà Tám Trầm cự nự liền:

"Hổng có cũ, sao có mới được, mầy? Đây là tao nói có đầu có đuôi, nói một lần cho tụi bay hiểu. Chớ để tụi bay nói hổng đầu hổng đuôi, nói phang ngang bửa củi hoài, nghe tức khí thấy mẹ..."

Bà rầy con mẹ Sáu Tòn Teng như rầy con:

"Mầy bỏ cái tật đâm hơi đó đi. Tao đang nói, mầy phải ngồi im mà nghe... "

Bà chợt thở dài héo hắt:

"Có thể tụi bay nghe lần nảy là lần chót. Tao già quá mạng rồi, còn sống được bao lâu nữa đâu..."

Nghe tiếng thở dài của bà, bốn người đờn bà bất giác thở dài theo. Bà gật đầu ra vẻ hài lòng. Giọng bà trở nên hăng hái:

"Hồi tao còn trẻ, trẻ hơn con Hai bây giờ, là cái thời vàng son của cô Năm Nhỏ. Đồng đình súy phủ ơi, đẹp như cổ là đẹp nhứt xứ rồi, tiên sa phụng lộn nào mà bằng cho được, mà tài như cổ mới là tài độc nhứt vô nhị, thần sầu quỷ khốc, cổ đứng làm đào chánh cho gánh cô Ba Ngoạn, thủ vai nào cũng ăn đứt hết thảy thiên hạ. Hồi đó, có cô Ba Đắc, cũng đẹp cũng tài, nhưng so với cô Năm Nhỏ, còn dưới chưn xa lắc..."

Bà Tám Trầm ngừng lại một chút, liếc mắt một vòng. Bà gật gù nói tiếp:

"Để tao kể sơ cái tài nghệ của cô Năm Nhỏ cho tụi bây nghe... Năm ngoái tao với tụi bay đi coi tuồng "Ngũ Biến Báo Phu Cừu", hay quá lẽ phải không? Năm cô đào hạng nhứt thủ năm vai, thoát qua năm cửa ải để trả thù chồng. Cô Năm Sa Đéc thủ vai cùi. Cô Ba Sáng thủ vai điên, Cô Ba Út bỏ làm lão trượng, cô Cao Long Ngà làm Huê Huề Thượng, cô Năm Đồ đóng Sơn Đông mãi võ. Coi tới đâu, tụi bay khen dồi tới đó. Vậy mà bay biết không? Hồi đó, một mình cô Năm Nhỏ lãnh trọn hết năm vai... Nhựt trình nói cổ là hậu tổ của hát bội, thiệt hổng sai... Bay tính lại coi, năm cô hạng nhứt lớp sau, gộp hết lại, cũng hổng bằng một cô đào chánh lớp trước..."

Giọng bà trở nên sôi nổi hơn:

"Trời ơi, cô Năm Nhỏ mà bỏ làm vai đào thương hả? Cái điệu bộ yểu điệu, thướt tha của cổ mà ẹo một cái, hay cổ nhíu mày nhăn mặt một cái, thì đám khán giả ở dưới tha hồ mà chắt lưỡi, hít hà. Còn cổ mà liếc mắt đưa tình, nhỏng nha nhỏng nhảnh, cười duyên một cái, mấy cô tre trẻ ở dưới chỉ có nước ngắt véo nhau, nhảy nhổm. Còn mấy thằng cha sồn sồn "ưa ăn lá sua đũa" hả? Thằng cha nào thằng cha nấy, mắt trọn muốn nổ tròng, trong bụng tính tới chuyện bán nhà, gom tiền đi theo cổ. Bởi vậy mà cổ thủ vai Điêu Thuyền trong lớp "Hí Nghi Đình" hả? Đừng nói thằng Lữ Bố phải ra tay đâm chết cha nuôi của nó. Một tay cổ che nửa mặt, cặp mắt cổ liếc ngang, lụy ứa đôi dòng, cổ sụt sùi sụt sịt, tới cha ruột mà biểu nó đâm, chắc nó cũng hổng chậm tay..."

Bà Tám Trầm nói tới đâu thì diễn tả tới đó. Thằng Thanh cười muốn nôn ruột.

Nó nghĩ thầm nếu cô Năm Nhỏ gì đó mà sống lại, thấy cái cảnh bà Tám Trầm bắt chước điệu bộ của cổ như vầy, chắc chắn phải cắn lưỡi chết một lần nữa. Mấy người đờn bà kia không cười. Ai cũng như muốn nín thở, uống từng lời, từng chữ của bà Tám Trầm...

Thoắt vui đó, bà Tám Trầm lại buồn liền:

"Sách có câu "hồng nhan bạc mạng", thiệt là hổng sai. Cô Năm Nhỏ nổi danh tài sắc. Cổ mà gật đầu một cái, biết bao nhiêu tay cò-mi, bác sĩ, hay Đốc phủ sứ, Hội đồng sẵn sàng cất nhà vàng mà rước cổ về. Vậy mà rồi, tụi bay biết không, cổ ho lao chết bịnh trong nhà thương thí Chợ Rẫy...

Chị Hai Hộ chớp chớp đôi mi, hai tròng mắt đỏ hoe. Con mẹ Năm Bạc Hà hít mũi rột rột.

Bà Tám Trầm ngậm ngùi thêm:

"Cô Ba Đắc cũng vậy, vừa hát hay, vừa đờn giỏi, vừa đẹp não đẹp nùng, vậy mà cũng chết tàn, chết tạ, ngày nào rút ruột tằm cống hiến cho thiên hạ, tới chừng ngã bịnh xuống, không có một viên thuốc bỏ vô miệng. Tao chấm cổ nhứt là vai Thanh Anh công chúa trong lớp "Tống Tửu". Lần nào, cổ cất giọng thán *"Bớ phu quân ơi, lưu lụy sở khai vô tận lụy, đoạn can tràng ta thán đoạn tràng bi..."*, tao cũng khóc dầm non dầm nước..."

Đôi mắt của bà Tám Trầm trở nên xa xăm. Hai dòng nước cốt trầu ứa từ khóe miệng, chảy xuống tới tận cằm mà bà cũng không buồn lau. Mặt bà ngẩn ngơ. In tuồng như bà đang thả hồn về tận một thời xa xăm nào với niềm bâng khuâng tiếc nuối...

Bỗng nhiên, bà lắc đầu mạnh một cái. Giọng bà trở nên ráo rẻ:

"Cái lớp cô Năm Nhỏ, cô Ba Đắc qua rồi, tới lớp cô Ba út, cô Năm Đồ, cô Cao Long Ngà, cô Năm Sa Đéc, cô Tư Ngò, cô Ba Sáng, cô Hai Nhỏ tấn lên. Người nào cũng có thanh, có sắc, nhưng hát bội đã hết thời... Tao coi hát bội sáu, bẩy chục năm. Hồi nãy tao nói rồi, hát bội chỉ có bấy nhiêu đó tuồng, ba, bốn chục. Tao coi đi coi lại hoài, tới thuộc nằm lòng. Rồi, mấy cô đó, mỗi người đứng đào chánh cho một gánh, vai nào mấy cổ cũng thủ qua. Cô Cao Long Ngà, mới đêm trước làm "Ông", diệu võ giương oai, đêm sau đã than oán nỉ non trong vai Phi Long công chúa, lớp "Tống Tửu

Ô Hắc Lợi". Cô Tư Ngò, đêm trước làm con Cửu Vĩ Hồ Ly Đắc Kỷ lẳng lơ, dê đạo lộ anh chàng hoàng tử đẹp trai Bá Ấp Khảo, lớp "Dạy Đờn", đêm sau lại thủ vai Giả Thị đoan trang tiết liệt lớp "Hoàng Phi Hổ Quy Châu"... Hồi nãy, tao nói với con Dùng với lại con Năm, hai đứa đều nói hổng trật, nhưng nói hổng đủ là vì như vầy nè..."

Thím Dùng tằng hắng một cái. Con mẹ Năm Bạc Hà rọ rạy cặp mông. Nhưng cả hai đều không lên tiếng. Bà Tám Trầm thong thả:

"Tao nói rồi, vai nào mấy cổ cũng có thủ qua, thủ để trả nợ tổ, mà cũng để kiếm cơm. Có vai, mấy cổ đóng gượng gạo, nhưng có vai mấy cổ đóng xuất sắc. Dầu phải cười, phải nói, phải múa, phải hát, phải bán buồn mua vui để làm vừa lòng khán giả, nhưng ai lại không có tâm sự. Vai nào hợp với tâm sự của mấy cổ, mấy cổ diễn quỷ khốc thần sầu. Còn vai nào không hợp, mấy cổ diễn bời rời bả rả cũng thể như cơm nguội ngâm nước. Cô Năm Đồ mà bỏ làm vai Châu Xương trong lớp "Phò Nhị Tẩu", ai đóng cho bằng... Còn cô Ba út mà đóng vai Tạ Huê Đàng hả...?"

Bà nêu một câu hỏi lưng chừng, không thèm trả lời liền. Bà nhìn vô trong từng đôi mắt nóng nảy mong đợi. Một lúc sau, bà mới nói:

"Hay nhứt xứ! Vai đó là vai ruột của cô Ba Út mà. Tụi bay cứ nhớ lại đi, lúc Tạ Huê Đàng bận đồ tang, ra pháp trường đặng chứng kiến cảnh Từ Hải Thọ bị xử bá đao, cô Ba Út đóng ra làm sao? Mỗi lần Từ Thọ Hải bị lóc một miếng thịt, la thất thanh, Tạ Huê Đàng quýnh quíu, xăng văng xéo véo; lăn xả vô muốn cứu chồng. Điệu bộ cô Ba út lúc đó, thiệt là hết ý. Cổ bỏ tóc xõa, cột dây tơ trắng, cổ lăn xả vô chỗ hành hình, cổ bị lính canh đẩy ra, cổ khóc hết hơi... Coi tới đó, có đứa nào nín khóc được không? Nhưng, hay nhứt là lúc nào tụi bay biết không?"

Hỏi, mà không đợi cần ai trả lời, bà Tám Trầm tiếp liền:

"Là cái lúc Từ Hải Thọ gần chết. Từ Hải Thọ cười gằn một tiếng rồi hỏi rằng *"như vậy là đã vừa lòng thím chưa, thím Tạ Huê Đàng?"*. Nghe chồng bỗng nhiên đổi giọng kêu mình bằng thím, chứng tỏ một lòng căm hận, cắt đứt tình nghĩa phu thê, Tạ Huê Đàng kinh hãi tới nín khóc, hai mắt trợn trừng, tay run lẩy bẩy, cả thân người lảo đảo như đất động dưới chưn, miệng há hốc, chỉ kêu được hai tiếng *"trời ơi"*. Tạ Huê Đàng phải quyết định rất lẹ, phải tự tử chết trước mặt chồng, trước khi chồng thở hơi cuối cùng, để cho chồng hiểu đặng lòng mình... Khó là khó ở khúc nầy... Tao nói thiệt, cô Ba Út mà diễn tả khúc nầy, tụi bây có thắp đèn mà đi tìm, cũng hổng thể nào kiếm ra người thứ hai có thể thay thế được..."

Bà Tám Trầm như muốn đem hết cái kinh nghiệm thưởng thức hát bội ra mà truyền lại cho đám đàn em:

"Coi hát bội phải coi như vậy. Hát i uông, ai hát không được. Phải coi cho kỹ càng những lúc đóng xuất thần của người ta..."

Bà lại thở dài, nghe bắt mệt:

"Cô Năm Nhỏ, cô Ba Đắc là lớp trước. Cô Năm Đồ, Cô Ba Út... là lớp sau. Đào kép càng ngày càng thốn mỏn. Cô Tư Ngò nghỉ hát. Cô Cao Long Ngà thì đi hát "chầu", cô Năm Sa Đéc nhảy qua đóng vai bà Phán Lợi trong tuồng "Đoạn Tuyệt"của cải lương... Rồi đây sẽ còn biết bao nhiêu người bỏ cơm tổ nghiệp... Cô Kim Chắc, cô Sáu Nết mới ra nghề chưa được bao lâu, không biết còn đeo đuổi nghiệp tổ tới giờ nào... Còn nói về khán giả, tao thuộc về lớp trước. Tụi bay thuộc về lớp sau. Mấy cô đào hạng nhứt bây giờ già trước tụi bay. Năm ngoái, hình của cô Ba Út, chạy trên nhựt trình, cổ chụp chung với cháu ngoại. Cháu ngoại của cổ đứng đã cao tới nách cổ rồi..."

Bà ngập ngừng:

"Thiệt đúng là... *"hát bội làm tội người ta"*. Tao mắc cái tội nầy tới già đầu mà... vẫn chưa tởn... Rồi... rồi... cũng sẽ có một ngày, bay sẽ ngồi chê đám đào lớp sau như cô Kim Chắc, cô Sáu Nết, khen dồi cô Ba Út, cô Năm Đồ... giống như tao bây giờ..."

Đột nhiên, bà chỉ tay vô mặt thằng Thanh:

"Thằng nầy, nhờ đọc "sườn ram" giùm mình mà biết nhiều về hát bội. Tao sợ... tới hồi nó mê hát bội... thì hát bội cũng không còn nữa để cho nó mê..."

*

Bà Tám Trầm chết già... Con mẹ Sáu Tòn Teng đã hết... tòn teng. Trong một lần, leo lên tận ngọn cây vú sữa để hái trái, con mẻ trợt chưn hay sút tay sao đó, cắm thẳng đầu xuống đất... Con mẹ Năm, chứng kiến cảnh em chết, phát điên luôn, phải chở đi nhà thương, không phải là nhà thương Bạc Hà, mà là nhà thương Chợ Quán... Chị Hai Hộ không biết đã giàu, đã sang chưa, nhưng đã bỏ xóm mà đi, không biết đã trôi dạt ở phương trời nào. Chỉ còn một mình thím Dùng, đã già quá mạng, nghỉ bán cơm tấm từ lâu...

Ông Đốc Phủ sứ Đỗ Văn Rỡ, một người chân thành chí thiết một lòng một dạ với hát bội cũng đã già quá rồi, lại thêm đổi đời, lâm vòng lao lý... Hội Khuyến Lệ Cổ Ca không ai tiếp tục...

Còn thằng Thanh?... May cho nó, nó kịp lớn để sống với quãng ngày tàn của hát bội, nó còn kịp thưởng thức tài nghệ điêu luyện của các cô Năm Đồ, Ba Út, Bảy Sự..., của các kép Minh Tơ, Thành Tôn, Đinh Bằng Phi, Hữu Thoại, Thiệu Của, Chín Luông...

Bà Tám Trầm nói đúng, sẽ có một ngày, cho dù có mê hát bội, thằng Thanh cũng không còn hát bội để mà mê...

Nhiều đêm nhớ lắm, nó đứng bên cửa sổ, nhìn gió nổi ngoài trời, ư ử mấy câu, bắt chước Tống Địch Thanh, trong tuồng "Ly Thợn":

Trăng lầu hồng, giục thảm lòng ta
Gió cố quận đưa sầu dạ mỗ
Giang san tú mỹ duy ngô thổ
Hoài vọng du du nhứt phiến tâm
Khứ quốc bồi hồi thiên lý nhãn
Hoài gia kỳ cựu ngũ canh kê.

NGUYỄN HẢI HÀ

Sinh ngày 13-03-1938.
Dạy học. Sĩ quan QLVNCH (Khóa 17 SQTB Thủ Đức).
Tỵ nạn chính trị tại Hoa Kỳ từ 1984.
Đã cộng tác với các báo: *Đường Sống Tuổi Hoa, Người Việt*
(Hoa Kỳ) và *Làng Văn* (Canada).

Đã xuất bản:
- *Trình Bày* (thơ, bút hiệu Hiện Hữu - Học Thuật, Sài-Gòn,
1967)
- *Hương Chiều* (thơ, bút hiệu Hiện Hữu - Hồng Lĩnh,
Sàigòn 1970)
- *Còn Sáng Tạo* (thơ - Người Việt, California 1987)
- *Tàn Phai* (thơ – Học Thuật California 1997)
- *Việt Nam Thi Văn Hải Ngoại 1975 -2003* (Trích tuyển và
chú-thích, Học Thuật, 2004)
- *Cứu Lấy Quê Hương* (thơ Nguyễn Hải Hà, Học Thuật,
2015)

Em đừng cười

Ngày em về bên chồng
Chúa buồn trên thánh giá
Phật buồn trên tòa sen
Ta, một hồn biển động
Ta, một hồn nổi sóng

Đành bỏ bữa bo bo
Và luôn bữa củ mì
Ôm đầu nằm co ro
Gốc lán dài hiu quạnh

Mấy năm đời cải tạo
Tù nhân như tu sĩ
Trường chay hoài hai bữa
Tiêu dần: Tham, sân, si...

Bây giờ qua tới Mỹ
Ta mừng ta đắc đạo
Thấy gái đẹp không mê
Em đừng cười ta: "Xạo! "

Tâm sự hè sang

Hè chớm sang rồi, em biết chưa?
Nơi đầy bừng chuyển gió giao mùa
Bốn ven trời vẫn đầy ly loạn
Nhân loại còn say máu hận thù?

Hồn trĩu u hoài bên gối mộng
Đường dài hun hút nắng mênh mông
Phương Nam chạnh tưởng người phương Bắc?
Ta cách nhau từ mấy núi sông?

Thương nhớ, lòng sao thương nhớ quá
Binh sầu vây khốn trái tim anh
Tâm tư tám hướng chiều phong kín
Hè sang mây khói sắp xây thành

Tình riêng tự thuở yêu tha thiết
Ngày với ước nguyện chuyện ba sinh
Bao giờ, em nhỉ, duyên mình đẹp
Đôi bước chân chung nhịp viễn trình?

Hé cánh tâm tư

Cám ơn em nhắn thầm thăm hỏi
Lòng luyến lưu thực quý vô ngần
Ngày tháng cũ rủ nhau qua rất vội
Sân trường xưa giờ cỏ mọc, rêu phong?

Từ lâu lắm thầy không còn biết nữa
Cảnh năm nao chắc hẳn đổi thay nhiều!
Như em hiểu, khi xoay triều lịch sử
Bao đường quen nẻo thuộc bỗng tiêu điều

Giông bão nổi xô sóng người phiêu giạt
Biển chập chùng. Đâu cõi tạm bình yên?
Lời em nhắc nghe thương mùi phấn bảng
Thuở học trò áo trắng mộng trinh nguyên

Thầy cũng chưa quên những mái đầu thơ dại
Chung ghế bàn, chung kỷ niệm vui, buồn
Hơn một lần giúp các em tìm định hướng
Nhưng đời thầy: Bóng xế lạc mù sương!

NGUYỄN HÀN CHUNG

Các bút hiệu khác: Nguyễn Phong Hàn, Nguyễn Đức Mù Sương. Sinh quán Điện Bàn, Quảng Nam. Định cư ở Hoa Kỳ từ 2006.

Đã cộng tác với hầu hết các báo và tạp chí trong nước: Văn Nghệ, Tạp chí thơ, Sông Hương, Non Nước, Đất Quảng, Quán Văn... và ngoài nước: Tạp chí thơ, Hợp Lưu, Thư Quán Bản Thảo và các trang Web: Da Màu, Gió-O, Sáng Tạo, Tương Tri, Văn Việt, Bạn Văn Nghệ, dutule.com, bansacviet.org Báo Trẻ online, Ăn Mày Văn Chương, Chim Việt Cành Nam, Việt Văn Mới (Pháp), t-van.net, Văn nghệ Boston, Người Bạn Đường (Nga)... Art2all.net, Người Việt...

Các tác phẩm thơ đã xuất bản: *Tìm Tôi Trong Bóng* (1999), *Nói Hộ Phù Du* (2002), *Nghịch Lưu Của Tuổi* (2011), *Dự Cảm Rời* (2016), *Lục Bát Tản Thần* (2018).

Thơ in chung: *40 năm thơ hải ngoại* (2017), *Hư Ảo Tôi* (2018).

Đếm

Một mình đếm lạnh căm căm
Tức cay cái tuổi chết bằm liu hiu
Đếm dai đếm vội đếm liều
Bao nhiêu lần đếm bấy nhiêu lần rầu
Em còn con nít chi đâu
Làm sao anh đếm được màu cố hương
Anh xin đếm chiếu đếm gường
Đếm rêu Ghềnh Ráng đếm nường Câu Lâu
Đếm từ cái tuổi trẻ trâu
Đếm từ em khóc bên cầu làm nư
Đếm Vĩnh Điện đếm Đò Xu
Một mình đếm đến lu bu. Một mình.

Anh nhớ Sài Gòn
anh không nhớ em

Anh không nhớ em, anh nhớ Sài Gòn
nhớ những con đường anh cùng em đi dạo
nhớ những chiếc xe rẽ bất ngờ làm em chới với
ngã trọn nuột nà vào tay anh
Anh không nhớ em nhớ Ngã Tư Hàng Xanh
đêm ấy trời mưa bay lất phất
em đọc anh nghe câu thơ mới viết
câu thơ anh nhớ đến bây giờ
Anh không nhớ em nhớ đến ván cờ
anh chấp con xe em đòi con tướng
anh nhớ cái tánh người ngang bướng
cái chi cũng giành phần hơn
Anh không nhớ em anh nhớ Sài Gòn
em có là gì của anh đâu mà anh phải nhớ
chỉ biết khi buồn là anh trốn vợ
vô phòng một mình lẩm nhẩm thơ em
nét chữ mờ nhiều nhưng bóng chữ đầy thêm
Anh nhớ Sài Gòn anh không nhớ em!

Em và rượu

Không uống rượu vì anh thèm rượu
không uống em vì anh nhớ em
những kẻ lụy tình hay uống rượu
nhưng mà men rượu rót từ tim
Anh cũng thất tình kiêm thất chí
tráng sĩ làm răng lại biết buồn
buồn thì uống rượu như con quỷ
thất tình chỉ được cái ma men
Uống em uống rượu hay không uống
say một lần thôi sáng tới khuya
em uống anh đâu mà quán triệt
rằng yêu thi sĩ rất chia lìa
Không uống rượu vì anh thèm rượu
thèm rượu mà không dám uống em
ừ nhỉ uống em mà rượu cạn
không uống em anh lại say mèm
Thà cho rượu uống anh không uống
dành cái ly tàn cụng với em.

Văn Cao by Khánh Trường

NGUYỄN HOÀNG NAM

Sinh năm 1967 tại Biên Hòa. Đến Mỹ năm 1980. Từ đó nhờ thơ nên tránh được Ô Xi Giê (Orange County Jail), rượu, ma tuý, bệnh không biết mình là ai, bệnh cần thầy, bệnh cần làm thầy, bệnh sợ thất nghiệp, bệnh thất nghiệp, bệnh sợ dư luận đám đông, bệnh đi làm hùng hục có tiền không biết làm gì loay hoay đem cúng cho giáo chủ, bệnh chụp giựt, bệnh chôm chỉa nhạc, bệnh đạo văn ngoại quốc, bệnh phe đảng và nhiều thứ phiền phức khác.

Bắt đầu có bài trên báo, tạp chí tiếng Việt từ năm 1986. Đã đăng thơ trên *Văn, Văn Học, Người Việt, Thế Kỷ 21, Hợp Lưu,* và vài tờ khác đã tự tiện cắt dán.

Cùng chủ trương tạp chí *Thơ,* và làm nghề phụ tá pháp lý, đặc trách tai nạn xe cộ.

Chưa in tập thơ nào.

Làm cha

Có người ở quận Đông Thành
Tu thân tích đức sớm sanh con hiền
Đặt tên là Lục Vân Tiên...
(Nguyễn Đình Chiểu)

1.
tôi cũng thích bế con nít
miễn là con của người ta
tôi khoái nhủ thầm rằng mình chưa già

những em bé Rwanda da bọc xương ngồi khóc
những em bé Central L.A. lạc loài không cha
câu hỏi lẩn quẩn đang ẩn nấp
câu hỏi gì đó đang rình rập
như cục ớt trong ổ bánh mì gà

những tiệc tân gia
kỷ niệm 901 năm ngày cưới ông bà già
tết tây tết ta
những dịp bịa ra để nhảy đầm
lúc tôi cầm cái dĩa xếp hàng buffet
lúc tôi loay hoay xúc cơm chiên gắp chả giò
thuộc lòng từng câu từng đoạn cái bản rumba
lúc tôi nhoài người với lấy chai cô ca
lúc tôi nhìn quanh kiếm ghế
chẳng còn hứng thú nhìn quanh kiếm ghệ
người đứng người ngồi người len qua lại
lúc mấy đứa nhỏ dụi dụi mắt vì cay khói thuốc
người hối hả làm giàu người hốt hoảng chết đói
người đú đởn lăng xăng người phều phào mệt mỏi
lúc mấy đứa nhỏ ngọ nguậy trên đùi mẹ đòi đi về

người toát mồ hôi rán nhảy người nhấp nhỏm sợ bị tow xe
dĩ nhiên chẳng ai có cái chó gì để nói
dĩ nhiên lâu nay vẫn bao nhiêu đó
rề rề nhạt ngấy bãi tha ma
nhóc nhách cái bản rumba
nhổ ra lượm lại nhai tiếp vô số lần
từng thây ma
từng thây ma
lần lượt trờ vào tôi chỉ để hỏi:
"Tới lâu chưa?"
và lập tức cuốn cassete quay đều đều kinh tụng:
"Vợ con gì chưa?"
"Cái cô hôm trước đâu rồi?"
"Chừng nào mới cho uống rượu đây?"
"Chừng nào mới có một đứa vậy?"
  tự động chuyển sang ân cần lo lắng:
"Năm nay bao nhiêu tuổi rồi? Rán lẹ lẹ đi
Còn trẻ mới lo cho con cái nổi chớ! "
rồi khuyên nhủ bằng cái giọng xìu xìu như than thở:
"Đi chơi cho đã đi, chỗ nào cũng đi cho hết.
Tới lúc có con như tụi này muốn đi đâu cũng chẳng được. "

tôi cũng thích nựng má con nít
dù của những thây ma
tôi lại nhủ thầm
mình chưa già... mình chưa già.

bãi tha ma tự động gửi thiệp cưới ào ào
tên tôi đã khắc trên mailing list
tôi chưa học thắt cà vạt kịp
cổ tôi còn lợm bao nhiêu đó món Tàu
đã nghe xôn xao
đã thấy lào xào
thi đua phong trào khoe con mới sinh

baby shower xập xình
không bằng, đầy tháng linh đình
vẫn thua xa thôi nôi cùng dịp Giáng Sinh
"Hồi nãy có nghe nó ợ sữa,
có nghe nó tập nói tu oa tu oa
trên answering machine?
Thứ bảy này tới chơi, có nhảy đầm
nhớ mang theo máy hình
chụp sơ sơ giùm vài tấm
lúc nó dụi mắt buồn ngủ bấm... có bấm kịp không? sao
không thấy flash?
lúc nó đang ngủ coi dễ thương quá há... bấm đi... bấm...
lúc nó làm xấu quay lại chú kìa... làm mặt ông kẹ đi con...
lúc nó cười một mình miệng rộng giống ba… há con...
lúc nó thao láo nhìn mắt to giống má... há con...
lúc nó khóc mũi hinh hỉnh cái mũi cao giống ba...há con...
xì... cái mũi này của má!... con của má há con!
nó giống ba! nó giống má! ba! má! ba! má!
bamábamábamábamábamá...
còn phim xin luôn một tấm cả gia đình
ê chụp lại! chụp lại! chụp thêm cái nữa đi cho chắc ăn!
nhanh lên! chụp xong chỉ cách xài cái máy quay video này
giùm! "

2.
mình chưa già... mình chưa già...
khổ tôi quá
thời này cái gì cũng có rồi cả!
đã có anh hùng lấy thân chèn pháo
đã có thiên thần ở lại Charlie
thế hệ lãng tử đèn màu Paris
trà Tàu hoàng hạc rô ti
thất ngôn hủ tiếu mì giao hưởng au riz
lên xe tiễn em đi (đừng quên maggi)

bỗng nhiên nhớ dai đã có hồi ký McNamara
vận công bứt vải bịt mắt tử hình đã có phim anh Trỗi
phản lực Mỹ lượn trên đầu Khomeini
mấy triệu treo trên đầu Rushdie
pee wee lủng lẳng treo Pee Wee
Michael hí Lisa Marie
(sao toàn vần i? chết mẹ, vô thức tôi đầy ti vi!)
vân vân và vân vân
cách gì tôi chen chân?

tự thiêu, tuyệt thực, treo cổ, nhảy lầu, overdose, bắn vào đầu?
xin lỗi, mấy trò này đều xưa như trái đất
có lên tin tức buổi chiều cũng không đầy nửa phút
tôi từng đặt nhiều hy vọng vào tài bốc phét
nhưng cười hô hố hoài rất khó làm đạo trưởng
tôi gốc ruộng mà chưa biết chế bom bằng phân bón
tôi bắn súng rất tồi và rất ít khi chống chính phủ
tôi khá thích làm tình nhưng quá lười lải nhải trong rào đón dè dặt
trạng thái bình thường của tôi là buồn ngủ
tôi chẳng hay ho gì làm sao được người hành tinh bắt?
tôi tự giới thiệu thế nào trên Internet?
hay nói đại tôi là kỹ sư thất nghiệp?
đã có quá nhiều chí, nha, đạo, bác, văn, tiến, thi, liệt sĩ
(mà luôn luôn thiếu... à hay là...
cũng không được, tôi người Việt Nam không thể làm quân sĩ!)
đã có quá nhiều kẻ sát nhân
đã có quá nhiều Việt kiều
và đã có quá nhiều ca sĩ

tôi phải bon chen thế nào? tôi phải quậy làm sao?
làm cách nào mới được giấy mời của chính phủ lâm thời?

hay nói đại tôi theo thời trang retro-Trotskist?
hay để tóc dài? ponytail? bới lên kiểu phim bộ kiếm hiệp?
hình như Wall Street cần một cuộc đời cà lăm
hình như Thế Vận Hội cần giải bụng phệ đãng trí
tôi sắp quên mất mình đang muốn nói gì
(khó chịu quá... chờ tôi nới dây nịt ra thêm một tí...)
à... ờ... thời này chẳng làm được cái gì cả!
cũng không thể không làm gì cả!

3.
ra đi mẹ có dặn rằng
nhỏ mà không học lớn làm sao cha
càng ngày tôi càng giống một thây ma

vài sợi tóc bạc thình lình ám toán
lúc tôi sấy đầu hồi sáng

tôi chưa vỡ mộng làm cha thiên hạ
trong lúc chờ đợi tôi tạm làm cha

những em bé khóc điếc trời
những em bé bám đầy tôi
oa oa oa, éc! ooaaa, éc! oaaaaaa...
liên hồi
bò ra giữa Waco thánh hỏa
chui lên từ dưới đống gạch vụn Oklahoma
ruồi bu kên kên chực Ethiopia
mũi dãi vằn vện Central America
những cô bỏ chồng
một hai ba xấp *ở* Bolsa
nhanh lên làm sao đưa ngay cho tôi một đứa
để tôi ký chi phiếu
đây là số visa
mỗi tháng gửi hình tôi coi cũng được

nhưng lẹ lẹ giùm đi mà
tick tock tick tock
bio/logical/socio/logical clock
tôi phải có con cho kịp với người ta

tôi không thể nào đợi 9 tháng
"-trời ơi, trước đó còn nhiều màn phiền phức khác!

"Vợ con gì chưa?"
"Cái cô hôm trước đâu rồi?"
"Chừng nào mới cho uống rượu đây?"
"Chừng nào mới có một đứa vậy?"

tôi nhắm mắt cắn
cục ớt phục kích trong ổ bánh mì gà:
mình dạy con mình cái gì cà?

Xem múa lân

cắc
cá lắc
cắc cắc
(lắc)
Tùng xà
Cà lùng
Tùng xà
(nhoài)
Tùng xà
Cà lùng
Tùng xả
(lắc lắc)
Tùng xà
Cà lùng
Tùng xà
(lạy)

Tùng xà
Cà lùng
tùng xà
(chồm)
kìa! lờ lửng
bao lì xì
đỏ tùng xà trời
tùng lòa nhòa xà
càlùng
ập
vào tùng tôi
xà bặt âm điếc
tai bặt ấm nhảy
múa mùa xuân tuổi
nhỏ đã trôi mất

hút từ bao giờ
tôi thẫn thờ
nhìn ảo dạng
của dòng
sông
uốn
éo.

(8/1994)

Trâm anh

đời lăn lóc trầy vi tróc vẩy
tầm thường theo ngày tháng tai ương
hóa tượng gỗ trôi theo dòng nước chảy
lý đâu còn sót những dễ thương?

em ngồi đây
tình cờ như phép lạ
em nói
hai đứa lúc trước ở cùng đường phan đình phùng
anh bối rối quá
quá trời
chẳng biết làm gì cả
chẳng biết phải nói gì
(bản mặt chắc trông ngờ ngệch thảm thương)
nghe độ rung lớn dần cơn địa chấn
ai vừa tặng anh một quê hương

anh bỏ biên hòa đi năm lớp sáu
rồi trại tị nạn
rồi sex drugs and rock'n'roll
mười mấy năm chia hai phần tuổi lớn
ở giữa là mênh mông phức tạp thái bình dương

anh với em có cùng gốc gác
hay chỉ chung
hồi nhỏ đánh đũa tắm mưa
quá khứ dường quen mà chẳng biết
không gian
thời gian
lốc cuốn đã bao mùa

anh với em có cùng xứ sở
hay cách chia ở những ngã tư đường
nhà xưa chỉ cách nhau vài số
bây giờ sao lòng như vô chừng
mỗi người một đèn xanh đèn đỏ
mỗi người một lý lẽ ngừng
lặng lẽ cả đời không đối diện
đỏ mắt nhìn
chỉ trước mặt sau lưng

anh với em có cùng ngôn ngữ
hay cách xa ở những phần đời
em mới qua
đầu óc anh đã mỹ
vá víu cho lành áo hai mươi
tơi tả hiện tại đầy nghi vấn
còn chi
tuổi trẻ với nhau thôi

hãy ra khỏi cái hàng ngày
những lần trốn học
một ngày tùy ý chơi rong
đi chân không lội bùn khu chợ cá
xuống những hàng quà ở bờ sông
cuộc sống thời giờ ngày càng trói chặt
mỗi đời người tạm thoát được mấy lần

hãy chờ cái vui không hẹn trước
trưa trưa ai rao
ai ăn chè đậu xanh đường cát nước dừa
hạnh phúc chìu người như thời tiết
đường phan đình phùng
đang nắng bỗng đổ mưa
trong cuốn phim lúc cười lúc khóc
mấy ai biết sống những tình cờ

hãy thiệt thà người tỉnh nhỏ
hãy hiền lành dòng sông đồng nai
gặp nhau
sao chẳng là vài bước
ở biên hòa đâu có đường nào dài

có lẽ quê hương đâu cũng vậy
ở bên trong và chỉ từ bên trong
có lẽ trái đất bé nhỏ và giản dị
như em ngồi đây
em nhắc anh những tên đường
và có lẽ
tình yêu không tìm sẽ thấy
như đám lục bình
tấp vào gặp mình ở mé sông.

(11/1990)

Ngực trái

lưỡi anh lết những vòng đồng tâm
hmm...! cả thời lang bạt
anh về nhà trên núm vú em.

Hạnh phúc

Đổ vỡ luôn có sẵn từ đầu
Nên chúng ta còng tay vào
nhau, hai kẻ khiếp nhược
mừng rỡ tìm ra *cớ* lẩn trốn

cái lạnh cửa đêm sâu.
Chúng ta còng tay vào
nhau, cái nghi thức mỗi người
cùng quẳng thật mạnh thật xa

cái bật lửa. Chúng ta dáo dác
nhìn quanh biết chắc lúc nào
cũng có sẵn những đồng lõa khác
và vội vã mỉm cười mãn nguyện.

Nguyễn Hoàng Nam

NGUYỄN HOÀNG VĂN

Tên thật Bùi Văn Thuận. Sinh quán Quảng Nam
Hiện cư ngụ tại Úc

Tác-phẩm đã xuất bản:
- *Văn hóa, Giới tính và Văn học* (Văn Mới, Hoa-Kỳ, 2002)
- *Ngôn ngữ và Quyền lực* (Người Việt 2014)
- *Raskolnikov, Trần Thủ Độ và điệu Boléro buồn* (Nhân
Ảnh, 2018).

Boléro, đất, biển và người

Thỉnh thoảng chúng ta lại chứng kiến một "trận" *boléro* mà, "trận" nào cũng vậy, cuộc tranh luận văn hóa lẽ ra phải tới nơi tới chốn này chỉ rộ lên rồi xẹp xuống nửa vời với sự áp đảo của số đông, cái số đông kết nối không chỉ bằng thị hiếu âm nhạc mà cả bằng đầu óc địa phương chủ nghĩa. [1]

Như gần đây nhất sau phát biểu của một ca sĩ đất Bắc và những lời chì chiết "sến-sang" tiếp nối từ số đông lấn lướt thế thắng, cái cung cách hờn mát lẽ ra chỉ thấy ở bên thua cuộc [2]. Phe thắng, như thế, chẳng mấy tự tin. Bên bãi trận thì, hẳn nhiên, tra gươm vào vỏ trong tâm thế bất phục. Và cuộc tranh luận, do đó, lại đâm vào ngõ cụt.

Một ngõ cụt không lối thoát y như cái phần số lẩn quẩn theo điệu buồn *boléro* số kiếp của chúng ta, như một cộng đồng, một dân tộc, một quốc gia. Phải chăng, chúng ta còn bạc nhược, còn tiếp tục chấp nhận tình trạng bị tước đoạt tiếng nói là vì, phần nào đó, chúng ta càng ngày càng mê hoặc thứ âm nhạc nhừa nhựa dĩ vãng vàng son và tình đời cay đắng dở dang này?

Dĩ nhiên là tội vạ không thuộc về ca điệu mỏi mòn thương hận mượn vay mà đó, chẳng qua, chỉ là một triệu chứng bên ngoài. Vấn đề là chúng ta đang sống với những căn tính nào đó, đã thích nghi để tồn tại với môi trường chính trị- xã hội như thế nào đó để rồi, như một hệ quả, chúng ta trở nên quen tai quen miệng và thậm chí, đang trên đà nâng cái nhịp nhạc mỏi mòn này thành một thứ "quốc nhạc". Chính những căn tính đó, chính cách thích nghi để tồn tại đó đã đông lạnh chúng ta trong tư thế nhẫn nhịn với tình trạng bị đè đầu.

Nhưng đầu tiên phải định rõ chia cách sến – sang. Tự gọi mình "sang" rồi dè bĩu "sến" cho một dòng hay trào lưu âm nhạc là một thái độ trịch thượng trong khi tư thế trưởng giả ấy cũng chẳng vững vàng gì. Nhạc sĩ Cung Tiến từng khẳng định rằng những tác phẩm đầu đời của mình, như "Thu Vàng", chỉ là một dạng "bài tập" của thuở tập tành làm nhạc sĩ vậy mà, vẫn có không có ít người, an nhiên vớ lấy như là biểu hiện của sự sang cả [3]. Mà, không kể mấy tác phẩm sang trọng dạng "bài tập" ấy, ai có thể cảm nhận được sự "sang cả" nào trong thứ âm nhạc hô hào chém giết và ca tụng những thần tượng giả mạo?

Và cũng phải giải thích rõ thêm cái đuôi "số kiếp" thêm vào. Đó chỉ là cách để tạm phân biệt thứ *boléro* nội hóa nhừa nhựa của chúng ta so với *boléro* nguyên mẫu. Những khúc hát *boléro* sống động của các ca sĩ Mỹ La-tinh cũng đâu có chảy nhựa như là những lời ca phát ra từ cái miệng của Chế Linh, từ cái lưỡi của Thanh Tuyền, đôi môi của Giao Linh, Tuấn Vũ? Bố cục những ca khúc ruột của họ với tiểu kết cấu chát - chát - chát - chát – chum - chát - chum - chát - chùm, là một bố cục nặng tính tự sự, rất dễ hòa nhập với thói quen ngòn ngọt chuyện mùi của chúng ta. [4]

Mùi như là đời của những Kiều cô, Kiều cậu. *Đừng nghe ca ve kể chuyện, đừng nghe thằng nghiện trình bày*, ngạn ngữ đương đại phát sinh từ đất Bắc này khuyên chúng ta hãy cẩn thận, chớ vội phí phạm lòng tin bởi "câu chuyện đời tôi" của họ, anh hay ả, lúc nào cũng bi thảm, cũng chẳng đặng đừng, cũng đáng thương hơn là đáng trách, cũng chữ trinh kia có ba bảy đường. Nghĩa là mùi mẫn, giống hệt những tuồng cải lương.

Cải lương lại làm tôi nhớ đến một đoạn đối thoại trong pho truyện gây tranh cãi của Nguyễn Mạnh Tuấn một thời, cái thời rậm rịch đổi mới theo… thời trước. Cái thời thiếu thốn toàn diện ấy -- thiếu ăn, thiếu mặc, thiếu thông tin, sách vở -- tôi đã đọc liền một mạch khi vớ được *Cù Lao Tràm* để rồi quên sạch nhưng, mãi đến nay, sau hơn 30 năm, vẫn nhớ chính xác, ít ra cũng là 95 phần trăm, tôi tin vậy, lời thoại của một nhân vật về thứ âm nhạc luôn man mác một nỗi u hoài vì ra đời trong hoàn cảnh mất nước: "Có lắng nghe lời trai gái yêu nhau, có đọc các bài văn của các em học sinh, chúng ta mới thấy được cái hại của cải lương." [5]

Nhân vật ấy là một giáo viên, nghĩa là một bậc trí thức làng. Anh trí thức làng trình bày với nữ bí thư một xã ở miền Tây Nam bộ, là đỉnh cao của quyền lực làng. *Cù Lao Tràm* xuất bản năm 1985 và trước đó gần 40 năm vùng đất này từng nằm trong bàn tay ngự trị của một bộ đôi đố kỵ cải lương tương tự, ông Lê Duẩn, Bí thư Xứ ủy Nam bộ, và ông Lưu Quý Kỳ, Giám đốc Sở Tuyên truyền Văn nghệ Nam bộ. Không cổ vũ quân dân đã đành, cải lương còn làm cùn nhụt ý chí chiến đấu của họ, ông bí thư nghĩ thế. Và ông giám đốc họ Lưu, kẻ đã láu cá chiếm giữ vai trò "trí thức đảng" độc quyền tại Nam bộ bằng cách học thuộc lòng tài liệu của trung ương rồi đốt sạch để đoan chắc không lọt vào tay ai khác, lại... láu cá tâng công bằng một lệnh cấm tức thời để rồi không lâu sau đó phải đấm ngực sửa sai. [6]

Cấm mà không chịu khó thăm dò trước sau và hậu quả là những vụ *dinh tê* hàng loạt. Viên lãnh chúa cách mạng là người Quảng Trị còn viên nịnh thần đầu cơ đoảng là người Quảng Nam. Ông lãnh chúa gốc miền Trung không hiểu người Nam bộ dù được bộ máy kháng chiến trao trọn trọng trách tại vùng đất đã khai sinh cải lương đã đành. Nhưng bậc "trí thức đảng" nắm trọng trách "tuyên truyền văn nghệ" đã hoàn toàn không nắm rõ bản chất của việc tuyên truyền bởi, nếu những nông dân Nam bộ dễ xúc động trước những cảnh đời éo le trong các tuồng tích cải lương bao nhiêu, họ sẽ càng ngọt tai với các tuồng tích về lãnh tụ đảng mà ông ta có nhiệm vụ phải nhét vào tai họ bấy nhiêu. "Không có gì quý hơn độc lập tự do", lãnh tụ đảng dạy thế. Nhưng "độc lập tự do", với những nông dân theo kháng chiến này, cũng ngụ ý là tự do xuống sề, là tự do ngân nga và tự do gật gù trọn vẹn sáu câu. Vì họ tin theo lời dạy này nên mới liều mình theo kháng chiến thế nhưng chưa giành được "độc lập tự do" từ tay thực dân, họ đã bị tước đoạt sạch "tự do độc lập" với thứ âm nhạc đã thành máu thịt của mình: chọn lựa duy nhất là từ bỏ kháng chiến.

Câu chuyện bi hài này chưa phải là va chạm âm nhạc - chính trị đầu tiên. Trước đó hơn năm thế kỷ là xung đột giữa nhóm của đại công thần Nguyễn Trãi với nhóm của hoạn quan Lương Đăng mà thế thắng nghiêng về phía hoạn quan. "Kể ra, thời loạn dùng võ, thời bình chuộng văn. Nay đúng là lúc nên làm Lễ Nhạc. Song không có gốc thì không đứng được, không có văn thì không hành được. Hòa bình là gốc của nhạc, thanh âm là văn của nhạc...." câu chuyện bắt đầu từ dự án "quốc nhạc" mà Nguyễn Trãi dâng lên Lê Thái Tôn để rồi chệch hẳn khỏi ý tưởng ban đầu với bàn tay sáng tạo của viên hoạn quan. Cuộc tranh luận về lễ nhạc bị chuyển hóa thành một xung đột chính trị và giới nho thần trịch thượng đã nhận lãnh một cái kết thảm khốc sau những thủ đoạn thâm cung của giới hoạn quan, là giới nắm rõ hơn ai hết sở thích trần tục của bậc quân vương trọn quyền sinh sát. [7]

Kẻ thắng trong những trò chơi chính trị luôn là kẻ nắm bắt được tâm lý trần tục từ phía của quyền lực, quyền lực trong tay bậc quân vương hay quyền lực từ sức mạnh của đám đông. Mà cả bậc quân vương, để yên vị là đấng quân vương, họ cũng phải nắm cho bằng được cái đám đông mệnh danh là bình dân, quần chúng. Mà đám đông bình dân này thì luôn dễ dãi lòng tin trước những câu chuyện bi, mùi. Thế cho nên, chính trị của kẻ thắng, luôn luôn, là một thứ chính trị của tích tuồng mùi.

Mùi như kẻ thắng cuộc chính trị lớn nhất trên đất nước chúng ta trong gần ba phần tư thế kỷ qua. Nấp dưới cái tên giả Trần Dân Tiên rồi T. Lan, ông ta hì hục kể lể những câu chuyện đời hoạt động bi thảm và vô lý. Chuyện đấu tranh của một nhà cách mạng mà chỉ quẩn quanh với những sinh hoạt đời sống như ăn, uống, ngủ, ỉa và cao tay là những trận đôi co lý sự về chính trị thì chẳng có ý nghĩa gì to tát cả thế nhưng nó, bất kể vô lý đến đâu, cũng tỏ ra được việc bởi cái mà ông ta nhắm đến là giới bình dân có thói quen phí phạm niềm tin. [8]

Nếu việc phân định "sến sang" hàm ý một thái độ trịch thượng thì, dẫu phải đạo chính trị đến đâu đi nữa, chúng ta không thể nào né tránh sự phân hạng cao thấp giữa hai hệ giá trị "tinh hoa" và "bình dân". Nhạc *boléro* số kiếp, rõ ràng, là một thứ nhạc bình dân. Khi những suy nghĩ và cảm thụ theo xu hướng bình dân vươn lên chiếm lĩnh vị trí chủ [9] lưu thì, về mặt chính trị, đó là sự thắng thế của chính trị mị dân và, về mặt văn hóa, là một sự thoái hóa, thụt lùi.

Tính đa nguyên là bản chất hằng hữu của mọi xã hội và sẽ là một điều bình thường khi tầng lớp bình dân thưởng thức nhạc bình dân. Xã hội rất cần những sản phẩm bình dân để đáp ứng nhu cầu giải trí của công chúng nhưng xã hội cũng rất cần những giá trị tinh hoa để đóng vai trò dẫn dắt. Và sự bình thường của xã hội cũng nằm ở tính rạch ròi trong sự đa nguyên đó, y hệt sự phân biệt thứ hạng rõ ràng đâu ra đó như là *The Good, the Bad and the Ugly*, tên cuốn phim cao bồi viễn tây loại *spaghetti* nổi tiếng [10]. Khi thứ nhạc bình dân mang tên *boléro* vươn lên chiếm lĩnh thị trường văn hóa, phủ sóng phần lớn các chương trình truyền hình và lấn sân vào những thành trì tưởng là bất khả xâm phạm của âm nhạc tinh hoa thì, rõ ràng, sự rạch ròi ấy đã bị xáo trộn, lộn sòng, y như một đĩa *spaghetti* dở dang, nguội ngắt.

Nhưng đó cũng chỉ là triệu chứng của một căn bệnh chính trị - xã hội đã di căn vào mọi tầng bậc cao thấp, lớn nhỏ, chung riêng, vi mô và vĩ mô. Sự lộn sòng trơ trên giữa "trọc phú" với "quý tộc" qua sự hình thành của tầng lớp giàu xổi mệnh danh "đại gia", lũng đoạn xã hội cả vật chất lẫn tinh thần [11]. Sự lộn sòng lòe lẹt khi hàng loạt công trình kiến trúc tầm cỡ quốc gia lại kệch cỡm theo óc thẩm mỹ của hạng trọc phú khoe của xó quê [12]. Sự lộn sòng ngu dốt giữa sử sách và tuồng chèo - cải lương khi một nhân vật lịch sử như Dương Thái Hậu bị Dương Vân Nga chiếm chỗ. Và sự lộn sòng đầy nhục mạ khi tổ quốc bị mang ra đánh đồng với nhà nước, khi những đóng góp đáng ngờ của quá khứ bị xem là hướng đi chính đáng và tất yếu cho tương lai. [13]

Vân vân, có rất nhiều thí dụ như thế nhưng căn gốc của vấn đề ở đây là ý niệm "bình dân", như một giai tầng xã hội. Không ai chối cãi rằng người bình dân đã và đang đóng góp công sức đáng kể cho xã hội nhưng nói tới động lượng của sự thay đổi và phát triển, hay ít ra là nền tảng cho một sự ổn định tích cực, phải nói tới thành phần trung lưu.

Kể từ những bước đi đầu tiên trên con đường hiện đại hóa, những thành tựu rực rỡ nhất hay những thay đổi sâu đậm nhất của đất nước chúng ta đều ghi đậm dấu ấn của giới trung lưu. Từ phong trào "Truyền bá Quốc ngữ" đến "Thơ Mới" hay "Tự Lực Văn Đoàn", những thành tựu văn hóa sáng chói này không thể nào trở thành hiện thực nếu không có bàn tay của giới trung lưu. Những thành tựu văn hóa của miền Nam kể từ sau 1954 cũng của thành phần trung lưu. Những nhà ái quốc sáng chói trong cuộc khởi nghĩa Yên Bái như Nguyễn Thái Học, Phó Đức Chính v.v.. cũng là người trung lưu. Thậm chí, cả cuộc "cách mạng vô sản", xét cho cùng, cũng là một cuộc cách mạng của tầng lớp trung lưu khi tầng lớp có học này dẫn dắt giai cấp nông dân nhắm mắt ở dưới để hy sinh cho quyền lợi của một giai cấp xa lạ là… công nhân ở trên đầu.

Nếu những thành tựu sáng chói của dân tộc là sản phẩm của người trung lưu thì điều kiện kinh tế - xã hội của đất nước lại không đủ sức để nuôi dưỡng họ thành một giai tầng đủ mạnh để xoay chuyển hẳn thời thế. Và cả cái thành phần trung lưu điều khiển cuộc cách mạng kỳ dị kể trên, vị tất họ đã hoàn tất cuộc cách mạng lạ thường ấy nếu không có sự trợ giúp của hai nước đỏ Nga, Tàu? Như thế, ngày nào giai cấp trung lưu Việt Nam còn chưa đủ lớn, ngày đó đất nước vẫn bị thụt lùi với sự thao túng của các thế lực mỵ dân.

Nếu sự phát triển của một đất nước gắn liền với sự lớn mạnh của giai tầng trung lưu thì sự phá sản hay thụt lùi của nó cũng diễn ra tương tự và đó chính là những gì đang diễn ra tại Mỹ. Khi một bộ phận lớn thành phần trung lưu nước Mỹ bị phá sản, lùi xuống làm người bình dân như là cái giá của tiến trình toàn cầu hóa do công ăn việc làm bị chuyển hết sang Á châu, lá phiếu trả thù của họ đã khiến nước Mỹ thụt lại với nền chính trị bình dân và một ông tổng thống chẳng giống ai, ông Donald Trump.

Cái giá mà giai cấp trung lưu Mỹ phải trả này lại là cơ hội cho một tầng lớp giàu có mới tại Việt Nam, như là một phần của Á châu. Thế nhưng tầng lớp ấy vẫn chưa thể đảm đương vai trò động lực cho một cuộc cách mạng toàn diện cho đất nước trừ việc làm cho xã hội màu mè một cách bát nháo ra với cung cách tiêu thụ trưởng giả học làm sang. Không phải vớ được một công việc tốt hay được của hoạnh tài như đào được kho báu hay trúng số độc đắc là có thể trưởng thành và nâng hạng ngay về mặt xã hội. Từ vị trí thuộc một giai tầng bậc thấp, sự vươn cao về mặt xã hội đòi hỏi một sự hội nhập bao hàm ba tiến trình tích lũy song song, tích lũy về kinh tế, tích lũy về quan hệ xã hội và tích lũy về văn hóa. Xã hội cuống cuồng theo cơn sốt tiêu thụ và cuộc chạy đua "tính lũy kinh tế" đè bẹp tất cả nên, trên phương diện xã hội, văn hóa hay chính trị, phần đông, thành phần mới nổi này vẫn tiếp tục… như vậy.

Họ vẫn tiếp tục như vậy và đất nước vẫn vậy. *Cũng bởi thằng dân ngu quá lợn / Cho nên chúng nó lại làm quan* (Tản

Đà). Đất nước vẫn vậy theo đúng ý đồ của nhà cầm quyền bởi chiến lược kẻ mỵ dân nào cũng gói gọn trong hai chữ "ngu dân". Nhưng thời đại này không còn thời dễ dàng bịt kín tai mắt con người nên chọn lựa tối ưu phải là kềm hãm sự lớn mạnh của giai tầng trung lưu và, do đó, phải "bình dân hóa" những nhận thức văn hóa của những kẻ đang nghiễm nhiên là "trung lưu" về kinh tế. Họ tha hồ tích lũy của cải nhưng không nên tích lũy về văn hóa và, trong chiều hướng này, vô tình hay cố ý, *boléro* đã trở thành một công cụ y như là "tinh thần thể dục".

Đó phong trào xã hội mà Toàn quyền Pháp De Coux thổi lên vào đầu thập niên 40 của thế kỷ 20 để làm nhiễu loạn những nhận thức chính trị trong giới trẻ Việt Nam, từng được Nguyễn Công Hoan khắc họa một cách bi hài trong truyện ngắn cùng tên [14]. Nếu ngày đó nhà cầm quyền thực dân thổi bùng "tinh thần thể dục" thì ngày nay, vô tình hay cố ý, đất nước tràn ngập một "phong vị *boléro*".

Đầu tiên thì Tuấn Vũ, Chế Linh, những ca sĩ bình dân, đĩnh đạc bước vào "đại hý viện" của thủ đô đê tỉ tê những chuyện tâm tình. Bây giờ thì cả nước, cơ hồ, đang chuyển mình thành một "hý viện quốc" với cùng phong vị khi những làn sóng điện truyền hình đều rung theo nhịp phách chát chùm với hàng loạt những gameshow mang tên *boléro* trong khi người người, nhà nhà, ai cũng có một "tâm tình" để tỉ tê ngọt mặn theo sự bùng nổ của hiện tượng "tâm thư". [15]

Những trang sử tranh đấu giành độc lập của chúng ta còn giữ lại "Hải ngoại huyết lệ thư", những dòng chữ viết bằng máu và nước mắt của nhà ái quốc Phan Bội Châu lúc bôn ba xứ người tìm đường cứu nước. Bây giờ có mong đọc "tâm thư", ắt hẳn không ít chúng ta cũng mong mỏi những dòng chữ viết bằng "máu và nước mắt" của những nhà chính trị từng lưu gót chân mình tại Thành Đô hay Bắc Kinh mà hậu quả là những mật ước hay điều ước đáng ngờ, đầy tranh cãi. Nhưng không, hoàn toàn không. Chỉ thấy một rừng một biển những "tâm thư" vô duyên, vô nghĩa lý, vớ va vớ vẩn, nhí nha nhí nhách, y hệt những thứ tình buồn nhảm nhí nhừa nhựa giọng *boléro*. Ca sĩ cãi nhau chuyện ngồi lê: tâm thư. Người mẫu đôi chối nhau lời ganh ghét: tâm thư. *Hotgirl* khó ở trong người: tâm thư. Bệnh nhân tức giận với dịch vụ công: tâm thư [16]. Và cả các ông bà bộ trưởng bị phiền hà bởi những lời chỉ trích ấy: cũng tâm thư. Có lẽ chưa bao giờ người Việt cần cù "tâm tình" như thế. Dân thường bất ý nhau thì 'tâm thư' còn quan chức bất ý với hệ thống chính trị mình cúc cung phục vụ thì "tâm tư" [17]. Cả xã hội, cơ hồ, đang bị *boléro* hóa và, cái "phong vị" này, nhìn rộng ra, chính là một thứ gông xiềng vô hình ngăn không cho chúng ta bứt phá, thay đổi.

Giữa năm 2016, khi danh từ Vũng Áng - Formosa chiếm lĩnh hầu hết các trang tin hay các tài khoản mạng xã hội, tôi đã nghe một nhà thơ trong nước bày tỏ sự… lạc quan trước thảm họa của đất nước bởi, theo anh, đó là cơ hội, là dịp may để đất nước đứng lên. Mà thật, không khí lúc ấy đã căng tràn như một dây đàn sắp đứt, như một bờ nước tràn ứ chực vỡ, như thùng thuốc súng chỉ chờ châm cho mồi lửa và, sau bao nhiêu năm dẫm chân tại chỗ, đây sẽ là cơ hội để vùng lên, thay đổi. Nhưng cơ hội mong mỏi ấy đã không đến mà nguyên nhân, phần nào, có lẽ cũng là tinh thần *boléro* khi, từ Vũng Áng của hai năm trước cho đến Phú Quốc - Vân Đồn năm nay, luôn có cái gì đó rời rạc, thiếu thiếu trong hình ảnh những đoàn người bừng bừng phẫn nộ đang tập hợp với mục tiêu đòi quyền sống cho ra con người.

Tôi nghĩ đến sức mạnh thần kỳ của *La Marseillaise* mà Stefan Zweig đã tái hiện trong "The genius of one night: 'The Mareillaise'" [18]. Bài ca đã trở thành niềm cảm hứng của dân tộc Pháp hơn hai thế kỷ nay với nhiều biến cố lịch sử thăng trầm. Bài ca với một số phận kỳ lạ, ra đời như một hành khúc của một đơn vị địa phương quân rồi trở thành bài ca cách mạng, thành quốc ca, rồi bị cấm, rồi trở thành quốc ca đến tận hôm nay và, đáng nói hơn, nó, La Marseillaise, còn ra đời khi nước Pháp trải qua một thời kỳ đen tối giống hệt đất nước của chúng ta hôm nay khi vừa gánh vác một chính quyền bất tài thối nát ở trên đầu, vừa đối phó với thế lực xâm lược từ phương Bắc:

> *Hãy tiến lên, hỡi những người con của Tổ quốc*
> *Ngày vinh quang đã đến rồi,*
> *Chúng ta hãy chống lại sự áp bức,*
> *Ngọn cờ nhuốm máu đã giương lên.*
> *Hãy cầm lấy vũ khí hỡi những công dân!*
> *Hãy tập hợp lại thành đội ngũ!*

Thật là khó để chuyển tải sức lôi cuốn của một hành khúc hùng tráng lên trên mặt giấy. Càng khó hơn khi phải diễn dịch nó qua một ngôn ngữ khác nhưng cái chính ở đây là những người con đất Việt đang sôi máu vì Vũng Áng hay Vân Đồn v.v.. cần có một bài ca hực lửa để họ kết nối nhau thành một khối để đứng lên và đi tới. Nó, bài ca đó, phải là cảm hứng của thời đại, phải là bài hát cuồng nộ của đám đông, phải là biển đang sục sôi giận dữ, phải là đất đang gầm lên long trời, và phải là người đã chịu đựng hết nổi. Nhưng không. Những khúc hát đấu tranh lan tràn và phổ biến những ngày này không phải là lời kêu gọi mạnh mẽ, bạo liệt và hào khí mà, phần đông, chỉ là những tâm sự tỉ tê, dẫu không hẳn là nhịp phách *boléro* thì cũng thuộc về cái phong vị *boléro*.

Vụ nhiễm độc Vũng Áng - Formosa đã dẫn đến hiện tượng Trần Thị Lam, đứa con của đất Hà Tĩnh, với bài thơ "Đất nước mình ngộ quá phải không anh". Bài thơ lan ra bất cứ nơi nào trên thế giới miễn là có người Việt, nó được đọc, được ngâm, được phổ nhạc để hát mọi nơi và đã thực sự kết nối con người trước nỗi đau và nỗi lo chung. Nhưng những lời hát và âm điệu như thế chỉ đủ để nối kết nối con người trong tủi hận, để hát cho nhau nghe chơi quanh bàn nhậu hay bàn trà rồi tải lên youtube rao mời chứ chưa đủ để kết nối họ hừng hực đứng lên giữa đường phố rầm rập đòi lại tiếng nói, đòi lại núi sông. Mà không chỉ bài thơ này. Hầu như, tuyệt đại đa số những ca khúc viết về Biển Đông trong những ngày qua, đều vậy. Cái mà nhân dân, tổ quốc cần là những tiếng gầm như một đợt sóng thần nhưng chỉ ủ ê một giọng kể lể, có khi kể lể bằng giọng cầu kinh.

Nếu đó chỉ là những lời ca dày vò theo những đớn đau của đất nước thì cả những phản ứng trực tiếp trước đòn thù cũng vậy, cũng héo mòn sầu não theo phong vị *boléro*:

Xin hỏi anh là ai?
Sao bắt tôi tôi làm điều gì sai?
Xin hỏi anh là ai?
Sao đánh tôi chẳng một chút nương tay?
Xin hỏi anh là ai?
Không cho tôi xuống đường để tỏ bày
Tình yêu quê hương này, dân tộc này đã quá nhiều
đắng cay!

Tôi không chê trách mà, ngược lại, rất thán phục sự dũng cảm của tác giả nhưng vấn đề cần được đặt ở một tầm mức cao hơn, rộng hơn, từ góc độ văn hóa. Tác giả, Việt Khang, là người Nam bộ. Người Nam có thể rất mùi với cải lương nhưng khi cần, có thể nghĩa khí, hiên ngang, rắn rỏi và, thậm chí, cực kỳ anh chị "Đụ má tại sao chúng mày đánh tao!". Những đòn roi vụt xuống liên tiếp, nhanh như bão, nặng như núi thì ít ra chúng ta cũng phải một lần gầm lên, đanh thép, quyết liệt, dữ dội, lẽ nào chỉ tần mần "xin hỏi" rồi ủ ê than vãn "đắng cay"?

Đừng nghe ca ve kể chuyện, đừng nghe thằng nghiện trình bày, chúng ta đã nhắc đến ngạn ngữ đương đại phát sinh trên đất Bắc. Nhưng không chỉ có những câu chuyện và lời trình bày liến thoắng của những ca ve và đám nghiện nghĩa đen. Bên ca ve bị miệt thị bán thân còn có đám ma cô chính trị ngay ngáy che giấu trò bán nước. Bên bọn nghiện dặt dẹo thân xác là bọn nghiện quyền lực méo mó linh hồn đang trơn tru trình bày để thể hiện ở mình một linh hồn lành lặn. Để làm vậy thì chúng phải liên tu trình bày, liên tu kể chuyện, những câu chuyện mà, xét về bản chất, cũng chẳng thoát ra khỏi quỹ đạo những câu chuyện tuồng mùi của nhân vật giả Trần Dân Tiên.

Như thế thì nhân dân, tuyệt đại đa số, phải vĩnh viễn làm đám bình dân dễ dãi niềm tin, dễ tin và khóc theo những tuồng tích chính trị bi, mùi. Như thế thì họ phải vĩnh viễn là khán giả của thứ văn nghệ bi mùi. Và như thế thì thành phần "trung lưu" về kinh tế phải mãi mãi dẫm chân tại chỗ như là hạng quần chúng bình dân về mặt văn hóa và chính trị. Và như thế cái tinh thần *boléro* như sợi xích vô hình trói chặt đất nước sẽ tiếp tục được giới tài phiệt hay nhóm lợi ích truyền thông nuôi dưỡng với sự khuyến khích của nhà cầm quyền.

"Nay đúng là lúc nên làm Lễ Nhạc. Song không có gốc thì không đứng được, không có văn thì không hành được. Hòa bình là gốc của nhạc, thanh âm là văn của nhạc", chúng ta đã nghe lời tâu như thế của Nguyễn Trãi. Và Nguyễn Trãi, khi tâu lên như thế, chắc hẳn đã nghiền ngẫm rất kỹ tư tưởng của Khổng Tử "Thánh nhân chi trị thiên hạ dã, ngại chư dĩ lễ nhạc". Nếu bậc thánh nhân cai trị và kiềm chế thiên hạ bằng lễ nhạc thì nhạc, theo quan niệm ấy, làm con người gần nhau hơn, và lễ, cũng trong quan niệm ấy, lại làm con người tương kính nhau trong những giềng mối trật tự. Nhưng giềng mối trật tự, với chúng ta, đã bị quấy đảo và lộn sòng tận gốc rễ. Và nhạc, với chúng ta, đang bị nhừa nhựa hóa theo thứ âm điệu làm cho con người không muốn ngóc đầu lên.

"Có lắng nghe lời trai gái yêu nhau, có đọc các bài văn của các em học sinh, chúng ta mới thấy được cái hại của cải lương", chúng ta đã nhắc tới suy nghĩ của một nhân vật trong *Cù Lao Tràm*. Nhưng chúng ta, nếu lắng nghe các bài ca đấu tranh hiện tại, nếu để ý đến những luận điệu thực thà nhưng cực kỳ ngây ngô từ miệng những kẻ vẫn còn lặn hụp trong cái "cù lao" của sự ngu dân, những kẻ vẫn còn tin vào cái chế độ đang ráo riết phá nước, phá cả tiền đồ cho tương lai, đã có mấy ai thoáng nghĩ đến cái hại của *boléro*? [19]

Sydney 12.9.2018

Ghi chú:

[1] Cuộc tranh luận về boléro sớm nhất mà tôi được biết đã nổ ra vào năm 2005 trên báo Thanh Niện. Xem "Nhạc 'sến', là nhạc gì ?" : https://thanhnien.vn/event/nhac-sen-la-nhac-gi-2772.html
Hay http://soha.vn/nhung-phat-ngon-gay-soc-ve-dong-nhac-bolero-trong-nam-2017-20171218104717676.htm
"Những phát ngôn gây sốc về dòng nhạc Bolero trong năm 2017", Tiểu Vân (T.H) | 18/12/2017

[2] Xảy ra vào tháng Tám năm 2017, xem: http://vietnamnet.vn/vn/giai-tri/nhac/bung-no-tranh-cai-quanh-phat-ngon-ve-nhac-bolero-cua-tung-duong-394224.html

[3] https://www.nguoi-viet.com/van-hoc-nghe-thuat/Hien-tuong-Cung-Tien-trong-tan-nhac-Viet-4249/

[4] Tôi đã trình bày luận điểm này trong tiểu luận "Sơn – Sến – Sawyer – Sử: ả điếm và đồng chí".
https://www.tienve.org/home/literature/viewLiterature.do?action=viewArtwork&artworkId=8663
Đã in lại trong: Nguyễn Hoàng Văn (2014) Ngôn ngữ và quyền lực, Người Việt
https://www.amazon.com/Ngon-Ngu-Quyen-Luc-Vietnamese/dp/1629882402

[5] Cù Lao Tràm, tiểu thuyết của Nguyễn Mạnh Tuấn, Nxb. Văn nghệ TP. in lần thứ nhất, Tp. HCM., 1985;
Tôi thuật lại theo trí nhớ.

[6] Vũ Thư Hiên, Đêm giữa ban ngày, Văn nghệ, 1997. (Chương 15)
"Lưu Quý Kỳ là người không dễ hiểu. Những anh em tập kết kể trong miền Nam Lưu Quý Kỳ là đệ tử ruột của cả Ba Duẩn lẫn Sáu Búa. Khi Ba Duẩn lên án cải lương ủy mị, đã không có tác dụng động viên bộ đội chiến đấu thì chớ, còn làm họ yếu lòng, Lưu Quý Kỳ nhanh nhẩu lập tức ra lệnh nghiêm cấm không cho hát cải lương nữa. Chuyện những nhà mác-xít nay cấm cái này mai cấm cái kia không phải là chuyện lạ. Các nhà lãnh đạo miền Bắc cấm tranh hội họa siêu thực, đa đa, lập thể, cấm nhạc trữ tình, nhạc buồn, gộp chung vào thành "nhạc vàng", cấm viết văn có "biểu tượng hai mặt" thì ở miền Nam các bậc thế thiên hành đạo cấm có một thứ nhạc cải lương thôi còn ít. Khốn nỗi, ai cũng biết nhân dân Nam bộ yêu mến cải lương như thế nào, và lệnh cấm cải lương gây ra một phần tác dụng dữ dội. Nhiều người bỏ kháng chiến trở về thành chỉ vì ở vùng kháng chiến không có cải lương. Người ta còn kể khi nhận được các tài

liệu lý luận văn nghệ nào từ miền Bắc gửi vào Lưu Quý Kỳ đọc xong, ghi chép xong là đốt ngay, không cho ai được đọc nữa. Thế là anh độc quyền những lý luận văn nghệ xã hội chủ nghĩa để dạy dỗ các văn nghệ sĩ không bao giờ được tiếp cận những tài liệu nọ."

[7] Đại Việt sử ký toàn thư, tập 2,

Bản dịch của Hoàng Văn Lâu, Hà Văn Tấn hiệu đính, Nhà xuất bản Khoa học xã hội (1998)

Xem các trang 336 và 345 - 346 (1998)

Nguyễn Liễu bị thích vào mặt và bị đày đi xa vì phỉ báng hoạn quan, Nguyễn Trãi sau (vì vụ án Lệ Chi Viên) bị tru di tam tộc.

Lỗ bộ ty đồng giám kiêm tri điển nhạc sự Lương Đăng phỏng theo quy chế của nhà Minh soạn nhạc, dâng lên vua,

Hành khiển Nguyễn Trãi, Tham tri bạ tịch Nguyễn Truyền, Đào Công Soạn, Nguyễn Văn Huyến, Tham nghị Nguyễn Liễu dâng sớ tâu: ""Muốn chế tác lễ nhạc, phải đợi có người rồi hãy làm, được như Chu Công thì sau mới không có lời chê trách. Nay sai kẻ hoạn quan Lương Đăng chuyên định ra lễ nhạc, chẳng nhục cho nước lắm sao![..] "

Lương Đăng tâu: "Thần không có học thức, không biết quy chế cổ, các nghi thức nay đã làm, chỉ trông cả vào hiểu biết của thần mà thôi, còn ban hành hay không là quyền của bệ hạ, thần đâu dám chuyên quyền".

Nguyễn Liễu tâu rằng: "Từ xưa đến nay chưa bao giờ có cảnh hoạn quan chuyên phá hoại thiên hạ như thế này".

Đinh Thắng từ trong bước ra, mắng rằng:

"Hoạn quan làm gì mà phá hoại thiên hạ? Nếu phá hoại thiên hạ thì chém đầu ngươi trước".

Cuối cùng phải giao Liễu cho hình quan xét hỏi. Án xử xong, tội đáng chém, nhưng được lệnh riêng, cho thích chữ vào mặt, đày ra châu xa.

[8] Tôi cũng đã trình bày vấn đề này trong tiểu luận "Sơn – Sến – Sawyer – Sử: ả điếm và đồng chí" đã dẫn ở trên.

[9] http://laodongthudo.vn/gameshow-ve-bolero-no-ro-giam-gia-tri-vi-qua-lam-dung-62695.html

[10] Phim của đạo diễn Ý Sergio Leone, cha đẻ của thể loại phim "Spaghetti Western", phim về đề tài cao bồi Viễn Tây Mỹ mang phong cách Ý, do các hãng phim Ý sản xuất.

[11] 'Cơn sốt' trung lưu Việt

https://kinhdoanh.vnexpress.net/tin-tuc/vi-mo/con-sot-trung-luu-viet-3664131.html

Và: Tiềm năng kinh doanh từ tầng lớp trung lưu Việt Nam

http://tapchitaichinh.vn/nghien-cuu-trao-doi/nghien-cuu-dieu-tra/tiemnang-kinh-doanh-tu-tang-lop-trung-luu-viet-nam-134557.html

[12] Hàng loạt nhà hát, "trung tâm hành chính" hay "cổng chào" tại địa giới mỗi tỉnh. Hay thí dụ nổi bật nhất là Cầu Rồng, cây cầu trông giống hệt một cái cáng khiêng hòm bắt qua sông Hàn ở Đà Nẵng/ Tôi đã đề cập đến công trình này trong bài "Tay mẹ nối đầu rồng".

http://www.procontra.asia/?p=2547

Đã in lại trong cuốn Ngôn ngữ và quyền lực đã dẫn.

[13] Người khai sinh ra tên Dương Vân Nga là soạn giả chèo Trúc Đường, anh ruột nhà thơ Nguyễn Bính. Tuồng chèo soạn vào giữa thập niên 60, khai thác mối tình giữa Dương Thái Hậu (vợ Đinh Tiên Hoàng) và Thập đạo tướng quân Lê Hoàn.

[Dẫn theo: Đinh Công Vĩ (2006), Các chuyện tình vua chúa hoàng tộc Việt Nam, NXB Phụ Nữ, tr. 64.] Sau tuồng chèo này được chuyển thể sang cải lương, càng nổi tiếng hơn với cái chết của cô đào cải lương Thanh Nga vào năm 1978, giữa lúc đang đóng vai chính trong tuồng cải lương này. Hiện tại nhiều trang web hay tài liệu lịch sử xuất bản trong nước ghi "Dương Vân Nga" thay vì "Dương Thái Hậu" như Đại Việt Sử Ký đã ghi. Thí dụ:

TS Nguyễn Quang Lê (2001), Từ Lịch Sử Việt Nam nhìn ra thế giới, NXB Văn Hoá Thông Tin, tr. 98.

Cuốn sách của ông tiến sĩ sử học này được ông Phan Ngọc Liên, "Giáo sư tiến sĩ – Chủ tịch hội giáo dục lịch sử" viết lời giới thiệu; và ngay trong bài giới thiệu đã khai bút: "V.I Lênin đã chỉ rõ…".

[14] http://www.5book.vn/chapter/truyen-ngan-nguyen-cong-hoan/Q80T

[15] http://www.5book.vn/chapter/truyen-ngan-nguyen-cong-hoan/Q80T

[16] gần "google" mấy cụm từ "gởi tâm thư" hay "tâm thư gởi" sẽ thấy hàng trăm thí dụ!

[17] Từ "tâm tư" hiện được giới quan chức sử dụng phổ biến, và sử dụng như một động từ, thí dụ Phùng Quang Thanh

"Đại tướng Phùng Quang Thanh: Không phong Tướng, anh em tâm tư"

http://giaoduc.net.vn/Xa-hoi/Dai-tuong-Phung-Quang-Thanh-Khong-phong-Tuong-anh-em-tam-tu-post151969.gd

[18] La Marseillaise của Claude Joseph Rouget de Lisle, một sĩ quan công binh. Bài hát này không xuất phát từ Marseille mà là Strasbourg như là hành khúc của đoàn quân bảo vệ tổ quốc tại trận tuyến sông Rhein vào năm 1792 nhưng rơi vào quên lãng. Sau đó bài hát "lưu lạc" đến Marseille và từ đây đã phổ biến khắp nơi!

[19] Để ý các phản hồi trên mạng trước các thông tin nóng bỏng về đất nước, hay lập luận của giới dư luận viên.

NGUYỄN HƯNG QUỐC

Tên thật Nguyễn Ngọc Tuấn, sinh năm 1956 (trên giấy tờ ghi 1957) tại Quảng Nam. Vượt biển và định cư tại Pháp năm 1985; di cư qua Úc năm 1991. Dạy ngôn ngữ, văn học, văn hoá và chiến tranh tại nhiều đại học ở Melbourne, trong đó, lâu nhất là tại Victoria University.

Tác-phẩm đã xuất bản:

1. *Tìm hiểu nghệ thuật thơ Việt Nam* (Quê Mẹ, 1988)

2. *Nghĩ về thơ* (Văn Nghệ, 1989)

3. *Văn học Việt Nam dưới chế độ cộng sản* (Văn Nghệ, 1991, in lại 1996; Người Việt tái bản 2014)

4. *Võ Phiến* (Văn Nghệ, 1996; tái bản năm 2015 dưới tên *Võ Phiến, một đời trăn trở*)

5. *Thơ, v.v.. và v.v..* (Văn Nghệ, 1996)

6. *Văn học Việt Nam, từ điểm nhìn hậu hiện đại* (Văn Nghệ, 2000)

7. *Văn hoá văn chương Việt Nam* (Văn Mới, 2002)

8. *Sống với chữ* (Văn Mới, 2004 & in lại 2014)

9. *Thơ 'Con Cóc' và những vấn đề khác* (ấn bản mới của cuốn *Thơ, v.v... và v.v...* với một số sửa chữa và phần Phụ Lục trích từ hai cuốn *Tìm hiểu nghệ thuật thơ Việt Nam* và *Nghĩ về thơ* đã tuyệt bản, Văn Mới, 2006)

10. *Mấy vấn đề phê bình và lý thuyết văn học* (Văn Mới, 2007; Người Việt tái bản 2014)

11. *Socialist Realism in Vietnamese Literature: An Analysis of the Relationship Between Literature and Politics* (VDM Verlag, 2008)

12. *Văn học Việt Nam thời toàn cầu hoá* (Văn Mới, 2010)

13. *Phản tỉnh và phản biện* (Văn Mới, 2011, Người Việt tái bản 2013)

14. *Phương pháp dạy tiếng Việt như một ngôn ngữ thứ hai* (Tiền Vệ, 2012; Người Việt in lại 2014)

15. *Thơ Lê Văn Tài* (Nguyễn Hưng Quốc biên tập & giới thiệu, Văn Mới & Tiền Vệ, 2013; Người Việt in lại 2014)

16. *Văn học Việt Nam tại Úc, chính trị và thi pháp của lưu vong* (Văn Mới & Tiền Vệ, 2013 & Người Việt in lại 2014)

17. *Viết vu vơ* (Người Việt, 2014)

18. *Những ý nghĩ rời* (Người Việt, 2014)

19. *Thư Võ Phiến* (Người Việt, 2015)

20. *Poems of Lê Văn Tài, Nguyễn Tôn Hiệt & Phan Quỳnh Trâm* (biên tập và giới thiệu chung với Nhã Thuyên) (Vagabond Press, Sydney, 2015).

Sống và viết như những người lưu vong

Lưu vong thường được mở đầu bằng một bi kịch chính trị hoặc một bi kịch kinh tế và kết thúc bằng một bi kịch văn hoá. Càng ngày tôi càng thấm thía một điều: sống và viết ở hải ngoại không phải chỉ là sống và viết ở hải ngoại. Khi một nhà văn rời quê hương ra định cư và sáng tác ở nước ngoài, hắn không phải chỉ thay đổi một chỗ ở và một bàn viết mà còn thay đổi hẳn một thế giới với những mối quan hệ chằng chịt, phức tạp, để rồi, một cách tự giác hay không, dần dần thay đổi cách nghĩ, cách cảm, từ đó, cách viết và cuối cùng, không chóng thì chầy, thay đổi cả căn cước (identity) của chính hắn với tư cách là một nhà văn nữa.

Trước hết, trong quan hệ với đất nước, với người đang sống ở hải ngoại, quê hương chỉ còn là một nỗi nhớ mà nỗi nhớ nào thì cũng có khả năng biến mọi thứ thành quá khứ và mọi hình ảnh đều trở thành lấp lánh đẹp. Hơn nữa, nỗi nhớ nào, khi dẫn con người đi ngược chiều thời gian, cũng đều cắm neo vào một không gian nhất định: nhớ một thời, thực ra, bao giờ cũng là nhớ một nơi. Trong *Thương nhớ mười hai* của Vũ Bằng, chẳng hạn, không có nỗi nhớ nào lại không gắn liền với cảnh vật, với phong thổ, với các yếu tố địa lý. Trong tập *Du côté de chez Swann* của Marcel Proust, mặc dù nói là đi tìm thời gian đã mất (*A la recherche du temps perdu*), nhân vật chính chỉ loay hoay tìm kiếm mãi hình ảnh một cái làng, làng Combray. Bởi vậy, nghĩ cho cùng, văn học lưu vong nào cũng ít nhiều mang tính chất "miệt vườn". Giũ bỏ tính chất "miệt vườn" ấy bao giờ cũng là một thách đố lớn cần nhiều quyết tâm lớn và tài năng lớn.

Thoát ra khỏi ngục tù ở quê hương, tuyệt đại đa số người lưu vong, đặc biệt là giới cầm bút, thường rớt ngay vào nhà tù của trí nhớ. Nhà văn Mai Thảo, trong lá thư toà soạn nhân ngày kỷ niệm đệ nhị chu niên của tạp chí Văn tục bản tại Hoa Kỳ, năm 1984, đã viết, chân thành:

"người chủ nhiệm tạp chí dẫu đã sáu năm trên đất này, dẫu đã hai năm Văn, vẫn không sao kiếm tìm được cho chính hắn một tâm thức ổn định. Mà tấm lòng vẫn trại đảo, suy nghĩ vẫn trôi dạt, ý niệm vẫn lưu đày. [...]. Người ta không thể sống hoài bằng trí nhớ. Hắn thừa hiểu vậy. Nhưng chân trời mới nhìn thấy nào cũng vẫn từ một chân trời trí nhớ. "Người ta chỉ có vĩnh viễn những gì đã mất đi vĩnh viễn." (Ibsen). Vậy sao? Chừng như là vậy thật. [...]. Tâm thức bất ổn định, chối từ thanh bình đưa dẫn tới hình thành một giòng văn chương từ chối mọi khí hậu mọi biểu hiện thanh bình cũng là tâm thức chung của hầu hết bằng hữu và những người viết mới đã tới với Văn từ tục bản."

Là tù nhân của quá khứ, tâm lý lưu vong là một thứ tâm lý bảo thủ. Điều người lưu vong không thể cảm nhận nổi là ý niệm về sự vận động trên quê hương mình. Tôi hiểu lý do tại sao Từ Thức hay Lưu Thần, Nguyễn Triệu lại bàng hoàng khi từ thiên thai trở về quê cũ: chủ yếu là vì sự sai nhịp về thời gian. Sự sai nhịp ấy không xuất phát từ sự kiện ngày tháng ở cõi tiên dài hơn trong cõi tục mà xuất phát từ tâm lý khư khư ôm giữ những hình ảnh cũ của người xa xứ. Đối sánh với những hình ảnh hoá thạch ấy, thực tại nào cũng trở thành lạ lùng. Cũng gây kinh ngạc. Cũng khiến sững sờ.

Mất ý niệm về sự vận động, sự ra đi nào cũng có nghĩa là một sự dừng lại. Hồi ở Pháp, gặp một số đồng hương gốc Quảng Nam đã ở Pháp hàng ba, bốn chục năm, và suốt ba, bốn chục năm ấy chủ yếu sử dụng tiếng Pháp, tôi kinh ngạc nhận thấy giọng Quảng Nam của họ thuần chất đến độ rất khó tìm thấy trên đất Quảng Nam sau này: trong khi suốt mấy chục năm vừa qua, người dân ở Quảng Nam có vô số cơ hội để tiếp xúc với những giọng nói khác, ngoài xã hội cũng như qua hệ thống truyền hình và truyền thanh, để tính chất địa phương trong giọng nói của họ càng ngày càng nhạt đi, những người đã đi du học từ lúc 17, 18 tuổi, hoàn toàn không có những tiếp xúc như thế, không hề chịu bất cứ ảnh hưởng nào từ bên ngoài. Giọng nói của họ là một thứ giọng địa phương nguyên chất. Trong lãnh vực văn học cũng có hiện tượng tương tự. Nhiều người, sống lâu năm ở nước ngoài, về phương diện xã hội, rất hiện đại và rất Tây phương, nhưng khi cầm bút, từ cảm xúc lẫn ngôn ngữ của họ đều thấp thoáng rất nhiều hơi hướm của Thơ Mới và Tự Lực Văn Đoàn, những trào lưu thịnh hành hoặc còn nhiều vang bóng lúc họ chưa rời Việt Nam. Ngay cả ở những người tài hoa nhất trong họ, nếu may mắn thoát khỏi hiểm hoạ của cái sáo thì cũng có cái gì đó cổ kính, điều rất hiếm thấy ở những người cùng lứa tuổi và cùng tầm nhận thức đang sống trong nước. Từ kinh nghiệm này, chúng ta không nên khinh thường nhận xét đã được nhiều người phát biểu: văn học hải ngoại là cánh tay nối dài của văn học miền Nam trước năm 1975. Nếu điều đó chưa phải là một hiện thực thì ít nhất nó vẫn là một nguy cơ.

Nguy cơ rõ nhất và cụ thể nhất là việc tiếp nhận cái mới trở thành vô cùng khó khăn dù về phương diện khách quan, chúng ta có đầy đủ tất cả những điều kiện cần thiết khiến những người trong nước phải thèm thuồng. Ngoái về quá khứ, các cây bút lưu vong ít khi đóng được vai trò tiên phong. Nếu ví nền văn học hay văn nghệ hải ngoại nói chung với một trận bóng đá, thì đó là một trận bóng thường chỉ có các hậu vệ và thật nhiều thủ môn, ở đó chiến thắng được tính bằng những lần bắt bóng chứ không phải bằng những lần làm bàn. Một trận đấu kì dị. Quái gở. Và tuyệt vọng.

Mối quan hệ với quê gốc như thế làm cho quan hệ giữa những người lưu vong với miền đất mới định cư trở thành vô cùng gian truân: chúng ta bị phân thân giữa quê cũ và vùng đất mới, giữa tình cảm và lý trí, giữa quá khứ và hiện tại, giữa hoài niệm và hoài bão. Chúng ta đầy mâu thuẫn: chúng ta vừa sùng bái Tây phương lại vừa sợ bị Âu hoá; chúng ta vừa hết lời ca ngợi truyền thống văn hoá dân tộc lại vừa không ngớt đay nghiến, bỉ thử nếp sống đậm màu sắc truyền thống của cộng đồng người Việt ở khu Bolsa bên Mỹ, khu Paris 13 bên Pháp hay khu Cabramatta và Footscray ở Úc; đối diện với người ngoại quốc, chúng ta khăng khăng muốn làm một người Việt Nam, nhưng khi đối diện với đồng bào của mình, chúng ta lại cứ muốn làm người... nước ngoài. Chúng ta thường nghi kỵ một cách quá đáng những nhà văn viết bằng tiếng Việt chịu ít nhiều ảnh hưởng của Tây phương dù đó là những tài năng lớn trong khi chúng ta lại vồ vập một cách quá đáng một số cây bút trẻ viết thẳng bằng tiếng Anh hay tiếng Pháp, dù chưa có gì hứa hẹn đó sẽ là những tài năng thực sự.

Hậu quả của sự phân thân ấy là những người lưu vong bị biến thành những người đứng bên lề. Với sinh hoạt văn học trong nước, chúng ta là những người đứng bên lề. Dù tài hoa đến mấy, vẫn là những người bên lề. Với sinh hoạt văn học ở quốc gia chúng ta đang sống, chúng ta cũng lại là những người đứng bên lề, một thứ nhà văn sắc tộc khiêm tốn và buồn thảm, đứng bên lề những sinh hoạt chính mạch của thiên hạ. Do đó, có thể nói, không có ai cô đơn cho bằng nhà văn lưu vong. Cách đây mấy năm, một số người cầm bút ở hải ngoại hô hào phá bỏ những ghetto trong sinh hoạt văn học. Ừ, thì phá bỏ. Nhưng chưa ai đặt câu hỏi: phá bỏ những ghetto-việt-nam ở hải ngoại rồi thì giới cầm bút sẽ đi đâu, sẽ nhập vào đâu?

Nhập vào văn học thế giới ư? Ai mà chả muốn. Nhưng đó là một con đường hết sức cheo leo. Một là, để sử dụng một ngoại ngữ như một ngôn ngữ văn học (chứ không phải một ngôn ngữ giao tiếp) không phải là một điều dễ. Nhà thơ Joseph Brodsky, giải Nobel văn chương năm 1987, sau mấy chục năm ở Hoa Kỳ, khi viết tiểu luận thì viết bằng tiếng Anh nhưng khi làm thơ thì cũng vẫn tiếp tục làm bằng tiếng Nga rồi người khác dịch ra tiếng Anh. Hai là, sau hàng rào ngôn ngữ là hàng rào văn hoá. Bất cứ cộng đồng ngôn ngữ nào cũng hà tiện khả năng đồng cảm và bộ nhớ của nó đối với những người ngoại tộc, bởi vậy, ở đó, kiếm được độc giả đã khó, kiếm được những độc giả tri âm lại càng cực khó. Tôi có một số bạn bè người Úc đã đọc và rất thích Nguyễn Huy Thiệp và Phạm Thị Hoài qua các bản dịch tiếng Anh, thế nhưng, có khi chỉ một vài tháng sau, trong những lúc tán gẫu, tình cờ tôi nhắc đến Nguyễn Huy Thiệp và Phạm Thị Hoài, họ có vẻ ngơ ngác, phải đợi giải thích thật chi tiết, họ mới nhớ ra đó là những tác giả họ từng ái mộ. Ngược lại, tôi cũng gặp không biết cơ man nào những người Việt Nam cứ hễ nhắc đến văn chương Việt Nam đương đại là nhắc đến Phạm Thị Hoài và Nguyễn Huy Thiệp, có khi để khen ngợi mà cũng có khi để đả kích, mặc dù, theo sự ước đoán của tôi, may lắm họ chỉ đọc loáng thoáng đâu đó một hai truyện ngắn của Phạm Thị Hoài và Nguyễn Huy Thiệp là cùng. Bởi vậy, tuy người Việt Nam nào cũng thèm thuồng khả năng viết tiếng Pháp của Nguyễn Tiến Lãng hay của Phạm Văn Ký nhưng thành thực mà nói, tôi tin là ngay cả một nhà văn Việt Nam trung bình cũng có nhiều tri âm hơn hai người ấy. Đi vào một sinh hoạt văn học không phải của dân tộc mình, người ta, nếu không phải là một đỉnh cao thì rất dễ có khả năng sẽ không là gì cả ngoài cái việc được đăng tải và được xuất bản.

Mà đỉnh cao bao giờ cũng là những ngoại lệ. Số lượng những nhà văn sử dụng song ngữ thành công trên thế giới chỉ là hoạ hoằn, dù con số thử nghiệm có thể lên đến hàng chục ngàn, thậm chí, hàng trăm ngàn. Còn lại, tuyệt đại đa số, dù muốn hay không, cũng làm tù nhân chung thân của tiếng mẹ đẻ của mình, cũng chỉ quanh quẩn trong sân chơi nho nhỏ của cộng đồng mình, và đứng bên lề những hội hè, đình đám văn nghệ quốc tế.

Dĩ nhiên, chẳng ai vui gì cái cảnh đứng bên lề. Bởi vậy,

phần lớn những người cầm bút lưu vong hay bị day dứt cái mặc cảm tự ti, không những tự ti với dòng văn chương chính mạch ở quốc gia mình định cư mà còn tự ti với cả dòng văn học chính thống ở cố quốc. Chính từ những mặc cảm tự ti ấy, bao nhiêu thần tượng giả đã ra đời. Trong cách cảm thụ và cách đánh giá văn học của phần lớn người cầm bút hải ngoại, đặc biệt là đối với văn học nội địa, tôi thấy thấp thoáng cái mặc cảm của những chú lùn. Tội.

Sống và viết lách bên lề, những cây bút lưu vong tìm vui trong cái cộng đồng nhỏ bé, càng ngày càng nhỏ bé của mình. Đã nhỏ bé, lại còn lạnh lẽo nữa. Trong sinh hoạt văn học hải ngoại, có lẽ trừ các chủ bút, không có người cầm bút nào có được sự tiếp xúc trực tiếp, thường xuyên và cụ thể với độc giả. Và cũng không ai cần độc giả: sách, báo thường bán không được bao nhiêu; mà cho dù bán được khá thì cũng không đủ nuôi người cầm bút. Đáng lẽ sự kiện này có thể giúp nhà văn trở thành độc lập và dễ trở thành độc đáo. Sự thực ngược lại: phần lớn cứ đứng nem nép vào nhau. Điều đó khiến nền văn học lưu vong có nét gì hao hao nền văn học hiện thực xã hội chủ nghĩa: cả hai đều có tính tập thể rất cao.

Sự kiện đứng bên lề và sự kiện xa cách tuyệt đối với độc giả khiến khái niệm "danh vọng" trở thành hão huyền: ngay cả những người xuất sắc nhất trong chúng ta cũng chỉ "nổi tiếng" trong một phạm vi thật nhỏ, chủ yếu với một nhúm bạn bè và những người quen biết. Theo tôi, đây là lý do chính giải thích hiện tượng tại sao có một số cây bút rõ ràng là có tài năng nhưng chỉ đến với văn chương một thời gian ngắn rồi chia tay không một chút luyến tiếc. Nhà văn Nguyễn Mộng Giác, trong bài "Triển vọng của văn học hải ngoại", đã từng ngạc nhiên trước hiện tượng này. Ông tự hỏi: "Vì sao thế?" Rồi ông nói thêm:

"Tôi hỏi, vì biết cái ma lực của chữ viết, nhất là lúc đã thành chữ in và tới được tay bạn đọc. Chữ viết trên bản thảo định hình được những điều mông lung rối rắm chất chứa trong lòng tác giả, những điều tác giả tưởng đã biết rõ nhưng thực ra không biết nhiều, đến nỗi khi thành chữ, chính tác giả cũng kinh ngạc ngỡ ngàng. Từ chữ viết dập xoá trên bản thảo sang chữ in ngay ngắn trên trang sách, lại có sự biến ảo kỳ diệu khác. Tiếng vọng từ phía bạn đọc mang cho tác giả những dư âm đa dạng kỳ thú (hay kỳ dị), đưa cả tác giả lẫn tác phẩm vào một cuộc phiêu lưu mới. Những đợt sóng ấy tiếp nối, đợt sau đẩy đợt trước, người cầm bút miên man hết cuộc phiêu lưu này đến cuộc phiêu lưu kia, thấm thoắt theo nghiệp văn vài chục năm lúc nào không hay."

Trong câu hỏi của Nguyễn Mộng Giác đã có sẵn câu trả lời. Thời ông cầm bút ở Việt Nam, những tiếng vọng liên tục từ phía độc giả có khả năng tạo nên những "dư âm kỳ thú (hay kỳ dị) đưa cả tác giả lẫn tác phẩm vào một cuộc phiêu lưu mới." Còn ở hải ngoại thì làm gì có những tiếng vọng như thế? Ở hải ngoại, đăng một bài viết trên báo hay in một cuốn sách, nhiều lúc ngỡ chừng như nói vào ống điện thoại chưa nối đường dây. Lặng ngắt. Không nghe gì cả, kể cả một lời chê, một tiếng chửi, cũng không có. Hoàn toàn lặng ngắt.

Viết văn, ngày xưa, là một danh phận; sau này, vừa là một danh phận vừa là một nghề nghiệp. Ở hải ngoại, viết văn không thể là một nghề nghiệp mà trên thực tế, cũng không còn là một danh phận. Viết văn trở thành một cách hành lạc đau đớn của những người bị bất lực.

Nguyễn Hưng Quốc

NGUYỄN HƯƠNG

Tên thật là Nguyễn Võ Thu Hương.
Sinh ở Gia Định. Hiện sống và làm việc tại Los Angeles.

Thời hậu chiến

1867

Điền cười khúc khích: "Tối như mực mà anh sáng mắt như thể người mắt sáng." Tôi vuốt dài theo sống lưng Điền. Áo Điền vải thô, nham nhám, cứng khựng dưới tay tôi. Nhưng dưới là da thịt Điền chỗ mềm chỗ chắc. Tôi lần tay vào áo. Bắp tay bắp chân Điền từ hồi còn ở Bình Vi đã chắc vì Điền phải gánh nước, giặt giũ, trồng rau, con bảy đứa tay bồng tay ẵm. Núm vú Điền tròn to, bình thường hơi trễ xuống theo con đứa ngậm đứa nhai đứa mút, đứa nào cũng ra năm mới dứt. Nhưng lúc này thì núm vú Điền săn lên đụng vào đầu ngón tay tôi di di nhè nhẹ vòng từ sau lưng ra trước ngực. Khoảng bụng Điền mềm, lớp da tràn trễ khi tôi ấn nhẹ; hơi ấm Điền lan tỏa vào lòng tay tôi. Điền không còn trẻ. Thân thể Điền tôi thấy rõ như thể ban ngày, như thể tôi là người sáng mắt. Điền nói đúng. Như thể.

Điền thở dài. Hơi thở Điền nóng.

Tôi lần theo ống tre ra giếng nước. Ở nhà tôi không cần những vật đánh dấu vị trí và phương hướng. Nhưng đây không phải Bình Vi, Gia Định. Đây là tị địa. Thành giếng trơn rong, sần sùi. Tôi bỏ gàu xuống giếng. Tiếng đáy gàu đập vào mặt nước nghe như cái tát. Ngày xưa, Điền thở hắt, hơi thở Điền nóng. Tôi xối nước xuống đầu. Nước chảy thành sợi xuống mặt, xuống ngực, xuống chân. Nước không mát, tanh tanh mùi bùn Ba tri.

Cá rô nhảy dưới mương nghe lách tách. Đêm lan rộng vào ngày.

Điền nói đúng. Tôi viết như thể tôi là người sáng mắt: Đồng-nai tranh ngói nhuốm màu mây. Tôi nằng nặc rằng tôi thấy mây bằng chữ. Như thể.

Tôi nghe súng nổ. Tôi ngửi mùi khét hỏa mai nghĩa

quân đánh bằng rơm đốt nhà xóm đạo. Lửa tôi thấy là lửa nghĩa nhân. Như thể.

> *Một chắc sa trường rằng chữ hạnh*
> *nào hay da ngựa bọc thây*
> *Trăm năm âm phủ ấy chữ quy*
> *nào đợi gươm hùm treo mộ*
> *Đoái sông Cần Giuộc*
> *cỏ cây muôn dặm sầu giăng*
> *Nhìn chợ Trường Bình*
> *già trẻ hai hàng lụy nhỏ*
> *Nước mắt anh hùng lau chẳng ráo, thương vì hai chữ thiên dân*
> *Cây hương nghĩa sĩ thắp thêm thơm, căm bởi một câu vương thổ*

Nhưng tôi không thấy thời sau- thời mà Tây mang đến, đánh dấu bằng cờ tam sắc, đang mở về phía tương lai. Tôi đứng lại đây, cạnh giếng nước tị địa, trăm tuổi cho tròn phận tóc da.

Ngày chảy vào đêm. Nước nhỏ giọt. Điền trở mình, kêu:

"Anh Chiểu."

Tôi giật mình: Tôi năm nay bốn mươi sáu tuổi. Dân xóm đạo, những kẻ chết cháy, họ bao nhiêu tuổi?

1917

Ở Istanbul nho chùm nhiều màu từ xanh nhạt cho đến tím thẫm. Sau này tôi sẽ nhớ mình đã bước theo những ngọn đèn lồng lập lòe trong đêm Ramazan thời thế chiến. Tôi chưa nhớ vì Istanbul chỉ mới ngỡ ngàng trước biến cố vừa xảy ra ở phía tương lai, ở Mos-cơ-va.

Hai năm nữa tôi sẽ dắt được Marika ra vườn thủy tiên.

Ở chân tường nhà nàng, tôi sẽ hỏi:

"Thủy tiên nở mùa nào?"

"Thì mùa này, ngốc. Ngoài Kadikoy."

"Hoa thủy tiên màu gì?"

"Màu trắng."

"Không, màu vàng."

"Nazim!"

"Marika!"

"Không, tôi nói màu hoa kia. Đừng cãi bậy."

"Đi Kadikoy, xem ai đúng."

Ở Kadikoy hoa thủy tiên màu vàng, nhạt, cánh nhọn, cành cao. Trời đứng gió mà hoa nghiêng ngả. Tôi hôn Marika môi thơm mùi hạnh nhân. Ở cánh rừng ngoài xa, lá đậm nhạt lật sấp lật ngửa. Nắng bạc.

1867

Điền kêu. Nàng đánh dấu sinh thì của tôi bằng giọng khi chua khi ngọt. Tôi quay lưng lại với đêm, men theo thanh tre tròn láng, mắt thưa mắt nhặt. Lúc vào lều, Điền biểu:

"Mai kiếm người lợp lại mái cho kịp mưa đám tới."

"Tiền kiếm đâu ra?"

"Thì tranh, thì nứa. Thì rơm thì rạ."

Ai đời đòi lợp nhà lúc cuối mùa mưa. Tôi với tìm cổ tay Điền. Điền giằng nhẹ, đưa tay sờ lên mắt tôi. Mắt tôi không biết có đục sữa như những thằng mù ngày xưa tôi thấy ăn xin ngoài chợ Gia Định? Tôi không thấy nhưng tôi biết Điền đang bĩu môi: Anh đồ.

Buổi trưa Điền ra chợ chưa về. Gió từ phía trước thổi

qua đồn Tây ở trên đồi. Nhưng chỗ tôi đứng không có gió. Tôi đứng giữa đồng sau vụ gặt, ngửa mặt nghe tiếng cờ Tây bay phần phật ở xa.

Tiếng ếch nhái trổi lên. Ra rả như bọn trung thần theo lệnh triều đình Huế đầu Tây, bỏ cho hết Nam Kỳ Lục Tỉnh. Thằng Tôn Thọ Tường sẽ ồm ộp mà trêu trò ẩn sĩ: *Ở đời há dễ quên đời được*. Nó không quên được vì nó đã đứng về phía tương lai, ở phía *Chớp nhoáng thẳng bon giây thép kéo/Mây tuôn đen kịt khói tàu bay*. Nó không quên vì cả tổ tông, nó đã đem gói ghém thành hành trang mà mang theo lăn vào chỗ công danh, cơm áo. Nó bò, nó lết, nó lăn vào thời sau.

Nó nhớ vì thế giới của tôi, đối với nó đã là quá khứ, như một món đồ.

Tôi không nhớ được vì tôi không có gì để quên.

Tôi mong trời mưa. Mùa mưa đang qua hay mùa mưa sắp tới tôi không cần biết. Sao Điền không gọi tôi về? Sao Điền bỏ tôi đứng ở chốn này?

"Ông làm gì mà bò mà lết vậy?"

Thôi thôi em hỡi Kim Liên

"Mày biểu tao làm gì?"

Đẩy xe cho chị qua miền Hà-Khê

"Cháu tưởng ông bắt ếch. Đây nè, ông phải nằm yên."

Tôi nằm ngửa. Tôi nằm sấp. Tôi trườn trên đất đã lầy. Gốc rạ cào vào mặt. Chỗ thơm mùi rơm ướt, chỗ khét mùi rạ cháy dở. Trời thấp xuống, rì rầm, nhỏ giọt. Những vết sướt ran rát trên da.

Trải qua dấu thỏ đàng dê

"Đợi nó kêu. Ông chụp như vầy, nè nè ông."

Chim kêu vượn hú tư bề nước non

Tôi bấu, tôi siết. Đứa nhỏ kêu:

"Buông ra ông, nó chết rồi kìa."

Phan Thanh Giản cũng chết, tự sát, sau khi ký nhường ba tỉnh miền Tây, cho trọn cái Nam Kỳ. Giản chắc chết tím chết bầm. Và những người dân xóm đạo chết cháy thì đen hay đỏ? Tôi không biết ếch chết màu gì. Nhưng tôi sẽ mang về cho Điền xào bữa ăn chiều. Xác nhái sẽ tuột da, trơn nhẫy, đùi dạng như người.

Thời tôi đã là lịch sử, thì tôi sống bằng sờ, bằng nghe, bằng ngửi. Tôi sống cho tròn phận tóc da.

1917

Không ai nên nhớ ngược về tương lai. Nhất là những người duy vật. Tôi không cần biết. Tôi nhớ ngược, vì tương lai đã đến, ở Mos-cơ-va. Sau này tôi sẽ tới Mos-cơ-va. Nhưng từ bây giờ đến đó và sau đó nữa, tôi còn bao nhiêu thế giới để mở ra:

Ở Istanbul, lao phổi tràn lan cùng cẩm chướng. Môi Marika đỏ. Marika trên lưng lạc đà, tàu hỏa, xe Ford, hay những con lừa bệnh hoạn đi khắp những con đường. Công nhân vẫy gọi tôi ở xưởng thợ, người hái bông vải ở miền Nam có đôi bàn tay rỉ máu đứng mấp máy môi dưới nắng. Và nắng bóng bẩy lướt trên những cánh đồng mượt mà vàng chín.

Ở năm 1917, tôi chưa thấy Mos-cơ-va và tôi chưa đặt chân tới cách mạng , như thể cách mạng là một quê hương. Vì năm 1917, tôi còn quê hương ở Istanbul.

Ở Istanbul, người ta bỏ tù tôi, một lần, hai lần, ba lần, bao nhiêu lần nhỉ tổng cộng 18 năm của đời tôi. Tôi ở xa Istanbul 13 năm và chết cũng ở xa. Có lần nhà tù tôi nằm trên dốc đá, bên dưới là biển, bên dưới là những con cá lượn sấp lượn ngửa như những chiếc lá bạc trong tranh của họa sĩ Pháp. Tranh Pháp thì tôi sẽ thấy, lúc sông Seine chảy bọc hai bên nhà thờ Đức Bà sau này lâu lắm, sau trận thế chiến tới. Buổi tối năm 1961, bạn tôi sẽ cho xem Matisse làm gã bán hàng rong bày trái cây hái từ những ngân hà. Còn cá thì tôi thấy lúc nhìn lên trời ngoài song sắt nhà tù vì tôi không thể kiểng cổ ra ngoài nhìn xuống biển.

Ở năm 1938, quê hương tôi tuyên án 28 năm tù trong phiên tòa trên chiến thuyền có cầu tiêu cứt cao nửa mét họ nhét tôi vào những lúc giải lao. Vì một bài thơ. Không hề gì đâu không nên ái ngại vì chỉ 12 năm sau tôi đã được ra tù một phần nhờ bên ngoài người ta phát động tranh đấu cứu tôi và sau đó tôi âm mưu vượt biên đến Bảo Gia Lợi ngang biển Bosporus giữa cơn bão trên chiếc thuyền máy bé tí. Thuyền vượt biên sắp đắm gặp tàu bỏ đi là chuyện thường phải không, cho dù tàu đó có treo cờ một nhà nước cách mạng. Nhưng mà tôi không bỏ cuộc đời hỏi con người chịu trách nhiệm với con người nên chỉ hai tiếng sau họ đã phải vớt tôi lên. Trên vách phòng thủy thủ đoàn là bức ảnh của tôi phóng lớn với hàng chữ:

HÃY CỨU NAZIM

Không ai hay tôi đã ra tù cả năm nay.

Cũng không ai nhận ra tôi.

Tôi là Nazim, tôi lấy vợ năm lần, đến 60 tuổi còn yêu Vera tóc vàng rơm như năm 17 tuổi yêu mùi hạnh nhân trên hơi thở Marika. Tôi không viết về những tiếng gào và những cái tát vào mặt tôi là kẻ bao giờ cũng phản bội bao giờ cũng thủy chung. Cũng như tôi không viết về những căn nhà vôi vữa lả tả rơi theo nước rịn trên tường lúc gió như băng thổi dọc theo những con lộ soviet không có thức ăn cho bọn trẻ mồ côi đùa nghịch trên đường rày xe lửa chở cha mẹ chúng về những quần đảo ngục tù thời hậu chiến. Tôi không viết những điều như thế vì thế giới tương lai tôi nhìn thấy ở năm 1917 có rất nhiều lối rẽ—lối nào cũng mang câu hỏi: bao giờ thì không còn ai đói trên mặt đất hay hãi sợ kẻ khác đuổi xô và cướp đi hy vọng?

Tôi đáp lại và người ta gọi tôi là người cộng sản. Tôi đáp lại và tôi thành người của thời hiện đại. Tôi đáp lại và tôi đứng về phía tương lai. Tôi đáp lại cho đến chết. Tôi đáp lại ở Leningrad sau cuộc vây thành thế chiến thứ hai người ta lột lá mà ăn và sau những đợt đấu tranh giai cấp. Tôi đáp lại ở Leningrad năm 1958 . . .

1945

Ở cuối cuộc chiến, Gabriel Herrera trở về Quận Cam với huy chương anh dũng bội tinh do Quốc Hội liên bang trao tặng. Cha Gariel kêu:

"Ê, mejicano."

Mẹ kéo ống quần Gabriel:

"Đâu, cho tao coi."

Cha Gabriel trêu:

"Làm sao nó cho bà coi được. Bà để mà hỏi con Pilar."

Lạy Chúa tôi là người có tội.

Hôm cưới, Pilar mặc áo trắng, đội khăn trắng, đeo găng tay trắng, đi giày trắng. Cô cháu nhỏ xách giỏ hoa màu trắng đi trước. Sau lễ nhà thờ, Gabriel ngồi cạnh Pilar ở băng sau chiếc xe Ford màu trắng.

Đường phố Santa Ana nhạt màu như thể xe hoa đang chạy giữa phim đen trắng. Gabriel nhìn thẳng đằng trước. Hector, anh họ Gabriel vừa lái xe vừa cười:

"Ê mejicano, salsa làm sao? Cà ớt ngò thái nhỏ vắt chanh bỏ muối."

"Im đi Hector."

Pilar quay lại nhìn Gabriel lúc Hector huýt sáo. Gabriel choàng tay ôm Pilar đang lồng phồng trong ba lần vải mỏng như một đám mây màu trắng.

Lạy Chúa tôi là người có tội. Nhắm mắt, tôi thấy ba ngôi: Chúa, tôi, và tội. Pilar loay hoay trong chiếc áo cưới kêu: "Gabriel". Gabriel nhấp nhổm chồm sang phụ Pilar mở cúc. Pilar cười khúc khích. Gabriel nằm đè lên người nàng. Da thịt Pilar mềm mềm đục sữa. Pilar kêu: "Nặng". Gabriel nhắm mắt. Chiếc thánh giá gỗ treo đầu giường nhịp nhẹ vào tường vôi nhạt.

Lạy Chúa tôi là người có tội. Nhắm mắt, tôi thấy ba ngôi: Chúa, tôi, và tội.

Ở ngoài Rosenkrantz, Pháp, đơn vị tôi án binh chờ quân Quốc Xã. Xác đồng đội chúng tôi để dựa lưng vào vách chiến hào. Bọn còn sống thì úp người trong tư thế chiến đấu. Mùi khói súng gần gụi, mùi mồ hôi, mùi xác chết, mùi bùn, bùn, bùn. Bùn trên mặt đất cuối tháng Ba ở cái xứ này giòn như vỏ trứng. Nhưng bùn trong chiến hào thì sệt lại. Angel được lệnh tiến lên vị trí 500 yards về phía trước. Nhìn thấy chiến xa địch cách đó 75 yards, Angel chồm lên mở súng liên thanh. Địch quân rút lui. Chúng tôi không nghe gì nữa. Cách rừng thưa im lặng. Tôi nghe tiếng thở của chính mình. Angel.

Có tiếng trả súng liên thanh. Địch quân gửi lính bộ ra để đẩy lùi tuyến phòng thủ. Angel. Tôi chồm lên về phía vị trí Angel. Angel đang bắn trả vào ba địch quân ở khoảng cách 30 yards.

Angel 19 tuổi.

Pilar trở mình. Thân thể Pilar mềm, lông cứng sậm màu mọc lan ra ngoài viền quần lót mỏng. Lạy chúa. Chỗ lông xoắn xít mềm từ dưới bụng men lên đến giữa ngực Angel. Thân thể Angel rắn chắc, có mùi bùn.

Lạy Chúa, giữa tôi với Người là khoảng cách 30 yards chiến tuyến.

1975

Từ gốc Lampson/Nutwood đến Garden Grove/ Nutwood là nửa dặm đường. 1.082 bước từ căn nhà tôi ở với Mẹ và Phan đến trại dưỡng lao. Phan nói:

"Tôi phải đếm bước để lần sau không phải quờ quạng."

Cô y tá đi ngang bảo:

"Ông che mũi nhé. Vào 20 phút thôi."

Liễu rũ thưa thớt, không xanh. Hai tuần rồi tôi mới được phép có người thăm.

"Đêm hôm gió quá em sợ hôm nay không ai tới."

"335 bước từ nhà tới đường xe lửa, và 747 bước từ đó đến đây. Cô biết không, xe lửa không chạy ban ngày."

"Xe lửa không chạy nữa. Đường ray bỏ hoang."

Phan quay đi:

"Đêm qua tôi còn nghe xe rầm rập trên đường."

Đêm qua Mẹ nằm đâu trong căn nhà đó? Mẹ có nghe những toa xe rầm rập trên đường? Tôi rũ ra ho, nước mắt ràn rụa. Cơn sốt mỗi buổi chiều đã nhẹ, nhưng tôi đang bắt đầu thấy hơi lạnh rùng rùng chạy dọc theo xương cổ dài xuống theo lưng.

Hôm cô người Việt từ sở y tế xuống thu dọn đồ chở tôi vào trại dưỡng, Phan chồm tới bảo:

"Con mụ hàng xóm báo chứ ai. Hai vợ chồng cú vọ. Niên nó mới ho vài tiếng, tại khói thôi."

Cô sở y tế nhìn Phan ái ngại:

"Ông khéo té."

Phan gượng lại vịn vào cột hàng ba nói vọng vào nhà.

"Hay cứ để nó lại nhà tôi nhắc uống thuốc."

"Ông và bà ở nhà nhớ uống thuốc đều, không khỏi cũng ngã bệnh như Niên. Bốn tuần đến clinic chụp hình phổi một lần. Ông nhé?"

Cô vịn tôi ra tới cửa thì quay lại:

"Ông đừng lo. Niên chỉ mới nhuốm bệnh. Vài tuần, hai tháng là cùng Niên sẽ về nhà uống nốt 6 tháng thuốc. Hơn nữa, trại ngay Nutwood/Garden Grove, ông hay bà cứ đi bộ mà thăm Niên hằng ngày."

Lúc cô loay hoay giúp tôi lên xe tải thương, tôi nói:

"Phan không phải là cậu em đâu."

Cô y tế quay đi lên ngồi cạnh tài xế.

Tôi cố mà không tài nào nhớ được hôm đó Mẹ đâu.

Ở nhà, Phan hay gọi:

"Chị Liên ơi, chiều nay ăn gì để em nấu."

Mẹ hay nói:

"Cậu khéo. Thì còn ăn gì nữa."

Cứ vậy mà ngày nào Phan cũng réo. Đi chợ là việc của tôi. Phan không theo vì tôi đi dọc theo đường rày xe lửa ra chợ Vons ở ngoài Brookhurst. Như thế gần hơn. Một tuần hai lần, bận về bụi dậy hơn bận đi. Phan nói tại bận về tôi phải ôm đồ nặng. Lúc về ngang nhà hai vợ chồng bên cạnh trên đường Lampson, người vợ tóc vàng rơm hay đứng tưới cỏ nhìn theo. Tôi ít khi chào.

Trong bao đồ chợ của tôi ngoài những thứ linh kỉnh là 5 bó cải xanh và 4 vỉ cổ gà. Cổ gà 7 xu một pound trong khi ức gà tới 98 xu. Cổ gà còn da. Phan lấy ra rửa, chặt mỗi khúc cổ ra làm hai. Phan đập gừng, thắng đường, cho tỏi, đổ nước mắm vào kho. Nước mắm và gạo thì chúng tôi lâu lâu cuối tuần nhờ xe Ford Thunderbird đời 1955 màu hồng đã rỉ của Henry ở kế bên nhà chở ra chợ Thái mua về. Tuần nào cũng cổ gà kho đến 4 – 5 ngày. Có hôm Phan bảo tôi mua thịt bacon về ngâm nước kho như ba rọi, nhưng ăn mặn chát, lại có mùi xông khói. Buổi trưa xong, Mẹ xúc cơm để chiều mang theo vào sở tối ăn. Mẹ làm ca chiều ở sở đóng thùng cam và hạt hạnh nhân. Cam chạy trên bàn kéo, ngang chỗ ngồi mẹ chỉ việc lựa theo cỡ, và vất đi những quả ung. Cam Valencia quả đỏ như máu. Mùi the xông lên nhức đầu. Tôi biết vì đã có hôm tôi theo Mẹ vào làm thế chỗ cô Khê bệnh nghỉ. Những khuya Mẹ đi làm về ghé sang giường tôi, Mẹ không có mùi the. Mẹ mùi hạnh nhân.

Trưa tôi đi học về và chiều tôi với Phan ăn cơm ở nhà. Hôm ra trại tị nạn người bảo lãnh chở Mẹ và tôi đi ghi danh học lớp 10, trường đã tựu được mấy ngày, trời còn nóng. Hai tháng sau trời đã tụ sương buổi sáng. Trưa tôi về là Mẹ đã đón xe buýt đi làm. Sau mấy đợt gió Santa Ana, vườn sau đầy lá. Có khi trời sương đặc như mưa bụi. Mùi lá ướt ngọt ngấy. Phan kêu tôi ra gom lá. Henry râu ria xồm xoàm đứng dựa rào chỉ trỏ. Nhà Henry cũng ngay bên cạnh nhưng xoay về phía đường Nutwood. Nhà tôi ở ngay gốc, mái lệch, ngói vỡ nhiều mảng. Ống khói bằng gạch đỏ sụp bể một bên. Henry nói không kêu chủ lợp lại mái đến mùa mưa tháng tới dột tha hồ. Tôi hiểu loáng thoáng thôi. Phan hỏi tôi Henry nói gì. Mẹ sẽ không đòi chủ lợp nhà dù Mẹ có đủ tiếng để diễn tả viễn ảnh mái dột. Chủ cho mướn 375 đô một tháng với điều kiện không đòi hỏi quấy rầy. Lương Mẹ 2 đô 10 xu một giờ, một tháng 336 đô nên Phan ở để phụ thêm 125 đô một tháng với số tiền tàn tật Phan lãnh nhà nước. Phan mù. Không, thật ra Phan chỉ đang mù dần. Tôi không biết Phan chỉ thấy đường viền như biên giới giữa khoảng không và vật thể, hay Phan chỉ thấy ánh sáng. Có lần tôi đưa tay sờ mắt Phan tìm vết thẹo. Phan gạt nhẹ, nắm tôi lại ở cổ tay. Phan nói "Không phải đạn", và đứng dậy bỏ vào phòng.

Buổi chiều tháng 11, chúng tôi ngồi ở bàn ăn. Cổ gà

béo da nhầy nhầy, trong là xương. Chúng tôi nhằn xương. Tôi thích bẻ đôi khúc cổ, kéo sợi tủy trắng béo tuột ra khỏi ống xương đầy khớp. Phan không thích tôi ăn như thế nên Phan chặt đôi cổ gà trước khi kho. Tôi cầm từng vụn cổ, bẻ từng khớp xương lấy ra cho được sợi tủy. Tôi nói:

"Anh có thấy gì đâu mà khó chịu. Em thích vậy."

"Cậu. Gọi cậu Phan."

Phan chồm qua bàn giằng lấy khúc xương ra khỏi tay tôi.

Tôi ghị lại, móng bấu lún vào tay Phan. Phan xô tôi. Ghế ngã, tôi té ngửa xuống sàn. Phan chạy vòng sang mò tìm tôi trên đất.

1945

Ảnh chụp từ cao: khoảng đất được ủi bằng, và phân lô. Giữa khu là căn nhà mẫu Verano: 3 phòng ngủ, 1,75 phòng tắm, garage 2 xe. Lệch sang bên là căn mẫu Walden: 4 phòng ngủ, 2 phòng tắm, phòng ăn riêng, phòng khách có lò sưởi, cửa sổ Tây, garage 2 xe. Trong chu vi một dặm vuông, hơn nghìn căn sẽ theo mẫu Verano, và 400 căn theo mẫu Walden. Năm 1954 thời hậu chiến, mỗi ngày có đến 700 căn nhà 'tract-homes' như thế được hoàn tất ở một thành phố trong quận. Trong ảnh, vài gốc cây trơ trụi đây đó không đủ sức nhắc nhở gì đến những ruộng dâu hay những vườn cam đã san bằng. Cha mẹ Gabriel thời trước chiến tranh đã từng đi làm công ở những chỗ như thế theo mùa: củ cải đường, đậu ván, rau cần, cà chua, và dâu đỏ. Chưa kể là những vườn cam và vườn hạnh nhân. Trước năm 1932, có được việc còng lưng suốt 10 tiếng một ngày đã là may. Nhưng vào thời chiến, công việc làm không hết, nhà nước còn đưa cả tù binh Đức đến làm cho các vườn trong quận. Năm trước, Gabriel tìm được chân thợ tiện ở hãng đóng máy bay hợp đồng nhà nước. Sau 3 tháng tập sự, cha vỗ vai Gabriel:

"Mày đến rồi đấy con ạ."

Ông quay đi sau câu nói. Những luống dâu đậu đầy muỗi mòng chạy dài ở sau lưng.

Ảnh Gabriel chụp năm 1954: Pilar bụng tròn nhô trong chiếc đầm bầu, tay vẫy, cười nhệnh nhếch góc môi trái, mắt nheo. Sau lưng Pilar, người ta sắp hàng dài ngoằn để ghi tên mua những căn hộ mẫu Verano hay mẫu Walden sẽ cất, những căn hộ rẻ tiền cho giới lao động áo xanh sống theo lối trung lưu hạng thấp. Nắng tháng Bảy gay gắt sáng.

Đêm tháng Chín, Gabriel đứng ở cửa sổ phòng ngủ nhìn ra khu nhà mới thẳng hàng sân chưa mọc cỏ. Dưới ánh đèn mù mù dọc theo những con đường mới tráng, Gabriel thấy những hàng cam chạy tít vào đêm, những hàng cam biết đi đang trở về chờ người hái trái. Cam Valencia quả mọng nắng như thể chúng đã mọc lên từ những trang nhật ký mê sảng trên thuyền Tây Ban Nha vượt đại dương tìm thuộc địa ở cuối thế kỷ 15. Gabriel muốn chạy dọc hàng cây hái cam cho tới sáng. Những quả cam rực đỏ Gabriel xẻ đôi đưa tận miệng Angel. Nắng ối California chảy thành dòng trên da Angel nhợt nhạt, nhỏ giọt xuống mặt đất bùn lẫn vào với tuyết ngoài mặt trận Tây Âu. Gabriel sẽ lái máy bay một động cơ ngang qua vòm trời, để lại một vệt khói mỏng như mây. Bên dưới là chiến trường. Bên dưới là khu nhà tract-homes đất ủi.

Angel 19 tuổi. Lúc tôi tới được vị trí phòng tuyến, da Angel đã tái màu.

Lạy Chúa, tôi nói gì được với Người đây khi ngôn ngữ duy nhất giữa chúng ta là những tội danh?

Trời sáng từ vòng chân trời. Pilar tóc xõa đứng chiên trứng, nướng bánh mì trét bơ mứt và pha cà phê cho bữa sáng. Xong Pilar gói sandwich bỏ vào hộp cho tôi mang vào sở ăn trưa. Chiều về, Pilar sẽ bày xong bữa cơm chiều lúc tôi uống lon bia. Pilar sẽ nói vọng ra từ nhà bếp: "Cái máy giặt anh hứa với em, ngày mai thứ Bảy mình đi mua cho kịp trước ngày em sinh, nha anh". Tôi sẽ nói vọng vào: "Sure, Pilar". Lạy Chúa, tôi nói gì được với Người đây khi ngôn ngữ giữa chúng ta là những tội danh? Trước Người, tôi đành xưng tên bằng xưng tội.

Ở sở, tôi lánh mặt John Hirose lúc giờ ăn trưa. Tôi rủ Hector sang sân cỏ bên hông ngồi ăn bánh mì kẹp thịt Pilar đã tế nhị làm đủ cho cả hai. Hirose tần ngần gọi lúc tôi đang kéo Hector ra khỏi xưởng. Hirose vừa được nhận vào làm trong đội tiện của tôi nên hắn chưa có bạn ăn trưa. Hắn nhận ra tôi hôm đầu vào sở: "Gabriel? Nhớ tao không, lớp 6 thầy Jameson". Mùi ngai ngái tỏa ra từ tóc hắn.

Sông Santa Ana chảy từ đâu, đổ ra biển chỗ nào ngày xưa tôi không biết. Nhưng gần như trưa nào tôi cũng chạy dọc theo con sông nước thấp, khúc chảy ngang đường Fairview. Đó là đường từ trường về ruộng nhà Hirose. Nó lúc nào cũng quần cọc, áo sơ mi thẳng thóm, vừa đi vừa chạy trên đê, tay xách chồng sách nịt dây da. Theo sau là bọn trẻ da trắng đứa đạp xe, đứa chạy bộ. Tiếng bọn chúng hét Hirose, Hirose vang vang trong nắng. Tôi ghét đôi chân ngắn, cong cong của Hirose chạy huỳnh huỵnh trên đất. Tôi nghét tóc nó đen cứng chải dầu tém xuống hai bên thái dương.

Buổi trưa tháng Năm nắng đã hơi gắt, hoa tím nhạt mùi nồng nở kín hai hàng cây ở trên cao. Dây morning glory tím đậm leo phủ qua rào sau những căn nhà dọc theo sông. Bọn trẻ phía trước tôi đã bắt đầu nhặt đá liệng về phía Hirose. Tôi nhặt đá lúc đầu nhỏ sau tròn to. Tôi bỏ đá vào cặp, tim đập thình thịch. Hoa tím rụng đầy đất, mùi ngái của nước đái và nồng của rượu. Tôi cầm viên đá, to bằng quả trứng chim, nhắm về phía Hirose đang chạy. Phía trước tôi, bọn trẻ có đứa quay lại:

"Ê thằng Mexican, mày làm gì vậy?"

Chúng cười rú. Tôi đứng khựng.

Buổi trưa hôm đó tôi ngồi trong bụi morning glory. Sông Santa Ana nước cạn, chảy qua đường Fairview không nghe tiếng.

Hôm tôi ở lại làm overtime, Hirose ra tìm tôi ngoài cửa sau lúc giờ break. Hắn thọc tay vào túi quần:

"Cho xin điếu thuốc."

Tôi quẹt diêm cho hắn. Đóm lửa lóe lên lúc Hirose nghiêng đầu vào tay tôi mồi thuốc. Tóc hắn lòa xòa rơi xuống mắt. Tôi nói:

"Tóc mày không tém nữa?"

Hirose cười:

"Mày nhớ? Vào lính nó gọt đầu, còn gì tém".

"Lính?"

"Lữ Đoàn 442, Thung lũng Po, Ý."

Hôm núp trong bụi morning glory, tôi thấy những chân đá tay đấm của lũ con trai đập vào người Hirose. Nó co lại, hai tay ôm đầu, không rên la. Bọn trẻ cũng không đứa nào hò hét. Một cuộc ẩu đả trong đoạn phim câm. Tôi nghĩ đến nước sông Santa Ana, đầy cá sáng bạc, trôi tuột ra biển.

"Gabriel, hồi ngoài mặt trận, có lần tao nằm mơ thấy mẹ".

"Ừ".

"Không phải tao nhớ mẹ. Tao thấy tao đứng nhìn mẹ tao bước rất chậm, theo sau là chiếc cùi giấy vệ sinh lăn long lóc xuống những bậc tam cấp thấp. Mẹ tao phấn son tươm tất, mặc bộ đầm cổ trắng to bản như những người đàn bà da trắng đi lễ nhà thờ vào sáng chúa nhật. Mẹ tao cứ thế đi giữa phố. Không ai chào, không ai tiễn. Cùi giấy vệ sinh lăn chầm chậm theo sau."

Tôi thọc tay vào túi quần, nắm chặt hộp diêm. Vỏ hộp nham nhám, không nhẵn như những hòn đá trứng chim. Mùi tóc Hirose ngai ngái ở gần.

"Mà mày biết không Gabriel, chưa bao giờ tao nhìn thấy mẹ tao rõ như lần đó."Buổi tối Gabriel lái chiếc xe Ford Thunderbird đời 1955 về nhà. Xe Gabriel vững chải lăn bánh về phía tương lai của một người Mỹ con di dân gốc Mexico. Cha Gabriel đã có thể hãnh diện hay thở dài. Con Gabriel sẽ sinh ở nhà thương; và vài ngày sau đó Pilar sẽ rạng rỡ vén tóc đặt nó vào nôi trong căn phòng mới sơn màu trời non bên cạnh phòng master bedroom. Gió Santa Ana bắt đầu thổi. Những sân nhà tract-homes chưa mọc cỏ, bụi rít vào đêm tháng Chín.

1975

Tôi chỉ dãy nhà thẳng hàng, giống nhau, ở dọc những con đường xe Henry chạy ngang. Henry nói:

"Tract homes".

Tôi lặp lại.

Henry nói:

"Nhà cha mẹ tôi cũng là tract-home cất thời hậu chiến. Còn nhà cô đang ở cũ hơn nhiều".

Những căn nhà cách nhau đều đặn như những dãy lều trại tị nạn, giữ nhịp dọc theo những con đường thành phố.

Chiều hôm đó, lúc Phan loay hoay dán giấy che chỗ kính vỡ ở cửa sổ phòng, tôi nói:

"Những căn nhà giống nhau dọc theo đường, họ gọi là tract homes".

Phan không ngẩng lên. Tôi nói:

"Mai mốt Mẹ sẽ mua một căn nhà như thế".

Lúc chúng tôi lăn từ giường xuống đất, lưng bàn tay Phan rà ngang má tôi, Phan thở rút:

"Anh không đi đâu hết. Mà anh cũng không phải hạng đàn ông đó".

Lưỡi Phan dí nhẹ xuống giữa lưng tôi, lê dài xuống kẽ mông, xoáy vào môi, chạy vòng lên bụng. Tôi xoắn tay vào tóc Phan, kéo Phan lên ngang mặt. Tôi không cảm thấy sức nặng của Phan trên người. Môi Phan ấm. Tôi không cảm thấy gì ngoài hơi ấm. Tôi ghì Phan xuống. Phan tuột khỏi tay tôi.

"Sao vậy, Phan?"

"Nghe kìa".

"Không phải xe lửa đâu. Henry tập trống đó mà. Nghe kìa, theo nhịp".

Phan gục đầu xuống bụng tôi.

"Anh".

"Gì?"

"Những người đàn ông khác, họ có như thế không?"

Phan ngừng lại trên đầu ngón chân tôi.

"Anh."

"Gì?"

"Sao anh không vô em được?"

"Sao cô nói nhiều vậy? Những người đàn bà khác, họ chỉ rên, và thở gấp, và kêu tên tôi, và..."

Tôi cười rũ, chuyển thành cơn ho thốc lên từ dưới bụng. Đèn xe ngoài đường quét ngang tường vôi ố.

Sáng thứ Bảy Mẹ nghỉ ở nhà. Mẹ ra ngồi bậc tam cấp vườn sau. Hoa cẩm chướng trái mùa mọc quanh chân Mẹ. Mùi hoa trắng toát. Như trên đời không còn mùi gì khác. Như tóc Mẹ áo Mẹ da Mẹ không toát mùi hạnh nhân. Tiếng trống của Henry nhịp đều. Cây birch lá tròn rũ như bầy cá rô sắp ngửa, bơi ngược dòng từ giữa thân cây lên tận ngọn. Nắng lung linh bạc, đổ xiêng.

Tôi đứng trong bếp nhìn ra chỗ Mẹ ngồi. Phan từ phía

phòng bước ra đặt tay lên vai Mẹ. Mẹ níu lấy tay Phan. Phan rụt tay lại quay vào. Mẹ cười:

"Ở đây Phan. Đừng vô ra mãi như Vân Tiên cõng mẹ."

Cả hai khúc khích cười.

Mùi cẩm chướng tràn lan vô tới bếp.

Tôi gọi vọng ra:

"Cậu Phan nói bữa nay hốt lá vườn rồi sang nhờ xe Henry đi chợ."

Tôi bương ra, lấn vào Phan trên bậc tam cấp.

Mẹ ngẩng lên nhìn tôi. Tôi với lấy bừa cào lá. Lá nâu đậm nhạt mục rữa ngập sân. Phan quay vào nhà. Tôi xoay đi bỉu môi. Mẹ không nói gì bước xuống giúp tôi hốt lá. Tôi dồn hết vào góc sân, chạy vào tìm diêm quẹt. Mẹ kêu theo:

"Không đốt được, bỏ vào bao thôi."

Tôi không nói gì, trở ra quẹt lửa châm vào đống lá.

Mẹ nắm tay tôi:

"Niên, con sao vậy?"

Lửa không bắt ngọn nhưng khói ngùn ngụt tỏa. Mùi khét như cẩm chướng. Người đàn bà tóc vàng nhà bên hét lên, tiếng cao the thé.

Phan chạy ra phụ Mẹ tạt nước vào đống lá. Mẹ líu ríu nói với người đàn bà hàng xóm:

"Con bé không biết. Nó không làm thế nữa đâu."

Phan bước đến tát vào mặt tôi. Những ngón tay Phan bỏng rát trên má, không ấm như lúc Phan đặt ngón tay vào chỗ trũng ở cổ tôi. Tai tôi ù. Tôi lên cơn ho rũ. Tôi không ngừng. Tôi gập người ho thốc xuống mớ cẩm chướng. Để chúng đừng trắng nữa đừng thơm ngát đừng tràn lan.

Nhà dưỡng lao gọi là sanatorium, em đọc được trên bảng nhỏ ngoài sân trước. Anh ngồi im lắng nghe tiếng tích tắc đồng hồ giữ nhịp như tiếng trống của Henry. Nắng xế rọi từ sau làm mặt anh tối quá em không đọc được.

"Làm sao anh vượt qua đường rày?"

"335 bước thôi Niên, và tôi bước thêm bước 336."

Anh nghĩ gì mặt anh tối quá em không đọc được. Anh không còn sợ nghe xe lửa chạy ban đêm, tiếng vòng bánh nghiến trên đường sắt?

"Ngày mai anh lại đến?"

"Liên nói mai Liên tới thăm cô."

Anh nghĩ gì nắng xế chói quá em không đọc được, anh thấy không anh đôi bàn chân em đang bắt đầu tan thành những con cá rô vẩy bạc lội tứ tán. Anh không là hạng đàn ông như thế là hạng nào chắc không phải hạng con trai bản xứ cười rú rúc lúc em mặc áo ngủ dài em tưởng đầm maxi đi học lũ con trai bản xứ rà xe theo huýt sáo lúc em mặc đầm carô xanh dương Mẹ lựa ở Goodwill dọc đường xe lửa về cắt phần dưới rách lên lai thành mini cũn cỡn cho em mang giày cao gót cũng mua ở Goodwill lội bộ dự lễ trao giải toán học ở trường hay còn hạng đàn ông nào còn hạng đàn ông nào nữa?

"Buông ra, Niên."

Nhưng môi anh ấm quá lưỡi anh êm quá và anh ôm em nhẹ như không da anh mùi cẩm chướng anh không nhớ sao anh không nhớ sao?

"Không phải tình yêu đâu Niên. Hơn nữa cô còn nguyên đó mà."

Đầu xe lửa đen ngòm kéo theo sau một trăm toa container chở da bò rỉ nước vàng đục dọc dài những đường sắt ra tới bến tàu về các nước Thái Bình Dương. Ngày xưa, những bộ da bò mới lột trong quận người ta cũng kéo bằng đường sắt ra tới vách núi Dana Point xô xuống bãi cho tàu biển chở vòng sang xưởng đóng giày ở New England bên bờ Đại tây Dương. Đoàn xe lửa rầm rập chạy vào đêm. Mất hút.

Hôm tôi trở về căn nhà lệch mái, mưa tuôn theo tường vôi vữa.

Trong ảnh phóng sự di tản chụp từ cao, giấy vụn tụ thành dòng giữa xác xe la liệt pháo xa, chiến xa, thiết vận xa rụi đen, tràn ra khỏi khung hình. Phía sau là biển Đà Nẵng. Giấy trắng xóa, như xác cá mắc cạn.

1867

lạ chừng đường sá bơ vơ
có bầy đom đóm sáng nhờ đi theo
qua truông rồi lại lên đèo
dế kêu giăng giỏi sương gieo lạnh lùng

(Nguyễn Đình Chiểu, Lục Vân Tiên, thập kỷ 1850)

2003

Mưa kinh thánh trút xuống giữa Nasiriya và Najaf. Phóng viên chiến trường theo đoàn First Expeditionary Force đã tường trình như thế trên radio giữa những cơn bão cát. Mưa kinh thánh là sao?

Sáng Thứ Bảy, ngày 5 tháng 4, năm 2003, 60 chiến xa Đồng Minh lăn bánh vào Bá-đa. Đường lố nhố người. Có người vẫy tay. Nhiều tiếng nổ vang lên mà thật ra chưa hề dứt từ lúc những phi đạn Tomahawk tinh khôn bay vào 17 ngày trước đó. Người đàn ông bên đường bay nửa khuôn mặt. Ở thế kỷ mới, người ta chết như đã chết ở thế kỷ trước. Trong vòng 3 tiếng đồng hồ sáng ngày hôm đó, quân Đồng Minh ước lượng đã tiêu diệt được 3.000 người trên đường vòng Bá-đa.

Mưa hạt to, trút xuống trong cơn bão cát đã ở lại đâu đó giữa Nasiriya và Najaf, phía tây sông Euphrates, phía nam thành Bá-đa. Nước sông tràn lan sa mạc. Cá đổ ra đầm khô, giẫy lấp sấp.

Tôi đứng giữa cuộc, và rồi sau đó nữa, giữa thời hậu chiến.

1917

This Journey
We open doors,
close doors,
pass through doors,
and reach at the end of our only journey
     no city,
     no harbor
the train derails,
the ship sinks
the plane crashes.
The map is drawn on ice.
But if I could
  begin this journey all over again,
     I would.
Leningrad

1958

(thơ Nazim Hikmet, Randy Blasing và Mutlu Konuk chuyển ngữ từ tiếng Thổ Nhĩ Kỳ)

[June 2003]

Nguyễn Hương

Nguyễn Lương Vị by Ái Lan

NGUYỄN HỮU NHẬT

Nguyên quán Xóm Chùa, làng La Khê, tỉnh Hà Đông. Sinh ngày 22-06-1942 tại Bông Đỏ, thị xã Hà Đông.
Định cư tại Na Uy năm 1989. Đi học, vẽ tranh, làm thơ.

Tác phẩm đã xuất bản:
- Trăng Chim Hoa Và Nàng *(thơ, Sàigòn 1965)*
- *Quán Đời* (tiểu thuyết, Sàigòn 1972)
- *Hương Lửa* (tiểu thuyết, Sàigòn 1972)
- *Nhà Vĩnh Biệt* (tiểu thuyết, Sàigòn 1972)
- *Thơ Nguyễn Hữu Nhật* (thơ, Bergen 1991)
- *Thơ Hoa Sen* (thơ, Oslo 1992)
- *Chí Tôn Ca* (thơ, Oslo 1993

Tự do hay là chết!

Anh chị em ơi
năm nay tôi gần bảy chục
bị tù vì yêu tự do
tự do
tự do
tự do!
đọc mi trở thành vô nghĩa
sao lòng vẫn muốn hô to
tự do!

Thiếu ăn người ta ngắc ngoải
thiếu không khí người ta chết ngay
thiếu tự do người ta vẫn sống
những đời ngựa kéo trâu cày

Anh chị em ơi
đừng hỏi vì sao tôi gầy
con mắt vẫn là cửa sổ
nhìn ra một hồn đắng cay

Cơm mỗi bữa ăn đếm từng hạt
mộng lớn đêm nào cũng gối tay

Tôi vẫn có thể làm con tắc kè đổi sắc
ở gần cây lá thời xanh
bò lên mặt đất lại đỏ
giống y như cỏ đuôi chó
          gió chiều nào ngả theo chiều ấy
cong lưng uốn lưỡi
làm sao người ta gật đầu khen ngoan

Tôi cũng chẳng phải là giò hoa lan
chịu dãi dầu mưa gió để ngát hương thơm
tôi chỉ là một người thích ăn cơm
tôi chỉ là một người thích mặc áo
cơm áo tay mình làm ra
không quỳ không lạy người ta
để áo cơm mình no ấm

Hạnh phúc không phải là người cúi hôn chân người
            để được cơm thừa áo thải
Tôi chỉ thích làm người già cả
muốn ho lúc nào thì ho
tôi không thích nô lệ để được mặc ấm,
tôi không thích nô lệ để được ăn no
tôi chỉ muốn một điều ai cũng muốn:
tự do!

Anh chị em ơi
tôi quả thật không hiểu vì sao
tôi muốn sống
sống cho ra sống
còn giờ đây chỉ là tồn tại
chỉ là sống mà như chết chưa chôn mỗi ngày
tuổi già
sức yếu
run chân tay
đi đứng không ngay
nhưng tôi hiểu thế nào là sự thẳng thắn

Tự do
ôi! tự do
là cái quyền không ai có quyền tước đoạt
cần hơn hơi thở
cần hơn áo cơm

không có nó
tôi chỉ là con vật

Anh chị em ơi
tôi xin nói thật
đâu phải vì già quá, và gần chết
    mà tôi sinh ra liều chết, bất cần đời
    tôi yêu nhà tôi lắm
    tự nhiên nước mắt rơi
tôi thương nhà tôi quá
tuổi trời thì có, nụ cười thì không
tôi yêu căn phòng, ở đấy nhà tôi
    thường nằm quay mặt vào vách khóc
rồi những tiếng khóc khác vang lên
người đàn bà giận hờn im bặt
nhường cho con cháu
khóc chào đời
khóc nhớ người
khóc lìa đời
khóc xong lại cười
hiểu và thương Chúa đóng đinh vì người

Anh chị em ơi
làm sao ta có thể trả lời
cho con cháu ngày mai
nếu hôm nay đây ta không muốn làm người
về một câu hỏi hết sức giản dị
    sống để làm gì
nếu chính lòng chúng ta, mỗi người
chưa biết làm gì để sống
sống cho ra một con người

Anh chị em thấy đó
tôi với họ như hai người đấu súng

sau khi bắn trượt
　　tôi không thể quay lại van xin kẻ thù

Cái đất nước mà trong đó
　　mọi người không thể hiểu,
　　chỉ biết nhắm mắt tuân theo,
　　là đất nước tồi

Đất nước chúng ta vốn là chiếc nôi
mà những tấm lòng hòa thuận đều vui sống được
thế tại sao anh chị em và tôi
không được sống
khóc hay cười
câm hay nói
cũng phải đợi lệnh một người nhân danh cho tất cả

Anh chị em ơi
có anh bạn trẻ một hôm kể chuyện
về ông Ma-ki-a-ven-a-viếc gì đó
nói khi ta chặt đầu người lìa khỏi cổ
chiếc đầu rơi xuống đất còn quay lại
　　cám ơn mãi không thôi

Tôi ít học quá không kịp suy nghĩ
lòng tôi bỗng đau
　　như khi nghe tin con gái làm đĩ nuôi con
đã biết có bao nhiêu người như thế nhỉ
nhớ ơn ma quỷ đời đời

Anh chị em ơi
im lặng lâu dần hóa ngu
gần bảy chục năm tôi đã im lặng
lại cứ tưởng rằng im lặng là khinh bỉ

có biết đâu sợ hãi nên câm
vì cầu an tôi đã quay lưng với sự thật
làm ra vẻ đạo đức khinh đời
        cố che giấu bớt hèn nhát
giữa lúc người ta cố tình gieo
        sương mù vào trí tuệ con người
        đang bị cảnh túng thiếu
        và nỗi cô đơn đè nén
người ta trùm lên đám đông những mắt lưới
        rình rập của sự dốt nát
để mọi người sống trong sợ hãi
        phải phục tùng tội ác

Anh chị em ơi
tôi không đủ chữ nghĩa nên lá thư nào
        viết cho nhà tôi cũng ngắn
chỉ thế này thôi
"mình hãy tin tôi
khi có thể ngồi được thì không nằm
khi có thể đứng được thì không ngồi
khi có thể đi được thì không đứng"
hãy đứng dậy
hãy tiến lên!

Anh chị em ơi
hãy nắm tay nhau cho chặt
những con người làm việc tốt
        không bao giờ muộn cả
nhưng phải kịp thời
hãy đi về phía mặt trời
        bay trái tim ta rực lửa
        bằng đôi cánh niềm tin

Anh chị em ơi

vân đề không phải là can đảm
        mà trước hết
            ở những mục đích vì nó mà ta can đảm
nếu mục đích không xứng đáng
            thì sự can đảm chỉ làm cho ta kinh ngạc
                thay vì khâm phục
khi ta yêu mọi người
mục đích tự nhiên cao quý
khi ta yêu cuộc đời
cao quý trở thành mục đích

Anh chị em ơi
có thể không bao giờ tôi mở
nhưng căn phòng của tôi phải có cửa sổ
có thể tôi không dùng
nhưng đời tôi phải có tự do
bắt đầu từ việc không để cho ai suy nghĩ giùm mình

Xin các anh các chị, các em thân yêu
nghe tôi nói một điều nữa thôi
chúng ta bực mình thấy ai lục soát đồ đạc của mình
cố lẽ nào ta lại làm thinh
để người ta khám xét một thứ quý hơn đồ đạc
đó là tâm hồn
đó là tự do
tự do

Ôi, tự do!
sao tôi lại khóc
đâu phải vì củ sắn nướng chiều nay không kịp chín
mà lòng đói quá cứ bâng khuâng
như nỗi nhớ nhung bè bạn
làm khổ tôi suốt buổi chiều nay
lúc đi ngang qua vũng lội

nhìn xuồng thấy bóng tóc mình mây trắng bay
bỗng nhiên thấy ngứa ngáy chân tay
muốn bật dậy vùng lên ngọn sóng
trong lòng không uống rượu mà say
phải nói cho con cháu biết

Tự do
hay là
chết

Chết hay là tự do.

[Trại Thanh Cẩm, xã Cẩm Thành, huyện Cẩm Thủy, tỉnh Thanh Hóa 1980].

Đọc thơ Cao Bá Quát

(gửi Nguyễn Thị Vinh)

Chưa từng thấy phượng múa
chỉ nghe nói rồng bay
đọc thơ Cao Bá Quát
nhật nguyệt cũng lung lay

Thiên hạ ba bồ chữ
một mình ta chiếm hai
loáng một nhát gươm dài
chém cụt đầu ba họ

Ta là Cao Bá Quát
ướm hỏi người đời sau
ai đau hơn ngày trước
hẳn sẽ thấu lòng nhau

Máu chảy vọt tới trời
ruột mềm ra như sáp
sẵn lòng nước mắt rơi
cần chi thứ lệ nến

Sống cuồng nộ tung Cao
đập vào lòng Bá tánh
dội ra tiếng kêu gào
Quát lên vàng đá nát

Mồ cha kiếp vọng ngoại
trước sau bỏ mẹ đời
lèn dân đen sát đất
đè đầu, cưỡi cổ chơi

Ta muôn làm Miêu sinh
hóa hổ vả vào mặt
bọn làm thơ cung đình
không nghe Bồ Tùng Linh:

Nhìn hổ qua ống nứa
chỉ thấy độc một vằn
giương lên hai mắt ếch
nào biết dân đói ăn

Hào phơi xương khô trắng
oan khuất máu thành tinh
lo việc xây lăng đẹp
nhục mất nước mặc tình

Khói tàu giặc đen kịt
khăn trắng Lục tỉnh đeo
nghĩa sỹ chết như rạ
cờ tung bay đuôi nheo

Dân đói vàng cả mắt
réo rắt khúc kim tiền
đầy tai tiếng sênh phách
từ thuyền rồng vọng lên

Giốc tiền mua đồ sứ
mang về đập vỡ ra
lấy mảnh vụn ghép lại
thành những bức tranh hoa

Cũ, mới hai triều chính
giống nhau như một khuôn
đúc ra từ thú tính
tim chẳng hề biết buồn

Nguyễn Trường Tộ xưa dại,
vua quan đâu có ngu,
chúng bảo nhau: Mở cửa
dân khôn khó cầm tù

Tối tăm sinh nghèo đói
khốn khổ càng thêm ngu
dốt *nát* coi như mù
nhắm mắt theo gian dối

Nghìn lần sau hơn trước
tội ác mi chất đầy
hồn oan đêm mưa khóc
quỷ không đầu đòi thây

Chiều cao hăm mấy thước
mỗi tấc bao xác người
sống đời riêng lỡ khổ
họa chết chung lầm thời

Xung quanh hàng cột đỡ
khối hoa cương chất phiền
vây kín nhà quàn xác
lồng kính đời lãng quên

Ba dòng thác cách mạng
mặt nạ son phấn hồng
nền mái hình tam cấp
cửa địa ngục phương đông

Tường cao ốp sắc trắng
bệ thấp lát màu đen
giữa tranh tối tranh sáng
Gỗ đá nằm ngủ yên

Đá huyền đen Vĩnh Linh
máu người dân thâm lại
năm tháng dài chiến chinh
toát mồ hôi sợ hãi

Gỗ mun chắc óng ánh
cuộn vân sóng thợ thuyền
nhàu nát mặt kêu đói
đòi công cướp chính quyền

Đá vàng nâu đất Nghệ
sốt rét rừng chiến khu
buông bút, rơi nước mắt
văn nghệ sĩ đi tù

Gỗ vân màu Hương tía
đỏ quạch ráng trời chiều
năm Mậu Thân ở Huế
xẫm máu lá cờ điều

Đá Cao Bằng mận chín
nghìn vạn hòn như một
con ngươi mắt đảng đoàn
tăm tắp đều hạt nhãn

Gỗ Nu vân tíu tít
rối bung lòng tơ tằm
hạnh phúc về đêm đến
công an gõ cửa nhầm

Đá đỏ cờ xứ Thanh
nông dân đi bán máu
lấy tiền mua cơm canh
sống chờ ngày bán tiếp

Đá xanh màu mơ non
tái mặt cha mất con
vợ lạc chồng sơ tán
mất sổ gạo kinh hơn

Đá hoa gấm mã não
gửi gấp từ trong Nam
ra ngoài Bắc xây vội
rạn vỡ nền gian tham

Chắc chắn như gỗ Đinh
lõi vàng xen vân trắng
xương, da người tượng hình
chết thầm bao cay đắng

Này trái tim gỗ đá
trong lòng gỗ đá kia
có nghe tiếng đập lạ
thời gian nhịp mộ bia

Hàng triệu người sống khổ
chết vẫn còn lất lây
trẻ thơ khát nước cháo
rụng hết cả chân mày

Trụi đọt bầu, ngọn bí
xơ xác vồng khoai lang
rau má bật gốc rễ
dân cuốn gói, bỏ làng

Đọc thơ Cao Bá Quát
ruột gan nát như tương
cùm lim chân đóng đế
xích sắt bước thời vương

Sống giữa trời đất chết
người tù nằm làm thơ
đêm khuya giường tre gẫy
trăng sao sáng vật vờ

Nghĩ ngợi nhiều rối tóc
tã rách bung vành khăn
gió lộng thổi buốt óc
đói xé thơ ra ăn

Tiếng lính thét bật dậy
vội vàng run đêm thâu
gông nặng kéo lê bước
đè gãy bóng người tù

Nằm sấp xuống nền đất
hốt hoảng như con dê
bị trói chặt đem tế
khiếp sợ hóa hôn mê

Hỏi đất, đất không nói
kêu trời, trời chẳng nghe
roi song nọc ra đánh
cát bụi ngầu máu me

Lòng ngay thẳng đau quá
cứng mấy cũng nhũn ra
như sắt cuộn vào được
quanh ngón tay tài hoa

Roi thúc mạnh người hét
cắn lưỡi đứt tiếng kêu
đọng lại thành máu hột
bầm tím nền đất rêu

Chao ôi, chiếc roi song
sao mày lại không thấy
tùng bách thân gãy nửa
đứng thẳng dưới trời đông?

Hịch vang ngoài bờ cõi
văn tế hồn trận vong
gậy tầm vông đánh giặc
hào khí ngất non sông

Bó tay nhìn thành mất
danh tướng thắt cổ theo
dân khóc như cha chết
Hồng Hà đỏ lệ gieo

Mồ cha kiếp nô lệ
chúng bay bỏ mẹ đời
Hoàng Sa vốn đảo quý
làm lễ vật dâng người

Đọc thơ Cao Bá Quát
lòng hổ thẹn không nguôi
chỉ muốn bẻ ngay bút
xé bản thảo cho rồi

Vấy mực bẩn trang giấy
tội đáng đem chặt tay
sách mỗi ngày mỗi dày
ý càng viết càng mỏng

Không thấy sóng dâng cao
sao biết lòng biển rộng
đọc thơ Cao Bá Quát
cắn răng nuốt lệ trào

Chẳng đi, nào ai biết
cá lớn ngoài dặm xa
đọc thơ Cao Bá Quát
đất cằn cỗi nở hoa

Suốt ba năm tra tấn
một người làm thơ hay
lao Thừa Phủ có biết
chính là nỗi nhục mày

Người xưa họa văn tự
vùi dập chẳng tiếc tay
nay những ai nói thật
thoát chết, thảy đi đày

Nhà thơ bị tra tấn
rách nát hết thịt da
khiêng vào giam, máu ngất
chờ tỉnh lại gọi ra

Cai ngục tự mài mực
mang lụa đến xin thơ
vịnh Cái Gông Dài Nặng
người tù cười mà cho

Ngồi một mình vắng vẻ
tình thường hiện ra lời
không tài nào nhịn được
tiện thể múa bút chơi

Đêm khuya lòng tự hỏi
nào thẹn thùng chi đâu
gông dài ơi có biết
ta chẳng hợp mày đâu

Hạt mai vứt lên núi
hoa vàng gửi đá xanh
đọc thơ Cao Đá Quát
thấy trước điềm chẳng lành

Nghìn dặm thu vào mắt
khói mây ngọn bút đề
đời mất nửa hừng tráng
bởi lụy tình người mê

chim bay cao dư sức
sao bị nhốt trong lồng
hạc, gà cùng đất đứng
sóng gió đành chịu chung

Lạnh lẽo thua đói khát
cám đắt như ngọc châu
cô gái đem cầm áo
quên sương gió qua cầu

Trên đồng cao sáng sớm
nặng nhọc kéo đôi gầu
người tát nước bụng lép
áo tơi run môi đau

Bỏ làng đi khất thực
mất mùa sống lang thang
trở về thiếu thóc thuế
đánh vào ruộng bỏ hoang

Nợ chồng chất thêm mãi
làm đầy tớ bốn phương
chủ nhà ăn thừa mứa
người ở gầy dơ xương

Thời **sưu** cao thuế nặng
người không dám kêu ca
ăn xin che nón rách
chó sủa, cắn nát da

Phùng Gia Lộc viết: Cái
Đêm Hôm Ấy Đêm Gì
người đọc thấy quỷ sứ
giờ không ở âm ty

Bó gối quỳ lạy sống
vái gửi về Thủ Đô
tuổi già xin mở thóc
ăn một bữa chết no

Đọc thơ Cao Bá Quát
Muốn vùng lên phá gông
đời chắt làm cách mạng
để trở về thời ông

Tình cờ, một sáng sớm
qua chợ Phúc Lâm, vào
thấy người dân chạy trốn
giục nhau cùng xôn xao

Nhanh lên quan về đấy
đến gần hỏi ông già
bên cạnh liền cho biết
cùng khốn chạy đâu xa

Đêm lẩn trốn như chuột
năm nay bắt dân công
ông không nghe sao hả,
cho bằng được mới xong

Hết hạn, người còn thiếu
tóm bừa chẳng kể ai,
quan huyện như cha mẹ,
khỏi xét xử giông dài

Nọc dân ra đánh đập
như đẵn trúc ấy thôi
nhà tôi sống bao đời
tổ nghiệp ở hai huyện

Ruộng nương nhà cửa có
năm ngoái bị mất mùa
năm nay trời chẳng thuận
biết đi đâu bây giờ

Phía tây nhà hoang vắng
phía đông nhà đói dài
trong mười phần thoát chết
chỉ còn được một hai

Trốn lính đã đủ khổ
lại thêm nạn tránh phu
bỏ làng đi cả lũ
con cháu nghèo đâm ngu

Thuế cũ đóng đã khó
lại tăng, chết mất thôi
năm năm tăng một suất
bao thứ khổ khác rồi

Sang năm còn tăng nữa
biết đào đâu ra tiền
nhớ thuế đời vua trước
thu lấy lệ, dân yên

Người không bị làm khổ
làng xóm khỏi tản vong
dân sống hết lo sợ
quan lấy thế làm mừng

Chỉ vào bức tường đổ
ông già đứng trước tôi
gạt nước mắt mà nói:
Lo già rồi than ôi!

Đọc thơ Cao Bá Quát
hiểu con sáo, trời ơi
muốn nói lên tiếng người
đầu lưỡi bị cắt cụt

Bọn bạo quyền sau, trước
thích cắt, chặt như nhau
Tư Mã Thiên mất giống,
Cao Bá Quát bay đầu

Cắt tem phiếu, hộ khẩu
có khác gì chặt đầu
đau còn hơn bị thiến
mất tự do bấy lâu

Đọc thơ Cao Bá Quát
giận lây đến miếng ăn
nó đày đọa chữ nghĩa
khoảng bốn trăm nhà văn

Nó nhục mạ sách vở
cầm bút muốn yên thân
viết những điều không thích
ý đẹp tàn lụi dần

Đọc thơ Cao Bá Quát
nghe dạy cách vào Thiền
là ra ngoài thiên nhiên
yêu đời như hoa cỏ

Áo bọc trăng mười sáu
tà lụa vàng nâng lên,
thương cây tùng bị chặt
núi lạnh nhớ người hiền

Chỉ vào bức tường đổ
ta chợt bật cười ra
ngày nay chúng đổi mới
trẻ còn khốn nữa già...

Na Uy, Oslo tháng 2 năm 1992

NGUYỄN LƯƠNG VỴ

Nguyễn Lương Vỵ sinh năm 1952. Quê quán: Quán Rường, Tam Kỳ, Quảng Nam.

Đã có thơ đăng báo *Văn, Khởi Hành, Thời Tập, Văn Chương* từ 1969 tại Sài Gòn.

Tác-phẩm thơ đã xuất-bản:
- *Âm vang và Sắc Màu* (NXB Trẻ, Sài Gòn, 1990)
- *Phương Ý* (NXB Thanh Niên, Sài Gòn, 2000)
- *Hòa Âm Âm Âm Âm...*(Thư Ấn Quán, Hoa-Kỳ, 2007)
- *Bốn Câu Thất Huyền Âm* (Q&P, California, 2011)
- *Tuyển Tập Thơ Bốn Mươi Lăm Năm 1969-2014* (2015)
- *T(i)ếu Ngạo Giang Hồ (*"bảy chữ ngàn câu"; Q&P Production & Sống, 2016), ...

Sương đồng bằng

1.
sương đồng bằng sương chiêm bao
trở về thăm nghe đất chào
nghe ruộng gọi nghe suối hát
nghe gà gáy nghe vịt khào
chớp mắt nhớ gò lau trắng
vòng tay thương bụi mía lau
thằng-bé-ta đang u mọi (*)
vang chiều vang bóng hanh hao…

2.
chiêm bao sương chiêm bao chiều
nhiêu là nhiêu ai biết nhiêu
tự hỏi tự đáp bóng ngả
tự trào tự trách hình xiêu
miếu cũ bình vôi nín bặt
đình xưa hương lửa mất tiêu
thằng-già-ta đang dụi mắt
nhòe chiều nhòe dấu sương treo…

3.
sương đồng bằng sương bình nguyên
hèn chi ta thương dấu huyền
huyền đi huyền về thinh vắng
sắc bay sắc đậu lắng yên
mo cau rụng chiều run khẽ
mái hiên che nắng ngủ hiền
thằng-khách-lạ đang dỗ giấc
chiêm bao ướt hết trăm miền…

quán rường, 09.2011

(*) u mọi: trò chơi trẻ con phổ biến ở thôn quê miền Trung Việt Nam.

Âm âm đáy vực

(Thương gửi Nguyễn Quế Phương)

I

Nghe suốt âm đáy vực
Những cánh bướm đa sắc ngân tiếng chuông
Nơi sơ sinh khóc theo tiếng bom
Nơi mẹ hụt hơi rặn ra một sinh linh
Đỏ hỏn nhịp luân hồi
Nơi ta nhặt những âm vang muôn triệu đóa cầu vồng
Nghẹn ngào cháy trên lưng đồi
Nghẹn ngào chảy trong tinh huyết
Ánh lên muôn kiếp cỏ non
Cỏ khát khao xanh búp lửa
Nghẹn ngào cháy trên đồi tranh
Bầy quạ đen ôm những trận gió nồm…

II

Nuôi lửa trong cát
Gọi tiếng sóng biển xuyên qua ngực
Xuyên suốt âm vang
Nghẹn ngào những mắt gai xương rồng
Cát rú trăng trong sương
Nơi ta ngồi tru trăng như con chó ốm
Nghẹn ngào gốc thông già
Sần sùi sóng và gió
Chạy và hú chạy và hú
Sân ga buốt nắng quê nghèo
Những thây ma buồn thiu
Ngủ vùi theo mây trắng…

III
Nuôi lửa trong chiếc lá xanh
Chiếc kèn lá dứa mồ côi
Âm âm đáy vực
Âm âm gò bông lau
Những xác chết nằm cong
Những mái đình nghẹn máu
Nghẹn ngào những Bông Trời Huyết Hoa
Nở hấp hối trên những con đường những giòng sông
Chạy và hú chạy và hú
Những chuyến tàu rách mắt hoàng hôn
Giục giã niềm chia ly trên vách tường rêu
Những giọt trăng xanh cổ độ

IV
Nuôi lửa trong tiếng tù và
Trên đồi gió tru ma
Âm âm đáy vực
Âm âm cốt đá vang trầm
Những giấc chiêm bao bén rễ
Bò quanh những nấm mồ hoang
Mang theo những mắt tre già thức nhọn
Xanh trầm âm xanh ngát âm
Chạy và hú chạy và hú
Những cụm mây vẽ bóng thinh không
Trời tuổi dại mịt mờ bóng núi
Những dấu chân khóc ngóng mênh mông

V
Nơi ta ra đi mang theo mái tóc khét nắng
Vàng hết những âm vang
Những con đường gai sắc nở vội trong giấc ngủ
Nắng lóa hết nỗi nhớ đứng trưa
Mưa nhòa hết nỗi đau giữa khuya
Rưng rưng hết những mùa viễn xứ

Âm đáy vực trong cát trong chiếc lá xanh trong chiếc tù và
Mưa núi nhói bên ngực trái
Chạy và hú chạy và hú
Những con đường phố biển gầy nhom
Heo hút những mùa trăng lạnh
Vu vơ giọng nói đất trời

VI
Nơi ta ra đi mang theo những trận gió nồm
Ký ức râm ran những luống cày điêu linh thống khổ
Bầy chim chìa vôi bên đám mạ non gầy guộc
Gió vẫn thổi hồn nhiên băng qua những hốc mắt tre già
Lạnh và buốt miễu cô hồn
Những chiếc bình vôi đùn trắng mây
Buốt và lạnh vườn không nhà trống
Những viên đá ong còn đọng lại những giọt trăng
Chạy và hú chạy và hú
Những tiếng rền dội sau lưng
Âm đáy vực chìm trong sắc lá
Gửi theo ngàn sông bay

VII
Nơi ta ra đi mang theo những viên gạch vỡ
Đỏ rực những hoàng hôn trên sân ga
Bóng cây hắt hiu thầm nhắc máu
Bóng núi hắt hiu thầm nhắc tên ai
Những viên gạch vỡ niềm ly biệt
Những vòng tròn tưởng tượng trên sân
Sững sốt những âm vang đang khóc thầm trong nắng
Trong túi áo đầy tiếng chim kêu chiều
Chạy và hú chạy và hú
Gửi theo tiếng xình xịch của những chuyến tàu
Âm đáy vực chìm trong những mùa vàng
Nằm ngủ một mình với biển

VIII
Năm mươi năm mùi tóc khét nắng vẫn còn vương
Âm đáy vực bướm đa sắc vẫn còn reo trong máu
Những khi câu thơ vuốt mắt một sinh linh
Những hạt cát bừng lên tiếng nói
Những chiếc lá xanh nở đều những búp lửa
Những chiếc tù và mang hết biển và núi quay về
Những trận gió nồm ngủ trong những chiếc bình vôi
Những viên gạch vỡ nheo mắt ca hát với hoàng hôn
Chạy và hú chạy và hú
Những sầu đau rạng rỡ trong cánh bướm đa sắc
Âm đáy vực rạng ngời thinh không
Ngồi nghe một mình cỏ hát

IX
Gửi tặng con một bài thơ viết muộn
Vẫn còn nguyên triệu đóa cầu vồng
Phương Đông hồng sắc mây
Tiếng chuông ngân vô tận sinh linh
Đã từ rất lâu trong hạt bụi
Đã từ rất lâu trong gió
Khi con trở về đứng trên đồi quê
Những chiếc lá cười tíu tít
Con hãy thử chạy và hú chạy và hú như ta thuở nào
Đẹp Cô Liêu là những điều ta muốn nói
Âm đáy vực sẽ tràn vào tim con
Hai tiếng Việt Nam yêu dấu…

(Denver 6/2002; California 6/2006)

Sỏi

1.

sỏi ơi ta nhặt trên đường
đường muôn dặm réo muôn phương
lang bạt bụi mù gió lộng
giang hồ nắng nhớ mưa thương
nhặt lên nghe ngàn thâu xót
soi vào thấy vạn thuở hường
hường lóng lánh âm điền dã
uềnh oang tiếng gọi ễnh ương…

2.

sỏi ơi đâu nỡ vô tình
ngồi lau tiếng khóc vô minh
chữ cũ mềm vang địa phủ
ý lạ lẫm động thiên tinh
khép hờ câu thơ cuối bãi
nhấn sâu khúc nhạc đầu ghềnh
ghềnh gấp gảy trăng mười sáu
nắng khuya đắp đổi nhớ quên…

3.

sỏi ơi thương lắm bạn hiền
cho ta khóc rất hồn nhiên
như sỏi vậy như thơ vậy
như hồn điên như phách điên
rúng động tình thư vạn cổ
u hoài nấm mộ thanh thiên
thơ vắn số đèn dầu lạc
vẫn còn đây bóng sỏi nghiêng…

Quán Rường, 07.2013

Một mình

1.

mở mắt lại thấy chiêm bao
thấy đêm xanh thẳm rì rào
khuya hoan hỉ nên khuya thức
bóng hàm ơn nên bóng chao
chuyện vãn một mình lúp xúp
tâm tình muôn nẻo lao xao
còn may lắm đêm xanh nhỉ
một vuông trời một chấm sao…

2.

một chớp nháy một niềm trời
hạt bụi bay lang thang chơi
vết hằn xoáy theo trốt gió
niềm thương tít tắp trùng khơi
rạch một âm sâu nhớ bạn
gõ vài phách lạnh đau đời
năm với tháng chìm trong ngực
mở lời thưa một tiếng thôi…

3.

rằng niềm trời thức đã lâu
rằng chiêm bao tự sơ đầu
giọng nói truông ngàn vọng mãi
tiếng tru rừng rú mong nhau
xa xa ngái tình hôm trước
trầm trầm hoài nghĩa bữa sau
gom hết bóng đời trọn gói
tặng đêm xanh mượt vút mau…

Calif., 11.2013

Tình ca ngựa

1.

ngựa về núi đá đầu thai (*)
trời đất động kinh một hai
ba bốn lần tung cánh vạc
năm sáu bận bủa lưới chài
vớt lên lục bình lục bát
gửi về ngày mốt ngày mai
thở rất nhẹ nghe đêm nhắc
tình ca khắc vợi tên ai…

2.

tình ca khắc vợi tên em
cớ chi đau ngọn bấc lên
leo lắt ánh trăng vườn cũ
chập chờn vuông mộng ao quen
chuyện kể nao lòng đêm trắng
câu hò ráo lệ ngày đen
máu xương nhé đừng câm lặng
câu thơ đâu nỡ cài then…

3.

câu thơ đâu nỡ úa màu
tím ngát hồng tươm đỏ au
em nằm ngủ khép mi mắt
ta ngồi ru tựa mái đầu
ầu ơ giọng cười trong vắt
ví dầu tiếng khóc trắng phau
trần gian nhé đừng im bặt
dấu huyền dấu sắc nhớ nhau…

4.

dấu huyền dấu sắc hòa thanh
ta ôm em ngợi bài hành
nhịp bàn chân chia hơi ấm
ngửa bàn tay sớt gió hanh

ầu ơ sắc màu lận đận
ví dầu âm nhạc lanh canh
máu xương nhé đừng ưu hận
thì ra sử lịch quá tanh…

5.
thì ra sử lịch quá nồng
ta bồng em giữa triều đông
náo nức bụi hồng phố chợ
nôn nao sương trắng ruộng đồng
phố chợ lạc loài quán xá
ruộng đồng ngơ ngác suối sông
lời ru nhé đừng xanh quá
kẻo không gian sẽ chạnh lòng…

6.
kẻo không gian sẽ xót xa
chùm bông khế rụng hiên nhà
sân gạch chờ ai đấy nhỉ!
tường rêu nhắn bậu đó a!
bướm gáy trên giàn thiên lý
cu gù dưới bóng hoàng hoa
thiết tha đáp lời nguyệt quế
giật mình tơ nhện mới sa…

7.
giật mình ngựa hí đầu non
khúc tình ca đã ngợp hồn
đá rịn mồ hôi xứ sở
núi trào hương huyết làng thôn
bài thơ chép quên và nhớ
nhúm tro bay mất với còn
vẽ chân dung em trong gió
gió ngân dài một vết son…

Calif., 09.2013

(*) thơ Bùi Giáng.

Lại nhớ Nguyễn Trãi

1.

chắc chi thiên hạ đời nay… (*)
thương nhớ ông chiều lá lay
nhẩm hai câu thơ chặc lưỡi
rít một hơi thuốc nhíu mày
đời nhẹ khôn kham hay nhỉ
mộng tràn chưa thỏa lạ thay
vỗ trán thực hư chẳng rõ
trông vời hạt bụi bay bay…

2.

chắc chi… mà sao nhói tim
mà sao cứ mãi kiếm tìm
một âm quen vừa náo động
vài phách lạ chợt lim dim
tìm nhau huyết tanh máu lạt
hỏi nhau mây nổi sương chìm
chiều lá lay xanh với đỏ
trời chao nghiêng một bóng chim…

3.

chắc chi… mà sao cúi đầu
mà sao cứ hỏi về đâu
về đâu thì về thây kệ
đến đâu thì đến chứ sao
non nước đục ngầu thế sự
trần gian tái mét vó câu
nhặt một chữ ơn một chữ
nâng niu gá nghĩa dài lâu…

4.

chắc chi… mà sao vắn dài
mà sao đếm một thành hai
lộn lèo đời sai với đúng
đú đeo mộng ngắn với dài

thương ông đèn chong mắt thức
nhớ ông bông rực nắng phai
chiều cuối thu chiều không hết
lòng đây biết tỏ cùng ai…

5.

chắc chi… mà sao ứa tràn
mà sao xé ruột bầm gan
lạc chợ trôi sông nhớn nhác
nghiêng trời lệch đất rổn ran
thời với thế đốn với mạt
vua với quan bạo với tàn
vắng tiếng rao buồn xao xác
nón cời rách gió ho khan…

6.

chắc chi… mà sao rùng mình
mà sao ma khóc tận tình
xa xứ chiêm bao lóng ngóng
không nhà mộng mị linh đinh
ma cứ khóc ta gõ mõ
quỷ cứ hờn ta tụng kinh
rít thêm một hơi thuốc nữa
mồ thu hắt bóng đùng đình…

7.

chắc chi thiên hạ đời sau
nhắn giùm ta những sắc màu
khắc vợi hồn cây lá mục
ru hời xác núi sông đau
thôi thì gửi nhạc xanh biếc
vậy nhé trao thơ trắng phau
mút mùa ngồi khâu tâm sự
xự xang xê cống biết đâu…

Calif., cuối thu 2013

(*) thơ Nguyễn Trãi: chắc chi thiên hạ đời nay / mà đem non nước làm
rầy chiêm bao (tự thán).

NGUYỄN MẠNH AN DÂN

Tên thật Nguyễn Mạnh Dạn. Khai sinh 1948, Bình Định, Việt Nam. Học trung Học Cường Để Qui Nhơn, Văn khoa Đại học Sài Gòn, Trường Bộ binh Thủ Đức. 7 năm tù "cải tạo". Vượt biên năm 1989 và định cư tại Hoa-Kỳ từ 1993. Các bút hiệu thường dùng: *Nguyễn Mạnh Song Ka, Nguyễn Phạm Thái, Trần Chung Ly, Nguyễn Gia Hiếu, Nguyễn Bình Định.*
Trước 1975 cộng tác với *Văn, Văn Học, Nghệ Thuật, Giữ Thơm Quê Mẹ, Vận Động, Tự Quyết* . Sáng lập tạp chí & cơ sở xuất bản *Thắp Đường.*
Ở hải ngoại, phụ trách các nguyệt san *Niềm Tin, Khát Vọng Tự Do*, các chương trình phát thanh Cộng Đồng và *Chuông Tự Do* tại Pulau Bidong và Sungei Besi (Mã Lai). Cộng tác với các báo Đường Sống, Chinh Danh, Canh *Tân, Kháng Chiến* (Hoa Kỳ), *Làng Văn, Lửa Việt* (Gia Nã Đại), Độc Lập (Đức). Phụ trách biên tập *Diễn Đàn Cộng Đồng, Diễn Đàn Hiệp Lực* và nhiều Đặc San cho các Hội Đoàn thân hữu.
Hội Viên Văn Bút Việt Nam Hải ngoại; Điền hành TT Văn Bút Nam Hoa Kỳ 2 nhiệm kỳ.

Tác-phẩm đã xuất-bản:
- *Người Lính Không Có Vũ Khí.* NXB Làng Văn (Gia Nã Đại)
- *Lan Man Ngày Tháng Cũ.* NXB Làng Văn Gia nã Đại
- *Tiếng Thét* (Thơ, NXB Anh Em Na Uy).
- *Lá Quốc Kỳ & Người Lính Cũ.* NXB Thắp Đường Hoa Kỳ)
Và các tuyển tập in chung: *Chuyện Hay Hải Ngoại* (NXB Bình Minh, Hoa Kỳ), *Trông Vời Quê Cũ* (Làng Văn), *Hạnh Ngộ* (Hoa Kỳ), *Trong Cơn Vật Vã* (Văn Bút Việt Nam Hải Ngoại).

Giờ cuối ở một đơn vị nhỏ

Tùng cúi người phóng nhanh về phía bờ đất cao trước mặt. Tiếng đạn pháo kích hết tầm, lao xuống tạo thành những tiếng hú dài rờn rợn. Mấy âm thoại viên kéo quặp cần ăng-ten ngụy trang, lom khom chạy theo Tùng. Mấy trái khói màu gắn quanh máy bộ đàm PRC-25 xốc lên xốc xuống va chạm vào nhau kêu lốp cốp. Tùng đưa ống nhòm lên mắt, hấp tấp quét qua quét lại về hướng đã phát ra tiếng đạn pháo bắn đi, tầm mắt của anh dừng lại, chăm chú về một bờ tre xa, nơi có những vệt khói mỏng vươn lên tan loãng, mờ nhạt. Tùng gật đầu nhè nhẹ, anh cúi xuống nhìn vào tấm bản đồ, dùng ngón trỏ tay trái dò trên những ký hiệu để xác định vị trí, tay phải đưa ngược về phía sau, nói nhát gừng theo thói quen:

- Pháo binh!

Người âm thoại viên lẹ làng đặt ống liên hợp vào tay Tùng. Tùng nói tiếp:

- Ở nhà tên gì!

- Bảo Quốc, 51!

Nguyên tắc hành quân, các đơn vị ở tuyến đầu bao giờ cũng có tiền sát viên đi theo để liên lạc với các pháo đội yểm trở hành quân, nhưng thực tế, vì tình hình cấp bách, các đơn vị trưởng trực tiếp đảm trách công việc này và họ thường không mấy rành rẽ các danh hiệu truyền tin trong hệ thống pháo binh. Tùng đang ở vào trường hợp này, anh nhìn lại một lần nữa để xác định chính xác tọa độ rồi gọi lớn:

- Bảo Quốc, Bảo Quốc! Đây Trấn Biên gọi!

Máy truyền tin im lặng một chút, rồi có tiếng rè rè và giọng đáp lại:

- Trấn Biên! Bảo Quốc tôi nghe bạn năm trên năm.

- Xin tác xạ, trả lời.

- Xin tác xạ, nhận rõ, yếu tố cho qua đi, trả lời.

- Thanh Thúy trái phải 00, lên 1.3, địch phốctrô - kilô (pháo kích), phản phé (phản pháo), trả lời.

- Thanh Thúy trái phải 00 lên 1.3, phản phé. Đạn đi trả lời.

Tùng an tâm nghe tiếng đại bác của quân bạn rít trên đầu, anh trao ống liên hợp cho tiền sát viên điều chỉnh tác xạ và cầm máy nội bộ gọi các trung đội:

- Vạn Phúc, Vạn Lộc, Vạn Thọ, đây 51 gọi!

Có tiếng ba Trung đội trưởng lần lượt trả lời trên máy. Tùng muốn tìm một lời nói đùa thật vui nhộn trước khi có những chỉ thị cần thiết. Tùng đã học được kinh nghiệm này từ ngày còn làm Trung đội trưởng. Tình hình càng nguy ngập, khó khăn chừng nào, càng cần một sự bình tĩnh, lạc quan tuyệt đối của người đơn vị trưởng chừng nấy. Điều này có ảnh hưởng rất lớn đến tinh thần chiến đấu của các thuộc cấp, Tùng biết rất rõ điều đó, anh vừa cười lớn trong máy, vừa bình thản, khôi hài:

- Cụ Hồ có cấp phép cho ai không mấy cậu? Kiểm điểm con cái báo tôi biết!

Có nhiều tiếng cười nhỏ trong máy, rồi các Trung đội trưởng hân hoan báo cáo tình hình vô sự. Tùng hài lòng lắng nghe và nghiêm trang ra lệnh từng tiếng một:

- Tất cả bung rộng con cái ra. Phúc, Lộc bắt tay hàng ngang, cho một chấm (tiểu đội) bám vào bờ đất hướng 10 giờ 30, nghe rõ trả lời?

- Nhận rõ 51! Một chấm bám bờ đất hướng 10 giờ 30!

Thọ giữ hông phải. Dương mai (gài mìn) ra án ngữ con rắn đỏ (đường đất nhỏ), rõ không, trả lời?

- Nhận rõ, 51, dương mai, án ngữ con rắn đỏ.

- Cho con cái cẩn thận, coi chừng ngớt phốc trô - kilô, nó biển người, hiểu không , trả lời?

- Nhận hiểu, 51!

Tùng buông máy, rồi nhổm người yên lặng theo dõi các Trung đội di động củng cố vị trí, anh rất buồn và lo âu, quân số chẳng còn bao nhiêu mà không được bổ sung. Đơn vị anh được điều động đến đây để giải tỏa áp lực địch đang đè nặng chung quanh tỉnh lỵ Hậu Nghĩa. Địch quân đã tiến sát vành đai thành phố và ngày đêm pháo kích vào các điểm trọng yếu. Cả kho xăng lẫn kho đạn dự trữ của Trung Tâm Yểm Trợ Tiếp Vận đều đã bị trúng đạn từ hai ngày trước, tiếng nổ và đám cháy kéo dài dai dẳng suốt mấy ngày liền. Tình hình chiến sự căn thẳng khắp nơi và tin tức ghi nhận được từng lúc, từng chỗ đã làm Tùng thực sự bối rối, anh cố gắng giấu đi những ý nghĩ thật của mình để điều động đơn vị chu toàn nhiệm vụ bằng tất cả tinh thần trách nhiệm của một cấp chỉ huy, nhưng trong thâm tâm, anh đã chớm thấy những dấu hiệu đáng lo ngại. Ban Mê Thuột đã thất thủ; cả Vùng I và Vùng II Chiến Thuật đã di tản; Quốc Hội Hoa Kỳ quyết định ngưng viện trợ và kế hoạch di tản người Mỹ ở Việt Nam đã được phong phanh đề cập tới. Cái gì sẽ xảy ra cho đất nước, cho từng con người nhỏ nhoi đang cố gắng chiến đấu, đang lần lượt hy sinh cho một tương lai mơ hồ và chông chênh của dân tộc? Tùng rối ren lắm, nhưng nhiệm vụ và tình thế không cho phép người lính có nhiều thời giờ để suy nghĩ. Phải tự tồn tại, phải cứu mình và những thuộc cấp tội nghiệp đang trông cậy vào mình, không có cách nào khác.

Có tiếng rè rè và tiếng léo nhéo trong máy. Âm thoại viên lắng nghe rồi vội vàng chồm người trao cho Tùng ống liên hợp, tươi cười:

- 51, sang sông nói chuyện với gia đình lớn:

Tùng làu nhàu:

- Nhiều chuyện quá, có gì nói đại đi, rối tung thế này còn bày đặt "sang sông" làm gì cho mất thì giờ!

Âm thoại viên vẫn vui vẻ, liến thoắng:

- Tin đặc biệt, 51! Chuẩn Bắc Bình Xuân Phong (bà xã) của 51 ở đầu máy.

Tùng sững người, tròn mắt ngạc nhiên và vui mừng. Ba tháng liền, anh chưa rời khỏi đơn vị được một giờ, cũng không có thời gian để viết một lá thư nào đúng nghĩa, chỉ có mấy lần ghi vội đôi hàng, lúc trên bao thuốc, khi sau bìa báo, gởi xe tiếp tế về hậu cứ để chuyển về Sài Gòn cho Thiên Kim, chuyện gặp nhau chỉ có trong mơ, sao giờ này lại có nàng ở đây? Tùng hình dung ra hình ảnh cô sinh viên đài các và nhí nhảnh của Sài Gòn, nghĩ đến nỗi đau dai dẳng và dịu dàng của mình: Nàng là một đóa hoa quý, dường như vượt quá tầm với của một sĩ quan trôi nổi như anh, nhưng tình yêu vẫn có giữa hai người, dù cả hai đều mơ hồ nhận thấy về một kết thúc không mấy tốt đẹp.

Tùng vội vàng bật một chiếc cần nhỏ, chuyển tần số liên lạc ra khỏi hệ thống chung và hấp tấp gọi lớn:

- Trung Liệt, Trung Liệt! Đây Thành Tín gọi, nghe rõ trả lời?

Có tiếng cười khúc khích và giọng nói nhí nhảnh của Thiên Kim

- A lô, a lô, anh đấy phải không? Em đây, anh nói kiểu gì "vui" vậy?

Tùng cười lớn và hân hoan giải thích:

- À, xin lỗi cô bé, em cứ nói bình thường như gọi điện thoại đi, anh quen kiểu liên lạc truyền tin quân đội, đừng để ý, mừng "công chúa" giá lâm.

Thiên Kim nói nhỏ, giọng không còn vẻ tinh nghịch đùa cợt nữa

- Anh ở đâu vậy, em ra chỗ anh được không?

Tùng im lặng một chút, câu hỏi của Thiên Kim đã kéo anh về với thực tế, anh nói, giọng buồn buồn:

- Không được em, anh đang ở tuyến trên.

- Tuyến trên là ở đâu? Có nguy hiểm gì không? Sao anh ở được mà không cho em lên?

- Đừng hỏi, bé, cũng bình thường thôi, nhưng em không lên được.

Giọng Thiên Kim như sắp khóc

- Vậy anh ra chỗ em đi, anh biết chỗ em không, em muốn gặp anh.

Tùng nhìn xuống bản đồ, nhìn hai cái chấm đỏ ghi vị trí đóng quân của Tiểu đoàn và điểm đứng của mình, khoảng cách một phần tư ô vuông, ba trăm năm chục thước, một khoảng ruộng trống, một con lộ nhỏ, một cái mương cạn, gần quá nhưng làm sao nói để Thiên Kim hiểu là có những lúc, mỗi tấc đất, mỗi bước đi ngoài mặt trận là máu xương, là sống chết, là danh dự và trách nhiệm. Giọng Thiên Kim khẩn thiết pha chút hờn dỗi:

- A lô, anh còn đó không? Sao em hỏi không trả lời, có gì mà không muốn gặp em, bộ anh không vui khi có em lên sao?

"Trời ơi! Đừng nói nữa bé, sao anh lại không muốn gặp em. Có hạnh phúc nào lớn hơn được nhìn thấy em lúc này. Ước gì anh có thể bỏ hết mọi thứ trên đời để có em. Nhưng hiểu cho anh, anh sẽ không còn gì hết, không ra gì hết nếu anh bỏ đi lúc này. Đừng nói với anh về lý tưởng, về Tổ Quốc gì hết; anh nhỏ nhoi lắm, đừng nói những chuyện to tát quá. Nhưng, anh đang có một trăm hai chục người lính lẻ loi và tội nghiệp, họ đang gồng mình để hứng hàng trăm quả đạn pháo, đang ghìm súng để đối phó với cả tiểu đoàn địch quân lăm le nghiền nát họ. Anh đang có mặt ở đây, anh có trách nhiệm chia sẻ và có thể cũng sẽ bị nghiền nát. Không có cách nào khác, hiểu cho anh."

Tùng suy nghĩ rất nhiều, nhưng anh chưa kịp nói gì thì Thiên Kim đã nói tiếp, giọng bắt đầu chùng xuống, có nước mắt:

- Em hiểu rồi, anh đang bị vây phải không? Anh ở xa lắm phải không? Anh có sao không? Về với em một chút không được sao? Nói cho em biết đi!

"Về với em một chút không được sao?...". Đừng làm anh khổ tâm bé ơi. Một chốc không là gì hết, thiếu gì người có thể bỏ cả đời để hoang phí, để vui chơi; nhưng hiểu cho anh, có những lúc với người lính, một phút là quá nhiều, là tất cả. Hiểu cho anh. Tùng nói ngậm ngùi:

- Em lên, anh mừng lắm, anh sẽ ra ngay khi có thể, nhưng bây giờ chưa được. Chờ anh một chút. Nói gì với anh đi, cười cho anh nghe đi...

Tùng đang nói bỗng dừng lại đột ngột, anh ngồi thụp người xuống, cố thu mình trong chiếc áo giáp theo một phản xạ tự nhiên. Kinh nghiệm chiến trường giúp anh nhận biết được tầm đạn pháo đang bay qua đầu, hay đang hết tầm, rơi gần vị trí. Một tiếng nổ lớn làm bắn tung cát, sỏi mịt mù giữa một vùng khói đen. Tùng thấy bỏng rát, khó thở và gần như mất cảm giác trong mấy giây. Trái nổ quá gần và sức ép của nó như muốn hất tung người Tùng lên khỏi mặt đất. Tùng định thần, anh đưa tay vuốt mặt và nhìn vào lòng bàn tay lấm lem khói bụi: Không có máu, không sao cả.

Tùng nhổm người nhìn bao quát một vòng vị trí đóng quân và khắp vùng trước mặt. Tất cả đều lặng lẽ, không có dấu hiệu gì có những đột biến lớn. Có tiếng rên và tiếng gọi nhau nho nhỏ. Tùng nhìn về phía đóng quân của BC Đại đội: một số anh em đang bu lại thành một vòng tròn lớn, Thường vụ đại đội đang dáo dác tìm kiếm và đang lớn tiếng gọi y tá.

Tùng bước nhanh lại gần, một binh sĩ trong khẩu đội súng cối đã trúng đạn và hy sinh.

Người lính trẻ nằm nghiêng trên một vũng máu lớn, mắt mở trừng trừng như thảng thốt, như ngạc nhiên, như tiếc rẻ và uất ức. Một mảnh đạn pháo lớn vắt dọc từ mang tai đến dưới cổ, dính lại bên trong, chỉ lòi một phần cạnh sắt ra ngoài. Máu bị mảnh đạn chận nghẽn lại không chảy thành dòng, rịn từng giọt nhỏ, liên tục. Hai binh sĩ khác bị thương ở vai và bụng, không nặng lắm. Tùng lặng lẽ nhìn đi chố khác. Bao năm lăn lộn ngoài chiến trường, đã chứng kiến biết bao cái chết mà Tùng vẫn không sao giữ được bình tĩnh trước sự hy sinh của những binh sĩ gần gũi dưới quyền mình. Tùng đứng nghiêm chào, anh ra lệnh giải tán đám đông, chỉ giữ lại một số cần thiết, dặn dò Thường vụ bọc pông-sô cẩn thận cho tử sĩ và cầm máy gọi Tiểu đoàn. Thiên Kim vẫn còn ở đầu máy, nàng khóc ngất lên, nghẹn ngào

- Tiếng gì nổ vậy anh? Sao tự dưng anh bỏ máy? Anh bị bắn phải không? Anh có sao không?

Tùng hơi bất ngờ, những sự kiện liên tiếp xảy ra đã làm anh hầu như quên hẳn sự có mặt của Thiên Kim, anh cười nhẹ và gượng gạo trấn an:

- Không có gì đâu em, tiếng nổ xa, không sao hết. Cho anh gặp người trực máy một chút rồi mình nói chuyện tiếp.

Máy im lặng, rồi có tiếng nói quen thuộc của âm thoại viên Tiểu đoàn:

- Trung Liệt tôi nghe thẩm quyền.

- 51 đây! Báo 45 biết gia đình tôi bị phocto - ki lo, hai kiến cắn (bị thương) , một rách áo (chết), xin tư tưởng (tải thương) gấp, trả lời.

- Nhận rõ, một rách áo, hai kiến cắn.

Tùng tần ngần một chút, rồi nói nhỏ vào mày

- Đừng nói gì với Bắc Bình Xuân Phong của tôi hết rõ không, trao máy cho cô ấy một chút nữa đi.

- Nhận hiểu, 51.

Thiên Kim khóc lớn khi trở lại máy, nhưng rồi nàng đã kềm lại và nói chậm rãi, rành mạch, không còn vẻ phiền hà trách móc như mấy phút trước đây.

- Em hiểu rồi, đừng giấu em, tình hình khó khăn lắm phải không anh? Em định nói nhiều chuyện lắm, chuyện dài dòng lắm, nhưng thôi, đại khái thế này: Nhà đã đi Vũng Tàu hết rồi, em...

Thiên Kim đang nói bỗng nghẹn lại, dường như nàng đang cố sắp xếp để diễn tả một điều khó nói. Tùng nóng ruột, hấp tấp hỏi:

- Em nói gì? Ai đi Vũng Tàu? Sao lại đi Vũng Tàu trong tình hình này?

Thiên Kim nói nhanh, không để Tùng phải chờ lâu:

- Đừng hỏi, anh. Anh không hiểu gì đâu, Sai Gòn lộn xộn lắm.

- Rồi sao?

- Anh Tài, Chị Bích nhắn về nói ông Tạo sắp bỏ Vũng Tàu di tản rồi. Chị Bích bảo cả nhà phải xuống hết dưới đó. Anh Tài đã chuẩn bị tàu trong Trung Tâm. Cha má bối rối lắm. Má với mấy chị khóc suốt đêm, cái gì cũng tiếc, nhìn gì cũng quyến luyến nhưng chị Bích bảo phải bỏ hết, xuống ngay, sợ đứt đường.

...

- A lô, a lô! Anh còn đó không? A lô, cả nhà đi sáng nay rồi, em nhất định chờ gặp anh, má la lối, khóc lóc, em đổ lì nên má chìu nhưng để lại xe và chú tài xế. Mai em phải đi.

...

- A lô, anh nghe em không? Em nên đi không? Anh đi với em được không? Em ở lại được không? Em sợ lắm, ở nhà trống vắng thênh thang buồn lắm. Tình hình lộn xộn lắm, em phải làm sao?

Tùng run tay cầm máy, đầu óc anh lùng bùng, rối tung. Mọi việc mới mẻ quá, hệ trọng quá. Tùng không biết nói cái gì, trả lời làm sao cho Thiên Kim: "Anh đi được không?", "Em ở lại được không?". Những câu hỏi không có câu trả lời, không thể trả lời. Tình thế đã đặt con người trước những lựa chọn, những quyết định vượt quá khả năng phán đoán của lý trí. Phải trái, đúng sai, hợp lý, vô lý, tất cả đều có thể có mà cũng có thể không. Cả dân tộc đang bị cuốn đi trong một cơn lốc, một định mệnh ngoài sức tưởng tượng. Mọi người đều nhỏ nhoi, bất lực trong cơn lốc đó. "Cuốn đi, hãy để nó cuốn đi…". Tùng nói lẩm bẩm mấy lời cuối cùng và vô tình bấm nút phát của ống liên hợp. Tiếng Thiên Kim hấp tấp trong máy:

- Cái gì? Anh nói cái gì cuốn đi? Thôi em hiểu rồi, anh không quyết định được phải không? Em hiểu!

Tiếng Thiên Kim khóc lớn. Giọng nàng đau đớn, nhưng ý tưởng mạch lạc, dứt khoát, thể hiện một thái độ chịu đựng, tự chế phi thường:

- Thôi, anh đừng nghĩ ngợi gì nữa, không suy nghĩ gì được đâu. Em sẽ xuống với má. Không biết cái gì sẽ xảy ra. Cầu trời cho mọi việc tốt đẹp. Cầu trời cho mình sớm gặp lại. Anh về được thì đến ngay nhà, không còn ai đâu nhưng em sẽ nhắn lại: coi trong hộp thư, coi trên cửa, trên vách. Xuống được Vũng Tàu anh đến thẳng Trung Tâm, cứ xưng là chồng em, cứ xưng là em rể đại tá Chỉ Huy trưởng. Em sẽ chờ ở cổng, em sẽ chờ điện thoại để ra nhận anh vào. Đừng buồn, em lo liệu được. Cầu may mắn cho anh. Anh có cần gì không, có gì dặn em không?

Những lời cuối cùng Thiên Kim nói đứt quãng, giọng lạc đi trong nước mắt. Tùng đau đớn vô cùng, chưa bao giờ anh phải bối rối, khó xử như vậy. Tùng gọi Đại đội phó, gọi Thường vụ dặn dò anh em thay thế chỉ huy đơn vị, Tùng muốn ra Tiểu đoàn gặp Thiên Kim. Phải gặp nàng bằng mọi giá. Mặc kệ chiến tranh, mặc kệ mọi sự. Tùng đứng lên, anh gọi âm thoại viên, gọi một nửa toán Biệt kích đại đội chuẩn bị lên đường… nhưng rồi anh thẫn thờ đứng lại, lặng lẽ ngồi xuống. Biết nói gì với Thiên Kim bây giờ? Có lẽ gặp nhau chỉ thêm đau đớn, tạo thêm khó xử mà không giải quyết được gì. Tùng quyết định và anh cầm máy trở lại:

- Thiên Kim, em quyết định đúng. Cảm ơn em, hiểu giùm cho anh, cầu may mắn cho em.

- Nói gì nữa đi anh

- Anh nhớ em, nhớ lắm. Về được, anh sẽ đến nhà. Xuống Vũng Tàu được, anh sẽ đến Trung Tâm, anh hứa.

- Còn gì nữa không anh?

Tùng do dự một chút rồi nói nhanh:

- Ở dưới, nếu có thì giờ, nếu có thể được, em hỏi thăm giùm tin tức gia đình anh.

Thiên Kim khóc lớn:

- Gia đình anh ở đâu? Làm sao? Hỏi thăm ở đâu? Sao anh không báo em sớm?

- Bình tĩnh đi em, anh không biết gì nhiều, anh chỉ nghe loáng thoáng cha má, gia đình anh Tiến, gia đình chị Thu, chị Đào chạy vào được Nha Trang. Thanh từ Phù Cát, Thúc từ Kontum chạy được vào Nha Trang, nhưng bao nhiêu chuyện xảy ra, đường bộ đã đứt, nghe nói có nhiều người ra được Phú Quốc, vào được Vũng Tàu. Tìm giùm anh ở mấy trung tâm tạm cư đồng bào di tản, may ra..

- Em hứa, em hứa.

Nếu gặp, nói với má anh là em có gặp anh, hôm nay. Nói là anh mạnh giỏi, mọi việc bình thường

- Em hiểu, còn gì nữa anh?

- Thôi, cầu cho em mọi sự lành.

Tùng nói nhanh và buông máy, nhưng Thiên Kim vẫn chưa chịu ngừng, nàng gọi thất thanh:

- Anh Tùng!... Anh Tùng!

Tùng thẫn thờ cầm ống liên hợp, mấy lần định bốc máy trả lời nhưng lại chần chừ, do dự và cuối cùng quyết định trao máy cho âm thoại viên, với tay nhấc máy liên lạc nội bộ gọi các trung đội

Phúc, Lộc, Thọ! Đây 51 gọi...

*

Tùng chậm rãi đi một vòng suốt tuyến phòng thủ, anh cẩn thận ra lệnh báo động, buộc mọi người vào hết vị trí để kiểm soát hầm hố. Suốt đêm qua và ngày nay tình hình lắng dịu một cách đáng lo ngại. Địch chỉ pháo cầm chừng và không có dấu hiệu gì cho biết có lực lượng lớn trong khu vực. Tùng đã bung được nhiều toán viễn thám dò rộng chung quanh vị trí đóng quân mà không gặp một sự ngăn trở nào. Mục tiêu chiến lược của Bắc quân đã quá rõ ràng không thể lầm lẫn được: Nhiều cánh quân từ Lai Khê, Chơn Thành đánh xuống hướng Bình Dương; nhiều cánh quân khác từ Ba Thu, Trà Cú đánh sang, cố cắt đứt quốc lộ 15 đi Tây Ninh, và một lực lượng hùng hậu đang áp sát Hậu Nghĩa, Củ Chi, uy hiếp vành đai thủ đô. Tất cả đều nằm trong một chiến dịch, không thể có sự thay đổi nào khác ngoại trừ bị đánh bại, bị bẻ gãy, khi điều ấy chưa xảy ra thì mọi sự êm ả của chiến trường chỉ là một cái bẫy đáng ưu tư nào đó mà thôi.

Tùng ở rất lâu ngoài tuyến, uống với các Trung đội trưởng những hớp trà nguội pha từ sáng chứa trong các bình đông, rề rà chuyện văn với anh em. Mọi người đều có vẻ lo âu, có vẻ như linh cảm được sẽ có những thay đổi, những biến chuyển to lớn, lạ thường mà không ai thực sự biết là sẽ xảy ra thế nào, bao giờ. Tất cả đều chỉ hỏi, đáp lửng lơ, mông lung mà không ai muốn nhắc đến những mối lo âu thực sự của mình. Tùng cũng vậy, anh biết được nhiều điều hơn anh em, phải lo âu tính toán nhiều hơn họ, nhưng cả chính anh cũng không thể có một kết luận, một dự phòng ổn thỏa nào cho mình, cũng chỉ biết để cho mọi chuyện cuốn đi, thế thì anh còn biết nói gì với anh em, ngoại trừ thái độ chấp nhận, chia sẻ và quyết tâm làm tròn nhiệm vụ.

Có người gọi Tùng về hầm chỉ huy, khi có hai người lính nghĩa quân tìm đến gặp anh. Hai người lính có vẻ lo âu và mệt mỏi, họ chào nghiêm chỉnh trước khi trao cho Tùng một bức thư của Phân Chi Khu Trưởng Tân Mỹ, người mà Tùng được các nghĩa quân cho biết là thuộc cấp cũ của anh theo lời giới thiệu của anh ta. Tùng vội mở mảnh giấy nhỏ có đầy những hàng chữ viết vội vã, nguệch ngoạc:

Huynh trưởng Tùng kính,

"Tôi là Thọ - Thọ "húc", ba chấm trưởng 2/1- huynh trưởng còn nhớ không? Tôi bị thương ở Thiện Ngôn, loại 2 vĩnh viễn, quân đội đã chê tôi rồi nhưng tôi còn thương nó quá nên xin về Tiểu Khu làm lính làng. Tôi đang coi Phân Chi Khu Tân Mỹ. Tình hình nghiêm trọng quá, tuần trước tưởng đã đứt gánh rồi không ngờ còn "trụ" được đến giờ. Nghe Tiểu đoàn mình lên tôi mừng lắm, muốn ghé thăm huynh trưởng, thăm anh em và Tiểu đoàn mà không tiện đi lúc này. Địch đông đặc, đóng xen kẽ, da beo với mình. Tôi đã cho gài mìn đầy kín cả ngoài lẫn trong để ăn thua đủ với nó một chuyến. Phải trận cuối không niên trưởng? Sao tôi có cảm tưởng như vậy, huynh trưởng có gì cho tôi biết với. Tôi viết lung tung, huynh trưởng thông cảm.

TB1: Danh xưng của tôi là Thái Bình, tần số 11.37. Xin huynh trưởng danh xưng và tần số Tiểu đoàn. Có gì liên lạc giúp tôi với, hỏa lực Phân chi khu rất yếu.

* Huynh trưởng, cẩn thận các điểm pháo, tọa độ X..., XT..., XT... Có nhiều điểm nữa nhưng dường như đây là những căn cứ cố định, tôi ở đây lâu, tôi biết.

TB2: Tôi là quan địa phương, gặp gia đình cũ mừng quá, định làm con heo đãi huynh trưởng và anh em mà tình hình chưa cho phép. Hy vọng hôm nào yên yên, mời huynh trưởng bù khú một bữa chơi. Thọ.

Tùng gấp lá thư bỏ vào túi, anh nhìn hai người lính, cẩn thận hỏi thăm họ một số điều để chắc chắn là quân bạn rồi mới ghi danh xưng và tần số liên lạc gởi chọ Thọ. Tùng choàng tay ôm vai hai người lính nghĩa quân, vỗ vỗ vào lưng họ vừa thân ái vừa vui vẻ để trấn an họ và qua họ, muốn gởi đến Thọ, người Trung đội trưởng cũ mà Tùng rất quí mến.

- Nói giùm với cậu Thọ là tôi nhớ cậu ấy lắm. Cứ yên chí, Tiểu đoàn bao giàn cả vùng này, có gì cứ gọi qua, vừa lý vừa tình, đàng nào bên này cũng phải lo cho Tân Mỹ cả, đừng lo!.

Hai người lính có vẻ cảm động và vui mừng, họ lí nhí cảm ơn và chào từ giã. Tùng nói với theo, vui vẻ:

- Nhớ nuôi con heo cho mập nghe, hôm nào tôi qua nhậu đua với mấy cậu chơi.

Tùng đùa giỡn nhưng thật tâm rất lo âu cho đồn Tân Mỹ, anh đã nghiên cứu tình hình ngay khi vừa đến vùng này. Đồn nằm chênh vênh ngay ngã ba con đường dẫn từ Đức Hòa, Đức Huệ đổ xuống và là một tiền đồn rất quan trọng án ngữ mặt Bắc của Tiểu Khu, nó là cái gai mà đối phương cần loại bỏ đầu tiên để dọn đường tiến quân. Số phận của Tân Mỹ quá mong manh. Biết Thọ chỉ huy căn cứ này, Tùng càng lo hơn. Anh rất thương và quý mến tính ngay thật, thẳng thắn cùng lý tưởng phục vụ của Thọ. Thọ là con một, nhà giàu, đủ điền kiện để hoãn dịch nhưng đã tình nguyện vào Thủ Đức, bị thương, được xếp loại 2, một cơ hội để giải ngũ, để nghỉ ngơi mà nhiều người ao ước nhưng Thọ cũng từ chối, anh tiếp tục phục vụ quân đội trong điều kiện sức khỏe giới hạn của mình.

Tùng giở bản đồ, nghiên cứu cẩn thận và chấm nhiều điểm tiên liệu pháo binh giao cho Tiền sát viên gọi về căn cứ hỏa lực chuẩn bị sẵn sàng yếu tố tác xạ, hầu yểm trợ nhanh chóng cho Tân Mỹ khi hữu sự. Tùng đưa tần số liên lạc cho âm thoại viên chỉnh máy và cầm ống liên hợp gọi Thọ:

- Thái Bình! Thái Bình! Đây Trấn Biên gọi, nghe rõ trả lời!

- Trấn Biên! Thái Bình tôi nghe

- Số 1 Trấn Biên đây, cho gặp thẩm quyền của anh đi, trả lời!.

Thọ như đã chờ sẵn bên máy, anh lên tiếng không cần chờ âm thoại viên trả lời, giọng háo hức và xúc động:

- Tôi đây huynh trưởng! Lâu quá mới được nghe lại giọng nói của huynh trưởng. Tôi biết huynh trưởng vẫn nhớ em út và thế nào cũng gọi nên chờ sẵn để nghe. Mạnh giỏi huynh trưởng?

Tùng cười lớn trong máy. Anh thích lối nói chuyện ngắn gọn nhưng hàm chứa được tất cả sự chân thật, chí tình của Thọ. Lần Thọ bị thương, Trung đội do anh chỉ huy bị đánh tập hậu, cắt đứt ra khỏi đội hình Đại đội, bị vây hãm và lẻ loi chiến đấu một mình trong rừng. Bốn tiếng đồng hồ sau, Tùng mới giải tỏa được áp lực của địch và tiến vào bắt tay được với đơn vị bị lạc. Thọ bị thương từ đầu trận đánh, vết thương không nặng nhưng phần vì không được tản thương sớm, mất nhiều máu, phần phải cố gắng điều động Trung đội chiến đấu, Thọ đã gần như kiệt sức lúc gặp lại Tùng nhưng anh ta cũng cố mỉm cười, nắm chặt tay Tùng thều thào: "Tôi biết huynh trưởng không bỏ em út" trước khi ngất đi. Được gặp lại Thọ trong hoàn cảnh gay go này, Tùng vừa mừng vừa lo, anh nói thân mật:

- Sao? Dễ chịu không cậu? Tôi đã gặp hai thằng em, thỏa mãn mọi yêu cầu của cậu. Tôi sẽ làm hết sức có thể, không dài dòng ơn nghĩa gì cả, tính tôi cậu biết.

Thọ cũng cười, nói lớn hơn:

- Mệt quá huynh trưởng ơi. Ngoài Tiểu đoàn, mình lưu động, sàng qua sàng lại cút bắt với tụi nó, lâu lâu đánh lừa chơi tụi nó một vố thoải mái. Giờ ôm cái đồn nằm ì một chỗ, đưa đầu cho tụi nó pháo và gồng mình chịu trận, bực quá.

- Mỗi đơn vị có một tính chất riêng, một nhiệm vụ riêng, bên nào cũng cần thiết cả, biết sao được, gắng lên.

- Gắng chứ sao huynh trưởng, nói thì nói vậy thôi chứ bỏ cho ai. Nhiều lúc tôi muốn bung em út ra ngoài, tránh cái điểm "chết" này đi và bảo vệ nó từ xa. Tôi đã làm nhiều lần, kết quả tốt nhưng bây giờ thì không được nữa rồi.

- Sao vậy? Chiến thuật hay đó chứ, uyển chuyển cách nào để ít tổn thất nhất, có hiệu quả nhất là tốt chứ sao. Sao cậu không áp dụng nữa.

- Không được huynh trưởng ơi, bây giờ khác nhiều lắm. Trước, mọi đơn vị, mọi bố trí của mình đều vững vàng, ổn định. Nói giả dụ, tôi có sơ hở, lầm lẫn nào, mình còn phản công, tái chiếm. Bây giờ, tôi có cảm tưởng ra khỏi cổng đồn là không trở lại được nữa.

Thọ đang nói bỗng dừng lại, im lặng một chút rồi nói tiếp, giọng chùng xuống, trầm trầm cảm động:

- Xin hỏi huynh trưởng một điều, được không?

Tùng linh cảm có một điều gì đó không ổn. Tính Thọ bộc trực và sôi nổi, lúc nào cũng lạc quan và tự tin, ít bao giờ Thọ để lộ vẻ bối rối hay dao động. Tùng rất sợ phải nghe những điều không vui và muốn tạo cho Thọ một sự bình tâm cần thiết, anh cười lớn, nói ồn ào, cố phá tan vẻ nghiêm trọng, nặng nề:

- Làm gì ghê gớm vậy cậu? Mình với nhau mà, có gì cứ "phán" đi, dài dòng rào đón làm chi?

Tiếng Thọ vẫn nghiêm trang, chững chạc:

- Huynh trưởng có thấy gì lạ không? Mấy chục năm đổ máu, giữ từng tất đất, rồi tự dưng bỏ cả nửa nước, mà có ai thèm nói cho đám tép riu bọn mình biết điều gì đâu. Đứa nào sống được thì sống, đứa nào chết thì chết, tự mò mẫm, quờ quạng như những thằng mù. Tôi có cảm tưởng mình bị bỏ rơi rồi, không có thế giới tự do, không có đồng minh, chiến hữu khỉ gì hết! Mỗi đứa đều có quyền lợi riêng của nó và chỉ biết lo cho nó...!

- ...

- Mà huynh trưởng thấy đấy, phe ta cũng vậy thôi, có ai lo gì cho nhau, cho nước non gì đâu? Không biết huynh trưởng có biết không chứ ở Sài Gòn bọn nó chạy nhiều rồi. Số còn lại thì cũng chỉ nói cái miệng thôi, chứ cũng đã dự trù, toan tính hết cả rồi. Họ cho vậy là sáng suốt, khôn ngoan. Nhà tôi quen biết quan quyền, tướng tá thiếu gì, tôi biết hết. Những người thực sự can trường, yêu nước cũng không thiếu gì, nhưng làm gì được trong một tình hình chung như thế. Tôi không lỡ kẹt cái đồn, kẹt mấy chục người lính sinh tử thì tôi cũng dọt rồi. Chuyện nước non lớn quá, cò con cỡ mình làm được cái gì, nhưng lỡ học được ít chữ, biết chút vinh nhục, nên không thể bôi mặt bỏ trốn, chứ cũng không ham hố gì nữa. Nhục nhã cả đám rồi!

Thọ càng nói, càng lớn tiếng, giỡn giỡn, thật thật, chua chát, ngạo mạn. Tùng rất bối rối, anh không biết phải nói gì với Thọ, chính anh cũng đang hoang mang và nhiều lúc cũng có cùng ý nghĩ như Thọ. Tuy nhiên, trong cương vị của mình, Tùng cũng cố nói một điều mà thực tâm, anh cũng không mấy tin tưởng:

- Bình tĩnh đi cậu, chưa đến nỗi xấu lắm đâu. Đồng ý mất nửa lãnh thổ là mất 2/3 tiềm lực và vị thế chiến đấu; nhưng hy vọng các đơn vị di tản sẽ tái phối trí được, các đơn vị trách nhiệm phần lãnh thổ còn lại sẽ giữ vững được và sẽ có giải pháp. Đừng bi quan.

- Bi quan gì đâu, huynh trưởng. Lâu ngày gặp huynh trưởng, mừng quá, tâm sự chơi một chút vậy thôi. Mà cái số tôi cũng xui, huynh trưởng ơi. Hôm qua, tôi nổi máu ba gai, cho tập họp lính tráng lại. Tôi nói với anh em là mình hết thời rồi, mình ăn mày cả đám rồi, thôi ai có cha mẹ, vợ con gì thì về nhà đi, tôi cho phép. Huynh trưởng biết sao không? Lính tráng gì mà như đàn bà, khóc cả đám như cha chết, khóc xót xa như chảy ra máu mắt. Quê một cái là tôi cũng khóc, thầy trò ôm lấy nhau, rồi lính tráng đứa nào cũng xin ở lại, còn nước còn tát. Trước thì "dù" lia lịa, mà bây giờ mời không ai chịu đi. Hình như đơn vị là chỗ dựa cuối cùng, là hy vọng cuối cùng của những người lính sợ hãi và ngơ ngác trước vận nước. Vậy là "tiêu" tôi rồi. Phải chi mấy ông "tướng" đó mà chịu biến thì tôi cũng rút êm. Nói dại, nếu may mắn mà còn được ra "tòa án quân sự mặt trận", tép riu như tôi cũng ở tít mù cuối list, lo gì. Nhưng anh em đã tình nguyện ở lại, tôi đi sao được. Tôi, thầy họ mà, Thiếu uý đặc cách mặt trận, anh dũng, chiến thương đỏ ngực, phải làm sao cho coi được một chút... Vậy là hết ý kiến...

Thọ cười ha hả một lúc rồi mới tiếp, giọng nghiêm trang hơn:

- À! Nói 51 biết điều này, trước khi ông đến đây, Tiểu Khu này đã bầm dập lắm rồi, tả xung hữu đột nhiều trận, nhiều nơi nên cũng đã thọ thương trí mạng lắm rồi, tâm thì có mà lực thì sợ là bất tòng tâm vậy nên "Sét miền đông" phải coi chừng, không khéo ăn mày cả đám…

Tùng im lặng nghe Thọ nói, anh thấy nhoi nhói trong lòng, ngay cả những lời đùa cợt, giọng Thọ cũng có vẻ là lạ, đáng ngại. Tùng dè dặt đề nghị:

- Hay cậu ra đây bắt tay với tôi đi, mình trách nhiệm chung cả vùng này, đâu cần thiết bám vào một điểm:

- Không được đâu, 51! Cảm ơn huynh trưởng lắm, nhưng không được, tôi đã có kế hoạch rồi. Tôi đã khuân nửa kho mìn của Trung Tâm Tiếp Vận về đây trước khi nó nổ rồi. Lo gì, mấy cậu bé răng vẩu mà vào được đây thì "qua với mấy em cùng ăn pháo bông". Tình cảnh này, một là chạy làng, bỏ cuộc, hai là phải tìm cho mình một cách riêng, chứ biết sao. Thôi tạm biệt, có gì huynh trưởng nhớ gọi đàn em: Thái Bình, 11.37.

Thọ cúp máy đột ngột, Tùng im lặng ngồi một mình. "Phải tìm cho mình một cách riêng", Tùng rất hiểu con người Thọ, anh biết cái cách Thọ chọn và thấy ái ngại vô cùng. Tùng định gọi lại Thọ, khuyên giải, dặn dò đôi điều nhưng chưa kịp nhấc máy thì Tiểu đoàn gọi. Âm thoại viên chăm chú lắng nghe, rồi gác máy, quay lại nói với Tùng:

- 51! Lên Tiểu đoàn ngay. 45 cần gặp 50, 51, 53!

Tùng lặng lẽ đứng lên, với tay cầm tập bản đồ, hất đầu ra dấu cho âm thoại viên và mấy binh sĩ trong toán Biệt kích Đại đội đang ngồi bảo vệ chung quanh, nói cộc lốc:

Đi.

*

Tiểu đoàn Trưởng ngồi ngay ngắn trên một thùng đạn đại liên, dưới bóng mát của một tấm poncho căng thấp, nép sát đàng sau một bờ tre gai lớn. Phía đối diện là các sĩ quan ban Ba, hai Đại đội trưởng Chỉ Huy Yểm Trợ và Đại đội Ba, tất cả đang im lặng nhìn vào một tấm bản đồ hành quân lớn, trải chính giữa.

Tùng nhẹ nhàng ngồi xuống bên cạnh, mọi người đều ngước lên nhìn, ra dấu chào, nhưng không ai nói gì. Tiểu đoàn trưởng sửa lại thế ngồi, ông chống tay lên gối, hơi chồm người về phía trước, rồi chậm rãi lấy thuốc ra châm hút, hai mắt vẫn trầm tư nhìn vào những ký hiệu ghi dày đặc trên bản đồ.

Tùng lặng lẽ quan sát người chỉ huy. Mới mấy ngày mà trông ông khác đi rất nhiều: hàm râu không cạo, cộng với vẻ suy tư, khắc khổ làm ông như già thêm mấy tuổi. Tùng rất thương và kính trọng người chỉ huy già của mình. Ông xuất thân là một hạ sĩ quan, có nhiều thành tích chiến đấu, được chọn theo học khóa sĩ quan đặc biệt và đã lăn lộn ngoài chiến trường suốt từ ngày mãn khóa, dù đã tương đối lớn tuổi. Ông học không cao, nhưng ngay thẳng và tốt bụng, không hề có mặc cảm đố ky, cũng không có thái độ tự mãn, hách dịch, lúc nào cũng nhiệt tình, bộc trực và hết lòng với nhiệm vụ. Ông từng tâm sự cởi mở và chí tình với các sĩ quan trẻ trong đơn vị:

- Tôi già rồi, học hành hiểu biết không bao nhiêu, có được chút kinh nghiệm, chút liều lĩnh, làm tới Tiểu đoàn trưởng là hết mức, lên nữa là hư việc nước nhà. Mấy chú trẻ, có kiến thức, rán đi, quân đội mình sau này trông cậy vào lớp các chú, chứ không phải đám bọn tôi.

Những ngày tình hình chiến sự có nhiều đột biến to lớn, kỳ lạ khắp nước, cùng nhiều biến chuyển chính trị phức tạp. Tiểu đoàn trưởng họp anh em và phàn nàn:

- Mình chỉ biết đánh giặc, lo lắng, thương tiếc từng người lính, từng tấc đất, không rành chính trị chính em gì hết, cứ giữ được dân, được đất là được rồi. Nhưng ở nhà mà mấy ông lớn cứ cấu xé, giành giật nhau cái kiểu này, có ngày trở tay không kịp.

Anh em phân tích tình hình, nhận định về lập trường

của người Mỹ, về cái thế của Pháp… trong tình hình mới, về ảnh hưởng của Trung cộng, Nga Sô… với phía bên kia, về giải pháp trung lập, liên hiệp hòa hoãn… phù hợp với quyền lợi thực tế và thỏa mãn danh dự của mọi phía. Tiểu đoàn trưởng im lặng ngồi nghe, cuối cùng ông kết luận:

- Các cậu nói chuyện xa vời, rắc rối quá. Sao cứ có Pháp, Mỹ, Nga, Tàu hoài vậy. Mình có chính phủ, quân đội, có đất, có dân thì rán mà tự lo lấy, cần gì ai. Tôi không biết gì nhiều, nhưng giả dụ mình đuổi được bọn đỏ ra khỏi sông Bến Hải, Nga với Mỹ làm gì được mình. Chả lẽ bọn nó ép mình bỏ súng, rước đám kia vào lại à? Tự mình chứ "tiên trách kỷ, hậu trách nhân", tôi nghĩ nôm na vậy thôi và rán đánh giặc. Mấy cậu tin tôi đi, mình còn hay mất là tự nơi mình. Đừng sợ ai bỏ rơi mình, chỉ sợ mình tự bỏ mình. Mình còn dư sức để chiến đấu lâu dài mà, phải thích nghi với hoàn cảnh chớ, cứ coi thằng vẹm, có một hộp cù là muối, nó ăn cả tháng đánh nhau với mình, sao mình cứ đòi có thực phẩm tươi, có ration C. Cái gì nó hay thì mình phải học, nước mình còn nghèo chứ có giàu có gì.

Anh em không đồng ý với lối suy luận quá đơn giản của Tiểu đoàn trưởng, dù có phần hợp lý. Nhưng, tất cả đều thương và hiểu tấm lòng của ông.

Những ngày gần đây, nghe tin lãnh thổ lần lượt mất vào tay địch, lực lượng càng ngày càng co cụm lại, Tiểu đoàn trưởng vô cùng lo âu và nóng giận. Ông gọi máy gặp các Đại đội trưởng, bộc trực bày tỏ thái độ, ồn ào chửi bới, không kềm giữ, nể nang gì:

- Đánh đấm như cục cứt, di tản chiến thuật cái kiểu gì mà hết bỏ chỗ này tới chỗ khác, tao mà đứa nào ra lệnh di tản kiểu đó, tao bắn bể đầu!...

Tiểu đoàn trưởng nói rất nhiều, vừa giận dữ phẫn nộ, vừa chua chát bi uất; cuối cùng, ông dịu giọng lại:

- Mấy cậu thông cảm cho tôi. Tôi đánh giặc gần cả đời mà chưa từng gặp tình trạng kỳ dị quái đản như thế này. Thời mạt vận rồi hay sao ấy. Nhưng thôi, "nuôi quân ba năm, xài một giờ" anh em mình phải làm hết sức mình.

Tùng cảm động khi nghe những lời Tiểu đoàn trưởng nói. Anh thấy không tiện dài dòng trên máy nên định hôm nào gặp sẽ nói chuyện nhiều với ông, nhưng giờ ngồi trước mặt nhau, trong tình hình này, Tùng không biết nói gì, chỉ im lặng chờ đợi.

Tiểu đoàn trưởng đưa mắt nhìn từng anh em một lượt, rồi nói chậm rãi, dè dặt:

- Các cậu biết đấy, ở đây, mình chỉ còn Tiểu đoàn trừ. Thằng Hai với thằng Bốn đi với Thiết Đoàn 10, Đại úy Tiểu đoàn phó cũng theo cánh quân bên đó. Tôi có phản đối lệnh điều động của Tiểu khu, nhưng tình hình khó khăn, quân số thiếu hụt, nhiệm vụ chung mình phải đồng ý. Tiểu khu còn bảy Tiểu đoàn Địa phương quân và một số Trung đội nghĩa quân, nhưng đa phần các anh em ấy cũng đã tổn thất nhiều trong những ngày qua, và khả năng chiến đấu của họ, tôi nói xin lỗi, cũng có nhiều giới hạn lắm. Tóm lại, nhiệm vụ của mình rất nặng.

Tiểu đoàn trưởng ngừng lại, rít một hơi thuốc, im lặng một chút rồi chỉ tay vào những mũi tên lớn màu đỏ - ký hiệu tiến quân của đối phương - trên bản đồ và nói tiếp, mặt đanh lại, giọng nghiêm và quả quyết.

- Tin tức tình báo loại A1 của phòng 2 Tiểu khu và của Chiến đoàn đều cho biết địch đang tập trung một lực lượng lớn, dự định tấn công Tiểu khu từ nhiều hướng trong một hai ngày tới. Tình hình rất khó khăn, các vị trí yểm trợ cho mình có thể bị pháo làm tê liệt, các phi vụ oanh kích có thể cũng rất giới hạn. Phi trường Tân Sơn Nhất hình như có gì không ổn. Nói chung, mình phải cố gắng tự chiến đấu, chuẩn bị tinh thần để thích nghi với tình trạng không có phi, pháo yểm trợ.

...

- Ngay bây giờ, các cậu cho củng cố vị trí phòng thủ, tu bổ lại các hầm hào có nắp đủ sức chịu pháo hạng nặng. Nghiên cứu các hướng tiến quân của đối phương, cho gài tối đa mìn chống chiến xa. Tình hình này, địch có thể sử dụng T54. Dương tất cả M72 sẵn sàng. Tôi sẽ cho bổ sung thêm XM 202. Bảo anh em mình bình tĩnh, tác xạ ở tầm 150 mét, bắn vào pháo tháp. Tại mình ít gặp T54 nên ngại, chứ nó không có gì ghê gớm lắm đâu, đừng sợ B40 của nó bắn được M113, M48 của mình thì mình cũng dư sức bắn cháy PT76, T54 của nó. Bung nhiều toán tiền đồn, bám và phát hiện địch từ xa. Tôi đã gọi hậu cứ mang thêm ba cây 81, cứ yên chí, tôi sẽ rót đều cho các cậu khi hữu sự. Mình là đơn vị chủ lực duy nhất ở đây, nhớ làm ăn cho ra hồn. Thôi, tình hình chung là vậy. Nhiệm vụ của mình là chiến đấu, mấy cậu về lo cho em út đi, rảnh tôi sẽ ra tuyến nói chuyện với anh em.

Mọi người dợm đứng lên, Tiểu đoàn trưởng như chợt nhớ ra, nói vội:

- Chắc mấy cậu có nghe radio, Đại tướng Minh sẽ thế cụ Hương hôm nay, hy vọng Đại tướng có giải pháp…

Rồi ông quay lại, vỗ vai Tùng, thân mật:

- À! Hôm qua cô Kim chờ đây đến chiều, nằng nặc đòi tôi cho người dẫn ra chỗ cậu. Cô ấy xinh đẹp mà liều lĩnh và thương cậu lắm, mừng cậu có một hậu phương tốt.

Thắng, Đại đội trưởng Đại đội 3, nhìn Tiểu đoàn trưởng cười cười, bông đùa như bản tính cố hữu:

- Hy vọng lần này ông Đại tướng không làm lịch sử kiểu 63.

Tất cả đều cười, Thắng nhìn Tiểu đoàn trưởng, nói tiếp:

- 45 nhớ giùm tháng tới thằng em này "lên xe hoa". Đời

em chỉ có một lần, xin 45 nhớ cho cái phép với một bao thơ dày dày một chút cho em út vi vút ít bữa.

Tiểu đoàn trưởng cười lớn, ông nhìn Tùng và Sơn, Đại đội trưởng chỉ huy, nói vui vẻ:

- Hai cậu nhớ bổn phận tình cảm với thằng Thắng nghe, nhắn giùm ông Hà, thằng Lực, thằng Khoa. Ông phó mười ghim trở lên, mấy cậu năm, anh em sĩ quan tham mưu và các Trung đội trưởng… tùy nghi, tôi bao chót.

Thắng đốp chát, đùa giỡn:

- 45 nói chuyện tiền bạc chi đau lòng thằng em, quan hai nhà nước gì mà không đủ tiền cưới vợ. Mà thôi, đã lỡ đụng đến chuyện tiền bạc xấu xa rồi thì cho tới luôn. Tính tôi sao kỳ quá, 45, chỉ khoái tiền lớn mà không ưa bạc cắc, 45 hiểu giùm cho em út.

Tiểu đoàn trưởng cười nhẹ, ông nói một điều gì đó không ai nghe rõ, nhưng ánh mắt toát ra vẻ bao dung, âu yếm như một người anh, người cha đối với con cái, em út thân yêu của mình. Thắng trầm ngâm một chút, rồi nói tiếp, vẫn giọng láu lỉnh nhưng có pha chút chua chát:

- Không khéo chuyến này lộn xộn, không lấy được vợ lại khổ đời con.

Tùng không muốn nghe tiếp câu chuyện đã có chiều hướng không vui, anh bước ra ngoài đứng chờ Thắng và Sơn. Anh em cùng đơn vị mà nhiệm vụ lút đầu ít khi có dịp gặp nhau, họa hoằn lắm mới có hôm đóng quân chung, uống với nhau ly cà phê, nói dăm ba câu chuyện trên trời dưới đất, rồi ai lại có công chuyện nấy, chỉ gặp nhau trên máy, cộc lốc trao đổi công việc, nhiệm vụ…

Thắng và Sơn cùng đi ra, Tùng lên tiếng trước

- Bên mấy ông quân số ra sao? Tôi hao nhiều quá mà không thấy bổ sung, ngại quá!

Thắng nhanh nhẩu:

- Tôi cũng y chang vậy chứ có khác gì, có ông Sơn, trừ bị Tiểu đoàn, may ra đỡ một chút.

Sơn chen vào, chậm rãi và nghiêm trọng:

- Đỡ gì đâu, pháo nó hỏi thăm đều trời, chứ có phải đánh trực diện đâu mà kể tuyến trên, tuyến dưới. Tôi ở gần ông già, thấy ông ấy lo quá mình cũng nóng ruột. Mấy ông ở ngoài vậy mà đỡ đau cái đầu. Hồi tối, ông đầu tàu gọi xuống, tôi nghe loáng thoáng hình đã như mất liên lạc với Trung đoàn 49 ở Tây Ninh rồi. Trung đoàn 50 về Củ Chi bảo vệ Bộ Tư Lệnh đang chạm nặng ở Hố Bò, Phú Hòa Đông. Chiến đoàn với thằng Một, thằng Ba của mình đang giữ đường đi Tây Ninh ở Trà Võ, Phước Hiệp, áp lực nặng lắm. Mình ở đây rồi sẽ đụng cả sư đoàn địch chứ không ít đâu. Mấy ông cẩn thận!

- "Giờ thứ 25" của bọn mình rồi mà, mọi việc xin cứ "râng" cho Chúa. Tép riu bọn mình chỉ có trốn hoặc đánh giặc. Không muốn trốn thì phải một mất một còn, "nam nhi cô lai chinh chiến hề" mà, suy nghĩ chi cho ốm người đi. Ước gì có vài két, bọn mình "túy ngọa sa trường" một chút cũng khoái. Hy vọng có giải pháp sớm, mình còn chút Sài Gòn, lâu lâu về ngồi Pagode nhìn em gái hậu phương nhởn nhơ cũng "ấm lòng chiếc si". Kiểu này không khéo tôi mất cưới vợ quá.

Tùng nhìn Thắng, mỉm cười. Anh nói với cả hai:

- Mấy ông thành triết gia lúc nào vậy? Toàn nói chuyện đâu đâu, "nóng ruột" với lại "ấm lòng"… Cho can đi, lo chuyện trước mắt đi, cố gắng sống còn, cố gắng chờ đợi và hy vọng.

Sơn mỉm cười, anh từ giã hai bạn về tuyến trước. Tùng nói với Thắng:

- Tôi có thằng em tiền đồn bên trái chỗ ông đóng quân, cẩn thận, tránh ngộ nhận, có gì yểm trợ giùm nó.

- O.K

- Tôi đã cho gài mìn kín các đường mòn, các kẽ trũng; cần di chuyển ông cứ đạp lên các bờ bụi, cao độ mà đi

- O.K

- Bắn trái sáng cho tôi, nếu bên tôi có chuyện trước, tôi sẽ làm ngược lại nếu tình hình ngược lại.

- O.K.

Tùng bắt tay từ giã bạn. Thắng nắm tay Tùng, ngần ngừ một chút rồi nói:

- Nếu chuyến này xong sớm, yên yên được về hậu cứ, tôi xin 45, nhờ ông làm phụ rể hộ tôi. Bạn bè tôi ở Sài Gòn cũng tản lạc hết cả. Tôi muốn có đủ lễ bộ cho bà xã tôi hài lòng một chút. Không bao lâu nữa đến ngày mà tôi cứ kẹt ở đây hoài, chắc cô ấy khóc hết nước mắt. Cô ấy khổ với tôi nhiều rồi, tội nghiệp.

Tùng thấy vui và cảm động, anh nắm tay Thắng, nồng nhiệt:

- Xong ngay, tớ sẵn sàng!

*

Trời hừng sáng, tiếng súng thưa dần rồi ngưng hẳn, địch quân không thành công trong việc biển người tràn ngập các vị trí ban đêm và bị tổn thất nặng, có lẽ đã lùi lại để chỉnh đốn lực lượng và chuẩn bị cho một đợt tấn công mới. Tùng quan sát một vòng khắp vị trí đóng quân, đơn vị anh không trực tiếp bị tấn công nhưng đã lãnh trọn gần một ngàn quả pháo và bị một lực lượng nhỏ quấy phá, cầm chân không cho di chuyển tiếp viện các đơn vị bạn. Tùng gọi Thường vụ đại đội lo liên lạc để đưa thương binh, tử sĩ về hậu cứ, anh ra lệnh các trung đội tu bổ vị trí chiến đấu và mệt mỏi ngồi bệt xuống cỏ, dựa lưng vào mô đất cao nắp hầm và lặng lẽ lấy thuốc ra hút.

Suốt đêm qua, cả một khu vực rộng lớn quanh Tiểu khu như ngập trong biển lửa và khói súng. Đêm nặng nề nhưng yên tĩnh được hết ca gác thứ nhất rồi có tiếng súng nổ từ hướng đồn Tân Mỹ, cùng lúc, pháo đủ loại từ nhiều vị trí khác nhau hỏa tập dữ dội vào tất cả các vị trí đóng quân. Truyền tin từ Tân Mỹ hấp tấp báo cáo, lộn xộn, thiếu sót:

- Pháo, thẩm quyền ơi, pháo, hỏa tiễn 122, nữa… gần lắm, gần lắm, 85 sơn pháo trực xa, xin yểm trợ.

Tùng hét trong máy:

- Bình tĩnh coi, thẩm quyền đâu, cho yếu tố chính xác qua đi.

Tùng hỏi nhưng không đợi trả lời, anh gọi Tiền sát viên yêu cầu tác xạ vào các điểm tiên liệu, nổ chụp, bắn rải, kéo tới kéo lui quanh đồn Tân Mỹ.

Tùng đứng thẳng người dưới hầm, thò đầu lên một ngách nhỏ quan sát. Các âm thoại viên và tiền sát viên chen nhau ngồi lố nhố dưới chiếc hầm chật. Tất cả máy liên lạc đều mở hết tần số làm việc, tiếng đàm thoại liên tục trong hệ thống. Địch pháo kích bằng một mức độ áp đảo, tiếng nổ chát tai và những đốm sáng tóe lên, đỏ rực cùng khắp. Tiếng rú của đạn và tiếng mảnh pháo bay vèo vèo, lành lạnh. Tùng bốc máy nội bộ gọi các trung đội:

- Phúc, Lộc, Thọ kiểm soát em út, tất cả ngóc đầu lên sẵn sàng, coi chừng nó biển người.

Tùng nhắc đi nhắc lại mệnh lệnh để đơn vị cảnh giác và phập phồng theo dõi tần số liên lạc của Tiểu khu. Tân Mỹ gọi Trung Tâm Hành Quân, gọi pháo binh diện địa, gọi các đơn vị Địa phương quân để báo cáo tình hình và kêu cứu. Có tăng xuất hiện hướng Đức Hòa, Đức Huệ… Địch bắt đầu tấn công bằng bộ binh… Quân số Tân Mỹ tổn thất nặng… Công sự chiến đấu bị phá hủy nhiều, tình hình nguy ngập.

Tùng nhận biết tất sự việc qua những đối thoại trên hệ thống truyền tin, anh ngước mắt nhìn về hướng Tân Mỹ: Một vùng trời đỏ rực và những tiếng nổ của đủ loại vũ khí lớn nhỏ dòn tan, liên tục. Không có rồng lửa soi sáng và bao vùng như thường lệ (máy bay soi sáng và bắn yểm trợ hành quân đêm), không có pháo binh bắn hỏa tập mạnh mẽ và đầy đủ như thường lệ, Tân Mỹ phải tự chiến đấu, tự bảo vệ một mình. Không ai có thể làm gì cho nhau được trong hoàn cảnh này. Tùng nghĩ đến Thọ, nghĩ đến lời hứa với Thọ mà đau nhói, anh phân vân chưa biết phải làm gì thì Thọ gọi:

- Trấn Biên! Trấn Biên! Đây Thái Bình gọi!

Tùng mừng rỡ chụp máy hét lớn:

- Tôi đây, sao cậu?

- Không ổn, huynh trưởng. Tôi đã làm hết cách nhưng nó "táp pi", muốn đạp lên mình bằng mọi giá, khó quá, huynh trưởng giúp tôi một việc:

- Được, cần gì nói đi.

Tiếng Thọ trở nên hấp tấp, lụp chụp như đang phải đối phó với một cái gì nguy nan, hệ trọng lắm:

- Huynh trưởng… huynh trưởng, bể tuyến rồi!

Có nhiều âm thanh hỗn loạn, nhiều tiếng nổ và tiếng kêu la chen vào hệ thống, rồi tiếng Thọ nói nhanh nhưng rành mạch, cả quyết:

- Huynh trưởng, thôi, không còn thời giờ nữa, bãi mìn của tôi bị pháo nó phá tan không ăn thua gì nữa, nếu mất liên lạc là Tân Mỹ không còn, xin nổ chụp lên đầu tôi. Đừng chần chờ tính toán gì hết. Tôi, chỉ huy trưởng đồn Tân Mỹ yêu cầu, ít ra…

Những tiếng sau cùng Thọ nói rất nhỏ và có nhiều tiếng lao xao trong máy. Tùng định gọi tiếp cho Thọ nhưng anh vội buông máy và chụp máy liên lạc với Tiểu đoàn. Có tiếng súng cá nhân nổ dòn bên khu vực đóng quân của Đại đội Thắng và tiếng hô xung phong dậy trời.

Tùng nhảy lên khỏi miệng hầm, anh hét sang sảng giữa những tiếng nổ:

- Báo động, tất cả sẵn sàng chiến đấu, địch tấn công!

Âm thoại viên và toán Biệt kích Đại đội cùng lao nhanh ra khỏi hầm lom khom chạy theo. Tùng áp máy liên lạc lên tai theo dõi. Tiếng Tiểu đoàn trưởng trầm tĩnh và mạch lạc:

- 53 đây 45 gọi. Bình tĩnh đi em, ông già 81 (súng cối 81 ly) sẽ sửa tối đa cho em, tháp bà (thám báo) sẽ lên với em ngay bây giờ, rồng lửa sẽ lên vùng ngay bây giờ, bình tĩnh.

Tùng chen vào máy khi Tiểu đoàn trưởng vừa dứt:

- 53, đây 51!

Máy im lặng một lúc khá lâu rồi có tiếng Mưu, Đại đội phó trả lời, giọng xúc động và thảng thốt:

- 53 B tôi nghe 51. 53 đi rồi 51!

Cả Tiểu đoàn trưởng lẫn Tùng cùng hét lên một lúc:

- Sao, 53 làm sao?

- Trình 45, BC Đại đội (ban chỉ huy) bị trúng sơn pháo ngay đợt tấn công đầu, 53 đã hy sinh.

Tiểu đoàn trưởng nói nhỏ, ngậm ngùi:

- Cố lo cho 53 tử tế!

Rồi giọng ông nghiêm lại, rắn rỏi:

- 53 B, kể từ giờ phút này, tôi trao quyền chỉ huy Đại đội cho anh. Bình tĩnh chiến đấu.

- Nhận rõ, 45!

Tùng im lặng, anh nhớ nụ cười, cái nắm tay và câu nói cuối cùng của Thắng hồi chiều và thấy lòng đau như cắt. Không còn đám cưới, không còn cô dâu, chú rể, phụ rể gì nữa. Vĩnh biệt. Đau đớn quá nhưng Tùng không có thì giờ để tiếc thương, anh gọi khẩu trưởng súng cối ra lệnh:

- "Đốt đèn cầy" soi sáng cho gia đình 53, 5 phút một ngọn!

Khẩu trưởng ngần ngừ, rồi rụt rè lên tiếng:

- Mình còn 100 trái nổ và ba mươi đạn chiếu sáng, có để dành phòng ngừa cho mình không, 51?

Tùng nhìn người lính già, cảm động và hài lòng về tính cẩn trọng của anh ta nhưng vẫn đáp gọn, cương quyết:

- Bên đó cần hơn mình lúc này, thi hành đi.

Tiếng súng vẫn nổ đều, càng lúc càng dữ dội hơn bên hướng Đại đội 3. Mưu rất gan dạ và tỏ ra có nhiều kinh nghiệm, anh khôn khéo điều động đơn vị chống trả các đợt tấn công, rành rẽ phán đoán và báo cáo chính xác tình hình, bình tĩnh và nhanh nhẹn điều chỉnh tác xạ súng cối và pháo binh. Tùng theo dõi chặt chẽ diễn tiến trận đánh, anh đi vòng quanh tuyến để kiểm soát sự phòng thủ của đơn vị mình và thỉnh thoảng gọi máy khích lệ Mưu. Anh lợi dụng một khoảng lắng dịu nhìn về phía Tân Mỹ; tiếng súng đã dịu bớt nhưng từng lúc vẫn còn những loạt đạn lẻ tẻ chứng tỏ việc chống trả vẫn còn tiếp tục. Tùng gọi Tân Mỹ nhưng không có tiếng trả lời, anh gọi lại nhiều lần, khản giọng hét to danh hiệu liên lạc và hy vọng được nghe một lời hồi đáp nhưng trong máy chỉ còn những tiếng o o buồn bã, xa vắng.

Tùng thẫn thờ áp ống liên hợp lên tai, nỗi đau quá lớn làm anh choáng váng. Có những tai biến dù biết trước nó sẽ xảy ra, người ta vẫn cứ hy vọng nó không xảy ra. Không có người lính nào nghĩ là mình sẽ hy sinh dù biết trước chuyến đi nào cũng có người phải hy sinh. Tội nghiệp cho những hy vọng chua xót và bi thảm của người lính. Tùng nghĩ đến điều Thọ vừa trao gởi, anh ngần ngừ một chút rồi quyết định lấy bản đồ, khum tay che bớt ánh sáng, rọi đèn pin tìm tọa độ chính xác của đồn Tân Mỹ. Người lính không có thì giờ và cũng không có quyền mềm yếu, mọi quyết định phải tùy thuộc vào sự sống còn của cả một tập thể, một kế hoạch. Phải nén sâu những tình cảm riêng xuống tận đáy lòng. Tùng gọi tiền sát viên, nói vắn tắt:

- Xin tác xạ đi, địch tràn ngập vị trí, hỏa tập tọa độ XT…

Tiền sát viên nhìn vào bản đồ rồi nhìn Tùng. Ngập ngừng:

- Còn quân bạn sao 51, đồn Tân Mỹ?

- Tân Mỹ mất rồi, mình chỉ trung gian tiếp vận yêu cầu của họ. Chỉ huy trưởng đồn Tân Mỹ quyết định san bằng vị trí. Bắn đi!

Tùng nói nhanh và vội vã bước ra ngoài trước khi tiền sát viên cầm máy gọi về căn cứ hỏa lực. Anh bốc máy tiểu đoàn tiếp tục theo dõi tình hình. Mưu đã đẩy lui được hai đợt tấn công, giọng anh bình tĩnh và lạc quan trên máy. Tùng rất mừng, anh muốn chia xẻ niềm vui cho cả đơn vị nên gọi máy cho các Trung đội:

- Phúc, Lộc, Thọ đây 51 gọi. Thằng Ba vững vàng, chiều hướng thuận lợi, địch đã khựng lại, không có gì đáng ngại, nghe rõ trả lời.

Cả ba Trung đội đều đáp lời, hân hoan, nhẹ nhõm.

*

Tùng nhận lệnh rút quân về Tòa Hành Chánh Tỉnh. Kế hoạch cuối cùng quyết định bỏ tuyến phòng thủ phía ngoài, mỗi đơn vị nhỏ chịu trách nhiệm tử thủ bảo vệ một yếu điểm của Tiểu khu. Tùng cẩn thận áp dụng đúng chiến thuật lui binh, cho rút từng toán nhỏ từ xa đến gần, di chuyển mỏng để tránh pháo kích. Anh cho đơn vị đi dọc theo những con đường đá lỗ chỗ hố đạn về phía trung tâm thị xã. Tỉnh ly Hậu Nghĩa như một chàng nhà quê mặc áo gấm: Vì nhu cầu chiến thuật tỉnh được thành lập vội vã, tạm bợ. Một số công ốc và nhà phố được xây dựng lên giữa một đồng ruộng xác xơ, khô cháy không che giấu được vẻ nghèo nàn, xơ xác cố hữu. Dân chúng phần lớn đã di tản từ nhiều ngày trước, nhà cửa bóp khóa im lìm, nhiều nơi trúng đạn sụp nát hoang tàn, có nơi còn âm ỉ cháy, quang cảnh tiêu điều, ngột ngạt.

Tùng được cho tần số trực tiếp với Tiểu khu, anh gọi máy khi đơn vị đến gần vị trí được chỉ định. Tiếng Tiểu khu trưởng ngọt ngào, ấm áp trên máy:

- Trấn Biên đó phải không, qua đây, số 1 đây. Qua được báo em đang trên đường về giữ nhà chính, gắng lên, qua chờ gặp em ở đây.

Tùng tiếp tục điều động đơn vị di chuyển. Kinh nghiệm chiến trường buộc Tùng phải dè dặt: Tất cả các điểm án ngữ ngoại vi đều đã rút bỏ, chắc chắn mọi hỏa lực của đối phương sẽ tập trung vào các điểm trọng yếu trong thị xã, không thể coi thường được. Tùng gọi Thiếu úy Còn, Trung đội trưởng thâm niên nhất vào nhận bàn giao tuyến và theo dõi tình hình, anh cho Đại đội bung rộng chung quanh sân vận động đối diện với Tòa Hành Chánh để chờ đợi.

Trời sáng rõ, thành phố bỗng chạo rạo khác thường, nhiều binh sĩ lạc đơn vị, áo quần xốc xếch, hớt hải tới lui. Đám tù ở Trung Tâm Cải Huấn phá cửa ra đường chạy tứ tán. Tùng ra lệnh kiểm soát chặt chẽ, tuyệt đối ngăn chận mọi người lạ không cho lẫn lộn vào khu vực đóng quân để ngăn ngừa nội tuyến bất trắc, anh bốc máy định liên lạc với Còn, đúng lúc có giọng hét to, nửa hốt hoảng nửa bực dọc của Còn trong máy.

- 51! Đây Vạn Lộc gọi. Báo 51 rõ ông đầu tàu ở đây đang chuẩn bị Zulu (rút lui), đã thay đồ dân sự, đang lên xe, trả lời. Toàn bộ chủ nhà lớn nhỏ đang giải tán, chờ lệnh, trả lời.

Tùng lịm người mấy giây trước tin tức nhận được, anh yêu cầu Còn giữ vững vị trí, chấm dứt tình trạng tăng phái về nhận lệnh từ hệ thống Tiểu đoàn và chờ anh gọi lại. Tùng báo sự việc lên Tiểu đoàn. Tiểu đoàn trưởng như đang chờ sẵn bên máy, ông trả lời chậm rãi và buồn buồn:

- Bình tĩnh đi em, tôi biết chuyện đó rồi. Mình đã làm tròn nhiệm vụ nhưng đơn vị gốc không còn, tình hình nguy ngập. Mình đang ở ngoài khả năng và ngoài tầm yểm trợ của gia đình lớn, chỉ còn mỗi mình ở đây thôi, phải tự lo cho mình. Chờ một chút, tôi sẽ có quyết định.

Tùng gọi máy cho các Trung đội, yêu cầu tất cả đừng giao động, thông báo cho anh em biết tình hình Tiểu đoàn bình thường, mọi liên lạc hàng dọc đều tốt, bình tĩnh chờ lệnh.

Địch bắt đầu pháo kích trở lại vào thành phố. Sơn báo về đã nhìn thấy xe tăng và nhiều dấu hiệu chuyển quân trong tầm ống dòm ở phía bắc thị xã. Tiểu đoàn trưởng nhận báo cáo, ông im lặng một chút như để suy nghĩ, chọn lựa thái độ rồi có tiếng chép miệng trên máy và tiếng Tiểu đoàn trưởng rõ ràng, dứt khoát.

- 50, 51, 53! Đây 45 gọi. Các gia đình nghe được cho con cái di tản, lấy hai lần Charli (Củ Chi) làm hướng 12 giờ, di chuyển hướng 1.30. 51 bung đội hình làm đầu cầu, tôi và thằng 50 sẽ có mặt ngay bây giờ, 53 giữ đuôi, nhận rõ trả lời.

Tùng nhận lệnh, anh lấy địa bàn ra dò phương giác rồi ra lệnh cho các trung đội di chuyển băng ngang một khoảng ruộng trống, dàn hàng ngang dựa theo một con rạch cạn. Nhiều binh sĩ, cảnh sát, cán bộ của Tiểu khu đi theo, có người dẫn cả gia đình, bồng bế, gồng gánh vừa đi vừa khóc. Tùng nóng ruột chờ nhưng không thấy Tiểu đoàn trưởng, cũng không thấy Đại đội chỉ huy yểm trợ và Thám báo Tiểu đoàn, liên lạc vô tuyến bị gián đoạn. Mưu dẫn Đại đội theo Tùng, anh yên chí có quân mở đường, cẩn thận cho Đại đội di chuyển theo đội hình chữ U ngược, hai toán quân nhỏ đi hàng dọc giữ hông trái và phải, toàn bộ lực lượng chủ lực rải hàng ngang phía sau. Mưu đi trong cánh quân này.

Địch quân có lẽ vẫn còn e dè, chưa biết thành phố đã bỏ ngỏ nên vẫn tiếp tục pháo kích liên tục. Không có dấu hiệu nào là có giao tranh trong thành phố, vậy thì Tiểu đoàn trưởng không phải bị chặn đánh, bị kẹt lại, nhưng ông ở đâu? Sao liên lạc bị cắt? Tùng chợt nghĩ đến một điều làm tim anh đau nhói: Tiểu đoàn trưởng can trường và liêm sỉ, biết đâu vì nhận thấy tình hình đã tuyệt vọng nên ông quyết định ở lại Hậu Nghĩa, chấp nhận đối diện với những giây phút cuối cùng như một người lính đúng nghĩa. Tùng nghĩ điều này có thể xảy ra nhưng rồi anh lại nghĩ khác. Tiểu đoàn trưởng rất nhân ái và thực lòng thương mến tất cả anh em thuộc cấp, ông có thể chọn cho mình một thái độ sống còn nhưng chắc chắn không bao giờ muốn nhiều người khác chia xẻ chọn lựa bi thảm của mình. Vậy Đại đội chỉ huy và Thám báo ở đâu?

Tùng rối ren với nhiều ý nghĩ, có thể Tiểu đoàn trưởng sẽ đi một cách riêng để yểm trợ cho Tùng? Cũng có thể ông muốn đi riêng với một đội hình gọn nhẹ hơn để mau đến được điểm an toàn? Điều gì cũng có thể xảy ra và cho dẫu thế nào Tùng cũng không có gì phiền trách. Tất cả quá nhỏ nhoi trong hoàn cảnh này, hãy thông cảm và tha thứ cho những yếu hèn, vị kỷ của con người nếu có.

Tùng gọi máy cho Tiểu đoàn lần nữa, anh ra lệnh cho âm thoại viên thay ăng ten lá lúa bằng ăng-ten bảy đoạn để có thể phát và nhận những tần số rõ hơn, xa hơn hy vọng liên lạc được với Tiểu đoàn nhưng đầu máy vẫn hoàn toàn im lặng. Tùng không thể chần chờ được nữa, hoàn cảnh không cho phép anh mất bình tĩnh, sinh mạng của năm, sáu trăm con người phải được lo liệu, bảo vệ bằng những quyết định hợp lý và sáng suốt nhất của người chỉ huy. Tùng là sĩ quan cao cấp nhất đang có mặt tại chỗ, dù muốn hay không, trách nhiệm đã đặt vào tay anh.

Tùng gọi Mưu và tất cả Trung đội trưởng của cả hai Đại đội đến gặp, anh vắn tắt phổ biến tình hình và những chỉ thị cần thiết. Đơn vị sẽ băng đồng bưng về Hóc Môn, tập trung hỏa lực mạnh về phía trước và hai cạnh sườn, giữ vững đội hình bảo vệ những người tháp tùng phía trong. Tất cả vô chung một tần số liên lạc trực tiếp với Tùng. Toàn bộ Ban Chỉ Huy Đại đội tăng cường cho đội hình chiến đấu ngoại trừ các âm thoại viên và toán Biệt kích cố hữu. Tùng nói một hơi dài mọi điều rồi kết luận:

- Anh em sắp xếp đội hình mình bắt đầu di chuyển, nhớ là không có ai yểm trợ cho chúng ta hết, cố gắng. Lộ trình có thể gặp du kích nhưng hy vọng không có đơn vị lớn. Đạp lên nó mà đi, yên chí, mình còn vững vàng và đầy đủ hỏa lực, cố gắng chiều nay sẽ bắt tay được với quân bạn.

Các Trung đội trưởng nhận lệnh chuẩn bị di chuyển, Tùng cho tập trung những người tháp tùng vào chính giữa, anh bắt tất cả ngồi ngay ngắn và dõng dạc lên tiếng:

- Anh chị em muốn đi theo, chúng tôi sẵn sàng, chúng tôi sẽ cố gắng đưa anh chị em về nơi an toàn nhưng yêu cầu tất cả tuyệt đối tuân lệnh, tuyệt đối bình tĩnh trong mọi trường hợp. Nếu có đột biến gì, yêu cầu tất cả nằm yên tại chỗ, không được tác xạ bừa bãi trừ khi có sự điều động, không được hoảng loạn gây ảnh hưởng chung…

Tùng ngừng lại một chút nhìn mọi người rồi nói tiếp, giọng nhẹ nhàng nhưng rất nghiêm:

- Anh chị em cố gắng, chúng ta cùng cảnh ngộ, phải thương và giúp nhau. Tôi buộc lòng phải có biện pháp với bất kỳ ai vô kỷ luật.

Những người dân, người lính lạc ngũ ngơ ngác và sợ hãi, không biết trông cậy vào đâu đã im lặng lắng nghe và ngời mắt tin tưởng. Có những lúc tình nghĩa dân quân và màu áo chiến sĩ bỗng trở thành một cái gì hết sức thiêng liêng, hết sức gần gũi, đáng yêu và đáng tin cậy.

Đoàn quân bắt đầu di chuyển, Tùng nhìn ngược về phía Hậu Nghĩã hy vọng sẽ thấy Tiểu đoàn trưởng, Sơn hoặc bất kỳ một người lính nào có đeo cái phù hiệu Sét Miền Đông nhưng không có gì. Khói từ những đám cháy vẫn tiếp tục bốc cao, lãng đãng, buồn bã. Tùng lắc đầu bước theo đoàn quân. Phải quên Hậu Nghĩa đi, với anh bây giờ là trước mặt, là những gian nan sẽ trải qua và những trách nhiệm phải chu toàn.

*

Đôi hình di chuyển nhanh và thuận lợi, pháo nhỏ bắt đầu vuốt theo nhưng hút tầm rớt xa đàng sau không gây tác hại nào mà còn như một động lực giúp đoàn quân tiến nhanh hơn. Có bóng cờ xanh trắng sao vàng phất phới ở một rìa xóm bên trái hướng tiến quân. Tùng nhận báo cáo, nhưng anh ra lệnh tiếp tục giữ đúng phương giác, đi thẳng.

Giữa trưa, bắt đầu khó khăn, nắng đổ lửa và đoàn quân phải lội ngang một đồng lầy mút tầm mắt. Cánh đồng hoang đầy lau sậy và cỏ gai, sình bám quá gối và trên mặt nổi lên một lớp nước phèn vàng óng, sánh đặc. Mọi người di chuyển nặng nhọc và chậm chạp. Tùng hiểu sự khó khăn của anh em, bản thân anh chỉ nhẹ nhàng chiếc nón sắt, cái áo giáp, cái ống dòm và sợi dây ba chạc mang khẩu súng nhỏ, hộp địa bàn và bình nước mà đã như mang đá trên người, đôi bốt-đờ-sô nặng nề như dán xuống sình, huống chi những người khác.

Người lính bộ binh lưu động phải mang cả gia tài sinh hoạt, ăn ngủ và vũ khí chiến đấu trên lưng. Đã nhiều lần Tùng kiểm tra quân trang, cố tìm những thứ có thể bỏ được cho anh em nhẹ nhàng một chút nhưng lần nào anh cũng phải bỏ cuộc. Cái gì cũng cần thiết cho người lính để sống và chiến đấu, vai người lính bộ binh phải oằn xuống vì mang vác và nhiệm vụ.

Tùng ra lệnh vứt bỏ quân trang, quân dụng ngoại trừ vũ khí và một ngày ăn. Đoàn người nhẹ nhàng tiến nhanh được một chút rồi thấm mệt và chậm lại. Tùng không đốc thúc anh em tiến nhanh, nhưng anh luôn miệng kêu gào, hò hét phải giữ vững đội hình. Cái gì sẽ xảy ra nếu chạm địch trong hoàn cảnh này. Tùng tiên liệu và an tâm về cánh quân lớn của địch phía sau. Nếu "họ" đã vào Hậu Nghĩa, mục tiêu đã đạt, chắc chắn họ sẽ dừng lại để tiếp thu và củng cố đơn vị, ít ra cũng trong một thời gian ngắn không mở rộng tầm hoạt động. Nhưng còn những toán quân khác, còn du kích địa phương? Các đơn vị này thật ra không là gì với Tiểu đoàn, với Tùng trước kia nhưng bây giờ tình hình đã đổi khác, đơn vị Tùng bị kẹt giữa cánh đồng bưng này, biết làm sao?

Tùng nóng lòng muốn đưa đơn vị ra khỏi đầm lầy, vùng này ở ven đô không thuộc phạm vi trách nhiệm của Sư đoàn, cũng không ai tiên liệu có ngày một đơn vị chủ lực phải rút về đây nên không trang bị sẵn bản đồ. Tùng không rành rẽ địa hình, chỉ nhắm chừng và đưa đơn vị đi theo một phương giác nhất định. Đồng bưng rộng thênh thang thỉnh thoảng nổi lên một gò đất cao, lác đác mấy mái chòi tranh xơ xác, khuất lấp và khả nghi. Đội hình đang di chuyển bỗng chùn lại, toán quân đầu nằm rạp xuống và tiếng đạn AK bắn ngược chiều kêu "pắc, pắc" chói tai. Tiếng Mưu hấp tấp trong máy:

- 51, đây 53B gọi, phục kích, địch tác xạ từ hướng trái gia đình tôi, trả lời.

Có tiếng đạn cối bắn đi, đoàn người tháp tùng bắt đầu hoảng loạn. Tùng hét lớn buộc mọi người ngồi xuống và lấy ống dòm ra quan sát. Đạn pháo nhỏ rơi xuống sình nổ bụp một tiếng yếu ớt và chấm dứt, không bung mảnh gây tầm sát hại lớn như trên đất khô, không nguy hiểm lắm. Phía trước, đồng bưng vẫn tiếp tục kéo dài, không có chỗ để làm vị trí chiến đấu kiên cố, không có chỗ để bố trí một lực lượng lớn. Tùng phán đoán tình hình rất nhanh và bốc máy gọi Mưu và Còn, hai người chỉ huy toán quân đầu, anh nói ngắt đoạn từng câu ngắn, rõ ràng, tự tin pha chút khôi hài:

- Bình tĩnh đi mấy cậu, mấy con vịt đẹt quấy phá thôi chứ không có gì đâu. Câu M79 vào các điểm khả nghi, cho con cái vừa tác xạ vừa càn tới, giữ hàng ngang tránh ngộ nhận. Bắn "bắc cú" đừng nổ "tự động" phí đạn. Coi kỹ có con nào núp dưới sình kéo cổ vài đứa làm gương. Tôi sẽ cho ông già 60 ho vài tràng dọn bãi cho mấy cậu.

Tùng buông máy, anh gọi xạ thủ súng cối cho yếu tố tác xạ. Bãi sình không đủ cứng để đặt bàn tiếp hậu, xạ thủ nhanh nhẹn lật ngược nón sát tì trên gối, tháo nòng súng đặt vào nón và lấy phương hướng. Phụ xạ thủ quì một bên, lanh lẹ và thành thạo vuốt từng trái đạn bắn đi. Tùng quan sát trái nổ, điều chỉnh tầm bắn và dặn dò binh sĩ tiếp đạn:

- Cẩn thận thuốc bồi, coi chừng thuốc bị ẩm, hút tầm nguy hiểm cho quân bạn.

Anh bốc máy gọi lên phía trước:

- Chuẩn bị, dứt đợt pháo thì càn lên, ép phải một chút, không cần ăn thua đủ với nó, tác xạ áp đảo cho nó câm miệng và đi tới.

Đoàn quân tiếp tục tiến lên, đạn bắn xối xả về một hướng. Tùng ra lệnh cho toán quân bên trái xoay ngang tác xạ yểm trợ cho toán quân đi đầu. Pháo địch vẫn rót đạn nhưng rời rạc, lẻ tẻ. Tâm lý phải nỗ lực để vượt qua vùng nguy hiểm, để về điểm an toàn, gặp lại quân bạn như một liều thuốc bổ đủ mạnh để giúp toán quân mệt mỏi lao tới bằng sức lực của một con hổ và đè bẹp được sức ngăn trả của đối phương. Có bốn binh sĩ bị thương vì đạn pháo nhưng không nguy hiểm, họ tự thích nghi và cố gắng đi theo đồng đội.

Tùng cho đơn vị dừng lại khi đã đã vượt xa khu vực chạm địch, anh muốn cho anh em dưỡng sức đồng thời để có thì giờ suy nghĩ kế hoạch. Đồng bưng đã khô dần về phía trước, có nhiều gò đất, bờ bụi và nhiều nhà chòi khiến Tùng e ngại. Anh ra lệnh sắp xếp lại đội hình, rải đều quân tạo thành một hình vuông khép kín, tất cả binh sĩ quay mặt ra ngoài, hỏa lực chia đều bốn phía và ngồi lại nghỉ ngơi.

Người hạ sĩ già nấu bếp mon men đến gần Tùng, ngần ngại đưa cho anh bình nước lạnh và nói nhỏ như một người đang có lỗi:

- Ông Thầy uống miếng nước, sáng nay không kịp pha trà, không có cà phê cho thầy, bậy quá!

Tùng mỉm cười, anh mở bình đông hớp từng ngụm nhỏ, miệng khô khản và đắng ngắt. Nước ruộng nhưng có mùi thơm của xác trà còn sót trong bình là lạ, dễ chịu. Tùng nhìn người lính già đã theo anh qua bao gian khổ trong nhiều ngày tháng dài và thấy thương hại anh ta, thương những người lính như anh vô cùng. Người lính ít học, không biết gì về chủ nghĩa, về những khúc mắc chính trị, họ nhẫn nại chịu đựng và cố gắng chu toàn nhiệm vụ của mình, phó thác số phận cho trời và cho những cấp chỉ huy gần gũi, trực tiếp nhất của mình. Họ nhỏ nhoi cam chịu, không đòi hỏi, không ý kiến, không có những tiên liệu, toan tính riêng tư. Họ ràng buộc đời mình vào quân đội, vào đơn vị như một chỗ dựa an toàn, khả tín, nhất là trong những lúc tình hình nguy ngập. Tùng rùng mình nghĩ đến một lúc nào đó, có thể người lính sẽ phải đối diện với những tai biến, những thảm cảnh ngoài sức tưởng tượng của họ. Tùng rất đau lòng, anh thân mật vỗ vai người lính già, dịu dàng:

- Lỗi phải gì, anh có kịp ăn đâu mà áy náy vì tôi thiếu cà phê. Thôi, rán đi, về được rồi tính.

Tùng đưa ống dòm quan sát một lần nữa. Địa hình phức tạp và nguy hiểm. Tùng định gọi Mưu, yêu cầu cho một toán tiền sát mở đường, thăm dò trước tình hình nhưng rồi anh lại đổi ý. Hoàn cảnh này không cho phép những sự cẩn trọng e dè và sách vở chiến thuật quá đáng, phải nhanh chóng, liều lĩnh vượt nguyên tắc. Anh cầm máy gọi tất cả chỉ huy các toán quân nhỏ:

- Cho con cái chuẩn bị, di chuyển theo phương giác và đội hình cũ. Địa hình phức tạp và khả nghi, cẩn thận tối đa. Hai cây số nữa mình sẽ về đến bờ sông Vàm Cỏ, sang sông là đất nhà. Gắng lên anh em.

*

Tùng ngồi bệt xuống dước một gốc bần sát bờ sông, anh thả cả hai chân xuống nước, quơ tới quơ lui cho sạch bớt lớp bùn sình bám đầy trên bốt-đờ-sô và bê bết hai ống quần trên cao quá gối.

Đơn vị đã đến được bờ sông, đã có một trung đội sang bờ bên kia án ngữ làm đầu cầu và toàn bộ quân số còn lại đang chuẩn bị vượt sông theo kế hoạch. Cuộc di tản nhọc nhằn và nguy hiểm đã hoàn tất nhưng Tùng thực sự không vui vì cái chết của Thiếu úy Còn và những vết thương trầm kha của mấy binh sĩ khác. Giá vào một lúc khác, nỗi ray rứt của Tùng có lẽ sẽ không quá nặng nề, giai dẳng như bây giờ. Chiến tranh, chiến đấu và hy sinh là chuyện bình thường của mọi người lính. Cái chết không phải là điều dễ quên nhưng cũng không thể là nỗi ám ảnh quá đáng đối với những người còn phải thi hành nhiệm vụ. Tùng biết điều đó nhưng lần này, trong tận cùng tâm khảm, anh cảm nhận được tính chất đặc biệt của hoàn cảnh. Biết đâu, tình hình sẽ biến chuyển thuận lợi theo một hướng nào đó; biết đâu, chiến tranh sẽ kết thúc trong những ngày rất gần và những sự hy sinh lúc này sẽ trở thành một bi kịch, bi thảm hơn tất cả mọi sự hy sinh khác.

Tùng nhớ lại tất cả mọi việc: Đơn vị bị phục kích, toán quân đầu lọt vào tầm tác xạ của một chốt án ngữ có hỏa lực khá mạnh. Khẩu trung liên nổi quét đạn xối xả vào quân bạn cùng lúc hàng loạt AK tạo thành một mạng lưới đạn dày đặc, dữ dội. Không có tổn thất nào trong những giây phút đầu tiên nhưng áp lực của địch buộc đoàn quân phải dừng lại. Tùng tiến lên gặp Mưu và Còn, anh quan sát trận thế, ước lượng tình hình, tiên đoán địch quân có quân số cấp Trung đội, có hầm chiến đấu kiên cố và kết luận khó có thể đánh trực diện, chỉ có thể vượt qua nếu có bộ phận cảm tử vượt lên từ sau lưng địch đánh ngược lại. Tùng chỉ nhận xét, anh chưa ra lệnh nhưng Còn đã đứng lên nhìn Tùng một thoáng rồi nói gọn:

- Tôi lo việc này cho.

Tùng chưa có ý kiến gì, anh biết Còn tình nguyện một phần ví chính anh cũng nóng lòng muốn khai thông lộ trình cho đơn vị, phần khác vì Tùng đang trực tiếp chỉ huy, có hai Đại đội chả lẽ đùn khó khăn cho Mưu, cũng không thể đẩy trách nhiệm cho các Chuẩn úy trẻ. Bao giờ Còn cũng sòng phẳng và luôn thể hiện ý chí và tư cách của một sĩ quan thâm niên. Thấy Tùng ngần ngừ, Còn lập lại đề nghị, rành mạch và cả quyết:

- Kế hoạch tối ưu, tôi làm được.

Tùng gật đầu, nói nhỏ:

- Được, cậu rán đi, tùy nghi quyết định số lượng và chọn lựa những anh em tháp tùng thích hợp. Tôi sẽ có cánh yểm trợ cho cậu.

Còn chọn mười binh sĩ khỏe mạnh, yêu cầu anh em bỏ vũ khí cộng đồng, chỉ mang súng cá nhân và lựu đạn, rồi vừa dặn dò anh em phương cách tác chiến, vừa khom người dẫn đầu toán quân lao vào một lùm rậm, men theo những mô, gò um tùm tiến về phía trước.

Tùng ra lệnh rải quân lấp đầy khoảng trống, tác xạ về

phía trước để ngụy trang, anh điều động một toán quân nhỏ tiến lên một khoảng xa, như chuẩn bị tấn công để lôi kéo sự chú ý của đối phương, giúp Còn dễ dàng di chuyển và đột kích. Thời gian nặng nề và căng thẳng trôi qua. Tùng ước chừng đường đi của Còn, tiên đoán bạn đã tiến khá xa, anh ra lệnh chuyển hướng tác xạ về một phía, hơi nhấc nòng súng lên cao, bắn chỉ cốt để thị uy mà tầm đạn không gây tác hại cho quân bạn. Tùng an tâm thấy hỏa lực địch vẫn tập trung bắn về phía mình, chứng tỏ địch không ngờ và không phát hiện được sự hoạt động của Còn. Tùng nhìn sang Mưu, gật đầu cười. Mưu cũng đáp lại như thế.

Có nhiều tiếng súng và tiếng lựu đạn nổ ở hướng chốt địch, khẩu trung liên khựng lại một chút, rồi được chuyển hướng tác xạ, nổ dòn một tràng dài trước khi ngưng bặt. Tùng đứng lên, khoát tay ra hiệu, cả hàng quân cùng bật dậy, lao về phía trước.

Chốt án ngữ đã hoàn toàn bị tiêu diệt, khẩu trung liên của địch bị trúng lựu đạn văng ra xa, cong nhúm, xác mười một địch quân nằm rải rác trên những vũng máu, thi thể bầy nhầy, nhiều cái không toàn vẹn, số còn lại đã tháo chạy.

Tùng hồi hộp quan sát, anh không chú ý đến những chiến lợi phẩm ngổn ngang, chỉ cố sức lao nhanh về phía những người lính đang quằn quại. rên rỉ. Kế hoạch đột kích tốt đẹp đến phút cuối cùng, toán quân của Còn di động dễ dàng, áp sát được vào chốt địch hoàn toàn bất ngờ và thuận lợi. Đợt khai hỏa đầu tiên đã gây cho địch một tổn thất lớn, nhưng chưa tiêu diệt được khẩu trung liên và trong cái giây phút thất thần hoảng loạn đó, gã xạ thủ đã quay súng bóp cò theo phản xạ, đúng lúc Còn và các anh em khác nhào lên tung những quả lựu đạn quyết định chiến trường. Loạt súng oan nghiệt đó bứt lìa một chân của Còn và gây trọng thương cho ba anh em khác. Còn quỵ xuống cùng lúc với tiếng nổ làm văng khẩu trung liên.

Tùng đi một vòng, coi từng anh em rồi trở lại quỳ xuống, đỡ Còn nằm dựa vào mình. Mặt Còn tái nhợt vì mất máu, một ống chân gãy lìa, chỉ còn dính với phần trên bằng một phần da nhỏ, ống chân gãy quay ngược ra ngoài, dị dạng. Còn khẽ mở mắt, thều thào:

- Ổn chưa, 51?

Tùng ứa nước mắt, anh cúi sát gần mặt Còn, vỗ về:

- Xong rồi, đẹp lắm, như xi - nê. Nhưng thôi, cậu nghỉ đi, đừng nói chuyện nhiều, mất sức, y tá sẽ chích thuốc cho cậu, tôi sẽ cho tải thương ngay, yên chí, mình sắp về tới rồi.

Còn lầm bầm, mắt nhắm nghiền, nhưng khóe miệng hơi hé cười:

- Sắp tới rồi, mình sắp tới rồi à?

Tùng nhẹ nhàng đặt Còn nằm xuống bãi cỏ. Y tá đại đội quỳ bên cạnh chỉ vào chân Còn, ra hiệu hỏi Tùng có nên cắt đoạn chân lìa ra khỏi người của Còn hay không? Tùng nhìn Còn, anh suy nghĩ một chút, rồi lắc đầu. Tình trạng Còn rất nguy hiểm, có bề gì, cũng nên giữ thân thể anh đầy đủ, tốt hơn.

Tùng đứng dậy, anh nhìn đoàn quân, tất cả đều mệt mỏi vì đói và vì bãi lầy. Mọi người đều khó khăn để tự lo liệu cho mình, lấy ai để tải thương trong hoàn cảnh này. Tùng gọi hai khẩu đội súng cối, anh quyết định ra lệnh bỏ một súng và đạn cối để tải thương.

Tùng dặn Mưu bố trí lại đội hình chuẩn bị đi tiếp rồi trở lại chỗ Còn nằm. Tất cả chỉ có hai băng ca, Tùng dành cho Còn một cái, cái còn lại cho người thương binh nặng nhất, hai người khác nhẹ hơn, được đồng đội dìu theo đoàn quân.

Tùng im lặng nhìn anh em bế Còn lên băng ca, y tá cầm khúc chân gãy rề theo, tránh làm căng miếng da gây đau đớn và đặt song song với chân lành lặn của Còn. Chắc Còn đau đớn cùng cực, nhưng anh không đủ sức để la lớn, chỉ rên khe khẽ và hé mắt nhìn, có ý tìm kiếm. Tùng cúi xuống, nắm tay Còn, dịu dàng:

- Tôi đây, chúng ta sẽ di chuyển bây giờ, cậu yên tâm, tôi sẽ đưa cậu về Cộng Hòa, nhất định sẽ về kịp.

Còn lặng lẽ nhìn Tùng, ánh mắt như dại đi và có ngấn lệ ứa ra bên khóe:

- Xa lắm, phiền… khổ anh em… 51 … bắn giùm tôi đi.

Tùng đứt ruột đau xót, anh chồm người, gần như ôm trọn lấy Còn, nước mắt chảy ra và nghẹn ngào nói:

- Đừng nghĩ quẩn, không sao đâu, nghỉ đi, tôi và anh em sẽ lo cho cậu.

Còn kiệt sức, giọng yếu dần, môi chỉ còn mấp máy. Tùng cúi người thật sát, kề tai cố nghe:

- Cái chân tôi… về… thôi… mẹ tôi…

Còn nói không hết câu, anh hơi nẩy người lên một chút rồi rũ ra. Tùng đặt tay lên ngực Còn, anh khẽ lắc đầu rồi đưa tay vuốt mặt bạn và lặng lẽ đứng lên nhìn những người lính tải thương, chậm rãi nói bằng một giọng buồn buồn:

- Cố gắng đưa Thiếu úy về, tôi nhờ anh em.

Tùng nói xong và bỏ đi, anh không đủ can đảm nhìn thi thể Còn lâu hơn. Tùng điều động đơn vị di chuyển, nhưng đầu óc anh rối beng với nhiều ý nghĩ. Cái chốt án ngữ quân số không đông, chỉ nguy hiểm mỗi cây trung liên, nếu Tùng không quá nôn nóng, cứ cho dừng quân lại, nã cối để tiêu diệt, hoặc giả cứ nghi binh khiêu khích khiến địch hoảng sợ phải tác xạ liên tục thì chỉ trong một lúc đạn dược sẽ cạn dần, khi ấy anh sẽ dùng hỏa lực tràn lên chiếm mục tiêu thì biết đâu Còn đã không phải hy sinh? Tùng suy nghĩ một lúc và thấy là mình lẩm cẩm. Trong chiến tranh, mỗi quyết định đều có cái giá của nó, không ai biết trước được điều gì sẽ xảy ra.

Tùng hiểu điều đó, trách nhiệm không ràng buộc anh, nhưng tình cảm vẫn làm anh buồn lòng, áy náy.

*

Tùng sang sông theo đợt quân cuối cùng. Đơn vị đã qua hết và mọi người đang nằm, ngồi rải rác trên cánh đồng. Phía xa đằng trước là một xóm nhà rải dọc theo quốc lộ, với xe cộ đi lại tấp nập trên đường. Niềm vui về được đất nhà như làm mọi người hồi sinh, quên hết mệt nhọc. Tùng thở phào như trút được một gánh nặng, để mọi người tự do muốn làm gì thì làm. Tùng nhìn bao quát lượng định tình hình. Giòng sông Vàm Cỏ rộng lớn phía sau như một chướng ngại vật thiên nhiên tuyệt vời bảo vệ mặt lưng đơn vị, còn phía trước là quân bạn, như vậy không có gì đáng lo ngại nữa... Tùng định sẽ để mọi người nghỉ ngơi, cho người tải thương vào xóm và mua đồ ăn uống, sẽ ngủ một đêm an toàn trước khi liên lạc để nhận nhiệm vụ mới, anh ngồi bệt xuống đất, dựa lưng vào bờ ruộng nhìn ra đường. Nắng chiều dìu dịu và bầu trời trong xanh, Tùng mỉm cười nhìn xe cộ chạy xa xa và thấy vui vui khi nghĩ đã có lúc Thiên Kim đi lại trên con đường này. Người hạ sĩ già mang đến cho Tùng một gói mì khô và nói vui vẻ:

- Tôi có mang đủ đồ cho Trung úy mà nặng quá, bỏ dần, Trung úy dùng đỡ gói mì.

Tùng mỉm cười, dễ dãi:

- Còn gói nào anh ăn đi, rồi vào xóm kiếm cái gì cho tôi, mình khao quân xôm xôm một chút.

Tùng nói và mở gói mì nhai từng miếng nhỏ. Suốt ngày không có gì trong bụng, cơn đói và niềm vui làm Tùng thấy những cọng mì ngọt ngào, thơm ngon lạ thường, Tùng vừa ăn vừa nhìn ra chung quanh, những người tháp tùng đã lần lượt vào xóm, trên cánh đồng rộng chỉ còn các binh sĩ thuộc quyền của Tùng, anh em một số đang nói chuyện, số khác

đang nằm lăn ra đất, đồ đạc, súng ống vứt bừa bãi không chút
e dè, phòng bị. Tùng nhìn thấy nhưng không nói gì, kệ, để
anh em được sống bình thường, được làm người bình thường
hưởng một chút thoải mái, nghỉ ngơi hiếm có này.

Tùng rất thương những người lính của mình, đa số họ
còn rất trẻ, chiến trường như một phán quan khó tính và độc
ác, nó loại bỏ dần từng con người, cướp đi từng mạng sống,
ít ai kịp lớn, kịp già trong chiến tranh và một lớp người khác
phải thay thế. Tùng rất hiểu những chàng trai tội nghiệp này,
họ cũng có một thôn làng, một góc phố, một mái nhà nào
đó để nhớ về; một nụ cười, một mái tóc nào đó để nghĩ tới;
họ cũng cần những phút mơ mộng, lang thang uống một ly
cà phê, nghe một bản nhạc; những ước mơ rất bình thường,
rất con người mà họ phải từ bỏ tất cả; đời sống có một chút
kiêu hãnh nhưng rất nhiều chua xót. Tùng hiểu và anh đã cố
gắng dung hòa giữa trách nhiệm của một cấp chỉ huy và tình
thương của một người anh, nghiêm khắc tuyệt đối khi cần
thiết và thoải mái tối đa khi có thể.

Tùng cởi giày, vắt khô đôi vớ dày đẫm nước và bóp
bóp hai bàn chân bạc tăng, nhăn nhúm ví bị bó ướt quá lâu
của mình, anh nằm dài ra đất nhìn trời và suy nghĩ mông
lung: không biết giờ này Tiểu đoàn ở đâu? Trung đoàn ra
sao? Sư đoàn thế nào? Không biết Thiên Kim đang làm gì?
Ở đâu? Còn cha mẹ? Tùng thấy xốn xang, đau đớn. Niềm vui
thoát hiểm chỉ thoáng qua nhưng nỗi lo trước mắt dằng dặc.
Tùng ngồi dậy, anh nghĩ phải vào xóm ngay, phải hỏi thăm
tin tức, phải liên lạc với đơn vị và tái phối trí tức thì. Tình
hình này không thể và không được nghỉ ngơi gì cả. Tùng
thấy mình giống như một đứa trẻ quá hưng phấn đã muốn tự
tưởng thưởng mình làm được một bài toán khó bằng cách bỏ
dở một buổi học. Không được, đơn vị anh đã bỏ Hậu Nghĩa,
biết đâu, nhiều đơn vị khác cũng làm công việc tương tự như
thế ở nhiều nơi khác và tình hình chung chưa biết thế nào,

chuyện gì cũng có thể xảy ra và thời gian lúc này không thể tính bằng tháng, bằng ngày mà phải từng giây, từng phút.

Tùng vội vã mang giày. Có nhiều tiếng lao xao và một nhóm người bu lại ở một góc xa. Tùng nhìn thấy một người đàn bà đứng tuổi đang quơ chân, múa tay nói một điều gì đó và nhiều người chỉ về phía Tùng. Tùng ngồi thẳng người khi người đàn bà đến gần, chị ta nhìn Tùng và hỏi trổng:

- Anh chỉ huy toán quân ngụy này?

Tùng trừng mắt, anh hết sức khó chịu khi nghe giọng điệu của người đàn bà nhưng cố dằn lòng trả lời, cộc lốc, thách thức.

- Vâng, chị là ai, muốn gì?

Người đàn bà tiếp tục nhìn Tùng đăm đăm như đang đánh giá, ước tính một điều gì đó rồi mới mỉm cười, nói lớn, không trực tiếp trả lời câu hỏi của Tùng:

- Quân đội nhân dân đã làm chủ khu vực này, chính quyền cách mạng yêu cầu các anh buông súng.

Tùng mở tròn mắt, anh hỏi lại như không tin vào tai mình:

- Chị nói gì?

Người đàn bà chậm rãi nói tiếp:

- Tôi là ủy viên hội liên hiệp phụ nữ giải phóng, đây là xã Tân Thới Nhì. Huyện Hóc Môn. Tôi được huyện ủy và bộ chỉ huy quân sự huyện ủy nhiệm, đến đây thông báo cho anh rõ: toàn bộ các tỉnh Tây Ninh, Hậu Nghĩa, Bình Dương đã được giải phóng; Hóc Môn và khu vực chung quanh sân bay Tân Sơn Nhất, Bà Quẹo cũng đã được giải phóng, Quân đội nhân dân đang tiến về tiếp quản Sài Gòn, yêu cầu anh ra lệnh cho binh sĩ buông súng trình diện chính quyền Cách mạng.

Tùng sững sờ, anh bỏ mặc người đàn bà, đứng lên cầm

ống dòm nhìn vào xóm nhà. Khắp một tuyến dài dọc theo bìa xóm có bóng những người lính ghìm súng hướng ra cách đồng; trên đường, tất cả các xe đều có lá ngụy trang và cắm cờ xanh trắng, sao vàng. Tùng hiểu mọi sự, hiểu sự ỷ y, lầm lẫn của mình, anh lặng lẽ ngồi xuống, nhìn thẳng người đàn bà, chậm rãi:

- Tôi hiểu, nhưng tôi không thể trả lời cho chị ngay bây giờ, tôi cần thời gian, chị đi đi.

Người đàn bà ngần ngừ một chút rồi đề nghị:

- Anh làm gì cứ làm đi, tôi chờ để biết ý kiến của anh.

Tùng không muốn bất kỳ ai, nhất là người đàn bà đại diện cho kẻ thù chứng kiến những giây phút khó khăn, chua xót của đơn vị mình, anh nói dứt khoát:

- Không được, chị ngồi đây tôi sẽ không giải quyết gì hết, tùy chị.

Người đàn bà mỉm cười, tỏ vẻ dễ dãi, cởi mở của một người đang có ưu thế:

- Cũng được thôi, nhưng báo anh biết chúng tôi không có nhiều thì giờ, lực lượng của chúng tôi đầy đủ trong kia, chúng tôi đã sẵn sàng từ lúc các anh chưa sang sông, nhưng hòa bình rồi, giải phóng rồi, không nên đổ máu vô ích nữa, cả hai bên, anh suy nghĩ đi.

Người đàn bà nói xong quay người đi vào xóm nhà, Tùng ngồi im như một pho tượng. Tin tức về tình hình thất lợi đã lan khắp đoàn quân, mọi người đều bật dậy, im lặng đến gần vây quanh lấy Tùng, tất cả đều mang súng ống sẵn sàng.

Tùng lặng lẽ nhìn khắp một lượt anh em, ánh mắt của mọi người làm Tùng bối rối và đau xót. Tất cả mọi người đều chăm chú nhìn Tùng như chờ đợi, như dò hỏi, như hy vọng, như trao gởi và tin cậy. Tùng cúi gằm mặt xuống, mắt mờ đi: "Đừng nhìn tôi, đừng hy vọng gì ở tôi nữa anh em ơi! Chúng ta đã lạc mất đơn vị từ sáng nay, tôi cũng nhỏ nhoi yếu đuối lắm, tôi cũng hy vọng và chờ đợi một lời khuyên, một mệnh lệnh nhưng không có gì cả, không còn ai cả. Anh em chúng ta đều lạc lõng, tội nghiệp và vô vọng như nhau. Tôi biết nói gì với anh em? Tôi quyết định được gì cho anh em? Tôi chỉ là một sĩ quan quá nhỏ bé trong quân đội, mọi quyết định ở một chỗ khác, mọi trách nhiệm cũng ở một chỗ khác, nhưng hoàn cảnh đã biến tôi thành cái gạch nối gần nhất của cả một hệ thống chỉ huy không hoàn thành trách nhiệm trước anh em, tôi phải làm tròn vai trò đó và cá nhân tôi, tôi nhận lỗi và xin thông cảm cho tôi. Tôi xấu hổ vì sự bất lực của mình nhưng tôi cũng hãnh diện được có mặt bên cạnh anh em, chia xẻ với anh em những giờ phút hào hùng và bi thảm cuối cùng. Tôi không thể phiêu lưu dẫn anh em lùi lại trong cánh đồng bưng; tôi cũng không thể điên cuồng ra lệnh cho anh em tấn công vào xóm nhà, tấn công giữa một khu vực không còn quân bạn, chúng ta không còn một nơi nào để nhắm tới, tôi không còn một cách nào khác, xin hiểu cho tôi…".

Tùng chấm dứt dòng suy nghĩ và chậm rãi đứng lên. Mọi người im phắc và tất cả nóng lòng hồi hộp chờ nghe một điều gì đó từ người chỉ huy của mình. "… Tội nghiệp anh em quá, tội nghiệp tôi quá, chúng ta không có phép lạ nào hết, không có ơn phước nào đến với chúng ta lúc này hết, phải can đảm chấp nhận thực tế chua cay của số phận mình anh em ơi…"

Tùng thấy mắt mình cay cay, anh nói nghẹn ngào:

- Hoàn cảnh của chúng ta anh em đã biết hết rồi; sáng nay tôi rất hy vọng và có hứa đưa anh em về nơi an toàn, anh em đã cố gắng hết sức và tỏ ra rất xứng đáng, rất can trường, tôi ghi nhận và xin cảm ơn, tiếc là chúng ta đã đến quá muộn, tôi đau đớn lắm và tôi biết anh em cũng như thế nhưng không biết làm sao hơn…

Có nhiều tiếng xì xào trong hàng quân, nhiều người gục đầu chảy nước mắt. Tùng ngừng lại lấy khăn lau mặt rồi ngước lên nói nhanh, mắt đỏ hoe không nhìn ai:

- Thôi, chúng ta không có thì giờ. Kể từ giờ phút này tôi không còn là chỉ huy của anh em nữa, xin anh em tự lo liệu, chúc anh em may mắn.

Hàng quân trở nên hỗn loạn, mọi người đứng lên bu kín lấy Tùng, mỗi người tranh nhau nói một câu, tất cả đều muốn ở lại, muốn theo Tùng. Tùng lắc đầu, anh nói từ tốn:

- Cảm ơn anh em nhưng không được, tôi không còn làm gì cho anh em được nữa hết, đừng mất thì giờ, không biết chúng ta có còn được gần nhau lâu nữa không, xin chia tay và hy vọng có ngày gặp lại anh em. Thôi, anh em cho tôi yên một chút.

Tùng nói xong những điều khó nói nhất, anh thẫn thờ ngồi xuống và im lặng không nhìn ai. Đám đông ồn ào, chộn rộn, có người hớt hải lo âu, có người phẫn nộ uất ức, đau đớn oán than, họ bịn rịn và e dè chờ đợi một lúc rồi cũng lẻ tẻ kéo nhau vào xóm. Đoàn người vắng đi dần dần, chung quanh Tùng chỉ còn Mưu, mấy sĩ quan Trung đội trưởng, người hạ sĩ già nấu bếp, mấy âm thoại viên và toán biệt kích Đại đội, những người đã từng gần gũi, lăn lộn sống chết nhiều phen với Tùng. Mưu e dè lên tiếng:

- Trung úy coi lại xem có cách nào khác không?

- Không!

- Vậy chúng ta cũng vào à?

- Đúng!

Mưu tần ngần một chút rồi nói tiếp:

- Tôi không dám trách trung úy, nhưng hình như ông hơi vội!

Tùng cười buồn, anh cầm tay Mưu:

- Cậu nói đúng một phần, nếu tôi đi một mình, hoặc nếu tôi không bị ràng buộc gì với ai, có thể tôi cũng sẽ nghĩ như cậu, nhưng tôi còn chỉ huy, tôi còn trách nhiệm - trách nhiệm cuối cùng - tôi không thể liều lĩnh được. Người đàn bà hồi nãy có nói một điều đúng "không nên để xương máu đổ thêm nữa", không ích lợi gì trong hoàn cảnh này, cậu hiểu giùm tôi.

Tùng không nói gì thêm, anh im lặng tháo băng đạn khẩu súng colt, lơ đãng lấy tay bấm cho những viên đạn rơi xuống đất rồi hờ hững bỏ súng vào bao, cuốn giây ba chạc gọn ghẽ quanh chiếc nón sắt ngay ngắn như những lần so hàng trong quân trường, ngồi trầm ngâm một chút rồi đứng lên buông thõng mấy tiếng:

- Thôi mình đi.

Tất cả đứng lên theo. Tùng như chợt nhớ ra, nói vội với mọi người.

- À! Chút nữa tôi quên, anh em nào biết nhà Trung úy Thắng, Thiếu úy Còn và các anh em thiếu may mắn khác, nếu được về sớm báo giùm tình trạng của các anh em ấy. Tôi sợ không làm được, sợ khó về. Đây là điều cuối cùng chúng ta có thể làm cho nhau, anh em cố gắng, tôi cảm ơn.

Nguyễn Mạnh An Dân

(Trích từ tuyển tập *Người Lính Không Có Vũ Khí*, Làng Văn, 1995)

Nguyễn Vy Khanh by Thạch Miên (Ngô Vương Toại)

NGUYỄN MẠNH TRINH

Sinh năm 1949 lại Hà Nội. Hiện sống tại Westminster, quận Cam, California, Hoa Kỳ.

Làm thơ. Chủ trương *Tủ Sách Tác Giả Tác Phẩm Đời,* Hoa Kỳ. Trong nhóm chủ trương tập san *Hợp Lưu,* Hoa Kỳ. Cộng tác với hầu hết các tạp chí văn chương tại hải ngoại.

Tác phẩm đã xuất-bản:

- *Thơ Nguyễn Mạnh Trinh* (thơ, Người Việt, 1985).
- *Tuyển Tập Hai Mươi Ba Người Viết Sau 1975* (biên tập với Trịnh Y Thư; Văn Nghệ, Hoa Kỳ 1989).
- *Tạp Ghi Văn-Nghệ "từ những trang sách giở"* (Westminster CA: Người Việt, 2007).

Cho người tình lỡ vận

Mười bốn năm mảnh đời xiêu tán
gọi ta thiên cổ cũng vô cùng
qua sông bến nước còn chạng vạng
dơi bay tâm động sợi đàn rung

Thành phố cũ còn ai đưa đón
ngựa xe đánh thức nỗi niềm riêng
góc vườn xưa thuở còn bé mọn
sầu ta có mấy cuộc tìm quên

Trở về góc phố un lửa cháy
lệ giọt theo người mấy dặm khơi
tạ ơn từ một bàn tay vẫy
phận kiếp đẩy đưa lượn sóng dồi

Bỗng dưng trong trái tim thống hối
một nụ hoa mọc tận hư không
lượng máu chan chan ngàn câu hỏi
oan khiên nào góc núi hẻm sông

ngựa đá còn bùn phai tâm sự
nắng đỏ sao cháy bỏng đôi vai
chớp nguồn có đủ mưa lịch sử
hay bể đông kia mãi lạc loài

Mây bay nhạt nhạt từ mong ước
Lòng tà huy bờ đá pha phôi
rêu trải oán thù ngàn năm trước
phá Tam Giang sóng cuộn bồi hồi

Làm người lỡ vận đành tay trắng
cuộn nhớ hình như sợi chỉ quên
góc phố cũ chẳng còn tươi nắng
chiều mưa đổ lá nước chao nghiêng

Ta chân đất về cùng hội ngộ
cơn bão giông thế giới của em
sâu thẳm sương long lanh lá cỏ
soi cùng thiên địa rất thân quen.

Thơ trong ký ức

Ta lều cỏ thần thơ trang sách
nghĩa lý gì nắng giọt ngoài hiên
tâm sự như loài hoa hóa thạch
hốc núi nào đỏ máu nỗi riêng

Suy ngẫm được mấy điều to lớn
nằm gác chân đếm mỏi tháng ngày
nếu mộng mơ cứ hoài chưa trọn
thì giọt mưa làm nhớ heo may

Ta viễn phố đêm than hồng lụn
mặt trời nâu mọc giữa đoạn trường
đáy lòng vẫn ngàn điều vỡ vụn
chuyện bâng khuâng gửi mãi ngàn phương

Đã con nước xuống lên câm lặng
buồn tạc theo bia đá dãi dầu
mùi hoa bưởi thoảng qua đêm vắng
đánh thức nhau môi nụ xưa sau

Ta máu cạn động mười địa chân
hú lên cao tận đỉnh vỡ òa
thần thoại vẽ mặt ai biển lận
thù hận như vết nhọt trong da

Mất mai sống lạ ngày oan khuất
giở từng trang sách ướt lạnh lanh
che đôi mắt ngữ ngôn ẩn mặt
trí nhớ đành *mấy* bước đành hanh

Ta tự vấn tâm can thổ huyết
máu giọt hồng máu cố reo vui
cuộc chơi làn mây thời mải miết
bóng hay người mà lệ dập vùi

Cột mốc dựng khoảng dời chưa đến
tia mắt em đá kết bao giờ
qua cửa sông bèo rêu ra biển
nước dưng không buồn bã ngu ngơ

Ta heo hút một thân mù khuất
loài voi già mang gửi tủy xương
đồi hoang sơ bước đi sao chật
nụ cười sao trí nhớ thảm thương

Trên cổ mộ mây mù muôn dặm
đầu chân trời góc biển lãng quên
em hồng biếc áo xanh lụa thắm
ký ức còn mấy cửa trinh nguyên

Ta câu hỏi mấy niềm hao hụt
vết thương se còn đỏ làn da
đọc câu thơ ngượng ngùng giấy bút
còn chút gì ảo ảnh lướt qua

Sống trơ trơ như loài cây cỏ
anh hùng tận kiếp sống dãi dầu
ngẩng nhìn lên thiên thu đành lỡ
nước cuộn tròn nhịp sóng còn cau...

Ta một cửa khuya sương trầm tích
trí quẩn cùng bước xuống vực sâu
kẻ điên cuồng chưa xong vở kịch
núi cũng buồn để đá biết đau

Và tan hợp tưởng chưa xa lạ
đời chia ly còn vẫy bàn tay
giả đò chạy tưởng như vội vã
ta trẻ thơ nắng giỡn vòm cây...

Tháng 8-1998

Em. Tôi.

Tôi. Em. Âm bản nhạt nhòa
Tóc sợi một lẻ trăng tà kề đôi
Tháng Chạp. Bầm đỏ nụ môi
Máu dòng khô nở góc trời khuất oan
Ký ức. Thắm. Đáy vô can
Thơ. Vai lửa phỏng ngữ ngôn riêng dành
Hốc sọ não gọi mong manh
Gai cạnh sắc vỡ tan tành quạnh hiu.

Em. Tôi. Nguyền tật bỏ liều
Trán hằn mối mọt những điều nhớ quên
Hoại thai. Quen. Lạ. Tuổi tên
Móng tay son, đỏ, còn nguyên *dấu* cào
Đất trời. Mộ huyệt. Đang đào
Quê xưa xô giọt mưa chào thâm tâm
Cột kèo mái rạn thầm thầm
Phố nhân thế đoạn phù trầm rêu rong

Tôi. Em. Sớm tối núi sông
Lở. Bồi. Trong. Đục. Đục. Trong. Bàng hoàng
Hổ ngươi. Lá cỗi địa đàng
Tủy xương oán hỏi cưu mang đã từng.
Soi gương. Tóc sợi như rừng
Cỏ cổ thụ đỏ cuối vùng bụi se
Trái tim. Có lúc u mê.
Em bồ tát. Tôi sa di. Muộn màng.

Nguyễn Mạnh Trinh

NGUYỄN MINH NỮU

Nguyễn Minh Nữu là tên thật. Sinh năm 1950 tại Hà Nội
Di cư vào Nam năm 1954, sống tại Sài Gòn.
Nhập ngũ năm 1968. Giải ngũ năm 1975.
Định cư tại Hoa Kỳ từ năm 1995. Hiện sống tại Virginia.
Làm thơ viết văn từ 1970, truyện đầu tiên đăng trên Giai
Phẩm *Văn* (số mùa xuân 1971).
Sáng lập và thư ký tòa soạn tạp-chí *Văn Phong* (Washington
DC, 1999-2001), chủ nhiệm tuần báo *Văn Nghệ*
(Washington DC, 1997-2006).

Tác-phẩm đã xuất bản:
- *Lời Ghi Trên Đá* (thơ; NXB Văn Nghệ VN, 2006).
- *Thương Quá Saigon Ngày trở lại* (bút ký và truyện; Văn
Nghệ, 2017).

Hảo hán cuối cùng

Lương Sơn Bạc vỡ. Đám đầu lĩnh chủ hòa đã thắng. Lá đại kỳ màu vàng tươi thêu bốn chữ Thế Thiên Hành Đạo đã kéo xuống đem để vào góc nhà, trông lù lù như một đống rác chưa kịp đổ. Thay thế vào vị trí kiêu hãnh đó, từ buổi sáng hôm nay, là dải lụa trắng, nó hẹp bề ngang mà quá dư chiều dài, phơ phất trong gió, mường tượng như mảnh khăn tang.

Đại cuộc coi như ngã ngũ, ngày mai quân Tống lên núi, đám lính đói khát, mặt mày xanh xao với thói quen đánh đâu chạy đó kia sẽ được tiếp đón như những vị anh hùng. Sẽ không có gì thay đổi được sự việc cuối cùng này. Bên ngoài thì vậy, nhưng trong lòng những đầu lĩnh dường như không phải vậy.

Phản ứng mỗi người không giống nhau. Có người vứt bỏ nhung trang đao kiếm, thay đổi thường phục, một mình xuống núi, bỏ đi như bỏ chạy, vội vàng lúng túng. Có người lại thu gom những nhung trang đao kiếm đó, rồi cùng đám lâu la thuộc quyền quẩy gánh xuống núi, họ nói rằng họ trở lại vùng đất khi xưa của họ, nơi họ đã bỏ đi khi gặp Tống Giang, và ngỡ rằng đã gặp minh chủ. Nhiều người đang tụ tập ở lều quân sư Ngô Dụng, họ đang được trấn an là triều đình rất nhân nghĩa, chắc chắn không ai hỏi tới những công việc đã qua. Có người đang nghĩ tới việc thu hồi nhà cửa đất đai, nhân tình tì thiếp cũ, có người cân nhắc tới năng lực và những chức quan lại có thể được ban thưởng, rồi ngồi vuốt râu cười một mình.

Còn nữa, có người cũng bỏ xuống núi, nhưng không phải đi về phương nam mà đi về phương bắc, họ xăm xăm chèo thuyền qua lạch, nhắm vào dãy doanh trại quân Tống. Họ đi tay không, nhưng trong đầu họ là những bí mật của sơn trại mà họ may mắn nắm giữ. Họ muốn dâng công hay họ muốn trao đổi?

Bóng đêm đang đồng lõa với họ.

Lê Tùng đứng đây và Lê Tùng thấy hết. Còn Phạm Tuấn, hiện giờ Tuấn ở đâu, có nhìn thấy như Tùng hay không?

Lê Tùng là một lâu la mới lên núi chưa đầy ba tháng. Ở tuổi hai mươi sống giữa vùng chiến sự, Tùng ý niệm rõ ràng về Thiện Ác. Người ta chỉ nói tham quan ô lại, Nhưng Tùng nhìn rõ sự người bóc lột người. Tùng nhìn rõ đồng tiền kiếm ra bằng mồ hôi, đôi khi bằng cả máu nữa, đã bị lấy đi không thương tiếc bởi những kẻ có quyền. Người ta nói tới uất hận đau thương, còn Tùng thì chính tay mình đã sờ được vào vết roi khảo của, mũi mình ngửi được mùi tanh của máu và tai còn lùng bùng tiếng trống họp đêm.

Ở tuổi hai mươi, chưa biết yêu thương mà chai mặt với hận thù. Tùng hiểu được sự yếu đuối của một cá nhân trước đám đông, và nỗi vô vọng khi chiến đấu đơn lẻ. Cho nên Tùng lên núi.

Tùng trở thành Chấp Kích Lang cho đại đầu lĩnh Lâm Xung. Và trong đêm cuối cùng của sơn trại này, Lê Tùng còn làm nhiệm vụ người gác cửa.

Từ chiều tới giờ, nghĩa là từ lúc rời Tụ Nghĩa Sảnh trở về, Báo Tử Đầu Lâm Xung vẫn đi đi lại lại trong trướng. Chỉ có một mình, lâu lâu có tiếng động của xô đẩy, đổ vỡ, và cả tiếng gầm gừ. Đột nhiên tiếng xoảng của bình rượu vỡ, rồi tiếng Lâm Xung:

- Có ai ở ngoài đó không?

- Có tôi.

Lê Tùng chạy vào.

- Ngươi là ai?

- Tôi là người đứng gác đêm nay.

- Gác? Ngươi gác ai? Gác giặc hay là gác ta? Giọng Lâm Xung khinh bạc. Gác ta thì làm sao ngươi có khả năng đó, còn gác giặc, thì hôm nay đâu chỉ có giặc ở bên <u>kia</u> bờ lạch, mà giặc đang ngồi trên ghế chéo giữa Tụ Nghĩa Sảnh ngươi gác làm sao?

Lê Tùng đứng yên, câu hỏi đó không phải dành cho chàng dù chàng đang nghe. Lâm Xung cũng nghĩ vậy nên không chờ câu trả lời. Lâm Xung lại hỏi:

- Ngươi tên gì?

- Tôi là Lê Tùng.

- Ngươi lên núi lâu chưa?

- Tôi tụ nghĩa được gần ba tháng.

- Tụ nghĩa? Lâm Xung cười nhạt, ngươi đem Nghĩa lên núi mà tụ, hay ngươi tưởng trên núi có Nghĩa mà ngươi lên?

- Tôi lên núi vì đại nghĩa của sơn trại.

- Vậy ngươi đã thấy ngươi lầm rồi chứ?

- Tôi không lầm.

Lâm Xung ngồi bật thẳng dậy, mắt trợn lên, nói như quát, ngươi nhìn thấy đại nghĩa của sơn trại này hay sao?

- Không có.

- Nghĩa là sao?

- Dù dưới lá cờ Thế Thiên Hành Đạo, sơn trại cũng chưa bao giờ biểu thị được đại nghĩa mà nó nhân danh. Nhưng cá nhân từng đầu lĩnh, thấp thoáng lại có phong cách người nghĩa sĩ. Chính phong cách đó từ ngoài nhìn vào cứ tưởng họ đại diện cho cả sơn trại. Tiếc thay...

- Tiếc sao?

- Tiếc là kẻ đại diện cho cả sơn trại lại không có phong cách đó.

Lê Tùng ngừng lại một giây để lấy hơi:

- Họ có phong cách khác, phong cách của mẫu người bất nghĩa.

Lâm Xung đã đứng dậy bước từng bước chậm, giọng buồn, phải chăng ngươi đang ân hận vì lỡ sa chân vào chốn này?

- Tôi không ân hận, chủ tướng! Tôi không ân hận vì tôi đang phục vụ dưới quyền một người Nghĩa Sĩ.

- Nói bậy. Lê Tùng, hãy nghe ta nói đây. Khuất thân thờ người mà không được người dùng là một điều nhục. Nhưng điều nhục đó có thể nhịn được. Còn đã được người dùng mà không tận được sức mình, không mở được cái chí của mình, làm nhục đến cả người dùng mình, thì nhục nhã chất chồng. Nhục nhã chất chồng thì sĩ diện cũng không còn, sĩ đâu ra nữa mà nghĩa sĩ...

Tiếng nói Lâm Xung mỗi lúc một lớn, nói như hét. Khuôn mặt vuông, hai hàm răng nghiến lại bỗng bạnh ra như mặt hổ phù. Lâm Xung quay mặt vào phía khác, rồi chậm chậm đi về giữa trướng. Khi tới trước chiếc ghế chéo vẫn ngồi, Lâm Xung chống mũi cây đao xuống đất, để hai tay lên trên đuôi đao, mặt ngước lên, mắt đăm đắm nhìn vào chữ Lâm thêu bằng kim tuyến vàng trên nền vải đen, lá cờ vẫn thường theo Lâm ra trận. Lá cờ treo ngang tầm nhìn, ngay ngắn sau lưng ghế, chính giữa lều đại tướng.

Lê Tùng còn nhiều điều cần nói ra, nhưng bây giờ không phải là lúc, nên Lê Tùng đứng yên, và đợi.

Đêm có lẽ đã sâu, trên cao có ánh sáng mờ nhạt của trăng và trong tâm có bóng tối của nỗi buồn. Thời khắc như chậm lại, đặc quánh niềm riêng.

Giây lâu, Lâm Xung chừng đã nguôi ngoai cơn bức xúc. Quay lại nhìn Tùng. Thanh đại đao được cầm bằng hai tay, một tay nâng cán, một tay nâng mũi, trang trọng thăng bằng trước khi ngồi xuống. Tiếng nói u uất và trầm lắng hơn:

- Sẽ có một ngày ngươi hiểu lời ta nói. Ngươi còn quá trẻ... sẽ không có một nghĩa sĩ nào trên sơn trại này đâu. Thôi ngươi ra ngoài.

Tùng vừa quay mình, Lâm Xung gọi lại:

- Ngươi ra ngoài và đêm nay đừng canh gác nữa. Không còn cái gì để mất thì gác làm chi.

Ngước nhìn tàng đại thụ bên hông Tụ Nghĩa Sảnh, bóng đen phủ hơn nửa sân. Âm u và cô độc.

Thoáng thấy lòng mình hoang mang, Tùng nghĩ tới Phạm Tuấn. Tuấn là bạn cùng quê và cùng lên núi với Tùng. Tuấn làm việc dưới trướng Hắc Toàn Phong Lý Quỳ. Tùng muốn chia sẻ với Tuấn điều mình nghĩ.

Băng mình chạy qua sườn núi phía đông, xuyên qua nhiều lều trại hoang vắng. Khi tới trước lều Hắc Toàn Phong thì nỗi hoang vắng còn nhiều hơn, đã như là hoang tàn. Cửa lều bỏ ngỏ, không bóng người nhưng lập lòe vẫn còn ánh ngọn đuốc tàn. Bên trong, bàn ghế xiêu đổ, bình rượu vỡ, ly tách lăn lóc tứ tung. Lá cờ Tím có chữ Lý thường nghiêm chỉnh treo giữa sảnh, nay lệch một bên như bị ai giựt xé. Giữa nhà, hàng chữ viết to bằng mực mới: Ta đi rồi.

Ai đi? Đi đâu? Lê Tùng bắt gặp lại cái cảm giác cô độc ngày xưa, khi một mình chống lại đám cường quyền thô bạo quê nhà. Lê Tùng thấy lạnh, Lê Tùng thấy sợ. Tùng quay mình chạy về lều cũ. Tùng định báo với Lâm Xung điều này, dù rằng không biết báo để làm gì, từ chiều tới giờ biết bao nhiêu người đã bỏ đi. Tùng không cảm thấy mất mát mà chỉ có cảm giác trống thoáng rộng chân, nay thấy Lý Quỳ bỏ đi, bỗng hình thành trong Tùng một nỗi bàng hoàng, cái đổ vỡ cứ tưởng bên ngoài, đột nhiên mở cửa bước vào và nhanh chóng chiếm trọn lòng Tùng.

Khi về đến cửa lều, Tùng có cảm giác lạ. Hiu quạnh phủ toàn sơn trại từ chập tối, đang tập trung trước lều Lâm Xung. Ngọn đèn dầu vẫn còn trên bàn, soi bóng Lâm Xung lên vách lều mầu đen sẫm. Lâm Xung ngồi quay lưng ra ngoài, tay có lẽ vẫn để trên đuôi ngọn đao quen thuộc, nhưng đầu cúi xuống. Cúi xuống quá thấp như đang gục đầu. Tùng lên tiếng:

- Chủ tướng!

Im lặng. Tùng bước thêm bước nữa

- Chủ tướng!

Bước tới nữa, trong bóng tối nhờ nhờ vì ngược sáng, Tùng thấy mũi đao không chống xuống đất như chàng tưởng, mà quay ngược lên trên, ngay cổ Lâm Xung. Và dưới chân, Tùng đang bước trên lớp nhầy nhầy như máu.

Tùng chợt hiểu, chàng cầm đèn soi lại. Lâm Xung đã chết. Cái chết tự chọn bằng chính mũi đao của mình. Đĩa đèn rơi xuống đất, tắt ngúm. Đứng yên lặng trong bóng đêm, đồng cảm với người đã khuất, xót xa chia sẻ nỗi tuyệt vọng không nói thành lời. Ở góc nhìn của mình, Lê Tùng không cổ vũ lối giải quyết của Lâm Xung, nhưng trong quan hệ sơn trại, Tùng tán đồng và khâm phục tư cách người chủ tướng cũ.

Tùng không sửa lại thế tự tận, và cũng không có ý định chôn cất Lâm Xung. Tùng cho rằng phải để cho nhiều người nhìn thấy, hiểu ra những truyền ngôn của Lâm Xung. Những truyền ngôn sẽ đi từ trái tim người này qua trái tim người khác mà không cần qua một trung gian ngôn ngữ nào.

*

Xuống núi khi ánh bình minh vừa chớm, phương đông hồng như một trái đào. Sau lưng Tùng là sơn trại, sau sơn trại là bờ lạch, sau bờ lạch là mênh mông dải đất thân tình,

630 © 44 NĂM VĂN HỌC VIỆT NAM HẢI NGOẠI

nhưng đã không còn là thân tình với Tùng được nữa. Phải mất một thời gian khá lâu Tùng mới dần thích hợp nổi với đời sống thường. Thường xuyên với cảm giác sống trên mây với nhiều tưởng tượng vô căn cứ. Rồi những cơn ác mộng, trong đó máu người và sấm sét bão giông trộn lẫn. Rất nhiều đêm bàng hoàng tỉnh giấc, mồ hôi đầm đìa không định vị được mình đang ở đâu. Lúc đó, người lay gọi là Thảo. Cô gái mồ côi nay là vợ Tùng.

Thảo đúng là một kết hợp hài hòa giữa hai thế lực đối đầu: Mẹ chết vì bị huyện quan tra khảo đòi tiền, cha chết vì đi buôn bị cướp chặn đường cướp của. Thảo lớn lên trong đau khổ nhưng không hận thù. Đời dạy cô rằng hận thù không làm cho con người lớn lên được nhưng đối diện trực tiếp và sòng phẳng với đời sẽ thấy đời hẹp lại. Và trực tiếp đối diện với đời thì phương cách tốt nhất chính là yêu thương. Cô khuất phục Lê Tùng bằng sự độ lượng, bao dung và lòng thành thật. Kềm hãm Lê Tùng khi chàng bồng bột, an ủi Lê Tùng khi chàng tuyệt vọng. Cứ thế, con ngựa non háu đá dần đã quên núi thẳm rừng sâu.

Tạm yên tâm trong nếp sống thường, nhưng vẫn dõi lòng theo dấu bóng người ngày xưa. Tất cả tin tức nhận được đều buồn. Các người xuống núi trước ngày Lương Sơn Bạc vỡ hoặc trở về núi cũ hành nghề lạc thảo, kiếm ăn qua ngày trong mùa loạn, có người tha phương đổi họ đổi tên làm công làm mướn qua quýt một đời. Cũng có người mộng đời không thỏa, tìm vui bốn bể mười phương, phiêu bạt giang hồ không nghe tăm tích.

Thương là thương bọn hảo hán vâng theo lệnh trên về hàng quân Tống. Họ bị bội bạc từ những ngày đầu. Hoặc đầy đi vùng ma thiêng nước độc, hoặc ghép chung các nhóm tội đồ, hoặc cô lập từng nhóm, phong tỏa đủ điều. Nhiều người trong họ mang nỗi uất hận không thể giải bày, tích chứa lâu ngày trở thành trầm cảm. Cũng có người chua xót quá đi tìm cái chết. Còn có nhiều cái chết do bệnh hoạn và không chịu nổi lao nhọc kéo dài. Cũng có người vượt thoát trốn đi. Cũng có người phản bội bằng hữu cũ để tìm miếng cơm thừa canh cặn của bọn chó Tống. Nhưng lạ lùng là có vài cái chết do bị giết. Nhưng ai giết và tại sao bị giết thì không ai biết.

Đến một ngày, Lê Tùng có khách tới tìm. Người đàn ông trung niên vóc dáng lực sĩ, khuôn mặt xạm đen và hàm râu quai nón lốm đốm bạc. Tấm áo phong sương, nhìn thì lạ nhưng ánh mắt quen thuộc biết bao. Lê Tùng dò la:

- Ông tìm tôi ?

Khách gật đầu, ánh mắt giễu cợt:

- Trong mắt ông có những tia nhìn hết sức quen thuộc, nhưng đầu óc tôi lúc này quá tệ, xin lỗi ông.

Khách bật cười lớn:

- Mày tệ thật Tùng ơi! Tới tao mà còn nhận không ra thì quá tệ.

Như cơn chớp lóe lên. Tùng la lớn Phạm Tuấn. Ngồi đây, ngồi xuống đây, Tùng nói lắp bắp như nghẹn thở.

Hai mươi năm kể từ ngày Lương Sơn Bạc vỡ, hai mươi lăm năm kể từ đêm giặc về xóm nhỏ, trói thúc ké cha Phạm Tuấn ra đình làng kết tội nhà giàu rồi dùng gậy đánh chết. Cũng từ đó, hai thằng kết nghĩa hẹn hò nhau đủ lớn tìm cách giúp đời... dẫn cho tới lúc lên núi tụ nghĩa....

Hai tay nắm chặt hai tay. Tùng dồn dập hỏi thăm từ ngày cách biệt, đi đâu, làm gì, ở đâu, vợ con, nghề nghiệp. Tuấn trầm tĩnh cười, tao sẽ ở đây nhiều ngày mới nói hết được. Một cách tóm lược là mày không biết gì về tao, nhưng tao thường xuyên biết rõ về mày, từng thời điểm một. Chưa thể gặp nhau vì chưa phải lúc đó thôi.

Bữa cơm chiều dọn ra, linh đình vui vẻ, rượu thịt và

nhiều chuyện buồn vui kỷ niệm. Hai đứa bên nhau uống tới lúc say mềm. Dẫu nói thật nhiều mà rõ ràng chưa nói gì hết, câu chuyện bâng quơ chỉ là lớp váng, còn những gì Tùng muốn biết dường như cũng là những điều Tuấn muốn nói lại chưa được nói ra. Tùng thiếp ngủ trong nôn nao.

Thức dậy, Tuấn đã đi rồi, trên án thư để lại vài câu: Vui mừng vì buổi gặp mặt vừa qua. Mày không có gì thay đổi, đó là điều tao thú vị. Tao còn có chút việc riêng cần giải quyết trước khi kể lại với mày chuyện hai mươi năm qua. Hãy chờ tao!

Tùng có cảm giác hụt hẫng, dẫu sao Tuấn cũng đi rồi. Cố ôn lại từ mẩu chuyện vụn vặt để truy tìm tung tích, dường như Tuấn vẫn trong khói mù đời cũ, thấp thoáng hiện về từ ký ức, trong đó lúc nào cũng là một Phạm Tuấn cương nghị, dũng cảm, và biết quên mình.

Tùng chờ đợi nhưng không nóng ruột, chàng nghĩ Tuấn còn trong hoạt động bí mật, trước sau rồi cũng trở về.

Thực vậy, một buổi tối không trăng, Tuấn đột ngột trở về. Nụ cười tươi tắn, vỗ vai Tùng. Tao thèm được gặp và trò truyện với mày.

Hai đứa đi bên nhau ra vườn sau. Giữa âm u của tàn lá rộng, Tuấn trầm giọng, bùi ngùi.

- Đời sống trôi vội vàng quá đáng, cũng một đêm như thế này hai đứa bàn bạc để ngày mai đi Lương Sơn... Mấy chục năm rồi...

- Những suy tính thời trai trẻ đã trở thành ảo vọng, tao sống đây mà tưởng như mình không tồn tại.

- Tồn tại chứ Tùng, có điều sự tồn tại của mỗi con người có giá trị hay không là do mục đích đóng góp của nó với cuộc đời. Nếu sống như loài cây cỏ thì tồn tại cũng như không.

- Hiên tại mày ra sao? Vợ con?

- Tuấn bật cười cần biết điều đó lắm sao mà hỏi nhiều lần? Tao không có vợ.

- Chưa chứ?

- Không, không kịp nữa rồi.

- Câu trả lời tối nghĩa quá, thôi mày kể từ lúc xuống núi đi. Hôm đó tao chạy qua lều thấy hàng chữ ta đi rồi, có phải mày xuống núi cùng Hắc Toàn Phong?

- Đúng vậy, đó là khởi đầu cho các hoạt động sau này.

- Cho tới bây giờ?

- Không, cho tới ngày hôm qua thôi. Bắt đầu từ ngày mai là chương trình khác. Kể từ ngày mai, chương trình có cả mày tham dự. Vai trò của tao đã hết.

- Tao sao? Tao thì làm được gì?

- Đúng vậy, một mình mày thì chẳng làm được gì. Mà chẳng phải riêng mày, cả thế hệ chúng ta đã không làm được gì. Nhưng đã qua rồi, bây giờ mày sẽ đứng trong đám đông những người chứng kiến một đổi thay ngoạn mục của thế hệ sau mình. Tao tin như thế.

- Hắc Toàn Phong bây giờ ở đâu?

- Chết rồi.

- Tại sao? Ốm đau? Tự tử? Bị giết?

- Không. Nói cho rõ hơn, Hắc Toàn Phong chết nhưng Lý Quỳ còn sống. Sau khi rời Lương Sơn, thầy trò trải qua rất nhiều thử thách của cuộc sống, trong đó cam go nhất là câu hỏi về từng đêm, thế nào là đúng, thế nào là sai. Cái mà chúng ta coi là Đại Nghĩa, là Thế Thiên Hành Đạo cũng đã bao lần hoen ố vì cướp của giết người, vì những nhiễu lê dân, vì tranh quyền đoạt vị. Vậy chẳng lẽ chúng ta sai. Làm sao chúng ta sai được khi chúng ta đối đầu với cái xấu, cái gian xảo, cái áp bức cường quyền thủ đoạn. Đối đầu với cái xấu tức nhiên phải là cái tốt. Đối đầu với cái bất nhân tất nhiên phải là cái Đại Nghĩa. Vậy thì vướng mắc nào khi chúng ta đứng dưới cờ Đại Nghĩa lại nhúng tay vào một số việc bất nhân.

Phạm Tuấn chợt im lặng. Lê Tùng cũng im lặng. Cái im của Tuấn là cái im để thở, còn cái im của Tùng là cái im của lặng người. Câu hỏi Phạm Tuấn đặt ra có nhiều lần Tùng đã đặt ra với chính mình. Tùng tự trả lời rằng chí nhân là đại thể còn sự sai lạc chỉ là cá biệt vài người. Tùng cũng cảm thấy câu trả lời của mình chưa ổn nhưng không tìm ra cách trả lời khác. Tùng ngồi xuống bờ đá, hỏi Tuấn, theo mày thì thế nào là đúng.

- Mỗi cái đúng sai chẳng những tùy thuộc vào thời mà còn tùy thuộc vào người, hãy khoan phân biệt để tao kể tiếp chuyện Hắc Toàn Phong.

Phạm Tuấn ngồi xuống bên Tùng.

- Hai thầy trò lưu lạc cả năm trường với những dằn vặt không giải tỏa được. Cho đến một đêm tạm trú trong ngôi chùa cổ, nằm hiu quạnh bên dòng sông nhỏ cạnh núi Đại Nhạc. Buổi tối đó, đàm đạo với nhà sư già, câu chuyện dẫn dắt khi biết nhà sư đó cũng là khách giang hồ bẻ kiếm. Đặt với nhà sư câu hỏi cũ. Câu trả lời của nhà sư là câu trả lời mang triết lý Phật nói về nhân quả, nói về luân hồi, nói về nhân ái. Nhà sư lý luận đúng khi cho rằng không thể nào thay thế bạo lực bằng bạo lực và nền tảng đưa con người đến bình an là lòng nhân ái. Nhà sư đã khuất phục Hắc Toàn Phong khi chỉ rõ điểm yếu nhất của ông ta là bao nhiêu năm cầm dao đi giết người, quá quen thuộc những câu kết tội đáng chết của người mà chưa bao giờ dám hỏi thử những tội đáng chết của mình. Đêm đó, Hắc Toàn Phong xuống tóc quy y, liệng dao vào lòng sông với lời nguyện trọn đời không nói đến chuyện giang hồ.

Phạm Tuấn dừng lại. Hỏi Tùng nhà có rượu không. Khi

cầm bầu rượu uống một hơi dài, mắt đăm đăm ứa lệ.

- Sáng hôm sau, tao ra đi một mình.

- Mày không thỏa mãn với lời giải thích của nhà sư?

- Tao không đồng ý với cách giải quyết của Lý Quỳ.

- Tại sao?

- Ích kỷ.

- Còn những người khác?

- Thí dụ?

- Sơn Đông Tống Giang?

- Hỏi làm gì thằng thủ lãnh kéo cờ trắng đó.

- Hà Bắc Lư Tuấn Nghĩa?

- Vì muốn thu hồi nhà cửa ruộng vườn đất đai, tỳ thiếp hắn đã bán cả đất Lương Sơn. Tao giết hắn rồi.

- Giết?

- Phải! Không chỉ riêng một mình hắn. Đó là những kẻ sử dụng nhuần nhuyễn cái mặt nạ Đại Nghĩa để mưu đồ lợi nhuận. Tuổi trẻ chúng ta, nhiệt tình và khí tiết chúng ta đã bị chúng phí phạm và chà đạp như thế nào? Đó là cái giá chúng phải trả.

- Những đầu lĩnh khác?

- Khá nhiều người trong bọn họ còn giữ được tâm huyết và danh dự của người từng là lãnh đạo một đội quân, dù một đội quân đã đầu hàng. Nhưng họ chỉ còn duy nhất cái Tâm, họ đã già rồi. Một số khác lại biểu lộ cái ô uế bám vào chất hảo hán Lương Sơn, mà ngày xưa chúng ta vẫn từng bêu xấu, đó là ăn tục nói phét, hữu dõng vô mưu, và đặc biệt nhất là lầm lẫn về cái chính nghĩa mà ta phục vụ.

Phạm Tuấn đứng dậy, đi chậm, vừa đi vừa nói.

- Đó là công việc tao làm từ hai mươi năm nay. Từ khi rời khỏi Lý Quỳ, tao đã lập chí một điều duy nhất là rửa cho sạch những lớp bụi bặm đó. Phải trả cho Lương Sơn cái chính nghĩa vì dân trừ bạo. Dù rằng muốn trừ bạo thì phải dùng bạo, nhưng cái bạo của người chính nghĩa là cái bạo lực nhân ái. Giết người không còn là lòng háo sát mà chính vì lẽ phải làm.

Tuấn đưa bình rượu cho Tùng:

- Mày uống vài hơi cho ấm, mày có vẻ lạnh?

- Câu chuyện mày kể làm tao lạnh chứ không phải tại gió đêm nay. Có phải từ lúc chia tay mày không còn gặp lại Lý Quỳ?

- Không gặp lại và cũng chẳng gặp lại làm gì. Tao dành toàn bộ thời gian còn có được sau chuyến buôn hàng trên ghe xuôi ngược, để tìm gặp những người hảo hán năm xưa. Niềm hy vọng sẽ tìm ra người nghĩa sĩ để phụng thờ. Tiếc thay, hảo hán thì nhiều nhưng nghĩa sĩ chẳng có ai. Mỗi lần gặp thêm một người là thêm một lần đau xót. Hào khí năm xưa, lời thề giữa Vũ Đình Trường lộng gió tưởng rằng suốt đời vẫn nhớ, ngờ đâu chỉ là hào hứng nhất thời. Họ đã tàn lụi. Tao bất ngờ nhìn lại mình, thật là thất chí khi thấy mình có khác chi đâu. Miệt mài nửa đời chưa gặp Đại Nghĩa để đầu quân. Cho đến năm ngoái đây...

Lê Tùng hưng phấn: Mày đã gặp...

Phạm Tuấn nhè nhẹ lắc đầu, để hai tay trên vai Tùng. Tao chỉ gặp chính tao. Thật nhiều đêm trăn trở, tao chợt khám phá ra rằng mình đòi hỏi quá cao nơi người chủ tướng, và nơi ngọn cờ mình phục vụ. Cái gọi là Thế Thiên Hành Đạo thực ra chỉ là đòi hỏi công bằng cho một nhóm người chứ không phải là tất cả. Nó nằm trong một guồng máy, cho nên dẫu giết tên tham quan này thì guồng máy sẽ đẻ ra tên tham quan khác, nhu cầu giết đó chỉ hẹp hòi trong tính vay trả mà thôi.

Quan điểm công bằng là quan điểm của người hảo hán. Tao thấy rõ tao không thể làm được trang Nghĩa Sĩ như điều mơ ước tự thủa thiếu thời, thì thà làm một thằng hảo hán đòi cho đủ nợ vay. Tao quyết định đi đòi nợ trước rồi trả nợ sau.

- Nhưng mày vừa nói giết tên tham quan này, guồng máy sẽ đẻ ra tên tham quan khác?

- Tao không giết tên tham quan, mà tao giết thằng đã giết cha tao.

- Như vậy không hợp lẽ công bằng. Mày đã đòi được công bằng về phía mày, thế rồi công bằng từ những người bị giết ai sẽ đòi đây?

- Tao sẽ trả mà không cần người đòi. Lê Tùng, đến tìm gặp mày lần cuối cùng này, chính vì muốn mày là chứng nhân cho một thời đã hết đó .

- Tao?

- Câu này tao nói rồi, mày không làm được gì hết, không phải riêng mày mà cả thế hệ tụi mình, nhưng ai cấm chúng ta kỳ vọng vào thế hệ mai sau.

Phạm Tuấn để hai tay ra sau lưng, mắt ngước thẳng về phía trước, nói dồn dập:

- Đúng vậy. Giương cao ngọn cờ chính nghĩa vì dân trừ bạo không phải là việc một người, một nhóm người, hay một thời, một đời bất ngờ sáng tạo rồi làm nên được. Tao nghĩ nó âm ỉ khai sinh từ nhiều con người, từ nhiều thế hệ, nó được thêm bớt bằng máu xương nhiều đời để thích nghi và đáp thỏa yêu cầu chính đáng của tất cả. Lúc đó, mọi thế lực dù hung bạo và gian ác cỡ nào nhưng đi ngược với lòng dân thì cũng tự diệt.

Phạm Tuấn rút trong người ra một cuộn giấy cũ, đưa cho Tùng: "Đây là tên tuổi và chí khí của nhiều người tao đã từng được gặp. Họ là những hảo hán một thời, nhưng nay già nua và cùng đường về suy nghĩ. Tập giấy này một thời với tao trân quý như bảo vật. Nhưng nay chỉ là kỷ niệm. Gửi lại cho mày vì đời tao không còn dịp cần nó nữa".

Tuấn im lặng một chút, nói nhẹ: "Tao đã đòi đủ nợ, bây giờ tới phần tao trả nợ".

Nâng bầu rượu lắc nhẹ để ước lượng số còn, Tuấn nói tao với mày chia hai số còn này nhé. Giọng Tuấn điềm đạm và trữ tình. Tùng gật đầu. Tuấn uống trước. Trao bình rượu qua cho Tùng cười tươi tắn. Khi Tùng bỏ bình rượu xuống, Tuấn đã đi rồi.

Cô đơn quay trở về phòng, gác tay lên trán thức đến khi gà gáy. Lần dở cuộn giấy Tuấn trao. Đọc và nản chí. Những tên tuổi lẫy lừng nay còn lại là tư tưởng hẹp hòi cục bộ. Hào quang xưa nay thành vành khăn đen che mắt mù lòa. Tùng chợt nhớ tới một đoạn trong Tam Quốc Chí. Đoạn kể khi Lưu Thiện về hàng triều đình nhà Tấn, có một viên quan nhỏ giữ sĩ không ra làm quan. Tào Phi cho người gọi ra khen ngợi lòng trung và hỏi thăm kế hoạch an Thục, Viên quan từ chối và thưa rằng Tướng đã thua trận không thể nói lời hùng, Quan đã thua trận không thể bàn được mưu hay.

Lê Tùng nghe cay cay tròng mắt. Nhân ngọn nến canh đêm còn dang dở nửa chừng, Tùng đưa cuộn giấy vào đầu ngọn lửa. Đêm đã tàn, đời sau đã tới, có lẽ cũng chẳng lưu làm gì cái chất hảo hán gốc Lương Sơn .

Nguyễn Minh Nữu

[*Văn*, khoảng năm 1997]

NGUYỄN MINH PHƯƠNG
(TUYẾT SĨ)

Tên thật Nguyễn Minh Phương. Sinh ngày 7-8-1942 tại Sài Gòn.
Cháu gọi ông Đào Tấn là Cố Ngoại.
Tốt nghiệp khóa I Trường Quốc Gia Âm Nhạc và Kịch Nghệ Sàigòn năm 1963.
Chủ nhiệm tuần báo *Phụ Nữ Tân Tiến, Thẩm Mỹ Tân Tiến, Hát Bóng.*

Trước 1975:
Chuyện Kinh dị của Tuyết Sĩ (1 và 2) - Tiêu Sơn Tráng Sĩ (Lido Phim) - Độc thủ Phạm Thái (viết với Lê Hoàng Hoa) - Dòng Máu Điên (Lido Phim) - Gác Chuông Nhà Thờ (Sống Phim)
Viết với Lê Hoàng Hoa trong "Chương Trình Lúc 0 Giờ".
Sau 1975, định cư tại Paris. Chuyển ngữ phim Hong Kong và Đài Loan sang tiếng Việt (Lido Phim).
Từ 1986 sống tại Little Saigon California. Chủ nhiệm báo *Sàigòn Thứ 7, Sàigòn Mới.*
Sáng lập Kịch Đoàn Việt Nam cùng Vũ Hạ, lập Kịch Đoàn Hải Ngoại cùng Quốc Thái, Mai Phương.
Viết và Đạo diễn: Kịch và Phim: Mười Đêm Ngà Ngọc (phóng tác Mai Thảo) - Yêu (phóng tác Chu Tử) và trên 30 kịch và phim khác.
Viết với Lê Hoàng Hoa: Một Nửa Phía Bên Kia.
Viết với Cát Phương: *Dòng Máu Điên *Đôi Mắt *Con Ma Nhà Họ Hứa Trở Về *Tám Thần Tài *Ngọc Lan Trong Gió *Tầng lầu thứ 16 *Tình Người Duyên Ma. Chuyện chưa kể *5 Hồi Kinh Dị.

Tráo bài ba lá
Kịch Truyền Thanh
Nhân vật
Tôi .... 65 tuổi
Hắn .... 30 tuổi

TÔI: *(Đọc)* Bấy giờ là 7 giờ tối.

Công ty đóng cửa.

Nhân viên về hết.

Văn phòng yên lặng.

Chú Sáu gác dan là người cuối cùng chào tôi để ra về như thường lệ.

CHÚ 6: *Dạ mọi người về hết rồi. Cửa kho xưởng văn phòng tui đóng hết rồi. Giờ tui về.*

TÔI: *(Diễn) Ừ chú về đi. Để chìa khóa đó cho tôi.*

CHÚ 6: *Dạ. (Tiếng xâu chìa khóa để lên bàn rồi tiếng người đi xa dần).*

TÔI: *(Đọc)* Chú Sáu đi rồi. Tôi ra khóa cửa lại. *(Tiếng bước chân đi và khóa cửa)*
Rồi tôi trở vào văn phòng viết tiếp dự án cho năm tới. *(Tiếng bước chân đi)*
Đi dọc dài theo hành lang vắng lặng chợt tôi nghe như có một cái gì đó bất an.

Không biết giờ này Vân đang làm gì?

Chắc chắn là không có ở nhà rồi.

Nhưng ở đâu?

Đang ngồi quây quần với những con bài xanh đỏ trắng vàng hay đang oằn oại trong vòng tay thằng tình nhân có bờ vai lực lưỡng trên tấm hình của hãng thám tử tư chụp cho tôi.

Suy nghĩ miên man Tôi mở cửa phòng bước vào và thấy.

Hắn.

Hắn ngồi chễm chệ trên chiếc ghế salon tôi dùng để

tiếp khách.

Tay cầm khẩu súng ngắn chĩa thẳng về tôi.

Ngón tay đặt trên cò cho thấy súng đã lên đạn.

Mặt hắn lạnh tanh, ánh mắt âm u dưới cặp kính không vành.

Tự nhiên, tôi tỉnh queo.

TÔI: *(Diễn) Ê... đừng có làm bậy nghe...*

TÔI: *(Đọc)* Tôi ngạc nhiên vì sự bình tĩnh của mình.

Có lẽ vì tôi đã đoán trước được là Vân sẽ mướn người giết tôi.

Biết vậy nhưng tôi vẫn hỏi.

TÔI: *(Diễn) Ai mướn Anh giết tôi vậy?*

TÔI: *(Đọc)* Hắn cau mày rồi chép miệng.

HẮN: *Biết làm chi. Ai mướn, thì cuối cùng Ông cũng chết thôi.*

TÔI: *(Diễn) Vợ tôi phải không?*

HẮN: *Đúng!*

TÔI: *(Diễn) Khốn nạn thật... Cô ta có nói tại sao không?*

TÔI: *(Đọc)* Hắn lại chép miệng.

HẮN: *Ông bao nhiêu tuổi?.*

TÔI: *(Diễn) Sáu mươi lăm.*

HẮN: *Còn vợ ông?*

TÔI: *(Diễn) Hai mươi ba.*

TÔI: *(Đọc)* Hắn cười trong tiếng hứ nhẹ..

HẮN: *(Cười hứ nhẹ) Đó... đó là cái tại sao đó...*

TÔI: *(Đọc)* Lạ lùng thật.

Hắn tỉnh queo đã đành, vì Hắn là người chủ động, là kẻ

mà vợ tôi mướn để giết tôi, còn tôi, tại sao tôi lại cũng tỉnh
như ruồi. Hai người nói chuyện, chuyện sống chết mà cứ như
là bàn chuyện đi câu cá hay đánh bài vậy.

Tôi thở dài rồi chậm rãi đưa tay ra lấy ly whisky đang
uống dở khi nãy trên bàn. *(Tiếng lấy cái ly)*

Hắn chăm bẳm nhìn tôi, ngón tay siết nhẹ cò súng.

Tôi hơi lắc nhẹ đầu rồi đưa ly lên, nhấp một ngụm và
đặt xuống. *(Tiếng nhấp rượu và đặt cái ly xuống)*.

TÔI: *(Diễn)* Tôi đang chuẩn bị ly dị và chia cho cô ta
một nửa cái gia tài này. Tại sao lại giết tôi?

HẮN: *Tại vì ông chết, cô ta có nguyên một cái gia tài.
Một cái nhiều hơn nửa cái.*

TÔI: *(Đọc)* Ngưng một chút Hắn tiếp.

HẮN: *Đàn bà càng đẹp càng ác độc tham lam.*

TÔI: *(Đọc)* Tôi nhìn chằm chằm vào khẩu súng trên tay
hắn, chuyển câu chuyện.

TÔI: *(Diễn)* Làm cái nghề giết mướn này… vui không?

TÔI: *(Đọc)* Suy nghĩ một chút. Hắn thở nhẹ.

HẮN: *Có lẽ tôi bị bịnh. Tôi thích nhìn người ta sợ
hãi… Thấy người ta sợ hãi, tôi sướng.*

TÔI: *(Đọc)* Tôi nhìn thẳng vào mắt Hắn.

TÔI: *(Diễn)* Sao Anh chưa bắn tôi?

HẮN: *Tại ông chưa sợ. Nhưng không sao, trước sau gì
ông cũng phải sợ. Chờ ông sợ, càng lâu càng thú vị.*

TÔI: *(Diễn)* Tôi biết rồi… Anh không phải thích giết
người…à là Anh thích thưởng thức những giây phút sợ hãi
của nạn nhân trước khi chết?

HẮN: *Chắc là vậy…*

TÔI: *(Diễn)* Như vậy có nghĩa là tôi sẽ còn sống cho

đến khi Anh thấy chán....

HẮN: Ông yên tâm... không lâu đâu....

TÔI: *(Đọc)* Tôi với tay lấy ly rượu trong cái khay.

TÔI: *(Diễn)* Anh uống với tôi chút rượu nhé.

TÔI: *(Đọc)* Hắn nhíu mày nhìn tôi.

HẮN: Ông nhớ là tôi bắn nhanh lắm nha...

TÔI: *(Diễn) (Cười nhẹ)* Anh yên tâm... chỉ là để hâm nóng Anh một chút thôi mà.

TÔI: *(Đọc)* Tôi lấy cái ly cùng bộ ly tôi đang uống... hai cái ly giống hệt nhau... chậm rãi rót rượu *(tiếng rót rượu)* rồi đưa cho Hắn. Hắn chăm chú nhìn tôi, cầm ly và đưa lên môi *(tiếng nhắp rượu)* nhắp nhẹ một miếng.

Tôi tiếp...

TÔI: *(Diễn)* Không biết giờ này vợ tôi đang ở đâu?

HẮN: Cô ta đang ăn tiệc ở nhà một người bạn...

TÔI: *(Diễn)* Và tôi thì... bị một tên trộm lẻn vào nhà bắn chết khi bị tôi phát hiện...

HẮN: *Những thực khách đó sẽ là những người chứng cho việc cô ấy hiện diện tại chỗ ấy trong thời gian ông bị giết.*

TÔI: *(Diễn)* Anh và vợ tôi đã sắp đặt một án mạng hoàn hảo.

TÔI: *(Đọc)* Hắn đặt ly rượu xuống bàn. *(Tiếng ly rượu đặt xuống bàn)*

HẮN: Đúng... Sau khi bắn ông, tôi sẽ rửa sạch ly rượu này... chùi hết dấu tay... cất vào chỗ cũ. Tôi cũng không quên chùi sạch luôn những dấu tay của tôi trên các nắm tay cửa.

TÔI: *(Diễn)* Và chắc là Anh sẽ lấy một vài món nào đó cho giống một vụ trộm....

HẮN: *Không.... thằng ăn trộm bị Ông phát hiện... nó bắn Ông chết... thấy máu... nó sợ, nó chạy thoát không lấy kịp món nào hết.*

TÔI: *(Đọc)* Nhìn thẳng vào mắt tôi, Hắn nhẹ nhàng.

HẮN: *Cảnh sát sẽ kết luận như vậy.*

TÔI: *(Đọc)* Tôi đưa tay chỉ tay lên tường phía trái.

TÔI: *(Diễn) Anh nên lấy bức tranh đó...*

TÔI: *(Đọc)* Hắn xoay người lại nhìn bức tranh nhưng tay súng vẫn cẩn thận chĩa về tôi.

TÔI: *(Diễn) Giá ba chục ngàn dollars đó.*

TÔI: *(Đọc)* Hắn nghiêng đầu ngắm rồi cười nhạt.

HẮN: *Tôi không lấy cái gì hết... Tôi không muốn để lại bất cứ dấu vết nào hết. Tôi sợ ghế điện lắm....*

TÔI: *(Đọc)* Đúng lúc đó tôi đặt mạnh cái ly xuống bàn. *(Tiếng ly rượu đặt xuống bàn)*

TÔI: *(Diễn) Có phải Anh đang chờ tôi sợ hãi van xin Anh phải không?*

HẮN: *Tôi chưa thấy ai lì lợm như Ông.*

TÔI: *(Diễn) Tôi không lì nhưng tôi cố trấn áp không để cho cái sợ hãi lộ ra ngoài... vì tôi biết, Anh chờ đến lúc đó mới bắn tôi... Anh có cái bịnh đó mà....*

TÔI: *(Đọc)* Mắt Hắn lóe lên, thích thú:

HẮN: *Thì ra là vậy.... thì ra Ông cũng không hơn gì bao nhiêu người khác... Trước cái chết Ông cũng sợ... sợ đến són đái trong quần mà cố nén lại...*

TÔI: *(Đọc)* Hắn cười khoái trá.

HẮN: (Cười) *Cảm giác căng thẳng lắm phải không?*

TÔI: *(Diễn) Lần nào Anh cũng trông chờ giây phút nạn*

nhân van xin Anh tha cho họ chớ gì?

HẮN: *Ai cũng vậy... Ai cũng van xin tôi tha cho họ... Rồi chút nữa đây... Ông cũng vậy... chắp tay van xin, quỳ xuống mà van xin... trước cái chết, không ai làm anh hùng được đâu.*

TÔI: *(Diễn)* Có ai được Anh tha không?

HẮN: *Không!*

TÔI: *(Diễn)* Có ai đề nghị cho Anh một món tiền thế mạng không?

HẮN: *Có chớ... nhưng dân giết mướn chuyên nghiệp không bao giờ nhận tiền thế mạng.*

TÔI: *(Đọc)* Tôi nhìn vào mắt Hắn và gằn từng chữ.

TÔI: *(Diễn)* Đằng sau bức tranh ba mươi ngàn dollars đó, là một cái tủ sắt âm vào tường...

TÔI: *(Đọc)* Lần thứ nhì. Hắn xoay người nhìn về bức tranh, rồi quay nhanh lại nhìn tôi, mắt vẫn không chớp.
Tôi tiếp tục gằn từng chữ.

TÔI: *(Diễn)* Trong đó, có hai trăm ngàn dollars...

TÔI: *(Đọc)* Lần này Hắn chớp mắt.
Một cái.
Con số hai trăm ngàn dollars đã tác động lên não Hắn.
Nhìn thẳng vào mắt Hắn, tôi gằn từng chữ.

TÔI: *(Diễn)* Hai trăm ngàn dollars, tiền mặt....

TÔI: *(Đọc nhanh)* Hắn chớp mắt liền hai cái.
Cá cắn câu rồi.
Tôi đưa tay cầm ly rượu lên, nói nhanh. *(Tiếng động nhẹ của ly rượu rời bàn)*

TÔI: *(Diễn)* Bây giờ tôi sẽ mở cái tủ sắt ra...

TÔI: *(Đọc nhanh)* Vừa dứt lời tôi đưa ly rượu lên nhắp

một miếng, *(Tiếng nhắp rượu),* bước thẳng tới bức tranh *(bước chân đi nhanh rồi tiếng kéo bức tranh)* đưa tay kéo mạnh về một bên. Cái tủ sắt lộ ra, tôi đưa tay xoay cái nút qua lại ba lần mở mật mã rồi kéo cửa tủ sắt ra. *(Tiếng nút vặn mở code và cửa tủ sắt).* Hắn căng mắt nhìn. Tôi đưa tay vào cầm cái phong bì màu nâu dày cộp đưa cao lên cho Hắn thấy, tay kia đưa ly rượu lên môi uống cạn, *(Tiếng tróc uống rượu)* rồi thuận tay để luôn cái ly vào trong tủ sắt *(tiếng đặt cái ly xuống)* đóng sập cửa tủ sắt lại và xoay nhanh cái nút. *(Tiếng đóng sập tủ sắt và nút vặn phá code tủ sắt).*

Làm xong.

Tôi đứng dựa lưng vào tường thở phào. *(Tiếng thở hắt).* Hắn nhìn tôi, cất giọng lạnh lẽo.

HẮN: *Mang cái bao thư đến đây...*

TÔI: *(Đọc)* Tôi bước tới, đặt cái phong bì lên bàn. Ngồi xuống.

Hắn cầm cái phong bì lên mân mê, nhìn tôi.

HẮN: *Ông nghĩ là tôi sẽ lấy cái phong bì này và... không giết Ông?*

TÔI: *(Diễn)* Không... Anh đã nói là dân giết mướn chuyên nghiệp không bao giờ nhận tiền thế mạng mà.

HẮN: *Vậy sao Ông đưa hai trăm ngàn dollars này cho tôi?*

TÔI: *(Đọc)* Tôi chậm rãi.

TÔI: *(Diễn)* Ai nói với Anh là cái phong bì này đựng hai trăm ngàn dollars?

TÔI: *(Đọc)* Hắn trợn mắt, xé toạc cái phong bì ra. *(tiếng xé phong bì và giấy tung tóe)*

Mớ hồ sơ thuế má năm vừa qua văng ra tung tóe.

HẮN: *(hét)* Mày làm cái gì vậy? Tại sao mày gạt tao là có hai trăm ngàn dollars trong này?

TÔI : *(Đọc)* Tôi chậm rãi, nhưng lần này như một anh kép độc cải lương trên sân khấu lúc sắp sửa đưa kiếm lên cắt đầu kẻ thù.

TÔI: *(Diễn)* Để tôi có cơ hội mở cái tủ sắt ra, và để vào bên trong đó cái ly rượu của Anh... Cái ly rượu có in thật rõ dấu tay của Anh.

TÔI: *(Đọc)* Hắn liếc nhanh cái ly trên bàn trước mặt Hắn, giọng hốt hoảng.

HẮN: *Cái ly đó của mày... Không phải của tao... cái ly này mới là của tao.*

TÔI: *(Diễn)* Không... cái ly để ngay trước mặt Anh là cái ly của tôi... Cái ly của Anh đang nằm trong tủ sắt... Tôi đã tráo nó...

HẮN: *Đừng gạt tao... Tao không rời mắt khỏi mày một giây nào hết... Làm sao mày tráo được.*

TÔI: *(Diễn)* Có hai lần Anh nhìn vào bức tranh ba mươi ngàn dollars kia... Nhớ kỹ lại đi...

HẮN: *Chỉ có mấy giây thôi....*

TÔI: *(Diễn)* Tôi quên nói cho Anh biết...ồi nhỏ tôi là dân tráo bài ba lá... tay tôi nhanh lắm... Tráo cái ly như tráo bài ba lá vậy... chỉ cần một giây thôi...

TÔI: *(Đọc)* Hắn đưa tay lên trán quệt mồ hôi. Tôi nhẹ nhàng:

TÔI: *(Diễn)* Bây giờ thì Anh có thể bắn tôi chết rồi đó... Nhưng cảnh sát sẽ mở cái tủ sắt này ra... và chắc chắn họ sẽ đặt câu hỏi... tại sao cái ly rượu lại nằm trong tủ sắt... họ sẽ lấy dấu tay trên đó... Họ tìm ra Anh và... Anh sẽ đối diện với cái ghế điện... Anh sẽ có dịp biết thế nào là cái sợ hãi của con người trước khi chết... chết trên ghế điện đáng sợ hơn là Anh bắn vào đầu người ta một viên đạn.

TÔI: *(Đọc)* Hắn mất bình tĩnh, siết chặt cò súng, dí vào

mang tai tôi.

HẮN: *Mở cái tủ sắt ra... Nếu không tao sẽ bắn nát đầu mày....*

TÔI: *(Diễn) (Cười) Mở tủ ra để Anh bắn chết tôi và phi tang cái ly à.*

HẮN: *Vậy mày định làm gì với cái ly đó?*

TÔI: *(Diễn) Nếu Anh giết tôi... thì sự việc sẽ xảy ra như tôi vừa nói... còn nếu Anh không giết tôi... thì tôi sẽ mang nó đến một hãng thám tử tư... Lấy dấu tay trên cái ly... Rồi tôi sẽ để nó chung với một tờ giấy kể tỉ mỉ chuyện vợ tôi mướn Anh giết tôi hôm nay... Tôi niêm phong hết lại và giao cho luật sư của tôi... để trong trường hợp tôi chết... dù bằng cách nào... thậm chí là bị xe đụng hay là thượng mã phong hạ mã phong gì đó thì nó cũng được gửi đến cảnh sát... và chắc chắn là Anh bị bắt ngay.*

TÔI: *(Đọc)* Hắn căng mắt ra nhìn như muốn bóp nát tôi ra và…

Cuối cùng…

Hắn hạ súng xuống… thở dài… giọng hắt ra.

HẮN: *(Thở dài) Ông không cần phải làm chuyện đó. Tôi sẽ đi ngay bây giờ... và... không bao giờ gặp lại Ông.*

TÔI: *(Diễn) Không... Tôi có kế hoạch khác... kế hoạch bảo đảm an toàn cho Anh hơn.*

TÔI: *(Đọc)* Hắn chau mày.

HẮN: *An toàn cho tôi?*

TÔI: *(Diễn) Ừ...*

HẮN: *Sao lại là an toàn cho tôi?*

TÔI: *(Diễn) Bởi vì... hôm nay giết tôi không được... ai cấm vợ tôi lại không thuê một tên giết mướn khác thịt tôi...*

Khi đó...

TÔI: *(Đọc)* Hắn chợt hiểu ra, la lên.

HẮN: *Khi đó, dù không phải là tôi giết Ông... tôi vẫn bị bắt vì dấu tay trên cái ly...*

TÔI: *(Diễn)* Đúng vậy...

TÔI: *(Đọc)* Hắn ôm đầu, tức tối, nói như hét.

HẮN: *Trời ơi...*

TÔI: *(Đọc)* Tôi bước tới quàng tay lên vai Hắn.

TÔI: *(Diễn)* Trừ phi...

HẮN: *Trừ phi cái gì?*

TÔI: *(Đọc)* Tôi lạnh lùng nhả ra từng chữ.

TÔI: *(Diễn)* Trừ phi vợ tôi không còn khả năng thuê người khác giết tôi...

HẮN: *Nghĩa là...*

TÔI: *(Diễn)* Nghĩa là... Thí dụ... tự nhiên, vì một lý do nào đó, cô ta đột nhiên biến mất trên cái cõi đời đầy gian dối này... thí dụ như là... cô ta bị người hành tinh bắt mất.... hay, thực tế hơn... Cô ta bị một tên cướp cạn nào đó, giựt cái túi xách giữa đêm khuya, cô ta níu lại, la lên, tên cướp sợ quá, bóp họng... hay là, quýnh quá, sẵn súng trên tay, nó bắn ngay tim cô ta một phát... thí dụ như vậy.

TÔI: *(Đọc)* Hắn mụ đi vài giây... rồi... chợt mặt Hắn đanh lại.

Cái nét âm u lạnh lẽo biến mất tự nãy giờ quay trở lại.
Tôi thấy quai hàm hắn bạnh ra.
Hắn đã hiểu ra cái ý tôi muốn nói.
Liếc nhìn đồng hồ, tôi cười nhẹ.

TÔI: *(Diễn)* Khuya rồi... Anh về đi... Anh biết cô ta ở đâu bây giờ chứ?

TÔI: *(Đọc)* Hắn gật đầu, tôi vỗ nhẹ vai hắn.

TÔI: *(Diễn)* Anh đừng buồn... dù là chuyên nghiệp... lâu lâu cũng phải bị Tổ trác một lần...

HẮN: *Bây giờ... tôi đi làm chuyện đó... Còn ông... ông đi đâu?*

TÔI: *(Diễn)* Tôi tới câu lạc bộ Cờ Tướng để đánh cờ... Khi hay tin vợ tôi bị tên cướp cạn bắn chết... mấy ông bạn đánh Cờ Tướng này sẽ là những người đầu tiên chia buồn với tôi và đưa tôi đến gặp cảnh sát để vào nhận xác vợ tôi.

TÔI: *(Đọc)* Hắn bỏ súng vào túi và quay ngoắt đi.
Cánh cửa khép lại *(tiếng đóng cửa)*
Tôi nghe tiếng bước chân Hắn xa dần.*(Tiếng bước chân xa từ từ)*
Tôi lấy cái ly trên bàn, cẩn thận gói lại. *(Tiếng sột soạt)*
Trước khi tới câu lạc bộ Cờ Tướng tôi phải ghé ngang hãng thám tử tư đưa cho họ cái ly này để lấy dấu vân tay.

(Nhấn mạnh và rõ từng chữ) Cái ly tôi đem đi không phải là cái ly trong tủ sắt mà là cái ly trên bàn.
Đúng!
Cái ly trên bàn mới chính là cái ly của Hắn.
Còn cái ly trong tủ sắt là cái ly của tôi.
Hắn đã bị tôi gạt.
Tôi đã tráo bài ba lá cân não với Hắn.
Tội nghiệp cho Vân.
Tự mình trả tiền để mướn người giết mình.
(Một tiếng súng vang lên)
Còn tên giết mướn, với dấu vân tay trên cái ly, từ nay, nằm trong tay tôi sai khiến.
Dứt kịch trong im lặng.

Nguyễn Minh Phương

NGUYỄN MỘNG GIÁC
✝ 10.30 PM
2. JULY. 2012

Nguyễn Mộng Giác by Đinh Cường

NGUYỄN MỘNG GIÁC

Tên thật cũng là bút hiệu. Sinh năm 1940 tại Bình Định. Tốt nghiệp Đại-học Sư-phạm Huế 1963. Dạy học tại Huế, Qui Nhơn và làm chuyên viên nghiên cứu giáo dục tại Sài Gòn trước 1975.

Bắt đầu viết năm 1971. Cộng tác với các tạp chí *Bách Khoa, Văn, Thời Tập, Ý Thức...* và đã xuất bản năm tác phẩm:

- *Nỗi Băn Khoăn Của Kim Dung* (tiểu luận, Văn Mới, Sàigòn 1972)
- *Bão Rớt* (truyện ngắn, Trí Đăng, Sàigòn 1973)
- *Tiếng Chim Vườn Cũ* (Trí Đăng, Sàigòn 1973)
- *Qua Cầu Gió Bay* (truyện dài, Văn Mới, Sàigòn 1974)
- *Đường Một Chiều* (truyện dài, Nam Giao, Sàigòn 1974)

Vượt biển, định cư tại Hoa Kỳ cuối năm 1982. Làm việc cho công ty ấn loát niên giám điện thoại GTE Directories, và cùng một số văn hữu chủ trương tạp chí *Văn Học,* xuất bản hàng tháng tại hạt Orange, Hoa Kỳ. Tiếp tục viết và đã xuất bản:

- *Ngựa Nản Chân Bon* (truyện ngắn, Người Việt 1983)
- *Xuôi Dòng* (truyện ngắn; Văn Nghệ 1987)
- *Mùa Biển Động (*trường thiên tiểu thuyết; Văn Nghệ 1984-1989)
- *Sông Côn Mùa Lũ* (trường thiên tiểu thuyết; An Tiêm 1991)
- *Nghĩ Về Văn Học* (tiểu luận, Văn Mới, 2003)
- *Bạn Văn Một Thuở* (tạp luận, 2005)
- *Đêm Hương* (đăng báo Đồng Nai)

Ông mất ngày 02-7-2012 tại Quận Cam California.

Ngựa nản chân bon

Gió vi vu làm nền cho lời ca thánh:... "Nhờ công ơn lân tuất của Chúa ta, Đấng đã từ cao cho 'Mặt trời mọc' đến thăm viếng. Và soi sáng cho những ai còn ngồi trong u tối và trong bóng chết, để dắt chúng ta trên con đường an lạc. Lạy Chúa xin cho các linh hồn được yên nghỉ muôn đời *và được hưởng ánh sáng nghìn thu. Ta là sự sống lại và là sự sống. Ai tin ta thì dù có chết sẽ được sống lại, và ai sống mà tin ta thì không phải chết đời đời*".

Vị linh mục đọc kinh Lạy Cha... *và rảy nước thánh lên chiếc quan tài đóng vội bằng gỗ ván thuyền, vợ người quá cố khóc thảm thiết, và lúc bấy giờ lời cầu nguyện lại làm nền cho tiếng khóc.* "Lạy Chúa, xin thương người quá cố này là tôi tớ Chúa. Xin đừng theo việc làm mà phán xét họ, họ vốn một lòng một ý với Chúa. Lại nữa, khi còn sống họ đã ở cùng đoàn thể các tín hữu, với một lòng tin tưởng thành thực. Xin vì lòng nhân từ Chúa, cho linh hồn Giu-se họp đoàn thể cùng các Thiên Thần Chúa trên trời. Nhờ Chúa Ki Tô, Chúa chúng con. Amen".

Quả phụ nín khóc. Dường như một lúc nào đó, tạm quên đau khổ nàng lắng nghe lời ca thánh, và bất chợt nhận thấy lời nguyện chung gần gũi với nỗi lo lắng và niềm mơ ước riêng tư. Hoặc niềm đau xót đã đến chót vót, khiến nàng bàng hoàng ngơ ngác, như người đã lên đến ngọn đỉnh trời, lo âu nhìn vực thẳm quanh mình, không biết làm gì nữa giữa chốn mây khói bàng bạc và gió thổi. Vị linh mục tiến thêm một bước để làm dấu thánh giá trên quan tài... *"Lạy Chúa xin cho linh hồn Giu-se được nghỉ yên muôn đời, và được hưởng ánh sáng nghìn thu. Xin cho linh hồn Giu-se được nghỉ yên. Amen. Mong cho linh hồn này và linh hồn mọi tín hữu, nhờ lòng lân tuất Chúa được nghỉ ngơi bằng an. Amen".*

Đã đến giờ hạ huyệt. Từng nắm cát rơi rào rào trên tấm ván thiên, lâu lâu có lẫn tiếng sỏi rơi khô. Góa phụ lại nức nở khóc. Chẳng mấy chốc bên bãi đáp phi cơ trực thăng lập chon von trên sườn núi có thêm một ngôi mộ. Những người đưa tang lần lượt xuống núi, lòng nặng trĩu đẩy bước chân mau.

Chờ cho góa phụ về xong, vị linh mục mới cởi áo lễ và mời mấy người bạn thân về lán mình uống trà. Họ vui vẻ nhận lời, mỗi người có lý do hoàn toàn khác nhau. Viên trung úy từng học ban triết ở đại học Văn Khoa trước khi bị động viên muốn bàn với linh mục vài vấn đề thuộc tín lý đạo Thiên Chúa liên quan tới cái chết và sự phục sinh. Ông nhà giáo muốn có dịp đưa ra nhận xét về ý nghĩa tang lễ. Cụ cán sự công chánh hồi hưu muốn quên một ám ảnh khó chịu và muốn thưởng thức trở lại vị trà thơm Đài Loan sau mấy tuần uống trà HCR nhạt thếch.

Họ cùng vui vẻ xuống núi. Trong khi vị linh mục lui cui xuống bếp nấu nước sôi, ba người bạn cởi áo ngoài ngồi chờ trên những chiếc ghế làm bằng thân dừa cắt từng đoạn ngắn. Trời hôm ấy hơi bức, nên họ ăn mặc hết sức "thoải mái". Người nào cũng vận quần đùi. Cụ cán sự công chánh mặc chiếc áo thun tay cánh mầu xanh dương, trước ngực vẽ hai đứa trẻ cầm vợt vũ cầu với hàng chữ *"Joanna is my childday friend".* Lúc được tàu khoan dầu vớt, cụ bỏ quên áo nhà binh rách lưng dưới ghe nên một thủy thủ Tây Đức phải nhín bớt phần quà *Noel* gửi cho con trai giúp cụ đỡ rét. Ông nhà giáo có lẽ cũng gặp cảnh huống tương tự, nên mặc cái áo *polo* trắng có in hình một cô gái Hawai tóc đen dài quấn lơ là tấm khăn vải hoa thật sặc sỡ. Cô gái đứng cười lẳng lơ dưới gốc dừa, trong khi ông giáo phải cười ngượng nghịu mỗi lần có ai nhìn chăm chú vào ngực mình. Viên trung úy thì giữ được cái áo *treillis* cho đến tận cầu tàu đảo tị nạn, nhưng luật lệ ở đây không cho phép mặc đồ nhà binh, nên anh phải cởi áo nộp cho cơ quan quản lý trị an và xin một áo may-dô có vẽ chiếc trực thăng trên hàng chữ đỏ viết vội *Ku Ku Camp*. Vị linh mục đem nước sôi nấu trong lon *pâté* hộp lên. Ông cũng mặc quần đùi, khoác thêm cái áo sơ-mi trắng cũ. Ngồi chờ nước trà quanh cái bàn gỗ ép xiêu vẹo, cả bốn trở thành những người bình thường. Khó lòng đoán được quá khứ, nếu chỉ nhìn mái tóc dài và cách ăn mặc của họ.

Viên trung úy ghiền cà phê không tha thiết mấy với chuyện uống trà, dù là trà Đài Loan thượng hảo hạng... nên không chịu kiên nhẫn chờ. Vị linh mục vừa ngồi xuống, anh đã vồ vập hỏi:

"Lúc giảng kinh trên thánh đường, Cha có nghe chị ấy kể lể những gì không?"

Cụ cán sự công chánh ngăn lại:

"Chầm chậm đã nào! Trà chưa đượm đâu. Vội gì!"

Linh mục do dự chưa biết phải theo phái già hay phái trẻ. Ông quay về phía nhà giáo, bắt gặp ánh nhìn khuyến khích. Linh mục cười rồi đáp:

"Có chứ!"

Anh trung úy liền hỏi:

"Cha có bực mình không?"

"Không."

Ông giáo tò mò hỏi:

"Chị ấy nói gì thế?"

Linh mục đáp thay cho anh trung úy:

"Lúc ấy tôi đang hát: *Ta là sự sống lại và là sự sống. Ai tin ta thì dù có chết cũng sẽ sống lại, và ai sống mà tin ta thì không phải chết đời đời*"- "Góa phụ", xin lỗi, phải nói cho đúng hơn là "chị ấy" vật vã bên quan tài kêu khóc "Em đã cầu nguyện liên tiếp bao nhiêu ngày mà Chúa có cho anh sống được đâu! Làm sao sống lại đây, anh ơi là anh!" Họ chỉ mới yêu nhau, và trốn cha mẹ dắt nhau sang đây trước khi làm lễ cưới. Chị ấy chưa nhận phép bí tích, chưa hiểu ý nghĩa sự sống lại.

Ông nhà giáo quên cả tính e dè cố hữu, chen vào hỏi:

"Ở chỗ riêng tư xin hỏi thật Cha: Cha có tin *ở* sự sống lại không?"

Câu hỏi bất ngờ gây thích thú cho mọi ngươi, kể cả vị linh mục.

Ông chậm rãi đáp, giọng tâm sự:

"Tôi cũng xin thật thà đáp các bạn rằng đức tin đến với tôi không theo đường thẳng, lúc vào chủng viện tôi không đặt câu hỏi ấy. Tôi còn nhỏ tuổi, vào chủng viện hay không, có nghĩa đơn giản là vâng lời bố mẹ hay cưỡng lại. Tôi là một đứa con ngoan. Sau nhiều năm học giáo lý, tôi dần dần hiểu tầm quan trọng của câu hỏi, nhưng câu trả lời còn mập mờ. Nếu tôi tiếp tục ở lại chủng viện, có lẽ lý do chính là tôi sợ làm điều khác thường, điều gây ra tranh luận hoặc tệ hơn nữa là gây tai tiếng. Cuối cùng tôi xác quyết rằng có. Các bạn thấy đấy, nếu không khẳng định với tất cả niềm tin, tôi đã trở thành một người tu xuất rồi."

Thấy nét mặt viên trung úy có thoáng ngờ vực, linh mục hỏi:

"Còn anh, anh tin không?"

Trung úy đáp ngay:

"Cha đừng phiền. Tôi không tin. Hình như Feuerbach hay Marx có nói rằng tôn giáo luôn luôn mang tính chất của nữ tính. Tôi không nhớ rõ ai nói vì sau mấy năm, mớ kiến thức triết học ít ỏi đã rỉ sét cả rồi. Nhưng câu nói trên thì nhất định đúng."

Vị linh mục mỉm cười bao dung, lắc đầu chầm chậm:

"Rắc rối đấy. Không tin có sự sống lại thì sẽ không trả lời được nhiều câu hỏi hóc búa mà thiết thân: "Từ đâu ta đến đây? Sống để làm gì? Chết rồi sẽ về đâu? Ý nghĩa của bao nhiêu bất công đau khổ trên quãng đời ngắn ngủi?..."

Viên trung úy không chờ thêm được, cắt lời vị linh mục:

"Những câu hỏi vô ích! Tại sao phải hỏi vậy? Chính cách đặt câu hỏi như thế là dấu hiệu của nữ tính hoặc của tuổi già. Người Pháp có một cách phân biệt tuổi già và tuổi trẻ, sức-mạnh-tự-tin và sự-yếu-đuối-chịu-đựng thật hay. Gặp một bức tường chắn lối đi, tuổi trẻ xem đó là một *"Obstacle à franchir"*, tuổi già lại xem như một *"Surface à étudier"*. Không nên trở lại những điều đã rồi như "từ đâu ta tới đâv"? Đau khổ ư? Bất công ư? Hãy gắng *thu xếp* ngay trong đời này chứ đừng nhờ vả hoặc hứa hẹn lần hồi. Còn cái chết? Tôi đoán được ý Cha: Chỉ có Thiên Chúa ban sự sống nên cũng chỉ có Thiên Chúa mới quyết định sự chết và cho sống lại. Không. Không. Chính con người dựng tượng Chúa thì con người có thể quyết định được cái chết. Điều quan trọng là dám hay không? Tôi cho rằng những người thực sự tin ở mình là những kẻ dám tự vẫn. Không chọn được lúc và nơi sinh ra, thì ít nhất cũng dám chọn cho mình lúc và nơi chết đi!

Không khí tranh luận có vẻ căng thẳng. Cụ cán sự hồi hưu vội nói:

"Tuổi trẻ thì lúc nào cũng thế, nhưng kinh nghiệm do lớp già chúng tôi thu thập được bằng cuộc đời thăng trầm, không phải đáng vất cả đâu. Chúng tôi đã từng u đầu vì nhiều bức tường cao, nhiều lần vì hăng tiết vịt, rồi mới cẩn thận "nghiên cứu" nó. Tôi dịch *étudier* thành chữ "nghiên cứu", có đúng không nhỉ?"

Nhả giáo cười lớn rồi bảo:

"Cụ dịch hay lắm. Thâm lắm! Cụ mỉa mai khéo quá! Nhưng ta uống trà đi chứ. Nguội mất!"

Linh mục chủ nhà nhớ lại phận sự của mình, cười xuề xòa rồi mời:

"Các bạn uống trà đã. Mời cụ, mời anh. Trung úy uống trà đi. Chuyện đâu còn đó. Tôi xin trả lời trung úy về chuyện tự vẫn, sau khi ta thanh toán xong "ấm" trà này. Xin cụ đừng cười. Tôi vẫn thường khoe với các giáo hữu cái rề-sô tự tạo và cái "ấm Thiết Quan Âm" đặc biệt HCR này."

*

Rán *thu xếp* mọi sự trong đời này? Ai lại không muốn thế. Tôi cũng mong được như trung úy. Và tôi tin rằng những con người dùng đồ đá thời tiền sử cũng khao khát *"thu xếp"* gọn gàng cuộc đời mình với các phương tiện thô sơ. Chúng ta không biết họ có tìm được cách nào không, nhưng những di tích khảo cổ tìm thấy chứng tỏ họ chỉ tìm được một nền văn hóa tạm phù hợp với đời sống thực tế, còn những điều khó khăn, họ cũng hẹn lần hồi hay nhờ vả đến thần linh. Từ đấy đến nay biết bao thế hệ đã sống cuộc đời của họ trên quả đất này, và theo chỗ tôi biết, loài người vẫn chưa *thu xếp* xong. Triết lý, thần học thường nhắc đến chữ ĐẠO. Con đường của nó luôn mời gọi sự khai phá, mời gọi khởi hành. Cho nên những cuộc tranh luận về sự sống và phục sinh khó lòng đi cho đến một kết luận được mọi người công nhận. Con đường "đạo" để cất chân bước và *sống* trọn với niềm thao thức chân thành, chứ không phải cho kẻ đứng bên lề "nghiên cứu" lạnh lẽo. Tôi dài dòng như vậy để giải thích vì sao thay vì dùng lý luận, tôi lại kể một câu chuyện để trả lời trung úy. Không. Tôi giới hạn trong vấn đề nhỏ thôi. Vấn đề tự vẫn để xác lập sự cao cả tự tin của con người. Tôi cũng xin nói thêm rằng câu chuyện này tuy có thực nhưng vẫn giống với chuyện tiểu thuyết. Nó không *vraie*, mà *vraisemblable*. Tôi xin dịch là *"dường như có thực"*, được không cụ? Tôi nhấn mạnh hai tiếng *"dường như"* vì những điều người vợ nói với tôi, các bản thảo, sách vở người chết để lại, quang cảnh căn phòng trên gác xép lúc tôi đến, cùng những tìm hiểu của tôi sau này qua sách báo ở thư viện đều là những chứng liệu mờ ảo, có thể như thực theo nhận định và khả năng tổng hợp yếu kém của tôi, nhưng chưa chắc đúng là sự thực nếu chính người chết hồi sinh và đứng ra kể lại cách *"thu xếp"* của mình. Tiện hơn hết các bạn xem đây như một thứ dụ ngôn.

Hồi ấy tôi vừa được đổi về giáo xứ X. Công việc của một Cha xứ mới đến giáo xứ lần đầu bề bộn như thế nào, các bạn tưởng tượng được rồi. Tòa giám mục địa phận cho phép vị Cha xứ tiền nhiệm ở lại giúp đỡ, hướng dẫn cho tôi một thời gian, nhưng thú thật, vị ấy đi rồi, tôi cảm thấy bối rối. Giáo dân chiếm một nửa dân số ở vùng này, và vì ở sát một căn cứ Mỹ, nên thành phần dân chúng hết sức phức tạp. Gần giống như một đống rác vậy. Nhưng là rác Mỹ còn nhiều thứ phế thải đáng giá, nên ruồi nhặng tứ phương dồn về đây. Gái điếm, ma cô, trộm cắp, buôn lậu, lừa đảo, hối lộ. Tòa giám mục phải đổi vị Cha xứ tiền nhiệm về địa phận khác vì Cha "cứng" quá, muốn mọi người phải sống đúng theo tinh thần Phúc âm, kể cả các quan chức nên va chạm nặng với chính quyền địa phương. Nhà cửa dựng vội quanh khu quân sự Mỹ thì luộm thuộm, sặc sỡ một cách lõa lồ với đủ thứ bảng hiệu tiếng Mỹ như *Steak house, Laundry shop, Bar, Car washing, Room for rent*. Các bạn đừng cười, có cả bảng quảng cáo *"Beautiful roommate for you"* nữa. Theo lời khuyên của Cha tiền nhiệm, tôi bắt đầu tổ chức lại các hội đoàn và bình thường hóa các sinh hoạt phụng vụ. Những giáo dân đến tiếp xúc với tôi, đúng như trung úy nói, hầu hết là đàn bà. Gái điếm bị lính Mỹ bỏ ngang đến cầu cứu Chúa. Mà gái điếm ế khách toan hoàn lương cũng có. Không thiếu những bà mẹ lo lắng thấy con sa vào cám dỗ, hoặc những người vợ xanh xao mất chồng. Cho nên tôi không ngạc nhiên khi đang tập hát cho ca đoàn nhà thờ thì một người đàn bà ốm yếu, mặt hốc hác, mắt thâm quầng hớt hải đến tìm. Tôi nghĩ thầm: "Lại thêm một bà mẹ mất con nữa đây". Người đàn bà vừa gặp tôi đã quì xuống van lơn trong nước mắt:

"Con van Cha! Xin Cha đến ngay cho! Nhà con đang hấp hối. Xin Cha làm phép giải tội cho nhà con!"

Tôi vội đi ngay. Căn nhà ván ọp ẹp nghèo nàn nhưng không thuộc vào loại "ăn xổi ở thì" như những *Laundry shop, Bar, Room for rent* vây quanh. Thoạt nhìn tôi đã đoán chủ nhà thuộc loại công chức nghèo lỗi thời, quyết giữ nếp nên kiên nhẫn đi ngược gió. Loại nhà hạng tiểu công chức *ở* phố huyện như các bạn thường thấy: Một cửa lớn và hai cửa sổ lá sách không lắp kính, phía trước có hàng rào gỗ thấp ngăn con nít ra đường, bàn ghế gỗ loại chắc và rẻ ở phòng khách, cái tủ chè đựng vài cái ly, bộ chén tách, hộp trà, đôi lọ thuốc cấp cứu gia dụng... Chỉ nội việc giữ nguyên gian phòng khách cổ lỗ bám bụi truyền thông chứ không sửa thành *Room for* rent cũng đủ chứng tỏ "khuynh hướng bảo thủ" của chủ nhà. Tôi có thiện cảm ngay. Tôi chỉ hơi ngờ ngợ khi nhìn quanh không tìm thấy bàn thờ Chúa.

Người đàn bà dẫn tôi qua một cửa ngăn có treo tấm màn cửa đã hoen ố cũ kỹ. Gian sau tối om và ẩm mốc. Ngay sau cửa ngăn có một cầu thang bằng gỗ dẫn lên gác xếp. Người đàn bà thấy tôi dọ dẫm bước, liền nói:

"Xin lỗi Cha. Để con đi thắp đèn."

Tôi quen dần với bóng tối nên đáp:

"Khỏi cần. Cha đã thấy rõ các bậc cấp rồi."

Người đàn bà đi sau vẫn chưa yên tâm, run run nhắc:

"Cha vịn vào thanh gỗ kẻo ngã."

Tôi leo thang chầm chậm, tò mò đưa mắt nhìn xuống phòng sau. Ngoài hai chiếc giường con hẹp màn gối bừa bãi, gian giữa chứa toàn sách là sách. Không có tủ kệ gì cả. Một miếng ván kê lên hai viên gạch, thế rồi trên đó chồng chất so le hết lớp sách này đến lớp sách khác, cao quá tầm người. Tôi khựng lại. Nếu người đàn bà không đẩy lưng tôi giục giã, giọng pha lẫn sợ sệt:

"Xin Cha nhanh cho. Nhà con nằm trên đó."

Có lẽ tôi đã dừng lại để ngắm khung cảnh lạ mắt bất ngờ ấy rồi.

Lên khỏi thang gác, tôi còn gặp bất ngờ khác lớn hơn. Gác xép thoáng khí hơn tầng trệt, cũng chồng chất toàn sách. Ánh sáng chiều tà rọi từ cửa sổ phía tây nhuộm vàng mọi thứ, kể cả người đàn ông đang nằm ngửa trên sàn gác. Quanh ông, sách vở, giấy tờ vất lung tung. Người vợ không dám lên khỏi cầu thang, ló đầu sợ sệt hỏi:

"Thưa Cha, nhà con còn sống không?"

Tôi vội bước đến chỗ người chồng nằm. Người đàn ông đã già, khoảng trên dưới sáu mươi. Hai mắt trợn. Lưỡi thè ra, nước miếng còn đóng bọt hai bên mép. Đũng quần ướt. Tôi đâm hồ nghi. Chăm chú nhìn kỹ chỗ *cổ* áo, tôi thấy có vết bầm tím xây xát quanh cái cổ xanh xao. Tôi vội ngước lên trần nhà, hy vọng mình đoán sai. Nhưng không. Một đoạn dây thừng còn treo lơ lửng, khẽ lay động khi có gió thổi. Tôi thất vọng, hơi giận khi quay lại nói với người vợ:

"Ông ấy thắt cổ tự vẫn mà!"

Người vợ đã lên khỏi cầu thang, đứng nép vào vách ván. Đoán được tâm trạng của tôi, bà ta phân bua:

"Nhưng nhà con chưa chết. Hơn nữa, lúc còn sống..."

Người vợ ngập ngừng, rồi dừng lại. Có lẽ bà chợt thấy

câu nói của mình có mâu thuẫn vô lý. Tôi cúi xuống đưa tay sờ lên chỗ trái tim người chồng. Không cảm thấy gì cả. Sờ lên tay chân. Còn mềm nhưng bắt đầu lạnh. Khuôn mặt khắc khổ bất động, cái nhìn trợn trừng mờ đục, vừa giận dữ vừa chới với. Tôi quay lại nói dứt khoát:

"Ông nhà chết rồi!"

Người vợ bật khóc nức nở, rồi sụp xuống quì bên cạnh tôi. Giọng bà hối hả thống thiết:

"Con van Cha. Cha hiểu giùm con. Không phải con lừa dối Cha. Lúc con lật đật cắt dây đem nhà con xuống, nhà con vẫn còn thở. Nhà con có lầm bầm gì đó, con nghe hình như nhà con muốn xưng tội. Trước đây đôi lần nhà con cũng có ý đó. Thế nào nhà con cũng viết trên bản thảo. Xin Cha tin con. Con van Cha. Xin Cha làm phép giải tội cho nhà con. Con van Cha! Con lạy Cha!"

Nói xong, người vợ khóc lớn hơn. Tình cảnh tôi thật khó xử. Rõ ràng người đàn ông này đã tự ý quyết định cái chết của mình, đã cướp đoạt quyền năng Thiên Chúa, đã "dám chọn cho mình lúc chết và nơi chết" như trung úy vừa bảo. Còn cái ý định muốn xưng tội từng viết đâu đó trên tờ bản thảo nào đó nằm lây lất khắp gác xếp, thì đáng ngờ lắm. Làm sao cho khỏi đi ngược với tín lý? Nếu không có những chồng sách và khung cảnh *"ngược gió"* đầy khắc kỷ vừa gây thiện cảm cho tôi, có lẽ tôi đã từ chối dứt khoát từ lúc đầu. Tôi mới về một giáo xứ lạ và phức tạp, các bạn hiểu cho, tôi cần giữ một số nguyên tắc. Tôi do dự chưa biết phải làm thế nào; chỉ vì chất khắc kỷ ấy đã thuyết phục tôi. Cuối cùng khuôn mặt xanh xao thống khổ và đôi mắt van lơn của người vợ khiến tôi nhượng bộ. Tôi hỏi tên thánh của người chồng. Người vợ mừng rỡ cho biết tên Bao-ti-xi-a. Tôi làm phép giải tội. Nhưng làm xong, tôi lại sợ đã làm điều trái với Phúc âm. Hy vọng còn lại của tôi là sẽ tìm được ý muốn xưng tội của người chết giữa đống bản thảo. Tôi đã đoán không lầm. Người chết là một nhà văn, một nhà tư tưởng từng xuất bản nhiều sách và đăng nhiều bài tiểu luận trên tạp chí.

Việc đầu tiên của tôi là hỏi cặn kẽ về nguyên do cái chết. Người vợ được thỏa nguyện nên lấy lại đủ bình tĩnh để nghe và đáp. Cho đến chiều hôm trước, người chồng chưa tỏ điều gì khác thường. Mái tôn rỉ sét, mưa dột vào gian giữa tầng dưới, nên người vợ thấy chồng cặm cụi xếp dọn lại đống sách cũ, không lấy làm ngạc nhiên. Ông xuýt xoa tiếc rẻ những cuốn bị thấm nước hoặc bị mối đục, rồi bê hết những cuốn sách quí có đóng bìa da gáy in chữ vàng lên gác. Cẩn thận hơn, ông đem chiếc ghế đẩu theo để làm giá. Những hành động đó bình thường, hoàn toàn bình thường. Người chồng thức khuya, vật vã khổ sở với đống bản thảo. Chuyện đó cũng bình thường nốt. Điều bất thường duy nhất là buổi sáng, người chồng cứ thắc thỏm chờ đợi cái gì, lâu lâu nhắc người vợ sao đã trưa chưa đi chợ. Người vợ hẹn chiều. Người chồng ậm ừ khó chịu, rồi im lặng... Lúc 2 giờ, người chồng dặn vợ nếu đi chợ nhớ mua cho ông bánh thuốc lào loại 888. Dù thức ăn còn dù đến sáng hôm sau, người vợ bắt buộc phải ra chợ huyện. Lúc trở về, ông đã thắt cổ tự vẫn rồi.

Tôi thắc mắc:

"Tại sao chồng sách quí lại đổ vương vãi thế kia?"

Người vợ có vẻ lo âu, ngập ngừng nhìn xác chồng một lúc như ngại người chết nghe thấy, rồi mới đáp nhỏ:

"Nhà con không dùng cái ghế đẩu. Nhà con xếp chồng sách cho cao, leo đứng trên đó để..."

Bà liếc nhìn đoạn dây thừng đong đưa, mặt xám xanh, không nói tiếp được. Tôi hiểu. Thật khéo chọn cách chết. Đúng là *"cái chết chín chắn hàm súc"* của một nhà tư tưởng suốt đời nhọc nhằn với đống sách vở. Tôi đưa mắt nhìn chiều đổ của đống sách quí. Đúng lắm. Sách đổ theo một chiều, cái chiều người chồng đã lấy đà ấy ngã chồng sách kê sau khi đưa cổ vào thòng lọng. Tôi tò mò muốn xem những cuốn sách được lựa chọn làm chân đế cho cái chết tự nguyện. Các bạn đoán thử xem những cuốn gì!

Biết vị linh mục muốn áp dụng kỹ xảo của những tay kể chuyện nhà nghề, ưa chọn chỗ hấp dẫn nhất làm phút giải lao, ba người kiên nhẫn chờ nhà tu chầm chậm uống hết ca nước trà. Viên trung úy mất kiên nhẫn trước tiên, nên hỏi vội:

"Ông ta là nhà tư tưởng ư? Cha cho biết tên được không?"

Linh mục đáp:

"Rất tiếc, như đã nói từ đầu, tôi muốn giữ nguyên cái chất *vraisemblable* của câu chuyện. Những cuốn sách quí tôi tìm thấy ngay dưới chân xác chết là bộ *Tứ Thư* bằng chữ Hán, *Kinh Viên Giác* và *Lăng Nghiêm* do Viện Phật Học Nam Việt xuất bản, bản *Đạo Đức Kinh* xuất bản tại Hồng Kông, *Nam Hoa Kinh* do Nhượng Tống dịch, bản dịch kinh *Coran* bằng tiếng Pháp, bộ *Tư Bản Luận* của Karl Marx, bộ *Luận* Về *Lịch Sử* của Toynbee, cuốn sách mỏng: *Bài học lịch sử của Ariel & Will Durant*, cuối cùng, dĩ nhiên phải có bộ kinh *Cựu* và *Tân Ước*. Trung úy thấy đấy, một người đã bỏ cả đời đọc đi đọc lại bao nhiêu cuốn kinh sách để gắng trả lời các câu hỏi bức thiết "Ta từ đâu đến? Sống làm gì? Chết về đâu? V.v... ", để gắng *"thu xếp"*. Ông ấy tìm được gì chưa? Lúc đó tôi cũng hỏi như vậy. Tôi quay lục tìm đống bản thảo bừa bộn. Đọc kỹ các tựa đề và số thứ tự ghi ở góc trên mỗi xấp bản thảo, tôi mới khám phá ra nhiều điều thú vị khác. Không. Các bạn yên tâm. Lần này tôi không bắt các bạn làm thầy bói nữa đâu. Hóa ra đống bản thảo chỉ có vẻ bừa bộn bề ngoài. Đọc kỹ, tôi thấy tác giả đã xếp riêng từng khóm, mỗi khóm luận về cùng một loại đề tài. Kỹ lưỡng hơn, trong mỗi loại có xếp thứ tự các bài viết theo thời gian. Bài viết xưa nhất viết năm 1940 về phong trào đấu tranh của thợ mỏ Cẩm Phả. Bài mới nhất "viết" một ngày trước khi tự vẫn, xếp vào loại siêu hình học, chỉ đơn giản là một trang giấy học trò với một dấu hỏi và một dấu than lớn nét run run bằng mực viết nỉ. Tôi đã đoán như thế này, không biết các bạn có đồng ý không. Nhà văn đã chuẩn bị kỹ cho cái chết của mình, chuẩn bị trong sáng suốt và tự chủ. Từ nhiều hôm trước, ông đã lục và đọc lại tất cả những bài mình viết từ gần 40 năm nay, đọc thật kỹ rồi mới phân loại, ghi số. Thu hoạch kết quả suy nghiệm bao nhiêu năm, ông mới "viết" bản thảo sau chót. Một dấu hỏi, và một dấu than. Ông quyết định tìm cái chết. Ban đầu ông định tìm cái ghế đẩu, và muốn vợ con bạn bè còn ở lại khỏi hiểu lầm, ông xếp chồng sách quí và xấp bản thảo ngay ngắn bên cạnh cái ghế. Nhưng tới lúc leo lên ghế để thắt thòng lọng, nhà văn chợt tìm ra một chân lý. Những chuẩn bị cẩn thận vừa làm có ý nghĩa gì trước cái chết? Sách quí ư? Nó có giúp ông hiểu gì thêm về cuộc đời? Những điều ông suy luận ư? Nó "thu xếp" được gì cho ông và cho đồng loại? ông tự thấy lẩm cẩm. Ông nhấc cái ghế đẩu đặt vào góc phòng, quyết định dùng chồng sách thay vào. Còn bản thảo, làm gì bây giờ? Đây mới thực là máu thịt, là mồ hôi nước mắt của đời ông! Ông muốn vất tung tóe cho xứng với dấu than trong bản thảo cuối. Nhưng niềm kiêu hãnh tuyệt vọng của người cầm bút ngăn ông lại. Ông vẫn vất chúng đi, từ trên chồng sách quí. Nhưng vất theo từng xấp, từng loại! Những bài báo và sách của nhà văn về sau tôi tìm đọc ở Thư Viện Quốc Gia xác nhận dự đoán của tôi. Nhà văn đã gặp bế tắc về tư tưởng. Ông hăm hở mở đường, nhưng về già thì gặp tuyệt lộ. Điều đáng yêu (hoặc đáng thương tùy theo lượng bao dung của từng người) là đến phút chót, ông ấy vẫn hy vọng cách chết của mình mang một *message,* một thứ sứ điệp nào đó."

Cụ cán sự hồi hưu hỏi:

"Rồi Cha có tìm được bản thảo ghi ý muốn xưng tội không?"

Vị linh mục đáp, thật trầm tĩnh:

"Có, tôi tìm ra ngay."

Đoán biết ba người bạn chờ đợi, linh mục tiếp:

"Tôi tìm *ở* dấu than của bản thảo cuối cùng."

*

Điều dễ đoán là ngay sau khi vị linh mục dứt lời, viên trung úy giành nói trước: "Xin Cha đừng buồn. Tôi xin nói ngay là tôi không đồng ý với cách suy luận của cha. Cha vừa nói hành động cuối cùng của nhà văn đó đáng yêu hoặc đáng thương tùy theo lượng người. Nếu tôi không lầm, cha cho là đáng thương chứ gì? Tôi cho thật đáng yêu! Đáng kính! Cha đã lầm lẫn ở một số điểm quan trọng thuộc phương pháp suy luận. Tuy cha có cẩn thận không dám xác định câu chuyện vừa kể là có thật, là *vraie*, mà chỉ *vraisemblable*, dường như có thật. Còn xa với *"dường như có thật"* lắm lắm! Cha quan sát khung cảnh gác xép để tưởng tượng ra diễn tiến cái chết, rồi dùng các bản thảo đọc vội lẫn sách báo do người chết viết để kiểm chứng. Phương pháp ấy không thể tái tạo sự thật được. Này nhé, những gì chúng ta cảm thấy, nghĩ ra phần lớn đều mông lung, phức tạp. Khi định được ý, ta đã loại bỏ không thương tiếc một số yếu tố không phù hợp với lý trí, hoặc ước lệ xã hội. Rồi từ lúc định ý cho đến lúc viết thành chữ, ta lại phải đơn giản hóa, hệ thống hóa để người khác hiểu được. Chữ viết là một thứ đồ nguội, tệ hơn nữa, một thứ đồ hộp có chỉ dẫn tỉ mỉ cách pha chế cho tiện lợi đối với kẻ phàm tục lười biếng. Cái nóng hôi hổi đang bốc hơi, cái còn chảy máu không thể diễn ngay thành chữ. Cho nên đọc những gì người ta viết để tìm hiểu họ là điều đáng ngờ. Nếu vạn bất đắc dĩ không có cách nào khác thì chỉ nên tin những gì họ viết vào ba thời điểm sau đây: Thứ nhất là những tác phẩm thời niên thiếu, lúc họ chưa nổi danh nên chưa tự uốn nắn bản ngã vì cái hào quang giả tạo. Tôi tin những gì Marx viết lúc còn trẻ giá trị gấp mấy trăm lần bộ *Tư Bản Luận*. Thứ nhì là những gì họ viết lúc về già. Khổng Tử thú nhận đến 70 tuổi mới hiểu đôi chút về lẽ Dịch. Có lẽ lúc ấy, "Ngài" nhớ lại cái thời cắm cúi san định *Thi, Thư, Lễ, Nhạc*, sẽ không khỏi đỏ mặt vì lẩm cẩm quá. Thứ ba là những gì họ nói họ viết lúc rong chơi. Rong chơi thì khỏi cần làm dáng làm bộ với ai nữa, có nói điều gì cũng khỏi sợ đồ đệ chộp lấy ghi thành kinh lưu cho hậu thế. Con người thật của Khổng Khưu chỉ hiện ra khi ông ao ước thấp lè tè, ao ước được tắm một phát ở sông Nghi, hóng mát ở đền Vũ Vu, rồi dang tay hát nghêu ngao mà về. Ngoài ba thời điểm đó ra, những gì một người viết đều có tính cách bất thấu quang, đều *opaque*.

Nhưng thôi cứ tạm nhận như ý cha, là ông ấy tuyệt vọng trước khi tự vẫn đi. Con người ở cảnh tuyệt lộ đã đáng thương chưa? Thưa cha, chưa. Ngược lại, ngay trong trường hợp bế tắc, tuyệt vọng, cái chết tự ý vẫn hết sức cao cả.

Bắt chước cha, tôi xin kể một câu chuyện có thực."

Vị linh mục bẻ lại:

"Có thực theo tiêu chuẩn gì? Theo những điều anh nghe, hay theo lời đồn đại?"

Trung úy đáp:

"Theo những điều tôi thấy. Cha yên tâm, tôi *cố* gắng hạn chế các suy luận chủ quan, để chỉ còn những dữ kiện thô, chưa trau chuốt. Hồi *ấy* vòng phòng thủ cuối cùng ở Xuân Lộc đã vỡ, Sài Gòn ở trong tình cảnh tuyệt vọng hoảng loạn, ông Thiệu từ chức giao ghế cho cụ giáo già sau khi hứa sẽ *ở* lại với "anh em binh sĩ" chiến đấu đến đồng đô la cuối cùng. Không biết cụ giáo có chống gậy lên Tân Sơn Nhất tiễn gia đình người bạn chiến đấu hay không; có lẽ cụ mệt quá, chán cho nhân tình thế thái không hợp lẽ *Quốc Văn Giáo Khoa Thư* quá, nên cụ vội trao ghế cho Big Minh. Ông Minh vơ đầu này đầu kia vẫn không đủ người lập nội các, định gọi điện thoại mời ai thì đã nghe chị sen anh tài xế người đó đáp là ông chủ đã xách va-li lên Tân Sơn Nhất rồi. Kẹt nhất là Bộ Quốc Phòng. Giao cho ông tiến sĩ luật cái bộ súng đạn, Big Minh không yên tâm chút nào. Chất nổ, xe tăng, máy bay đâu có chịu học luật! Nhìn quanh chỉ toàn các tướng về vườn lâu nay chuyên mở tiệm nhảy đầm, nuôi gà, làm thầu khoán. May còn có "anh cả Trường Sơn" dòng dõi hoàng tộc để giao khoán cái Tổng Tham Mưu. Anh cả lên ti-vi chửi bọn chuột nhắt hèn nhát không lo đánh đấm mà chỉ lo trốn, rồi ngay hôm sau, chính anh cả cũng làm chuột nhắt, ở các bến tàu, sân bay, thiên hạ chen chúc nhau, nếu cần dày xéo chém giết nhau để tìm một chỗ ra đi. Lính rã ngũ vất quần áo súng đạn đầy hai lề xa lộ, chỉ mặc độc cái quần đùi thất thểu qui cố hương. Cướp bóc lan tràn khắp phố phường. Cái cảnh chợ chiều ấy, các bạn đã chứng kiến tận mắt, tôi khỏi cần phải dài dòng. Tôi chỉ nhắc sơ lược để lưu ý các bạn rằng hồi ấy chúng ta hoang mang cùng cực, không có lấy một chút gì để tin tưởng nữa. Cùng thất trận, nhưng chúng ta khác xa với tình cảnh dân tộc Đức và Nhật năm 1944, 1945. Họ còn được niềm kiêu hãnh. Các sĩ quan Nhật mổ bụng tự vẫn với lương tâm bình yên và một niềm tự hào ngút ngàn. Chúng ta hồi đó có gì? Không có gì cả. Ngoài lòng trung thực ra, chúng ta không có gì làm vốn để dám lên ti-vi chửi bới "lũ chuột nhắt", mà cũng không đê tiện đến nỗi chửi xong vội vã cuốn gói ra đi. Không biết các bạn thế nào, thú thực hồi ấy, tôi dùng dằng bất quyết. Ra đi thì không muốn, ở lại thì e ngại. Cuối cùng phải tìm đủ lý luận để trấn an mình. Nào là mình chỉ là hạng sĩ quan nhép ngồi bàn giấy, không tội tình gì phải lo sợ. Nào là thà làm cái xác chết bón cho cây Việt Nam hơn là làm kẻ tha hương lơ láo! Đất nước thống nhất rồi, Nam Bắc một nhà, bây giờ ta có dịp "nối vòng tay lớn". Một ông bạn thi sĩ của tôi làm ngay bài thơ tả khoái cảm lúc ngồi xe lửa hạng nhất có *couchette* đi du lịch từ Sài Gòn đến tận "Mục Nam Quan", đến mỗi ga vẫy tay chào những người anh em thân ái, đùa với em bé, hàn huyên với cụ già, tay bắt mặt mừng với đôi mắt rướm lệ. Chung chung thì bọn chúng ta đều lãng mạn như vậy cả. Hoặc bỏ ra đi, hoặc ở lại với cái "mộng thanh bình". Không như Nhật năm 1945, rất ít người nghĩ đến chuyện tử tiết! Tử tiết để làm gì? Cho ai? Cho những ông tướng chiến đấu đến đồng đô la cuối cùng à? Hay cho cụ giáo? Cho ông Minh? Phải có một niềm tin sắt đá vào cái gì đó, hoặc một niềm kiêu hãnh cao cả nào đó, người ta mới tử tiết được chứ! Cho nên tôi hết sức kinh ngạc khi nghe tin một số tướng tá ở Vùng 4 đã tự vẫn chết, sau khi căn dặn cấp dưới chuẩn bị kỹ thủ tục "bàn giao" theo lệnh tân Tổng Thống. Người dễ dãi vô tư tiếc rẻ giùm họ. Việc gì tự làm khổ thân thế! Sao không khôn ngoan như anh cả Trường Sơn? Người ưu tư thì hoang mang. Nhưng bao nhiêu chuyện đổi đời dồn dập đến sau 30 tháng Tư 1975 khiến thiên hạ không còn tâm trí đâu nghĩ đến họ nữa. Lâu lâu nhớ lại, họ thấy thương, và phục, một cách mơ hồ thuần cảm tính.

Nếu không tận mắt chứng kiến một cái chết tương tự, có lẽ tôi cũng giống như bao nhiêu người khác. Hôm ấy là ngày 2 tháng Năm 1975, ba anh em tôi, một đứa Hải Quân lái tầu tuần duyên ở Nha Trang, một đứa phi công AD6, một đứa Chiến Tranh Chính Trị Quân Đoàn I, may mắn đoàn tụ ở Sài Gòn trước ngày 30 tháng Tư, sáng hôm ấy mở cả *caisse* Champagne (Champagne dân hôi của khuân từ kho lương thực Mỹ ở quân cảng về bán rẻ rề ở chợ Tân Định, mỗi chai 300$), cắt nguyên một cái cùi *jambon* (cũng nhãn hiệu Mỹ cùng xuất xứ) ra nhậu mừng hòa bình và đoàn viên. Chúng tôi hân hoan, "hồ hởi" chờ đợi một ông anh tập kết ra Bắc năm 1954 sắp về. Thằng em Hải Quân định về Cần Thơ mua vườn, đào ao nuôi cá. Thằng lái AD6 muốn lên cao nguyên khai hoang, hai vợ chồng sẽ sắm đôi ngựa để chiều chiều thắng yên phi trên đồi cao nhìn xuống cảnh thung lũng như những lúc nhìn từ buồng lái AD6. Thật khôi hài mà cũng thật cảm động! Nhậu xong, chúng tôi dứt khoát với quá khứ bằng cách đem hết đồ nhà binh, thẻ bài, mũ mãng cân đai ra hỏa thiêu. Mẹ chúng tôi cười chảy cả nước mắt. Thôi, thế là từ nay hết thắc thỏm lo âu mỗi khi nghe tin chiến sự! Qua được bao năm bom đạn mà lũ con trai còn trở về đầy đủ, chẳng những thế, không đứa nào bị thương tật, còn phước nào lớn hơn! Chúng tôi đèo nhau trên hai chiếc Honda đi xem phố xá. Cờ đỏ, khẩu hiệu vải đỏ, bảng cơ quan nhà nước màu đỏ. Ở đâu cũng đỏ ối, ở đâu cũng chói lòa. Chúng tôi ra đường Lê Lợi. Người chật như nêm. Xe hơi, xe Honda phun khói mù mịt, chờ thật lâu ở các ngã tư mới nhích được một bánh. Người đi bộ thì xúm quanh các toán bộ đội, xe tăng. Thấy đi xe bất tiện quá, chúng tôi gửi xe đi bộ. Mệt, khát, tôi đề nghị vào Givral tìm cái gì để uống. Hai đứa em đồng ý ngay, nhưng trong tiệm kem cũng chật cứng. Các bạn nhớ, dân Sài Gòn hồi đó vung tiền qua cửa sổ vì những cuộc nhậu nhẹt lu bù. Sợ chẳng mấy chốc tiền cũ không xài nữa, hoặc nghe nói cách mạng chủ trương sống tiết kiệm khắc khổ, không ăn bây giờ về sau lại tiếc. Tìm không ra ghế, chúng tôi qua công viên trước Quốc Hội đứng đợi. Hai pho tượng Thủy Quân Lục Chiến vẫn chỉ súng vào cái nhà hát vắng đào kép. Tôi đang trỏ lên ngọn cây trước Quốc Hội bảo các em:

"Nếu những cây này biết nói và viết, thì chắc chúng đã trở thành những nhà viết sử tài ba."

Thì một người đàn ông khoảng 40 tuổi mặc áo mưa mầu xanh đậm loại Không Quân đến gần chúng tôi. Cậu lái AD6 tưởng gặp một xếp lớn cùng binh chủng, sửa lại thế đứng để chờ chào theo thói quen quân kỷ. Nhưng không! Người đàn ông không quen biết gì với chúng tôi cả. Qua khỏi ghế đá chúng tôi ngồi, ông ta tiến đến chỗ bục đặt tượng, ngước nhìn hai anh Thủy Quân Lục Chiến một lúc. Thằng em Hải Quân của tôi khôi hài:

"Chắc là một người anh em vừa từ Bắc vào!"

Tôi hỏi:

"Sao biết?"

"Trời nóng bức, người đông thế này mà mặc áo mưa là một sự lạ. Loại áo nhà binh này, dân Sài Gòn đang giấu hoặc đốt đi không ai dám mặc. Chỉ có "người anh em" vừa mua được chiếc áo tốt mới dám mang đi khoe phố mà thôi!"

Chúng tôi cười, phục đứa em thông minh. Người đàn ông khác thường trở thành mục tiêu quan sát của chúng tôi.

Ông ta đứng nhìn hai pho tượng khá lâu, rồi nhìn quanh như có ý chờ đợi ai. Nét mặt ông khắc khổ, lo lắng. Tôi đoán ông đi lạc, không biết đường về cơ quan. Nếu không có lòng tự ái của kẻ thua trận, có lẽ tôi đã tiến tới gần chỉ dẫn giùm lối về cho người anh em rồi. Làm thế thì còn mặt mũi nào! Mới hai ngày đã sợ sệt quị lụy với kẻ chiến thắng đến thế sao! Hai đứa em tôi cũng nghĩ như vậy, nên cả ba chúng tôi vẫn ngồi nguyên chỗ cũ.

Người đàn ông nhìn quanh quát một lúc, rồi đứng nghiêm, nhìn thẳng về phía Quốc Hội. Ông ta mở cái gói giấy từ đầu vẫn kẹp ở nách bên phải ra. Hình như tay ông hơi run. Chúng tôi càng tò mò hơn. Đang cúi xuống mở nút dây buộc, đột nhiên ông ngước lên nhìn thẳng về phía chúng tôi. Ánh nhìn đầy thảng thốt ngờ vực. Tôi sợ ông ta khó chịu vì chúng tôi tò mò, nên nhìn tránh đi nơi khác. Hai em tôi cũng vậy. Lúc tôi quay lại, đã thấy ông ta đội cái mũ két sĩ quan lên đầu và đang cởi hàng nút cái áo mưa. Lạ thật! Ông ta điên chăng? Vài người dạo phố bắt đầu tò mò thắc mắc như chúng tôi. Người đàn ông cởi áo mưa thật nhanh, và khi ông ta vất chiếc áo mưa xuống, chúng tôi đều sững sờ: Ông ta mặc nguyên bộ lễ phục của sĩ quan chuyên nghiệp đào tạo từ trường sĩ quan cảnh sát, với quân hàm trung tá vàng chói. Không để cho chúng tôi ngạc nhiên lâu hơn, ông đứng thẳng người, mắt nhìn thẳng về hướng Quốc Hội, và rút súng lục từ quần ra tự bắn vào đầu. Tiếng súng nổ nhỏ thôi, nhưng ba anh em chúng tôi đều bàng hoàng sợ hãi. Tôi bật đứng dậy. Viên trung tá ngã ngửa ra, nằm thẳng, đầu hướng về phía Quốc Hội. Thân ông oằn lên một chút, rồi nằm trở lại thế ngửa, hai chân dãn ra. Hình ảnh cuối cùng tôi thấy được là hai chân người hấp hối cố gắng... cố gắng hết sức để khép lại cho đúng thế nghiêm.

Người hai bên phố ùn ùn kéo đến. Chúng tôi sợ rắc rối nên chạy qua phía Givral, cố tìm cho được một chỗ để vừa giải khát cho đỡ hồi hộp vừa quan sát tiếp chuyện sắp tới. Khách đã bỏ đi nhiều nên cả ba chúng tôi tìm được chỗ ngồi. Nhưng có ai dọn kem cho chúng tôi đâu. Bên kia cửa kính hiệu kem sang trọng có máy lạnh, chúng tôi chỉ thấy toàn lưng với lưng. Có tiếng xe cứu hỏa hú còi. Đám đông sợ hãi chạy dạt xa hai pho tượng. Nhờ thế, tôi mới thấy xác viên trung tá đã được phủ bằng một tấm vải trắng. Tấm vải hơi ngắn, nên chỉ phủ được thân người và cái đầu. Đôi chân người chết khép chặt, mũi giầy thẳng lên bầu trời đúng theo thế nghiêm, **về** sau tôi được biết tấm vải là cái khăn phủ bàn của hiệu kem Givral." Ông giáo nghe đến đó, cảm động kêu lên:

"Thật là oái oăm! Tại sao có sự trùng hợp kỳ lạ vậy?"

Vị linh mục hỏi:

"Ông nói gì thế? Cái gì trùng hợp?"

Ông giáo ngồi chờ cho bớt xúc động rồi đáp:

"Phải. Đúng là một sự trùng hợp oái oăm! Cha thử tưởng tượng xem. Trên tấm khăn trải bàn hiệu Givral ấy, đã dính bao nhiêu nước mồm nước dãi của bọn đào kép từng gấu ó nhau trong cái nhà hát lớn. Đứa này tố đứa kia buôn thuốc phiện. Đứa kia tố đứa nọ buôn lịch cởi truồng. Đứa ngụy hòa, đứa thân Cộng. Đứa bảo không có đàn ông làm sao có đàn bà. Đứa bảo không có đàn bà làm sao có đàn ông. Đứa đòi quyền đái ngoài đường. Đứa đòi thừa nhận con hoang. Tấm khăn bàn ô nhục ấy phủ được khuôn mặt và thân thể người chết, nhưng có phủ được đôi chân nghiêm chỉnh đâu. Viên trung tá tự vẫn trước Quốc Hội vì còn nghĩ khi kéo qua Givral giải lao, chúng chỉ làm bẩn được tấm khăn liệm nhỏ xíu. Chúng không lấy thúng úp voi được!"

Anh trung úy không ngờ câu chuyện kể của mình có ý nghĩa lớn lao như vậy, đỏ mặt vì sung sướng lẫn ngượng ngùng. Anh thêm tự tin khi nói tiếp:

"Câu chuyện của tôi chỉ có vậy, thưa cha. Chỉ là một số những ghi nhận còn thô, xù xì không trau chuốt. Tôi không dám nhận cách suy diễn lý thú của bạn nhà giáo, vì nó tượng trưng quá. Tôi chỉ nghĩ đơn giản thế này: Dù ở trong hoàn cảnh tuyệt vọng, hành động tự sát của ông trung tá vẫn xác định trọn vẹn được ý nghĩa cuộc đời mình. Cha từng hỏi: sống để làm gì? Vâng! Tôi *"thu xếp"* câu hỏi đó lại, thành câu trả lời này: Không thể chấp nhận được cuộc sống không có ý nghĩa! Một tên đánh thuê có lẽ sống của tên đánh thuê. Kẻ phiêu lưu tìm ý nghĩa trong tư tưởng chủ não: Điều quan trọng không phải ở chỗ vì sao ta bỏ đi, mà ở chỗ cái mới ta sẽ tìm thấy. Cái chết của viên trung tá khiến tôi liên tưởng đến cái chết của Mishima, tác giả *Kim Các Tự*. Dường như (xin Cha nhớ cho đây là lần đầu tôi dám nói một điều *"dường như có thật"*), dường như trung tá muốn nhắn với bạn bè và kẻ thù của ông rằng: Tuy thất bại, ông vẫn phải được kính nể như *một địch thủ nghiêm chỉnh*. Một cách *"thu xếp"* cuộc đời trọn vẹn đây chứ, thưa cha!"

*

Hai người đã phát biểu ý kiến của mình. Nhiệt tín của nhà tu, lòng đam mê tự tin của tuổi trẻ, cộng với sự quá khích háo thắng thường thấy trong các cuộc tranh luận, đã khiến vô tình họ trở thành những người đối địch không khoan nhượng. Những tiếng *"thu xếp"*, *"dường như là có thật"* trao qua trả lại hoài, cuối cùng thành tiếng mỉa mai. Vị linh mục và trung úy cũng nhận thấy điều đó, nên sau khi trung úy dứt lời, linh mục mỉm cười gật gù, tỏ ý chấp thuận một phần không nhỏ lập luận của đối thủ.

Tuy thế cụ cán sự hồi hưu vẫn chưa yên tâm. Cụ thích sự hài hòa, ghét tất cả cái gì quá khích. Cho nên cụ sợ vị linh mục lại sắp nhập cuộc. Thấy nhà tu im lặng mỉm cười, cụ lại hiểu lầm rằng linh mục muốn biểu lộ lòng rẻ rúng, khinh khi. Cụ muốn xoay câu chuyện sang phía dễ dãi. Cụ cán sự hồi hưu hỏi ông giáo:

"Hồi trước ông làm gì mà thông thạo sinh hoạt ở Quốc hội đến thế?"

Ông giáo đáp:

"Trước tôi dạy học. Trường Nguyễn Trãi bên Khánh Hội, cụ biết chứ?"

"Vâng. Tôi có mấy đứa cháu cũng học ở đấy. Ông siêng đọc báo lắm nhỉ?"

"Không có đâu ạ. Bị bắt buộc đấy!"

"Sao thế?"

"Mấy năm Mỹ qua, vật giá lên cao quá. Đồng lương giáo sư không đủ sống. Nhà tôi lại hẹp, không có phòng nào dư để sửa thành *"Room for rent"*. Vì thế, tôi xin thôi dạy, ra làm quản lý trị sự cho một tờ nhật báo."

Biết thế nào ba người cũng hỏi, nhà giáo tiếp luôn:

"Báo *Tranh Đấu*, chắc cụ và cha có đọc. Trung úy thì

tôi không dám hỏi, vì báo tôi "già" lắm, thuộc phái thủ cựu. Tôi có cậu em rể làm chủ bút, nên giới thiệu giúp cho. Sau "giải phóng", tôi khổ sở vì tờ báo liên miên."

Trung úy hỏi:

"Sao thế?"

"Tờ *Tranh Đấu* bị xếp vào loại phản động, mập mờ vuốt ve giới lao động mà thật sự là CIA của Mỹ. Các ông ấy bảo vậy. Khốn nỗi chủ nhiệm, chủ bút, các biên tập viên chính đều ra đi cả, còn trơ một mình tôi *ở* lại. Tôi trở thành đầu têu của một "cơ quan tình báo" núp sau hoạt động báo chí. Cho đi tù là phải! "

Mãi đến lúc đó, ba người mới biết nhà giáo hiền hòa ít nói đã từng nếm mùi tù đày khá lâu.

Cụ cán sự hồi hưu hỏi:

"Ông bị bắt năm nào?"

"Năm 1976. Đợt hơn 200 nhà văn nhà báo bị bắt một lượt sau vụ nổ *plastic ở* công trường Con Rùa."

Trung úy vội hỏi:

"A, như vậy cùng một lượt với Doãn Quốc Sỹ, Nguyễn Mạnh Côn, Dương Nghiễm Mậu, Nhã Ca, Hồ Hữu Tường, Mai Thảo, Duyên Anh chứ gì?"

"Phải. Nhưng Mai Thảo thoát được, mãi về sau mới trốn khỏi Việt Nam qua Mỹ."

"Nghe nói có cả Thanh Tâm Tuyền, Vũ Hoàng Chương?"

"Thanh Tâm Tuyền trình diện học tập theo sĩ quan chế độ cũ. Còn Vũ Hoàng Chương bị bắt trước đó vì một bài thơ."

Ba người bạn của ông giáo không ngờ tìm được một người am tường giới văn nghệ báo chí như vậy, họ thay nhau hỏi ông giáo đủ thứ chuyện.

"Vào đó họ tách riêng ra hay nhốt chung với ngụy quân ngụy quyền?"

"Không. Ngụy quân ngụy quyền được "hưởng" chế độ học tập cải tạo, đầu tiên thuộc quân quản. Chúng tôi là tù 100% với đầy đủ lệ bộ: Trát tống giam của Bộ Nội Vụ, khám xét nhà, còng số 8, xe đưa rước đến tận xà lim..."

"Họ nhốt ở đâu? Chí Hòa à?"

"Đầu tiên ở Phan Đăng Lưu, trước mặt chợ Bà Chiểu đó. Sau một thời gian họ phân loại, mỗi người mỗi ngả."

"Họ phân loại cách nào?"

"Họ phân loại sẵn từ trước. Các bạn nhớ là mãi 1976 họ mới bắt. Như vậy ngoài tài liệu sách báo có sẵn trước 1975, họ còn hơn một năm để tìm thêm tài liệu, thu thập các bản báo cáo của kẻ nằm vùng, dân xu thời nịnh hót, kẻ sợ hãi thái quá. Quá đủ thời gian để họ tính sổ nợ. Ngành nào tính sổ nợ ngành ấy. Có lẽ văn nghệ báo chí là ngành phức tạp, nên tính có hơi chậm."

"Rồi họ hỏi các ông những gì?"

"Họ hỏi ít thôi. Chỉ bắt chúng tôi nghe thì nhiều."

Thì vẫn những bài bản quen thuộc "Đất nước ta giàu đẹp, nhân dân ta anh hùng". "Tình hình và nhiệm vụ mới", "Dưới lá cờ vẻ vang của Đảng"..."

"Không. Họ xem chúng tôi như những tên "biệt kích nguy hiểm" trên mặt trận tư tưởng, nên muốn phanh phui cho ra "âm mưu thâm độc của Mỹ Ngụy trên mặt trận văn hóa văn nghệ". Nào cuộc đấu tranh quyết liệt giữa phe đế quốc tư bản với lực lượng tiến bộ trên toàn thế giới; nào chính sách toàn cầu của đế quốc Mỹ. Chính sách ấy áp dụng riêng ở Việt Nam như thế nào, Mỹ đã ra lệnh cho ngụy quyền Sài Gòn làm những gì. Bọn chóp bu ngụy quyền nhận lệnh quan thầy Mỹ rồi ra lệnh cho bọn bồi bút ra sao. Cuối cùng đến phần chúng tôi: Viết bài báo đó theo lệnh tên CIA nào? Được trả bao nhiêu đô la? Cuốn truyện, bài thơ đó xuất bản đúng lúc Mỹ đang chủ trương *"thay màu da cho xác chết"* tức là *"Việt Nam hóa chiến tranh"*. Giả vờ chống Mỹ, giả vờ đề cao tình tự dân tộc để phục vụ chính sách đó phải không? Đại khái chúng tôi nghe những lời như vậy. Cả một hệ thống lập luận đồ sộ từ chủ thuyết triết học "khoa học và tiên tiến" nhất. Nhờ nó mà cái âm mưu thâm độc nham hiểm về văn hóa văn nghệ của Mỹ bị vạch trần. Bọn bồi bút biệt kích các anh đã làm gì trong âm mưu ấy?"

"Rồi ông trả lời ra sao?"

"Tôi ngớ ra, miệng há hốc chẳng hiểu gì cả. Chẳng hiểu mà không dám hỏi, không dám cãi, vì cái hệ thống luận lý đồ sộ quá, tôi hãi hùng. Trời hỡi! Té ra việc bỏ dạy, làm kế toán kiếm thêm tiền chợ cho *"má bầy trẻ hài lòng"* của tôi nằm trong một âm mưu thâm hiểm và bao quát cả toàn cầu! Tôi một mực kêu oan với cán bộ chấp pháp, thưa tôi chỉ lo trị sự kế toán như chạy mua giấy, trả liền nhà in, trả nhuận bút theo phiếu chi của tòa soạn, nhận tiền đăng quảng cáo... Họ khó chịu, bảo tôi vung tiền ra thuê bọn bồi bút viết chửi cách mạng, tức là một thứ cai thầu văn nghệ mà còn kêu oan. Họ hỏi ai ra lệnh cho tôi thôi dạy để gài vào tòa báo, núp bóng sau cái dạng một thầy ký lẩm cẩm. Tôi bảo tôi chưa lẩm cẩm, và chính vợ tôi gài tôi vào tòa báo. Họ bực quá, đuổi tôi về xà lim. Hai tháng sau, tôi gặp một cán bộ chấp pháp khác, chuyên viên về văn hóa văn nghệ thực dân mới được biệt phái qua Bộ Nội Vụ để tìm hiểu, làm việc với chúng tôi. Anh này còn trẻ, ăn nói nhã nhặn, vừa hỏi vừa mời tôi hút thuốc thơm Phù Đổng."

"Anh ta có nói gì khác không?"

"Khác chứ. Anh ta nói có sách mách có chứng. Anh đã đọc kỹ từ số 1 đến số 1092 của nhật báo *Tranh Đấu*, từ bài xã luận cho đến mục rao vặt. Anh ta phân tích cho tôi thấy các bài xã luận đã chuyển mục tiêu trong từng giai đoạn như thế nào, và các giai đoạn đó phù hợp với ba giai đoạn *"chiến tranh cục bộ, chiến tranh toàn diện và Việt Nam hóa chiến tranh"* trong sách lược xâm lăng của đế quốc Mỹ ra sao. Kỳ diệu hơn nữa lả ngay cả mục rao vặt cũng biến đổi theo ba thời kỳ. Cũng may cho tôi là..."

Nói đến đó, nhà giáo ngừng lại, cười bẽn lẽn. Vị linh mục hỏi:

"May là ông được trắng án chứ gì?"

"Trắng sao nổi! Không phản động thì ngụy hòa. Không ngụy hòa thì ngụy dân tộc. Không ngụy dân tộc thì đồi trụy. Không đồi trụy thì nhảm nhí. Mà nhảm nhí, đồi trụy, ngụy dân tộc, ngụy hòa lại là hình thức tinh vi hơn của phản động. Chạy trời không khỏi nắng đâu!"

"Thế thì may cái gì?"

"May cho tôi là có mấy lần thằng em rể giận vợ hay cằm ràm chuyện tiền nong, bỏ sở lên Đà Lạt chơi mấy ngày liền. Chủ nhiệm than quá, bắt tôi gánh mấy kỳ xã luận. Tôi phải đem báo cũ ra xào nấu chắp vá đến toát mồ hôi."

"Nguy rồi. Chắc họ chất vấn dữ lắm?

"Không. Tôi đề tên em rể tôi. Tòa báo nào cũng vậy, ai viết mặc, nhưng cứ để tên một số người có thể, cho đỡ rắc rối."

Nhà giáo lại đỏ mặt lên, ấp úng thú nhận:

"Mấy bài báo đó bị anh chấp pháp chuyên viên cho là quan trọng, trích dẫn tùm lum tà la mới chết chứ! Anh ta bảo nó báo hiệu bước chuyển tiếp từ: *"khuynh hướng phản động trực diện"* của tờ *Tranh Đấu* qua *"khuynh hướng ngụy dân tộc"*.

"Ha ha! Ông viết gì trong đó mà quan trọng thế?"

"Hôm ấy kỷ niệm giỗ tổ Hùng Vương. Tôi xào nấu lại bài *"Cảnh quê hương đẹp hơn cả"* trong *Quốc Văn Giáo Khoa Thư* học hồi còn nhỏ."

Cả bốn người đều cười. Cụ cán sự hồi hưu nhận xét:

"Ông chỉ nhún nhường giấu mình, để khôi hài cho vui đây thôi! Nghe ông luận giải từ cái khăn trải bàn hiệu kem Givral ra bao nhiêu lời chửi xéo bọn đào kép nhà hát lớn, tôi biết ông thâm lắm. Viết xã luận, phải biết!"

Nhà giáo vội nói:

"Cụ dạy quá lời!"

"Không quá lời đâu. Ông đừng vờ vịt. Tôi phải bắt ông trả nợ. Cha và anh trung úy đây đã phát biểu về chuyện tự vẫn. Bây giờ đến lượt ông."

"Đâu dám qua mặt cụ."

"Tôi đã có ý kiến rồi, nhưng để sau cùng, ông nói trước đi."

Nhà giáo không có cách nào thoát, đánh làm mặt nghiêm, và nói:

"Vâng. Tôi phải rán nói vậy. Kể lan man phất phơ, chứ lý luận chặt chẽ thì chịu thua thôi!"

Hồi đó trong trát bắt giam chúng tôi, Bộ Nội Vụ có ghi rõ hình phạt tập trung cải tạo ba năm. Hai chữ *"cải tạo"* thì anh em chúng tôi đều hiểu cả. Còn *"tập trung"* thì chịu! Hiểu theo nghĩa đen, chúng tôi an ủi nhau: "Thôi có anh em quen biết, có bó chân bó cẳng thì cũng còn có người đồng cảnh ngộ hàn huyên đỡ buồn. Tập trung chứ có phải biệt giam đâu! Nghĩ thế nên mới vào Phan Đăng Lưu, tôi yên lòng. Sau một thời gian chới với vì hệ thống lập luận đồ sộ tôi vừa nói, tôi dần dần làm quen với cuộc sống mới. Riết rồi cái gì cũng quen, chắc các bạn đều đồng ý với tôi như vậy. Thời gian qua mau, thoáng một chốc đã đủ ba năm. Chúng tôi có một cách lập luận lẩm cẩm nhưng hữu hiệu: Trước kia với bao nhiêu hiểu biết và ràng buộc của một người thường thường bậc trung, mình chỉ có thể làm như vậy, bây giờ mình trả nợ như vậy cũng đúng thôi. Lúc vui, chúng tôi còn bắt chước cách nói của giám thị hoặc cán bộ chấp pháp, thường đùa với nhau: Trước gây tội lỗi như vậy vì mù mờ, "phải thôi", bây giờ chịu tập trung cải tạo, "tốt thôi"! Có thể nhiều bạn bè bên ngoài hoặc đã ra đi chờ đợi ở chúng tôi những hành động ngoạn mục, lẫm liệt, đại khái như cái chết của viên trung tá, trung úy vừa kể. Tôi nghe nói ở Sài Gòn người ta loan truyền khá nhiều huyền thoại, theo ước mong của thiên hạ chứ không theo thực tế. Vài người trong chúng tôi được choàng vòng hoa kiểu đó. Nhưng là người trong cuộc, tôi xin thành thật nói ngay rằng sự lương thiện không cho phép ai nhận bừa vòng hào quang. Các bạn tính, chúng tôi có gì đâu để tỏ ra lẫm liệt? Trung úy vừa bảo lúc ấy giới nhà binh hoang mang tuyệt vọng, không có lấy một thần tượng hoặc một niềm tin để kiêu hãnh. Giới chữ nghĩa chúng tôi cũng vậy. Tuy cùng cầm bút, nhưng chúng tôi khác biệt nhau về tuổi tác. Rồi do tuổi tác mà cách tham dự hoặc nhận định về lịch sử khác hẳn nhau. Lớp dân mình vào cuộc kháng chiến chống Pháp ở tuổi đôi mươi rồi vỡ mộng vào thành như Doãn Quốc Sỹ, Võ Phiến, vừa ấp yêu thời kỳ kháng chiến như một kỷ niệm đẹp, vừa viết văn chống Cộng. Lớp trẻ lớn lên sau Hiệp định Genève tán đồng huyền thoại kháng chiến của đàn anh nhưng khó chịu khi đọc văn chống Cộng của họ, thầm chê họ lẩm cẩm. Lớp trẻ hơn nữa dồn hết sức chống Mỹ, và mơ màng một "cuộc cách mạng xã hội không đổ máu".

Tóm lại thế hệ nào cũng thầm lặng khâm phục người Cộng sản tuy họ cùng khốn khổ vì cuộc chiến tranh do người Cộng sản chủ động. Càng về sau, cái mốt chung của thời đại là khuynh tả. Tiến bộ, sáng suốt, nhân đạo, thuận chiều tiến hóa tất yếu, đồng nghĩa với khuynh tả. Chính tôi cũng vậy. Quay sang đề cao tình tự dân tộc, tỏ thái độ phản chiến hay hô hào bảo vệ đạo đức trước ảnh hưởng ngoại lai, đều là cái bóng của khuynh tả, và khuynh tả là cái bóng của sự khâm phục thầm lặng đối với bên kia. Trong lúc đó bên này có gì? Trung úy đã nói giúp tôi rồi. Thành thử khi bị bắt, chúng tôi tự an ủi: "Thôi, trước sau gì cũng phải trả nợ cho xong!"

Khốn nỗi người ta đòi nợ nhiều quá, chúng tôi tối tăm mặt mũi. Cái thân ốm của tôi gánh sao nổi món nợ của đế quốc toàn cầu? Chúng tôi bàng hoàng, rồi ấm ức. Cho nên đúng ba năm mà chưa được thả về, chúng tôi giận thật sự. Thế này là thế nào? Giấy trắng mực đen còn đó! Rõ ràng mặt đấy mặt này chứ ai! Làm gì bây giờ? Chẳng ai biết phải làm gì cả. Chống lại kẻ một lần ta lỡ khâm phục, khó lắm, khó y như đi đòi nợ một ông thầy học cũ. Các bạn tưởng tượng xem, ở trong cảnh huống ấy mà nghe tin một người có uy tín trong văn giới can đảm tuyên bố tuyệt thực để phản đối, bọn chúng tôi xúc động đến mức nào. Vừa hãnh diện quàng vừa tự xấu hổ. Ít ra cũng phải có một người dám làm một cái gì chứ! Anh em chúng tôi xì xào bàn tán bới nhau, vừa mừng vừa lo. Người bảo:

"Ông ấy làm tới đấy. Xưa ông ấy nổi tiếng bốc!"

Người thì bảo:

"Biết đâu là tin phịa để mua vui!"

Có người lo:

"Ông ấy như lửa rơm. Bốc đó rồi xìu đó. sợ không bền!"

Người ta đem cả văn nghiệp ra để hy vọng hay lo lắng, và ai cũng có vẻ hợp lý cả. Đào bới bấy nhiêu cuốn tiểu thuyết thì chứng minh cái gì không được. Huống chi tiểu thuyết có bao nhiêu loại nhân vật, dữ, hiền, khôn, dại, hào hiệp, bần tiện, hiền triết đạo tặc, thiên thần, ác quỉ, kẻ dâm dục, người bất lực, hạng nào cũng đủ, mỗi hạng mỗi cách nói, chứng minh cái gì cũng có sẵn.

Chúng tôi chờ, dọ dẫm phản ứng của ban giám thị trại giam... Không phải chuyện phịa, vì chính giám thị khu chúng tôi cũng xác nhận. Thật đáng mừng. Tin vui đi nhanh qua nhiều ngõ ngách. Có thể nói dù bị kiểm soát gắt gao, chúng tôi vẫn có thể thông báo cho nhau tin từng giờ:

"Giám thị đã xuống phòng giam và tịch thu phần cơm anh ấy nhường cho bạn."

"Nhà bếp được lệnh bớt một phần cơm phòng số 8. Chính giám thị xuống chia cơm."

"Anh ấy đã bị chuyển sang khu biệt giam. Từ nay việc lấy tin chắc khó!"

"Người ta bắt đầu kiểm soát nước khu biệt giam. Chính giám thị đi chia nước chứ không giao cho ban trực nhật."

"Đã có lệnh không được mang nước uống cho anh ấy!"

Mọi người bàng hoàng. Thế này là thế nào? Họ quyết bỏ mặc cho anh ấy chết khát ư? Nhịn đói thì cuộc tranh đấu còn kéo dài được 10, 15 ngày. Có sâm, nhung, lê táo như các thầy Ấn Quang hồi trước kéo tháng này tháng nọ dễ dàng. Nhưng không uống gì cả được bao lâu? Bắt đầu có nhiều lời bàn ra tán vào. Người lãng mạn quyết tin rằng anh ấy sẽ đi đến cùng, lẫm liệt, hào sảng như các nhân vật chính của anh ấy. Người hoài nghi xét lại: Có thể, có nên dùng phương pháp đấu tranh bất bạo động đối với một chế độ chuyên chính hay không? Người ba phải, thì quay sang lo cho sức khỏe vốn kém của anh ấy. Mọi người nóng ruột như đứng trên lửa. Chờ đợi khiến phòng giam thêm nực, phòng thêm tối. Chờ một ngày. Chờ hai ngày. Đến ngày thứ ba, thì có tin chánh thức đáng tin cậy từ khu biệt giam cho biết anh ấy xin ăn trở lại. Phòng chúng tôi đột nhiên ồn ào như cái chợ. Mạnh ai nấy nói. Thế lày là thế lào? Các bạn đừng cười. Tôi nhại câu nói liệu "Thế *lày là thế lào?"* của giám thị khu B đến nỗi nhập tâm thành tật. Sự thật, vẫn cứ là sự thật. Từ đó về sau, chúng tôi nhận được tin "hoàn toàn chính thức từ giới hữu trách có thẩm quyền" công khai loan báo. Tin nào cũng đều khiến chúng tôi đau nhói trong lòng cả!"

Cụ cán sự hồi hưu nói:

"Có khi chưa tới ranh giới sống chết, người ta vẫn hành động giống như một người bình thường với đầy đủ những cao cả lẫn hèn yếu. Theo ký họa của một người họa sĩ đương thời thì hoàng hậu Pháp Marie Antoinnette vẫn cố tỏ ra bệ vệ hách dịch dù ngồi trên xe cây dẫn ra chỗ đặt máy chém. Một tử tội đi đến pháp trường vẫn cúi xuống phủi một vết bẩn trên chiếc áo đang mặc".

"Vâng. Tôi thấy phải hiểu anh ấy như một người bình thường. Thần tượng hóa anh ấy theo mong ước lãng mạn của mình là lỗi của mình, không phải lỗi anh ấy. Theo cách đó, tôi nghĩ không nên siêu hình hóa cái chết. Gán cho nó một ý nghĩ quá quan trọng là cái lỗi của tinh thần duy *lý* Tây phương. Tại sao không xem nó như một loại sinh hoạt của đời sống sinh vật y như tìm mồi, làm tổ, sinh con, bài tiết, thậm chí cắn mổ nhau để vui chơi hoặc tranh ăn. Quan trọng hóa cái chết thành ra làm hại nó. Đặt cho cái chết một mục tiêu, là làm hại nó lần thứ nhì. Cái lỗi của chúng tôi, và của cả anh ấy, là muốn dùng cái chết để làm một cái gì đó. Ta mặc cả với Thần Chết, ta so đo, ta vòi vĩnh, cò kè thêm bớt. Ta tính đến chuyện thành bại. Cho nên khi thấy không thành công được, thấy chết chỉ thiệt thân, ta bèn dừng lại. Tôi nhớ lúc nãy trung úy có bảo tuy thất bại, kẻ thù vẫn phải kính nể trung tá như một kẻ thù nghiêm chỉnh. Tôi đồng ý với phần sau câu nói, nhưng xin lỗi nhé, tôi bác bỏ phần đầu: *"Tuy thất bại"*. Tại sao nói chuyện thành bại ở đây? Gắn thêm cho cái chết một cái đuôi chỉ tổ làm vướng dáng đi tự nhiên của nó thôi! Giả sử bây giờ có ai bảo hòa thượng Thích Quảng Đức tự thiêu để phản đối ông Diệm, nhất định ta sẽ chê người đó là cận thị rồi!

Câu chuyện của tôi đến đây chấm dứt. Nếu là cán bộ chấp pháp, các bạn sẽ xếp nó và loại nào: Phản động? Đồi trụy? Ngụy dân tộc? Hư vô chủ nghĩa? Chắc không nặng án thế đâu! Quá lắm chỉ thuộc loại nhảm nhí, tuy tôi vẫn nhớ *"nhảm nhí cũng là hình thức tinh vi của phản động."*

*

Nhà giáo vừa dứt lời, cụ cán sự hỏi liền:

"Xem cái chết là tự nhiên à? Anh sợ chết không, nói thực đi?"

Ông giáo cười, quay hỏi vị linh mục:

"Cha sợ chết không?"

Cha xứ nghiêm chỉnh đáp:

"Không. Tôi tin sự sống đời đời trong nước Chúa."

Ông giáo hỏi trung úy:

"Còn anh?"

"Chưa sợ. Tôi còn khỏe. Hơn tháng nay, tôi chưa phải bước chân lên bệnh viện lần nào."

Ông giáo hỏi ngược lại cụ cán sự:

"Thế cụ có sợ chết không đã?"

Cụ cán sự hồi hưu đáp ngay:

"Sợ chứ!"

Ông giáo bật cười lớn:

"Sợ chết sao còn dám vượt biên? Cụ luống tuổi rồi đi

đâu cho khổ. Gió bão, tù tội, đói khát, sơ ý một chút là chết. Tại sao phải đi?"

"Tôi sợ một cái chết khác ghê gớm hơn."

Ba người hơi thất vọng, đoán thế nào cụ cũng xổ một lô những lời chống Cộng thật đúng bài bản, như "vô *thần khát máu*" như *"tam vô chủ nghĩa"* vân vân và vân vân. Họ đã nghe những thứ đó chán chê từ thời ông Diệm. Cụ cán sự để mặc cho các bạn thất vọng, từ từ uống cạn ca nước trà nguội, rồi mới nói:

"Tôi không sợ chết nói chung, nhưng sợ riêng một số cách chết. Chết đứng như Từ Hải, thảm mà oai. Chết mà đi như Dracula chỉ dùng để dọa con nít. Tôi luống tuổi, mặn ngọt chua cay của cuộc đời nếm tê cả đầu lưỡi, từng "nghiên cứu" cái chết kỹ lưỡng lắm, nên nghiệm thấy cái chết đáng sợ nhất là cái chết mà vẫn còn sống, sống mà vẫn chết."

Nhà giáo cười rồi hỏi:

"Nghĩa là ngắc ngư? Bị bại liệt?"

"Không, đây là một cách tự vận đặc biệt. Rắc rối quá phải không. Để tôi kể quách cho các bạn nghe cho rồi.

Tôi hơn các bạn những hai chục tuổi, từng sống dưới sáu chế độ: Pháp thuộc, Nhật thuộc, Tàu phù thuộc, Cộng sản thời kháng chiến, Chế độ quốc gia từ thời ông Diệm, à quên, từ Bảo Đại, ông Thiệu, cuối cùng là Cộng sản sau 1975. Nếu kể HCR nữa thì đến bảy. Anh em, bà con, con cái, bạn bè, lần lượt chết khá nhiều, mỗi người mỗi kiểu, không thiếu những người tự tìm lấy cái chết, trong đó có một con trai của tôi. Các bạn đừng lầm. Tôi không kể về cái chết của nó đâu. Nó chết tầm thường, tự nhiên, một cái chết lãng xẹt vì một con điếm thúi. Chuyện tôi sắp kể liên quan đến một người bạn cũng từng sống dai nhách như tôi vậy.

Ông ày cũng là một nhà văn. Thời chúng tôi còn phải

học *"Nos ancêtres sont des Gaulois"*, thú tiêu khiển hiếm lắm. Ngoài vài ba thứ cờ bạc bị nghiêm cấm, lũ học trò chúng tôi chỉ tìm vui trong thú đọc sách. Mà sách lại hiếm, khó mua khó mượn. Cầm được một quyển sách trên tay đã được các cô kính nể khâm phục lắm rồi. Huống chi là viết sách! Bạn tôi thuộc vào số ít con người đáng nể ấy, lúc chưa được hai mươi. Đã thế, sách bạn tôi viết lại được trích giảng cho học trò học thuộc lòng. Tôi dám tin chắc rằng các bạn cũng đã thuộc lòng đoạn văn của bạn tôi.

Mọi người đều tò mò hỏi:

"Cụ đọc thử xem?"

Cụ cán sự hồi hưu chớp chớp đôi mắt lộ vẻ cảm động. Cụ nhớ lại cái thời xa xưa đã mất, run run đọc:

Hằng năm cứ vào cuối thu lá ngoài đường rụng nhiều...

Ba người cùng kêu ồ, nhà giáo ê a đọc tiếp:

Và trên không có những đám mây bàng bạc...

Trung úy nói:

"Bài *Ngày tựu trường* của Thanh Tịnh. "

Vị linh mục cũng nói:

"Trong tập *Quê Mẹ.* Bài đó nổi tiếng trong giới học trò chẳng kém gì bài *La Rentrée* của *Anatole France.* Cụ có quen với Thanh Tịnh à?"

Cụ cán sự nói:

"Đấy. Cha vừa hỏi: "Cụ có quen với Thanh Tịnh à?" Gần xuống lỗ mà còn được hỏi như vậy, huống chi thời đi học được là bạn của Thanh Tịnh, mày mày tao tao với một "nhà văn", ôi chao, hân hạnh biết chừng nào. Khỏi cần nói chắc các bạn cũng biết tôi đã bắt chước Thanh Tịnh từng dáng đi, điệu nói, cách để tóc, cách ăn mặc. Tôi còn lén viết một bài văn đặt nhan đề *"Hôm khai trường"* với đầy đủ lá rụng, mây bay, chơi diều, chơi bi, rồi chép sao nhiều bản gửi đi các báo ở Hà Nội, Huế, Sài Gòn. Tôi chuẩn bị đón nhận sự nổi tiếng. Sáng tác của tôi gửi đi mà chờ mãi không có gửi lại. "Tài ba" của tôi bị các cặp mắt phàm tục đố kỵ ở các tòa soạn lơ là, tội nghiệp thân tôi. Tôi tủi thân, đâm ra ganh ghét bạn. Ánh sáng của Thanh Tịnh làm mờ hào quang của tôi. Phải xa anh ta mới dựng sự nghiệp được. Thầy mẹ giúp tôi thỏa ước - vì sau đó gia đình tôi dời đến tỉnh khác. Cách mạng tháng Tám. Rồi tản cư. Tôi đã trở thành một thanh niên có bằng Cao đẳng Tiểu học. Tên nghe lạ phải không? Hồi ấy Trung học đệ nhất cấp gọi là École primaire supérieure, đậu Trung học đệ nhất cấp thì gọi là đậu bằng Thành chung hoặc Cao đẳng Tiểu học. Trước cách mạng tôi đang học dở ngành trợ giáo nên trong kháng chiến, tôi phụ trách một trường bình dân học vụ, rồi làm hiệu trưởng trường cấp hai. Chưa có thời kỳ nào tôi đam mê hào hứng với công việc của mình như thời ấy. Cảm và nói là một, nói với làm cũng là một. Bây giờ nghĩ lại thấy hồi đó mình lãng mạn đến quá khích. Tôi tin tưởng tuyệt đối vào cuộc kháng chiến, nên làm gì tôi cũng xung phong hàng đầu. Chịu gian khổ, thiếu thốn, bệnh tật là một niềm vinh dự. Cũng như các bạn cùng thế hệ, hai tiếng "độc lập" làm cho tôi say mê. Vì độc lập tôi sẵn sàng hy sinh tất cả. Thiếu thốn ư? Có độc lập sẽ có tất cả. Yêu nhau mà chưa lấy được nhau ư? Hẹn ngày độc lập. Lấy nhau mà không thể sống bên nhau? Hẹn ngày độc lập! Độc Lập là cái chìa khóa mở mọi cánh cửa, kể cả những cánh cửa có ổ khóa rỉ sét. Còn giữ lại làm gì những tư tưởng ủy mị lỗi thời từng làm yếu đuối thanh niên, làm trì chậm cuộc đấu tranh giành độc lập. Chỉ cần nghĩ như thế chúng tôi lao vào cuộc cải tạo tư tưởng đầy dằn vặt, thống hối, lo âu, hoảng hốt. Ôi những đêm tự phê bên ánh đèn dầu sau giờ dạy học, những tháng ngồi trước trang giấy đáng sợ, để moi óc ghi lại tất cả những tư tưởng, cảm giác, hành động bạc nhược hèn yếu. Chúng tôi xưng tội công khai, khóc lóc, thống hối công khai, cầm một cuốn tiểu thuyết của Tự Lực Văn Đoàn là một cái tội. Chúng tôi đã nghĩ như vậy, và thù ghét cái bóng tiểu sư sản trong con người mình một cách chân thành. Thưa cha nếu không sợ phạm thánh, tôi dám so sánh cái không khí thời đó giống với không khí của Phúc âm. Quả thật như vậy. Cũng có những "Đấng Cứu Thế" và những lời tiên tri. Cũng có hứa hẹn sự sống vĩnh hằng và sự xả thân, nghĩa là đầy đủ yếu tố cho một thời huyền thoại. Có kể như vậy các bạn mới hiểu sau 30-4, tôi ngơ ngác đến bậc nào khi thấy anh em bộ đội thản nhiên mua sách Chưởng, sách Tự Lực Văn Đoàn bán *xôn* ngoài hè phố để đọc. Kể cả quyển sách *Quê Mẹ* mà thời kháng chiến, tôi lãnh phần mổ xẻ phân tích để lôi ra tính chất ủy mị, bạc nhược. Anh giáo sư, tôi phải bắt chước anh để hô hoán lên: "Thế lày là thế lào?" Rồi tôi gặp hết ngạc nhiên này đến ngạc nhiên khác. Lạ thật. Tôi không hiểu gì hết. Hay lớp trẻ sau này có bản lĩnh hơn chúng tôi thời trước? Tôi nhận thấy họ hiền hậu, có học thức, lễ độ, nhưng ánh mắt không ngời lên, khuôn mặt không đăm chiêu, khắc khổ. Có lẽ họ có bản lĩnh thực! Bao nhiêu năm được đào tạo trong truyền thống cách mạng phải khác bọn trẻ ủy mị bị thực dân đầu độc chứ! Nhưng lập luận của tôi không vững. Tôi lần lượt gặp những nhà phê bình nghiêm khắc lên án sách chưởng Kim Dung nhưng mê truyện chưởng hơn mê gái. Phần nào trong ông ta mê "chưởng" và phần nào trong ông ta chửi "chưởng"? Khúc trên hay khúc dưới? Sao có thể cùng làm một lúc hai việc đối chọi nhau một cách thản nhiên? Nói ở chỗ thân mật khác hẳn chỗ công khai. Nghĩ chân thật nhưng viết phải theo bài bản, và điều ấy tự nhiên! Tôi còn nghe nói khi họp chi bộ, các đảng viên cũng được thoải mái hơn xưa nhiều, khỏi phải đăm đăm hoặc lên gân. Trước khi họp có kẹo lạc, thuốc lá, nước trà. Lúc đó ăn nói vung vít, kháo chuyện thoải mái về đủ thứ vấn đề. Hăng máu chửi cả thủ trưởng cấp cao cũng không sao. Chê Đảng vài điều cũng được nốt. Muốn hát nhạc Ngụy?

Được. Lật vài trang chương bỏ dở đọc tiếp? Được. Nhưng khi bí thư chi bộ nhắc: "Đến giờ rồi, các đồng chí vào làm việc" thì vẫn những con người ấy nhưng khuôn mặt, lời nói, tình cảm, tư tưởng hoàn toàn đổi khác. Người vừa chửi thủ trưởng có thể hết lời ca tụng. Người vừa đọc truyện chương gay gắt lên án văn hóa thực dân mới. Người vừa nấu cám heo bằng điện nhà nước hô hào các đồng chí tiết kiệm của công, bảo vệ tài sản xã hội chủ nghĩa. Trời hỡi! Thế này là thế nào? Lớp trẻ khó hiểu quá đối với tôi. Họ phân thân rối mù nên tôi không biết lúc nào mới gặp đúng họ.

Tôi phải chờ các bạn cũ cùng thế hệ. May mắn cho tôi là vài tháng sau, nhân ngày kỷ niệm sinh nhật Hồ chủ tịch, phòng giáo dục quận (nơi con gái tôi làm việc) có tổ chức một buổi nói chuyện. Đề tài là "Cuộc đời của Hồ chủ tịch". Báo cáo viên, trời ơi, may mắn quá, đúng là thần tượng thời trẻ của tôi, đúng Thanh Tịnh.

Trung tá Thanh Tịnh. Tôi hồi hộp chờ ngày gặp lại bạn cũ. Tôi tìm đọc lại cuốn *Quê Mẹ* để bồi hồi nhớ thời thơ ấu. Tôi tự trách tôi bất công. Tài ba tôi đâu có ra gì đâu mà đòi làm nhà văn! Đã thế, thời kháng chiến, lợi dụng lúc cách biệt, tôi đã *"trả thù"* bằng cách đem cuốn Quê Mẹ ra mổ xẻ, chê lên chê xuống. Tôi sẽ mời Thanh Tịnh về nhà, nài cho được một đêm nằm bên nhau rủ rỉ đủ thứ chuyện tâm tình. Bây giờ già rồi, còn ngại gì nữa. Tôi sẽ nói hết, thú nhận hết, từ việc lén viết bài *"Hôm khai trường"* cho đến việc lên án cuốn *Quê Mẹ.* Tôi sẽ không xưng tên ngay để sau buổi nói chuyện dành cho bạn một ngạc nhiên lớn.

Than ôi, chính Thanh Tịnh dành sẵn ngạc nhiên để tặng tôi. Thanh Tịnh già rồi. Thanh Tịnh nhà văn nhỏ nhẻ dễ thương thành Thanh Tịnh trung tá. Thời gian mà. Có gì đáng kinh ngạc đâu.

Nhưng tôi sững sờ khi Thanh Tịnh bắt đầu nói. Thiên

hạ đồn không lầm. Thanh Tịnh đã thành *báo cáo viên chuyên nghiệp* chuyên *ca tụng bác Hồ.* Đi đâu, lúc nào, bao nhiêu năm nay, Thanh Tịnh chỉ nói về đề tài ấy, gọt dũa luyện tập từng câu từng chữ, để ý đến cả cách nhíu mày, cách đứng nghiêm, mắt nhìn lên chiêm ngưỡng khi nhắc đến Bác. Nghe Thanh Tịnh *báo cáo* một lần, lần sau đến nghe nữa có thể đoán trước trung tá sắp khóc ở đoạn đó, sắp cúi đầu im lặng ở đoạn kia, sắp ưỡn ngực hô hào ở đoạn khác... *Đúng là một cái xác ướp biết đi biết nói,* quan trọng nhất là ca tụng không biết chán.

So sánh với các cung phi bị giam kín nơi lăng tẩm các vua chúa đã chết thời xưa, Thanh Tịnh còn may hơn nhiều. Nhưng một nàng cung phi mới bị ông hoàng si bỏ quên, đã dám nghĩ:

Dang tay muốn dứt tơ hồng
Bực mình muốn đạp tiêu phòng mà ra.

Thanh Tịnh có bao giờ dám nghĩ thế không? Than ôi! Thanh Tịnh, người bạn nhỏ của tôi, "địch thủ" của tôi, thần tượng của tôi, niềm mơ ước của tôi! Bạn không có cách tự vẫn nào dễ chịu hơn ư? Bạn đã chọn cách chết chậm chạp nhất, khắc kỷ nhất, chết mà vẫn sống, sống mà coi như đã chết. Bạn tự nguyện làm cái xác ướp để để hầu cận một cái xác ướp khác.

Tôi bỏ về trước khi trung tá Thanh Tịnh kết thúc bài nói chuyện, lòng hối tiếc khôn nguôi.

Cách tự vẫn tôi kể, nhạt nhẽo lắm phải không? Nó kéo dài quá, như một màn kịch vụng lê thê làm khán giả chê chán!

Nhà tư tưởng của cha lấy thế đẩy ngã chồng sách là xong, để lại cả một lô *messages,* một lô sứ điệp. Ông trung tá đoành một cái, được bạn nhà giáo khen là thâm trầm. Nhà văn bỏ dở cuộc nhưng được bạn bè thông cảm. Còn bạn tôi, than ôi, biết làm sao đây! So với các bạn, tôi chịu lỗi đã kể chuyện buồn và nản. Biết làm sao được! Trong *Chinh Phụ Ngâm* có câu:

Dòng nước sâu ngựa nản chân bon

Tôi có khác nào con *"ngựa nản chân bon"* ấy! Gần kề bên dòng nước sâu là cái chết, tôi phải làm gì? Lấy hết sức hí lên cho vang động núi rừng? Uống nước suối độc tù hãm bên cầu Nại Hà rồi lăn ra chết? Hay là nhảy đại qua vực để hy vọng đạp vó lên Mé Vĩnh Cửu?

Làm gì thì làm, nhưng tôi nhất định không vì *"nản chân bon"* mà làm con ngựa gỗ.

Tôi mệt quá rồi! Xin cha cho tôi chút nước!"

Linh mục rót khoảng nước còn lại trong lon *pâté* vào ca cụ cán sự già. Cụ bưng lên uống. Nước chảy qua hàm răng thưa, nhễu cả ra hai mép. Bàn tay cụ cán sự run run. Đến lúc đó, linh mục mới thấy một người trần thế muốn *"thu xếp"* cuộc đời mình gặp thật lắm gian nan, nhất là những người trung thực. Linh mục thầm cầu xin: "Lạy Chúa, xin cho các linh hồn được nghỉ yên muôn đời và được hưởng ánh sáng nghìn thu..."

Nguyễn Mộng Giác

NGUYỄN NAM AN
[by Vũ Quỳnh Hương]

Sinh ở Đà Nẵng, cựu học sinh trường Nam Tiểu Học và trung học Phan Chu Trinh. Đôn quân tháng 3, 1973. Sau tháng 4, 1975 đi học lại ở Mỹ – Cal Polytechnic, Pomona – và bắt đầu viết.

Đã cộng tác với tạp chí *Nhân Văn, Việt Chiến, Bút Lửa, Việt Nam Hải Ngoại, Văn, Văn Học, Hợp Lưu, Thế Kỷ 21* qua các bút hiệu Nguyễn Nam An, An Phú Vang, Dương Nổ, Bùi Ân.

Tác phẩm đã xuất bản:
- *Tôi Chim Ngủ Đậu Cành Xanh* (thơ; San Jose CA: Nhân Văn, 1996)
- *Thức, Buồn Chi* (thơ; Nhân Văn, 1996)
- *Biển Thuở ChờAi* (thơ; Văn, 2000)
- *TiCi* (thơ; Tân Thư, 2000)
- *Hóa Ra Lần Cuối Em Buồn Nghỉ Chơi* (thơ; QuyênBook, 2001)
- *Anh Biết Đà Nẵng Qua Mây* (thơ; QuyênBook, 2013)
- *Tiểu Triệu Minh* (tập truyện)

Những thằng-con-chấp-hết

thời đó nhỏ nhưng mà dám chơi
đi là chết – nhưng mà đi cho biết
lính ở trên rừng lưỡi lê thay bút viết
vào thân cây "hận kẻ bạc tình" ơi

thời đó là thời tác chiến xa xôi
đứng trên chốt chút mộng đời trôi nổi
con chuồn chuồn ơi đôi lần ta chơi với
muốn chắp cánh bay (đào ngũ cho rồi!)

nhưng mà sao làm cho được hả Trời
ai cũng khổ đâu phải mình ta khổ
ba lô trên vai đằm đằm nỗi nhớ
cười nói hôm này ai biết nay mai

thời đó là thời vừa qua tuổi choai choai
mà sao trầm trầm như cây cổ thụ
chiến tranh ơi ngươi là con thú dữ
bấu hồn xanh những vết thẹo hôm qua

bài học cũ đã nhòa trong lũng rú
lúc cô đơn quanh quẩn súng đạn này
phố ơi phố mờ mờ qua sương đục
phép vài ngày nhậu đã đó rồi đi

thời đó là thời chấp hết đôi khi
biểu ngữ sau lưng giặc thù phía trước
thôi kệ chúng ta âm thầm giữ nước
những thằng con "chấp hết" một lần đi.

(21 tháng 10, 03)

Những ngày giữ "chốt mẹ tôi"

đọc lại đời với thơ vơi
thấy tôi thuở đó nay rồi tôi đây
cuối tuần giữ mẹ nơi này
vết đau trên giấy ghi đầy hồn nay

chốt mẹ gầy chốt chân mây
quanh đêm trống vắng quanh ngày nhớ quê
con theo cơm áo đi về
mẹ đôi khi kể rên hề nghe đau

mẹ nằm không biết mai sau
không nghe hiện tại ngày rầu rầu qua
con gần đứa một mà xa
dăm ba đứa đó ít qua lại nhà

đọc lại đời với thơ xa
tôi bao ngày với tiếng la quê nhà
quê nhà trong xứ người ta
trong bao la mẹ trong nhòa nhòa mây

hơn bốn mươi năm ở đây
tôi xưa thằng lính giờ đây thằng cù
cù lần trong cõi xa xăm
ngày đêm giữ chốt âm thầm mẹ ơi

em là mây của tôi trôi
nay qua dặm biển nhớ người nhắn chi
đêm nằm giữ thuở phân kỳ
chốt mẹ nặng vẫn gắng vì anh thương.

Chẳng lẽ tôi gọi thành phố vui

Gặp lại thành phố sau hơn bốn mươi năm
Đà Nẵng tằng hắng mày thằng nào đó
Ê ê Mùi Lê bỏ đi từ nhỏ
Vân dẫn lối về anh có lạ không

Anh lạ quá trời cầu bắt qua sông
Tan nát hết những gì lòng vẫn giữ
Sông Hàn bên ni ngó qua An Hải cũ
Giờ mệt nhừ hồn cựu cự hồn tân

Anh lạ quá trời cờ đỏ biểu ngữ căng
Tung hê thằng đang nằm thẳng cẳng
Thằng này dân bán nước thượng đẳng
Cùng một bầy đang bán nốt quê hương

Anh lạ quá trời anh lạ chính anh luôn
Chân trên phố nhìn không ra đất nước
Đất nước nay đầy "đại gia" và khiếp nhược
Đảng gục mặt trước tàu phù, đàn áp dân côi

Anh lạ quá trời rồi anh bỏ đi thôi
Thành phố quê hương đất nước giờ của thời đảng... cướp!

Địa chỉ ở Sài Gòn

vẫn giọng đó thuở vào đời lính tráng
tìm ra địa chỉ nhắn về nghe hỏi [phải... Huế không?]
dạ rất Huế khi vào ngay tần số
chiều vui mà bùi ngùi nghe em hỏi này anh

giọng cố xứ mô, chừ Sài Gòn quá xá
anh yêu miền Nam mà như lúa gạo thật thà
thằng Danh Nít nói thua... ông về quê tui ở
[hổng có tụi nó đâu mà, Rạch Giá gần thôi]

Danh Nít gốc Miên xưa chung trung đội
cú phép ngày quốc lộ 15 rồi kẹt ở quê nhà
mày đang ở đâu Kiên Giang, Rạch Giá
Xuân Lộc, Long Khánh xa rồi mà gần quá tụi mày ơi

nhắn về Sài Gòn nghe tin kế toán trưởng
nhớ anh Phương ngày Đất Đỏ phát lương
ai biết cuối cùng tan hoang mất nước
dù bung bên đường huyết lộ tan thương

vẫn giọng đó, anh Phương, thằng em đó
nợ anh sáu ngàn từ 1975.

Gởi Trung Hậu

Trèo lên cây dừa năm xưa ngày trở về con phố
Bài thơ "Giấc Đá" đăng Tuổi Ngọc hiền khô như nhịp banh
bóng rổ sân trường
Có chiều nao qua sông ở Phước Tuy thằng nào nước ngập đầu
gần chết
Lại sống! Móc vội cái ba lô ngồi với đại đội bên đường chờ
lệnh lạc nhào vô...

Phước Tuy ở sau lưng đêm qua pháo giặc càn nát bét
Mình có tan hàng thì cũng cố gắng hô vang
Vài năm trước tao mày tóc húi cua học tàng tàng nào biết đạn
bom vang
Vài năm sau áo ngụy trang lội "mút mùa lệ thủy"

Khi bỏ học vào đời mang thẻ bài có thằng nào đoán ra được
ngày đi Mỹ
Với bao mìn claymore mang gạo sấy, ve dầu Nhị Thiên Đường
Có thằng nào đoán ra lần cuối tang thương
Khi lội gần đủ vùng chân không còn đất

Anh gởi niềm tin nơi cụm sim rừng Gò Dài xa lắc
Ngồi dưới poncho nghe mưa hiu hắt Trường Sơn
Thằng nào không buồn nhớ ngày đi học
Tấp bạt mạng, sống trở về, tháng lương nhậu xỉn mà thương...

Có gì mà gởi cho đời chút hương
Mày gởi cho ai thơ tình buồn thả từ đèo Hải Vân xuống biển
Cũng may đời còn thương đất giấu mìn chân chưa lần vướng
Tao mày chưa đến nỗi trở về bại tướng cụt chân trong buổi
chiều đất nước tang thương

Hai mươi năm nghe lại tiếng mày trên điện thoại tha phương
Nhận rõ không, giấy bút đâu ghi địa chỉ
Tọa độ hôm nay là những thành phố Mỹ
Chi chít trên bản đồ đại pháo bắn hụt hơi!

Thằng lính thân thương ơi
Tao là "Mề-Lui" số quân 75/210-748
Chứng Chỉ Tại Ngũ vàng vàng còn dấu đóng Việt Nam
Có nhận ra không về hú một tiếng vang
Như tiếng lựu đạn của mày xưa nổ trận đầu trên tàn hoang
Quảng Trị

Kỳ lạ quá sao tao mày ở Mỹ?

[Trích *Biển Thuở Chờ Ai*]

Vài ba tháng chân đi

Tháng hai Hòa Ninh, tháng ba Nam Ô
Những ngày quân qua miền Trung cằn khô
Một bước quê hương một vùng đất khổ
Xơ xác trong nhau những ánh mắt chờ

Tấm áo ngụy trang bạc ngày gió núi
Che nắng lửa trời che tháng mưa rơi
Đêm trũng Túy Loan trùng trùng bóng tối
Pháo giặc bay ngang Đà Nẵng ngậm ngùi

Phố cũ xa ơi vàng đèn có nuối
Ngột ngạt đêm hè tiếp giấc mong manh
Vẫn sống cầm hơi trong vòng đai hẹp
Thêm bước qua ngày vàng mộng hay xanh?

Đêm bỏ Hòa Ninh, đêm bỏ Nam Ô
Tháng ba quân đi đường dân đứng chờ
Phi cơ đậu im giữa lòng khuya mở
Thì giã từ quê ai mấy kẻ ngờ

Tháng ba Sài Gòn, tháng tư Xuân Lộc
Đêm trăng âm thầm đơn vị Trảng Bom
Đất đỏ bụi mù quân đi về núi
Chiến trận gần xa ai biết mất còn?

Tháng tư lạnh trăng bạc đêm Bình Giã
Sống chết đường hoang một ngả lui quân
Đất Đỏ chào nhau còn đây sự sống
Đồi trọc nhìn quanh lính mơ thị thành

Thôi Sài Gòn ơi đã không về nữa
Qua phố chào gì Bà Rịa Phước Tuy
Xôn xao bồ câu vui trên tháp nước
Đường xa đóng quân tháng tư chờ gì?

Vài ba tháng đi vài ba tháng nhớ
Chân cầu vừa gãy, Cỏ May chơ vơ
Nằm bên này sông chị cho cơm trắng
Đôi nắm lót lòng đợi chiến trận to…

Vài ba tháng đi đứng đây bỡ ngỡ
Bến Đá pháo về bạn chết như mơ
Thả súng biển xanh, khóc anh, ngần ngại
Sau lưng Gò Công trước biển dặm mờ

Cuối một đường xa tháng không từ tạ
Chỉ cặp thẻ bài lủng lẳng theo ta
Số súng – số quân – số nhà – số tuổi
Chưa biết số ngày nương tạm phương xa.

Hello Sài Gòn

Hello Sài Gòn ngã tư Bảy Hiền vàng điện
Đoàn quân xa đêm Lữ Đoàn di quân
Có lúc anh theo em về vùng đất đó
Trại Hoàng Hoa Thám mất rồi cùng những cánh dù bung

Hello Sài Gòn Tân Sơn Nhất mông lung
C130 hạ Tiểu Đoàn về ứng chiến
Tuổi 19 dần chai trong những ngày dâu biển
Đất nước co dần kẻ lớn lẳng lặng dông!

Hello Sài Gòn tháng cuối trông mong
Những Phù Đổng con súng còn đạn thiếu
Qua sông ở Phước Tuy bỏ mọi điều tất yếu
Để được trồi lên sống sót quay về

Hello Sài Gòn từ đó xa quê
Em hỏi tôi… [chưa lần về em nhỏ].

Nguyễn Nam An

Trương Thìn by Đinh Cường

NGUYỄN NGỌC NGẠN

Sinh ngày 4-5-1946 tại Sơn Tây. Trước 1975, giáo sư; sau 1979, bán bảo hiểm, viết văn, làm băng đọc truyện và video…Vượt biển và định cư lại Canada từ 1979.
Có bài đăng trên nhiều báo tại hải ngoại như: *Làng Văn, Phụ Nữ Diễn Đàn, Văn, Văn Xã, Thế Giới Ngày Nay, Thế kỷ 21, Hồn Việt, Việt Nam Hải Ngoại, Dân Chúa, Chiêu Dương, Chuông Sài Gòn, Tiểu Thuyết Nguyệt San, Văn Nghệ Tiền Phong, Thời Báo, Lửa Việt, Sóng, Nhân Chứng, Chứng Nhân, Việt Chiến, Dân Quyền, Kháng Chiến, Canh Tân, Ái Hữu, Tin Tức, Rạng Đông, Việt Nam Nhật Báo, Bạn Việt, Đồng Nai, Đông Phương Thời Luận, Diễn Đàn Thủ Đô, Hoa Thịnh Đốn Việt Báo...*

Tác phẩm đã xuất bản:
The Will Of Heaven ("a story of one Vietnamese and the end of his world", E.E. Richey biên tập, NY: Dutton, 1982; Văn Lang 1988)– *Truyện Ngắn Nguyễn Ngọc Ngạn* (Nhân Chứng, 1982; Làng Văn 1985, 1989) – *Màu Cỏ Úa* (Chiêu Dương, Úc, 1985, Xuân Thu Hoa Kỳ, 1987) – *Nước Đục – Lúc Gần Sáng* (Viet Publications, 1985; Nam Anh 1988; Làng Văn 1989) – *Sân Khấu Cuộc Đời – Biển Vẫn Đợi Chờ* (Viet Publications, 1984; XT 1987) – *Những Người Đàn Bà Còn Ở Lại – Trong Quan Tài Buồn – Một Lần Rồi Thôi – Sau Lần Cửa Khép – Đếm Những Mảnh Đời – Trên Lối Mòn Hậu Chiến – Trong Sân Trường Ngày Ấy – Ngày Buồn Cũng Qua Mau – Dung Nhan Người Góa Phụ – Cõi Đêm –Chính Khách – Người Đàn Bà Đi Bên Tôi – Chút Ân Tình Mong Manh – Quay Trong Cơn Lốc – Dấu Chân Xưa –Sân Khấu Cuộc Đời* (Văn Khoa, 1986, 1988) – *Nhìn Lại Một Thập Niên.*
Ngoài ra, đã dịch 12 cuốn truyện thiếu nhi (song ngữ Anh-Việt, in tại Đài Loan)

Dốc đứng

Chẳng bao giờ Hựu có thể mường tượng nổi cái nghèo lại ập đến với chàng một cách bất ngờ và tàn bạo như thế. Thành phố kỹ nghệ vốn có tiếng là sầm uất nhất nước, nơi chàng định cư hơn sáu năm nay, bỗng một sớm một chiều thay đổi hẳn bộ mặt. Các hãng xưởng thi nhau sa thải công nhân, sinh hoạt thương mại mọi ngành tê cứng lại, thoi thóp trong cảnh nằm chờ chết. Bao nhiêu năm qua, từ thuở Hựu còn cắp sách đến trường, đã nghe người ta nói đến chu kỳ suy thoái hoặc khủng hoảng trong nền kinh tế tư bản như một thứ qui luật tất yếu của hệ thống cung cầu tự do. Các lý thuyết gia miệt mài tìm hiểu và cắt nghĩa hiện tượng để tìm phương thức ngăn chặn, nhưng thực tế vẫn khắc nghiệt xảy đến, không cách nào tránh khỏi.

Khoảng thời gian này hai năm về trước, cuộc sống của Hựu trải rộng trước mắt, thênh thang một viễn tượng màu hồng rực rỡ. Giả như cứ trơn tru tiến bước như chàng dự phóng thì chỉ vài năm nữa, Hựu có thể an nhàn hưởng thụ, về hưu ở tuổi mới ngoài bốn mươi.

Đặt chân vào ngành địa ốc đúng thời điểm thị trường bắt đầu bốc mạnh, chẳng cần bao nhiêu kinh nghiệm nghề nghiệp, Hựu cũng đã nhanh chóng thành công, gây dựng được một số vốn khá lớn. Mà không phải riêng Hựu. Những tay hiền lành và thầm lặng nhất trong cộng đồng, không có vẻ gì là thích hợp với vai trò trung gian mua bán, thế mà gặp lúc cơn sốt nhà cửa tăng vọt, họ cũng kiếm tiền dễ dàng như trở bàn tay. Cái nghề làm chơi ăn thiệt, thời khóa biểu hết sức linh động, chẳng ai gò bó. Mỗi ngày thức giấc khi trời đã sáng rõ, lang thang ra quán cà phê, có khi chỉ trong câu chuyện thường đàm vớ vẩn với một người không thân thiết lắm cũng nảy ra một thương vụ béo bở. Lâu lâu tạt vào công ty, nhìn những khuôn mặt rạng rỡ của đồng nghiệp, đùa giỡn xôn xao như trẻ thơ đón Tết, chia sẻ với nhau toàn những tin vui. Có đêm cao hứng tụ tập bằng hữu ở quán nhậu, đốt tiền không chút đắn đo, nói chi đến những màn tắm hơi, hưởng lạc... là điều dường như không thể thiếu được khi người đàn ông thấy mình dư giả. Phú quí sinh lễ nghĩa, hội hè đình đám trong thành phố, nhóm nào ngỏ lời xin ủng hộ, Hựu cũng rộng lượng ký *cheque* ngay. Chàng tặng quà cho thí sinh dự thi hoa hậu, phát giải cho các em trong dịp Tết Trung Thu, góp phần bảo trợ đồng bào ở trại tị nạn... hầu như chỗ nào tên chàng cũng được long trọng nhắc đến như một Mạnh Thường Quân hào phóng nhất. Chàng nghiệm ra một chân lý của cuộc đời là không có gì thoải mái bằng được sống giữa xã hội văn minh mà không phải lo sinh kế. Y phục xứng kỳ đức! Mới ngày nào quần jean áo bạc vật lộn với máy móc trong hãng xưởng, bây giờ Hựu nhanh chóng lột xác, lôi về bốn năm bộ vest thời trang của Harry Rosen, chú ý đến màu sắc của từng chiếc sơ mi, cà vạt và bí tất, bộ nào ra bộ nấy. Chàng mướn dài hạn chiếc BMW bốn cửa, gắn điện thoại trong xe và cẩn thận hơn, mua thêm cái *beeper* gài ở cạp quần, vẫn chưa đủ. Ít lâu sau, Hựu lại sắm thêm cái điện thoại *cellular* cầm tay như một cái *mode* cần thiết để chứng tỏ với bá tánh là lúc nào chàng cũng bận rộn. Cái *phone* ấy, lắm khi không cần thiết, chàng vẫn sử dụng ngay trên đường phố hoặc trong quán cà phê đông người để thiên hạ thấy rõ phong độ chuyên nghiệp của mình, cũng như bộ *tuxedo* đắt tiền chàng mua chơi, mặc dù chưa có cơ hội mặc thử.

Mới đó mà mọi chuyện đã trở thành dĩ vãng tưởng như xa xôi lắm. Thị trường địa ốc đang nóng bỏng, nhà cửa đang lên giá vùn vụt thì bỗng dưng dừng hẳn lại rồi tụt nhanh như chiếc xe trên triền dốc đứng. Lạ quá! Sao lại như thế được? Nhà đất đâu phải là chim cút mà hôm nay còn là tài sản kếch xù, ngày mai đã trở thành vô dụng? Từ nay đến 1997, dân Hồng Kông còn kéo sang nườm nượp thì lý do gì nhà bỗng mất giá? Hựu không tin. Đồng nghiệp của chàng cũng nhất định ngờ vực. Chắc chỉ đứng giá tạm thời trong ít lâu rồi đâu lại vào đấy. Thì cứ nhìn sang New York sẽ thấy ngay. Một mảnh đất nhỏ nhoi chỉ căng đủ cái lều giữa khu thị tứ cũng đáng giá cả trăm ngàn Mỹ kim. So với thị trường ấy, vùng đất này đã thấm vào đâu! Toàn những luận cứ để tự an ủi và xoa dịu lẫn nhau nhưng thực tế vẫn trái ngược, cảnh "bể dâu" vẫn diễn ra, đem ê chề cho bao nhiêu người trong thành phố. Một tháng chính phủ tăng lãi suất ba lần, lại đúng vào lúc hiệp ước thương mại *free trade* vừa có hiệu lực khiến những nhà đầu tư lâu năm rút gần hết vốn liếng về Mỹ và chuyển hướng sang Mễ Tây Cơ, nơi có lực lượng lao động dư thừa và rẻ mạt.

Ngày ngày Hựu đến văn phòng, đăm chiêu đàm luận với các đồng nghiệp, bàn ra tán vào toàn những lời lẽ ưu tư chất chứa. Những giọng cười sảng khoái tự tin, những cử chỉ nghênh ngang ngạo nghễ biến đâu mất cả để chỉ còn lại không khí trang nghiêm của một công ty địa ốc vừa bước sang một khúc rẽ nặng nề. Làm gì còn những ngày *open house* mới sáng sớm đã hàng loạt người ùa vào xem, hăm hở ký *offer* trả giá! Làm gì còn cái thuở mà những căn nhà cổ lỗ, ọp ẹp, hàng đàn gián bình thản nối đuôi nhau dạo quanh tường mà vẫn có người sẵn sàng dọn vào! Còn đâu nữa cái thuở vàng son một căn nhà lên *list* chưa đầy ba ngày đã bán xong và thậm chí có lần chính Hựu đã bán cái *condominium* hoàn toàn trên giấy tờ, khách hàng không thèm đến coi, bởi họ chỉ cốt ý mua để sang tay kiếm lời mà thôi! Ngày trước đi làm trong nhà máy, hằng tuần háo hức chờ lãnh tấm *cheque* hơn 400, Hựu đã thấy cuộc sống tương đối ổn định rồi. Sang ngành địa ốc, mỗi lần bán căn nhà nhỏ, tiền *commission* chỉ một hai ngàn, chàng nhìn tấm *cheque* khinh bỉ vì thấy thua sút nhiều đồng nghiệp trong hãng. Lâu lâu ra phố hoặc đi dự tiệc, tình cờ gặp lại những người bạn cũ vẫn còn bám lấy công việc *ở nhà* máy, chàng nao nao tội nghiệp và càng hãnh diện vì mình đã sáng suốt chuyển nghề đúng thời điểm.

Nhưng sông có khúc, người có lúc. Cuộc đời chẳng biết thế nào là khôn dại. Bây giờ thì Hựu đến văn phòng thường xuyên hơn, lý do giản dị là khách mua nhà biến đâu hết cả. Mỗi ngày lật nhanh tờ báo, lớn tiếng bàn bạc về chính trị, một lãnh vực mà chàng chưa bao giờ để ý đến. Chính trị ở đây không phải là vấn đề chống Cộng cứu nước hay tình hình biến chuyển của Đông Âu mà là phê phán chính phủ Canada bất tài, giết chết nền kinh tế đang phồn thịnh, đưa cả nước vào chu kỳ suy thoái, gây bao nhiêu cảnh dở khóc dở cười cho bá tánh. Đầu thập niên 80, những thành phố lớn ở Manitoba, Alberta, Texas... cũng đã từng lâm vào cảnh này, nhưng người ta dễ dàng thông cảm bởi biết rõ nguyên nhân là dầu hỏa. Còn ngày nay thì vô lý quá. Thành phố đang như chàng trai sung sức, đột ngột lâm bệnh liệt giường liệt chiếu và Hựu thấy chỉ có thể cắt nghĩa được tình trạng này bằng nguyên cớ duy nhất là chính phủ ngu ngốc!

Ở văn phòng địa ốc, chẳng phải một mình Hựu đau khổ. Hầu như ai cũng ít nhiều điêu đứng và nếu cứ đà này thì chỉ vài tháng nữa cả công ty sẽ sập tiệm. Công ty sập tiệm không quan trọng lắm, bởi vì thảm cảnh đích thực của Hựu không phải là chỉ mất cái *job* nhàn hạ và sung túc này, mặc dầu chàng có tiếc thật. Mối lo gan ruột làm chàng mất ăn mất ngủ hiện nay là chàng đang cõng trên lưng tới ba căn nhà, một để ở, hai để đầu tư, mà cả ba gánh nặng ấy đều chỉ trông vào nguồn lợi tức duy nhất chàng kiếm hằng tháng. Chàng cũng có cho người thuê, nhưng nhà mua vào lúc giá quá đắt mà chàng đặt cọc không có bao nhiêu, giật đầu này đắp đầu kia theo kiểu mượn đầu heo nấu cháo, cho nên tiền cho mướn thu được hằng tháng không bao giờ tự trả nổi *mortgage*. Chàng vẫn phải lấy *credit* của mình bù đắp, hy vọng nhà lên giá thì tống ngay đi kiếm chút cháo. Đàn anh trong nghề bảo

Hựu: "Làm nghề bán nhà muốn khá phải biết đầu tư. Chỉ ăn *commission* thì suốt đời không bao giờ giàu được". Câu chỉ dẫn đầy kinh nghiệm ấy, giờ đây đang trở thành cái án tử cho Hựu và đồng nghiệp.

Không có khách, Hựu vẫn kiên nhẫn đến văn phòng ngồi chờ hoặc lang thang ra quán cà phê tiêu nốt những đồng bạc khan hiếm cuối cùng, vẫn đăng quảng cáo dài hạn và theo dõi báo chí địa phương, đợi chờ một phép lạ khiến thị trường địa ốc sống lại. Hai căn nhà của Hựu cắm bảng *"for sale"* đã cả năm nay, chỉ có một người hỏi và không hề trả giá. Hàng loạt các căn nhà khác thiên hạ nhờ Hựu lên *list* cũng chìm trong im lặng. Có người sốt ruột khuyên Hựu nên giao nhà của chàng cho ngân hàng, đừng nuôi thêm hy vọng hão huyền nữa. Đau lâu tốn thuốc! Giữ lại ngày nào, phí tiền ngày ấy. Nhưng Hựu không đành lòng, phần vì tiếc của, phần vì vẫn còn tin rằng thị trường sẽ phải phục sinh, không thể cứ trì trệ mãi thế này được. Vả lại, giao nhà cho ngân hàng cũng chẳng giải quyết được gì, bởi lúc mua, Hựu đặt cọc quá ít, nợ nhà băng quá nhiều. Nhà băng phát mại khi nhà xuống giá, thu không đủ phần tiền chàng nợ, có nghĩa là chàng chẳng những đã mất nhà mà vẫn còn thiếu ngân hàng thêm mấy chục ngàn nữa. Đúng là cái vũng lầy Hựu lỡ bước chân xuống, rút ra không được mà càng cựa quậy càng lún sâu thêm. Thực chất con người Hựu vốn không phải là kẻ ưa bốc đồng, vung tay quá trán. Chính Hựu cũng biết giá nhà tăng một gấp đôi, gấp ba trong hai năm 87 và 88 không phải là giá trị đích thực của căn nhà, mà do yếu tố tâm lý quần chúng tạo nên. Chẳng qua vì bị lôi cuốn theo nỗi háo hức chung ấy, cộng thêm một chút bất cẩn khi tính toán và một chút lạc quan quá trớn trong khi phân tích thị trường mà ngày nay chàng phải đối diện một bài toán hóc búa hầu như không có giải đáp.

Hơn một năm không có lợi tức, *credit line* hai mươi ngàn đã gần hết, hai cái thẻ tín dụng cũng đụng tới *limit,* vài món nợ tư nhân lãi suất cắt cổ, tháng tháng chỉ trả tiền lời cũng đủ làm Hựu hụt hơi. Chàng không biết tính toán thế nào để tìm cho ra lối thoát, cả ngày cứ đăm chiêu suy nghĩ, mấy lần ngồi trên xe vượt cả đèn đỏ suýt gây tai nạn. Về nhà, chàng đứng ngồi không yên, chán ngán nhìn những hóa đơn gửi đến dồn dập. Hai đứa con xúm lại kể chuyện, Hựu hững hờ ra mặt và đôi khi bẳn gắt vô cớ. Hựu hay đứng thẫn thờ ở cửa sổ, ngó ra khu vườn sau, nơi chàng đã chăm chút bãi cỏ xanh tươi và hàng cây ăn trái, nao nao nhớ lại hôm ăn tân gia, bạn bè kéo đến đông đảo, ai cũng trầm trồ khen ngợi. Có người bảo:

"Hai vợ chồng với hai đứa con, mua nhà lớn quá, ở sao cho hết!"

Họ nói đúng. Nhà Hựu lớn thật. Nhưng mai kia sẽ vừa vì gia đình bên vợ chàng sắp qua thêm bốn người nữa. Và để chuẩn bị đón tiếp, Hựu chiều vợ, sắm sửa tất cả mọi thứ cần thiết mà vợ chàng yêu cầu.

Bây giờ thì tình hình đã biến đổi, không chắc cái ngày thân nhân bên vợ Hựu qua, họ còn có dịp chui vào căn nhà thênh thang này nữa. Bởi chính Hựu cũng không nắm vững được là chàng sẽ còn ở đây cho đến bao giờ! Mỗi khi thơ thẩn dạo quanh vườn, Hựu buốt nhói hình dung chỉ trong một tương lai rất gần, chàng sẽ đánh mất tổ ấm này, nếu không có một phép lạ. Mà phép lạ nào bây giờ, ngoại trừ trúng Loto 6/49 Hựu vẫn mua hằng tuần.

Một hôm có người điện thoại đến ngỏ ý muốn mua nhà. Buồn ngủ gặp chiếu manh, chưa biết có hy vọng gì không nhưng Hựu bật dậy, ăn mặc chỉnh tề lấy lại phong độ rồi phóng xe đi ngay đến điểm hẹn. Khách là một người đàn bà trẻ, dắt theo đứa con chừng năm tuổi, đứng chờ Hựu trước cửa một cao ốc trên đường Jane. Hựu dừng xe, bước xuống niềm nở chào rồi vỗ nhẹ vào vai đứa bé, vui vẻ hỏi:

"Cháu tên gì?"

Không chờ nó trả lời, Hựu mở cửa mời hai mẹ con lên xe và nhập đề:

"Tôi là Hựu, chị biết rồi. Xin lỗi, tôi chưa được biết quí danh chị?"

"Dạ, tôi tên là Liễu".

Hựu chuyển mục:

"Chị mua nhà lúc này có hai cái lợi lớn. Thứ nhất là giá nhà đã xuống nhiều, và thứ hai là chị có nhiều cơ hội để chọn lựa, không như mấy tháng trước".

Liễu quay lại phía sau bảo con cài *seat belt* rồi gật đầu:

"Vâng, hồi đó tôi cũng định mua, nhưng thấy người ta chụp giựt quá thành ra tôi hoãn lại".

Hựu thăm hỏi chi tiết về sở thích của khách: Nhà loại gì, nhằm mục đích thương mại hay thuần túy để ở, mấy phòng ngủ, khu vực nào, gần trường học, trạm xe bus, subway v.v... để rồi cuối cùng chàng đề nghị đưa mẹ con Liễu về văn phòng, dò *computer,* chọn cho nàng căn nhà thích hợp. Liễu ngần ngại từ chối:

"Thôi, khỏi mất công anh. Anh cứ cho mẹ con tôi đi coi vài căn, được thì tôi lấy".

Hựu chiều ý:

"Vâng, vậy cũng được. Nhưng bữa nay chắc không coi được nhiều, bởi chị gọi bất ngờ, tôi mới chỉ lấy hẹn được hai ba căn. Giờ này phần lớn chủ nhà đều đi làm. Nhà thì rất nhiều, nhưng phải hẹn trước lấy chìa khóa".

Liễu vui vẻ:

"Coi hai ba căn cũng đủ mệt rồi. Mai tiếp".

"Vâng, tối nay tôi lấy hẹn, ngày mai đưa chị đi coi cả ngày cũng được".

Rồi Hựu theo thói quen nghề nghiệp:

"Ai giới thiệu tôi cho chị?"

"Tôi đọc quảng cáo trên báo".

Hựu gật đầu, à nhỏ một tiếng. Liễu tò mò hỏi lại:

"Lúc này nhà còn bán được không anh?"

Hựu nhấn mạnh:

"Vẫn được chứ chị! Giảm đôi chút, chừng ba mươi phần trăm thôi!"

Nói dứt câu, Hựu nén tiếng thở dài và lảng sang đề tài khác. Chàng thấy ngượng vì lời phát biểu lạc quan của chàng không đúng với sự thật. Hựu càng ngượng hơn khi liếc mắt nhìn qua bên cạnh, thấy rõ trong ánh mắt Liễu thoáng hiện vẻ ngờ vực và chế giễu. Một người bình thường nhất cũng biết rõ rằng trong cơn suy thoái kinh tế hiện nay, vấn đề nhà cửa đang làm điêu đứng cả thành phố, và đặc biệt, cộng đồng Việt bị tác hại trầm trọng bởi sự đầu tư quá đà, đua nhau mua nhà theo trào lưu thôi thúc, gần như tham dự một trò chơi cờ bạc. Có người mua căn nhà quá lớn, vượt hẳn khả năng tài chánh của mình. Có người đáng lẽ chỉ nên sắm một căn thì lại lạc quan vay thêm *second mortgage để* tậu thêm hai ba căn khác. Kinh tế cứ bình thường, gồng mình trả nợ ngân hàng cũng đã đủ mệt rồi, huống chi gặp lúc suy thoái. Những sắc dân như Ý, Bồ Đào Nha… vẫn còn mua bán lai rai, chứ riêng cộng đồng Việt thì mãi lực trên thị trường địa ốc lúc này kể như đã hoàn toàn câm lặng.

Im lặng một lúc, Hựu hỏi:

"Chị định mua nhà giá bao nhiêu?"

Liễu không suy nghĩ:

"Chừng ba trăm ngàn trở lại".

Hựu hơi giật mình, vừa mừng vừa lo. Đang rách, bán

được căn nhà cỡ này là tốt rồi. Nhưng kinh nghiệm cho thấy, đưa khách đi coi nhà mà chỉ có riêng vợ hoặc chồng thì thường chẳng bao giờ thành công, chẳng bao giờ *close* được cái *deal* dù to hay nhỏ. Biết bao nhiêu lần người vợ đã dứt khoát quyết định, rồi anh chồng chỉ chê một tiếng, chuyện lại không đi đến đâu. Và ngược lại, người chồng hăm hở đòi ký giấy *offer*, vợ nhíu mày lắc đầu, Hựu lại ra về tay không. Bởi vậy, để tiết kiệm thì giờ, Hựu luôn luôn đòi có mặt cả hai vợ chồng khi anh đưa đi xem nhà. Ở Bắc Mỹ này, căn nhà là sự nghiệp một đời, không phải một món hàng tiêu dùng vớ vẩn, cho nên khách hàng nào cũng cân nhắc tỉ mỉ trước khi đặt cọc. Hựu dè dặt thăm hỏi:

"Nhà ba trăm ngàn, mua lúc này là nhà khá lớn đây. Gia đình chị có đông người không?"

Câu hỏi ấy chỉ là cách nhập đề lung khởi để Hựu khám phá cái điều chàng cần biết là Liễu có chồng hay không! Nếu có, Hựu sẽ hẹn ngày mai hoặc một ngày cuối tuần để cả hai cùng hiện diện. Liễu bình thản đáp:

"Ở không hết thì cho mướn, phụ trả tiền nhà".

Câu trả lời vẫn chưa đúng ý. Hựu lại vòng vo kể:

"Hôm trước có hai vợ chồng nhờ tôi đưa đi coi căn nhà ở đường Bloor. Cả hai vợ chồng đều thích lắm, đồng ý ký giấy *offer*. Phút chót bà mẹ vợ đòi đi coi. Bà cụ chỉ chê có cái cầu thang hơi dốc, thế là cả nhà đổi ý, không mua nữa. Thành ra, đi coi nhà nên dẫn cả nhà cùng đi. Hoặc ít ra là những người có quyền quyết định". Liễu cười:

"Tôi toàn quyền quyết định, anh cứ yên chí!"

Xe dừng lại trên đường Dufferin trước một căn nhà gạch hẹp ngang và sâu hun hút. Đó chính là căn nhà của Hựu đang cho mướn. Hựu mở cửa xe cho mẹ con Liễu và giải thích:

"Nhà này bốn phòng, chưa kể *basement*. Cho thuê rất tiện vì có lối đi riêng bên hông".

Chàng bước lên thềm, đưa tay ấn chuông, chờ một lát rồi lấy chìa khóa riêng mở cửa mời Liễu vào. Chàng bật đèn rồi dẫn hai mẹ con đi một vòng khắp các ngõ ngách, xuống cả *basement* và chui ra cái sân nhỏ phía sau. Chàng toan đưa Liễu lên lầu nhưng biết có người trên đó nên chỉ đứng ở chân cầu thang và bảo:

"Trên đó hai phòng ngủ, rộng rãi lắm!"

Nét mặt Liễu bình thản đến độ hờ hững. Có lẽ nàng chê căn nhà cũ quá! Hựu đoán thế và lên tiếng phân trần:

"Nhà trong phố thì căn nào cũng đại khái như thế này. Nhưng được cái tiện đường xe bus. Bước ra cửa là có trạm xe ngay. Xéo bên kia là trường học".

Liễu gật đầu theo Hựu ra cửa. Đứa con nàng đứng trên thềm chỉ tay ra phía ngã tư và nói:

"Mẹ ơi, McDonald kìa!"

Hựu vừa khóa cửa vừa quay lại bảo:

"Cháu muốn ăn McDonald hả? Được, lên xe đi, chú đưa qua".

Liễu nói bâng quơ:

"Tối ngày chỉ ăn toàn đồ ăn Tây, thức ăn Việt, món nào nó cũng chê!"

Rồi nàng cúi xuống bảo đứa bé:

"Con ăn gì thì cho bác biết, bác mua cho. Hamburgerhay Big Mac?"

Nghe câu nói dịu dàng và lịch sự của Liễu, đến mấy phút sau, ngồi trong xe Hựu mới nhận ra sự vô lý của nó: Dường như Liễu coi việc mua McDonald cho con nàng là một bổn phận tự nhiên của Hựu. Có nghĩa là, khi một người *agent* đưa khách đi coi nhà, thì phải mời khách ăn trưa luôn, dù chưa biết người ấy sẽ có mua nhà hay không! Dĩ nhiên, cho đứa nhỏ ăn một chầu McDonald đến vỡ bụng cũng chẳng tốn bao nhiêu. Nhưng Hựu thấy buồn lòng vì Liễu coi đó là trách nhiệm tự nhiên của người bán nhà.

Và cứ thế, liên tiếp trong ba ngày. Buổi sáng, khoảng 10 giờ, Hựu đem xe lại đón. Chạy vòng vòng coi nhà, ghé tiệm phở ăn trưa, tạt vào McDonald mua hamburger cho đứa bé, rồi chiều tối lại chở mẹ con Liễu về. Tính ra, từ đông sang tây, cả chục căn rồi mà Liễu vẫn chưa ưng ý. Cũng không sao, lúc này Hựu rảnh rỗi lắm. Vả lại, kinh nghiệm nghề nghiệp cho thấy khách hàng nhiều người rất khó tính, bán buôn phải chiều khách là điều tự nhiên.

Sang ngày thứ tư, Hựu phone cho Liễu để lại đến thì nàng thẳng thắn bảo Hựu:

"Thôi, anh khỏi tới nữa. Tôi đổi ý, không mua nhà nữa. Định dùng tiền để mở *business.* Anh cảm phiền vậy!"

Hựu níu kéo vài câu rồi buông điện thoại. Chàng thờ thẫn lái xe đến văn phòng. Công ty địa ốc lúc này vắng ngắt, tiếng phone lâu lắm mới lại vang lên. Đồng nghiệp quá nửa đã bỏ nghề đi tìm việc khác. Và đó mới thực là một thảm cảnh. Người ta đi lên thì thênh thang, đi xuống thì quá vất vả. Đã quen nghề tự do ăn trắng mặc trơn, đã quen tiêu pha rộng rãi, bây giờ quay về hãng xưởng giờ giấc bó buộc, đồng lương cố định, người nào cũng cảm thấy tù túng khó chịu. Mà nói thế thôi chứ lúc kinh tế suy thoái, muốn tìm một công việc bảy tám đồng trong xí nghiệp cũng hết sức lao đao, không phải dễ kiếm.

Cô thư ký của hãng địa ốc gật đầu chào Hựu rồi trao cho chàng một xấp *message* người ta gọi tới lúc Hựu vắng mặt. Chàng đón lấy, liếc nhanh từng tờ và ngao ngán thở dài. Toàn những số điện thoại và những cái tên quen thuộc. Hai tờ báo đòi tiền quảng cáo đã nửa năm nay Hựu chưa trả. Hãng xe yêu cầu chàng gọi lại vì tháng rồi chàng ký *cheque* không tiền bảo chứng. Hựu thấy xấu hổ với chính mình bởi thực chất con người chàng vốn tự trọng, luôn luôn đề phòng những tai tiếng về tiền bạc. Không ngờ hoàn cảnh đưa đẩy chàng vấp phải cái lỗi mà chàng không bao giờ muốn phạm.

Hựu lật tiếp mấy mẩu giấy nhắn tin. Một người thuê nhà gọi chàng đến thụt lỗ cầu tiêu bị nghẹt. Một người khác báo tin cho Hựu biết cuối tháng này sẽ dọn ra, không mướn căn nhà của Hựu ở đường Dufferin nữa. Hựu đau nhói trong lòng tuy không ngạc nhiên lắm bởi người đó đã ngỏ ý từ tháng trước. Hựu bất đắc dĩ phải giảm giá thuê nhưng người ta thất nghiệp phải dọn ra để nhập chung với gia đình người quen.

Hựu bước vào bàn của mình, mệt mỏi ngồi xuống, đưa mắt nhìn quanh. Sâu tít trong góc phòng, Hựu thấy Phiên đang khoắng cà phê. Cả công ty, có lẽ chỉ còn mình Phiên đứng vững. Ông là một tay địa ốc già dặn và cẩn trọng. Chính ông đưa Hựu vào nghề và thường ân cần giảng cho chàng những kinh nghiệm hữu hiệu của công việc bán nhà. Và cũng chính ông thường khuyên Hựu phải nắm lấy thời cơ để đầu tư bất động sản. Ông lấy tờ giấy, viết những con số và bảo Hựu:

"Nếu ông có một trăm ngàn, đem gửi ngân hàng, lãi suất khoảng 8 hay 9%, *compound interest*, thì tám năm sau, một trăm ngàn sẽ tăng gấp đôi, nghĩa là ông có hai trăm ngàn. Nhưng cái trăm ngàn tiền lời đó sẽ phải nộp thuế, thành ra chỉ còn khoảng sáu chục ngàn thôi. Lại phải nhớ rằng, mức lạm phát chính thức mà chính phủ công bố hằng năm là 4.5 đến 5%. Nghĩa là cứ một đồng bạc năm nay thì chỉ trị giá 95 xu năm tới. Ông làm một con tính, ông sẽ thấy tổng số tiền lời một trăm ngàn, sau khi trừ thuế và trừ tỷ lệ lạm phát, ông chỉ còn chừng bốn chục ngàn. Chưa kể, trong tám năm đó ông vẫn phải đi mướn nhà trả tiền thuê hằng tháng. Thành ra bao nhiêu tiền lời chỉ để trả tiền mướn nhà. Cho nên thà rằng ông đem một trăm ngàn mua nhà. Nhà có lúc lên lúc xuống, nhưng chỉ là nhất thời thôi, **về** đường dài, nhà không bao giờ lỗ. Lúc lên, ông biết lợi dụng thời cơ. Lúc xuống, phải cố gắng cầm cự để chờ thời!"

Những điều Phiên nói ra không phải chỉ là lời rao hàng của một chuyên viên địa ốc nhằm dụ dỗ người ta mua nhà, mà là những dữ kiện có thật dựa trên các thống kê của nhiều giáo sư đại học chuyên về tài chánh. Trong suốt ba mươi năm qua, từ 1960 đến 1990, ngành đầu tư đã chứng tỏ rằng nhà cửa đem lại lợi nhuận cao nhất, vượt cả thị trường chứng khoán, vàng bạc và công khố phiếu. Canada Savings Bonds là phương thức đầu tư vững chắc nhất, có lúc tiền lời lên đến 19.5% như năm 1982, nhưng tính đổ đồng nhiều năm thì lãi suất trung bình chỉ là 7%, trong khi nhà đất được ghi nhận tới 12%. Dĩ nhiên những thăng trầm bất khả kháng của thị trường, lúc tăng vọt như điên dại, lúc mất giá một cách thảm thương, đều chỉ là những chặng đường ngắn ngủi rồi sẽ qua đi. **Về** lâu về dài, địa ốc vẫn là cái nôi an toàn của mọi người, miễn đừng coi đó là một canh bạc nhất thời.

Đồng nghiệp trong công ty không ngạc nhiên thấy Phiên thành công bởi ông là người mực thước, biết lui biết tiến. Nhờ vậy, giờ này, trong khi bao nhiêu đồng nghiệp điêu đứng thì ông rất bình thản bởi ông chỉ có một căn nhà để ở, *mortgage* nhẹ nhàng, thất nghiệp cũng không sao. Lúc thị trường lên cao điểm, ông cũng đã nắm bắt thời cơ, mua đi bán lại, sang tay nhanh chóng, mỗi căn kiếm chút ít ném dần vào căn nhà căn bản của gia đình ông, chuẩn bị tinh thần sẵn cho thời kỳ tuột dốc hôm nay.

Phiên bưng tách cà phê lại bên bàn Hựu, kéo ghế ngồi và hỏi:

"Hôm qua tôi thấy ông chạy bên phố Tàu đông. Tôi

bấm còi nhưng ông không để ý. Hình như ông chở mẹ con bà Liễu, phải không?"

Hựu ưỡn người dựa vào thành ghế, chán nản đáp:

"Đưa bà ấy đi coi cả chục căn mà chả ăn thua gì!"

Phiên uống hớp cà phê rồi nhìn Hựu chia sẻ:

"Ông bị tổ trác rồi!"

Hựu quay người lại, trố mắt nhìn. Phiên chậm rãi tiếp:

"Con nhỏ đó chuyên môn phá người ta không à! Ông thấy mặt mũi nó hiền lành dễ thương, nói năng tử tế cứ y như là *ma soeur*, ông lầm chết. Một thời thằng cha Hoạch chết lên chết xuống, xém bỏ vợ vì nó đây!"

Hựu càng tò mò:

"Ông nói nó phá là phá làm sao?"

Phiên kể:

"Con nhỏ đó làm gì có tiền mà mua nhà! Lãnh trợ cấp *single mother*, ở nhà chính phủ, tháng có mấy trăm bạc, làm sao mua nổi nhà! Hai mẹ con cứ lâu lâu lại mở báo biếu ra, lật trang quảng cáo rồi kêu đại một ông địa ốc đến, chở hai mẹ con đi chơi vòng vòng thành phố cho đỡ buồn. Thằng con đang nghỉ hè mà! Tôi bị rồi! Cả chục thằng bị rồi, chứ đâu phải riêng ông!"

Hựu thấy nghẹn ở cổ, lặng người không nói được gì nữa. Phiên bưng tách cà phê đứng dậy và buồn rầu tiếp:

"Mất thì giờ, tốn xăng vô ích mà còn phải mua McDonald cho thằng nhỏ nữa".

Hựu ngượng ngùng cười khẩy:

"Tai nạn nghề nghiệp!"

Phiên lắc đầu thông cảm, rủ Hựu đi uống cà phê nhưng

chàng thoái thác. Nói đúng ra lúc này Hựu ngại đi phố, tránh tụ tập ở các nơi công cộng. *Người buồn cảnh có vui đâu bao giờ!* Hai ba chủ nợ, hễ gặp chàng là túm lấy đòi tiền. Cái điện thoại cầm tay từ mấy tháng nay không dùng tới nữa. Chiếc BMW mướn dài hạn, cố gắng cầm cự để giữ phong độ bề ngoài, chắc chắn cũng chỉ nội tháng này phải trả lại vì tài chánh kiệt quệ. Chàng ngồi đăm chiêu một lúc rồi với tay ấn nút bật cái tivi nhỏ đặt trên chiếc kệ đóng cao trên tường, ông Tom Vu mặt tròn quay, đứng trên du thuyền bên cạnh hàng chục kiều nữ mặc bikini nằm phơi mông dưới ánh nắng, giữa đại dương lộng gió. Ông phồng mang trợn mắt thuyết phục thiên hạ đầu tư vào địa ốc để làm giàu. Bởi vì theo ông, nếu muốn có ngày được rong chơi bên bầy con gái như ông thì chỉ có con đường duy nhất là tạo mãi bất động sản. Giọng Anh văn nhà quê một cách cố tình của ông được lặp đi lặp lại cả trăm lần mỗi ngày trên băng tần quảng cáo độc quyền về nhà cửa. Đem một người Mỹ có bằng cấp cao ra biểu diễn chắc chắn sẽ không ăn khách bằng đưa một người tị nạn ít học làm tấm gương về sự thành công. Cho nên mặc dù Tom Vu có thể nói tiếng Anh khá hơn, các cố vấn của ông nhất định bắt ông phải giữ nguyên cách phát âm rất bình dân đó, để nhấn mạnh rằng: *If I can do it, anybody can do it!* Hựu cũng đã một thời say mê Tom Vu, bỏ thì giờ đến dự *seminar,* mua băng mua sách về học hỏi kinh nghiệm, mơ một ngày trở thành tay tư bản. Nhưng mộng chưa thành thì đã lâm vào ngõ cụt.

Hựu thở mạnh, tắt tivi và hững hờ mở tờ nhật báo ra xem. Lãi suất vẫn chưa có dấu hiệu gì là sẽ hạ thấp, mà các hãng xưởng thì đua nhau sa thải công nhân. Chàng quăng tờ báo, cầm xâu chìa khóa đứng dậy, uể oải bước ra cửa. Chàng vòng lối sau, men theo hành lang rẽ sang con đường nhỏ nơi chàng và bạn bè thường đậu xe. Bỗng thấy bên kia đường có bóng người quen, Hựu giật mình thụt lại, nấp vào gốc cây, đăm đăm ngó sang quan sát rồi nhẹ nhàng lùi dần, lùi dần cho đến khi chạm vào bức tường, quơ tay mở cửa và lao vội vào.

Chàng trở lại văn phòng, kéo ghế ngồi thở. Người đứng chờ Hựu ở đường hẻm phía sau *building* mà Hựu vừa chạy trốn chính là bà chủ hụi mà chàng thiếu nợ đã mấy tháng. Cơn sốt nhà cửa năm 88 như một thứ á phiện có ma lực quyến rũ đến nỗi Hựu hốt hụi non và đi vay lãi để lấy tiền đặt cọc! Bây giờ bình tâm nghĩ lại, chàng mới thấy mình quá vụng tính. Đóng hụi mà hốt non thì chẳng có thứ lãi suất nào nặng hơn! Vay lời của tư nhân cũng là một thứ dây thừng xiết cổ, thế mà chàng lại dùng cả hai phương thức ấy để *down* nhà. Thử hỏi bán một căn nhà lời bao nhiêu để bù lại khoản tiền lời chàng nộp cho chủ hụi và chủ nợ hằng tháng? Bây giờ thì tiêu tan mọi hy vọng mà mấy món nợ cứ phải gồng mình gánh trên vai. Chàng làm ăn trong cộng đồng, sống bám vào cộng đồng, nên chủ tâm giữ chữ tín đến mức tối đa, nhất là về mặt tiền bạc. Nhưng trời chẳng chiều lòng người. Đến nước này thì đành muối mặt trốn nợ. Chủ hụi điện thoại giục giã, chàng cứ khất lần mãi. Bất đắc dĩ bà phải đến tận văn phòng của Hựu và trách móc:

"Tôi biết đây là chỗ làm việc của ông, tôi không muốn nói chuyện tiền bạc, sợ mang tiếng cho ông. Nhưng ông không đóng hụi cho tôi thì tôi lấy tiền đâu để chồng cho người ta?"

Hựu ú ớ phân trần vài câu rồi ký chi phiếu dù chàng biết rõ trong trương mục không đủ số tiền chàng ký. Vài hôm sau chủ hụi đến tận nhà và nói thẳng, từ nay dứt khoát không nhận *cheque* của Hựu nữa. Cả hai cùng khổ sở. Hụi hè là một thứ tín dụng dựa trên lòng tin giữa những người quen biết nhau. Chính vì thế nó có tính cách dây chuyền, nương dựa vào nhau như những quân bài Domino, hễ một quân đổ thì những quân khác dễ dàng đổ theo. Hựu giật hụi, làm lung lay niềm tin của những tay khác khiến ai cũng nóng ruột đòi hốt hụi ngay vì sợ để lâu nguy hiểm. Bởi vậy, chủ hụi đôi khi bị giật mà vẫn phải ngậm đắng nuốt cay, không dám cho người khác biết.

Ngồi một lúc khá lâu, Hựu đứng dậy mon men tiến lại bức tường phía sau văn phòng, ngó qua cửa sổ. Chàng ngạc nhiên mừng rỡ vì thấy người đàn bà không còn ở đó nữa. Có lẽ chàng chỉ lo hão. Người ta tình cờ đi ngang chứ không chủ tâm đứng rình chàng. Tuy vậy, Hựu vẫn không dám ra ngay. Chàng đăm đăm quan sát một lúc cho chắc ăn. Chàng thấy một viên cảnh sát tiến lại đầu xe của chàng, ghi giấy phạt vì đã đến giờ cấm đậu. Hựu thở dài lẩm bẩm thành tiếng:

"Lại mất hai chục bạc!"

Cùng với tiếng than ấy, Hựu nhớ lại cái thời cực thịnh của mình hai năm về trước, chàng đậu xe bừa bãi khắp thành phố bất kể bảng cấm. Tiền Hựu kiếm dễ dàng mà *parking ticket* chỉ có mười đồng. Nhiều hôm nhận ba bốn tờ giấy vàng, Hựu nhìn khinh bỉ vì thấy món tiền không đáng để chàng bận tâm. Bây giờ thì hai chục đồng đã là lớn bởi cả năm nay Hựu không làm gì kiếm ra hai chục!

Chờ người cảnh sát đi khỏi, Hựu đẩy cửa bước ra, vừa đi vừa lấm lét nhìn quanh chiếc BMW của mình xem chủ nợ có ẩn núp đâu đó để xông ra chụp lấy chàng chăng! Hựu ngó sang bên kia con đường nhỏ. Chẳng có ai. Chàng tháo tờ giấy phạt nhét vào túi quần rồi mở cửa xe chui vào.

Về tới nhà, chàng thấy hai đứa con đang đuổi nhau trên sân cỏ, tiếng cười hồn nhiên vang lên từng chập. Bỗng dưng chàng đau nhói tội nghiệp vì chỉ nay mai chúng sẽ phải xa căn nhà này, quay về một cái *apartment* nghèo nàn nào đó, thiếu một khu vườn cho chúng đùa giỡn, một mảnh sân cho chúng tung tăng mùa hè. Hựu đặt chiếc Samsonite trên thềm, trước cửa ra vào rồi tiến lại chơi với các con. Quỳnh từ trong nhà bước ra, tay cầm tờ giấy, vui vẻ bảo Hựu:

"Em vừa phone cho anh, nhưng anh đi rồi. Có thư ở bên New York. Như vậy là chắc chắn gia đình em sắp qua".

Hựu cố nở nụ cười, làm bộ hớn hở:

"Ừ, bảo lãnh cả bảy tám năm rồi còn gì!"

Quỳnh thản nhiên tiếp:

"Họ bắt phải trả tiền vé máy bay trước. Mai anh ra mua *money order* gửi cho họ!"

Hựu quay mặt chỗ khác, che giấu nét bối rối. Điều này chàng đã biết từ lâu. Những năm gần đây chính phủ Canada không ứng tiền trước cho người đi đoàn tụ nữa, bởi cho vay thì nhiều mà thu lại được rất ít. Hơn thế nữa, kinh tế Canada càng ngày càng xuống dốc, mọi thứ chi tiêu công cộng đều phải cắt giảm. Biết thế, Quỳnh nhiều lần nhắc chồng mở hẳn một trương mục tiết kiệm đặc biệt, bỏ riêng ra một ngân khoản để bất chợt khi nào *Bộ Di trú* thông báo thì có ngay. Hựu đã làm theo và hứa với vợ là không bao giờ đụng đến món tiền tám ngàn Mỹ kim đó. Nhưng hứa là một chuyện. Gặp lúc túng quẫn, chẳng còn cách nào khác, chàng đành từ từ lôi ra trả *mortgage* mà Quỳnh không hề biết. Giờ này, nàng vẫn tưởng tiền vé máy bay cho gia đình nàng đã sẵn sàng và Hựu chỉ việc lấy ra. Hựu cố giữ giọng bình tĩnh:

"Bao nhiêu một người?"

"1250 Mỹ kim. Em tính rồi, tổng cộng mất tất cả chừng tám ngàn tiền Canada. Mai em đi với anh ra nhà băng. Gửi tiền xong, em đánh điện tín về cho bố mẹ em mừng".

Hựu miễn cưỡng gật đầu rồi lảng nhanh sang đề tài khác:

"Hôm nay có thư từ gì không em?"

Quỳnh gật đầu:

"Có. Em để trên bàn. Chắc là toàn *bill* thôi".

Hựu uể oải đứng dậy bước vào nhà. Chàng vừa cởi áo *vest* vừa tiến lại bàn ăn nhìn mấy cái phong bì xếp thành một xấp ngay ngắn. Từ bao nhiêu năm nay, mọi thứ chi tiêu trong nhà, hay nói đúng hơn, việc quản trị tài chánh gia đình hoàn toàn do bàn tay của Hựu, vợ chàng không can dự vào. Thư từ gửi đến, nếu không phải là của gia đình nàng từ Việt Nam, nàng không mở ra coi. Quỳnh giao hết mọi quán xuyến cho chồng và nàng tin ở khả năng của Hựu. Chính vì thế, cơn gia biến hiện nay đã trầm trọng lắm mà Quỳnh vẫn chưa nắm vững. Công việc làm ăn của Hựu gặp khó khăn, giá nhà trên đà tuột dốc, những tin tức ấy thì Quỳnh có biết, nhưng biết một cách đại khái và không cảm thấy lo ngại lắm bởi Hựu vẫn hàng ngày trấn an vợ. Những vay mượn chồng chất của Hựu ở ngân hàng, ngoài phố Tàu, Quỳnh hoàn toàn không được thông báo, cho nên giữa cảnh dầu sôi lửa bỏng như hôm nay, nàng vẫn bình thản như con chim làm tổ trên nóc nhà mà không biết căn nhà đang bốc cháy.

Hựu máng áo *vest* vào thành ghế, lật nhanh từng cái phong bì rất quen mắt mà không cần bóc ra chàng cũng biết là giấy đòi nợ của Visa và Mastercard. Chàng bỗng nhíu mày chú ý đến cái thư của sở thuế. Chàng lật đật mở ra coi và choáng váng suýt kêu lên vì con số mười một ngàn sở thuế đòi chàng phải trả do cái tội ngày trước gia nhập hệ thống AMWAY, đã ngây thơ nghe lời bạn bè, đi lượm biên nhận bậy bạ về khai *income tax* hai năm liên tiếp! Họa vô đơn chí! Chàng thở hắt ra, hai tay buông thõng, thừ người ngồi xuống ghế. Lâu lắm chàng mới uể oải đứng dậy tiến lại cửa sổ. Ngoài sân, nắng chiều còn trải dài trên thảm cỏ xanh mướt. Chàng thấy Quỳnh khom người đứng bên cạnh mấy cây hồng đang mùa nở rộ. Hai đứa con đuổi nhau trong vườn, giọng cười hồn nhiên vang lên từng chập.

Canada 1991

Nguyễn Ngọc Ngạn

NGUYỄN PHƯỚC NGUYÊN

Rời Việt Nam năm 1975 và định cư tại Hoa Kỳ khi vừa 12 tuổi. Đi học, đi làm, thất nghiệp, qua trại cấm *Chimawan* làm việc thiện nguyện, rồi về lại Hoa Kỳ đi làm tiếp tục. Nhiều đam mê nhất thời; dăm đam mê toàn thời. Thích gì thì tự tìm tòi, đọc và học từ bạn bè.

Sáng tác lai rai; đăng bài lang bang; sinh hoạt vài chốn: *Văn Học, Hợp Lưu, Nhân Văn, Xác Định, Văn Học Nghệ Thuật Liên Mạng* (cùng Phạm Chi Lan), *damau.org, tienve.org, tetet.net & etetet.net, FaceBook...*

Tác phẩm đã xuất bản:
- *Thơ*, 1997
- *Vực & Gió* (thơ, 4 tác giả, 1999)
- *Đêm Nhìn Mây Trắng Bay* (CD, 2000)
- *giữa L & C* (thơ, 4 tác giả), 2001

Lãnh thổ

cúi tôi chào hạn-hán-em
mùa mưa sa mạc luyến, mềm cát, chân

phố-tim-em sao giới nghiêm
nghe ra trận chiến im lìm gối chăn

núi cao, suối mọng, lũng tình
duỗi phù sa, địa chấn bình nguyên tôi

ủ đông một nụ xuân tiêu
nức lên tóc điểm sương điều hoán tâm

áp da trên chỗ em trầm
ngón tay kỳ tích đằm đằm trổ hoa

ướp nhau hơi thở thùy hương
căng ngà ngọc mộng, đẫm vườn nguyệt giai

lấp em, nhật thực tôi, nhoài
… … …

Thời khắc mùa miên hoan

đến đứng giữa thăm tối em,
tim ngời nến
thắp lời tịnh ngôn ru hồn quy mệt
ru hơi thở em hiền, như bụi lòng ngoan.

bài ca dao tháng Giêng hắt hanh lòng tháng Chạp
băng và tuyết rộn ràng hợp cẩn
miên hoan mùa khởi tích
đêm vắng trăng, và
khuya khuyết sâu.
ngôn ngữ lung linh câu chuyện cổ tích chẳng hoang đường.

trầm phong trỗi vuốt lạnh làn da thời khắc
những dấu '?' của em vất vả dấu '!' tôi
sương mộng mị lên làn mi hờ giấc muộn
hiểu được sao?
chỉ tôi biết mỗi-tôi.

lòng lá cỏ yên ru mây dìu cánh hạc
địa chấn linh hồn
tóc hắt rối
tay luyến hình cong lên thân thể
bừng ký ức hồng hoang
thuở sơ khai chưa biết nói yêu nhau bằng con chữ
nụ tình ứa nhụy
nhựa đẫm sương mai
tinh khôi
trọn vẹn
hút vào nhau
hút thăm thẳm đời nhau.

ngày trở lại hanh khô mùa-đã-khuất
tâm, và tim
chưa dối-thật,
bao giờ?

Buổi sáng, với những ý rời

em.
sáng nay tôi đứng trong sương mù giăng thấp. chờ một cơn
mưa. nghĩ về tình yêu, như một điều có thật. thật, như tôi đang
thở, em có thật trong cuộc đời này. thật, như tôi đang sống,
em có thật trong tôi. em hiện hữu chỉ để tôi hình dung ra sự
đã-có-mặt của một tinh cầu đã tắt, vẫn lấp lánh trong vũ trụ cô
đơn tôi, sau chuyến viễn hành triệu năm ánh sáng.
những khoảng-cách-không-bao-giờ-xóa-lấp-được, trong tầm
tay (hay xa diệu vợi),
cũng như nhau.

em.
sáng nay tôi chờ một cơn mưa không hề đến. lá vẽ hình gió.
nghĩ về tình yêu, như nghĩ về nỗi chết. chúng ta đang chết.
vạn vật đang chết. tất cả đều khởi sự chết từ khi nhịp sống của
mỗi bắt đầu. khi chúng ta yêu nhau, tình yêu cũng sẽ chết.
nên tôi sẽ không yêu em. và em hãy không yêu tôi.
để không bao giờ đôi-ta.
để không bao giờ không-bao-giờ.
không bao giờ.
nữa.

em.
sáng nay tôi lắng nghe tiếng chim sau vườn. phân biệt ra được
những tiếng hót vui, buồn. những tiếng chim non. những tiếng
chim nhọc nhằn. nghe ra nỗi niềm tôi, cũng những hân hoan
mệt nhoài như thế.
nghĩ về tình yêu, như nghĩ về chiến tranh. tôi lắp viên đạn hận
thù. nhắm vào tim em. bấm cò. không đắn đo. em gục xuống,
máu trắng nhòa trang giấy.
phải giết nhau để trọn vẹn đời nhau.
bài thơ trắng.

em.
sáng nay tôi nằm trong lòng đất lạnh. đón nhận thật rõ ràng
cảm giác thịt xương mình đang từ từ mục rữa. con vòi tư
thức tận tụy rỉa mòn trái tim duy cảm, hư tưởng nhỏ máu
nuôi lớn từng con đỉa tâm linh.
nghĩ về tình yêu, như nghĩ về thiên-đường-địa-ngục. thiên
đường đớn đau. địa ngục hạnh phúc. tôi kéo căng tột cùng
vòng cung ký ức. lao trọn linh hồn vào hút ngôn ý đường tên.
dĩ vãng ngoại tình cùng tương lai sinh ra quái thai hiện tại.
tôi phủ nhận:
tình yêu không có thật bao giờ!

tôi phủ nhận:
tôi không có thật bao giờ!
tôi phủ nhận:
em không có thật bao giờ!

em.
sáng nay...
hay sáng xưa...
hay sáng mai...
(tôi không còn biết nữa!)
tôi nghĩ về tình yêu, như nghĩ về
những gì con tim mỗi chúng ta sẽ bài tiết ra
sau khi linh hồn mỗi chúng ta phải nuốt nhau vào
để sống.

Những khoảng lặng, trầm giữa nụ cười

1.

trong tôi có những buổi chiều.

ngồi với vũng buồn nhỏ giọt xuống đáy cốc cà phê. nghĩ về tình yêu, là tia nắng nhạt liệm dần trong hoàng hôn cuộc sống. nghĩ về em, bài hát quen thuộc xa xưa đã quên dần theo năm tháng, nhưng vẫn lảng vảng trong miền tưởng tôi, mỗi khi tôi hụt hẫng đầy vơi với khốn cùng hiu quạnh. tôi nâng phím đàn thời gian, tấu khúc nhạc tim mình bằng nhịp điệu lạc loài thân phận.

nụ cười lưu vong trên môi khô thâm cằn mơ ước. trong tôi có những khoảng chiều,

như thế.

2.

trong tôi bóng đêm.

em có hình dung ra những đỉnh đời mặc tưởng. hãy trèo lên chốn đó, và ngồi xuống. bên tôi. cùng lắng nhìn vào mịt mùng vực thẳm. vả chăng, đỉnh cao là thước đo vực thẳm, hạnh phúc là thinh vọng của đơn côi. và mỗi chúng ta tự chọn cho mình một định nghĩa về tình yêu, về nhân dạng –

định-nghĩa-tôi, tên du mục trên căn phần định-nghĩa-em, khấp khểnh đôi chân linh hồn băng qua sa mạc hiện sinh, tìm hoài một địa đàng chân thuần tư niệm.

tên tín đồ giam mình vào khơi trùng ảo ảnh. tìm bắt ánh trăng xa mãi tầm tay. trong đêm, có những khoảng ngày,

như thế.

3.

trong tôi, là em.

em có mặt, vì em vắng mặt. mỗi buổi sáng bắt đầu cho một ngày. mỗi buổi-sáng-em bắt đầu mỗi mua-đau-tôi. tôi chẳng nhớ ra dung nhan em cười-khóc. tôi cảm nhận tận tường

những nếp nhăn cuộc đời lên diện mạo thời gian, những
khoảng vắng giữa nụ cười đổi mồi lên làn da em phấn nhạt.

giọt lệ đi hoang xa khóe mắt tâm linh. trong tôi, có những
khoảng lặng, trầm

như thế.

4.

quê-hương-em tôi thất lạc bao giờ?

đồng hành

đêm thắt lệ cầu vồng giữa nụ buồn tháng hai và trái đau
tháng chạp.

trên mặt tuyết cô-đơn-em, dấu tích nhớ nhung bày ra những
vết chân thỏ êm ái nhịp nhàng.
ngồi xuống nhìn từng đảo-băng-kỷ-niệm lặng lẽ trôi trên
biển-lạnh-ký-ức,

đo lường thể tích yêu thương, phần chìm bên dưới mặt
nước miên tưởng mình.

mùa xuân tàn nhang lên làn da hư vọng,
những nét chàm xanh ửng lên thân thể tình yêu, đồng dạng
và ngập tràn

như cơn mưa đi qua sa mạc
loang lổ trên mặt cát muôn vạn vết trũng nhưng không để
lại chứng cớ những giọt nước đã tạo ra chúng.

em
nằm đâu đó giữa tương lai và vĩnh viễn.

thời gian thức giấc giữa có-thể và không-là.

gọi tên tôi.

âm vang vọng về
giữa đỉnh-ngời-khắc-ghi và đáy-vực-bôi-xóa.

giọt lệ cười.
rất hồn nhiên.

Đêm miên vọng

chao cánh hồn nắng khuyết
ngời, tự thuyết tình yêu
lửa nổi vực tim, thiêu
cháy bùng câm hư niệm

ngày thắt ngày khơi liệm
đêm mù đắp đêm nghiêng
đời khúc khuỷu trầm yên
lòng bương miền ưu toại

sáng lời em sầu gọi
khuya phế hoại tâm an
trèo đỉnh nhớ cưu mang
đau muộn màng vực thẳm

tình, vết buồn in đậm
yêu – lạnh, ấm, nồng, phai
em-ta, một… mà hai
tháng năm dài hạn hẹp

em, địa đàng xa, đẹp
ta lặng khép chân hoang
vác thập tự nghiệt oan
tự huy hoàng đinh đóng

ngày ngọt ngào khoảng trống
đêm miên vọng bùng, câm.

Nguyễn Phước Nguyên

NGUYỄN SAO MAI

Tên thật Huỳnh Bá Minh, các bút danh khác:Nguyễn Phương Đông, Phương Thảo. Sinh ngày 19 tháng 02 năm 1940, tại Quảng Nam. Lên 7 đã vào Nam, sinh sống tại Sài Gòn, Đà Lạt. Khởi viết thập niên 60. Viết truyện dài và thơ.

Chủ nhiệm và chủ bút các tạp chí: *Sóng Văn, The Writers Post* (Tạp chí văn học điện tử Anh ngữ giới thiệu văn chương Việt Nam vào cộng đồng văn chương Âu Mỹ qua hệ thống liên mạng: http://www.thewriterspost.net) và *Wordbridge* (Tạp chí văn học dịch thuật Anh ngữ đầu tiên trong cộng đồng văn chương Việt Nam tại hải ngoại, giới thiệu văn chương Việt Nam vào cộng đồng văn chương Âu Mỹ, giới thiệu những sáng tác Anh ngữ, phát hành 2 số một năm).

Tác phẩm đã xuất bản:
- *Căn Nhà* (truyện dài, 1997 – được giấy phép xuất bản cuối năm 1974 nhưng không kịp in trước biến cố tháng Tư năm 1975, đăng từng kỳ trên tạp chí *Sóng Văn* (1996-1997) trước khi xuất bản)
- "Bọn Nô Lệ Trong Đền Thờ" (truyện dài trường thiên, khởi đăng trên *Sóng Văn* tháng 12-1999)

734 © 44 NĂM VĂN HỌC VIỆT NAM HẢI NGOẠI

Chữ viết

khi gươm bén của trí cùn chém lên chữ viết
ta chém ta thành hai mảnh trắng, đen
mảnh đáy vực hai chân xiềng xích trói
mảnh hư không tay đỡ mặt trời chìm

ta chạy mỏi qua suốt vùng trí nhớ
giẫm chân trên từng mẩu vụn a, b
quanh quẩn mãi với tình xanh ý đỏ
chợt thấy ta khung vẽ trắng đi, về

trong nét chấm hết-đời-ta thuở trước
hiện hồn ma xưa hoa cúc nở ngày
từng nét phẩy như những đường gươm bén
chẻ trái tim thành những ngón tay

ta vốn đã lâu rồi câm đá núi
sáng hôm nay bập bẹ tiếng côn trùng
không từng thấy đâu cỏ yên, tơ biếc
sao bây giờ tơ biếc như cỏ nhung?

đã gắng lắm làm tên khùng giữa chợ
chó Hàn Lư vẫn hung hãn bên thềm (*)
quanh quẩn mãi với tình xanh ý đỏ
vẫn thấy mình khung vẽ trắng như đêm.

12,1995

(*) lưu ly cổ điện chiếu minh nguyệt
nhẫn tuấn hàn lư không thượng giai
- Tuyết Đậu -

Tuyết trắng lửa hồng

như sợi tóc cùng trời cuối gió
từng sợi em dòng máu mê đời
trời thê thiết vũng sầu hoa cỏ
trên tháng ngày ma cũ hong phơi

ngồi đếm lại từng hơi thở chậm
nghe hồn tan từng tiếng chuông ngân
trên ghềnh thác trôi vèo đá nổi
chìm trong rêu réo gọi mộ phần

những con đường căng phồng nỗi nhớ
cuồng nộ quay trên vũng sầu nghiêng
chợt im sững mùa xuân dưới mộ
từng lóng xương, tươi thịt da mềm

và như thế lòng ta đã khác
thấy em về ngồi giữa đêm câm
ở một chỗ, lâu rồi, bóng nguyệt
hiện lung linh gương mặt quỉ thần

vẽ bóng quế lên trời vô sắc
ta không còn tình ở riêng chung
chống gậy trúc mà tay rỗng trống
ngọn tuyết bay phơi phới lửa hồng

đi ẵm ngửa cuộc đời còn lại
đến hồn em sông ngược núi chìm
chợt giật mình nhìn trên đầu trượng
dòng thu đông mùa tóc em nghiêng

những tiếng gõ đi về hố nguyệt
bỗng trăng sao lên bóng tối đầy
ta cả cười, lòng không ở lại?
sao trên cành hiện giọt sương mai

Với hồn ma cúc

lòng ta như con nước xuôi
sao chân động lá trên đồi thiên thu
thì ra em vẫn bây giờ
nghiêng vai đá núi nằm trơ cõi này
với ma xưa cúc gọi bầy
cười ầm ĩ gió trên ngày lao đao
ta ngồi nghỉ dốc chiêm bao
gọi hoa vô sắc nở vào trăng xưa
hồn ta sợi mỏng như tơ
theo hơi mê nhạc rụng bờ vai em
xin em thả lá làm thuyền
đưa nhau một chuyến tới miền sầu hoa
đưa nhau đến cõi-người-ta
trong nhang khói sẽ hiện tà áo bay
và sông núi giữa nét mây
hồn ta cỏ mọc như ngày thanh xuân

ơi em, tình đã về gần
mà trên đầu trượng ngại ngần ma xưa.

Nguyễn Sao Mai

NGUYỄN TẤN HƯNG

Sinh ngày 8-5-1945 tại Bình Phục Nhứt, Chợ Gạo, Mỹ Tho. Nguyên là sinh viên Đại học Khoa học, gia nhập quân đội và tốt nghiệp khóa 17 Sĩ quan Hải quân Nha Trang. Trước 75, có bài đăng trên các tập san *Ra Khơi, Lướt Sóng* và *Văn*.

Ở hải ngoại, Nguyễn Tấn Hưng cộng tác với hầu hết các báo và chủ trương nhà xuất bản Miệt Vườn (Winston-Salem, NC).

Tốt nghiệp BSET tại University of Nebraska at Omaha, Omaha, NE và MSEE tại North Carolina A&T University, Greensboro, NC, làm việc cho hãng AT&T và Lucent Technologies từ năm 1980.

Tác phẩm đã xuất bản:

- *Một Đời Để Học* (truyện dài, Làng Văn, 1988; bản dịch Anh ngữ: *One Life Of Learning*– autobiography, Houston, TX: Orchard Publisher, 1991)

- *Một Thuở Làm "Trùm"* (truyện dài, Văn Nghệ, Westminster, 1989; bản dịch: *One Time As An Inelligence Officer* – autobiography, Orchard Publisher, 1992)

- *Một Chuyến Ra Khơi* (truyện ngắn, Làng Văn, 1990)

- *Một Kỷ Niệm Đẹp* (biên khảo, xếp chữ Việt; Đại Nam, 1991)

- *Một Dòng Ca Dao, Câu Hò, Câu Đố Miền Nam* (sưu tầm chung với Hồng Lan, Houston TX: Miệt Vườn, 1991)

- *Một Thoáng Trong Mơ* (thơ, Winston-Salem, NC: Miệt Vườn, 1992, tái bản 1997)

- *Một Lần Xuống Núi* (ký sự văn học; Hannover, Germany: Viên Giác, 1992).

- *Một Nỗi Buồn Riêng* (truyện ngắn, Đại Nam, 1992)

- *Một Cảnh Hai Quê* (truyện ngắn, San Jose, CA: Thế Giới, 1993)

- *Một Trời Một Biển* (truyện dài lính biển; Arlington, VA: Văn Nghệ Tiền Phong, 1994)

- *Một Thoáng Hững Hờ* (thơ, Miệt Vườn, 1998)

- *Một Thoáng Bơ Vơ* (thơ, Miệt Vườn, 2000)

Và một số tựa sách và CD ca nhạc.

Giải nghiệp

Chiều xuống bâng khuâng. Những tia nắng nhạt màu, không còn mang hơi ấm, lãng đãng rơi trên thảm lúa mì sắp gặt vàng hoe. Phản chiếu lên mặt nước mênh mông tạo nên đường chia cắt nhạt nhòa giữa đất và trời dọc theo bờ hồ xa xa phía trời Tây. Từng đợt sóng lăn tăn theo cơn gió nhẹ, làm rung rinh dáng dấp những cây sồi già, cây bạch dương đang chúc đầu soi bóng. Lả tả lá me bay, từ những cây me không bao giờ cho trái, cành nhánh khẳng khiu. Chìm khuất trong ráng mây tim tím, khói đèn, vầng thái dương ửng hồng màu má thơ ngây...

Lần theo lối mòn xung quanh hồ Trúc Bạch, tự mình đặt tên, lão Tư Duy, Khúc Duy, bắt đầu thả những bước thiền hành theo tiếng kêu rào rạo của sỏi đá dưới chân!

Cõi ta bà thế giới này đã quá nhiều đổi thay. Nhanh chóng, chính trong mắt lão. Kể từ ngày lão làm thuyền nhân ở tuổi lên mười. Với mỗi một bộ đồ dính thân, đôi dép mũ và cái lược đồi mồi, tại một bãi biển hoang dã nào đó trong vịnh Rạch Giá.

Chuyện lên cung trăng thăm chị Hằng đã là chuyện quá thường trong đời sống hiện tại, như một chuyến đi chơi, du lịch của người giàu có. Cứ tưởng tượng những chiếc xe hơi chỉ biết bay trong phim ảnh mà thôi, điển hình như *Back to the future* vào thập niên 80 xa lắc xa lơ, nhưng nào ngờ, nhờ khám phá của ngài bác vật họ Nguyễn, mọi thứ đã thành sự thật. Bây giờ người ta không còn gọi là xe hơi nữa mà là xe bay, *fly vehicle*.

Nhân loại không cần phải nghiên cứu thêm về trọng lực, trọng lượng khi bí mật của "tam giác tử thần", vùng có tên gọi là *Bermuda Triangle*, được giải thích. Rồi dựa vào những định luật mới khám phá về Vật lý không liên tục, *Quantum Physics*, người ta chế ra những bộ óc, tuy chưa biết suy nghĩ như con người, nhưng biết tự cân bằng trong không gian. Dễ dàng như đứa con nít biết tự cân bằng khi nhảy lên chiếc xe đạp. Không những con người biết bay như chim chóc nhờ những ống phản lực cá nhân mang vào mình, mà người ta đã chế ra những chiếc xe bay nhiều chỗ ngồi để đi chung hay chở hàng hóa, vật liệu. Bây giờ người ta đề cập đến những tầng bay năm trăm bộ, một ngàn bộ, hai ngàn bộ... v.v., và vận tốc bay, *mach* (E. Mach) một, *mach* hai, *mach* ba v.v… So chiếc *Harrier Jump Jet* của Không quân Hoàng gia Anh, chiếc F22 của hãng Boeing, hay chiếc F32 của hãng Mac Douglas thuộc Không quân Hoa Kỳ dạo nào với chiếc *Ford Constellation* thì cũng giống như đem so cái máy cộng với con chíp *pentium* xa xưa… Đường xá giờ đây chỉ dành riêng cho những người tập thể dục, *jogging*, hay thiền hành, cho nên cây cối, cỏ lát mọc tùm lum, nhiều nơi bít lối…

Tuy thả bước chậm rãi mà chẳng bao lâu lão Tư Duy đã lần đến chân cầu Bán Nguyệt, cũng do chính lão tự đặt tên. Mà cũng đúng vì cầu có hình vòng cung, bắc qua con suối đầu nguồn, đổ nước vào hồ. Cây cầu làm bằng thép chẳng bao giờ sơn. Lan can và các song đứng mấy chục năm qua rồi vẫn vậy, chỉ có cây cỏ ngày càng lớn càng cao. Thép bị rỉ trổ màu nâu pha đỏ. Nổi bật hẳn lên giữa rừng hoa cúc dại, hoa cải trời màu vàng, màu trắng mà hằng năm các nhân viên lo cây cảnh vẫn rải thêm hột. Chim chóc hót vang, trong bụi rậm hay trên cành si, bồ đề, táo, đào… tưởng chừng đang đi vào sở thú, khu nuôi loài có lông, có cánh. Vài con cá lý ngư, chẳng muốn thành rồng, nổi lên ăn móng giữa vũng nước trong…

Hình như cái tiến bộ, thành công nào cũng có kèm theo cái giá của nó. Và hình như có sự đối ngược giữa vật chất và tâm linh. Nếu luật… thành trụ hoại không vẫn đúng thì sự hồi đầu cũng sắp đến trong nay mai, lão Tư Duy nghĩ vậy!

Nền văn minh Lemuria và Atlantic từ những hai ba chục ngàn năm qua đã đi về đâu? Đại Dương Châu đã chìm dưới đáy biển "tam giác tử thần?". Hay một nơi nào đó bên xứ Phù Tang? Vì lý do gì, nguyên nhân nào? Mấy ai giải thích được! Rồi gần hơn, khoảng bảy tám ngàn năm, nền văn minh cổ Incas và Maya ở Nam Mỹ cũng đã đi vào lịch sử, với những kim tự tháp khiêm nhường và những con đường đá còn tồn tại hằng ngàn năm qua như một nhắc nhở thầm gởi đến loài người. Chính vì vậy mà các nhà trưởng lão của dân tộc Kogi sống thuần nhất với thiên nhiên hằng chục ngàn năm trong núi rừng của rặng Sierra đã không ngừng gởi thông điệp cho nhân loại. Một lần công khai hơn nửa thế kỷ qua và nhiều bí mật qua các hội vô vi, huyền bí. Rồi gần hơn nữa, người ta đã học hỏi được gì ở các kim tự tháp khổng lồ của Ai Cập? Sao chẳng ai tìm ra phương cách gì người xưa đã tạo dựng lên những gò mối đó?

Thi đua với tạo dựng, phá hoại cũng tăng trưởng không ngừng. Từ những đứa trẻ được khai sinh trong ống nghiệm, *test tube babies*, đến những sáng tác phẩm đồng chủng, *clone*, người ta đã tạo dựng ra… con người mà không cần mẹ, cha. Không khác gì người máy, *robots*. Họ có những suy nghĩ và hành động khác thường. Đốm lửa phá hoại đã nhen nhúm, nhóm lên từ những cuộc tàn sát trong trường học, ở Mose Lake – Washington, Pearl – Mississippi, West Paducah – Kentucky, Jonesboro – Arkansas, Springfield – Oregon, Richmond – Virginia, Littleton – Colorado, Conyers –Georgia, Pontiac – Michigan, v.v… Rồi bùng cháy ở khắp các nơi trên thế giới, những nước văn minh như Nhật Bản, Anh, Pháp, Đức, Ý, v.v… Ôi thôi, vô số kể! Sở làm của chính phủ, Bưu điện, Quan thuế… cho đến các hãng tư nhân, Cơ quan địa ốc, Ngân hàng… đâu đâu cũng có…

Sau trường học thì đương nhiên dẫn đến trường đời! Những vụ tự sát tập thể như vụ Jonestown – Guyana, Tijuana – Mễ Tây Cơ, Cao Nguyên Trung Phần – Việt Nam, Waco – Texas, Solar Temple – Thụy Sĩ, Montreal – Gia Nã Đại, Grenoble – Pháp, San Diego – California, v.v… Chỉ vì tin tưởng vào các giáo sĩ và giáo điều xa lạ. Trong khi đó hầu hết các tôn giáo lớn như Thiên Chúa giáo, Phật giáo, Hồi giáo, Ấn giáo, Do Thái giáo… đều ngăn cấm việc tự tử! Tuy nhiên, có phải chăng càng ngăn cấm điều gì thì người ta, nhất là nhân loại thời nay, càng muốn thực hiện?

Vầng thái dương đã khuất dạng dưới đường chân trời. Chỉ còn một vũng sáng mờ mờ đằng sau tàn cây, kẽ lá. Qua khỏi rặng cây đó, lối mòn sỏi đá sẽ uốn khúc bao quanh một cái đầm khá rộng, chiếm một phần tư hồ. Dạ Trạch đầm theo tiếng gọi của lão Tư Duy. Sậy và lát mọc cao, che mất những con lạch nhỏ chia cắt mặt đầm thành nhiều cồn, đảo nhỏ. Đó là nơi lót ổ, đẻ trứng của le le, vịt trời, cò, ngỗng… thỉnh thoảng dẫn cả bầy con bơi dọc theo bờ kiếm cá tôm, ếch nhái. Chim sẻ nữa, chốc chốc từng đàn bay lên, đáp xuống như đàn ong lớn, vỡ tổ đi tìm hoa hút mật… Mấy lúc này lão đi chậm lại tuồng như không muốn khuấy động thiên nhiên, làm sợ hãi hay quấy rầy cầm thú…

Có lẽ không một luật định nào thành nếp mà không trải qua những thử thách, đấu tranh. Nhất là những thứ gọi là nếp sống, phong tục, tập quán… Tự tử cũng vậy! Khởi đi từ những trường hợp tự tử có bác sĩ giám sát dành cho những người bệnh không thuốc chữa, nan y. Những cái xác không hồn chỉ làm thân nhân thêm oằn oại, đau đớn… như là oan gia, nghiệp chướng! Bác sĩ Jack Kevorkian, còn gọi là bác sĩ của thần chết, *the death doctor*, đã là người tiên phong. Sau mấy lần ra tòa trắng án thì cuối cùng ông bị kết án… giết người bậc hai, *second murder*, trong vụ… giúp thân chủ tự tử ở Michigan.

Nhưng rồi từ đó, nhờ những luật sư tôn thờ chủ nghĩa xét lại, ủng hộ bác sĩ của thần chết, tuy không mang ông ra khỏi nhà tù Michigan, nhưng biến tiểu bang của họ, tiểu bang Oregon, là tiểu bang đầu tiên hợp thức hóa việc tự tử có giám sát cho những người mang bệnh trầm kha. Xa hơn, phía trời Âu, nước Hòa Lan là nước đầu tiên tuyên bố theo chân dân chúng Oregon... Chuyện ngày xưa là thế, bây giờ không một nước nào chống báng lại "quyền tự tử" của công dân xứ mình. Lâu dần, đã mặc nhiên trở thành nề nếp, giáo điều... bất khả kháng của nhân loại!

Sau đệ tam thế chiến, hàng triệu người bỗng chốc ra ma. Con người ta càng sống vội vã hơn, sau cơn thoát hiểm với bom nguyên tử, bom vi trùng, bom hóa học... Bởi vậy, đi xa hơn một bước nữa, tuy hiện thời chỉ mỗi nước Hoa Kỳ, thiên đàng của tự do... công khai hút chích, đàng điếm, mãi dâm, v.v... và công khai ngay cả việc tự do... tự tử mà không cần bệnh hoạn gì cả. "Không chủ định được chính mình, bạn không có cái gì hết", *no self determination, you have nothing*... lời tuyên bố của bác sĩ Jack Kevorkian như là một định đề cho sự sống, cũng như tiền đề cho sự chết...

Để một cái chết không lôi cuốn theo nhiều cái chết khác vì phẫn nộ, cuồng điên với súng máy, lựu đạn, hơi độc... rải rác khắp đó đây người ta lập ra những, không phải lò sát sinh, mà là những công ty lo về cái chết... Mà, thật ra, cũng không phải là lo về những cái chết bình thường, họ chỉ chuyên môn, chuyên trị về... tự tử! Với những tên công ty đượm vẻ mỹ miều, thần tiên. Tỉ như "Cổng Thiên đường", *Paradise Gate*, "Đảo tuyệt vời", *Perfect Island*, "Đỉnh thiên thần", *Angel Sumit*, "Lâu đài thần thánh", *Divine Palace*... Nhiều lúc ế ẩm, không mấy người thèm tự tử nữa, có lẽ vì con tim bỗng yêu đời trở lại, người ta thấy nhan nhản những quảng cáo của các công ty này trên làn sóng đài truyền hình toàn quốc như ABC, CBS, NBC, FOX...

Cách đây hơn tuần, lão Tư Duy có dịp đến chi nhánh *Paradise Gate* tại địa phương. Lý do đơn giản là cháu của một ông bạn già của lão, lão Tư Tưởng, họ Văn, đã qua đời, bỗng dưng đòi... thôi sống. Lão không nghĩ là nó bị ai đó phụ tình, mà chỉ vì buồn gia đình... Khi chiếc xe bay của ba má nó, vợ chồng Văn Xương, đang bay cùng với hai đứa em gái của nó, ở tầng bay hai ngàn bộ đã xảy ra tai nạn vì bộ phận *radar* bất khiển dụng bất thình lình. Đụng đầu, *head-on collision*, cả hai chiếc xe bay nổ tung trên không gian, tan tành mây khói. Nó sống lây lất trong diện giống giống như trẻ mồ côi, không cha không mẹ, *minor children*, như lão một thuở nào mới qua đất Mỹ... Chán đời là chuyện chẳng đặng đừng...

Lần đầu tiên lão đi xe bay, chiếc *Worm Express* của nó. Chòng chành, nghiêng qua nghiêng lại, chóc lên chúi xuống như ghe thuyền cỡi sóng, vậy mà không đâm đầu xuống đất cũng lạ, cũng hay. Đáp xuống bãi đáp trước mặt tiền công ty. Phải băng qua con đường sắt bỏ hoang của hãng *Amtrack* cũ, mới đến cổng gác có để cái thùng vuông vức che ba mặt cho người canh. Hắn hỏi nó mấy lần "mày có thật sự muốn chết hay không?", *are you sure you want to die?* Nó chỉ "vâng", *yes*, một tiếng là hắn mở cổng cho vào văn phòng bên trong làm giấy tờ. Và chận lão lại, không cho lão đi theo nó! Hắn lại chỉ gian nhà xéo xéo bên kia đường ray bảo "ông qua bên đó chờ đợi!", *you go there and wait!* Lão sững sờ trông theo nó cho đến khi khuất bóng sau lần cửa kiếng! "Trời, chết một cách dễ dàng vậy sao?", lão tự hỏi. Nhìn vách tôn dựng đứng, sơn màu xám đậm của công ty, lão không hiểu trong đó họ đã trang bị những máy móc gì cho đại cuộc... tự tử? Sao lại nghe tiếng máy, tiếng dây trân chạy xình xịch như máy xay lúa vậy? Hãi hùng, quái đản chưa từng thấy, lão thầm nhủ!

Chẳng làm gì khác hơn được, lão băng qua con đường

sắt, lần đến gian nhà mà lão nghĩ là nhà chờ đợi. Đến nơi, cánh cửa tự động bật mở ra. Đằng sau bàn viết, là một người đàn bà da ngâm, quấn nhiều lần dải lụa the Ấn Độ màu huyết dụ, trên giữa trán còn chấm một điểm son đỏ. Mụ chìa tay về phía dãy ghế cạnh cửa mời lão ngồi bằng một tiếng ngắn ngủn "làm ơn", *please*. Lão làm theo lời người đàn bà như cái máy và nói tiếng "cám ơn", *thank you*…

"Thấy đó rồi mất đó, lần cuối, vĩnh viễn chia tay"… có thể xảy ra trong phút chốc như thế sao? Nỗi xúc động vẫn còn chờn vờn, đè nặng lên tim lão! Hụt hẫng, khó thở! Mình là con người có tâm linh chớ đâu phải hoàn toàn là vật chất như người máy, *robots*… Nhưng những xúc động đó bị dìm xuống ngay khi vách ngăn gian phòng bên cạnh được mở ra. Trên sàn gỗ giống như chiếc *divan* lớn, trải chiếu hồng điều, tấn tuồng trình diễn đang từ từ chuyển động. Trong tiếng nhạc xập xình, đôi khi ai oán, những hình người to bằng trái bí, trái bầu màu sắc sặc sỡ, mang đủ loại binh khí, nào thanh long dao, gươm, giáo, đoản kiếm, chùy, kích, côn… từ hai phía xông vào nhau say sưa chém giết! Là cô hồn, ác quỷ hiện hình? Hay những *robots* có gắn những con chip thần tình? Tại sao chính mắt lão thấy rõ những giọt máu đào nhỏ xuống khi chiếc đầu rơi khỏi cổ, lăn lóc trên mảnh chiếu bông? Sao lại bày ra chi cảnh chiến trường, binh đao, ác đấu? Ý nghĩa gì đây? Nhưng rồi, màn hạ, khi kẻ chiến thắng cuối cùng rút gươm ngắn bên lưng đâm vào bụng tự sát như những chàng hiệp sĩ, *samurai*, bên Nhật…

Ngay sau đó, người đàn bà mang đến cho lão một chiếc hũ sành, có lẽ đựng cốt thằng cháu, và cái biên lai ghi lệ phí một ngàn đồng. Thêm câu thòng vô thưởng vô phạt "thế là xong", *that's it*… Lão ngỡ ngàng cầm hai món di vật, mở cửa bước ra ngoài, lần về bãi đậu xe bay. May quá, lão lại tìm ra di vật cuối cùng của nó, chiếc *Worm Express*, lui cui mở khóa, ngồi vào tay lái… Đâu có khác gì chiếc xe hơi đâu nào, ngoài trừ cần bay, điều khiển lên xuống gắn ngay trước ghế ngồi. Không bay thì chạy, lão nghĩ vậy! Già rồi, hơn 80 rồi, đi đường đất vẫn hơn! Lão đề máy và men theo lộ đá dọc theo con đường sắt tìm ra xa lộ… Loay hoay mãi đến nửa đêm lão mới về đến nhà. Và thầm nghĩ một ngàn đồng cho một cái chết, một đám ma, một gì gì nữa… cũng rẻ chán…

Qua khỏi cái đầm lầy là cây cầu ván bắc ngang đầu sông, Tiền Đường như lão đặt, nước từ hồ chảy ra dẫn đi khắp ruộng đồng. Chiếc cầu Biên Giới như lão hay gọi. Vì làm bằng gỗ nên cứ năm bảy năm nhân viên lo cây cảnh chung quanh hồ lại phải thay các đà mới. Qua phía bên kia bờ sông là gốc đa già, tàn lá che rợp một góc trời. Cổ thụ, trên trăm năm là cái chắc, mỗi nhánh gie ra là một vòng ôm…

Hoàng hôn đã xuống hẳn, lan tràn. Những bụi cây lá đỏ, lá nhọn như lá chùm ruột, trồng dọc theo lối mòn đã chìm trong màn đêm. Những khóm hoa tuyết hòn, *snow balls*, cũng vậy. Chỉ những ngọn tùng, bách nhô cao khỏi hàng rào vòng đai phía sau là còn in bóng dáng. Lập lòe trong vũng tối âm u đó, những con đom đóm lác đác soi đường tìm nhau…

Gần đến nhà, lão Tư Duy bỗng giựt mình, chồn chân, chậm bước. Trước mắt lão, lòng thòng từ cành sồi già to lớn, hai bóng đen… lúc dang ra xa lúc xáp lại gần nhau. Ma hời xứ Mỹ là đây? Không một tiếng động, hai cái bóng cứ chập chờn đùa giỡn. Lão chợt nghĩ đến cây gậy cầm tay, lão thường đem theo phòng đám chó hoang mỗi bận thiền hành, mà lần này lão quên. Phải có nó thì đỡ biết mấy. Hít một hơi dài lấy tinh thần, lão bắt ấn Chuẩn Đề, ngập ngừng tiến tới. Bụng bấm bụng, không nên chi phối trong lúc thiền hành… Bất ngờ, sau tiếng cười giòn giã, lảnh lót, hai bóng đen vút bay lên trời, để lại ánh lửa phi tiễn cá nhân xẹt xẹt dưới chân. Thì ra là cặp tình nhân trẻ đã thừa bóng đêm trốn ra đây hò hẹn…

Mở cửa vào nhà, lão bước đến bàn hương án đặt bên

vách gần cửa sổ, đốt một nén nhang! Hương trầm thơm thoang thoảng! Bài vị của Văn Gô, thằng cháu chán đời không muốn sống của bạn lão, có viết ràng ràng bằng chữ Nho: tái thế năm 2025, tạ thế năm 2050, hưởng dương 25 tuổi!

Lão lại tủ lạnh lấy chai bia Trần, *Tran Brewer Company*, bật nắp, tu một ngụm… Đã hơn một thế kỷ rồi, lão tần ngần, ngẫm nghĩ đến câu nói của Albert Camus trong "Huyền thoại về Sisyphe", *The Myth of Sisyphe*, mà lão đọc hồi còn nhỏ… "chỉ có mỗi một vấn đề triết học thực sự nghiêm chỉnh: tự tử!". Nhưng, nghiêm chỉnh theo phạm trù đây? Phải, nghiêm chỉnh trên bình diện nào mới được chớ? Bất chợt, lão nghiệm ra… dường như ai tự tử thì kiếp sau sẽ tự tử tiếp! Đúng là, nghiệp chướng oan gia! Rồi, bằng vào cách nào thì ta… giải nghiệp… Mặc dù "chưa bước qua cầu", lão vẫn hi vọng những máy móc tối tân, thời đại của công ty "Cổng thiên đường", *Paradise Gate*, sẽ đáp ứng những gì lão đang mong đợi…

[Trích *Một Nơi Rất Thật*]

NGUYỄN TẤT NHIÊN

Tên thật Nguyễn Hoàng Hải. Sinh ngày 30 tháng 5 năm 1952 tại Biên Hòa. Học trường Ngô Quyền (1963-1970). Bút hiệu đầu tiên Hoài Thi Yên Thi. Qua Mỹ năm 1981. Mất tại Quận Cam California, Hoa Kỳ ngày 3-8-1992. Làm thơ, soạn nhạc. Đã cộng tác với hầu hết các báo và tạp chí tại hải ngoại.

Tác phẩm đã xuất bản:
- *Nàng Thơ Trong Mắt* (thơ, tác giả xuất bản, Biên Hòa, 1966)
- *Dấu Mưa Qua Đất* (thơ, tác giả xuất bản, Biên Hòa, 1968)
- *Thiên Thai* (thơ, tác giả xuất bản, Biên Hòa, 1970)
- *Thơ Nguyễn Tất Nhiên* (thơ, Nam Á, Paris,1980)
- *Những Năm Tình Lận Đận* (tập nhạc, Tiếng Hoài Nam, Hoa Kỳ, 1984)
- *Chuông Mơ (thơ,* Văn Nghệ, Hoa Kỳ, 1987)
- *Tâm Dung (*thơ, Người Việt, Hoa Kỳ, 1989)

Minh khúc 91

hôm em sánh bước cùng đời
không gian nắng chiếu tình ngời thiên thu
cây bông bóng lá nhân từ
kẻo nai nheo mắt làm hư nét trời!

hôm em bước thật tình cùng
tiếng thương ngậm trái bồ hòn làm ngon
cây xanh nói với lòng đường
những khi im bóng là không chối từ!

hôm em mềm bước tiểu thư
mùi hương con gái hồ như đất trời
hoa xuân e ấp nụ cười
với tôi chim biết hôn môi lần đầu!

hôm em dài áo thương bâu
đò ngang thương bậu kêu cầu trăm năm
sông kia nào biết vô thường
từ khi nguyệt nọ là trăng giang hồ…

hôm bàn tay của lòng nhau
ngón tay đã có lần chào cơn mơ
hôm nay sông bỗng tình cờ
hay ra mình đã đưa đò trăng tan…

Tâm nguyệt

từ gót sen hài em vút dấu
sầu tôi như lá thẫn thờ bay
ví dù lá ngập đường em bước
lá cũng xin đừng bận gót ai…

từ mắt chia lòng sông cách núi
sầu tôi như bụi khắp không gian
ví dù bụi ố hoen màu trắng
bụi cũng xin đừng vương mắt xanh…

từ tóc bay xuôi dòng quá khứ
sầu tôi như bóng lặng lờ trôi
ví dù bóng đẳng đeo tròn kiếp
bóng cũng xin dòng tóc thảnh thơi

từ hơi thở của không gian khác
sầu tôi như lịch nhẫn nha rơi
mỗi ngày thiên hạ hồn nhiên xé
lịch mới, như tờ-thương-nhớ-tôi

từ hoa môi của bình minh khác
núi đồi vắng cả tiếng thông reo
chim thôi cười chúc mừng hoa lá
thành-phố-tôi già ho động cơ

từ vỡ, lành trăng lồng bóng nước
từ em là nguyệt lộng đời sông
từ tôi là một dòng tâm nguyệt
sông có trăng cười sông xóa trăng…

Minh khúc 12

bây giờ em đã xa tôi
hay là sông núi xa đời lãng du?

bây giờ đêm đã nghìn thu
hay là nhật nguyệt thôi bù đắp nhau?

bây giờ tình đã chai đau
hay là cây cỏ bạc đầu tuyết sương?

bây giờ ảnh đã lìa gương
hay hoa vạn thọ trong lòng thu đông?

bây giờ chín khúc cửu long
hay sông vẫn một dòng trăng không là…

bây giờ mây của hôm qua
tiếng con quạ khản kêu ca một mình

sương hoàng hôn đẹp bình minh
nắng ban mai mới tinh trên nấm mồ

á à lệ vẫn chưa khô?
a ha trời đất mơ hồ… hay tôi?

NGUYỄN THANH CHÂU

Tên thật Nguyễn Thanh Châu.

Sinh năm 1951 tại Sài Gòn. Theo học Trung học Petrus Ký và Đại học Vạn Hạnh.

Động viên vào Trường Bộ Binh Thủ Đức tháng 6 năm 1972, ra phục vụ tại Chi Khu Cao Lãnh. Tập trung tù CS từ ngày 26-5-1975 đến ngày 14-11-1980. Sang Mỹ theo diện HO tháng 4-1995.

Có thơ đăng trên các tạp chí văn học như *Văn, Văn Học, Phố Văn, Khởi Hành, Thư Quán Bản Thảo* và các trang mạng *Da Màu, Gió-O,...*

Hiện định cư tại thành phố Phoenix, tiểu bang Arizona, Mỹ.

Tác phẩm đã xuất bản:

- *Ca nguyện. gởi cây xương rồng trong gió* (thơ, Thư ấn quán, 2009)
- *ca oán. đến với mùa giải oan* (thơ, Thư ấn quán, 2011)

Nỗi đợi

thấp thỏm
đợi ngày về như giấc mơ
mang trái tim rỗng
những thân cát. dật dờ

mút mùa nắng hạn
vẫn cơn khát triền miên
ta. nắm nuối hư ảnh xế đời
đâu giếng nước xưa sầu. đắm

thảng thốt hồi kinh chiều
lũ quạ đen vây khốn vùng trời
nỗi dửng dưng một thời hôn ám
buông lung. hồn viễn khơi…

2/2011

Khúc tháng Năm.
Ở một nơi nào khác

thổi tới
thổi tới
những trận gió nóng mù trời
thổi tới
thổi tới
những con trốt cuồng cát lở
tôi cháy bỏng trên môi em. nụ hôn
tôi chết khát trên ngực em. vết cắn

tháng năm
tháng năm
những bông xương rồng nở rộ
muôn màu
muôn màu
tôi ngợp ngụa. tiếng kêu của máu
tôi mê man. cơn sốt của tình

đi qua
hãy cứ đi qua
những triền núi đỏ
những dặm đá hồng
âm âm. đâu những tiếng phong linh
hồn đá gọi
từ cõi hoang sơ
lòng còn vô nhiễm
ta có như đôi tình nhân. thuở đầu đời

tháng Năm
mùa hè đang tới
sẽ đốt rụi những thềm cỏ mượt
sẽ cháy khô những lọn tóc huyền
và. còn em
nỗi ham hố muộn màng
cơn say tàn buổi tiệc nhân sinh
nhưng thôi. hãy qua đi. qua đi

tháng Năm
những đám cháy bắt đầu
mùa hè của ta
tiếng ve và chùm phượng đỏ. đã xa
đã xa. mùa hè đó của ta
ở một nơi nào khác…

7/2000

Phác thảo. Chiều đại vực

mặt trời già rụng. đỏ
đại vực sâu tuyệt ngàn
tôi đứng đây thành tượng
những hiện bóng cổ sơ

tiếng chim nào thảng thốt
hoang mạc gió trăm chiều
thổi. thổi đi biệt dạng
thiên thu về tịch liêu
buổi âm vang của núi
ràn rụa mây cư tang

tầng tầng chồng hóa thạch
tích sử dường đã quên
nếp nếp gấp nhăn níu
dòng huyễn tự. mờ soi
những nấm xanh địa chấn
hồn thảo dã không tên

tín hiệu đâu. khuất dạt
lạc lối tìm bản quê
giấc đưa sầu bộ lạc
u hiển những đời sông
em ngồi đau. dáng mộng
bên kia trời lao lung

muôn thắm. chiều đại vực
mang mang thần trí. cuồng
tôi đứng đây hóa đá
đợi mùa gặt hư không…

5/2001

Biệt khúc

cào xước bóng trăng
những đợt gió hoang mạc. rát bỏng
thổi đi. thổi qua lũng xế ngàn
biền biệt. nhớ

cõi đêm ràn rụa
mùa đi. người xa tiếng thạch cầm
rỉ máu mi mắt. úa
thao thức trời quê căm căm

thương ai. thương em đời bạc
căn đắng tình si
thiên thu. gởi theo niềm hư lãng
biết vì đâu…

3/2011

Tôi. Làm kẻ thụy du

tự nhiên
vượt qua những tường cao đá đỏ
vượt qua rào xương rồng xước gai
vượt qua không. thời gian thực ảo
tôi. như kẻ thụy du cuối đời

tự do
hái đi những đóa quỳnh nở muộn
hái đi mỗi vì sao lẻ loi
hái đi vừng trăng thơ nhỏ máu
soi lấy hiện nghiệp u tình ta

tự nhiên
hát lên những thời kinh cứu độ
hát lên bài đồng dao tình yêu
hát lên nỗi lưu đày khốn quẫn
đánh thức những trái tim đóng băng

tự nhiên. và tự do
tôi. làm kẻ thụy du
vượt qua những giới hạn…

2/2010

Nguyễn Thanh Châu

Mục Lục

Tác phẩm của
NGUYỄN HÀN CHUNG
Đã xuất bản (có bán trên Amazon)
E-book (Free
Liên lạc tác giả :
nguyenhanchung@gmail.com)

- *Bản sắc Việt:*
Dự cảm rời
(2016)

- Nghịch lưu của tuổi
(2011)
- Lục bát tản thần
(2018)

Sẽ xuất bản:
- Mót chữ trong kinh
(2019)

NHÂN ẢNH
Đã in, Amazon phát hành toàn cầu

Điện thoại hoặc email cho:
Lê Hân (408) 722-5626
hanle.3359@gmail.com
để cụ thể thủ tục chuyển tiền

v

1/ **Lời Ghi Trên Đá** - Văn Nghệ 2006
Thơ Nguyễn Minh Nữu
Bìa Đinh Cường
Phụ Bản Ngọc Dũng- Đinh Cường- Phạm Cơ - Cù Nguyễn.
Bài Giới thiệu của Bùi Bảo Trúc và Nguyễn Minh Diễm.

2/ **Thương Quá Saigon Ngày Trở Lại** - Văn Nghệ 2017
Truyện và bút ký của Nguyễn Minh Nữu
Bìa Trương Vũ, Phụ bản Đinh Cường và Đinh Trường Chinh.
Bài giới thiệu của Nguyễn Vy Khanh và Hoàng Kim Oanh.

Liên lạc tác giả: nuuminhnguyen@gmail.com
7217 Belinger Ct
Springfield - VA 22150.
703-608-8001

Liên lạc Nhà xuất bản
Mở Nguồn
han.le3359@gmail.com
(408) 722-5626

CPSIA information can be obtained
at www.ICGtesting.com
Printed in the USA
BVHW080958010719
552378BV00011B/358/P